கஷ்மீரி தேசியத்தின் பல்வேறு முகங்கள்

பனிப்போர் முதல் இன்று வரை

கஷ்மீரி தேசியத்தின் பல்வேறு முகங்கள்

பனிப்போர் முதல் இன்று வரை

நந்திதா ஹக்ஸர்

தமிழில்: செ.நடேசன்

எதிர் வெளியீடு

கஷ்மீரி தேசியத்தின் பல்வேறு முகங்கள்
பனிப்போர் முதல் இன்று வரை
நந்திதா ஹக்ஸர்
தமிழில்: செ.நடேசன்
மெய்ப்புத் திருத்தம்: மே.கா.கிட்டு

முதல் பதிப்பு: மே 2017
இரண்டாம் பதிப்பு: ஜனவரி 2020

எதிர் வெளியீடு
96, நியூ ஸ்கீம் ரோடு, பொள்ளாச்சி – 642 002
தொலைபேசி: 04259 226012, 99425 11302

விலை: ₹ 550

Many Faces of Kashmiri Nationalism
Nandita Haksar
Copyright © Nandita Haksar 2015
First published in the English language in India by Speaking Tiger
Publishing Pvt. Ltd, 2015

Tamil Edition © with Ethir Veliyeedu
First Edition: May 2017

Published by Ethir Veliyeedu,
96, New Scheme Road. Pollachi - 642 002
Phone: 04259 - 226012, 99425 11302
Email: ethirveliyedu@gmail.com
www.ethirveliyeedu.com

ISBN: 978-93-84646-85-1
Cover Design: Vijayan
Printed at Jothy Enterprises, Chennai.

All rights reserved. No part of this book may be reprinted or reproduced or utilised in any form or by any electronic, mechanical or other means, now known or hereafter invented, including photocopying and recording, or in any information storage or retrieval system, without permission in writing from the Publisher.

நந்திதா ஹக்ஸர்

நந்திதா ஹக்ஸர் ஒரு மனித உரிமை வழக்கறிஞர், ஆசிரியர், தீவிர செயல்பாட்டாளரும், எழுத்தாளரும் ஆவார். இந்த நாட்டின் பல்வேறு பல்கலைக்கழகங்களில் மனித உரிமைகள் முதன்முதலாக ஒரு பாடமாக அமைந்திட இவர் காரணமாக இருந்தார். 1983ல் கேவலமான 'ஆயுதப்படைகள் (சிறப்பு அதிகாரங்கள்)' சட்டத்துக்கு *(Armed Forces Special Power Act (-AFSPA)* உச்சநீதிமன்றத்தில் சவால்விடுத்த முதல் நபர் இவர். இந்தியப் பாராளுமன்றத் தாக்குதல் வழக்கில் குற்றம் சாட்டப்பட்டவர்களில் ஒருவரின் விடுதலைக்கான இயக்கத்தை வெற்றிகரமாக முன்னெடுத்தவர். மேலும், வடகிழக்கில் புலம்பெயர்ந்த தொழிலாளர்களின் பிரச்சனைகளைக் கையாண்டு வருகிறார்.

பெண்களுக்கான சட்டத்தின் புதிர்களுக்கான விளக்கங்கள் *(Domistification of Law for Women)* (1986), வன்முறைத் தாக்குதல் நேரத்தில் நாட்டுப்பற்று: கீலானியைக் குற்றப்படுத்துதலும், அஃப்சல் குருவைத் தூக்கிலிடுதலும் *(Framing Geelani, Hanging Afsal: Patriotism in the Time of Terror)* (2009), மூர்க்கத்தனமான முகவர்: எவ்வாறு இராணுவப் புலனாய்வுத்துறை பர்மியரின் எதிர்ப்பைக் காட்டிக்கொடுத்தது? *(Rogue Agent:How India's Military Intelligence Betrayed the Burmese Resistant)* (2010), எப்போதும் வராத நீதி: வடகிழக்கு இந்தியாவில் இராணுவ ஆட்சி *(The Judgement That Never Came: Army Rule in North East India (with Sebastian Hongray, 2011)*, நாகா கலாசாரம் மற்றும் நாகரிகத்தின் அரிச்சுவடி *(ABC of Naga Culture and Civilisation)* (2011) மற்றும் 'கோழிக்கழுத்தின் குறுக்கே: வடகிழக்கு இந்தியாவில் பயணங்கள்' *(Across the Chicken Neck: Travel in North East India)* (2013) ஆகியவை நந்திதாவின் பிற படைப்புக்கள் ஆகும்.

நந்திதா டெல்லியிலும், கோவாவிலும் சில நேரங்களில் உக்ருள்–லிலும் வசித்து வருகிறார். (சிலசமயங்களில்)

செ. நடேசன்

முன்னாள் பொதுச்செயலாளர்– தமிழ்நாடு ஆரம்பப்பள்ளி ஆசிரியர் கூட்டணி, முன்னாள் அகில இந்திய செயலாளர் –இந்தியப்பள்ளி ஆசிரியர் கூட்டமைப்பு, முன்னாள் ஆட்சிக்குழு உறுப்பினர்– ஜேக்டீ–ஜேக்டீ பேரமைப்பு டீடோஜேக்.

சில மொழிபெயர்ப்பு நூல்கள்:

மாவீரன் சிவாஜி: காவித்தலைவன் அல்ல காவியத்தலைவன்

ஸ்டாலின் பற்றிய குருச்சேவின் பொய்கள்

இந்தியா எதைநோக்கி?

மாவோ சிந்தனைகள் வழியில் அக்குபஞ்சர் இரகசியங்கள்

சட்டோபாத்யாயா குழு பரிந்துரைகள்

கல்வியின் மீதான மதவெறித்தாக்குதல்கள்

அண்மை வெளியீடு

புற்றுநோயை வெற்றிகொள்ள

பொருளடக்கம்

தமிழ்ப்பதிப்புக்கான முன்னுரை	09
இருட்டிலிருந்து வெளிச்சத்துக்கு	21
அறிமுகம்	
மீண்டும் 'சில்க் ரூட்' வழியே	23
1. கஷ்மீரியத் காலத்தில் பிறந்தார்	35
2. துரோகங்களின் காலம் (1953 – 67)	69
3. ஒளியின் மரணத்துக்கு எதிரான ஆத்திரம் (1964 – 74)	102
4. நிலவின் இருண்ட பக்கம் (1974 – 84)	139
5. புயலின் திரட்சி (1982 – 90)	182
6. புயலின் கண்ணுக்குள் (1990கள்)	216
7. இறந்த இலைகளின் காடு (1996 – 2001)	249
8. நம்பிக்கைப் பயணிகளோடு (2001 – 07)	280
9. கஷ்மீரும், பயங்கரவாதத்தின் மீதான போரும்	321
10. சொர்க்கத்துக்கான நெறியியல்	356
11. அதன்பிறகு	389
12. நன்றிகள்	395
13. இணைப்பு 1	397
14. இணைப்பு 2	409
15. குறிப்புகள்	421

தமிழ்ப்பதிப்புக்கான முன்னுரை

நந்திதா ஹக்ஸர்

இந்த நூல் தமிழில் வெளிவருவதில் நான் மிகுந்த மகிழ்ச்சி அடைகிறேன். நமது நாட்டின் முன்னுள்ள மிகவும் சிக்கல்வாய்ந்த பிரச்சனைகளில் ஒன்றின்மீது இது விவாதங்களையும், கலந்துரையாடல்களையும் ஏற்படுத்தும் என்று நான் நம்புகிறேன்.

இந்த நூல் 2015 ஆகஸ்டில் வெளிவந்தது. ஒரு மறுபதிப்பு 2016 நவம்பரில் வெளிவந்தது. அப்போது முதல் இந்த நூல் பெற்றுவரும் வரவேற்பு, சிறப்பாக கஷ்மீரில், இதயத்தைத் தொடுவதாக இருந்தது. ஓர் இளம்பத்திரிகையாளர், எனது துணைப்பெயர் ஒரு கஷ்மீரி பண்டிதரின் பெயராகவும், பி.என்.ஹக்ஸரின் மகள் என்பதாலும் இந்த நூலைப் படிக்கவில்லை என்று என்னிடம் கூறினார். ஆனால், இப்போது அவர் ஒரு கலந்துரையாடலை நிகழ்த்தத் தயாராக இருந்தார். ஹைதராபாத்தில் கஷ்மீர் பற்றிய எனது பேச்சின் முடிவில் இன்னொரு கஷ்மீர் முஸ்லீம் மாணவர் வந்தார். ‘கடவுளை நீங்கள் நம்புவதில்லை என்பது எனக்குத் தெரியும்; ஆனாலும் அல்லாஹ் உங்களை வாழ்த்துவாராக’ என்று அவர் கூறினார். நான் உண்மையான ஒரு வாழ்த்தைப் பெற்றதாக உணர்ந்தேன். எனது வாசகர்களில் எவரொருவரும் எனது பகுப்பாய்வுகளை ஒப்புக்கொண்டார் என்று நான் கூறவில்லை.

இந்த நூலின் வெளியீட்டுக்கு, அஃப்ஸலின் மனைவி தபஸூம் வந்ததில் நான் மிகவும் மகிழ்ச்சி அடைந்தேன். அஃப்ஸலின் மகன் காலிப்—ஐயும் நான் சந்தித்தேன். அவன் உயரமாக வளர்ந்திருந்தான். ஒரு டாக்டராக வரவேண்டும் என்ற தனது தந்தையின் கனவை நிறைவேற்றுவதில் அவன் உறுதியாக இருந்தான். அவன் தனது வகுப்பில் முதலிடம் பெற்றவனாக, இப்போது முதலாமாண்டு எம்.பி.பி.எஸ்.—படிப்பில் உள்ளான்.

பின்னர் நான் புர்ஹாம் வானியின் மறைவுச்செய்தியைக் கேட்டேன். தொலைக்காட்சியில் அந்தக் கலவரத்தை நான் பார்த்தேன். எனது நினைவுகள் காலிப்பிடம் சென்றன. அவன்

தனது படிப்பைத் தொடரமுடியும் என்று நான் நம்பினேன். நூற்றுக்கணக்கான மாணவர்கள் எவ்வாறு அந்தப் போராட்டத்தில் கலந்துகொண்டார்கள் என்பதையும், பெல்லட் குண்டுகளால் காயமடைந்தார்கள் என்பதையும் நான் பார்த்தேன். நூற்றுக்கும் மேற்பட்ட மாணவர்கள் தங்கள் பார்வையை இழந்தார்கள். பலர் இறந்தார்கள். ஏராளமான இளம்கனவுகள் அழிக்கப்பட்டன.

ஓர் இலட்சியவாதியாக, கஷ்மீரி தேசியத்தின் ஓர் அடையாளமாக அவர்கள் பார்த்த ஒரு இளைஞன் கொல்லப்பட்டதற்கு கஷ்மீரிகள் எதிர்வினையாற்றிக் கொண்டிருந்தார்கள். தங்கள் தலைவர்களை நேசிக்கும் அவர்களது ஆற்றலையும், அந்தக்கொலை எழுப்பிவிட்ட ஆத்திரத்தையும், அந்நியமயமாக்கப்படுவது பற்றிய அவர்களது உணர்வுகள் இப்போது மிகவும் கூர்மைப்பட்டுள்ளதையும் ஊடகங்கள் குறைத்து மதிப்பிட்டுவிட்டன.

2016 ஜுலை 8 அன்று ஒரு கஷ்மீரி பயங்கரவாதி ஒரு எதிர்பாராத மோதலில் கொல்லப்பட்டார் என்று இந்திய ஊடகங்கள் அறிவித்தன. தேசிய ஊடகங்களின் உடனடிக் கவனம் அமர்நாத் யாத்திரைக்காக ஜம்முவில் காத்துக்கொண்டிருந்த 25,000 மக்கள் மீது இருந்தது. ஸ்ரீநகரின் தெருக்களில் குவிந்துகொண்டிருந்த எதிர்ப்பாளர்களின் கோபத்தையோ முதல் சில நாட்களிலேயே 20 பேர் கொல்லப்பட்டதையோ காட்டுவதில் அவை அக்கறை காட்டவில்லை. ஆனால் அப்போது, 2016 ஜுலை முதல் கிட்டத்தட்ட எல்லாநேரங்களிலும் தொடர்ந்து நீடித்துவந்த ஊரடங்குச்சட்டத்தை ஏற்கமறுத்து போராட்டங்கள் தொடர்ந்து நடந்துகொண்டிருந்தன. பெல்லட் குண்டுகளைப் பயன்படுத்துவது பற்றிய விவாதங்களை துவங்குவதற்கு, போராட்டங்கள் கஷ்மீர் மக்கள் வாழ்வில் எவ்வாறு தாக்கங்களை ஏற்படுத்தியது என்று புரிந்துகொள்வதற்கு தேசிய ஊடகங்களுக்கு ஒருமாதத்துக்குமேல் ஆயிற்று.

புர்ஹாம் முஸாஃபிர் வானியை ஒரு பாகிஸ்தான் ஆதரவாளர், இந்தியருக்கு எதிரான பயங்கரவாதி என்று குறிப்பிட்ட ஊடகங்கள், 2016 ஜுலை 8 அன்று தேசியப்பாதுகாப்புப் படையினரால் அவர் கொல்லப்பட்டதற்கு எதிராக பெல்லட் குண்டுகளை தாங்கிக்கொண்டு, ஆயிரம் ஆயிரமாக மக்களும், ஆண்களும், பெண்களும், குழந்தைகளும் தெருக்களில் ஏன் குவிந்தார்கள் என்பதை விளக்கவில்லை. மிகவும் தேடப்பட்ட ஹிஸ்ஃபுல் முஜாஹிதீனின் தளபதியைப் போல கஷ்மீரின் சின்னஞ்சிறுவர்கள்

ஏன் வேடமிட்டார்கள்? அப்போது மற்ற மூன்று அல்லது நால்வர் இந்திய இராணுவத்தின் வீரர்களாக ஏன் நடித்தார்கள்? என்பதையும் அது விளக்கவில்லை. இந்த விளையாட்டின் நோக்கம் வானி இந்திய இராணுவத்தின் பிடியிலிருந்து தப்பிக்கவேண்டும் என்பதாக இருந்தது.

கஷ்மீரின் தெருக்களில் நடைபெற்ற ஆர்ப்பாட்டங்கள் இந்திய அரசுக்கு எதிரான மக்களின் கோபம் மற்றும் அந்நியப்படுத்துதல் ஆகியவற்றுக்கான சாட்சியங்களாகும். கஷ்மீர் மக்களின் மிகவும் நியாயமான கோரிக்கைகளை ஏற்றுக்கொள்ள மறுக்கும் போக்கு உள்ளது.

கஷ்மீர் மக்களின் ஆற்றல்மிகுந்த விளக்கத்தை, கஷ்மீர் மருத்துவமனையில் உள்ள ஒரு நோயாளி தொகுத்துள்ளார் என நான் கருதுகிறேன்:

"அந்த டாக்டர் கேட்கிறார்: நான் அந்த வன்முறையைப் பார்த்தேனா? என்று. இந்த வார்த்தைகளின் அர்த்தத்தில் உள்ள வேறுபாட்டைக் கேள்விக்குள்ளாக்கும் அளவுக்கு நான் அதை அமைதியாகப் பார்த்தேன் என்று அவருக்கு நான் கூறவிரும்புகிறேன்."[3]

கஷ்மீர் மக்களின் கடுமையான மனத்துயருக்கு முற்றிலும் மாறாக சேதன் ஆனந்த் போன்றவர்களின் உணர்வற்ற தன்மை உள்ளது. கஷ்மீர் மீதான சேதன் ஆனந்த்தின் கண்ணோட்டம், 'பல இலட்சக்கணக்கான இந்திய இளைஞர்களின் வடிவம் அவர்' மற்றும் 'கஷ்மீர் மக்களை மேலும்மேலும் அந்நியப்படுத்துவதற்குப் பொறுப்பான இந்து தேசியம் என்ற வகையோடு அவருக்குள்ள ஒட்டுறவும்கூட' என்பதையும்விட வேறு எந்தத் தனிச்சிறப்பும் இல்லை. அவ்வாறு உள்ளதாகவும் நான் நினைக்கவில்லை.

"கஷ்மீர் பள்ளத்தாக்கு இந்தியாவுடன் ஒருங்கிணைந்தும் அதன் அங்கமாகவுமானால், நடைமுறை அடிப்படையில் உங்களது எதிர்காலம் எவ்வளவு சிறப்பாக இருக்கும் என்று சொல்ல என்னை அனுமதியுங்கள். இது உணர்ச்சிபூர்வமான, அரசியல்ரீதியான அல்லது வரலாற்றுபூர்வமான வாதம் அல்ல. இந்தியாவோடு இருந்து மிகச்சிறந்த எதிர்காலத்தை எதிர்பார்க்கும் கஷ்மீர் பள்ளத்தாக்கு மக்களுக்கு இது மிகவும் அறிவார்ந்ததாகும்."

மிக உறுதியாக நிபுணர்கள் இப்போது என்மீது பாயக்கூடும். இந்த நிபுணர்கள் கஷ்மீர் பிரச்சனையை தங்கள் அடிமை ராஜ்யமாக

ஆக்கிக்கொண்டவர்கள். எப்படியாவது இந்தப்பிரச்சனைக்கு உண்மையில் தீர்வுகாணப்பட்டுவிட்டால், இந்த ஆட்கள் எவ்வாறு பொருத்தமானவர்களாக இருப்பார்கள்?......

இந்தப்பிரச்சனை உறுதியாக சிக்கலாக்கப்பட்டுள்ளது. கஷ்மீர் பிரச்சனை தெரியாதவர்களுக்கு, இதோ ஒரு சுருக்கமான விளக்கம்: இந்தியா சுதந்திரம் பெற்றது. மன்னராட்சி அரசுகள் இந்தியாவுடன் இணைக்கப்பட்டன. ஜம்மு மற்றும் கஷ்மீர் இதற்கு ஒப்புக்கொள்ளவில்லை. பாகிஸ்தான் கஷ்மீரைத் தாக்கியது. அதன் பாதியை எடுத்துக்கொண்டது (அது இப்போதும் தொடர்கிறது). கஷ்மீர் ஆட்சியாளர் இந்தியாவை உதவிக்கு அழைத்தார். அந்த உதவிக்குப் பலனாக ஜம்மு & கஷ்மீர் இந்தியாவின் பகுதி ஆனது (ஆனால், சில நிபந்தனைகளுடன்).

ஜம்மு&கஷ்மீர் தனது சொந்த அரசியல் சாசனத்தைக் கொண்டிருக்கும். மற்ற மாநிலங்களைவிட கூடுதலான அரசியல் சுதந்திரத்தைப் பெற்றிருக்கும். மத்திய அரசு பாதுகாப்பு, அயலுறவு மற்றும் தகவல்தொடர்பு ஆகியவற்றைக் கையாளும். கொள்கைபூர்வமாக. 'ஒரு நாடு: இரண்டு அமைப்புமுறை' என்ற இந்த அணுகுமுறை ஒரு நல்ல தீர்வாக இருந்தது. ஆனால் நடைமுறையில் இது ஒருபோதும் சாத்தியமாகவில்லை.

ஏற்கனவே திட்டமிட்டவாறு இரண்டு பெற்றோர்கள் என்பதற்குப் பதிலாக ஜம்மு & கஷ்மீர் யாருடைய குழந்தையாகவும் இல்லாமல் அனாதை ஆனது. பாகிஸ்தான் இதைப் பயன்படுத்திக்கொண்டு, பொது அம்சமான இஸ்லாம் என்பதை தீவிரவாத இயக்கத்தைத் துவக்கப் பயன்படுத்திக்கொண்டது. இந்திய இராணுவம் அதைக் கட்டுப்படுத்த முயன்றது. எப்படியிருந்தபோதும், பயங்கரவாதத்தை, அது சாதாரண குடிமக்களோடு இணைந்து இருக்கும்போது அதைக் கட்டுப்படுத்துவது சிரமம். (இங்கு கவனிக்க வேண்டியது: உலகின் உச்சபட்ச அதிகாரங்களும்கூட இஸ்லாமிய அரசை கட்டுப்படுத்த முடியவில்லை என்று தோன்றுகிறது) எனவே, இந்திய இராணுவமும், இந்திய அரசும் பள்ளத்தாக்கில் கெட்ட பெயரையே சம்பாதித்தன. இவ்வாறு 'நாங்கள் இந்தியாவை வெறுக்கிறோம்' கோஷங்களும், இரண்டாண்டுகளுக்கு ஒருமுறை தீர்வுகாணப்படாத கஷ்மீர் பிரச்சனைகளும் எழுந்தன.[2]

இந்த விளக்கம் இந்திய ஒன்றியத்தின் ஒருபகுதியாக கஷ்மீர் இருக்கவேண்டும் என்று விரும்பியவர்களுக்கும்கூட, கஷ்மீரி மக்களின்

கோபம், ஏக்கம், அந்நியப்படுதல் என்ற வரலாற்றின்மீது வன்முறையை ஏவியது போன்றிருந்தது. இந்த நூல் காட்டுவதுபோல, பெரும்பாலான கஷ்மீரி மக்களும், அவர்களது தலைவர்களும் 1947 முதலே கஷ்மீர் இந்தியாவின் ஒருபகுதியாக இருக்கவேண்டும் என்ற சிந்தனையை ஆதரித்தார்கள். கஷ்மீர் மக்களின் உயிரோட்டமான ஆதரவு இல்லாமல், 1947ல் ஆதிவாசிகளின் கொள்ளையிடல்களின்போது, பாகிஸ்தான் படைகளால் கஷ்மீரைத் தாண்டிச்சென்றிருக்க முடியாது. 1965ல் இந்திய பாகிஸ்தான் போரின்போது பேரழிவை ஏற்படுத்தியிருக்க முடியாது. பாகிஸ்தான் தனது சொந்த இரகசியமான நலன்களுக்காக எவ்வாறு தங்களைப் பயன்படுத்திக்கொண்டது என்பது பற்றிய தங்கள் ஏமாற்றங்களைத் தெரிவித்திருந்தார்கள்.

நவாஸ் ஷெரீஃப்பும், புர்ஹான் வானியும் ஐக்கியநாடுகள் சபையில் கஷ்மீர் பிரச்சனையை எழுப்பினாலும்கூட, பாகிஸ்தான் கஷ்மீரை ஒரு பகடைக்காயாகத்தான் பயன்படுத்துகிறது என்பது கஷ்மீர் மக்களுக்குத் தெரியும். இந்தியப் பிரதமர் பலுசிஸ்தான் பிரச்சனையை எழுப்புவதும், பாகிஸ்தான் கஷ்மீர் தீவிரவாதிகளுக்கு அளிக்கும் ஆதரவும் இன்னொரு போர் வருமோ என்ற கவலையை மீண்டும் ஒருமுறை எழுப்புகிறது.

இந்தமுறை அது இந்தியாவும், பாகிஸ்தானும் மட்டும் சம்பந்தப்பட்டதாக இருக்காது. ஆனால் மேற்கின் ஆதரவு இந்தியாவுக்கு உள்ளதைவிட, சீனா பாகிஸ்தானை ஆதரிக்கிறது என்பது மிகவும் குறிப்பிடத்தக்கதாகும். பாகிஸ்தானுக்கும், சீனாவுக்கும் இடையேயான நெருக்கமான உறவுபற்றி இந்தியாவில் போதுமான அளவுக்குக் கலந்துபேசப்படவோ, விவாதிக்கப்படவோ இல்லை என்பது முக்கியமான அம்சமாகும்.

1965க்கும் முன்பேகூட சீனா கூறியது: 'இந்திய அரசு எவ்வளவு நீண்டகாலம் கஷ்மீரி மக்களை ஒடுக்குகிறதோ, அவ்வளவு காலமும், கஷ்மீர் மக்களின் சுயநிர்ணய உரிமைக்கான போராட்டத்தில் அவர்களுக்கு ஆதரவளிப்பதிலிருந்து சீனா விலகிவிடாது. எவ்வளவு நீண்டகாலம் இந்திய அரசு பாகிஸ்தானை நோக்கி கடிவாளமற்ற ஆக்கிரமிப்பை நடத்துகிறதோ அவ்வளவு காலமும் பாகிஸ்தான் தன்மீதான ஆக்கிரமிப்பை எதிர்த்த நியாயமான போராட்டத்தில் பாகிஸ்தானை ஆதரிப்பதிலிருந்து சீனா பின்வாங்காது. உங்களுக்கு அமெரிக்கா, நவீன திரிபுவாதிகள் மற்றும் அமெரிக்காவின் கட்டுப்பாட்டில் உள்ள ஐ.நா. என ஆதரவாளர்கள் இருந்தாலும்.'[3]

அவர்கள் அளித்த உறுதிமொழிக்கேற்ப, ஜெய்ஷி—இ—மொஹம்மதுவின் தலைவர் மௌலானா மசூத் அஸார் ஒரு பயங்கரவாதி என இந்தியாவால் கொண்டுவரப்பட்ட தீர்மானத்தை சீனா இரண்டுமுறை தடுத்து நிறுத்தியது.[4]

சீனா தனது தூதரகத்தை, பாகிஸ்தான் ஆக்கிரமிப்பு கஷ்மீர் அல்லது பாகிஸ்தான் அழைப்பதுபோல் ஆஸாத் கஷ்மீரில் திறக்கப்போவதாக அறிவித்துள்ளது. இந்தியாவின் அதிகாரபூர்வ அறிக்கை எச்சரிக்கிறது: *'1963ல்* இருந்து சீனா தன்னிடம் வைத்துள்ள ஒட்டுமொத்த கில்கிட், பல்டிஸ்டான் பகுதியை, *5,000* சதுர கிலோமீட்டர் பரப்பளவுள்ள சக்ஸ்காம் பள்ளத்தாக்கை அபகரித்துக்கொள்ளும் திட்டத்தோடு பெய்ஜிங் வேலைசெய்து வருகிறது என்பதில் எவரொருவரும் அதிர்ச்சி அடைந்துவிடக்கூடாது.' கல்விப்புல ஆவணங்கள் ஹன்ஸா பள்ளத்தாகின் மீது சீனா உரிமை கோருவதற்கான நீண்டகாலத்துக்கு முந்தைய வரலாற்றை வரைந்து வருகின்றன.'[5]

சீனாவின் தூண்டுதலின்பேரில், கில்கிட்—பல்டிஸ்டான் பகுதிகள் பாகிஸ்தானின் ஐந்தாவது மாகாணமாக அறிவிக்கப்பட்டது என தகவல்கள் தெரிவிக்கின்றன. இதன் பொருள் பிரச்சனைக்குரிய எல்லைப்பகுதி உறுதியாக பாகிஸ்தானுடன் இணைக்கப்பட்டது என்பதே. இதன் அரசியல் முக்கியத்துவத்தை குறைத்து மதிப்பிடக்கூடாது.

பாகிஸ்தான் ஆக்கிரமிப்பு கஷ்மீரை சீனாவின் புவிசார் அரசியல் கணக்கீடுகளின் முன்னணிப்பகுதிக்குக் கொண்டுவந்துள்ள மாறிவரும் அரசியல் அதிகாரப்போக்கின்மீது இந்தியா முனைப்பான கவனத்தைச் செலுத்தவில்லை. ஜி ஜின்பிங் சீனா பாகிஸ்தான் பொருளாதார இடைவழி *(China Pakistan Economic Corridor (CPEC)*யை வளர்ச்சிக்காக அறிவித்து, இதற்காக பாகிஸ்தானையும் சீனாவையும் தொடர்புபடுத்த போக்குவரத்து மற்றும் மின்ஆற்றல் இணைப்புகளுக்காக *46* பில்லியன் அமெரிக்க டாலர்களை உறுதியளித்து, 'ஒரு நிலப்பகுதி— ஒரு சாலை' *(One Belt, One Road (OBOR)* என்ற சீனாவின் மகத்தான திட்டத்தை அறிவித்தபிறகு இந்தப்பகுதி கவனிக்கத்தக்க வெளிச்ச வளையத்துக்குள் வந்துள்ளது. ஆகஸ்ட் *2015* 'கர்மே பிரகடனம்' சீனாவின் உலகத்திட்டத்தில் பாகிஸ்தானின் பங்கு விவரிக்கப்பட்டுள்ளது. பின்னர் ரஷ்யாவும்கூட யூரோ ஆசியன் ஒருங்கிணைப்பில் இந்தத்திட்டத்துக்கு சாதகமாக

உள்ள பாகிஸ்தானின் முக்கியத்துவத்தை உயர்த்திப்பிடிக்க தானும் இந்தத்திட்டத்தில் இணைந்துகொள்ளும் விருப்பத்தை குறிப்பால் உணர்த்தியுள்ளது.[6]

வரலாற்று மற்றும் அரசியல் கண்ணோட்டத்தில் இந்த அண்மை நிகழ்வுகளை நாம் கட்டாயம் புரிந்துகொள்ளவேண்டும். இல்லாவிட்டால் கிட்டத்தட்ட ஒருபோரை விரும்புபவர்களின் வலையில் நாம் சிக்கிக்கொள்ள நேரிடும். சீனாவின் ஆதரவோடு பாகிஸ்தானும், ஒருவேளை மேற்கின் ஆதரவோடு இந்தியாவும் ஈடுபடும் போர், இதுவரை முன்னெப்போதுமில்லாத அளவுக்கு இந்தியா உட்பட உலக அளவில் வளர்ச்சி பெற்றுவரும் வலதுசாரி சக்திகளுக்கு உற்சாகமளித்துவரும் ஆயுதத் தயாரிப்புத்துறைக்கு உதவுவதைத் தவிர வேறு எந்தப்பயனையும் ஏற்படுத்தப்போவதில்லை.

ஊடகங்களின் ஒருபிரிவு, கஷ்மீரில் நடந்துவரும் நிகழ்வுகளின் பின்னணியில் இஸ்லாமிய அரசு(Islamic State) இருக்கிறது என்று குறிப்பிடவும்கூட முயற்சித்தன. ஆனால், இந்தியப் பாதுகாப்பு மற்றும் கட்டமைப்பு பகுப்பாய்வுகள் 'இத்தகைய எச்சரிக்கையூட்டும் இஸ்லாமிய கருதுகோள்களை ஆதரிக்கும் நேரடிச்சான்றுகள் எதுவுமில்லை. ஆனால் அத்தகைய சாத்தியங்களில் இந்தியா தன்னைத்தானே சார்ந்து நின்றாகவேண்டிய நிலைக்குள் வீழும் என்ற ஆரூடத்தை உய்த்துணர மிகவும் வலியுறுத்துகிறது' என்கிறது.

போருக்கான கூக்குரல் இந்தியாவுக்கு எந்தப் பாதுகாப்பையும் செய்யப்போவதில்லை. அதுபோலவே அமெரிக்காவுக்கோ அல்லது ஐரோப்பாவுக்கோ எந்த நன்மையையும் செய்யப்போவதில்லை. இராணுவ நடவடிக்கைகளும், புலனாய்வு முகமைகளும் ஆற்றவேண்டிய பணி உள்ளது. ஆனால் அது மிகவும் குறைவானது. குடிமக்கள்தான் இந்த உண்மைகளை தங்களுக்குத் தாங்களே தெரிவித்துக்கொள்ளவேண்டும். ஆனால், அரசியல் உள்ளடக்கம் இல்லாத உண்மைத்தகவல்கள் எந்த உணர்வையும் ஏற்படுத்தாது. இந்த நூல் கம்யூனிஸ்ட்கள் சிலதவறுகளைச் செய்துள்ளதை விவாதிக்கிறது. ஆனால், அவர்கள் 'புதிய கஷ்மீர்' திட்டத்தின்மூலம் கஷ்மீருக்கான கண்ணோட்டத்தை முன்வைத்துள்ளார்கள். வெவ்வேறு பார்வைகள் பற்றிய கலந்துரையாடல்கள் நடைபெறலாம். அரசியல் விவாதங்களும், கலந்தாலோசனைகளும்கூட இடம்பெறலாம். ஆனால், முதலில் கஷ்மீரின் சித்ரவதைகளின் வரலாற்றைப் புரிந்துகொண்டு நம்மை நாம் தகுதிப்படுத்திக்கொள்ளவேண்டும்.

கஷ்மீரிகளுக்கு நியாயமான குறைகள் உள்ளன என்பதை நாம் உண்மையுடன் அங்கீகரித்தாக வேண்டும்.

அஃபீப்ஸல் குரு எழுதினார்:

மக்களுக்குத் தேவையானது என்னவென்றால், அது ஒரு அரசியல் கட்டமைப்பு. அதில் அவர்கள் தாங்கள் கொடுமைப்படுத்தப்பட்டவர்களாக, அவமானப்படுத்தப்பட்டவர்களாக, பயங்கரவாதத்துக்கு உள்ளானவர்களாக உணராதநிலை வேண்டும். கஷ்மீர் மக்கள் தாங்கள் வாழ்வதற்கு ஒரு கௌரவமான இடத்தைத்தான் கேட்கிறார்கள். இந்த கிரகத்தில் அவர்கள் நட்சத்திரங்களை கேட்கவில்லை.[7]

மக்கள் போராடிக்கொண்டிருந்ததற்குப்பிறகு, குழந்தைகள் பெல்லட் குண்டுகளால் குருடாகிக்கொண்டிருந்தபிறகு, அவர்களில் சிலர் இறந்தபிறகு, பாராளுமன்ற பிரதிநிதிகள் குழு பள்ளத்தாக்குக்கு வருகை தந்தது. கஷ்மீரி மக்களின் தலைவர்கள் அவர்களைச் சந்திக்க மறுத்தார்கள். ஆனால், அவர்கள் ஊரடங்கு சட்டத்தின்கீழ் வீட்டுச்சிறைகளில் வாழ்ந்துகொண்டிருந்தார்கள். 'இந்தத் தலைவர்களை வரவேற்க மறுத்தது கஷ்மீரின் விருந்தோம்பல் பண்புக்கு எதிரானது' என ஊடகங்கள் விவாதங்களை நடத்திக் கொண்டிருந்தன. இது மக்களின் மீது ஏற்கனவே ஏற்படுத்தப்பட்டிருந்த காயங்களை அவமானப்படுத்துவதாக இருந்தது.

இந்த எல்லா எரிச்சலூட்டும் நடவடிக்கைகளுக்கும் பின்பும், கஷ்மீர் மக்கள் பல யாத்திரிகர்களுக்கு உதவினார்கள். இந்திய படைவீரர்களின் வாகனங்கள் தலைகீழாக கவிழ்ந்தபோது அவர்களுக்கு உதவவும் செய்தார்கள். நான் இந்த நூலில் எடுத்துவைத்துள்ள வாதத்தின்படி, கஷ்மீரியத் என்ற கருத்தாக்கம் கஷ்மீரி முஸ்லீம்களின் பார்வையில் மதிப்பற்றது என்றபோதிலும், அது அவர்கள் இந்துக்களுக்கு எதிரான நிலையை எடுத்தார்கள் என்று பொருளல்ல. அதற்கு மாறாக புர்ஹான் வானி கொல்லப்படுவதற்கு ஒருநாள் முன்பாக, அவரது ஆறுநிமிட ஒளிப்படச் செய்தி ஒன்று முகநூல், வாட்ஸ்அப் மற்றும் பிற சமூக வலைத்தளங்களில் மிகவேகமாகப் பரவியது. அந்த ஒளிப்படத்தில் அவர் கூறினார்: 'கஷ்மீரி தீவிரவாதிகளிடம் அமர்நாத் யாத்திரைக்காக கஷ்மீருக்குள் வரும் யாத்திரிகர்களைத் தாக்கும் எந்தவொரு திட்டமும் இல்லை: அவர்கள் யாரையும் தாக்கமாட்டார்கள்.' இருந்தபோதிலும்

அவர். 'கஷ்மீரி பண்டிதர்கள் தனித்தனி காலனிகளில் இருந்தால் அவர்கள் தாக்கப்படுவார்கள்' என்று எச்சரித்தார்.

அமர்நாத் யாத்திரிகர்கள் தீவிரவாதிகளால் தாக்கப்படுவார்கள் என்ற வதந்திக்கு பதிலளிப்பதற்காக அந்த ஒளிப்படம் தயாரிக்கப்பட்டது. வானி கூறினார்: 'ஒரு எல்லைப் பாதுகாப்புப் படை அலுவலர் ஒருவர் அமர்நாத் யாத்திரிகர்களைத் தாக்கும் திட்டம் தீவிரவாதிகளிடம் உள்ளது என்று கூறினார். அவர் கூறியது உண்மையல்ல. முற்றிலும் தவறானது. நான் உங்களுக்கு (அமர்நாத் யாத்திரிகர்களுக்கு) உறுதியளிக்கிறேன். எங்களிடம் அமர்நாத் யாத்திரிகர்களைத் தாக்கும் திட்டம் எதுவும் இல்லை. அவர்கள் (இந்து யாத்திரிகர்கள்) இங்கு தங்கள் மதக்கடமைகளை நிறைவேற்ற வருகிறார்கள். அதில் தலையிட எங்களுக்கு எதுவும் இல்லை.'

ஆனால், புர்ஹான் வானி கொல்லப்பட்டபிறகு, அந்தப் பள்ளத்தாக்கு இந்துக்களுக்கு எதிரான உணர்வு பொங்கிப்பெருகுவதைக் கண்டது. இதுவரை கஷ்மீரிகளின் கோபம் இந்திய அரசுக்கு எதிராகவே இருந்துவந்தது. இந்துக்களுக்கு எதிராக அல்ல. ஆனால், ஜூலை 10 அன்று ஆத்திரம்கொண்ட முஸ்லீம்களின் கூட்டம் புல்வாமாவில் இருந்த கஷ்மீரி பண்டிதர்களின் குடியிருப்பு இடங்கள் மீது கற்களை எறிந்தது. அதேநாளில், பாகல்ஹாம் செல்லும் வழியில் உள்ள கணேஷ்புரா கிராமத்தில் அமர்நாத் புண்ணியத்தலத்துக்குச் செல்லும் பக்தர்களுக்காக அமைக்கப்பட்ட குடில் தாக்கப்பட்டது. அனந்த்நாக் மாவட்டத்தில் ஸ்ரீகுஃப்வாராவில் அமர்நாத் யாத்திரிகர்களை ஏற்றிச்சென்றுகொண்டிருந்த பஸ் முஸ்லீம் இளைஞர்களால் கல்வீசித் தாக்கப்பட்டது.

கடும் நிலைபாட்டாளர்களான அலி ஷா கீலானி போன்றவர்கள் ஸ்ரீகுஃப்வாராவில் கல்லெறிந்ததை 'கிரேட்டர் கஷ்மீர்' [8] இதழில் ஒரு கட்டுரையில் கண்டனம் செய்தபோது, புர்ஹான் வானியை அடுத்துவந்த ஜாகிர் மூஸா இளைஞர்களை 'கஷ்மீரின் அல்லது எந்த ஒரு தேசியத்தின் பெயராலோ கல்லெறியாதீர்கள். ஆனால், இஸ்லாத்தின் பெயரால் செய்யுங்கள்' என்று தூண்டினார்.

இந்து தேசியவாதிகளின் போரின்மீதான நாட்டம் சூழ்நிலையை மிகவும் நிச்சயமற்றதாக்கிவிட்டது. வெற்றிக்கு இட்டுச்செல்லக்கூடிய அரசியல் மாற்றாக எந்த ஒரு அரசியல் கட்சியும் இல்லாததும், காலியான வெற்றிடத்தில் பேச்சுவார்த்தைகளுக்கு அழைப்பதும்,

இஸ்லாமியக் கோட்பாடுகள் வளர்ச்சி பெறுவதை ஊக்குவித்துள்ளன.

ஊடகங்களின் ஒருபகுதியோடு பொய்மையாக போருக்கு அழைப்புவிடுவது, இந்தியா தனித்து நின்றுபோய்விடும் எல்லா ஆபத்துக்களையும் உருவாக்கிவிடும். சிரியா சந்தித்த அதே விளைவுகளை கஷ்மீரும் சந்திக்கவேண்டியதாகிவிடும். இதில் ஆயுதத் தயாரிப்புத்துறையைத் தவிர வேறுயாரும் பயனடையப்போவதில்லை.

அமெரிக்க ஐக்கிய நாடுகள் 33 பில்லியன் டாலர்கள் மதிப்புள்ள ஆயுதங்களை கடந்த 2015 மே முதல் வளைகுடாவிலுள்ள தனது கூட்டாளிகளுக்கு விற்பனை செய்துள்ளதாக அண்மையில் வெளிவந்த அமெரிக்க அரசுத்துறையின் அறிக்கை கூறுகிறது. “இஸ்லாமிய அரசின்மீது குண்டுவீசும் இந்த வியாபாரம் மேலும் சில ஒப்பந்தங்களின்மூலம் கொழிக்கப் போகிறது.”

கண்டம் விட்டுக் கண்டம் தாக்கும் ஆற்றல்மிக்க ஆயுதங்களை ஏற்றிச்செல்லும் ஹெலிகாப்டர்கள் முதல் துல்லியமாக வழிநடத்தும் படைக்கலன்கள் வரை கடந்த 11 மாதங்களிலிருந்து வளைகுடா கூட்டுறவுக்குழு நாடுகளுக்கு, அதாவது பஹ்ரெய்ன், குவைத், ஓமன், கத்தார், சவூதி அரேபியா மற்றும் ஒருங்கிணைந்த அரபு எமிரேட் ஆகியவற்றுக்கு அமெரிக்கா ஏற்றுமதி செய்து உதவியிருக்கிறது.[9] பல வாசகர்கள் தாங்கள் இந்த நூலில் இதற்கான பதில்கள் இல்லாததால் திருப்தியின்மையை உணர்வதாகக் கூறினார்கள். அது உண்மைதான். ஆனால் என்னிடம் தேவையான பதில்கள் இல்லை. மேலும் என்னுடைய பதில்கள் பொருத்தமற்றவை களாகவும்கூட இருக்கலாம். ஆனால், நான் உறுதியாக நம்புகிறேன். நமக்கு இன்னொரு வாசகசாலைக் கட்சி தேவைப்படுகிறது. அங்கே, கஷ்மீரின் எதிர்காலம் பற்றிய நமது பார்வைகளை நாம் படிக்கலாம்; கலந்துரையாடலாம்; விவாதிக்கலாம். ஆனால் கஷ்மீரை மட்டும் தனித்து புரிந்துகொள்ளமுடியாது. கஷ்மீருக்கான ஒரு கண்ணோட்டம் இந்த உலகுக்கான மாற்று அரசியல் பார்வையையும் உள்ளடக்கியதாக இருக்கவேண்டும்.

குறிப்புக்கள்:

1. Mahum Shabir in the Scroll in August 31, 2016
2. முழுக்கடிதமும் முதலில் டைம்ஸ் ஆஃப் இந்தியாவில் வெளியிடப்பட்டது. இங்கு ஒரு கஷ்மீரி பெண்ணின் பதிலுடன் மீண்டும் தரப்படுகிறது: http://www.thecitizen.in/index.php/

NewsDetail/index/8/7457/Kashmiri-Woman-Pens-Powerful-Response-To-Chetan-Bhagats-Open-Letter-To-Kashmiri-Youth
3. Quoted by Andrew Small page 47
4. விரிவான பின்னனிக்கு. நம்பிக்கைப் பயணிகளோடு பகுதியைப் பார்க்கவும்.
5. P Stopdan, The Need for Haste on Pakistan-occupied Kashmir: China Pakistan Economic Corridor Needs a Counter Strategy, New Delhi: IDSA October 07, 2015
6. ibid
7. இணைப்பில் உள்ள அஃப்ஸல் குருவின் கடிதம்
8. ரஜ்னி ஷலீன் சோப்ரா, http://www.dailyo.in/politics/burhan-wani-kashmir-hizbul-mujahideen-azadi-omar-abdullah/story/1/11697.html
9. http://fortune.com/2016/03/28/u-s-arms-sales-gulf/

இருட்டிலிருந்து வெளிச்சத்துக்கு...

செ. நடேசன்

கஷ்மீர் தேசியத்தின் பல்வேறு முகங்களை ஆழமாக விவரிக்கும் நந்திதா ஹக்ஸரின் இந்தநூல் கஷ்மீரிகளை, கஷ்மீர் பிரச்சனைகளைப் புரிந்துகொள்ள, கஷ்மீரிகளின் அர்த்தமுள்ள நியாயங்களை உணர்வுப்பூர்வமாக அறிந்துகொண்டு நல்ல தீர்வுகளை சிந்திக்க நம்மை வற்புறுத்துகிறது.

ஜம்மு & கஷ்மீர் அரசு ஊழியர் சங்கத்தின் தலைவராகவும், அகில இந்திய மாநில அரசு ஊழியர் சம்மேளனத்தின் (AIS-GEF) வடக்கு மண்டல செயலாளராகவும் இருந்த சம்பத் பிரகாஷ், திஹார் சிறையில் தூக்கிலிடப்பட்ட அஃப்ஸல் குரு ஆகியோரின் வாழ்க்கை நிகழ்வுகளோடு பின்னிப்பிணைந்துள்ள இந்தநூல் பல்வேறு நிகழ்வுகளை விவரித்து நம்மை திகைப்பிலும், கவலைகளிலும் ஆழ்த்துகிறது.

தமிழ்நாடு ஆரம்பப்பள்ளி ஆசிரியர் கூட்டணியின் பொதுச்செயலாளராகவும், இந்தியப்பள்ளி ஆசிரியர் கூட்டமைப்பின் அகில இந்திய செயலாளராகவும் இருந்த எனக்கு, சம்பத் பிரகாஷின் தொழிற்சங்க உணர்வும், இயக்க ஞானமும், அரசு ஊழியர்—ஆசிரியர் இயக்கங்களில் செயல்படும் ஒவ்வொருவருக்கும் பயனுள்ள அனுபவங்களைத் தரும் என்று தோன்றுகிறது. இந்திய நாட்டின் சமூக, அரசியல், பொருளாதாரப் பிரச்சனைகளில் போதிய ஞானமின்றி செயல்பட்டுவரும் அரசு ஊழியர், ஆசிரியர் இயக்கங்களால் இந்த நாட்டுக்கோ அல்லது அவர்களது உறுப்பினர்களுக்கோ எந்தவிதப்பயனும் இல்லை. 'அரசியல் இல்லாத சங்கம்' என்று கூறிக்கொள்வதிலும்கூட ஒரு அரசியல் — பிற்போக்கு அரசியல் ஒளிந்துகொண்டிருக்கிறது என்பதை சம்பத் பிரகாஷின் கதை நமக்கு கூறுகிறது.

அஃப்ஸல் குருவின் கதை உணர்வுப்பூர்வமாக இந்த நூலில் முன்வைக்கப்பட்டுள்ளது. ஒரு டாக்டராகி தனது மக்களுக்கு சேவையாற்ற வேண்டும் என கனவுகண்ட ஒரு மாணவனின் வாழ்வு, கனவு எவ்வாறு சிதைக்கப்பட்டது என்பதை நாம் அறியும்போது விம்முகிறோம். குறிப்பாக அஃப்ஸல் குரு —

தபஸூம் காதலும், வாழ்வும் கவித்துவம்மிக்கதாக நம்முன் விரிகிறது. இந்தப்பகுதியில் நந்திதா ஹக்ஸரின் எழுத்து நடையும் கவிதாவடிவம் கொள்கிறது. அஃப்ஸல் குருவின் எதிர்பாராத, தூக்கிலிடப்படும் முடிவு நம்மை உறைய வைக்கிறது.

இந்திய—கஷ்மீர் இறையாண்மைக்கு ஊறுவிளைவிக்கின்ற மதவெறி உணர்வுகள் இந்தத் துணைக்கண்டத்தையே நிம்மதியிழக்கச் செய்து வருகின்றன. மதவெறியும், தீவிரவாதமும் — அது பெரும்பான்மையோ அல்லது சிறுபான்மையோ— மக்களின் ஒற்றுமைக்கு எல்லையில்லா தீங்குகளை ஏற்படுத்தி வருகின்றன. இவை அனைத்தையும் தனக்கே உரிய அனுபவத்தோடும், லாவகத்தோடும் விவரிக்கிறார் நந்திதா ஹக்ஸர்,

தமிழ்நாட்டு மக்களின் சிந்தனைகளில் கஷ்மீர் பிரச்சனை பற்றிய புதிய புரிதல்களை உருவாக்கவுள்ள இந்த நூலை தமிழாக்கம் செய்ய வாய்ப்பளித்த நந்திதா ஹக்ஸர், இந்த நூலின் ஆங்கிலப்பதிப்பை படித்தவுடன் தமிழாக்கம் செய்ய ஊக்கமளித்த தமிழ்நாடு அரசு ஊழியர் சங்கத்தின் முன்னாள் பொதுச்செயலாளரும், அகில இந்திய மாநில அரசு ஊழியர் சம்மேளனத்தின் இன்றைய அகில இந்தியத்தலைவருமான தோழர். இரா. முத்துசுந்தரம், இந்த நூலை அழகுற வடிவமைத்து அச்சிட்டுள்ள தோழர் அனுஷ், எதிர் வெளியீடு ஆகியோருக்கு எனது நன்றி.

ஊத்துக்குளி ஆர்எஸ் — தோழமையுடன்,

9.4.2017 — செ. நடேசன்

அறிமுகம்

மீண்டும் ‘சில்க் ரூட்’ வழியே

அந்தப் பள்ளத்தாக்கிலிருந்து ஒரு கவிஞர் பாஹர் கஷ்மீரி 1940களில் எழுதினார்:

எல்லாப் பக்கங்களிலிருந்தும்
நான் தாக்கப்படுகிறேன்.
ஆங்கிலேயர்கள், இந்தியர்கள்,
ஆஃப்கனியர்கள், பாகிஸ்தானியர்கள்

யாரிடம் நான் முறையிட
எவரிடம் என்விதியைக் கூற?
முதலாளித்துவர்கள், கொடுங்கோலர்கள்,
ஒடுக்குமுறையாளர்களும், நண்பர்களும்

எல்லாரும் என்னை அவர்களது
கையாளாக்க விரும்புகிறார்கள்.

யாருடன் நான் ஒத்துப்போக,
எவருடன் நான் இசைந்துசெல்ல?

யாரிடம் நான் முறையிட
எவரிடம் என் விதியைக் கூற?[1]

இந்த வார்த்தைகள் அந்தப் பள்ளத்தாக்கின் வரலாறு நெடுகிலும் அரசியல் சூழ்ச்சிவலையில் சிக்குண்டு அதில் உழன்றுவரும் கஷ்மீரி மக்களின் வேதனைகளை எதிரொலிக்கின்றன.

இந்த நூல் கஷ்மீரி தேசியத்தின் சித்திரவதைக்குள்ளாக்கப்பட்ட வரலாற்றின் தடயங்களை பனிப்போர் காலங்களில் அரசியலில் ஈடுபாடு கொண்ட கம்யூனிச தொழிற்சங்கத் தலைவரான கஷ்மீரி பண்டிதர் சம்பத் பிரகாஷ் மற்றும் கஷ்மீரி முஸ்லீம் அஃப்ஸல் குரு ஆகிய இரண்டு மனிதர்களின் வாழ்க்கை மூலமாகக் கண்டறிகிறது. பனிப்போர் முடிந்து, சோவியத் யூனியன் வீழ்ச்சியடைந்து, பயங்கரவாதத்தின் மீதான போர் துவங்கிய காலகட்டத்தில் அஃப்ஸல் குரு கஷ்மீர் கிளர்ச்சியின் துவக்கத்தில் அரசியல் ரீதியாக ஈடுபாடுகொண்டவர். இந்தவகையில் இன்னும் பலரது கதைகளும் இதில் பின்னிப்பிணைந்துள்ளன.

உலகின் உச்ச அதிகாரங்களுக்கிடையேயுள்ள (சூபர் பவர்) பகைமைகளுக்கிடையில், போட்டிபோடும் தேசியங்களான இந்தியா — பாகிஸ்தானுக்கிடையே, இது பெரும்பாலும் இந்துக்களும், முஸ்லீம்களும் ஒருவர்மீது ஒருவர் கொண்டுள்ள வெறுப்பும், எதிர்ப்புணர்வுமாகவே மாறிவரும் நிலையில் கஷ்மீரி தேசியவாதிகள் ஒரு உடன்பாட்டை ஏற்படுத்த எவ்வாறு பேச்சுவார்த்தை நடத்தவேண்டியுள்ளது என்பதையும் இந்த நூல் பரிசீலிக்கிறது. அண்மையில் நடைபெற்ற 2014 தேர்தல் முடிவுகள் மதவாத அடிப்படையில் ஜம்மு—கஷ்மீர் மக்கள் எவ்வாறு ஆழமாகப் பிளவுபட்டுள்ளார்கள் என்பதைக் காட்டுகின்றன. அரசு அமைப்பதைச்சுற்றி எழுந்த கருத்து வேறுபாடுகள் மதவாத அடிப்படையில் மக்களை அணிதிரட்டிய நீண்ட வரலாற்றையும், மேலும் மிக அண்மையில் ஒன்றுக்கொன்று போட்டியிட்டுக்கொள்ளும் இந்து—முஸ்லீம் தீவிர தீவிரவாதங்களையும் எதிரொலித்தன.

ஜம்மு—கஷ்மீரில் அரசமைத்துள்ள இரண்டு கட்சிகளான ஜம்மு—கஷ்மீர் மக்கள் ஜனநாயகக் கட்சியும் (P.D.P), பாரதிய ஜனதா கட்சியும் (B.J.P) வடதுருவமும் தென்துருவமும்போல வேறுபாடுகள் கொண்டவை.[2] கஷ்மீர் பள்ளத்தாக்கை தனது அடித்தளமாக் கொண்ட மக்கள் ஜனநாயகக் கட்சி 1998இல் அமைக்கப்பட்டது. அது இந்தியா அல்லது பாகிஸ்தானின் இறையாண்மைக்கு ஊறு விளைவிக்காதவகையில், கஷ்மீர் மக்களின் சுயஆட்சியை நிறுவ உறுதிகொண்டுள்ளது. 1980இல் தோற்றுவிக்கப்பட்ட பாரதிய ஜனதா கட்சியின் தொடக்கம் 1951இல் தோற்றுவிக்கப்பட்ட

பாரதிய ஜனசங்கத்தில் படிந்துள்ளது. இந்தக்கட்சி இந்திய அரசியல் சாசனத்தில் கஷ்மீருக்கு அளிக்கப்பட்டுள்ள சிறப்பு அந்தஸ்தை எதிர்க்கிறது. பா.ஜ.க. முற்றிலும் இந்துக்கள் ஆதிக்கம் செலுத்தும் ஜம்முவை அடித்தளமாகக் கொண்டது.[3]

ஒன்றுக்கொன்று முரண்பட்ட இந்த இரண்டு கட்சிகளின் கூட்டணியை மக்கள் தலைவர்களில் சிலர், ‘இந்திய ஜனநாயகத்தின் வெற்றி’ என்றும், ‘ஜம்முவின் இந்துக்களுக்கும், கஷ்மீர் பள்ளத்தாக்கின் முஸ்லீம்களுக்கும் இடையே ஓர் ஒத்திசைவை உருவாக்கக்கூடிய வாய்ப்பு’ என்றும் புகழ்ந்தனர். ஆனால், இது இரண்டு மதவாதக்கும்பல்களாக அந்த மாநில மக்களைப் பிரிப்பதற்கான துவக்கம் என்று அங்கு சிலர் எச்சரித்தனர்.

கஷ்மீரிகளின் நினைவுத்தொகுப்பில், முகலாயப்பேரரசர் அக்பர் அந்தப் பள்ளத்தாக்கின் மீது 1586இல் படையெடுத்து, யூசுஃப் ஷா சச்—ஐக் கைதுசெய்து, பின்னர் அவரை பீகாருக்கு அனுப்பி, அங்கே அவர் யார் என்றே தெரியாதவகையில் இறந்தது முதல் அவர்களது நாடு அந்நியர்கள் ஆட்சியில் இருந்துவருகிறது எனப்பதிவாகியுள்ளது. யூசுஃப் ஷா சச் தான் கஷ்மீரின் கடைசி சுதந்திரமான அரசர்.

1751இல் அஹமது ஷா துரானி அந்தப் பள்ளத்தாக்கின்மீது படையோடு நுழைந்ததைத் தொடர்ந்து முகலாயரின் ஆட்சி கஷ்மீரில் முடிவுக்கு வந்தது. ஆஃப்கானியர்களின் ஆட்சியில் அவர்களால் இழைக்கப்பட்ட மனிதத்தன்மையற்ற கொடூரங்களின் எண்ணற்ற கதைகள் உள்ளன. அவர்களது ஆட்சி 1819இல் சீக்கியர்கள் கஷ்மீரைக் கைப்பற்றியதோடு முடிவுக்கு வந்தது. சீக்கியர்களின் ஆட்சி, முஸ்லீம் குடிமக்கள் சந்தித்த கடுமையான நடவடிக்கைகளால் நினைவு கூரப்படுகிறது. ஸ்ரீநகரில் முஸ்லீம்களின் தொழுகைக்கான ஜாமா மஜ்ஜித் மூடப்பட்டது. முஸ்லீம்கள் ஆஸன் கூறுவதிலிருந்து தடுக்கப்பட்டார்கள். 1846இல் தோக்ரா அரசின் வருகையோடு சீக்கியர்களின் ஆட்சி முடிவுக்கு வந்தது.

ஜம்மு மற்றும் கஷ்மீரின் ஒட்டுமொத்த மக்களையும் இணைத்தவர்கள் தோக்ராக்கள் தான். மகாராஜா ரஞ்சித்சிங்கின் மிகவும் ஆற்றல்வாய்ந்த தளபதிகளில் ஒருவரான குலாப்சிங் (1792—1858)[4] லாகூர் அரசவையில் 1809இல் சேர்ந்தார். 1821இல் மகாராஜா ரஞ்சித்சிங் ஜம்மு என்ற பெரும் நிலப்பரப்பை அவருக்கு அளித்தார். குலாப்சிங் தனது விசுவாசம்மிக்க தளபதிகளில் ஒருவரான ஸோரோவார் சிங்—ஐ பாலிடிஸ்தானையும், மேற்கு திபெத்தையும் கைப்பற்ற

அனுப்பினார். 1842 செப்டம்பரில் ஜம்முவின் ஆட்சியாளர்களுக்கும், சீனப்பேரரசருக்கும் லாஷாவின் லாமாக்களுக்குமிடையே ஒரு நட்புறவு ஒப்பந்தம் கையெழுத்திடப்பட்டது. இதன்மூலம் லடாக்குக்கும், திபெத்துக்கும் இடையிலான எல்லைக்கோடு உருவாக்கப்பட்டது.[5] இந்த ஒப்பந்தம் குலாப்சிங்குக்கு உல்லன் சால்வைகள் மற்றும் தேயிலை வர்த்தகத்துக்கு எந்தவிதமான தலையீடும் இருக்காது என்ற உத்தரவாதத்தை அளித்தது.

சீக்கியர்களும், பின்னர் தோக்ராக்களும் ஏராளமான வருவாய் ஈட்டக்கூடிய வாய்ப்புள்ள லடாக் வழியான இந்திய—மத்திய ஆசிய வர்த்தகத்தைத் தங்கள் கட்டுப்பாட்டில் வைத்திருந்தனர். 1919க்கும் 1931க்கும் இடையே ரூ. இருபத்தெட்டுக்கோடியே ஐம்பது இலட்சம் மதிப்புள்ள சரக்குகள் இன்றைய சீனாவில் உள்ள ஸிங்ஜியாங்குக்கு ஏற்றுமதி செய்யப்பட்டன. அதே காலகட்டத்தில் ரூ.33 கோடி மதிப்புள்ள சரக்குகள் ஸிங்ஜியாங்கிலிருந்து லடாக்குக்கு ஏற்றுமதி செய்யப்பட்டன. அது 1920—21 நிதியாண்டில் எப்போதுமில்லாத உச்சத்துக்கு ரூ.6 கோடியே 80 இலட்சத்துக்கு உயர்ந்தது. இறுதியாக, 1949இல் ஸிங்ஜியாங்கை கம்யூனிஸ்ட் கட்சி எடுத்துக்கொண்டபின் வீழ்ச்சி அடைந்தது.[6]

ஆங்கிலோ — சோவியத் பதட்டங்கள் உயர்ந்த அளவில் இருந்தபோது, இந்தியாவிலிருந்து மத்திய ஆசியாவுக்கு உற்பத்தி செய்யப்பட்ட பொருள்களின் ஏற்றுமதிமீது தடைவிதித்து வர்த்தக உறவுகள் முறிந்தபோதிலும்கூட, கலாசாரத்தின் மீதான மத்திய ஆசியாவின் செல்வாக்கு நிலவிவந்திருந்தது கஷ்மீர் பள்ளத்தாக்கின் எல்லா இடங்களிலும் காணப்பட்டது.

ஸ்ரீநகரில் சஃபாகதல் பாலத்தின் அருகில் உள்ள ஜீலம் நதியின் தென்கரையில் உள்ள யார்கண்டிசெராய் கஷ்மீருக்கும், மத்திய ஆசியாவுக்கும் இடையேயுள்ள பழமையான தொடர்புகளின் நினைவாக நிற்கிறது. இங்குதான் மத்திய ஆசியாவிலிருந்து வந்த பயணிகள் ஓய்வெடுத்தனர். அவர்களது மத்திய ஆசிய யாக் எருதுகளும், வண்ணமிகு பீங்கான் குவளைகள், தட்டுக்களின் சுமை ஏற்றப்பட்ட மட்டக்குதிரைகளும் எய்ட்காவத்தைச் சுற்றியிருந்த சமவெளிகளில் புல் மேய்ந்தன.

இப்போது ஐரோப்பாவிலிருந்து ஆசியாவுக்கு உலகவர்த்தகம் திறந்துவிடப்பட்டுள்ள நிலையில் பழைய தொடர்புகளை வர்த்தகத்தின் மூலம் மீட்டமைக்கும் வாய்ப்புக்கள் உருவாகியுள்ளன. அந்தப்பழமையான பட்டுப்பாதையில் — (சில்க்ரூட் SILKROUTE)

புகைவண்டிப்பாதைகள், பாலங்கள், சாலைகள் ஆகியவை மீண்டும் ஐரோப்பாவுடன் இணைக்கும்வகையில் கட்டப்பட்டு வருகின்றன.

பாக் ஆக்கிரமிப்பு கஷ்மீர் (POK) பலநாடுகளின் எல்லைகளைப் பகிர்ந்துகொள்கிறது. மேற்கில்: பாகிஸ்தான், ஆஃப்கானிஸ்தானின் வாகா இடைவழி, தஜிகிஸ்தான், வடக்கில்: மக்கள் சீனக்குடியரசின் ஜின்பியாங் மாகாணம். பாகிஸ்தானையும், சீனாவையும் பாக். ஆக்கிரமிப்பு கஷ்மீர் வழியாக இணைக்கும் காரகோரம் நெடுவழி கட்டப்பட்டதுமுதல் பாக். ஆக்கிரமிப்பு கஷ்மீரின் நிலவியல் அரசியல் முக்கியத்துவம் பலமடங்கு அதிகரித்துள்ளது. மத்திய ஆசிய குடியரசுகளுக்கு பாக். ஆக்கிரமிப்பு கஷ்மீரில் அவர்களது சந்தைகளை விரிவுபடுத்துவதற்கான நுழைவாயில் உள்ளது.

கஷ்மீர் பள்ளத்தாக்கில் கில்கிட் — இஸ்கார்ட் — கார்ஜு வழியாக இந்த வர்த்தகவழித் தடங்களைத் திறந்து விடுவதன் தாக்கம் என்னவாக இருக்கும்? கஷ்மீர் மக்கள் மீண்டும் ஒருமுறை இந்தியா—பாகிஸ்தான், இந்தியா — சீனா பதட்டங்களுக்கு அப்பால், சர்வதேச வர்த்தக வழித்தடங்கள் மூலம் இணைக்கப்படுவார்கள். மத்திய ஆசியாவுடனான கடந்தகாலத் தொடர்புகளின் நினைவுகளை கஷ்மீரிகளின் கலாச்சாரத்தில் இப்போதும் காணலாம். —உடலுக்கு வெப்பமூட்டும் காங்கிரி அடுப்புக்களை (எரியும் கரி நிறைந்த மண்சட்டிகள்) ஏந்திச்செல்ல அவர்கள் அணியும் பெஹ்ரான் ஆடை, ஆண்டு முழுவதும் சுமக்கும் தேநீர் நிறைந்த சமோவர்.

காலனியாதிக்க காலம் முழுவதும் பிரிட்டிஷ்காரர்களும், ரஷ்யர்களும் இந்த வர்த்தக வழித்தடங்கள் மீது கண் வைத்திருந்தனர். பிரிட்டிஷ்காரர்களின் கிழக்கு இந்தியக் கம்பெனி ஏற்கனவே தன்னை நிலைநிறுத்திக் கொண்டதுடன், அந்தநேரத்தில் சீக்கியர்களுடன் ஒரு போரிலும் ஈடுபட்டிருந்தது. இந்தப்போரில் குல்தீப் சிங் நடுநிலை வகித்தார். பிரிட்டிஷார் சீக்கியர்களைத் தோற்கடித்தனர். மேலும் 1846இல் சுதந்திரமான சீக்கிய அரசு லாகூர் உடன்படிக்கை மூலம் பிரிட்டிஷாரை பாதுகாவலர்களாக ஏற்றுக்கொண்டது. பின்னர் சீக்கியர்களால் கப்பம்கட்ட முடியாததால், பிரிட்டிஷார் ஜம்மு கஷ்மீரில் எல்லைப்பகுதிகளை தங்கள் வசம் எடுத்துக்கொண்டார்கள். அந்த எல்லைப்பகுதிகளை 1842 மார்ச் 16இல் கையெழுத்திடப்பட்ட அமிர்தசரஸ் உடன்படிக்கையின்படி குல்தீப் சிங்கிடம் ஒப்படைத்தார்கள்.

இவ்வாறு குல்தீப் சிங் ஜம்மு—கஷ்மீர் மன்னராட்சி மாநிலத்தின் மகாராஜாவாக ஆனார். தோக்ரா அரசாட்சி ஜம்மு மாகாணம், கஷ்மீர் மாகாணம், லடாக், வாசாரத் கில்கிட், ஹான்ஸ் மற்றும் நாகா ஆகியவற்றை உள்ளடக்கிய, எல்லைப்புறப்பகுதி என மூன்று நிர்வாகப் பகுதிகளைக் கொண்டிருந்தது. இந்திய சுதந்திரத்துக்கு முன் ஜம்மு—கஷ்மீர் மிகப்பெரிய மன்னராட்சி மாநிலமாக —கலாசாரத்திலும், வேறுபாடுகளிலும்கூட — விளங்கியது.

ஷினாசி, புருஷாஸ்கி, வாஹி, தோக்ரி, கஷ்மீரி, போதி போன்ற பல்வகை மொழிகளைப் பேசும் மக்கள் வாழ்ந்த பெரும் நிலப்பரப்பை தோக்ராக்கள் ஒருங்கிணைத்தார்கள். அங்குள்ள மக்கள் வெவ்வேறு வகையான மதங்களைப் பின்பற்றினார்கள். அங்கிருந்த குடிமக்கள் மோரோவியன் கிறிஸ்தவர்கள், புத்தமதத்தினர், ஷியாக்கள், சன்னிகள், அஹமதியர்கள், ஜைனர்கள் மற்றும் இந்துக்கள் ஆவர்.[7]

1846இல் துவங்கி 1947இல் முடிவடைந்த தோக்ரா ஆட்சியின் ஒடுக்குமுறைக்கு எதிரான இயக்கத்தில் கஷ்மீர் தேசியத்தின் தோற்றம் துவங்கியது.

கஷ்மீருக்குச் சென்று பார்வையிட்ட பல எழுத்தாளர்கள் சாதாரண மக்களின் வாழ்நிலை பற்றி விவரித்துள்ளார்கள். இவையனைத்தும், பெரும்பான்மையான மக்கள் கொடூரமான ஏழ்மையில் வாழ்ந்தார்கள் என ஆவணப்படுத்துகின்றன. எடுத்துக்காட்டாக அரசின் வெளியுறவு மற்றும் அரசியல் துறையின் அமைச்சர் சர் அல்பியான் பாணர்ஜி இந்தக் கணிப்பைச் செய்தார்.

ஜம்மு கஷ்மீர் மாநிலம் பல்வேறு பாதகமான சூழ்நிலையில் உள்ளது. பெரும் எண்ணிக்கையிலான, எழுதப்படிக்கத் தெரியாத முகம்மதிய மக்கள்தொகை பஞ்சத்தின்கீழ், மிகமிகக் குறைவான பொருளாதாரத் தாழ்வு நிலையில் கிராமங்களில் வாழ்கிறது. இவர்கள் ஊமைகளாக, ஆட்டுமந்தைகளைப்போல நடைமுறையில் ஆளப்படுகிறார்கள். இங்கு மக்களுக்கும், அரசுக்கும் இடையே எந்தவிதத் தொடர்பும் இல்லை. மக்கள் தங்கள் குறைகளைப் பிரதிநிதித்துவப்படுத்த பொருத்தமான எந்த அமைப்பும் இல்லை. இத்தகைய ஒரு அமைப்பு மேலிருந்து கீழ்வரை செப்பனிடப்பட்டு, நவீன சூழலுக்கேற்ற ஆற்றலுடன் அமைக்கப்பட வேண்டும்.

தற்போது மக்களின் தேவைகளையும், குறைகளையும் பற்றிய சிறிதளவு பரிவுகூட இல்லை.[8]

கஷ்மீர் மக்கள் தோக்ரா ஒடுக்குமுறைகளை எதிர்த்துக் கலகம் செய்தார்கள். இவற்றில் மிகவும் புகழ்பெற்றது சால்வை நெசவாளர்களின் 1865 ஏப்ரல் கிளர்ச்சியாகும்.

ஃப்ரான்சின் நெப்போலியன் போனபார்ட் தனது மனைவி ஜோசஃபினுக்கு ஒரு கஷ்மீர் சால்வையைப் பரிசளித்தபின், 18ஆம் நூற்றாண்டின் பிற்பகுதியில் கஷ்மீர் சால்வைகள் ஐரோப்பாவில் நன்கு அறியப்பட்டன. ஜோசஃபின் சால்வையைப் பயன்படுத்தியவிதம் ஐரோப்பாவில் ஒரு பிரம்மாண்டமான உடைபாணியை ஏற்படுத்தியது. ஃப்ரான்சின் ஆடைவிநியோகிப்பாளர்கள் தங்கள் நாட்டில் வளர்ந்துவரும் புதியபாணிக்கு ஏற்பத் தீனியிட ஸ்ரீநகருக்கு ஓடிவந்தார்கள்.

ஐரோப்பாவின் தேவைகளால் கஷ்மீரில் சால்வைத்துறை செழிப்படைவது தொடர்ந்தது. டி.என்.தர் என்ற பொருளாதார, வரலாற்றியலாளர் கூறுவதுபோல் 1860 மற்றும் 1870க்கு இடையில் சால்வைகளின் ஏற்றுமதி ஆண்டுதோறும் ரூ.25 இலட்சம் முதல் ரூ.28இலட்சம் வரை என்ற அளவில் நடந்தது.

மஹாராஜா ரண்பீர்சிங்கின் நிர்வாகம் சால்வை வரித்துறை ஒன்றை உருவாக்கியது. இந்த வணிகத்தின் மூலம் கிடைக்கும் பணத்துக்கு ஆண்டுதோறும் ரூ.12 இலட்சம் என்ற அளவுக்கு வரியை விதித்தது. இந்தத்துறையின் ஆய்வாளரான பண்டிதர் ராஜ் காக் தர் மிகுந்த உற்சாகத்தோடும், பெரும் கொடூரத்தோடும் இந்தத்துறையை ஏற்படுத்தினார்.

சால்வைத்துறை நெசவாளர்கள் இதனால் பெரும் சிரமங்களைச் சந்திக்க வேண்டியதாயிற்று. ஒவ்வொரு நெசவாளரும் புதிய வரியாக ஆண்டுதோறும் ரூ.49 செலுத்தவேண்டும் என எதிர்பார்க்கப்பட்டது. இதன்பொருள் அந்த நெசவாளியின் மாத ஊதியமான ரூ.7இல் பாதிக்குமேல் பிடுங்கிக்கொள்ளப்பட்டது. இத்துடன்கூட சால்வை வரித்துறையின் அலுவலர்கள் சட்டத்துக்குப் புறம்பான வரிகளையும் உறிஞ்சினார்கள்.

பட்டினிச்சாவுகளைச் சந்தித்த ஸ்ரீநகரின் சால்வை நெசவாளர்கள் போராட்டத்தைத் தேர்வு செய்தார்கள். 1865 ஏப்ரல் 29 காலையில் நெசவாளர்களும், அவர்களிடம் பயிற்சி பெறுவோரும்

நந்திதா ஹக்ஸர் | 29

கஷ்மீரின் ஆளுநரான கிர்பா ராமின் அரண்மனையை நோக்கி தெருக்களின்வழியே அமைதியாக அணிவகுத்துச் சென்றார்கள். கிளர்ச்சியாளர்களால் ராஜ் காக் தர்—ன் கொடும்பாவி எரிக்கப்பட்டது. சால்வை வரித்துறைக்கு எதிரான முழக்கங்கள் எழுப்பப்பட்டன.

கிர்பா ராம் ஸ்ரீநகரின் தொழிலாளர்களுக்கு அவர்களால் மறக்கமுடியாத பாடத்தைப் புகட்ட முடிவு செய்தார். போராட்டக் காரர்கள் ஜால்டா நகரை அடுத்துள்ள பழையநகரை அடைந்தபோது தரைப்படையின் உயர் அலுவலர் பிஜாய்சிங் கீழுள்ள படைவீரர்கள் அந்த ஊர்வலத்தைச் சுற்றி நின்று அந்தத் தொழிலாளர்களைக் கலைந்து செல்லக்கூறினர். அதை அவர்கள் மறுத்து விட்டார்கள். அதைத்தொடர்ந்து என்ன நடந்தது என்பது கொடூரம். ஆயுதம் ஏந்தாத அந்த மனிதர்கள் மிக அண்மையிலிருந்து சுடப்பட்டார்கள். அதன்பிறகு அவர்கள் ஓட்டம்பிடித்தபோது ஈட்டிகளால் தாக்கப்பட்டார்கள். தால் ஏரிப்பகுதியில் உள்ள சதுப்பு நிலப்பகுதியில் மறைந்து கொள்ளலாம் என்ற நம்பிக்கையுடன் ஜால்டா நகரின் ஹாஜி ராதெர் சம் பாலத்தைத் தாண்டிக் குதித்தார்கள்.

1865 ஏப்ரல் 29 அன்று கொல்லப்பட்ட அனைவரின் பெயர்களையும் வரலாற்று ஆய்வாளர்களால் பதிவுசெய்ய இயலவில்லை. ஆனால் அந்த எழுச்சிக்குக் காரணமான தலைவர்களின் பெயர்கள் நன்கு பதிவுசெய்யப்பட்டுள்ளன. ஷேக் ரசூல், ஆப்லிபாபா ஆகியோர் ஷெர்கார்கி அரண்மனையில் உள்ள பாதாளச்சிறையில் இறக்கும் அளவுக்கு சித்ரவதை செய்யப்பட்டார்கள். அதேவேளையில் குத்தா லால், சோனா ஷா ஆகியோர் தங்களுக்கு விதிக்கப்பட்ட அபராதமான ரூ.50,000/ஐ மஹாராஜாவுக்கு செலுத்தத் தவறியதால் ஜம்முவில் உள்ள பாஹு கோட்டையில் சிறைவைக்கப்பட்டார்கள். நூற்றுக்கணக்கான போராளிகள் ஹபாகில் உள்ள சிறையில் அடைக்கப்பட்டு, அவர்களில் பலர் குளிராலும், பசியாலும் இறந்துபோனார்கள்.

நெசவாளர்களின் வேலைநிறுத்தம் அவர்களது போராட்டத்தை முன்னெடுத்துச்செல்லும் தலைவர்கள் இல்லாததால் தோல்வியில் முடிந்தது. அந்த நேரத்தில் அங்கு செய்திப் பத்திரிக்கைகள் ஏதும் இல்லை. அரசியல் கட்சிகளும் இல்லை. சமுதாய அமைப்புக்கள்கூட தடைசெய்யப்பட்டிருந்தன. அதன்பிறகு கஷ்மீரிகள் ஒன்றுபட்ட மக்களாக தோக்ரா அரசுக்கு எதிராக எழ ஆறு பத்தாண்டுகள்

ஆயின. இந்தமுறை அவர்கள் ஷேக் அப்துல்லா என்ற வசீகரமான கஷ்மீரி தலைவரின் தலைமையில் எழுச்சிபெற்றார்கள்.

கஷ்மீரி இந்துக்கள் மற்றும் முஸ்லீம்கள் என்ற இருதரப்பினரும் தங்களுக்குச் சொந்தமானது என்று சமமாக உணரக்கூடிய ஓர் அமைப்பையும், அதன் இயக்க நடவடிக்கைகளையும் கட்டியெழுப்புவது ஷேக் அப்துல்லாவின் முன் ஒரு மாபெரும் சவாலாக இருந்தது. அவர் சோசலிச, கம்யூனிச சிந்தனைகளில் ஆழ்ந்த ஈர்ப்புகொண்டவராக இருந்தார். இந்த நேரத்தில்தான் சம்பத் பிரகாஷும், அவரது தோழர்களும் தொழிற்சங்க இயக்கத்தின்மூலம் அரசியல் செயல்பாடுகளில் ஈடுபடத் துவங்கியிருந்தார்கள்.

பால்ராஜ் பூரி மூலம் நான் சம்பத் பிரகாஷுக்கு அறிமுகப்படுத்தப்பட்டேன். பால்ராஜ் பூரியிடம், திறமைமிக்க சாட்சியாக நீதிமன்றத்தில் சாட்சியம் அளிக்க விரும்புகிற ஒரு கஷ்மீர் பண்டிதரைக் கண்டறியக் கேட்டிருந்தேன். 2001 டிசம்பர் 13இல் நிகழ்ந்த இந்தியப் பாராளுமன்றத் தாக்குதல் சதியில் ஈடுபட்டிருந்ததாக குற்றம் சாட்டப்பட்டிருந்த நான்கு பேரில் ஒருவரும் டெல்லி பல்கலைக்கழக விரிவுரையாளருமான அப்துல் ரெஹ்மான் கீலானியின் சார்பில் வழக்கறிஞராக நான் இருந்தேன். பின்னர் நான் மொஹம்மது அஃப்ஸல் குருவை தூக்கிலிருந்து பாதுகாக்கும் இயக்கத்தில் ஈடுபட்டேன்.

சம்பத் பிரகாஷ் நீதிமன்றத்தில் பாராளுமன்றத் தாக்குதல் வழக்கில் குற்றம் சாட்டப்பட்டிருந்தவருக்கு ஆதரவாகச் சாட்சியம் அளித்தார். அந்த விசாரணை முழுவதிலும் அவரும் அவரது தொழிற்சங்கத் தோழர்களும் குற்றம் சாட்டப்பட்டவருக்கு நீதிகோரும் இயக்கத்தில் மூளையாகச் செயல்பட்டனர். அதுதான் கஷ்மீரிகளும், கஷ்மீரிகள் அல்லாதவர்களும் ஒன்றாக இணைந்து நீதிகேட்கப் போராடிய முதல் இயக்க நடவடிக்கையாகும். இந்த இயக்கம்தான் இறுதியில் குற்றம் சாட்டப்பட்ட நால்வரில் மூவர் விடுதலைக்கு வழிவகுத்தது. ஆனால் அந்த இயக்கத்தால் அஃப்ஸல் குருவை தூக்கிலிருந்து காப்பாற்ற முடியவில்லை. அஃப்ஸல் குரு 2013 பிப்ரவரி 9 அன்று திஹார் சிறையில் இரகசியமாகத் தூக்கிலிடப்பட்டார். அப்போது பிடிபி. கட்சி மற்ற கட்சிகளோடும், அமைப்புக்களோடும் சேர்ந்து இறந்த அவரது உடலை அவரது குடும்பத்தினரிடம் ஒப்படைக்கவேண்டும் என்ற கோரிக்கையை முன்வைத்தது. அப்போதுதான் தியாகிகளின் இடுகாட்டில் அவர் புதைக்கப்பட முடியும். ஆனால், அஃப்ஸல்

குருவை பாகிஸ்தானில் பயிற்சி பெற்ற தீவிரவாதி எனப்பார்த்த பா.ஜ.க. தான் அவர் தூக்கிலிடப்படவேண்டும் என்ற கொடிய பிரச்சாரத்தை நடத்திவந்தது.

சம்பத் பிரகாஷுக்கும், மொஹம்மது அஃப்ஸல் குருவுக்கும் இடையே பொதுவான அம்சங்கள் எதுவும் இருப்பதாகத் தெரியவில்லை. அவர்கள் இருவரும் இரண்டு வேறுபட்ட தலைமுறையைச் சேர்ந்தவர்கள். சம்பத் இயல்பாகவே கஷ்மீர் பண்டிதர் குடும்பத்தில், ரஷ்யப்புரட்சிக்கு இருபது ஆண்டுகளுக்குப் பிறகு பிறந்தவர்.

கஷ்மீரில் உள்ள இந்துக்களும், முஸ்லீம்களும் புரட்சிகர கம்யூனிஸ சிந்தனைகளால் ஈர்க்கப்பட்ட காலத்தில் அவர் வளர்ந்தார். அஃப்ஸல் குருவோ ரஷ்யர்கள் இஸ்லாத்தின் எதிரிகள் என்று பார்க்கப்பட்ட காலத்தில் வளர்ந்தவர். அவரது காலத்தின் சாகச வீரர்களாக தலிபான் போன்ற விடுதலைப் போராளிகள் விளங்கினார்கள். தலிபான்கள் ஆஃப்கானிஸ்தானில் ரஷ்யர்களை வெற்றிகரமாகத் தோற்கடித்திருந்தனர்.

சம்பத் ஜம்மு — கஷ்மீர் மன்னராட்சிக் காலத்தில் குடிமகனாகப் பிறந்தவர். அஃப்ஸல் குரு சுதந்திர இந்தியாவில் குடிமகனாகப் பிறந்தவர். சம்பத் வளர்ந்து கொண்டிருந்தபோது மக்களின் கதாநாயகனாக, சாகசவீரராக கஷ்மீர் சிங்கம் என்றழைக்கப்பட்ட ஷேக் அப்துல்லா மக்களை விடுதலைக்கு அழைத்துச்செல்லும் தலைவராகக் கருதப்பட்டார். ஆனால் அஃப்ஸல் குரு வளர்ந்த போது ஷேக் அப்துல்லா கஷ்மீர் தேசியவாதிகள் பலரால் ஒரு துரோகியாகப் பார்க்கப்பட்டார். —கஷ்மீர் சுதந்திரம் என்ற கனவுக்கு துரோகம் இழைத்தவராக.

எப்படியிருந்தாலும், இந்த இருவருக்குமிடையே சில ஒற்றுமைத் தன்மைகள் உண்டு. அதுதான் கஷ்மீரி தேசியத்தை விளக்குவதற்கு மிகவும் சிக்கலாக இருந்ததிலிருந்து ஒரு சிறிய அனுபவத்தை எனக்குத் தந்தது. இருவரும் இந்தியா மற்றும் பாகிஸ்தானின் ஆதிக்கத்திலிருந்து விடுதலை பெற்ற சுதந்திர கஷ்மீர் என்ற சிந்தனையை ஏற்றுக்கொண்டவர்கள். இருவரும் தங்கள் வாழ்வின் முக்கியமான காலகட்டத்தில் தீவிர ஜம்மு கஷ்மீர் விடுதலை முன்னணி என்ற JKLF—ன் உறுப்பினர்களாக இருந்தவர்கள். தோக்ராக்களின் மன்னராட்சியில் இருந்த அதே எல்லைகளோடு, இந்தியா மற்றும் பாகிஸ்தானிலிருந்து விடுதலைபெற்ற சுதந்திர

ஜம்மு—கஷ்மீருக்காகப் போராடும் ஒரு மதசார்பற்ற அமைப்பாக JKLF. முன் நிறுத்தப்பட்டிருந்தது.

இந்தியா, பாகிஸ்தான் பிடியிலிருந்து விடுதலைபெற்ற சுதந்திர கஷ்மீர் என்ற சிந்தனை மிகப்பெரும்பான்மையான கஷ்மீரிகளை ஈர்த்திருந்தது. ஆனால் தங்கள் கனவு நனவாக அவர்கள் ஜம்மு—கஷ்மீர் எல்லைகளுக்கு உரிமைகோரும் மூன்று அணுஆயுத அரசுகளை எதிர்த்து வெற்றிகரமாகப் போராட வேண்டியுள்ளது என்ற எச்சரிக்கை உணர்வு அவர்களிடம் இருந்தது.

இன்று, மன்னராட்சியின் கீழ் இருந்த ஜம்மு—கஷ்மீரின் எல்லைகள் இந்தியா, பாகிஸ்தான், சீனா என்ற மூன்று இறையாண்மைகொண்ட நாடுகளால் பிரிக்கப்பட்டு நிர்வகிக்கப்படுகின்றன. இப்போது கஷ்மீரின் 20% சீனாவிடமும், 35% பாகிஸ்தானிடமும், எஞ்சியுள்ள 45% இந்தியாவிடமும் உள்ளன. இந்தப்பகுதிகளை ஐ.நா. பிரச்சனைக்குரிய பகுதிகள் என்று குறிப்பிட்டுவந்தது. 2010 நவம்பரில் அது பிரச்சனைக்குரிய பகுதிகள் என்பதை பாதுகாப்பு கவுன்சிலின் கூர்நோக்குப் பார்வையிலிருந்து அகற்றிவிட்டது. சம்பத் பிரகாஷ், அஃப்ஸல் குரு ஆகிய இருவரும் ஜம்மு—கஷ்மீரை இன்னும் பிரச்சனைக்குரிய பகுதியாகவே பார்க்கிறார்கள்.

சம்பத்தும், அஃப்ஸலும் தங்களது உண்மையான ஒரே தாயகம் கஷ்மீர் பள்ளத்தாக்குதான் என சமமாக உணர்கிறார்கள். இருந்தபோதிலும், இந்த இருவருக்கும் இந்தப்பள்ளத்தாக்கில் வாழ தங்கள் உயிருக்கு உள்ள அச்சுறுத்தல் காரணமாகத் திரும்பிவர முடியவில்லை. சம்பத் தொடர்ந்து தீவிரவாதிகளால் அச்சுறுத்தப்பட்டும், தனது சொந்த சமூகத்தினரால் கஷ்மீர் தீவிரவாதிகளுக்கு ஆதரவளிப்பதாகக் கண்டிக்கப்பட்டும் வருகிறார். அஃப்ஸலோ, இந்தியப் பாதுகாப்புப் படையினரால் அவர் ஒரு சரணடைந்த தீவிரவாதி —ஆனால் அப்ரூவராக அல்ல— என்றபோதிலும் அச்சுறுத்தப்பட்டு வருகிறார்.

கஷ்மீரி தேசியவாதிகளாக இருந்தபோதிலும்கூட, அவர்கள் இருவரும் தங்கள் மகன்களுக்கு கஷ்மீரிப் பெயர்களைச் சூட்டவில்லை. சம்பத் தனது மகனை லெனின் என்றும், அஃப்ஸல் தனது மகனை காலிஃப் என்றும் அழைக்கிறார்கள். சம்பத் பிரகாஷ், அஃப்ஸல் குரு இருவரும் உலகுதழுவிய சிந்தனைக்கும், முரண்பட்ட தேசியவாதத்துக்கும் இடையே உள்ள தத்துவார்த்த மோதலால் போராடிக் கொண்டிருக்கிறார்கள்.

கஷ்மீர் சுதந்திரத்துக்கான போராட்டத்தை சம்பத் பிரகாஷும், அஃப்ஸல் குருவும் மதச் சண்டையாக சித்தரிக்கவில்லை. அஃப்ஸல் எனக்கு ஒருகடிதத்தில் எழுதினார்: 'நாகா சச்சரவு, கிறிஸ்தவ சச்சரவாகப் பார்க்கப்படாதபோது, கஷ்மீர் சச்சரவு மட்டும் ஏன் இஸ்லாமிய சச்சரவு என்று முத்திரை குத்தப்படுகிறது? அடிப்படையில் இது அரசியல், சமூக, பொருளாதாரத்தன்மை கொண்டது.'

ஆனால், சம்பத் பிரகாஷ் இப்போது கஷ்மீரி இயக்கத்தில் மதம் ஒரு முக்கியமான அம்சமாக ஆகிவிட்டது என்பதை ஒத்துக்கொள்கிறார். உயர்ந்துவரும் இந்துத்துவ செல்வாக்கையும், இஸ்லாமிய அரசியல் எழுச்சியையும் ஒதுக்கிவிட முடியாது. கஷ்மீரி தேசியவாதத்தின் அர்த்தத்தை விளக்குவதை ஒரு வரையறைக்குள் கொண்டுவர அவர் போராடிக்கொண்டிருக்கிறார்.

சம்பத் பிரகாஷும், அஃப்ஸல் குருவும் இஸ்லாமிய தீவிரவாதத்தின் வளர்ச்சி பற்றித் தங்கள் கவலைகளைத் தெரிவித்துள்ளார்கள். சம்பத் பிரகாஷும், அவரது தோழர்களும் இஸ்லாமிய அடிப்படைவாத அலையைத் தடுத்து நிறுத்த ஏராளமானவற்றைச் செய்திருக்கிறார்கள். அவர்கள் இந்த விசித்திரமான போக்குக்கு எதிராக தங்கள் உயிர்களுக்கு ஆபத்துக்கள் இருந்தபோதிலும், ஜம்மு, கஷ்மீர், லடாக்கில் உள்ள அரசு ஊழியர்களுக்கு சிறப்பான வாழ்நிலை மற்றும் பணிச்சூழல்களை உருவாக்கத் தொடர்ந்து போராடிக் கொண்டிருக்கிறார்கள். அவர்களது கதைகள் கிளர்ச்சியூட்டுபவை. ஆனால் அவை ஒருபோதும் சொல்லப்பட்டதில்லை.

எதிர்காலத்தில் கஷ்மீரி இந்துக்களும், கஷ்மீரி முஸ்லீம்களும் சமமான மரியாதைகளுடன் ஒன்றாக வாழவேண்டும் என்று கனவுகாணும் சம்பத் பிரகாஷுக்கும், அவரது தோழர்களுக்கும் இந்துத்வா கருத்தியல் மற்றும் இஸ்லாமிய அரசியல் ஆகியவற்றின் வளர்ச்சி மேலும் மேலும் சிரமங்களை ஏற்படுத்தி வருகிறது.

சம்பத் பிரகாஷ் இருமுறைக்கும் மேலாக பலமுறை என்னிடம் கேட்டார்: 'இந்த இரண்டு சமுதாயங்களையும் ஒன்றாகக் கொண்டுவர நாங்கள் இன்னும் என்ன செய்யவேண்டும்?'

இது சம்பத் பிரகாஷ் ஒருவர் மட்டும் கேட்கும் கேள்வி அல்ல!

கஷ்மீரியத்[1]
காலத்தில் பிறந்தார்

சம்பத் பிரகாஷ் 1939 ஜூலை 29இல் பிறந்தார்: அதாவது ஷேக் முகமது அப்துல்லா "அனைத்து ஜம்மு—கஷ்மீர் முஸ்லீம் மாநாடு" என்ற தனது கட்சியின் பெயரை, "அனைத்து ஜம்மு—கஷ்மீர் தேசிய மாநாடு" என்று மாற்றிய இரண்டு வாரங்களுக்குப் பின்னர் பிறந்தார்.

சம்பத் ஒரு ஆச்சாரமான கஷ்மீரி பண்டிதர் குடும்பத்தில் ஸ்ரீநகரில் உள்ள ரெய்னாவாரிக்கு அருகில் உள்ள க்ரல்யாரில் பிறந்தார். சம்பத்தின் தாயார் லீலாவதி சம்பத்தின் இரண்டாம் வயதில் அங்குள்ள ஒரு மிஷன் மருத்துவமனையில் தனது இரண்டாம் பிரசவத்தின் போது இறந்து விட்டார். சம்பத்தின் தந்தை நீல்காந்த் ரெய்னாவாரியில் உள்ள டி.இ. டிண்டேல் பிஸ்கோ பள்ளியில் ஆசிரியராக இருந்தார். இந்தப்பள்ளி கஷ்மீரில் கிறிஸ்தவ மிஷனரிகளால் நடத்தப்படும் முதல் பள்ளியின் ஒரு கிளையாகும்.

இந்தப்பள்ளி துவக்கத்தில் கஷ்மீர் பண்டிதர் குடும்பங்களின் குழந்தைகளை ஈர்த்தது. ஏனெனில்,

முஸ்லீம்களால் அந்தப் பள்ளியின் கட்டணங்களைச் செலுத்த இயலவில்லை. 1890இல் டிண்டேல் பிஸ்கோ முதன்முதலாக ஸ்ரீநகருக்கு வருகை தந்தபோது, கஷ்மீரி பண்டிதர்களை 'தங்கள் சுயமரியாதையை இழந்து விட்டவர்களாகவும்', 'அவர்கள் தங்களை அடிமைப்படுத்தியவர்களின் கால்களில் விழுந்து அடிமை மனப்பான்மையை முத்திரையாகப் பதித்துக்கொண்டவர்களாகவும்' பார்த்தது.[2] அந்தப்பள்ளி. 'இந்த உயர்சாதிப் பெருமைகொண்ட ஆளும் வர்க்க பிராமண மக்களை மனிதர்களாக' மாற்றத் திட்டமிட்டது. இந்தப் பள்ளியின் குறிக்கோள், 'எல்லாவற்றிலும் மனிதனாக இரு' என்பதுதான்.

இந்தப் பையன்கள் தால் ஏரியின் அருகிலேயே வளர்ந்து வந்தாலும் அவர்களுக்கு எவ்வாறு நீந்துவது என்பது தெரியாது என அறிந்து அதிர்ச்சியடைந்தது. அவர்கள் மலைமீது ஏறமாட்டார்கள்: ஏனென்றால் அது கடவுளின் வீடு. அதன்முன் செல்வதில் அச்சம் கொண்டார்கள். பள்ளியிலிருந்து நீக்கப்படுவார்கள் என்று எச்சரிக்கப்பட்ட பின்னர்தான் அவர்கள் நீந்தவும், மலையேறவும் கற்றுக்கொண்டார்கள். அந்த மிஷனரி கஷ்மீரிகளுக்கே உரிய நகைச்சுவை உணர்வால் தங்கள் நோக்கம் எளிதாக நிறைவேறுவதைக் கண்டது.

அந்தக் காலத்தில் கஷ்மீரி பண்டிதர்கள் வெள்ளை நிறத்துணியால் இறுகக் கட்டிய தலைப்பாகையையும், காதுகளில் தங்கக் கம்மல்களையும், மூக்குத்திகளையும், கழுத்திலிருந்து கணுக்கால்வரை தொங்கும் நீண்ட இரவுநேர ஆடை போன்ற பெரான்[3] என்றழைக்கும் ஆடையையும் அணிந்திருப்பார்கள்.

இந்தநேரத்தில் சம்பத் பள்ளிக்குச்செல்லும் வயதை அடைந்திருந்தார். அவரது தந்தை நீல்காந்த் தான் அந்த டிண்டேல் பிஸ்கோ பள்ளியின் தலைமை ஆசிரியர். தனது தந்தை கோட், பேண்ட் ஆகிய மேற்கத்திய ஆடைகளையும், சில நேரங்களில் அவர் பார்வையிட வெளியில் செல்லும்போது 'டை'யையும் தலையில் இறுக்கமான தலைப்பாகையையும் அணிந்திருந்ததை சம்பத் நினைவு கூர்ந்தார். இருந்தபோதிலும் அவர் தமது வீட்டில் பெரான் அணிவதைத் தொடர்ந்துகொண்டிருந்தார். அதன்மூலம் அந்த ஆடைக்குள் இருந்த 'காங்ரி' யைச் சுற்றித் தனது கைகளை உஷ்ணப்படுத்திக் கொண்டிருந்தார்.

நீல்காந்த் தனது மகனுக்கு பன்ஷிலால் எனப்பெயரிட்டார். ஆழமான சைவ நம்பிக்கைகொண்ட குடும்பத்தினர் தங்கள்

மகனுக்கு கிருஷ்ணரின் பெயரைச் சூட்டுவது அதிசயமாக இருந்தது. ஒருவேளை நீல்காந்துக்கும்கூட சந்தேகம் இருந்திருக்கலாம். தான் டியூஷன் சொல்லிக்கொடுக்கும் வீட்டின் அருகில் தங்கியிருக்கும் புகழ்பெற்ற சோதிடரிடம் நீல்காந்த் தனது மகனின் பெயர்பொருத்தம் பற்றிக்கேட்டார்.

அந்த சோதிடர் குழந்தையின் சாதகத்தைப் பார்த்து, அந்தப் பையனுக்கு பன்ஷிலால் என்பது மங்களகரமான பெயர் அல்ல என்று அறிவித்தார். அவர் வேறு ஒரு பெயராக 'சூரியனின் முதல் ஒளி' என்று பொருள்படும் சம்வித் பிரகாஷ் என்று பெயர் வைக்குமாறு கூறினார். அதன்படி, அந்தத் தந்தை தனது மகனின் பெயரை மாற்றினார். அதைத்தொடர்ந்து அடுத்த கட்டமாக, அவரது பெயர் பல ஆண்டுகளுக்குப்பின்னர் கல்லூரியில் சேரும் போது சம்பத் பிரகாஷ் என மாற்றப்பட்டது.

நீல்காந்த் தனது மனைவி இறந்தபிறகு, மிகுந்த மனக்கலக்கத்திலும், துயரத்திலும் இருந்துவந்த அந்த நேரத்தில் மிஷனரியைச் சேர்ந்த ஒரு வயதான ஆங்கில மூதாட்டியைச் சந்தித்தார். அந்தப்பெண் தன்னோடு வந்து தங்குமாறு அழைத்தார். அவரையும், அவரது மகனையும் தத்தெடுத்துக்கொள்வதாகவும் உறுதியளித்தார். அந்த மூதாட்டி சம்பத்தைத் தனது பேரனைப்போல் பார்த்துக் கொள்வதாகவும், நேரம்வரும்போது சம்பத்தை உயர்கல்விக்காக லண்டன் அனுப்புவதாகவும் கூறினார். இதை நீல்காந்த் ஏற்றுக்கொண்டார். கிறிஸ்தவராக மதம் மாறினார்: புதிதாகக் கட்டப்பட்ட தனது ரெய்னாவாரி வீட்டிலிருந்து தனது மகனையும் தன்னோடு அழைத்துச்சென்றார்.

நீல்காந்த்தின் சகோதரர்கள் ஆத்திரம் அடைந்தனர். அவர்கள் தங்கள் ஓடிப்போன சகோதரனை குடும்பக்கூட்டுக்குள் திரும்பிவருமாறு அழுத்தம் கொடுத்தார்கள். ஓராண்டு அழுத்தத்துக்கும், சமாதானப் படுத்தலுக்கும் பிறகு நீல்காந்த் திரும்பிவந்தார். அவரை மீண்டும் கஷ்மீரி பண்டிதர்களின் சமூகத்துக்குள் ஏற்றுக் கொள்வதற்கு மூன்று நாட்கள் சிறப்பு வழிபாடுகள் நடைபெற்றன. தனது தந்தை தனக்கு ஆங்கிலக்கல்வி பெறும் வாய்ப்பைத் தொலைத்துவிட்டதாக சம்பத் எப்போதும் தனது தந்தையைக் கேலிசெய்து சீண்டுவார்.

நீல்காந்த்தின் சகோதரர்கள் அவருக்கு ஒரு புதிய மனைவியாக பிரபாவதி என்ற பள்ளி மாணவியைக் கண்டுபிடித்தனர். சம்பத் அவரை எப்போதும் 'புதிய அம்மா' என்றே அழைத்தார்.

பிரபாவதி ஹப்பாகதல் பகுதியைச் சேர்ந்தவர். அவர் இன்னும் அங்கு கஷ்யப் பள்ளியில் படித்துக்கொண்டிருந்தார். கஷ்மீரி பண்டிதர்கள் தங்கள் மகள்களைப் படிப்புக்காக அனுப்பும் ஒரே பள்ளி இதுதான். பிரபாவதி, நீல்காந்த்துக்கு திருமணம் செய்துவைக்கப்பட்டபோது அவருக்கு வயது வெறும் 14 தான்.

பல ஆண்டுகளுக்குப் பிறகு, 2008 பிப்ரவரியில் என்னை நஜப்கர்—ல் உள்ள அவரது சிற்றன்னையைச் சந்திக்க சம்பத் பிரகாஷ் அழைத்துச்சென்றார். நஜப்கர் தென்மேற்கு டெல்லியின் வெளிப்புறத்தில் உள்ள அசிங்கமான, மக்கள் கூட்டம் நிரம்பிவழியும் ஒரு காலனி. கஷ்மீரில் நடைபெற்ற நிகழ்வுகள் அவரை அந்தப் பள்ளத்தாக்கைவிட்டுச் செல்லுமாறு விரட்டியதிலிருந்து அவர் இங்குதான் வாழ்ந்து வருகிறார். எந்த ஒரு கஷ்மீரிப் பெண்ணையும் போல் அவர் ஒரு வெதுவெதுப்பான கஷ்மீரி அரவணைப்புடன் என்னை வாழ்த்தினார்.

பெரான் ஆடையிலிருந்த அவர் ரெய்னாவாரியில் தனது வாழ்வை நினைவுகூர்ந்த போது, ஓர் இளம்பெண்ணின் மகிழ்வோடு சிரித்தார். இந்துக்களும், முஸ்லீம்களும் ஒற்றுமையாக, நல்லிணக்கத்தோடு வாழ்ந்த அந்த நல்ல பழைய நாட்களை நினைவுகூறுமாறு சம்பத் அவரை வலியுறுத்தினார்.

நான் அவரிடம் ஒவ்வொரு சராசரி நாளையும் அவர் எவ்வாறு கழித்தார் என்பதை விளக்குமாறு கேட்டுக்கொண்டேன்.

அவர் ஒவ்வொரு நாள் காலையிலும், குளிர்காலத்திலும்கூட, 5 மணிக்கு எழுந்து தனது கணவருக்காகவும், குழந்தைகளுக்காகவும் காலை உணவைத் தயாரிப்பார். 10 மணிக்கு மீண்டும் அவர் சமையலறையில் சிறிதளவு பகலுணவைத் தயாரிப்பார். மாலை 4 மணிக்கு குடும்பத்தினருக்காக சில நொறுக்குத்தீனிகளைச் செய்யவேண்டும். இரவு 8 மணிக்கு உணவு தயாரிப்பதில் மூழ்கி விடுவார். சராசரியாக ஒவ்வொரு நாளும் அவர் மூன்று அல்லது நான்கு வகையான அரிசி உணவு தவிர, வெவ்வேறு உணவுகளைச் சமைக்கவேண்டும்.

பிரபாவதிக்கு ஏழு குழந்தைகள். சம்பத்தையும் சேர்த்து எட்டு. ஆனால், சம்பத்தை அவர் மூத்த மகனாகக் கருதினார். குழந்தைகளுக்காகச் சமைப்பதையும், அவர்களைக் கவனித்துக்கொள்வதையும் அவர் ஏற்றுக்கொண்டு அதிலேயே கட்டிப்போடப்பட்டார். அவருக்கு

வெளியே செல்வதற்காக எப்போதாவது அரிதாகவே நேரம் கிடைத்தது. விழா என்பதன் பொருள் அவரைப் பொருத்தவரை, அதிகமாகச் சமைப்பதும், வேலைசெய்வதுமே.

அந்த அறையிலிருந்த காற்று, நினைவுகளோடும், மனக்குறைகளோடும் அழுத்தமாக இருந்தது. உறவினர்கள் பலரும் அந்த அறைக்குள் வந்து கருத்தூன்றிக் கவனித்தார்கள். கடந்த காலத்தைப்பற்றி நான் ஏன் இந்தக் கேள்விகளையெல்லாம் கேட்கிறேன் என்று ஆச்சரியப்பட்டார்கள். இந்தியப் பாராளுமன்றத்தைத் தாக்கியதாகக் குற்றம் சாட்டப்பட்ட ஒரு கஷ்மீரி முஸ்லீமுக்காக சம்பத் நீதிமன்றத்துக்குச் சென்று சாட்சியமளித்ததில் அவரது உறவினர்கள் அனைவரும் மகிழ்ச்சி அடையவில்லை என்று ஏற்கனவே சம்பத் என்னிடம் எச்சரித்திருந்தார். அந்த வழக்கில் அவரை ஈடுபடுத்தியதற்குப் பொறுப்பு நான்தான் என்று அவர்கள் அறிந்திருந்தார்கள். மேலும் அந்த மனிதன் விடுதலை செய்யப்பட்டிருந்ததில் அவர்கள் எரிச்சல் கொண்டிருந்தார்கள். அந்தச்சூழலை எளிமைப்படுத்துவதற்காக நான் பிரபாவதியிடம் கஷ்மீரி பண்டிதர்களின் பெரிய வீட்டில் சிவராத்திரி எவ்வாறு கொண்டாடப்படுகிறது என்பதை விளக்கிக் கூறுமாறு கேட்டுக்கொண்டேன்.

பிரபாவதி தனது உணர்ச்சிகளை வெளிப்படுத்தும் முறையில் மாற்றம் ஏற்பட்டது. அவர்கள் எவ்வாறு சிவராத்திரியைக் கொண்டாடினார்கள் என்று பிரபாவதி விளக்கிக் கூறியபோது மீண்டும் அங்கு உற்சாகம் தோன்றியது. அந்த விழா பல நாட்கள் நீடித்தது... விழாவின் குறிப்பிட்ட நாளுக்குமுன் வீடு முற்றிலும் சுத்தம் செய்யப்பட்டது. அடுக்களையில் பாத்திரங்கள் பூசப்பட்டன. மண்பாண்டங்கள் வெளியே வீசப்பட்டன. அந்தப்பண்டிகையின் ஒவ்வொரு நாளிலும் அவர், வழக்கமான பச்சைக் காய்கறிகளுக்குப் பதிலாக, நோல்கோல் மற்றும் தாமரைத்தண்டுகள் போன்ற சிறப்புக் காய்கறிகளைக்கொண்டு சமையல் செய்வார். அவர் பாலாடைக்கட்டி உணவுகளையும் தயார் செய்வார். சிறப்பு பூசைக்கு அடுத்தநாள் 'சலாம்' என்று அழைக்கப்படும். அப்போது ஏழைமுஸ்லீம்கள் தங்கள் பாத்திரங்களோடு வருவார்கள். அவர் தான் சமைத்த உணவுகளை அவர்களது பாத்திரங்களில் நிரப்புவார். நண்பர்களும், உறவினர்களும், அக்கம்பக்கம் உள்ளவர்களும் அவர்களை வாழ்த்த வருவார்கள். வாழ்த்துக்களைப் பரிமாறிக்கொள்வதோடு விருந்துகளுக்கும் அழைப்பார்கள். பெரியவர்கள் அந்தக்குடும்பத்தின் இளையவர்களுக்கு, முஸ்லீம்கள் ஈத் பெருநாளில் செய்வதுபோல், பணம் கொடுப்பார்கள்.

நான் பிரபாவதியிடம், ‘டெல்லியில் உள்ள கஷ்மீரிகளாகிய நாங்களும்கூட[4] சிவராத்திரியைக் கொண்டாடுகிறோம்; அந்த நாளன்று இன்றும்கூட ஆட்டு ஈரலால் செய்த உணவைக் காலைச்சிற்றுண்டியாக உண்கிறோம்’ என்று கூறினேன். அவ்வாறு கூறியது எங்களிடையே ஒரு இணக்கத்தை ஏற்படுத்தும் என்று கருதினேன். ஆனால், சம்பத்தின் சகோதரரின் மனைவி ஆஷா என்னைப் பார்த்துக் கூறினார்: ‘நாங்கள் அசைவ உணவுகளை ஒருபோதும் உண்ணமாட்டோம்; நாங்கள் சைவர்கள்’ என்றார். பின்னர் சம்பத் ஆஷா ஆர்.எஸ்.எஸ்—ன் தீவிர உறுப்பினர் என்று என்னிடம் கூறினார்.[5]

நான் பிரபாவதியிடம், அவர் எப்போதாவது சூஃபி தர்காக்களுக்குச் சென்றுள்ளாரா, என்று கேட்டேன். இந்துக்கள் சூஃபி புண்ணிய தலங்களுக்கும், கோவில்களுக்கும் சென்றுவருவது கஷ்மீரில் எவ்வாறு ஒருமரபாக இருக்கிறது என்பதை சம்பத் அழுத்தத்தோடு கூறினார். தனது தாயார் ஹரிபார்பட்டின் மேற்குச்சரிவில் உள்ள சரிகாதேவி கோவிலுக்கும், அதன்பிறகு தெற்குச்சரிவில் உள்ள முஸ்லீம் புண்ணியதலங்களான க்வாஜா மக்தூம் சாஹிப் மற்றும் அஹூந்த் முல்லா ஷா—வுக்கும் சென்று பிரார்த்தனை செய்வார் என்று சம்பத் கூறினார். அது கஷ்மீரின் ஒன்றுகலந்த கலாச்சாரம் என்று அழுத்தம் தந்த அவர் அதுதான் ‘கஷ்மீரியத்’ என்று அழைத்தார்.

பிரபாவதி எந்த இடத்துக்கும் செல்ல தனக்கு நேரமில்லை என்றார். ஆனால், ஆண்டுக்கு ஒருமுறை வருகைதரும் லாடிஷா எனப்படும் நையாண்டி இசைக்குழுவை நினைவுகூர்ந்தார். லாடிஷா வரும்போது குடும்பத்தினர் அனைவரும் ஒன்றாகக்கூடி அவரது பாடல்களையும், கேலி, கிண்டல்களையும் கேட்டு ரசிப்பார்கள். லாடிஷா தனது கதைகளைக் கூறும்போது, இரும்புக் கம்பிகளையும் வளையங்களையும் குலுக்குவார் என்று பிரபாவதி நினைவுகூர்ந்தார். ஆனால், அவரால் அந்தக்கதைகளை நினைவில் வைத்துக்கொள்ள முடியவில்லை. ஆனால், அந்தக்கதைகள் அந்த நேரத்தில் இருந்த சமூக, அரசியல் பிரச்சனைகளை நையாண்டி செய்வன என்பதை அறிந்திருந்தார்.

பிரபாவதி விளக்கிக்கூறிய அன்றாட வேலைகள் முடிவில்லா வேலைகளில் ஒன்று என அவர் அறிந்திருந்ததாகத் தெரியவில்லை. ஆனால், ஒருமுறைகூட தனது ஆட்சேபணையை அவர் தெரிவித்த தில்லை. அவர் தெரிவித்த ஒரேஒரு கவலை அவர் தனது வீட்டை

இழந்ததுதான். அவர் கஷ்மீரில் இருந்த தனது வீடு கஷ்மீரியத் என்ற இனிய உணர்வுகளின் வீடாக இருந்ததை நினைத்துப்பார்த்தார். அவர் தனக்குச் சொந்தமானவற்றையும், வீடு முழுவதும் நிறைந்திருந்த நினைவுகளையும் விட்டுவிட்டு வந்தார். 1990 ஜனவரி 19இல் தனது பைகளில் பொருள்களை அடைத்தபோது மிகவும் அபூர்வமான கடந்தகாலத்தை நினைவூட்டுபவைகளையும்கூட எடுத்துவர அவருக்கு நேரமிருக்கவில்லை.

பிரபாவதி தனது வீட்டுக்கோ அல்லது கஷ்மீருக்கோ திரும்பிச் செல்லவேயில்லை. டெல்லியில் இருந்த வீட்டில் 2013 ஜூன் 20 அன்று அவர் அமைதியாக மரணமடைந்தார். அந்த டெல்லி வீட்டை அவர் வீடு என்று கூறவே இல்லை. நீல்காந்த் டெல்லிக்கு செல்லவே இல்லை. அவர் ஜம்முவில் உள்ள தனது மகன் வீட்டில் 1992 ஏப்ரலில் இறந்துவிட்டார்.

சம்பத் பிரகாஷ், கஷ்மீரில் அண்டையில் வாழ்ந்த முஸ்லீம்களோடு நல்லிணக்கத்துடன் தான் வளர்ந்த தனது நினைவுகளை தனது தாயாரால் உறுதிப்படுத்த இயலவில்லை என்பதில் ஏமாற்றமடைந்தார். நான் அவரது பள்ளி நாட்களைப் பற்றிக் கேட்டேன்.

சம்பத் டிண்டேல் பிஸ்கோ பள்ளியில் 7 ஆம் வகுப்புவரை படித்தார். அவர் தனது பள்ளியின் நோக்கத்தை மகிழ்வுடன் பாடினார். ‘எல்லாவற்றிலும் ஒரு மனிதனாக இரு’ அவர் பள்ளியில் சேர்ந்த நாளன்று ரெய்னாவாரியிலிருந்து ஜவஹர்லால் தர் மற்றும் ஜவஹர்லால் கௌர் ப்ரா என்ற இரண்டு பையன்கள் அப்பள்ளியில் சேர்ந்தனர். அவர்கள் மூவரும் தங்கள் வாழ்நாள் முழுவதும் நண்பர்களாகவே விளங்கினர். சம்பத்தின் குழந்தைப்பருவ கஷ்மீரியத் நினைவுகள் அவரது உல்லாசப்பயண நினைவுகளோடு தொடர்புடையவை. இளவேனில் பருவகாலத்தில் இந்துக்கள், முஸ்லீம்கள் என ஒவ்வொருவரும் பதம்வாரி[6] க்குச் செல்வார்கள். பதம்வாரி என்பது ஹரிபத்பாடுக்குக் கீழே அமைந்துள்ள கை,கால்களை நீட்டியும், படுத்தும் ஓய்வெடுத்துக்கொள்ளும் ஒரு பூந்தோட்டம். அங்கே சிவப்பு கலந்த நீலமும், வெண்ணிறமும் கொண்ட வாதுமை மலர்களுக்கு நடுவில் நாள் முழுவதும் அமர்ந்துகொண்டு தங்கள் குவளைகளில் குடுவையில் உள்ள காவா—வை நிரப்பி சொரசொரப்பான கடலைக் கொட்டைகளை சிறு நெருப்பில் வறுத்துக்கொண்டு சுவைப்பார்கள்.

சம்பத் தனது தாயாரை, அவர்களுக்கும் அண்மையில் உள்ள

முஸ்லீம்களுக்கும் இடையே இருந்த உறவுகளைப்பற்றிக் கூறுமாறு செய்தார். பிரபாவதி அந்த உறவுகளை கவனத்துடன் அனுபவித்தார். பக்கத்தில் வாழ்ந்த முஸ்லீம் பக்கால் குடும்பத்தினருடனான உறவு மிகவும் இணக்கமாக இருந்தது என்றும், தங்கள் குடும்பத்துக்கு நெருக்கமாக இருந்தார்கள் என்றும் பிரபாவதி கூறினார். தனது திருமணத்தின்போது மணமக்கள் கூட்டத்தாருக்கு முதல் மாலை அணிவித்தது பக்கால் குடும்பத்தினர்தான் என்றும் அவர் தெரிவித்தார்.

ஆம். பக்கால் முஸ்லீம்களும், குண்டூஸ் இந்துக்களும் கேளிக்கை சுற்றுலாக்களுக்கு ஒன்றாகவே செல்வார்கள். ஒவ்வொருவரும் தங்கள் அடுப்புக்களையும், விரிப்புக்களையும் எடுத்துப்போவார்கள். அவர்கள் அருகருகே அமர்ந்துகொள்வார்கள். அவர்களின் குழந்தைகள் ஒன்றாகவே விளையாடுவார்கள். அது உண்மையாக இருந்தது. பெரும்பாலான கஷ்மீரி பண்டிதர்களைப்போல பிரபாவதி முஸ்லீம் வீட்டிலிருந்து வந்த உணவை உண்ணவில்லை; அவர்கள் மாமிசம் சாப்பிடமாட்டார்கள் என்பதால் அல்ல. அவர் வெங்காயத்தையோ, வெள்ளைப்பூண்டையோ சாப்பிடமாட்டார் என்பதால். ஆனால், அவர் உலர்ந்த பழங்களையும், லோட்டஸ் பழங்களையும் அண்டைவீட்டு முஸ்லீம்கள் கொடுக்கும்போது சாப்பிடுவார். ஈத் பெரு நாளின்போது பக்கால்கள் தங்கள் வீட்டில் சமைத்ததை அவர்கள் உண்ண மாட்டார்கள் என்பதால், பச்சைமாமிசத்தை அனுப்புவார்கள்.

முஸ்லீம்கள் செம்பினால் செய்யப்பட்ட பாத்திரமான ரமோவார்—ல் ‘பகல்நேரத் தேநீர்’ என்று அவர்கள் கூறும் இளம் சிவப்புநிற உப்புத் தேநீரை அருந்துவார்கள் என்பதை சம்பத் குறிப்பிட மறந்துவிட்டார். கஷ்மீரி பண்டிதர்களோ அதை ‘முழுத்தேநீர்’ என்பார்கள். வசதிமிக்க கஷ்மீரி பண்டிதர்கள் வழக்கமாக பித்தளைக்குவளைகளில் வெந்நீரில் கலந்து வடிக்கப்பட்ட காப்பியைக் குடிப்பார்கள். சம்பத்தைப் பொருத்தவரை இவை சாதாரண தகவல்கள்தான். முக்கியமானது என்னவென்றால், அந்த இரண்டு குடும்பங்களும் வாதுமை மலர்களையும், இளவேனிற்கால இளஞ்சூடான காற்றையும் ஒன்றாகவே அனுபவித்தார்கள் என்பதுதான்.

முட்டாள்தனமாக நான் பிரபாவதியிடம், அவர் கஷ்மீருக்குத் திரும்பிவர விரும்புகிறாரா என்று கேட்டுவிட்டேன். அதன்பிறகுதான் நான் அவரிடம் அடக்கிவைக்கப்பட்டிருந்த கோபத்தைக்

கிளறிவிட்டிருந்தது தெரிந்தது. 'கஷ்மீரை விட்டுச்செல்ல நான் ஒரு முட்டாளா? எனதுவீடு, எனது உடமைகள், எனது நினைவுகள் எல்லாவற்றையும் விட்டுவிட்டு வந்தேன். இப்போது நான் பக்கால்களுடன் சேர்ந்து தங்குவதற்கு எங்கு செல்வேன்?'

சம்பத் பிரகாஷ் தனது தாயாரிடம் அந்தப் பள்ளத்தாக்கில் கலவரங்கள் நிகழ்ந்தபோது, கிளர்ச்சிக்காரர்கள் அந்த முழுக்குடும்பத்தையும் அங்கிருந்து சென்றுவிடுமாறு வற்புறுத்தியபோது பக்கால்கள் தங்களைப் பாதுகாப்பதற்காக பலதொல்லைகளை அடைந்தார்கள் என மீண்டும் நினைவுபடுத்தினார். அதை அவரது தாயார் ஒத்துக் கொண்டார். 'தமது அண்டை வீட்டுக்காரர்கள் தனது குடும்பம் ஜம்முவில் வசித்தபோது வந்து பார்த்தார்கள்; இப்போதும்கூட தொலைபேசி மூலம் செய்திகளைப் பரிமாறிக் கொள்கிறார்கள். ஆனால், இப்போது தொலைபேசி அழைப்புக்கள் அடிக்கடி வருவதில்லை.'

இந்துக்களும், முஸ்லீம்களும் கஷ்மீரிகள்; சமாதானத்தோடும், நட்புறவோடும் வாழ்ந்த அந்தக்கால நினைவுகளை அண்மையில் நடைபெற்ற நிகழ்ச்சிகள் அழித்துவிட்டன என்றார் சம்பத் பிரகாஷ். தனது குழந்தைப்பருவ நாட்களில் இரண்டு சமுதாயத்தையும் சார்ந்த பையன்கள் தங்களுக்குள் பெரியவர்களை விட அதிகம் பகிர்ந்துகொண்டிருந்தார்கள் என சம்பத் குறிப்பிட்டுக்கூறினார்.

தனது பள்ளியிலிருந்து நண்பர்களோடு தால் ஏரிக்குச் சென்ற சிற்றுலாக்களை அவர் விவரித்தார். இரண்டு சமுதாயங்களைச் சார்ந்த பையன்களும் ஒன்றாக உணவருந்தினார்கள். அவர்களுக்கு வேடிக்கைகள் தேவைப்பட்டபோது சிறுபையன்கள் செய்யக்கூடிய எல்லாவற்றையும் செய்தார்கள். அவர்கள் கூட்டாகச் சமைத்து ஒன்றாக கூட்டாக உண்டார்கள். படகின் கூரைமீது ஏறி ஏரிக்குள் குதித்து அதன் தூய்மையான தண்ணீரில் நீந்தினார்கள். சுற்றுலாக்களைப் போலவே அவர்கள் பள்ளியில் நீச்சலும் கட்டாயம். அவர்கள் ஏழாம் வகுப்புக்கு தேர்ச்சி பெறுவதற்குமுன் அந்தப் பையன்கள் எவ்வாறு தால் ஏரியின் குறுக்கே நீந்தினார்கள் என்பதை சம்பத் பிரகாஷ் நினைவுபடுத்தினார். அவ்வாறு அவர்கள் நீந்தும்போது அவர்களுக்கு வலுவூட்டுவதற்காக ஆசிரியர்கள் இறைச்சி நிறைந்த குல்சார் (கோலா) உருண்டைகளை அவர்களிடம் வீசுவார்கள்.

அவரது வகுப்பில் எத்தனை முஸ்லீம் பையன்கள் படித்தார்கள் என்று நான் கேட்டபோது அவர் குலாம் மொஹம்மது என்ற

ஒருபெயரை மட்டும் கூறினார். அந்தப்பையன் அலுவலக பணியாளர் ஒருவரது மகன். அவனுக்கு கட்டணம் செலுத்துவதிலிருந்து விதிவிலக்கு அளிக்கப்பட்டிருந்தது. சம்பத் படித்த காலத்தில் பள்ளியின் ஆண்டுக்கட்டணம் ரூ.25/. அதை அவரது அண்டை வீட்டுக்காரர்களான பக்கால்களால் செலுத்த முடியவில்லை. பக்கால் பையன்கள் ஹரிசிங் உயர்நிலைப்பள்ளிக்குச் சென்றார்கள். அங்கு இலவசக் கல்வி அளிக்கப்பட்டது.

சம்பத் தன்னைச் சுற்றியிருந்தவர்களின் ஏழ்மையைப்பற்றி ஆழமாக உணர்ந்திருந்தார். அப்போது முஸ்லீம் விவசாயிகளிடையே கொடூரமான ஏழ்மை நிலவிவந்ததை தனது தாயாரின் சகோதரி வாழ்ந்த நௌகாம், நரிபோடா கிராமத்துக்கு தன்னை அழைத்துச் சென்றபோதெல்லாம் பார்த்திருந்தார். அங்கு மூன்று கஷ்மீரி பண்டிதர்களின் குடும்பங்கள் மட்டும் தான் செங்கல், சிமெண்ட் ஆகியவற்றால் கட்டப்பட்ட வீடுகளில் வாழ்ந்தனர். அங்கு தரைவிரிப்புக்களும், காங்ரி அடுப்புக்களும், போதுமான கரியும் இருந்தன.

அவை, மாதுளை, வாதுமை மரங்கள் நிறைந்த அழகான கிராமங்கள். ஆனால், அவற்றின் நடுவே தரைவிரிப்புக்களுக்குப் பதிலாக கோரைப்பாய்கள் பரப்பப்பட்ட முஸ்லீம் குடும்பங்களின் வீடுகள் ஏழ்மையின் அசிங்கமான நிதர்சனத்தோடு இருந்தன. அவர்கள் கிழிந்த பெரான்களை அணிந்திருந்தார்கள். அவர்களின் குழந்தைகள் குளிர்காலத்திலும்கூட ஒற்றை ஸ்வெட்டர்களை அணிந்து திரிந்தார்கள். தனது சித்திகளால் பாசத்தோடு அவர்கள் உபசரிக்கப்பட்டிருந்தாலும், முஸ்லீம் பெண்கள் அவரிடம் காட்டிய அன்பை சம்பத் இன்றும் மிகமிக உயிரோட்டத்தோடு மனக்கண்மூலம் கண்டு நினைத்துப்பார்க்கிறார். அந்த சிறிய ஓலைக்குடிசைகளின் கீழே ஒற்றை அறைமட்டும் உள்ள வீட்டில் சம்பத் ஒரு இளவரசன்போல உபசரிக்கப்பட்டார். இதன்மூலம் இறந்துவிட்ட தனது தாயின் அன்பை இழந்துவிடவில்லை என உணர்ந்தார். அந்த முஸ்லீம் பெண்கள் தங்களது வெற்று அடுக்களைகளிலிருந்து எதையாவது கண்டுபிடித்து அவரது வாயில் ஊட்டுவார்கள். குளிப்பதற்கு வெந்நீர் தருவார்கள். அவர்களது வெதுவெதுப்பான அரவணைப்போடு அவரைத் தாங்கிக்கொள்வார்கள். அவரும் தனது பங்குக்கு தனது குடும்பவிழாக்களுக்கு அவர்களை அழைக்க மறந்ததே இல்லை. அதைத்தொடர்ந்து அவரது இரண்டு மகன்களும் பலமாதங்கள் முஸ்லீம் சமுதாயத்தின் அன்பில் மூழ்கிக் கழித்தார்கள்.

இளம் சம்பத்தை அவரது குழந்தைப்பருவத்திலிருந்து தொல்லைக்குள்ளாக்கிய ஒரு விஷயம் இருந்தது. அதுதான் பணக்காரர்களுக்கும், ஏழைகளுக்கும் இடையே உள்ள மிகப்பெரிய வேறுபாடு. சம்பத் வசித்த அந்த வளாகத்திலேயே அவரது தந்தையின் சகோதரர்களும் தங்கள் சொந்த வீடுகளைக் கொண்டிருந்தார்கள். சகோதரர்களில் ஒருவரான பாலாஜிகுண்டு மிகவும் பணக்காரர். அவருக்கு ஐந்து சாராயக்கடைகளும், ஒரு ஓட்டலும் ஸ்ரீநகரை அடுத்த நவநாகரிகமான சோனாவாரில் இருந்தன. அந்தப்பணக்கார வியாபாரி தனது குழந்தைகளுக்கு விலை அதிகமுள்ள துணிகள், நல்ல உணவுகளை வாங்கினார். அவரிடம் ஒரு டோங்கா வண்டியை வாடகைக்கு அமர்த்தவும் பணம் இருந்தது. ஆனால், அந்த சித்தப்பா, நீல்காந்துக்கு உதவ எப்போதும் நினைத்ததே இல்லை. நீல்காந்த் தனது பெரிய குடும்பத்துக்காக கடும் குளிரிலும் ஒவ்வொரு நாளும் பல மைல்கள் சைக்கிளில் சென்று டியூஷன் எடுத்து சிரமப்பட்டார். சித்தப்பா தனது தந்தைக்கு ஒருபோதும் உதவாததாலும், பண்டிகைகளின்போது கூட பரிசுகள் அளிக்காததாலும் அவர்மீது கோபம் கொண்டிருந்தார்.

கஷ்மீரிகள் கேளிக்கை நிகழ்ச்சிகளை, ரசிக்கக்கூடிய புதுமையான வற்றை விரும்புபவர்கள் என்றார் சம்பத். ஏதாவது வித்தியாசமான நிகழ்ச்சியோ, தலைவர்கள் வருகையோ அல்லது ஒட்டகம் வந்தால்கூட நூற்றுக்கணக்கில் வெளியே வருவார்கள். பிரகாஷுக்கு நான்கு வயதாகியிருந்தபோது அவரது தந்தை ஸ்ரீநகரில் உள்ள பட்மாலுதாட்டு மைதானத்துக்கு ஒரு விநோதமான விலங்கான ஒட்டகத்தைக் காண அழைத்துச் சென்றார். தங்களது இறைத்தூதரான மொஹம்மது பாலைவனங்களில் பயணம் செய்ய ஏறிச்சென்ற ஒட்டகத்தைக் கண்டு ஆச்சரியமடைந்தார்கள். ஒட்டகம் தனது வயிற்றிலுள்ள வாயுவை மலவாய் வழியாக வெளியேற்றியபோது அதிர்ச்சி அடைந்தார்கள். இந்த நிகழ்ச்சியைச்சுற்றி ஏராளமான கதைகள் கட்டப்பட்டன. அவற்றை அப்படியே எழுத்தில் தருவது எளிதல்ல.

சம்பத் வளர்ந்தபோது அரசரின் ஒடுக்குமுறைக்கு எதிராக கஷ்மீர் ஒரு போரில் இருக்கிறது என்று புரிந்துகொள்ளத் துவங்கினார். ஆனால், பள்ளியில் அவர் கஷ்மீரின் வரலாறு பற்றி அதிகமாக ஒன்றும் கற்றுக்கொள்ளவில்லை. டிண்டேல் பிஸ்கோ பள்ளியிலோ அல்லது அந்தப்பள்ளி நாட்டுடமையாக்கப்பட்டபின் படித்த, அவரது தந்தை தலைமை ஆசிரியராக இருந்த DAV [7] பள்ளியிலோகூட.

சம்பத் குழந்தையாக இருந்தபோது நாட்டுப்புறக்கதைகளையும், கஷ்மீரிப் பாடல்களையும் தனது அன்புக்குரிய தீதி[8] குங்மாலியிடமிருந்து கேட்டார். அந்தக் குடும்பத்தின் செல்லமான குங்மாலி வெறும் 13 வயதிலேயே கணவனை இழந்து விதவையானவர். சம்பத் அவருடனேயே படுக்கையில் தூங்குவார். அவர் சம்பத்துக்கு தனது ஆடையைப் பரவவிட்டு வெதுவெதுப்பாக்கி, கதைகள் கூறுவார்.

வரலாற்றுப் பாட ஆசிரியரான நீல்காந்த் தனது மகனிடம் கஷ்மீரின் பண்டைக் கலாச்சாரம் பற்றிக்கூறுவார். மொஹஞ் சதாரோவைவிடவும் கஷ்மீரி நாகரிகம் பழமையானது. அவரது தந்தை தனது மகனிடம் கஷ்மீரி தேசிய உணர்வை ஏற்படுத்தினார். அவர் மேலும் தன்மகனிடம் ஆறு நூற்றாண்டுகளின் ஒடுக்குமுறைக்குப்பின் உருவான முதல் கஷ்மீரி தலைவர் ஷேக் அப்துல்லா என்றும் கூறினார்.

நீல்காந்த் தனது மகனிடம் கஷ்மீர் எவ்வாறு மகத்தான அழகுடன் சுதந்திரபூமியாக ஒருகாலத்தில் இருந்தது என்பதைக்கூறினார். யூசுப் ஷாதான்[9] மொகலாயர்களால் தோற்கடிக்கப்பட்ட கஷ்மீரின் கடைசி மன்னன். அவர்கள் 1586இல் கஷ்மீரை இணைத்துக்கொண்டார்கள். மொகலாயர்கள் 700 தோட்டங்களை அமைத்தார்கள். ஆனால், அந்த நேரத்தில் கஷ்மீரிகள் அவற்றுக்குள் நுழைய தடைவிதிக்கப்பட்டார்கள். பின்னர் வந்த ஆஃப்கானியர்கள் 1739இல் கஷ்மீரைக் கைப்பற்றினார்கள். கொடூரமான ஆட்சிமுறையைக் கட்டவிழ்த்துவிட்டார்கள். ஆஃப்கானியர்கள் 1819இல் சீக்கியர்களால் தோற்கடிக்கப்பட்டார்கள். இவ்வாறு சீக்கியர்களின் ஆட்சி துவங்கியது. அது கஷ்மீரிகளை ஒடுக்குவதாக அமைந்தது. 1846இல் ஆங்கிலேயர்கள் சீக்கியர்களைத் தோற்கடித்து கஷ்மீர் பள்ளத்தாக்கை ஆங்கிலோ—சீக்கியப்போரில் தங்களுக்கு உதவிய தோக்ராக்களுக்கு அளித்தார்கள். நீல்காந்த் தனது மகனிடம் கஷ்மீர் மீண்டும் ஒருமுறை சுதந்திர நாடாகும் என்று கூறினார்.

நீல்காந்த் குண்டு ஒரு உறுதியான தேசியவாதி. அவர் தனது மகனையும் அவ்வாறே உருவாக்கினார். அவர் தனது மகனை ஷேக் அப்துல்லா மற்றும் அந்த நேரத்தில் புகழ்பெற்றிருந்த தலைவர் களின் கூட்டங்களுக்கு அழைத்துச் செல்வார். சிறுவனான சம்பத் அந்தப் பேச்சுக்களைப் புரிந்து கொள்ளாவிட்டாலும் முழக்கங் களை எழுப்புவதில் இணைந்துகொண்டார். (ஷேக் ஆசியா கா புலந்த் சிதாரா; ஷேர்—எ— கஷ்மீர் ஹமாரா) — ‘ஷேக்தான்

ஆசியாவின் ஒளிரும் நட்சத்திரம்; கஷ்மீர் சிங்கம் எங்களவர்' ஷேக் தனது 'முஸ்லீம் மாநாடு' கட்சியை 'தேசிய மாநாடு' என்று மாற்றியபோது நீல்காந்த் தனது முழு இதயம் நிறைந்த ஆதரவை அந்தக்கட்சிக்கு அளித்தார்.

சம்பத்தின் குழந்தைப்பருவம் முழுவதும் அவரைச்சுற்றி மிக முக்கியமான நிகழ்வுகள் நடைபெற்றன. அவற்றின் முக்கியத்துவத்தை அறிந்துகொள்வதற்கு மிகவும் சிறுவனாக இருந்தபோதிலும், அவரது உணர்வுகள் அவற்றால் ஈர்க்கப்பட்டன. அவை அவரது அரசியல் பார்வையைத் தகவமைத்தன. அவர் பிறந்த சமுதாயத்தையோ, குடும்பத்தையோவிட அவர் அறிந்துகொண்ட மிகப் பெரிய ஏதோ ஒன்றின் பகுதியாக ஆகவேண்டும் என்ற விருப்பத்தை ஊட்டின. ரெய்னாவாரியில் கூட்டங்களின் முனைகளில் நின்று கொண்டிருந்ததாலும், கிளர்ச்சியூட்டும் விவாதங்களை கவனித்துக் கொண்டிருந்ததாலும், கூட்டங்களில் கம்யூனிஸ்ட்களின் ஆவேசமான பேச்சுக்களாலும், வலிமையான முழக்கங்களாலும் தூண்டப்பட்டதை சம்பத் இன்னும் நினைத்துப் பார்க்கிறார்.

கஷ்மீர் சுதந்திரத்தின் நம்பிக்கை ஷேக் அப்துல்லா என்ற மனிதருக்குள் உள்ளடங்கியிருந்தது

ஷேக் அப்துல்லா 1905 டிசம்பர் 15இல் சௌரா என்ற கிராமத்தில் தன் தந்தையின் மரணத்துக்கு 15 நாட்கள் பின்னர் பிறந்தார். அவரது தாயார் கைர்—உன் நிசா அவருக்கு குரான் கல்வியை அருகில் உள்ள மக்தாப்பில் பெறவைத்தார். ஃபாதேக் கதலில் உள்ள அரசுப்பள்ளியில் மெட்ரிக் படித்தார். ஸ்ரீநகரில் எஸ்.பி.கல்லூரியில் 1924இல் பட்டம் பெற்றார்.

ஸ்ரீநகரிலிருந்து லாகூர் சென்ற ஷேக் அப்துல்லா அங்குள்ள இஸ்லாமிய கல்லூரியில் சேர்ந்தார். அங்கு அவர் கவிஞர் முகமது இக்பால் முதல் கம்யூனிஸ்ட் தலைவர்கள் வரையான தத்துவார்த்த வேறுபாடுகள்கொண்ட பல அறிவுஜீவிகளைச் சந்தித்தார். லாகூரில் பஞ்சாபிகளால் கஷ்மீரி முஸ்லீம்கள் எவ்வளவு மோசமாக நடத்தப்படுகிறார்கள் என்பதைப் பார்த்தார்.

லாகூரில் கல்லூரிப் படிப்பை முடித்தபின் வேதியியல் பட்டமேற்படிப்புக் கல்வியை அலிகார் முஸ்லீம் பல்கலைக்கழகத்தில் படித்தார். அவர் அலிகாரில் தங்கியிருந்தது அவரது பார்வையை விரிவுபடுத்தி அரசியலைப் புரிந்துகொள்ள வைத்தது. அவர்

1930 ஏப்ரலில் கஷ்மீருக்குத் திரும்பினார். கஷ்மீர் முஸ்லீம்களில் வேதியியலில் முதுகலைப் பட்டம் பெற்ற ஒரே பட்டதாரி என்ற போதிலும் அவரால் நிர்வாகத்தில் வேலை எதுவும் பெறமுடியவில்லை. 1931 பிப்ரவரியில் ஷேக் அப்துல்லா ஸ்ரீநகரில் பாக்—எ—திலாவர் கான் அரசுப் பள்ளியில் இரண்டாம்நிலை ஆசிரியராக பணியில் சேர்ந்தார். ஒரு மாதத்துக்குப்பின் அவர் முஸபராபாத்தில் உள்ள அரசுப்பள்ளிக்கு மாற்றப்பட்டார். 1931 ஏப்ரலில் பணியிலிருந்து விலக முடிவுசெய்து ஸ்ரீநகருக்கு திரும்பிச்சென்றார். ஸ்ரீநகரில் அவர் வாசகசாலை கட்சியினரால் தொடர்பு கொள்ளப்பட்டார். அந்தக்கட்சி படித்த முஸ்லீம் இளைஞர்களை ஒருங்கிணைத்திருந்தது. அந்த இளைஞர்கள் ஓர் அறையில் சந்தித்து உருது மற்றும் ஆங்கில நாளேடுகளைப் படிப்பார்கள். பிரெஞ்சு மற்று ரஷ்யப்புரட்சி பற்றி விவாதித்துக்கொண்டே தங்களுக்கான வேலைவாய்ப்புக்களையும் தேடுவார்கள். அந்த நாளேடுகள் ஆயிரக்கணக்கில் வெளியிடப்பட்டு ராவல்பிண்டியிலிருந்து ஸ்ரீநகருக்குள் நுழையும் லாரிகள், கார்கள் மூலம் கடத்தப்பட்டன.[10]

அந்த இளைஞர்கள் தபால் தந்தி அலுவலர் முகமது சிக்கந்தர் வீட்டுக்குப் போவதை வழக்கமாகக் கொண்டிருந்தார்கள். அவர் படித்த, வேலை இல்லாத முஸ்லீம் இளைஞர்களின் பாதுகாவலராக இருந்தார். மஹாராஜா அனைத்து அரசியல் நடவடிக்கைகளையும் தடை செய்திருந்ததால், அந்தக்கட்சியில் ஒரு தலைமறைவு அரசியல்குழுவை அமைத்திருந்தனர். இந்த வாசகசாலை கட்சிதான் அனைத்து ஜம்மு—கஷ்மீர் முஸ்லீம் மாநாடு கட்சியின் முன்னோடி.

வாசகசாலை கட்சியில் ஷேக் அப்துல்லா சேர்ந்தபிறகு, ஃபாதேஷ்கதலில் உள்ள முஃப்திஜியா—உத்—தின் வீட்டுக்கு அலுவலகம் மாற்றப்பட்டது. அந்தக்கட்சி மறுகட்டமைப்பு செய்யப் பட்டதோடு ஷேக் முஹமது அப்துல்லா அதன் தலைவராக தேர்ந்தெடுக்கப்பட்டார்.

ஆறு அடி நான்கு அங்குல உயரம்கொண்டு வசீகரமான குரலில் பேசுபவரான அவர் தன்னைப் பின்தொடருபவர்கள் பலரையும் ஈர்த்தார். ஒடுக்கப்பட்ட, தாழ்த்தப்பட்ட கஷ்மீர் முஸ்லீம்களின் குரலாக உருவானார்.

கஷ்மீர் முஸ்லீம்களை அரசியல் ரீதியாக அணிதிரட்டும் முதல் முக்கிய நிகழ்வு 1931இல் முஸ்லீம் இளைஞர் சங்கத்தால்

(Young Men's Muslim Association) ஏற்பாடு செய்யப்பட்ட ஒரு கூட்டத்தில் பேச ஷேக் அப்துல்லா வருகைதந்த போது நிகழ்ந்தது.[11] ஸ்ரீநகரில் ஜீலம் நதிக்கரையில் கட்டப்பட்டிருந்த மிகப் பழம் மசூதிகளில் ஒன்றான கங்குவா —எ— மௌலானாவில் 7,000 பேருக்கும்மேல் கூடிய முதல் கூட்டம் அது.[12]

ஜம்முவிலிருந்து முறையிடப்பட்ட இரண்டு முக்கிய நிகழ்வுகளின்மீது கவலை தெரிவிப்பதற்காக 1931 ஜூன் 21இல் அந்தக்கூட்டம் கூட்டப்பட்டிருந்தது. ஜம்முவில் காவல்துறை அதிகாரிகள் இஸ்லாத்தை அவமரியாதை செய்தார்கள். ஒரு நிகழ்வில் முஸ்லீம் பணியாளர் உரக்கப் படித்துக்கொண்டிருந்த புனித குரானை லக்காராம் என்பவர் வீசியெறிந்திருந்தார். அடுத்து ஏப்ரல் 29இல் ஒரு இமாமை தனது சமயச் சொற்பொழிவை நிறுத்துமாறு கேம்சந்த் என்ற காவல்துறை அதிகாரி உத்தரவிட்டிருந்தார்.[13]

ஷேக் அப்துல்லா தனது உரையில் அனைத்து முஸ்லீம்களும் ஒன்று படுமாறும், தங்கள் உரிமைகளைக் கோருமாறும் கேட்டுக்கொண்டார். அவர் தங்கள் குறைபாடுகளைப் போக்கிக்கொள்வதற்காகவும், சுதந்திரத்துக்காகவும் பண்டிதர்களை முஸ்லீம்களோடு கரம் கோர்க்குமாறும் வேண்டுகோள் விடுத்தார்.[14]

அந்தக்கூட்டம் முடிவடையும் நேரத்தில் 35 வயதுள்ள, நல்ல உடற்கட்டும், தனது அகண்ட முகத்தில் பெரிய மீசையும் கொண்ட ஒரு பதான் எழுந்து நின்று தோக்ரா மஹாராஜாவின் கொடுங் கோன்மைக்கு எதிராக மக்களை உலுக்கியெடுக்கும் ஆவேசமான உரையை நிகழ்த்தினார். அவர் கூறினார்:

"புனித குரானின் மீதான கௌரவமும், சிறப்பும், மரியாதையும், பக்தியும் முஸ்லீம்களுக்கு இந்த மண்ணில் உள்ள எந்த அரசாட்சியையும்விடவும் அன்புக்குரியது. அவர்கள் ஒருபோதும் தங்கள் மதத்தில் தலையிடுவதையோ அல்லது தங்கள் புனித நூலைக் கிழித்தெறிவதையோ சகித்துக்கொள்ள மாட்டார்கள். மஹாராஜாவின் அரசாங்கம் அவரது குடிமக்களைக் கவனிப்பதில்லை. அதற்கு மக்களோடு எந்தவிதமான தொடர்பும் இல்லை. தாழ்த்தப்பட்டவர்கள் மீது எந்த அனுதாபமும் இல்லை. ஓ! முஸ்லீம்களே! எழுங்கள்! நீங்கள் செங்கற்களாலும், கற்களாலும் பதிலடி கொடுக்கவேண்டிய நேரம் வந்துவிட்டது. உங்களது பிரதி— நிதிகளோ அல்லது நினைவுச் சின்னங்களோ உங்களைக்

காப்பாற்றப்போவதில்லை. அதுபோல இந்தக் காகிதங்களும் அநீதியையும், வறுமையையும் அகற்றப்போவதில்லை என்று எச்சரிக்கிறேன். நீங்கள் உங்கள் சொந்தக்கால்களில் நிற்கவேண்டும். சர்வாதிகார சக்திகளுக்கு எதிராகப் போராடவேண்டும். உங்களிடம் ஆயுதங்கள் இல்லை என்றாலும் தடிகளையும், கற்களையும் கொண்டு போராடுங்கள்."

மக்களும் அவர்களது தலைவர்களும் அவரது பேச்சை முழு அமைதியோடும், வியப்போடும் ஆழ்ந்து கவனித்தார்கள். தனது பேச்சின் முடிவில் அந்த ஆவேசப்பேச்சாளர் மஹாராஜாவின் ஷெர்கார்ஹி அரண்மனையைச் சுட்டிக் காட்டி, உரத்து முழங்கினார்: "அநீதியின், கொடுமையின், அடிமைத்தனத்தின் மாளிகையைத் தகர்த்தெறியுங்கள்."[15]

அந்த மனிதரின் பெயர் அப்துல் குவாதிர் கான் காஜி.[16] அவர் 1931 ஜூன் 5இல் ராஜதுரோக குற்றத்தின்பேரில் கைது செய்யப்பட்டார். கஷ்மீரி முஸ்லீம்கள் கொந்தளித்தார்கள். நீதிமன்றத்துக்கு வெளியே பெரும் எண்ணிக்கையில் திரண்டார்கள்.

1931 ஜூலை 10 அன்று ஸ்ரீநகர் ஜாமா மஜ்ஜித்தில் தனது பேச்சில் ஷேக் அப்துல்லா கூறினார்: 'மௌலானா அப்துல் குவாதிர் கான் காஜி இஸ்லாத்துக்காகவும், கஷ்மீரி முஸ்லீம்களுக்காகவும் விசாரணைக்குள்ளாக்கப்பட்டுள்ளார்.' அவரது விடுதலைக்காக பிரார்த்திக்குமாறும் அவரோடு நின்று முழு ஆதரவைத் தெரிவிக்கு மாறும் கேட்டுக்கொண்டார்[17].

பொதுமக்கள் பெருமளவில் வருகை தந்தது 1931 ஜூலை 11 அன்று நீதிபதி விசாரணையை சிறை வளாகத்துக்குள் நடத்தச்செய்தது. 1931 ஜூலை 13 அன்று மக்கள் வழக்கம்போல் நீதிமன்றத்திற்கு வெளியே கூடினர். அந்த அமர்வின் நீதிபதி கலைந்துசெல்ல உத்தரவிட்டபோது அவர்கள் தங்கள் தொழுகையைச் செய்து கொள்ள அனுமதி கேட்டனர். காவலர்கள் ஐந்து பேரைக் கைது செய்தனர். இது அந்தக்கூட்டத்தை மேலும் உணர்ச்சிவசப்படச் செய்தது. அவர்களில் ஒருவர் எழுந்து நின்று தொழுகைப் பாடலை உரத்துப்பாடினார். ஒரு காவலர் அவரைச் சுட்டுக்கொன்றார். மக்கள் கோபம்கொண்டனர். காவலர்களை நோக்கி கற்களை வீசினர். காவலர்கள் 200 சுற்றுளவுக்கு துப்பாக்கிச்சூடு நடத்தினர். அதில் 22 பேர் இறந்தனர். மேலும் 6 பேர் பலத்த காயம் அடைந்தனர். இறந்தவர்களின் உடல்கள் ஸ்ரீநகரில்

உள்ள சுடுகாட்டில் புதைக்கப்பட்டன. கஷ்மீரில் 19 நாட்கள் கடையடைப்பு நடைபெற்றது.

1931 ஜூலை 13— கஷ்மீரின் வரலாற்றில் ஒரு திருப்புமுனை நாளாக அமைந்தது. அன்றுதான் கஷ்மீர் வரலாற்றில் முதன்முறையாக அந்தப் பள்ளத்தாக்கின் ஒட்டுமொத்த முஸ்லீம்களும் ஒருவர்போல எழுந்து நின்று ஜனநாயக சுயாட்சி உரிமைகளை அடைவதை இலட்சியமாக ஏற்றுக் கொண்டார்கள்.[18]

இந்த எழுச்சியின்போது ஷேக் அப்துல்லா அனைவராலும் ஏற்றுக்கொள்ளப்பட்ட தனது மக்களின் தலைவராக உருவானார். பெண்கள் கஷ்மீரி மொழியில் அவரது புகழ்பாடும் பாடல்களை எழுதி அவருக்கு 'கஷ்மீர் சிங்கம்' என்ற பட்டத்தைச் சூட்டினர்.

இருந்தபோதிலும் துப்பாக்கிச் சூட்டுக்குப் பிந்தையகாலத்தில் இந்துக்களுக்கும் முஸ்லீம்களுக்கும் இடையே பதட்டங்கள் நிலவின. முஸ்லீம்களிடையே எல்லா அதிகாரிகளும், ஆட்சியாளர்களும் இந்துக்களாக இருந்ததால் முஸ்லீம்களுக்கு எதிரான உணர்வில்தான் துப்பாக்கிச்சூடு நடைபெற்றது என்பது ஒரு பொதுக்கருத்தாக இருந்தது. இந்துக்களின் கடைகள் கொள்ளையடிக்கப்பட்டன. தீவிரமான கலவரங்கள் நடைபெற்று 3 இந்துக்கள் கொல்லப்பட்டனர். 163 பேர் பலத்த காயம் அடைந்தனர். மஹாராஜா ஹரிசிங்[19] ஒரு அவசரச் சட்டத்தைப் பிறப்பித்து ஸ்ரீநகரை இராணுவத்திடம் ஒப்படைத்தார். முஸ்லீம்கள் தங்கள் போராட்டத்தை தொடர்ந்தனர். அவர்களோடு ஜம்முவில் இருந்த முஸ்லீம்களும் சேர்ந்துகொண்டனர். அவர்கள் 'கஷ்மீர் குழு'வை அமைத்தார்கள். இந்தக்குழு இந்தியாவில் உள்ள முஸ்லீம்கள் அனைவரையும் ஆகஸ்ட் 14—ஐ கஷ்மீர் தினமாக கடைபிடிக்க அழைப்பு விடுத்தது.

மஹாராஜா மக்களின் குறைகளைக் கவனிக்க ஒரு குழுவை நியமித்தார். இது ஒருவேளை பிரிட்டிஷார் தந்த அழுத்தத்தின் காரணமாகக்கூட இருக்கலாம். அந்தக்குழுவின் தலைவராக ஒரு ஐரோப்பியரான பி.ஜே.கிளான்ஸி இருந்தார். அதிகார சார்பற்ற நான்கு உறுப்பினர்களாக ஜி.ஏ.அஷாஹி, பிரேம் நாத் பஜாஜ், குலாம் அப்பாஸ், லோக் நாத் சர்மா ஆகியோர் இருந்தனர்.[20]

இந்துக்கள் பலர் இந்தக்குழுவை எதிர்த்தனர். ஏனெனில், அது முஸ்லீம்களின் நலனுக்கு மட்டுமே செயல்படும் என்று நினைத்தார்கள். இந்துக்கள் இந்தக் குழுவிலிருந்து விலகவேண்டும் என்று கேட்டு ஒரு போராட்டத்தை நடத்தினார்கள். ஜம்முவிலிருந்த

இந்துவான சர்மா விலகினார். ஆனால் ஒரு கஷ்மீரி பண்டிதரான பஜாஜ் மறுத்துவிட்டார்.

அந்தக்குழு தனது அறிக்கையை 1932 ஏப்ரலில் சமர்ப்பித்தது. "அனைவருக்கும் நில உரிமையாளர் உரிமை, முஸ்லீம் மத புனித தலங்களை அந்த சமுதாயத்துக்கே திரும்பத்தருவது, கட்டாய உழைப்பு முறையை தடைசெய்வது, புல் அறுப்பதற்கான வரியை நீக்குவது, அரசுப்பணிகளில் சேர உயர்ந்தபட்ச, குறைந்தபட்ச தகுதிகளை நீக்குவது" ஆகியவை அந்த அறிக்கையில் இடம்பெற்றிருந்தன.

கிளான்ஸி குழுவின் பரிந்துரைகளில் அச்சுறுத்தல்கள் இருப்பதாக பண்டிதர்கள் சமுதாயம் உணர்ந்தது. குறிப்பாக உயர்ந்தபட்ச, குறைந்தபட்ச தகுதிகளை நீக்கியதில் அவர்கள் கல்வியையும், வேலைகளையும் முஸ்லீம்களோடு சமமாகப் பகிர்ந்துகொள்வதில் தயக்கம் காட்டினார்கள். அதனால் கிளான்ஸி குழுவின் பரிந்துரை களை எதிர்த்து 'ரொட்டி போராட்டம்' ஒன்றை அவர்கள் நடத்தினார்கள்.

இங்கிருந்து ஒன்று தெளிவானது. அரசியல் ரீதியாக செயல்படும் கஷ்மீரி பண்டிதர்கள் இரண்டு முகாம்களாக பிளவுபட்டனர். மதம் சார்ந்த சிந்தனை கொண்ட இந்துக்கள் கஷ்மீரி முஸ்லீம்களின் நியாயமான உரிமைகளை எதிர்க்க இவர்கள் 'யுவக் சபா' என்ற அமைப்போடு தங்களை இணைத்துக்கொண்டு கஷ்மீர் பண்டிதர்கள் மாநாடு *(Kashmiri Pandit's Conference)* என்றும் அழைத்துக்கொண்டார்கள். ஆனால், பிரேம்நாத் பஜாஜ் போன்றவர்கள் 'கஷ்மீரி பண்டிதர்களின் முன்னேற்றமும், செல்வச்செழிப்பும் முழு அரசியல் பொருளாதார சுதந்திரமும், முஸ்லீம் மக்களின் விடுதலையும் ஒன்றோடு ஒன்று இணைந்த பொருள்கள்' என்று சிந்தித்தார்கள்.[21]

கிளான்ஸி குழு மக்கள் அரசியல் கட்சிகளை அமைத்துக்கொள்ளவும், செய்தித்தாள்களை வெளியிடவும் அனுமதிக்கப்படும் என்று பரிந்துரைத்திருந்தது. ஷேக் அப்துல்லா இதைப் பயன்படுத்திக்கொண்டு உடனடியாக, 1932 அக்டோபரில் 'அனைத்து ஜம்மு—கஷ்மீர் முஸ்லீம்கள் மாநாடு' கட்சியைத் தோற்றுவித்தார்.

முஸ்லீம் மாநாடு கட்சி கஷ்மீரி பண்டிதர்களின் ஆதிக்கத்தை வெளிச்சமிட்டுக் காட்டியது. அந்த சமுதாயம் கஷ்மீரி முஸ்லீம் களின் எதிரி[22] என்ற கருத்துக்கள் கூறப்பட்டன. கஷ்மீரி பண்டிதர்கள் மக்கள்தொகை 15%தான்: மக்கள் தொகையில் 85% பேர் உள்ள கஷ்மீரி முஸ்லீம்களுக்கு எதிராக அவர்கள் கீழ்மட்ட அதிகார

வர்க்கத்தில் ஏராளமான வேலைகளைப் பெற்றுள்ளார்கள். மூத்த அதிகாரிகள் தோக்ராக்களாகவோ அல்லது பஞ்சாபிகளாகவோ உள்ளார்கள். கிராமப்பகுதிகளில் வருவாய்த்துறையின் குட்டி அதிகாரிகளாகவும், தொழிற்சாலைகளில் மேலாளர்களாகவும் இருக்கிறார்கள். முஸ்லீம்கள் மட்டும் இங்கு கடுமையான எல்லா வேலைகளையும் செய்யும்போது அவர்கள் ஏன் மிகவும் ஏழைகளாகவும், பண்டிதர்கள் ஏன் அவர்களைவிட வளமாகவும் வாழமுடிகிறது? என்று ஆச்சரியப்பட்டார்கள்.

1982இல் அவர் மறைவுக்குப்பின் வெளியிடப்பட்ட *'ஆடிஷ்—ஏ—சினார்'* என்ற தனது சுயசரிதையில் ஷேக் அப்துல்லா கூறுகிறார்: *'முஸ்லீம்கள் ஏன் இவ்வாறு தனிமைப்படுத்தப்பட்டு, இவ்வாறு நடத்தப்படுகிறார்கள் என்று கேள்வி கேட்கத்துவங்கினேன். நாங்கள் பெரும்பான்மையோராக இருக்கிறோம். அரசின் வருவாயில் மிக அதிகப்பங்களித்திருக்கிறோம். இருந்தபோதிலும் நாங்கள் தொடர்ந்து ஒடுக்கப்பட்டோம். ஏன்? அரசு ஊழியர்களில் பெரும்பான்மையோர் முஸ்லீம்கள் அல்லாதவர்கள் என்பதாலா? அல்லது மக்கள் பிரச்சனைகளைக் கையாளும் கீழ்நிலை அலுவலர்களில் அதிகம்பேர் கஷ்மீரி பண்டிதர்கள் என்பதாலா? முஸ்லீம்கள் மோசமாக நடத்தப்படுவது மதம்சார்ந்த வெறுப்பால்தான் என்ற முடிவுக்கு வந்தேன்.'*[23]

தன்னைச்சுற்றி நடந்த நடைமுறை எதார்த்தத்தின் அடிப்படையில் ஷேக் இந்த முடிவுக்கு வந்தார். எடுத்துக்காட்டாக, அரசின் பட்டு தொழிற்சாலையில் வேலை நிறுத்தத்தில் ஈடுபட்டிருந்த தொழிலாளர்களின் பிரச்சனைகளை அவர் மீண்டும் ஒருமுறை கையாண்டபோது, கஷ்மீரி பண்டிதர்கள், முஸ்லீம் தொழிலாளர்களை அடக்குமுறைக்கு உள்ளாக்கும் அசிங்கமான நடைமுறையை அவர் எதிர்கொள்ள நேர்ந்தது. 1932இல் அளிக்கப்பட்ட ஓர் அறிக்கையில் அவர், அனைவரும் முஸ்லீம்களாக இருந்த தொழிலாளர்களின் நிலை, நிர்வாக அதிகாரிகள் தானடித்த மூப்பாக தொழிலாளர்களை முரட்டுத்தனமாக நடத்திய விதம்,— சிறிய எண்ணிக்கையிலான ஐரோப்பியர்களைத் தவிர மீதியிருந்த அனைவருமே கஷ்மீரி பண்டிதர்கள்தான்' என்று ஆவணப்படுத்தினார். இந்த அறிக்கை நிர்வாகம் எவ்வாறு பொதுப்பணத்தைத் திருடுகிறது? சம்பளத்தையும் ஓய்வூதிய நிதியையும் நிறுத்திவைக்கிறது, பல தொழிலாளர்களை எவ்வாறு வெளியேற்றுகிறது? ஆகியவற்றை அம்பலப்படுத்தியது. தொழிற்சாலை அரசாங்கத்துக்கு சொந்தமானதாக இருந்தாலும்கூட போராட்டங்கள் பெரும்பாலும், நிர்வாகத்தை

எதிர்த்தே நடைபெற்றன. நிர்வாகத்தில் இருந்த அனைவருமே கஷ்மீரி பண்டிதர்கள்தான்.[24]

தங்கள் சொந்த மக்களையே சுரண்டிவந்த கஷ்மீரி முஸ்லீம்களை, அவர்கள் முஸ்லீம்களாக இருந்தும்கூட, ஷேக் அப்துல்லா மன்னிக்கவில்லை. ஷேக்கின் குடும்பத்துக்கு சொந்தமான பணத்தை செலுத்தாததால் ஜெண்டர்பாலில் உள்ள ஒரு நெசவாளரின் அசையும் சொத்துக்களை பறிமுதல் செய்ய நீதிமன்றம் ஆணைபிறப்பித்தபோது, ஷேக் அப்துல்லா அந்த ஆணைகளை நிறைவேற்றும் அதிகாரிகளோடு வருமாறு கேட்டுக் கொள்ளப்பட்டார். சில பாய்களையும், சமையல் பாத்திரங்களையும் மட்டுமே வைத்திருந்த அந்த நெசவாளியின் பரிதாப நிலையைப் பார்த்து நீதிமன்றத்தின் ஆணையை நிறைவேற்ற அவர் மறுத்துவிட்டார்.

தனது சுயசரிதையில் ஷேக் அப்துல்லா நினைவுகூர்கிறார்: 'நாங்கள் ஒரு நல்ல வாழ்க்கையைப் பெற்றிருக்கிறோம். அதற்கு இந்த ஏழ்மையில் வாடும் பாவப்பட்ட தொழிலாளர்களுக்கு நன்றி செலுத்துகிறேன்... இந்த மனிதன் தனது வேலையை மட்டும் இழக்கவில்லை; தனது சின்னஞ்சிறிய உடமைகளையும் இழந்துவிட்டார். ஆனால், எங்களுக்கு நன்றி கூறுகிறார். நான் இந்த நீதிமன்ற ஆணையைத் தீயிலிட்டேன். வீட்டுக்கு கனத்த இதயத்துடன் திரும்பிச் சென்றேன். எனது சகோதரர்கள் பணத்தை கேட்டபோது, நான் எனது அனுபவத்தை விளக்கிக்கூறினேன்.'[25]

ஷேக் அப்துல்லா சோசலிசம் மற்றும் கம்யூனிஸ்ட் சிந்தனைகளின் பால் ஆழமாக ஈர்க்கப்பட்டிருந்தார். கஷ்மீரி முஸ்லீம்களை அதிகாரத்துக்குக் கொண்டுவரவேண்டும் என்ற அவரது கனவு, தோக்ராக்களின் சர்வாதிகார ஆட்சி பொறுப்புமிக்க மதசார்பற்ற அரசின்மூலம் அகற்றப்படாவிட்டால் நனவாகாது என பஜாஜ், ஷேக் அப்துல்லாவை ஏற்கச்செய்தார். அது அந்த மாநிலத்தில் உள்ள முஸ்லீம் அல்லாதவர்களின் ஆதரவோடும்தான் சாத்தியம். அவர்களில் பெரும்பாலானோர் ஜம்மு பகுதியில் வாழ்கிறார்கள். ஷேக் அதனை ஏற்றுக்கொண்டார். ஆனால், கஷ்மீர் பள்ளத்தாக்கில் வலிமைமிக்க மதவாத சக்திகள் உள்ளன. அவை ஒரு மதசார்பற்ற முறையில் நடத்துவதை எதிர்ப்பார்கள் என அஞ்சினார். அதன்பிறகு, பஜாஜ், பொதுமக்களிடையே ஒரு விழிப்புணர்வை எழுப்புவதன் தேவையையும், 'ஹம்டார்ட்'[26] என்ற உருது பத்திரிக்கையை கொண்டுவந்து மக்களின் கருத்தை இணைந்து கட்டமைப்பதன் தேவையையும் முன்வைத்தார்.

மேலும், ஷேக் அப்துல்லா தனது 'ஜம்மு—கஷ்மீர் முஸ்லீம் மாநாடு' என்ற கட்சியின் பெயரை 'ஜம்மு—கஷ்மீர் தேசிய மாநாடு' என்று பெயர் மாற்றம் செய்வதற்கான தளத்தை உருவாக்கத் தொடங்கினார். முஸ்லீம் மாநாடு கட்சியின் ஆறாவது ஆண்டு அமர்வில் 1938 மார்ச் 26 அன்று ஷேக் தனது தலைமை உரையில் கூறினார்:

> நம்மைப்போலவே இந்த மாநிலத்தில் உள்ள மிகப் பெரும்பான்மையினரான இந்துக்களும், பஞ்சாபிகளும் இந்தப் பொறுப்பற்ற அரசின் கரங்களால் எண்ணற்ற துயரங்களை அடைந்துள்ளார்கள்.... எனவே இப்போதுள்ள முக்கியமான பிரச்சனை நமது இலட்சியத்தை அடைவதற்கு நமது வழிகளின் குறுக்கே நின்றுகொண்டிருக்கிற சக்திகளுக்கு எதிராக கூட்டு நடவடிக்கைகளையும், ஐக்கிய முன்னணியையும் அமைப்பதுதான். இதற்கு நமது அமைப்பை மத உணர்வற்ற அரசியல் அமைப்பாக மறுபெயரிடுவது தேவை... நான் அடிக்கடி கூறுவதை இன்று மீண்டும் நினைவூட்டுகிறேன். முதலாவதாக, நாம் நம் அரசியல் பிரச்சனைகளை விவாதிக்கும்போது முஸ்லீம்கள் மற்றும் முஸ்லீம்கள் அல்லாதவர்கள் என்ற வார்த்தைகளில் சிந்திப்பதைக் கைவிட்டு மத உணர்வுகளுக்கு முடிவுகட்ட வேண்டும். இரண்டாவதாக, கூட்டுத்தொகுதிகள் என்ற அடிப்படையில் அனைவருக்கும் வாக்குரிமை கட்டாயம் வேண்டும். இந்த இரண்டும் இல்லாத ஜனநாயகம் உயிரற்றது... இந்துக்கள் தங்களுக்கான சொந்த நலன்களைக் கொண்டவர்கள்; பிற்போக்காளர்கள்; நமது நலன்களுக்கு குறுக்கே நிற்பவர்கள் என்று நீங்கள் குற்றம் சாட்டலாம். ஆனால், முதலாளித்துவ முஸ்லீம்களின் பிரச்சனையில்கூட இதே அனுபவத்தை நாம் பெறவில்லையா?[27]

இந்தப் பின்னணியில்தான் 1939 ஜூன் 10, 11 தேதிகளில் ஃபாதர் மஜ்ஜித்தில் அனைத்து ஜம்மு—கஷ்மீர் முஸ்லீம்களின் மாநாடு கட்சியின் வரலாற்றுச் சிறப்புமிக்க அமர்வு நடைபெற்றது. கட்சியின் பெயர் 'அனைத்து ஜம்மு—கஷ்மீர் தேசிய மாநாடு' என மாற்றப்பட்டது. ஆனால், இது 52 மணி நேரம் நடைபெற்ற ஆழமான நீண்ட விவாதங்களைச் செய்தது.

கட்சியின் கொடி ஒளிரும் சிவப்பின் நடுவில் வெள்ளை கலப்பை என அமைந்தது. முழுக்க முழுக்க வறுமையில்

வாழ்ந்து கொண்டும், அதிகாரிகளின் ஊழல்களைத் தாங்கி புண்பட்டும், நேருக்குநேர் வராத நிலப்பிரபுக்களின் சுரண்டலில் வீழ்ந்து வாழ்கின்ற பரந்துவிரிந்த பெரும்பான்மையான முஸ்லீம் விவசாயிகளுக்கு அழைப்புவிடுக்கும் வகையில் இந்தக்கொடி வடிவமைக்கப்பட்டது.

கொடியின் நிறங்களும், சின்னமும் கம்யூனிச சிந்தனைகள் மற்றும் இலட்சியங்களின் செல்வாக்கை பிரதிபலித்தன. ரஷ்யப்புரட்சி வெறும் 23 ஆண்டுகளுக்கு முன்தான் நடைபெற்றிருந்தது. சோவியத் ஆசிய குடியரசுகள் கஷ்மீருக்கு அருகில் இருந்தது இளம் கஷ்மீரிகளுக்கு தூண்டுதலுக்கான வாயிலாக இருந்தன. அவர்கள் ஒடுக்கும் ஒரு முடியரசு அமைப்பிலிருந்து தங்களை விடுதலை செய்துகொள்ள ஏங்கி நின்றார்கள்.

ஷேக் அப்துல்லா கம்யூனிஸ்ட்களை வரவேற்றார். அவர்களில் பலரை தனது தனிப்பட்ட நண்பர்களாக கருதினார். அவர்களில் ஒருவராக லாகூரிலிருந்து வந்த பஞ்சாபி மார்க்சிஸ்டான பேரா. எம்.டி.தஸீர் ஸ்ரீநகரில் உள்ள எஸ்.பி.கல்லூரியில் முதல்வராக பணியாற்ற அழைக்கப்பட்டார். அவர் கிறிஸ்டொபெல் என்ற ஆங்கிலப் பெண்ணை திருமணம் செய்துகொண்டவர், அவர்களது நிஹ்ஹா (திருமணம்) அல்லாமா இக்பாலால் நடத்தப்பட்டது.

கிறிஸ்டொபெல் தனது சகோதரி ஆலிஸ் ஜார்ஜையும் அவரது மணமகன் கவிஞர் ஃபைஸ் அஹமது ஃபைஸ்—ஐயும் ஸ்ரீநகருக்கு அழைத்தார். அந்த இணை மஹாராஜாவின் வசந்த மாளிகையில் தங்கியது. ஆலிஸ் இஸ்லாத்துக்கு மதம்மாறி குல்ஸூம் என்று பெயர் வைத்துக்கொண்டார். அவர்களது திருமணம் வேறுயாராலும் அல்ல, ஷேக் அப்துல்லாவால் 1941 அக்டோபரில் நடத்திவைக்கப்பட்டது.[28]

1942இல் இந்திய கம்யூனிஸ்ட் கட்சி சட்டபூர்வமாக்கப்பட்டது. எனவே அந்தப் பள்ளத்தாக்கில் கம்யூனிச இலக்கியங்கள் கிடைத்தன. சி.பி.ஐ. ஸ்ரீநகரில் நிரஞ்சன் நாத் ரெய்னாவால் நடத்தப்பட்ட 'நியூ கஷ்மீர் புக்ஷாப்'-ஐ திறந்தது. ஆஸாத் என்ற செய்தி இதழையும் நடத்தியது. ஜம்முவில் இன்னொரு கம்யூனிஸ்ட்டான தன்வந்திரி ஒரு புத்தகக்கடையை நடத்தியதோடு ஷம்ஷேர் என்ற நாளேட்டையும் பதிப்பித்தார். 1945 கோடைகாலத்தில் கட்சியின் அதிகாரப் பூர்வ பத்திரிக்கையான பீப்பிள்ஸ் வார் ஒவ்வொரு வாரமும் 270 பிரதிகள் விற்பனையாயிற்று. இது சந்தாதாரர்களுக்கு

அனுப்பப்பட்ட 100 பிரதிகளைவிட அதிகமானதாகும்.[29]

இருந்தபோதிலும் கம்யூனிஸ்ட் கட்சி தனது சொந்தப்பதாகையின்கீழ் செயல்படவில்லை. அதன் உறுப்பினர்கள் தேசிய மாநாடு கட்சியின்மூலம் வேலை செய்தார்கள். சமூக, பொருளாதார நிகழ்ச்சிகளில் செல்வாக்கு செலுத்தினார்கள். அவர்கள் பல்வேறு தொழிற்சங்கங்களை அமைத்தார்கள். அவை தேசிய மாநாடு கட்சியுடன் இணைக்கப்பட்டன. இதன் விளைவாக கஷ்மீரி தேசியவாதிகளும், தொழிற்சங்கங்களும் கூட்டணியாக அமைந்தனர்.[30]

மன்னராட்சிக்கு எதிரான ஷேக் அப்துல்லாவின் பிரச்சாரப் பயணங்களை வடிவமைக்க கம்யூனிஸ்ட்கள் உதவினார்கள். 1944இல் ஷேக், அவர்களிடம் எதிர்காலத்துக்கான புதிய கண்ணோட்டத்தை முன்வைக்குமாறு கேட்டுக் கொண்டார். 'நயா கஷ்மீர் திட்டம்' என்றழைக்கப்பட்ட அந்த அறிக்கை பெருமளவுக்கு பாபா பியாரே லால்பேடி மற்றும் அவரது ஆங்கில மனைவி ஃப்ரெடா பேடியால் எழுதப்பட்டதாக நம்பப்பட்டது.[31] அவர்கள் தங்கள் அறிக்கையை ஒரு சோவியத் மத்திய ஆசிய வெளியீட்டை அடிப்படையாகக் கொண்டு உருவாக்கினார்கள். தேசிய மாநாடு கட்சி அதை மஹாராஜா ஹரிசிங்கிடம் அளித்து, பின்னர் 1944இல் சோபூரில் நடைபெற்ற கட்சியின் ஒரு அமர்வில் முறையாக ஏற்றுக்கொண்டது.

முன்மொழியப்பட்ட அந்த அமைப்புவிதிகள் ஜம்மு—கஷ்மீரில் வசிக்கும் அனைவருக்கும் ஒற்றைக் குடியுரிமையை அளிக்க உறுதியளித்தது. அது தொழிலாளர்களின் உரிமைகள், விவசாயிகளின் உரிமைகள், பெண்களின் உரிமைகள் (இணைப்பு 1) ஆகியவற்றைக் கொண்டிருந்தது. புதிய கஷ்மீர் (நயா கஷ்மீர்) கொள்கை அறிக்கையின் அறிமுகத்தில் ஷேக் அப்துல்லா எழுதினார்:

> *சோவியத் ரஷ்யா நம் கண்முன்னால் வெறும் தத்துவார்த்தரீதியாக மட்டுமல்ல, அந்த நாட்டின் உண்மையான அன்றாட வாழ்க்கை மற்றும் வளர்ச்சியை — பொருளாதார விடுதலையிலிருந்து உண்மையான சுதந்திரம் பிறக்கிறது என நடத்திக்காட்டியிருக்கிறது.*[32]

1948இல் ஜம்மு—கஷ்மீரின் பிரதமரானபோது 'ஸ்ரீநகர் சௌக்'குக்கு மாஸ்கோவின் செஞ்சதுக்கத்தைப் பின்பற்றி 'லால் சௌக்' என்று மறுபெயரிட்டார். அது இன்றும் அந்தப்பெயராலேயே அழைக்கப்படுகிறது. ஷேக் அப்துல்லா கம்யூனிச சிந்தனைகளால்

ஈர்க்கப்பட்டிருந்தாலும், அவர் தனது மதத்தின் கோட்பாடுகளை ஒருபோதும் கேள்விக்குறியாக்கியதில்லை.

1946இல் ஷேக் அப்துல்லா 'கஷ்மீரை விட்டு வெளியேறு' இயக்கத்தை துவக்கினார். அப்போது சம்பத் பிரகாஷுக்கு வயது 7.

தனது குழந்தைப்பருவம் முழுவதும் ரெய்னாவாரி அரசியலால் உருவேற்றப்பட்ட சூழ்நிலையில் தகித்தது என சம்பத் நினைவுகூர்கிறார், இப்போதும்கூட அந்த நேரத்தின் முழக்கங்களை நினைக்கும்போது அவர் மனக்கிளர்ச்சி அடைவதை உணர்கிறார். (பாநாமா அமிரிட்சர் தோர்தோ, கஷ்மீர் ச்சோர் தோ) 'அமிர்தசரஸ் உடன்பாட்டை கிழித்தெறி; கஷ்மீரை விட்டு வெளியேறு.'

1946 மே 12 அன்று இந்தியாவுக்கு அனுப்பப்பட்ட அமைச்சரவைக்குழு, 'ஆங்கிலேயர்கள் இந்தியாவை விட்டு வெளியேறும்போது அவர்களது தலைமையும் காலாவதியாகிறது. மன்னராட்சி மாநிலங்களின் உரிமைகள் உள்ளூர் முடிமன்னர்களுக்கு திரும்பவும் வந்துவிடும்' என அறிவித்தது. இதன் பொருள் : இந்தியா சுதந்திரம் அடைந்தபிறகு, ஆங்கிலேயர்கள் இந்தியாவைவிட்டு விலகிச்சென்ற பிறகு 'கஷ்மீர் தோக்ராக்களின் சர்வாதிகாரம் மீண்டும் வரும்' என்பதாகும். இத்தகைய சாத்தியக்கூறுகளை எதிர்த்தே ஷேக் அப்துல்லா 'கஷ்மீரை விட்டு வெளியேறு' இயக்கத்துக்கு அழைப்பு விடுத்தார். அமிர்தசரஸ் உடன்படிக்கையின் மூலம் ஆங்கிலேயர்கள் கஷ்மீர் பள்ளத்தாக்கை தோக்ராக்களுக்கு 7,50,000 நானக்சாஹி ரூபாய்களுக்கு விற்பனை செய்தது சட்டபூர்வமானதல்ல என்றும், மஹாராஜா ஹரிசிங் கஷ்மீரின் இறையாண்மையை மக்களிடம் ஒப்படைக்கவேண்டும் என்றும் ஷேக் அப்துல்லா பிரகடனம் செய்தார். அவர் கஷ்மீரி பண்டிதர்களின் தேசிய உணர்வுக்கு வேண்டுகோள் விடுத்து அவர்களை தோக்ராக்களுக்கு எதிராக அணிதிரட்ட முயன்றார்.

அந்த நேரத்தில் இந்திய தேசியத்துக்கும், கஷ்மீரி தேசியத்துக்கும் இடையிலான முரண்பாடுகளும், மதநம்பிக்கைகளும் — மன்னராட்சிக்கும், காலனியாதிக்கத்துக்கும் எதிரான — ஜனநாயகத்துக்கு ஆதரவான இயக்கத்தை— மூழ்கடித்துவிட்டன. ஆனால் இந்த மோதல்களும், முரண்பாடுகளும் கீழே அங்கு அந்த நாட்களிலும்கூட எப்போதும் இருந்திருக்கின்றன. சில நேரங்களில் பண்டிதர்கள் தங்கள் மத அடையாளத்தைப் பாதுகாப்பது என்ற பெயரில் ஒன்றாகக்கூடி அணிவகுத்திருக்கிறார்கள். சிலநேரங்களில் கஷ்மீரி

முஸ்லீம்களும் 'இஸ்லாம் ஆபத்தில் உள்ளது' என்ற முழக்கத்துக்கும் மதிப்பளிப்பார்கள்.

தேசிய மாநாடு கட்சி கஷ்மீரி பண்டிதர்களுக்கு வேண்டுகோள் விடுக்க ஒரு சிறப்பான முயற்சியை மேற்கொண்டது. இருந்தபோதிலும் தோக்ராக்களுக்கு எதிரான முழக்கத்தை இந்துக்களுக்கு எதிரான முழக்கமாக இந்துக்களும், தோக்ராக்களும் பார்த்தார்கள். மேலும் கஷ்மீரி பண்டிதர்களின் தேசிய மாநாடு தலைவர் கஷ்யப் பந்து[33] தேசிய மாநாடு கட்சி உறுப்பினர்களிடம், 'கஷ்மீரை விட்டு வெளியேறு' இயக்கம் துவங்கும்போதே கலந்தாலோசிக்கவில்லை என்று பூசிமெழுகினார்.[34]

ஷேக் அப்துல்லா கைதுசெய்யப்பட்டு ஸ்ரீநகரில் உள்ள பாதாமி கண்டோன்மெண்ட்டில் சிறை வைக்கப்பட்டார். கம்யூனிஸ்ட்கள் சொற்பொழிவுகள், கூட்டங்கள், சாலைமறியல்கள் என ஆதரவு இயக்கங்களை நடத்தினர். பலர் கைது செய்யப்பட்டு, தண்டனை விதிக்கப்பட்டு அபராதம் விதிக்கப்பட்டார்கள். 'கஷ்மீரை விட்டு வெளியேறு' இயக்கம்தான் அந்தப் பள்ளத்தாக்கு பார்த்த மிகப்பெரிய அளவில் செய்யப்பட்ட அரசியல் அணிதிரட்டலாகும்.

ஷேக்கின் விசாரணையில் புகழ்பெற்ற பிரிட்டன் கம்யூனிஸ்ட் ரஜினி பாமி தத்[35] பங்கேற்றார். அவரை ஷேக் அப்துல்லா ஸ்ரீநகருக்கு அழைத்திருந்தார். 1946 ஜூலையில் அந்தப் பத்திரிக்கையாளர் வருகைதந்த அந்த நேரத்தில் ஷேக் அப்துல்லா கைது செய்யப்பட்டு ராஜதுரோக வழக்கு விசாரணை நடைபெற்றது. ரஜினி பாமி தத் ஷேக் அப்துல்லாவை நீதிமன்றத்தில் சந்தித்தார். அந்த கஷ்மீர் தலைவரை *மந்த்லி ரிவிவ்யூ* என்ற தனது பத்திரிக்கையில் பெருமளவுக்கு புகழ்ந்து எழுதினார். 'எந்த ஒரு இந்திய மாநிலத்தை விடவும் கஷ்மீர் வலிமையான வீரம் செறிந்த மாநிலம்....... அதன் தலைவர் ஷேக் அப்துல்லா மிகவும் பெருந்தன்மையான, தைரியம் மிக்க, ஆற்றல்மிக்க அரசியல் தலைவர்களில் ஒருவராக எனக்குள் பதிந்துவிட்டார். அவரை இந்தியாவில் பார்த்ததில் நான் மகிழ்ச்சி அடைந்தேன்' என்று பதிவிட்டார்.[36]

ஷேக் அப்துல்லாவுக்கு ஜம்மு — கஷ்மீரை ஆட்சி செய்வதற்கான மஹாராஜாவின் உரிமைகளுக்கு சவால் விடுத்ததற்காக 9 ஆண்டுகள் சிறைதண்டனை விதிக்கப்பட்டது. இந்தியா சுதந்திர மடைந்தற்குப் பிறகு நேரு பிரதமரான பின்புதான் 1947 செப்டம்பர் 29இல் அப்துல்லா விடுதலை செய்யப்பட்டார்.

பிரிட்டிஷ் இந்தியாவில் காலனி ஆட்சி முடிவடைந்தது. ஆனால், சுதந்திரமோ தேசப்பிரிவினை, பெரும்திரளான மக்கள் இடம்பெயர்தல், மிகப்பலரை கொன்றுகுவித்தல், இந்தத் துணைக்கண்டத்தையே முழுமையாக சூழ்ந்துகொண்ட மதபயங்கரவாதம் என்ற பயங்கரமான விலை கொடுத்த பிறகே வந்தது. கிட்டத்தட்ட நான் கேட்ட எல்லாப் பேச்சுக்களிலும் சம்பத் பிரகாஷ் தேசப்பிரிவினையின்போது தான் பார்த்தவற்றை நினைவூட்டத் தவறவே இல்லை. இந்துக்களும், சீக்கியர்களும், முஸ்லீம்களும் ஒருவரையொருவர் ஈவிரக்கமின்றி வெட்டி கொலை செய்துகொண்டிருந்தபோது வீடுகளும் அடுப்பங்கரைகளும் கரிக்கட்டைகளாய் எரிந்துகொண்டிருந்தன. கஷ்மீர் மட்டுமே அமைதி மற்றும் நல்லிணக்கத்தின் பாலைவனச் சோலையாக எஞ்சியிருந்தது. அது சம்பத் பிரகாஷுக்கு கஷ்மீர் பள்ளத்தாக்கின் தனித்தன்மை வாய்ந்த கலாச்சார ஒத்திசைவாக— கஷ்மீரியத்தின் அத்தாட்சியாக இருந்தது.

ஆனால், உண்மையில் நடந்தது சம்பத் என்னவாக விளக்கினாரோ, அதை விட சிக்கலானதாகவும், அருவருப்பானதாகவும் இருந்தது. கஷ்மீர் பள்ளத்தாக்கில் மத வன்முறைகள் எதுவும் இடம்பெறாதபோதும், ஜம்முவிலிருந்த முஸ்லீம்கள் குறிவைக்கப்பட்டார்கள். மதங்களுக்கு இடையேயான வன்முறைகள் குறிப்பிட்ட அளவுக்கு இடம் பெயர்தலுக்கு வழிவகுத்தது. அது ஜம்மு மற்றும் கஷ்மீர் ஆகிய இரண்டிலும் பிறப்பு இறப்புக்களில் ஒரு மாற்றத்தை ஏற்படுத்தியது. ஒரு மதிப்பீட்டின்படி *2,00,000* முஸ்லீம் ஆண்களும், பெண்களும், குழந்தைகளும் தோக்ரா குழுவினராலும் (இவர்களும் இந்துக்கள்தான்) ஆர்.எஸ்.எஸ்.—ன் புயல்படைகளாலும், இந்து மற்றும் சீக்கிய மக்களாலும் கொல்லப்பட்டார்கள்.[37] புதிதாக அமைக்கப்பட்ட பாகிஸ்தானில் உள்ள மேற்கு ஜம்முவிலிருந்து கஷ்மீர் பள்ளத்தாக்கிலுள்ள ஊரிக்கு செல்லும்போது *22,000* இந்துக்களும், சீக்கியர்களும் கொல்லப்பட்டார்கள் என்பதற்கான அறிக்கைகள் உள்ளன.

பாகிஸ்தானால் நிர்வகிக்கப்பட்ட ‘ஆஸாத்’ கஷ்மீரில் முஸ்லீம் அல்லாதவர்களின் எண்ணிக்கை *12.5%*இல் இருந்து *2%*க்கும் குறைவாக குறைக்கப்பட்டது. மதசார்பற்ற ஷேக் அப்துல்லாவின் தலைமையை ஆதரித்த கஷ்மீரி மொழிபேசும் முஸ்லீம்களைப் போலின்றி, இங்குள்ள முஸ்லீம்கள் பாகிஸ்தானோடு இணைவதை வலுவாக ஆதரித்தார்கள்.[38]

கஷ்மீர் பள்ளத்தாக்கில் இருந்த கம்யூனிஸ்ட்கள் ஜம்முவில் நடந்த படுகொலைகளை அறிந்து அதில் தலையிட தங்கள் ஆட்களை அனுப்பி வைத்தார்கள். இது ஒரு வீரம்செறிந்த ஆனால் வெற்றியளிக்காத முயற்சியாகவே அமைந்தது. இந்த நிகழ்ச்சிப் போக்குகளில் அவர்களில் பலர் இறந்தார்கள். அவர்களில் ஒருவர் சம்பத் பிரகாஷின் நண்பரின் சகோதரர் சோம் நாத் பிரா. தன் பள்ளியின் நண்பன் ஜவஹர்கௌலின் மூத்த சகோதரர் சோம் நாத் பிரா மக்கள் படையுடன் இணைந்தார் என்பதை சம்பத் இன்னும் உயிரோட்டமாக நினைத்துப்பார்க்கிறார். அவர் ஒரு குழுவின் உறுப்பினராக ஜம்முவுக்கு மதச்சூழலில் தலையிட அனுப்பப்பட்டார். பிரா பதர்வாவுக்கும், தோடாவுக்கும் இடையே உள்ள ரேகிநல்லாவில் வழியில் இறந்துவிட்டார்.[39]

பிராவின் உடல் கிடைக்கவே இல்லை. ஆனால் கஷ்மீரின் நலன்களுக்காக தனது உயிரையே தந்த அந்த தியாகிக்கு இரங்கல் தெரிவித்து கௌரவப்படுத்த துணைமுதல்வர் பக்ஷி குலாம் மொஹம்மது ஸராஃப் பார்க்கில் நடந்த நினைவஞ்சலி கூட்டத்துக்கு வந்ததை சம்பத் நினைத்துப்பார்க்கிறார்.

நான் ஜவஹர் கௌலை குர்கானில் உள்ள அவரது வீட்டில் சந்தித்தேன். கஷ்மீரியத் பற்றிய அவரது சிந்தனைகள் தொடர்பாக அவரை பேட்டி காண அங்கு நான் வந்திருந்தேன். கௌல் புத்தகங்களால் சூழப்பட்ட, ஒரு மென்மையான, நயமாகப்பேசுகின்ற ஒரு தத்துவவாதி. ஆனால் அந்த வீடு துயரமேகங்களால் சூழப்பட்டிருந்தது. நாடுகடந்து வாழும் வாழ்க்கை அதனுடைய பங்கை எடுத்துக்கொண்டிருக்கிறது. ஒவ்வொரு மூலையும் கஷ்மீரின் சிறப்பு அம்சங்களில் ஒன்றை — திரைச்சீலைகள், வாதுமைமர நாற்காலிகள், மேசைகள், கட்டில்கள் என அனைத்தும்— அவர் மிகுந்த கவனத்துடன் உருவாக்கியிருந்த தோட்டம் — நினைவு படுத்தியது. ஆனால் கஷ்மீரை விட்டுவந்த ஒரு அம்சமாக கஷ்மீரியத்—ஐ ஒருமுறைகூட குறிப்பிடவில்லை. தன்னோடு பேச அண்டையில் இருந்த கஷ்மீரி முஸ்லீமைத் தவிர வேறு ஒருவர்கூட இல்லையென்று குறைபட்டுக் கொண்டார். இருவருக்கும் பிடித்தவற்றை அவருடன் கஷ்மீரியில் பேசுவார்.

நான் சம்பத்திடம் அவரது நண்பர் கஷ்மீரில் தனது வாழ்க்கையை விவரிக்க ஒருமுறைகூட கஷ்மீரியத் என்ற வார்த்தையை பயன் படுத்தவில்லையே என்று கூறியபோது அவர் கூறினார்: 'அவர் ஒரு அரசியல்வாதி அல்ல'. ஆகவே அதற்கு, 'கஷ்மீரியத்' என்பது

நந்திதா ஹக்ஸர் | 61

ஒரு அரசியல் கண்டுபிடிப்பு; கலாச்சார மரபு அல்ல என்பது பொருளா?[40]

1947 அக்டோபரில் பள்ளத்தாக்கில் நுழைந்தபோது, அந்தப் படைவீரர்களிடம் கஷ்மீர் மக்கள் காட்டிய ஒத்துணர்வை சம்பத் சுட்டிக்காட்டினார்.

அந்த வீரர்கள் உண்மையில் விடுதலையாளர்கள் என்று கஷ்மீர் மக்கள் கருதியதற்கு அவரது எதிர்வினை என்னவென்று நான் சம்பத்தை கேட்டேன். முதலில் அங்கு நுழைந்தவர்களை அவர்கள் ஏன் வரவேற்று அவர்களுக்கு உணவும், தங்குமிடமும் அளித்தார்கள்? பின்னர் அந்த விடுதலையாளர்கள் கொள்ளையடிப்பவர்களாக, தீயிடுபவர்களாக, கற்பழிப்பவர்களாக மாறிய போது கஷ்மீரிகள் ஏன் அவர்களுக்கு எதிராக திரும்பினார்கள்? என்பதற்கு இதுதான் காரணம். நான் இந்த கேள்விகளை எழுப்பியதை சம்பத் தொந்தரவாக உணர்ந்தார். அவர் மௌனத்தில் ஆழ்ந்தார்.

1947இல் கஷ்மீர் பாதுகாப்பின்றி இருந்தது. இந்திய இராணுவத்தை அனுப்பி வைக்குமாறு நேருவை மஹாராஜா கேட்டுக்கொண்டார். மஹாராஜா இதுவரை துணைப்படை உடன்படிக்கையில் கையெழுத்திடாததால் இந்தியா தனது இராணுவத்தை அனுப்புவது அந்நியப்படையெடுப்பாக பார்க்கப்படும் என அதற்கு நேரு பதிலளித்தார். இந்த சூழலில்தான் 1947 அக்டோபர் 26 அன்று துணைப்படை உடன்படிக்கையில் மஹாராஜா கையெழுத்திட்டார். அத்தகைய ஒரு உடன்படிக்கை உண்மையில் கையெழுத்திடப் பட்டதா? என்பது பற்றிய கருத்து வேறுபாடுகள் அங்கிருந்தன. இருந்தபோதிலும் உள்துறை அமைச்சகம் அந்த உடன்படிக்கையின் வாசகங்களை 2005இல் இணையதளத்தில் வெளியிட்டு அந்த கருத்து வேறுபாடுகளை ஓயவைத்தது.

ஆனால், ஷேக் அப்துல்லா அந்த துணைப்படை உடன்படிக்கையை விமர்சனம் செய்தார். ஜம்மு கஷ்மீரில் வாழும் 40இலட்சம் மக்களைத் தவிர்த்துவிட்டு அரசு, இந்தியாவுக்கோ அல்லது பாகிஸ்தானுக்கோ உரிமை அளித்தால் நான் எதிர்ப்பு பதாகையை உயர்த்துவேன்; போராட்டத்தில் சந்திப்போம்.'[41]

இந்தியப் படைகள் வருவதற்கு முன்பே பாகிஸ்தான் இராணுவத்தின் ஆதரவுபெற்ற தாக்குதல் நடத்துபவர்கள் கஷ்மீர் பள்ளத்தாக்கில் நுழைந்து விட்டார்கள். அது குளிர்காலமாகவும், அந்த சூழ்நிலை

கவலை அளிப்பதாகவும் இருந்தது. கஷ்மீரின் இந்துக்களும், முஸ்லீம்களும் ஒன்றாக மற்றவர்களுக்கு எடுத்துக்காட்டாக அமையக்கூடிய தைரியத்துடன் அந்த படையெடுப்பை எதிர்த்து போரிட்டார்கள். இந்தியாவின் அதிகாரப்பூர்வ வரலாற்றில் இந்தியா தனது மதசார்பற்ற தகுதிகளை நிரூபணம் செய்த தருணம் அதுதான். முஸ்லீம்களை பெரும்பான்மையாக கொண்ட ஒரு மாநிலம் இந்திய ஒன்றியத்தோடு இணைய முடிவெடுத்தது மட்டுமல்ல; மத அடையாளத்தை அடித்தளமாகக்கொண்ட ஒரு நாடான பாகிஸ்தானுக்கு எதிராக போராடவும் மக்கள் விரும்பினார்கள்.

கஷ்மீர் மீதான இந்தியா பாகிஸ்தான் இடையிலான முதல் போரின்போது பழங்குடி இனத்தவரின் தாக்குதலை எதிர்கொள்வதில் கம்யூனிஸ்ட்கள் உதவினார்கள். ஆங்கிலேயர்களால் தைரியமூட்டப்பட்ட பாகிஸ்தான் இராணுவம்தான் பழங்குடியினரை அனுப்பியது என அவர்கள் நம்பினார்கள்.

அந்த சூழ்நிலை மிகவும் கடுமையாக இருந்தது. கஷ்மீருக்குள் அத்தியாவசியப் பொருள்களை அனுப்புவதை பாகிஸ்தான் தடைசெய்திருந்தது. அந்த நேரத்தில். அந்தப்பள்ளத்தாக்கை இந்தியப் பகுதியிலிருந்து அடைவதற்கு ஒரேபாதையாக, பதான்கோட்டை ஜம்முவுடன் இணைப்பதாக, அங்கிருந்து பானிஹால் கால்வாய் வழியாக ஸ்ரீநகருக்குச் செல்ல ஒரு புழுதி படிந்த பாதைதான் இருந்தது. அப்போது அது எளிதான பாதையாக இருக்கவில்லை.

ஆனால், கஷ்மீரிகள் தங்கள் நிலத்தை பாதுகாக்க தயாராக இருந்தார்கள். அதை நேரில் பார்த்த சாட்சி அந்த நேரத்தின் சூழலை இந்த வார்த்தைகளில் விவரிக்கிறார்:

சிலமணி நேரங்களுக்குள் அந்தப்பள்ளத்தாக்கின் அமைவுநிலை மாறியது. இளைஞர்களும், முதியவர்களும் அணிவகுக்கத் துவங்கினார்கள். பாலங்களில், கடை வீதிகளில், வங்கி, தொலைபேசி, தந்தி நிலையங்களில் பாதுகாப்புப்படையாக தங்களை ஈடுபடுத்திக் கொண்டார்கள். ஸ்ரீநகருக்குள் வந்த எல்லா அகதிகளிடமிருந்தும் ஆயுதங்கள் களையப்பட்டன. பெரும் எண்ணிக்கையிலான போர்வாள்கள், கோடாரிகள், எறிகுண்டுகள் உள்ளிட்ட பிற ஆயுதங்கள் பெறப்பட்டன. பொருட்காட்சி மைதானம் தன்னார்வத் தொண்டர்களுக்கு பயிற்சி அளிக்கவும், தங்கவைக்கவும் பயன்படுத்தப்பட்டன.

அவர்களில் பலர் ஸ்ரீநகர் தொழிற்சாலை, பள்ளிகள், கல்லூரிகளிலிருந்து வந்தவர்கள். பெண் தொண்டர்களுக்கு பயிற்சியளிக்க கோல்பாஹ் பயன்படுத்தப்பட்டது. ஆயுதங்களைக் கையாள்வது பற்றி அதிகம் தெரிந்தவர்கள் கஷ்மீரிகளில் சிலர் இருந்தனர். விரைவில் எங்களுக்கு தனது சொந்த மாவட்டத்தில் முஸ்லீம் தேசியப்படையின் புரவலராக இருந்த முகமது அக்ரம் கிடைத்தார். அவர் படையெடுப்பாளர்களோடு போராட தொழிலாளர்களுக்கு பயிற்சி அளித்தார். மஹ்மூதா பேகத்தின் சகோதரர் சாம்ஜி, ராவல்பிண்டி பாதுகாப்பு தொழில்துறை தொழிலாளர்களின் தலைவர் குருபக்ஸ் சிங், டெல்லியிலிருந்து வந்த புகழ்பெற்ற புரட்சியாளர் ஷேர்சிங் முதலான முன்னாள் இராணுவ வீரர்கள் அங்கு இருந்தார்கள். மற்றும் பலர் தங்கள் ஆற்றல்களை அளித்தார்கள்.[42]

பெண்கள்— இந்துக்களும், முஸ்லீம்களும் — பெண்களின் இராணுவத்தை அமைத்து, 303 துப்பாக்கிகளைச் சுடவும், கையெறிகுண்டுகளை வீசவும் கற்றுக்கொண்டார்கள். குழந்தைகளும்கூட அணிதிரட்டப்பட்டு தடிகளை ஏந்தி நின்றார்கள். படையெடுப்பாளர்கள் மதுராவிலிருந்த மின்நிலையத்தை தகர்த்த பிறகு ஸ்ரீநகரில் மின்சாரம் இல்லாத நிலையில் குளிர்காலம் மிகவும் சில்லிட்டு இருந்தபோதிலும் கஷ்மீரியத் உணர்வின் வீரம் ஒருபோதும் குறையவில்லை. திரைப்பட தயாரிப்பாளர் கே.ஏ, அப்பாஸ், ‘ஸ்பெயினில் பாசிசத்துக்கு எதிராக அனைத்துலகப் படையணியில் கம்யூனிஸ்ட்கள் இணைந்து கொண்டபோது நிலவியதைப்போல அந்த சூழ்நிலை இருந்தது’ என்றார். அவர் கூறினார்: ‘தங்கள் கவிதைக்காக இறந்துபோக கவிஞர்கள் வந்தார்கள்.’[43]

கம்யூனிஸ்ட்கள் ஒரு கலாச்சார முன்னணியை அமைத்து அந்தப்போராட்டத்தின் வீரர்களும், வீராங்கனைகளும் காட்டிய எதிர்ப்பை அடிப்படையாகக்கொண்டு நாடகங்களை எழுதினார்கள். அதில் மிகவும் புகழ்பெற்றதாக — கைது செய்யப்பட்டு, சித்ரவதை செய்யப்பட்டு, பழங்குடி கொலைகாரர்களால் கொல்லப்பட்ட — பாரமுல்லாவின் மெஹ்பூப் ஷெர்வானியின் கதை இருந்தது. அத்துடன் படையெடுப்பாளர்களுக்காக அவர்களது முகாமில் உணவு சமைத்து அவர்களிடமிருந்து தகவல்களைச் சேகரித்து எதிர்படைக்கு அனுப்பிய கஷ்மீரி பெண் சாராவின் கதையும் இருந்தது.

சம்பத் பிரகாஷுக்கு அப்போது வயது எட்டு தான். ஆனாலும் அந்த நாட்களின் உணர்வு நிலைகளை அவர் மீண்டும் தொகுக்கிறார். அவர் குழந்தைகள் இராணுவத்தின் ஒருபகுதியாக இருந்தார். குழந்தைகளுக்கு மர துப்பாக்கிகளைக் கொண்டு பயிற்சி அளிக்கப்பட்டது. ஆனால், மர துப்பாக்கிகளைவிட அந்த நேரத்தில் எழுப்பிய முழக்கங்கள் அதிக பரபரப்பை தந்ததை நினைத்துப் பார்க்கிறார். இப்போதும்கூட ஐம்பது ஆண்டுகளுக்குப் பிறகும் அந்த முழக்கங்களை முழங்கும்போது அவரது குரலில் கஷ்மீரி தேசியத்தின் பெருமை தொனிக்கிறது.

'ஹம்லே வார் கபர்தார்; ஹம் கஷ்மீரி ஹேய்ன் தய்யார்'

'படையெடுப்பாளரே, ஜாக்கிரதை; நாங்கள் கஷ்மீரிகள் தயார்.'

மகத்தான உணர்வுடன் உரத்து முழங்கிய இன்னொரு முழக்கத் தையும் அவர் நினைவுகூர்கிறார்:

'ஷெர்-எ-கஷ்மீர்கா ஹை இர்ஷாத்
இந்து முஸ்லிம் சிக் கா இதாத்
கதம் கதம் லடேங்கி ஹம்
ஹெர் மஹாஸ் பெர் லடேங்கி ஹம்'
'கஷ்மீர் சிங்கம் ஆணை இங்கே
இந்து முஸ்லிம் சீக்கியர் ஒற்றுமை
ஒவ்வொரு அடியும் நாங்கள் எதிர்ப்போம்
ஒவ்வொரு போரிலும் போரிட நாங்கள்'

'ஆஸாத்' கஷ்மீர் என்று பாகிஸ்தான் இப்போது அழைக்கும் கில்கிட், பலிஸ்டான் பகுதியை பாகிஸ்தான் இராணுவம் ஆக்கிரமித்ததோடு முதல் இந்திய—பாகிஸ்தான் போர் முடிவடைந்தது. இந்தியா— பாகிஸ்தானுக்கான ஐக்கிய நாடுகளின் (UNCIP) ஐந்து உறுப்பினர்குழு இந்தியாவுக்கும், பாகிஸ்தானுக்குமிடையேயான போர் ஓய்வுக்கு பேச்சுவார்த்தையை 1949 ஜனவரியில் நடத்தியது. ஐ.நா. நிறைவேற்றிய ஒரு தீர்மானம் கஷ்மீர் மக்களுக்கு அவர்கள் இந்தியாவின் ஒரு பகுதியாகவோ அல்லது பாகிஸ்தானின் ஒரு பகுதியாகவோ இருக்கவிரும்புகிறார்களா என்பதை ஒருபொது வாக்கெடுப்பின் மூலம் முடிவுசெய்யும் உரிமை கஷ்மீர் மக்களுக்கு உள்ளது என்பதை அங்கீகரித்தது. அந்தத்தீர்மானம் ஜம்முவும், கஷ்மீரும் ஒரு சுதந்திரமான பகுதியாகும் சாத்தியம் என்ற மூன்றாவது கருத்தை அங்கீகரிக்கவில்லை.[44]

ஐ.நா. தீர்மானத்துக்கேற்ப இந்தியாவிலும் பாகிஸ்தானிலும் ஐ.நா.வின் இராணுவ உற்றுநோக்குக்குழு *(UNMOGIP)* போர் ஓய்வை மேற்பார்வையிட அமைக்கப்பட்டது. அதன் அலுவலகங்கள் ஸ்ரீநகரிலும், முசாபராபாத்திலும் திறக்கப்பட்டன. இந்தியாவில் டெல்லியில் உள்ள ஒரு அரசு மாளிகையை அவர்கள் பயன்படுத்திக்கொண்டார்கள். ஆயிரக்கணக்கான கஷ்மீரிகளைப் போல் சம்பத் பிரகாஷும் ஸ்ரீநகரில் உள்ள அவர்கள் அலுவலகத்துக்கு ஒவ்வொருமுறையும் ஊர்வலமாகச்சென்று விடுதலைகோரி ஆர்ப்பாட்டங்களை நடத்தினார். இது கஷ்மீர் பிரச்சனைக்குரிய பகுதியாக உள்ளது என்பதற்கான அடையாளம் ஆகும்.

இந்த நேரத்தில் சம்பத் தனது பள்ளிப்படிப்பை முடித்திருந்தார். ஷேக் அப்துல்லா ஏற்கனவே கஷ்மீரின் பிரதமராக ஆகியிருந்தார். இந்திய அரசியல் நிர்ணயசபையில் 1949 அக்டோபரில் இந்திய அரசியல் சாசனத்தில் 370 சட்டப் பிரிவைச்சேர்த்து ஜம்மு—கஷ்மீருக்கு சிறப்பு அந்தஸ்தை அளித்தது.[46]

இந்த சிறப்பு சட்டப்பிரிவுக்கு உடனடியாக ஒரு எதிர்ப்பு இந்து தேசியவாதிகளிடம் எழுந்தது. பிரஜா பரிஷத் கட்சி[47] கஷ்மீருக்கு சிறப்பு அந்தஸ்து வழங்கப்பட்டதை எதிர்த்து, 'ஏக் தேஷ் மே தோ விதான்: தோ பிரதான் ஔர் தோநிஷான்'—என்ற முழக்கங்களோடு ஓர் இயக்கத்தைத் துவங்கினார்கள். ஒரு தேசத்துக்கு இரண்டு தலைமைகளா? இரண்டு சட்ட மன்றங்களா? இரண்டு பிரதமர்களா? என்று அவர்கள் கேட்டார்கள். ஷேக் அப்துல்லா கஷ்மீர் பிரதமர் என்று அழைக்கப்பட்டதற்கு தங்கள் ஆத்திரத்தை வெளிப்படுத்தினார்கள். கஷ்மீர் தனது சொந்த அரசியல் சாசனத்தையும், சொந்த கொடியையும் கொண்டிருந்தது.

நேருவின் அமைச்சரவையில் தொழில்துறை மற்றும் வழங்கல் அமைச்சராக இருந்த ஷியாமா பிரசாத் முகர்ஜி[48] 1952 மே 21 அன்று பாராளுமன்றத்தில் நேருவிடம் ஒரு கேள்வியை எழுப்பினார். 'கஷ்மீரிகள் முதலில் இந்தியர்களாகவும், அடுத்து கஷ்மீரிகளாகவும் உள்ளனரா? அல்லது முதலில் கஷ்மீரிகளாகவும் அடுத்து இரண்டாவதாகவோ, மூன்றாவதாகவோ இந்தியர் களாகவே இல்லையா?'

ஜம்மு கஷ்மீருக்கு சிறப்பு அந்தஸ்து வழங்கப்பட்டதை எதிர்க்கும் இயக்கத்துக்கு ஆதரவளிக்க ஷியாமா பிரசாத் முகர்ஜி ஜம்முவுக்குள் நுழைய முயன்றபோது கைது செய்யப்பட்டு

சிறையில் வைக்கப்பட்டார். 1953 ஜூன் 28 அன்று ஸ்ரீநகரிலிருந்த சிறையில் மர்மமான முறையில் இறந்துவிட்டார்.[49]

ஷியாமா பிரசாத் முகர்ஜியின் மரணத்தைப்பற்றிய நினைவு சம்பத்துக்கு இல்லை. ஜம்முவில் சில போராட்டங்கள் நடைபெற்றன என மட்டும் அவர் நினைவுகூர்கிறார். அந்த நேரத்தில் அவர் பள்ளி இறுதி ஆண்டில் இருந்தார். அடுத்து என்ன செய்வது என முடிவு செய்யமுடியாமல் இருந்தார். அவரது நண்பர்கள், ரெய்னாவாரியில் சம்பத்தின் வீட்டுக்கு மிக அண்மையில் அடுத்த வீட்டில் வாழ்ந்துவந்த பேரா.ஹிருதய நாத் துரானியிடம் ஆலோசனை கேட்குமாறு கூறினார்கள்.

துரானி லாகூரில் படித்துக்கொண்டிருந்தபோது கம்யூனிஸ்ட் ஆனவர். அவர் பழங்குடியினரின் படையெடுப்புக்கு சற்றுமுன் கஷ்மீருக்கு வந்து 'மக்கள் இராணுவத்தில்' சேர்ந்தவர். அவர் உண்மையில் பிராவைபோல அதே குழுவில் இருந்தவர். ஆனால், உடல் நலக்குறைவு காரணமாக திரும்பி விட்டார். துரானி ஒரு கல்லூரியில் ஆங்கிலம் கற்பித்து வந்தார். அதே அளவுக்கு ஒவ்வொரு நாள் மாலையிலும் தன்னைச்சுற்றி திரளும் இளைஞர்களுக்கு வலுவூட்டவும், வழிகாட்டவும் தனது சக்தியைப் பயன்படுத்தினார்.

சம்பத் வழக்கமாக ஹிருதய நாத் துரானியின் வீட்டுக்குச் சென்று வந்தார். அங்குதான் லியூஷோஷியின் *'ஒரு நல்ல கம்யூனிஸ்ட் ஆவது எப்படி?'* லெனினின் *'ஓரடி முன்னால்: ஈரடி பின்னால்'* உள்ளிட்ட கம்யூனிச இலக்கியங்கள் அவருக்கு அறிமுகம் ஆயின. சம்பத்தால் அந்த எழுத்துக்களை புரிந்துகொள்ள முடியவில்லை. துரானி அவற்றின் நோக்கங்களையும், பொருளையும் பொறுமையாக விளக்கிக் கூறினார்.

ரஷ்யப் புரட்சியின் கதைகளாலும், சீனப்புரட்சியின் வெற்றிகளாலும் சம்பத் எழுச்சிபெற்றார். மாவோவும் லெனினும் அவரது கதாநாயகர்கள் ஆனார்கள். இந்தப்புரட்சிகள் உலகின் பின்தங்கிய நாடுகளில் நடைபெற்றன என்ற சிந்தனை, கஷ்மீரில் அவ்வாறு வேலைசெய்வதற்கான சாத்தியக்கூறுகளை திறந்துவிட்டன. சம்பத் உள்ளார்ந்த, அளவுக்கு அதிகமாகச் செயல்படும் ஆற்றலை உணர்ந்தார். அதை அவர் அரிதாகவே புரிந்துகொண்டார்.

இந்தப்புதிய உலகின் பரபரப்பூட்டும் பகுதியாக உயர்ந்த கம்யூனிஸ்ட் தலைவர்களை, மோதிலால் மிஸ்ரி, பிரான் நாத் ஜலாலி, என்.என்.ரெய்னா ஆகியோரை சம்பத் சந்தித்தது அமைந்தது.

அவர்கள் துரானியைச் சந்திக்க வந்தார்கள். அவர்களில் பலர் கஷ்மீரி பண்டிதர்கள் சமூகத்தினர்.

சம்பத் ரூப் கிருஷ்ணா வாடாலையும் சந்தித்தார். அவர் பின்னர் புதுடெல்லியில் உள்ள சீன தூதரகத்தில் வேலை செய்தார். நக்சலைட்டுகளுடன் தொடர்பில் இருந்தார். சம்பத் புதிய ஒன்றை பெற்றுவிட்டதாக உணர்ந்தார். தலைவர்கள் பின்னிரவு வரையிலும் அரசியல் விவாதங்களை நடத்தியதை கவனிப்பதில் மகிழ்ச்சி அடைந்தார்.

இந்த நேரத்தில் சம்பத் பள்ளிப்படிப்பை முடித்திருந்தார். அரசியல் மாற்றத்தில் தன்னை ஈடுபடுத்திக்கொள்ள வேண்டும் என்ற ஆழ்ந்த தூண்டலை அவர் உணர்ந்தார். ஒரே ஒருவர் மட்டும் மாற்றத்துக்காக பணியாற்றினால், இந்த உலகம் மேலும் சிறந்ததாக மாறிவிடும் என்று தோன்றிய நேரம் அது. சம்பத் தனது கம்யூனிசத்தின் மீதான பற்றுதலுக்கும், அவரது கஷ்மீர் தேசியத்துக்கான கடப்பாட்டுக்கும் இடையே எந்த முரண்பாட்டையும் காணவில்லை. அவருக்கு தேசிய உணர்வும் கம்யூனிசமும், இந்துக்களுக்கும் முஸ்லீம்களுக்கும், ஜம்முவுக்கும் கஷ்மீருக்கும், ஒருவேளை கஷ்மீருக்கும் இந்தியாவுக்குமான இருபாலங்களாக இருந்தன.

ஆனால், அமெரிக்காவும், பிரிட்டனும் கம்யூனிச சித்தாந்தங்கள் மீதான ஈர்ப்பை அவர்களது புவிசார் அரசியல் நலன்களுக்கு ஓர் ஆபத்தாகப் பார்த்தன. சம்பத் தனது இதயத்தின் ஆழத்தில் போற்றிப் பாதுகாத்த அதேபோன்ற நம்பிக்கை துல்லியமான ஆபத்திலிருந்து கஷ்மீரை காப்பாற்ற உறுதி கொண்டன.[50]

சம்பத் அடிக்கடி தனது சிந்தனைகளோடும் மூன்றாவது மாடியில் உள்ள தனது அமைதியான அறையில் அவற்றைப்பற்றி சிந்திக்க வேண்டும் என்ற வேட்கையோடும் இரவு நேரங்களில் காலம் தாழ்ந்து வருவார். அவர் வரும்போது வீட்டில் உள்ளவர்களை சிரமப்படுத்தவேண்டிய அவசியம் இல்லாமல் அவரது தாயார் பிரபாவதி காத்திருந்து கதவைத் திறந்து அவரை உள்ளே அழைத்துச்செல்வார்.

துரோகங்களின் காலம்
(1953-67)

சம்பத் பிரகாஷ் கஷ்மீரில் உள்ள எஸ்.பி.கல்லூரியில் 1953இல் சேர்ந்தார். (கஷ்மீரில் உள்ள மிகப்பழமையான அந்த ஸ்ரீ பிரதாப் கல்லூரி 1905இல் அன்னிபெசண்ட்டால் நிறுவப்பட்டது) அதே ஆண்டில்தான் ஷேக் அப்துல்லா கைது செய்யப்பட்டிருந்தார். அந்தப்பள்ளத்தாக்கு முழுவதும் அந்தச் செய்தி பரவியதும் மக்கள் தெருக்களுக்கு வந்து ஜனநாயகத்தின் எல்லா நெறிமுறைகளும் அப்பட்டமாக மீறப்பட்டதற்கு தங்கள் ஆத்திரத்தை வெளியிட்டார்கள் அது கடும்சீற்றமாக இருந்தது. சம்பத்தும் அதைத் தனது கஷ்மீரி நண்பர்களோடு பகிர்ந்து கொண்டார். கஷ்மீர் சிங்கத்தை உடனடியாக விடுதலை செய்யவேண்டும் என்று கோரி நடைபெற்ற ஊர்வலங்களில் கலந்துகொண்டார்.

ஷேக் அப்துல்லாவும் அவரது மனைவியும்[1] குல்மார்க்கில் உள்ள புகழ்பெற்ற பயணியர் குடிலில் ஆழ்ந்த உறக்கத்தில் இருந்தனர். அவர் சிறிது ஓய்வுக்காக வந்திருந்தார். 1953 ஆகஸ்ட் 8 இரவில் தனது செயலாளர் ஆர்.சி.ரெய்னாவின்

பலத்த இடைவிடாத கதவைத் தட்டும் சத்தத்தில் விழித்தெழுந்தார். ரெய்னா அவரிடம் இந்திய இராணுவம் அவரது குடிலைச் சூழ்ந்து நிற்பதாகவும், ஜம்மு கஷ்மீர் சூப்பிரிண்டெண்டெண்ட் லக்ஷ்மண் தாஸ் தாகூர் அவரை கைது செய்வதற்காக வெளியே காத்துக்கொண்டிருக்கிறார் என்றும் தெரிவித்தார்.

உடனடியாக தாகூர் சத்ர்—எ—ரியாஸின் ஒரு அதிகாரியான டாக்டர் கரண்சிங் உடன் அறைக்குள் நுழைந்தார். டாக்டர் கரண்சிங் ஷேக் அப்துல்லாவின் அரசு கலைக்கப்பட்டதற்கான உத்தரவை ஒப்படைத்தார். பின்னர் அந்த அதிகாரி இன்னொரு உறையையும் அவரிடம் கொடுத்தார். அதில் துணைப்பிரதமர் பக்ஷி குலாம் அஹமதுவும் இரண்டு அமைச்சர்களான ஒரு கஷ்மீரி பண்டிதர் பண்டிட் ஷியாம் லால் சராஃபும், ஜம்முவின் இந்துவான கிரிதாரி லால் தோக்ராவும் ஷேக்கின் அரசு மீது நம்பிக்கையின்மையை தெரிவித்து சத்ர்—எ—ரியாஸுக்கு அளித்த கடிதம் இருந்தது. தாகூர் ஷேக்கிடம் அவரை கைதுசெய்யும் வாரண்ட்—ஐ காட்டி, ‘ஐயா, உங்களது அரசு நீக்கப்பட்டுவிட்டது. உங்களை கைது செய்வதற்கான உத்தரவு உள்ளது’ என்று கூறினார்.

ஷேக்குக்கு தனது உணர்வுகளை கட்டுப்படுத்த சிறிது நேரம் ஆயிற்று. அவர் இவை அனைத்தையும் உறுதிப்படுத்திக்கொள்ள விரும்பினார். எனவே அவர் அகில இந்திய வானொலியில் காலை 8.00 மணி செய்தியை கேட்கும்வரை ஒவ்வொருவரையும் காத்திருக்க வைத்தார். ஷேக் அப்துல்லா அதன்பிறகு உதய்புரிக்கு அழைத்துச்செல்லப்பட்டு தாரா நிவாஸ் மாளிகையில் சிறை வைக்கப்பட்டார்.[2]

ஷேக் பொறுப்பிலிருந்து நீக்கப்பட்டு அவரது கட்சி உறுப்பினர்கள் 22 பேரோடு சிறையில் இருந்தார். அவர்கள்மீது இந்திய அரசுக்கு எதிரான சதி மற்றும் தேச துரோக குற்றம் சாட்டப்பட்டன. இது கஷ்மீர் சதி வழக்கு என்று அறியப்பட்டது.[3]

ஜம்மு—கஷ்மீரின் பிரதமர் பக்ஷி குலாம் மொஹம்மது தனது வானொலி ஒலிபரப்பில் கூறினார்: நாட்டின் நலன்களுக்கு எதிரான ஒரு மோசடி நடைபெற்றிருக்கிறது. சுதந்திரம் என்ற முழக்கம் ஆபத்தானது. ஏகாதிபத்தியத்தின்கீழ் சுதந்திரம் என்பது ஜம்மு மற்றும் கஷ்மீர் மக்களுக்கு மிகவும் தீவிரமான ஆபத்தை ஏற்படுத்தும்...

சம்பத் பிரகாஷால் இது ஒரு சதி என்று புரிந்துகொள்ளமுடியவில்லை;

ஆனால், அங்கு, நேருதான் கைதுசெய்ய உத்தரவிட்டார் என்று வதந்திகள் இருந்தன. அதனால், ஆயிரக்கணக்கான மக்களைப் போலவேஅவரும் நேருவால் துரோகம் இழைக்கப்பட்டதாக உணர்ந்தார். 1949 செப்டம்பரில் இந்தியப் பிரதமரை கஷ்மீரிகள் ஆரவாரமாக வரவேற்றதை அப்போது பத்து வயதே ஆன தான் பார்த்ததை நினைவுகூர்ந்தார். சம்பத்தும் அவரது தந்தையும் ஆயிரக்கணக்கானவர்களோடு, நேருவை கௌரவிக்கும் வகையில் நடை பெற்ற பிரமாண்டமான படகு ஊர்வலத்தைக்காண ஜீலம் நதிக்கரையில் நின்றுகொண்டிருந்தனர். நேரு ஒரு திறந்த நீண்டபடகின் நடுவில், தங்க இழைகளால் பூவேலை செய்யப்பட்டு மூடப்பட்டிருந்த மெத்தைமீது அமர்ந்திருந்தார். அந்தப்படகு சிவப்பு தலைப்பாகை அணிந்திருந்த 20 படகோட்டிகளால் துடுப்பு வலிக்கப்பட்டது. ஆற்றின் இருகரைகளிலும் நின்றுகொண்டிருந்த மக்கள் பூவிதழ்களையும் தங்கள் அன்பையும் நேருவின் மீதும், ஷேக் அப்துல்லாவின் மீதும் சொரிந்துகொண்டிருந்தனர்.[4]

ஸ்ரீநகரின் செஞ்சதுக்கத்தில் ஷேக் அப்துல்லா ஜவஹர்லால் நேருவை கீழ்க்கண்ட அமீர்குஸ்ருவின் பெர்ஷிய கவிதைவரிகளில் வரவேற்றார்:

'மன் து ஷுடும் து மன் ஷுடி
மன் து ஷுடும் து ஜன் ஷுடி
தா கஸ் நா கோயத் பாத் அஸீன்
மன் தீக்ரம், து தீக்ரே'

'நான் நீங்களாகி விட்டேன், நீங்களும் நானாக
உடல் நான் என்றால் உயிர் நீங்கள்
ஆகவே இதற்குப்பின் நீங்கள் வேறொருவர் என்றும்,
நான் வேறொருவர் என்றும் கூறவே மாட்டார்கள்'

உணர்ச்சிவசப்பட்ட நேரு, ஷேக் அப்துல்லாவைக் கட்டித்தழுவி, அந்த மாபெரும் கஷ்மீர் மக்கள்திரள்முன், 'கஷ்மீரிகள் தங்கள் எதிர்காலத்தைப் பற்றி முடிவெடுக்கும் சுதந்திரம் பெற்றவர்கள்' என வாக்குறுதி அளித்தார். ஒருநேரத்தில் ஜம்மு—கஷ்மீர் அரசின் வலைத்தளம் இந்த மாபெரும் திரளின் புகைப்படங்களைத் தாங்கி பண்டித நேருவின் வார்த்தைகளை மீண்டும் வெளியிட்டது:' இந்தியா ஒருபோதும் கஷ்மீரை கைவிட்டுவிடாது'.[5]

அந்த மாநிலம் இந்தியாவுடன் 1947 அக்டோபர் 26இல் சேர்ந்த மிகக்குறுகிய காலத்திற்குள் கஷ்மீர் பிரச்சனை எழுந்தபோது,

நேரு, பாகிஸ்தான் பிரதமர் லியாகத் அலி கானிடம் அக்டோபர் 31இல், 'கஷ்மீர் இந்தியாவுடன் சேர விரும்புகிறதா? அல்லது பாகிஸ்தானுடன் சேர விரும்புகிறதா? என்று முடிவு செய்ய ஒரு பொது வாக்கெடுப்பை நடத்துவதற்கான இந்தியாவின் உறுதிமொழி உங்கள் அரசுக்கான வெறும் உறுதிமொழி அல்ல. அது கஷ்மீர் மக்களுக்கும், இந்த உலகத்துக்கும் அளித்த உறுதிமொழி' என்று பிரகடனம் செய்தார்.[6]

1947 நவம்பர் 2 அன்று தேசத்துக்கான ஒரு ஒலிபரப்பில் நேரு கூறினார்: கஷ்மீரின் எதிர்காலம் இறுதியாக மக்களால் முடிவெடுக்கப் படவேண்டும் என்று நாங்கள் பிரகடனம் செய்துள்ளோம், நாங்கள் அந்த உறுதிமொழியை கஷ்மீர் மக்களுக்கு மட்டுமல்ல; இந்த உலகத்துக்கே தந்துள்ளோம். அதிலிருந்து நாங்கள் பின்வாங்க மாட்டோம். பின்வாங்கவும் முடியாது.'

ஜம்மு—கஷ்மீர் மீதான இந்திய அரசின் வெள்ளை அறிக்கை 1948ன் துவக்கத்தில் வெளியிடப்பட்டது. இந்தவிதத்தில் நேரு அளித்த உறுதிமொழிகளின் நல்லதொகுப்பு அது.

கஷ்மீரிகளுக்கு, அவர்கள் இந்தியாவுடனோ, அல்லது பாகிஸ்தானுடனோ இணைய விரும்புவதற்கான உரிமையை அவர்கள் பெற்றுள்ளார்கள் என நேரு உறுதியளித்திருந்தாலும், ஷேக் அப்துல்லா இந்தியாவோடு இணைவதையே விரும்புகிறார் என நேரு அறிந்திருந்தார். இதுதான் ஒருவேளை, அத்தகைய பொது அறிக்கைகளை வெளியிட நேருவுக்கு நம்பிக்கை அளித்திருக்கக் கூடும்.

ஜம்மு—கஷ்மீர் நிர்ணயசபையில் 1951 அக்டோபர் 31 அன்று தனது வரலாற்றுச் சிறப்புமிக்க உரையில் ஷேக் அப்துல்லா கூறினார்:

பாகிஸ்தானுக்கு ஆதரவாக முன்வைக்கப்படும் ஆற்றல்மிக்க வாதமே, அது ஒரு முஸ்லீம் அரசு. நமது மிகப் பெரும்பான்மையான மக்கள் முஸ்லீம்களாக உள்ளதால், இந்த மாநிலம் பாகிஸ்தானோடு இணையவேண்டும்' என்பதாக உள்ளது. இது சாதாரண மனிதனை ஏமாற்றும் ஒரு திரை. எனவே அவன். 'பாகிஸ்தான் ஒரு நிலப்பிரபுத்துவ நாடு, அதிலுள்ள சூழ்ச்சியாளர்கள் இந்த வழிமுறைகளின் மூலம் ஆட்சி அதிகாரத்தை மேற்கொள்ள முயற்சிக்கிறார்கள்' என்பதை தெளிவாகப் பார்க்க முடியாது... சரியாகச்

சிந்திப்பவர்கள், இந்த துணைக்கண்டத்தில் உள்ள அனைத்து முஸ்லீம்களின் இயற்கையான ஒற்றுமையாக பாகிஸ்தான் இல்லை என்று சுட்டிக்கட்டுவார்கள்.' அதற்கு பதிலாக இந்திய முஸ்லீம்களையே நாடுமுழுவதும் பரவச்சொல்லுவதற்கான காரணம் அவர்களுக்காகத்தான் உருவாக்கப்பட்டது என்று கூறுகிறது.[7]

அதேநேரத்தில் இந்து தேசிய அலையும் வளர்ச்சி பெறுவதும், இந்தியாவில் மத ரீதியான பிளவுகள் அதிகரித்து வருவதும் ஷேக் அப்துல்லாவுக்கு சிரமங்களை ஏற்படுத்தின. 1951 அக்டோபர் 31 அன்றும் அவரது பேச்சு எதிர்காலம் பற்றிய அவரது அச்சத்தை எடுத்துக்காட்டியது:

எதிர்காலத்தில் இந்தியா தன்னை ஒரு மதவாத அரசாக மாற்றிக்கொள்ளும்: அங்கு முஸ்லீம்களின் நலன்களுக்கு தீங்கு ஏற்படும் என்று சில மனப்போக்குகள் அழுத்தம் திருத்தமாக கூறுகின்றன. இது ஒரு மத அமைப்பு அரசில் ஆதிக்கம் செலுத்தினால், எல்லா இனங்களுக்கும் சமத்துவம் என்ற கொள்கைகள் மத சகிப்பின்மைக்கு வழிவகுத்துவிடுமானால் அது நடக்கலாம்.[8]

1951இல் ஷியாமா பிரசாத் முகர்ஜி ஜனசங்கத்தை துவக்கினார். அதன் முதல் கொள்கை அறிக்கையிலேயே இந்தியாவின் ஒற்றுமையை வலுப்படுத்த நான்கு முன்னுரிமைகளை அறிவித்தது: 'பாரதிய கலாச்சாரத்தை அடிப்படையாகக் கொண்ட ஒரு கல்வி அமைப்பு முறை, பள்ளிகளில் இந்தியை பயன்படுத்துவது, சிறுபான்மையினருக்கு எந்தவிதமான சலுகைகளையும் மறுப்பது மற்றும் இந்திய ஒன்றியத்தில் ஜம்மு—கஷ்மீரை முழுமையாக இணைப்பது.'[9]

1952 டிசம்பரில் ஜனசங்கம் இரண்டு பிரச்சனைகளை முன் வைத்து தேர்தலில் போட்டியிடுவதாக அறிவித்தது. அவை, பாகிஸ்தானிலிருந்து வந்த அகதிகளின் நிலையை மேம்படுத்துவது, 370ஆம் சட்டப்பிரிவை நீக்குவதும் ஆகும். அந்தக்கட்சி லோக்தளத்துடன் கூட்டணியும் அமைத்துக்கொண்டது.

காங்கிரசுக்குள்ளும் சிலர் இந்தக்கோரிக்கைகள் மீது அனுதாபம் கொண்டிருந்தார்கள் என்பதையும், இந்தப்பார்வையில் மாற்றத்தை ஏற்படுத்த நேருவால்கூட எதுவும் செய்யமுடியாது என்பதையும் ஷேக் அப்துல்லா அறிந்திருந்தார். ஜம்மு—கஷ்மீர் இந்தியாவிலிருந்தும்,

பாகிஸ்தானிலிருந்தும் விடுதலைபெற்ற ஒரு சுதந்திர நாடாவது ஒருவேளை மிகவும் சிறந்ததாக இருக்குமோ என்று சிந்திக்கத் தொடங்கினார். கஷ்மீர் இந்தியாவுடன் இணைந்தாலும்கூட அங்கு அமைதி இருக்காது என ஷேக் அறிந்திருந்தார்.

தனது சுயசரிதையில் ஷேக் அப்துல்லா எழுதினார்:

எனது பார்வையில், நாம் இந்தியாவோடு சேர்ந்தாலும்கூட, பாகிஸ்தான் அதை ஒருபோதும் ஏற்றுக்கொள்ளாது. நாம் இரண்டு நாடுகளுக்கிடையிலான போர்க்களமாக ஆகிவிடுவோம் என்னுடன் இருந்தவர்கள் வேறுவிதமாக சிந்தித்தார்கள். அவர்கள் கூறினார்கள்: முஸ்லீம் லீக் எப்பொழுதுமே நிலப்பிரபுக்களால் ஆதிக்கம் செய்யப்படுவதாக உள்ளது. இது தெளிவாக முற்போக்கு பார்வைக்கு எதிரானது. மக்களின் பார்வையில் புதிதாக உருவாக்கப்பட்டுள்ள 'புதிய கஷ்மீர்' என்பது பாகிஸ்தானால் ஏற்றுக் கொள்ளப்படமாட்டாது. கழுத்தை நெறிக்கும் அவர்களது பிடி எப்போதும் நம்மை அடிமை விலங்குகளின் கீழே வைத்திருக்கும். ஆனால், இந்தியா வித்தியாசமானது. இந்தியாவில் உள்ள கட்சிகள் மற்றும் தனிநபர்களின் பார்வைகள் நமக்கு இணக்கமானவை. இந்தியாவுடன் இணைவதன்மூலம் பின்னர் நாம் கடவுளுக்கு நெருக்கமாக பயணப்பட மாட்டோமா?

சுதந்திர கஷ்மீர் என்பது இன்னொரு விருப்பத்தேர்வாக இருந்தது. ஆனால், இரண்டு பெரிய சக்திகளால் சூழப்பட்டுள்ள ஒரு சிறிய மாநிலத்தை சுதந்திரமாக பாதுகாப்பது சாத்தியமற்றது. அந்த இரண்டு சக்திகளும் சுதந்திர கஷ்மீர் நிலைத்து நிற்பதற்கு உத்தரவாதம் அளிக்குமானால், அது வேறு விஷயம். நாங்கள் இந்த மூன்று விருப்பத்தேர்வுகளின்மீது பலமணி நேரங்களை வேதனையில் கழித்தோம்...[10]

பனிப்போர் இப்போது அதன் உச்சக்கட்டத்தில் இருந்தது. கஷ்மீரின் புவிசார் அரசியலின் முக்கியத்துவமும் அதுபோலவே இருந்தது. கஷ்மீர் சுதந்திர நாடாக அமைந்தால் மட்டுமே சூப்பர் பவர்களில் ஒன்று அதன் கோரிக்கைக்கு ஆதரவளிக்க முடியும். ஷேக் அப்துல்லாவின் ஆழ்ந்த உணர்வான கஷ்மீர் தேசியம் அவரை மேற்கத்திய கூட்டாளிகளை நோக்கி விரட்டியது.

கஷ்மீர் தேசியம் என்ற இந்த உணர்வின் தீவிரம், அரசியல் நிர்ணயசபைக்கு தான்மார்க்கிலிருந்து உறுப்பினராக இருந்த ஷேக்

மொஹம்மது அக்பா, அந்த சபையின் தேர்வு செய்யப்பட்ட முதல் தலைவரான குலாம் மொஹம்மது சாதிக்கின் வேண்டுகோளின்பேரில் பாடிய ஒரு பாடலின் துவக்க வரிகளில் காணப்பட்டது:

'லெஹ்ரா ஆயே கஷ்மீர் கே ஜண்டே
ஹால் வாலே தில்கீர் கே ஜண்டே
ஹெர் தாம் லெஹ்ரா, ஹெர் சூ லெஹ்றா
தாபா கய்யாமத் பைதாம் லெஹ்ரா'

'கஷ்மீரின் இந்தக்கொடிதான் பறக்கும்
எவர்தான் இந்த நிலத்தை உழுதாலும்
என்றும் இது பறக்கும் ஒவ்வொரு மூலைமுடுக்கிலும்
இறுதித்தீர்ப்பு நாள்வரை நானதை உயர்த்திப்பிடிப்பேன்.'

அந்தக் கவிதை பாடப்பட்டபோது பல உறுப்பினர்கள் தங்கள் கன்னங்களில் கண்ணீர் வழிவதை உணர்ந்தார்கள். அந்த சபை இதை அவர்களின் தேசிய கீதமாக ஏற்றுக்கொண்டது.[11] அரசுப்பள்ளிகளுக்கு சென்ற ஒவ்வொரு குழந்தையும் இதைக் கற்றுக்கொண்டது.

சம்பத் இந்த நேரத்தில் இந்திய கம்யூனிஸ்ட் கட்சியை நெருங்கிச் சென்றார். இப்போது அவர் தனது கட்சிக்கும், தனது தோழர்கள் மீதான விசுவாசத்துக்கும், அவரது கஷ்மீரி தேசியத்துக்குமான ஒரு மோதலை உணர்ந்தார். கட்சி ஏன் ஷேக் அப்துல்லாவையும், கஷ்மீரி தேசியத்தின் காரணங்களையும் அங்கீகரிக்கவில்லை என்று அவரால் புரிந்துகொள்ள முடியவில்லை. 'ஷேக் அப்துல்லா கஷ்மீரை அமெரிக்காவின் ஒரு காலனியாக மாற்ற முயற்சித்துக் கொண்டிருக்கிறார்; அவர் மக்களின் எதிரியாக உள்ளார்' என்ற கட்சியின் குற்றச்சாட்டு அவரை மிகவும் பாதித்தது. மூத்த கம்யூனிஸ்ட் தலைவர்கள் ஒரு படகு வீட்டில் தங்கி அந்த கஷ்மீர் தலைவரை கைதுசெய்யும் சதித்திட்டத்தை தீட்டிக் கொண்டிருந்தார்கள் என்றும் அவர் புரிந்துகொண்டார்.

ஷேக் அப்துல்லாவுக்கு கம்யூனிஸ்ட்கள் செய்த துரோகம் ராஜதந்திர காரணங்களுக்காக வடிவமைக்கப்பட்டிருந்தது. குறிப்பாக அமெரிக்காவும், பிரிட்டனும் இந்தியாவுக்கு எதிராக பாகிஸ்தானை ஆதரித்த அந்த நேரத்தில் அமெரிக்காவின் செல்வாக்கு ஷேக் அப்துல்லாவின் மீது அதிகரித்து வருவதாக அவர்கள் கவலை அடைந்தார்கள்.

உண்மையில் 1958இலேயே அமெரிக்காவும் பிரிட்டனும் பாகிஸ்தான் உதவியுடன் ஜம்மு—கஷ்மீரை தங்களது இராணுவத் தளமாகவும், சோவியத் யூனியனையும் சீனாவையும்[12] உளவு பார்ப்பதற்கான மையமாகவும் பயன்படுத்தத் தொடங்கியிருந்தன. இந்தியா—பாகிஸ்தானுடன் உள்ள எல்லைகளைப் போலவே கஷ்மீருக்கு சோவியத் யூனியனுடனும் சீனாவுடனும் தொடர்ச்சியான எல்லைகள் உள்ளன.

1953இல் துணைஜனாதிபதி ரிச்சர்ட் நிக்சன், 'நான் எல்லா வற்றையும் செய்ய விரும்பும் ஒரு நாடு பாகிஸ்தான் தான். அந்த நாட்டு மக்கள் இந்தியாவைவிட மிகக்குறைவான உட்சிக்கல் களை கொண்டிருக்கிறார்கள்'[13] என்று அறிவித்தார். இரண்டு ஆண்டுகளுக்குப் பிறகு, 1955இல் பாகிஸ்தான் அமெரிக்க நிர்வாகியின் புதிய கூட்டணி அமைப்பான 'தென்கிழக்கு ஆசிய பாதுகாப்பு அமைப்பின்' (SEATO) மத்திய பாதுகாப்பு அமைப்பிலும் (CENTO) இணைந்து இந்த அமைப்புக்களின் உறுப்பினர் தகுதியோடு அதிகாரபூர்வமாக 'அமெரிக்காவின் மிக நெருக்கமான கூட்டாளி' ஆகியதுடன், பனிப்போரில் அதன் முழுமையான பங்காளியும் ஆனது.[14] அமெரிக்கா மட்டுமல்ல; பிரிட்டனும் பாகிஸ்தானுக்கு முதல் இந்திய—பாகிஸ்தான் போரின்போது(1947—1948) உதவிட உறுதி கொண்டது. பிரிட்டனின் அயல்துறை செயலாளர் எர்னஸ்ட் பெவின் தனது முதல்வரை எச்சரித்தார்: *பாலஸ்தீன பிரச்சனை மிகவும் சிக்கலாக இருக்கும்போது, நாம் பாகிஸ்தானை நமக்கு எதிராக நிறுத்துவதை எளிதாக எடுத்துக்கொள்ளக்கூடாது. இதனால் ஒட்டுமொத்த இஸ்லாமும் நமக்கு எதிராகிவிடும்*. பிரிட்டிஷ் தூதர் பிலிப் நோயல் பேகர் மேலும் ஒருபடி முன்னே சென்று ஷேக் அப்துல்லா பற்றி கூறினார். 'கஷ்மீர் மீதான படையெடுப்பில் பாகிஸ்தானின் பங்கு எதுவுமேயில்லை என்று அவர் அதிருப்தி அடைந்தார்.[15] பாகிஸ்தான் ஒரு அரசாக உருவாகும் முன்பே பிரிட்டன் புவிசார் தந்திர சிந்தனைகளில் பாகிஸ்தானை தனது தெற்கு ஆசிய பார்வைக்கான மையமாக வைத்திருந்தது'.[16]

பிரிட்டிஷ்—இந்தியாவின் கிழக்குப்பகுதி கடைசி தலைமை அலுவலராக இருந்த ஃப்ரான்சிஸ் டக்கர்[17] 'எனது பணிக்காலத்தில்' எனற தனது நினைவுக் குறிப்பில், *'பிரிட்டிஷ் பேரரசின் இராணுவம், ரஷ்யாவின் கம்யூனிசத்துக்கும், இந்துஸ்தானுக்கும் இடையே பிரிட்டனின் அறிவியல் ஆதரவு பெற்ற ஒரு முஸ்லீம் ஆட்சியை நிறுத்துவது, பிரிட்டிஷ் ஏகாதிபத்தியத்திய ராஜதந்திரத்துக்கு தேவை என்று கருதியது'* என்று குறிப்பிடுகிறார்.[18]

டக்கர் 1950இல் கணித்துச் சென்றார்: 'இந்து இந்தியா, தான் முழுமையாக நீடித்து நிலைப்பதற்கான கடுமையான காலகட்டத்தில் நுழைந்து கொண்டிருக்கிறது. அதன் மதம் மிகப்பெருமளவில் மூட நம்பிக்கைகளையும், சடங்கு சம்பிரதாயங்களையும் கொண்டது. அது உடைந்துகொண்டிருக்கிறது. வரலாற்றின் முன்னுதாரணங்களிலிருந்து இதற்கு ஏதாவது பொருள்கொள்ள வேண்டுமானால் ....பின்னர் நாம் இதை நன்கு எதிர்பார்க்கலாம். இன்றைய பொருளியல் உலகில் கம்யூனிசம் போன்ற ஒரு பொருள்முதல்வாத தத்துவம் இந்து மதத்தில் ஏற்படும் வெற்றிடத்தை கட்டாயம் நிரப்பிவிடும்.'[19]

முதல் இந்திய—பாகிஸ்தான் போருக்குப் பிறகு, ராஜதந்திர ரீதியில் முக்கியப் பகுதிகளான கில்கிட் மற்றும் பாலிஸ்டான் மீது தனது ஆதிக்கத்தைப் பெற்றது. அமெரிக்காவும், பிரிட்டனும் சோவியத் யூனியனில் உள்ள மத்திய ஆசிய குடியரசுகளுக்கும் எல்லையாக உள்ள இந்த வடக்குப் பகுதிகளை தங்கள் கட்டுப்பாட்டில் கொண்டுவர விரும்பின. இந்த மேற்கு நாடுகளுக்கு உள்ள ஒரேவழி, மக்களின் மத உணர்வுகளை நேர்மையற்ற முறையில் பயன்படுத்துவதன் மூலம்தான் இந்தப்பகுதிகளை தங்கள் கட்டுப்பாட்டுக்குள் கொண்டுவரமுடியும் என்பதை அறிந்திருந்தது.[20]

இதுதான் மேற்கு நாடுகள் இஸ்லாமிய அரசியலோடு ஒரு கூட்டணியை உருவாக்கிக் கொண்டிருந்த நேரமும் ஆகும். இந்த கூட்டணியை அவர்கள், சோவியத் யூனியனை சிதறுண்டுபோக வைக்கும்வரை வெற்றிகரமாக கையாண்டனர். இந்தியாவுக்கான கனடா நாட்டு தூதர் எஸ்கார்ட் ரீட் இந்த காலகட்டத்தில் தனது நூலில் எழுதினார்: 'இஸ்லாமிய கலாச்சாரம், இந்துமத கலாச்சாரத்தைவிட, மேற்கத்தைய கலாச்சாரத்துடன் மிகவும் நெருக்கமானது. இந்துத்துவம், மனிதகுல வரலாற்றில் வேறு எந்த கலாச்சாரத்தை விடவும் மேற்கத்தைய கலாச்சாரத்தைவிட்டு வெகுதூரம் விலகி நின்றது. இந்தியாவோ மறுபுறத்தில் மேற்கில் பொதுவான எந்தவொரு அறிவார்ந்த வேர்களையும் கொண்டிருக்கவில்லை...[21]

இந்த உண்மைகள் அனைத்தும் அப்போது பொதுவெளியில் காணப்படாவிட்டாலும், ஐ.நா.வில் பிரிட்டனும், அமெரிக்காவும் ஆதரவளித்ததை இந்தியா கண்ணுற்றது. ஐ.நா.வுக்கான இந்திய பிரதிநிதிகள் குழுவின் அங்கமாக ஷேக் அப்துல்லா நியூயார்க்கில் இருந்தபோது, ஐநாவின் அமெரிக்க பிரதிநிதியான வாரன் ஆஸ்டினை ஷேக் சந்தித்ததை இந்தியா கணக்கில் எடுத்துக்கொண்டது. பின்னர் 1952இல் அமெரிக்க ஜனாதிபதி தேர்தலில் மிகவும் வாய்ப்புள்ள

வேட்பாளரான அட்லாய் ஸ்டீவென்சன் உடனான ஷேக் அப்துல்லாவின் சந்திப்பு இந்தியாவில் ஒரு புயலை உருவாக்கியது. குறிப்பாக அது நேருவின் அணிசேரா கொள்கைக்கு எதிராக இருந்தது.

தன்னுடைய மூத்த தோழர்களோடு இவற்றையெல்லாம் விவாதித்ததற்குப் பிறகும்கூட, ஷேக் அப்துல்லா கைது செய்யப்பட்டதையும், அவரை ஏகாதிபத்தியத்தின் ஏஜண்டாகப் பார்த்ததையும் சம்பத் பிரகாஷால் பகுத்தறிய முடியவில்லை. ஆனால், கஷ்மீரை பிரிட்டன் அல்லது அமெரிக்காவின் காலனியாக்கும் சிந்தனையை அவர் ஆதரிக்கவில்லை.

சம்பத் இன்னும் சோவியத் யூனியனை கஷ்மீர் மக்களின் நண்பனாகவே பார்த்தார். கம்யூனிஸ்ட்கள் எப்போதும் ஒடுக்கப்பட்ட தேசிய இனங்களையே ஆதரிப்பவர்கள் என சம்பத்திடம் சொல்லப்பட்டிருந்தது. ஆனால், ஷேக் கைது செய்யப்பட்ட சில மாதங்களுக்குப் பிறகு, சோவியத் யூனியனின் மூத்த தலைவர்கள் கஷ்மீர் பள்ளத்தாக்குக்கு வருகை தந்தது சம்பத்துக்கு பேரதிர்ச்சியாக இருந்தது.

1955இன் குளிர்காலத்தில் சோவியத் யூனியன் கம்யூனிஸ்ட் கட்சியின் முதன்மைச்செயலாளர் நிகிதா குருச்சேவும், சோவியத் பிரதமர் நிகோலாய் புல்கானினும் வருகிறார்கள் என்ற செய்தியால் ஸ்ரீநகர் பரபரப்புக்குள்ளானது. அந்த இரு சோவியத் தலைவர்களையும் தேசிய மாநாடு எவ்வளவு உற்சாகமாக வரவேற்றது என்பதை சம்பத் நினைவு கூர்ந்தார். கஷ்மீர் மக்கள் அந்த ரஷ்யர்களுக்கு பூக்கள் சொரிய ஆற்றில் ஒரு ஊர்வலம் நடைபெற்றது.

புகழ்பெற்ற கஷ்மீரி நாட்டிய நாடகமான *‘பொம்புர் தா யம் பர்ஸால்’* (பறக்கும் வண்டும், மணக்கும் பூக்களும்) சோவியத் தலைவர்களுக்காக சிறப்பாக மேடையேற்றப்பட்டது. அதுதான் கஷ்மீரி மொழியில் கம்யூனிஸ்ட் கவிஞரும், எழுத்தாளருமான தீனநாத் நதீம் எழுதியது. அது *‘ஒயிட் ஹேர்டு கேர்ள்’* (வெள்ளை முடி பெண்) என்ற புகழ்பெற்ற சீன நாட்டிய நாடகத்தைப் பின்பற்றி எழுதப்பட்டது. தீனநாத் அந்த அசல் நாட்டிய நாடகத்தை சில ஆண்டுகளுக்கு முன் சீனாவுக்கு சென்றபோது பார்த்திருந்தார். அது மிக உயர்ந்த குறியீட்டு நாடகமாக, காற்றும் இலையுதிர்காலமும் ஏகாதிபத்திய ஏஜண்டுகளை பிரதிநிதித்துவப்படுத்தி மக்களை பிரிக்கின்றன? என்பதை பேசியது.[22]

சம்பத் இந்த வருகையினால் உணர்ச்சிவசப்பட்டிருந்தார். ஆனால், கஷ்மீர் பிரச்சனையில் சோவியத் யூனியன் இந்தியாவின் நிலைப்பாட்டை ஆதரிக்க முடிவுசெய்துள்ளது என்ற செய்தியைப் படித்தபோது, அவரது உற்சாகம் வடிந்துவிட்டது. அந்த நாட்களின் நிகழ்வுகளோடு அவர் தொடர்பு கொண்டிருந்தபோதும்கூட அவர் என்னிடம் கேட்டார்: 'ஒரு சுதந்திரமான கஷ்மீர் என்ற கோரிக்கையை சோவியத் யூனியன் ஏன் ஆதரிக்கவில்லை? எல்லாவற்றுக்கும் மேலாக லெனின் சுயநிர்ணய உரிமையை ஆதரித்துள்ளாரே?'

நான் அவரிடம், அவருக்கு தொல்லைதரும் இந்த கேள்விகள் பற்றி தனது தலைவர்களிடம் விவாதிப்பதற்கான வாய்ப்பு இருந்ததா?, என்று கேட்டேன். ஆனால் அவர், அந்த நேரத்தில் மிகவும் இளையவராக, வெறும் மாணவர் தலைவராக மட்டும் இருந்ததால், உற்சாகமான உரையாடல்கள் நடத்துவதற்கான வாய்ப்பு கிடைக்கவில்லை, என்றார். எப்படியிருப்பினும் அவர் இன்னும் கம்யூனிசத்தின் மீது அவருக்குள்ள ஆழமான பிடிப்புக்கும், கஷ்மீரி தேசியத்துக்கும் இடையிலான முரண்பாடுகளால் அவதிப்படுகிறார். இன்றும்கூட, அவரது எழுபத்து ஆறாம் வயதிலும் இந்தக் கேள்விகளோடு போராடி வருகிறார்.

அந்த நேரத்தில் அவரை மிகவும் வருந்தச் செய்தது என்னவென்றால், கஷ்மீரி பண்டிதர்கள் நடந்துகொண்ட முறைதான். ஷேக் அப்துல்லாவின் கைதுக்கு எதிராக அவர்கள் வீட்டைவிட்டு வீதிக்கு வந்து போராட்டங்களில் கலந்துகொண்டிருக்க வேண்டும் என்று அவர் கூறினார். அவர்கள் மௌனமாக இருந்தது அவர்களது துரோகத்துக்குச் சான்றாக தெரிந்தது.

கஷ்மீரி வரலாற்றியலாளரான மொஹம்மது இஷாக் கான் *(1942—2013)* 'அண்டை வீடுகளிலிருந்த கஷ்மீரி பண்டிதர்களின் நடத்தை தனது தந்தைக்கு எவ்வாறு அதிர்ச்சியாக இருந்தது' என்பதை விவரிக்கிறார்:

> *ஷேக் அப்துல்லா கைதுசெய்யப்பட்ட செய்தியறிந்து அவர்கள் எதிரிக்கு நேர்ந்த துன்பங்களைக் கண்டு கைகளைத் தட்டியும், ஒருவரையொருவர் கட்டிப்பிடித்துக்கொண்டும் வெளிப்படுத்திய களியாட்டங்களைத் தொடர்ந்து எனது தந்தை அண்டை வீடுகளில் உள்ள கஷ்மீரி பண்டிதர்களான திஸ்ஸு பிரிவினரை பழிவாங்க வேண்டுமென்று உறுதி எடுத்துக்கொண்டபோது எனக்கு வயது 8.*

நன்றியில்லாத அந்த பண்டிதர்களைப் பாருங்கள். தங்கள் பாதுகாவலராக இருந்தவரை ஆட்சியிலிருந்து நீக்கியதை அவர்கள் கொண்டாடுகிறார்கள். 1947இல் பழங்குடியினரின் படையெடுப்பின் போது அந்த கஷ்மீர் சிங்கம் அவர்களைப் பாதுகாக்கவில்லையா?[23]

இன்னொருபக்கம் இந்திய உள்துறை அமைச்சர் சர்தார் படேல் இந்திய முஸ்லீம்கள் மீதான தனது கோபத்தை ஒரு கடிதத்தில் தெரிவித்திருந்தார்: 'இந்திய முஸ்லீம்களுக்கு என்னிடம் ஒரே ஒரு கேள்வி உள்ளது. கஷ்மீர் பிரச்சனையில் நீங்கள் ஏன் உங்கள் வாய்களைத் திறக்கவில்லை? பாகிஸ்தானின் நடவடிக்கையை நீங்கள் ஏன் கண்டிக்கவில்லை?'[24]

ஜம்மு — கஷ்மீர் பிரச்சனை ஒரு இந்தியா—பாகிஸ்தான் பிரச்சனையாகவும், அதன்பிறகு இந்து — முஸ்லீம் பிரச்சனையாகவும் ஆகிவிட்டது. இந்தியா மற்றும் பாகிஸ்தானுக்கான ஐ.நா.குழுவுக்கு சமர்ப்பிக்கப்பட்ட ஓர் அறிக்கையில் மிகவும் மதிக்கப்படும் 14 முஸ்லீம்கள் எழுதினார்கள்:

> பாகிஸ்தான், மேற்கு பாகிஸ்தானிலிருந்து இந்துக்களை வெளியேற்றியதன் மூலம் எங்கள் நிலைகளைப் பலவீனப்படுத்திவிட்டது. அத்தகைய கொள்கை எங்களுக்கும், எங்களது நலன்களுக்கும் எத்தகைய பின்விளைவை ஏற்படுத்தும் என்பதை முற்றிலும் பொருட்படுத்தவில்லை. பாகிஸ்தானில் உள்ள தவறாக வழிகாட்டப்பட்ட எங்களது சகோதரர்கள் பாகிஸ்தானில் உள்ள முஸ்லீம்கள், கஷ்மீரிலுள்ள இந்துக்களுக்கு எதிராக ஒரு போரை நடத்தினால், இந்துக்களும் உடனடியாகவோ அல்லது பின்னரோ இந்தியாவிலுள்ள முஸ்லீம்களுக்கு எதிராக ஏன் பதிலடி கொடுக்கக்கூடாது?[25]

ஷேக் அப்துல்லாவின் கைதுக்குப் பிறகு, அவரது துணைப்பிரதமராக இருந்த பக்ஷி குலாம் மொஹம்மது உடனடியாக ஜம்மு— கஷ்மீர் பிரதமராக பதவி ஏற்றார். 1907இல் பிறந்த பக்ஷி குலாம் மொஹம்மது 1953 முதல் 1964 வரை 11ஆண்டுகள் பிரதமராக இருந்தார்.

பக்ஷி குலாம் மொஹம்மது சி.இ.டிண்டேல் பிஸ்கோ பள்ளியில்

படித்தவர். அவர் தனது வாழ்க்கையை ஓர் ஆசிரியராகத் துவக்கினார். அவர் சிந்து மற்றும் ஷிகார் நதிகள் சந்திக்குமிடத்தில் பாலிஸ்டானில் 8,200 அடி உயரத்தில் உள்ள ஸ்கார்டு—வில் பணியமர்த்தப்பட்டார். அங்கிருந்து அவர் தலைமையகமான லடாக்கில் உள்ள லேஹ்—க்கு மாற்றப்பட்டார்.

பக்ஷி குலாம் மொஹம்மதும் அவரது அமைச்சரவையின் பல சகாக்களும் கம்யூனிச சிந்தனைகளாலும், நோக்கங்களாலும் கவரப்பட்டவர்கள். அவர் தனது இளமைக்காலத்தில் மாணவர்களையும், தொழிலாளர்களையும் ஒருங்கிணைத்தார். மேலும் 1927 முதல் தோக்ராக்களின் ஆட்சிக்கு எதிரான போராட்டங்கள் அனைத்திலும் அவர் ஷேக் அப்துல்லாவுடன் இருந்தார். அவர் ரிமாஸி சிறையில் 16 மாதங்கள் சிறை வைக்கப்பட்டிருந்தார். முஸ்லீம் மாநாடு கட்சியின் நிறுவன உறுப்பினர்களில் அவரும் ஒருவர். மேலும் அவர் தனது தனிச்சிறப்புமிக்க தலைமையாலும், அமைப்புத்திறனாலும் தேசிய மாநாடு கட்சியில் பெரிதும் பாராட்டப்பட்டார்.

இருந்தபோதிலும் ஷேக்கின் கைதுக்குப் பிறகு பல கஷ்மீரிகள் பக்ஷி குலாம் மொஹம்மதுவை ஒரு துரோகியாகவே பார்த்தார்கள். ஏனெனில், அந்தக் கைது நடவடிக்கைகளுக்கு காரணமானவர்களில் அவரும் ஒருவர். அங்கு பெருந்திரளான மக்கள் பங்கேற்ற ஆர்ப்பாட்டங்களும், போராட்டங்களும் நடைபெற்றன. மிர்ஸா மொஹம்மது அஃப்சல் பெய்க் சிறையிலிருந்து விடுக்கப்பட்ட பின்னர் அவை மேலும் தீவிரம் பெற்றன. அஃப்சல்பெய்க், ஷேக் அப்துல்லாவோடு சுதந்திர கஷ்மீர் என்ற உணர்வூட்டி, ஆதரித்த குற்றத்துக்காக கைது செய்யப்பட்ட 22 பேரில் ஒருவர்.

1935இல் அஃப்சல் பெய்க் விடுவிக்கப்பட்டார். ஆகஸ்டில் அவர் அனைத்து ஜம்மு—கஷ்மீர் பொதுவாக்கெடுப்பு முன்னணி —மகஸ்—எ— ராய் ஷுமாரி—யை ஷேக் அப்துல்லாவின் ஒப்புதலோடு உருவாக்கினார். இருந்தபோதிலும் ஷேக் அப்துல்லா அதில் முறையாக எப்போதும் சேரவில்லை. பொதுவாக்கெடுப்பு முன்னணியிடம் இரண்டு கோரிக்கைகள் இருந்தன: 1. ஷேக் அப்துல்லாவின் விடுதலை 2. ஜம்மு — கஷ்மீர் மக்கள் இந்தியாவுடனோ அல்லது பாகிஸ்தானுடனோ சேரவிரும்புகிறார்களா? அல்லது இறையாண்மை கொண்ட சுதந்திரநாடாக இருக்க விரும்புகிறார்களா? என்பதை முடிவுசெய்ய ஒரு பொதுவாக்கெடுப்பு.

பொதுவாக்கெடுப்பு முன்னணி ஆளும் தேசிய மாநாடு

கட்சிக்கு முதன்மையான எதிர்க்கட்சியாக உருவெடுத்தது. அதன் உறுப்பினர்கள் ஒடுக்குமுறைகளைச் சந்தித்தார்கள். சிலர் நீண்டகால சிறைதண்டனை அனுபவித்தார்கள்.[26] அவர்கள் வெளிப்படையாகவே அரசுக்கு விசுவாசமின்மையை போதித்து இந்திய மற்றும் கஷ்மீர் அரசுகளுக்கு எதிராக வெறுப்புணர்ச்சியை எழுப்ப விரும்பினார்கள் என்று குற்றம் சாட்டப்பட்டது. அவர்கள் முஸ்லீம்களிடையே மத உணர்வுகளைத் தூண்டினார்கள், தன்னார்வப்படைகளை அமைத்து இராணுவத் தகவல்களை பாகிஸ்தானுக்கு அனுப்பினார்கள் என்றும் கூறப்பட்டது.[27]

பொதுவாக்கெடுப்பு முன்னணிக்கு கஷ்மீரி பண்டிதர் சமூகத்திலிருந்து உறுப்பினர்கள் யாரும் இல்லை. இருந்தபோதிலும், அவர்களது ஊர்வலங்களிலும், ஆர்ப்பாட்டங்களிலும் சம்பத் பிரகாஷ் இணைந்து கொள்வதை தடுக்கவில்லை. அவர்களது ஆர்ப்பாட்டங்களில் பங்கேற்பதுடன்கூட அவர் புதிதாக அமைக்கப்பட்ட ஜனநாயக தேசிய மாநாடு கட்சியில் இளைஞர் பிரிவிலும் சேர்ந்துகொண்டார்.

தேசிய மாநாடு கட்சியிலிருந்த 19 உறுப்பினர்களைக்கொண்ட குழுவாக ஜனநாயக தேசிய மாநாடு உருவாக்கப்பட்டது. 1957இல் அந்தக்கட்சிக்குள் எழுந்த அதீதமாகப் பெருகிவந்த ஊழல்களும், மிரட்டல் நடவடிக்கைகளும் அவர்கள் அந்தக் கட்சியை விட்டு விலக காரணமாக இருந்தது. மத்திய அரசு கடன்கள் என்ற வடிவில் வாரிவழங்கிய பணம் ஊழல் நடவடிக்கைகளுக்கு ஒரு காரணமாக இருந்தது. பக்ஷி சகோதரர்கள் குழுமம் *(Bakshi Brothers' Corporation)* என்று அறியப்பட்ட பக்ஷியின் குடும்பத்தினர், 'இந்த நேரத்தில் ஒருவரால் பணக்காரராக முடியாவிட்டால், அவரால் இதற்குப்பின் எப்போதும் அவ்வாறு ஆகமுடியாது' என உற்சாகப்படுத்தவும் செய்தார்கள்.

பக்ஷியால் எந்த ஒரு எதிர்ப்பையும் பொறுத்துக்கொள்ள முடியவில்லை. அவர் பொதுவாக்கெடுப்பு முன்னணியின் நடவடிக்கைகளை ஒடுக்கினார். அவர் டெல்லி அரசின்மீது எந்த ஒரு விமர்சனத்தையும் அனுமதிக்கவில்லை. அவர் 75 அமைதிப்படை பிரிவுகளை தனது ஒடுக்குமுறைக் கொள்கைக்கான கருவிகளாக உருவாக்கினார். அவை அரசியல் எதிர்ப்புக்களை ஒடுக்குவதோடு மட்டுமின்றி, பெண்களை கற்பழிப்பது போன்ற குற்ற நடவடிக்கைகளிலும் ஈடுபட்டதால் கேவலமடைந்தன.

ஜனநாயக தேசிய மாநாடு தனது தலைமையிடத்தை ஸ்ரீநகரில் மெஜெஸ்டி ஓட்டலில் அமைத்துக்கொண்டது. அதன் அனைத்து தலைவர்களும் கம்யூனிஸ்ட்களாகவோ அல்லது அனுதாபிகளாகவோ இருந்தார்கள். கஷ்மீரில் இருந்தவர்கள் லாகூரில், அலிகாரில், லக்னோவில் படித்துக்கொண்டிருந்த போது கம்யூனிஸ்ட்களின் செல்வாக்கின்கீழ் வந்தவர்கள். ஜம்முவில் இருந்தவர்கள் தோழர் தன்வந்திரியால் வளர்க்கப்பட்டவர்கள்.[28]

ஜனநாயக தேசிய மாநாடு கட்சியின் தலைவர் குலாம் மொஹம்மது சாதிக், துணைத்தலைவர் கே.டி.சேத்தி, பொதுச்செயலாளர் ராம்பியாரா கிராஃப் ஆகிய இந்த கம்யூனிஸ்ட்கள்தான் சம்பத் பிரகாஷ் தனது முழுவாழ்வையும் தொழிற்சங்க அரசியலுக்கு அர்ப்பணிக்கக் காரணமானவர்கள்.

சம்பத்துக்கு ஜனநாயக தேசிய மாநாடு கட்சியின் மாணவர் சங்கங்களை பல்வேறு கல்லூரிகளிலும் அமைக்கும் பொறுப்பு அளிக்கப்பட்டது. அவர் அஜ்மீர்சிங் கல்லூரி, காந்தி கல்லூரி, பெண்கள் கல்லூரி மற்றும் தனது சொந்த கல்லூரி ஆகியவற்றில் மாணவர்களுக்கு உணர்வூட்டி சங்கங்கள் அமைப்பதிலும், பக்ஷியின் குண்டர்கள் அரசுக்கு எதிரான போராட்டங்களில் பங்கேற்க வைப்பதிலும் வெற்றிபெற்றார்.

அவர் தனது எஸ்.பி.கல்லூரிக்குள்ளும் மாணவர்களின் பிரச்சனைகளை எடுத்துக்கொண்டு, புகழ்பெற்ற பேச்சாளர்கள் மாணவர்களிடம் உரையாற்ற வரும்போது பதிலளிக்க முடியாத இக்கட்டான கேள்விகளை எழுப்பினார். ஒரு நிகழ்வில் ஒரு பேச்சாளர் 'நவீன கஷ்மீரின் சிற்பி' என பக்ஷியைப் புகழ்ந்தபோது சம்பத் பிரகாஷ் எழுந்து நின்று, பேச்சாளரிடம் குறுக்கிட்டு, 'பக்ஷி ஊழல் நடவடிக்கைகளில் நன்கு அறியப்பட்டவர் என்பது அவருக்கு தெரியுமா?' என்று கேட்டார்.

சம்பத்தின் நடவடிக்கைகள் கல்லூரி நிர்வாகிகளுக்கு சங்கடங்களை ஏற்படுத்தியது. எஸ்.பி.கல்லூரி முதல்வர் ஜியாலால் கௌளர் தான், *'கஷ்மீர் பண்டிதர்களின் வரலாறு' (A History of Kashmir Pandits)* என்ற நூலை எழுதிய ஆசிரியர். ஷேக் அப்துல்லா தனது 'முஸ்லீம் மாநாடு கட்சியை அமைத்தபோது, கஷ்மீரி பண்டிதர்கள் 'பண்டிதர்கள் மாநாடு' —ஐ அமைத்தார் கள். அந்த கூட்டத்தில் ஜியாலால் கௌளர் உரையாற்றினார். அங்கு கூடியிருந்தவர்களிடம் கௌல் சொன்னார்: 'அங்கு வெளிப்பட்ட

தேசிய உணர்வுகளால் ஷேக் அப்துல்லா மிகவும் ஈர்க்கப்பட்டார். அவர் ஒரு மாலையை எடுத்துக்கொண்டு மேடையின்மீது தாவி ஏறி அந்தப் பேச்சாளருக்கு மாலை அணிவித்தார்.'[29] ஷேக் தனது கட்சியின் பெயரை தேசிய மாநாடு என்று மாற்றியபோது ஜியாலால் கௌள் அதில் சேர்ந்தார்: ஆனால், ஷேக் முஸ்லீம் மத உணர்வுகளுக்கு அதிகப்படியாக இடம்கொடுக்கிறார் என உணர்ந்தபோது அதைவிட்டு விலகிவிட்டார்.

மாணவர்களில் ஒருவரான சம்பத் பிரகாஷ் கல்லூரியில் மாணவர் சங்கத்தை அமைத்தார். அவர் வகுப்புக்களுக்கு வருகை தருவதை நிறுத்திக் கொண்டதோடு மற்ற வகுப்புக்களுக்கு ஏற்படும் இடையூறுகளுக்கும், கல்லூரியில் ஒழுங்கின்மை வளர்வதற்கும் காரணமாக இருக்கிறார் என்று முதல்வரிடம் கூறப்பட்டது. சம்பத் பிரகாஷ் முதல்வர்முன் வரவேண்டும் என்று அழைக்கப்பட்டார்.

முதல்வர் அவரிடம் சம்வித் என்ற அவரின் பெயரின் அர்த்தம் என்ன என்று கேட்டார். 'சூரியனின் முதல் ரேகை' என்று அதன் பொருளை அவர் சொன்னபோது முதல்வர், 'அது தொல்லைகளை உருவாக்குபவருக்கு பொருத்தமான பெயர் அல்ல' என்று கூறி 'மிகவும் பொருத்தமான பெயர் 'மிஸ்டர் சம்பத் என்பதுதான்' என்றார். ஜியாலால் கௌள் அந்தப்பெயரில் உள்ள புகழ்பெற்ற நடிகர் மோதிலால். 'மிஸ்டர் சம்பத்' என்று அனைவராலும் நேசிக்கப்பட்ட நம்பிக்கை மனிதனாக நடித்த படத்தை கட்டாயம் பார்த்திருப்பார்.

*1952*இல் வந்த அந்தப்படத்தில் 'மிஸ்டர் சம்பத்' கண்களைக் கூசவைக்கும் பிரகாசம்கொண்ட, சிரமமான சூழலையும் தனக்கே உரிய நம்பிக்கையுடன் எதிர்கொள்பவராக இருந்தார். அவர் தன்னைக் கவனிப்பவர்கள் கதைகளை தனது துணிச்சல்களாக உயர்த்திக்கூறி தனது நண்பர்களாக்கி அவர்கள் இதயங்களை வெற்றிகொள்வார். ஜியாலால் கௌள் மிஸ்டர் சம்பத் என்ற கதாபாத்திரத்தின் நல்ல அம்சங்களை விரிவாக நினைவுகூராவிட்டாலும், அந்தப்பெயரை அந்த இளம் மாணவனுக்கு பொருத்தமானதாக எண்ணினார். அந்த மாணவன் அதைத் தனது பெயராக எடுத்துக்கொண்டு தன்னை சம்பத் பிரகாஷ் என்று அழைத்துக்கொண்டான். இருந்தபோதிலும் அவன் தொல்லைகளை ஏற்படுத்துபவனாகவே தொடர்ந்தான்.

சம்பத் தனது கல்லூரிக்கு வந்த இன்னொருவரையும் இன்றும்

நினைவு கொள்கிறார். அவர்தான் கிருஷ்ணமேனன். ஐநாபாதுகாப்பு கவுன்சிலில் 1957 ஜனவரியில் எட்டு மணிநேரம் மிக நீண்ட உரையை நிகழ்த்தியவர். உலக சாதனையைப் பதிவுசெய்யும் கின்னஸ் புத்தகம், ஐ.நா. வில் நிகழ்த்தப்பட்ட எல்லா உரைகளையும்விட அதுதான் நீண்டது என உறுதிசெய்கிறது. கிருஷ்ணமேனன் அதே ஆண்டில் செப்டம்பரில் ஸ்ரீநகருக்கு வருகை தந்தார். சம்பத் தனக்கே உரியபாணியில் கிருஷ்ணமேனன் பேச்சிலிருந்து ஒருமுறை சிலவரிகளை பேசிக்காட்டினார். 'நாம் இந்தக்குளத்தை ஒவ்வொருவரும் குளிக்கும் வகையில் விரிவுபடுத்துவோம். இதைச் செய்வதன்மூலம் மட்டுமே நாம் ஜனநாயக அமைப்போடு நீந்திச்செல்ல முடியும்.'

கிருஷ்ணமேனன் பொதுவாக்கெடுப்பு முன்னணியின் மீது அனுதாபம் கொண்ட ஆசிரியர்களால் குறுக்குக் கேள்வி கேட்கப் படுவார் என்று சம்பத் நினைத்தார். ஆனால், எவர் ஒருவரும் எந்தக்கேள்வியும் கேட்கவில்லை. 'ஜனநாயக அமைப்புடன் நீந்துவோம், அல்லது மூழ்கிப்போவோம்' என்ற கிருஷ்ணமேனனின் வார்த்தைகள், தனிமனித உணர்வுகளை எளிதில் வெளிப்படுத்தாத சம்பத்தின் மனதில் படிந்துவிட்டது.

உடனடியாக 1958 ஜனவரி 10 அன்று ஷேக் அப்துல்லா விடுதலை செய்யப்பட்டார் என்று செய்தி வந்தது. ஆரவாரமான மகிழ்ச்சி வெள்ளம் ஒவ்வொருவர் வீட்டுக்குள்ளும் பாய்ந்தது. அதுதான் அந்தப் பள்ளத்தாக்கு முழுவதும் நீண்ட குளிர்காலத்துக்குப் பின்பான ஒரு வசந்த காலத்தை அனுபவித்த உணர்வாக இருந்தது. அங்கு ஒவ்வொரு கஷ்மீரி தேசியவாதியின் உள்ளத்திலும் மகிழ்ச்சி பொங்கியது. தங்கள் அன்புத் தலைவரை கணநேர காட்சியாகக் காண ஒவ்வொருவரும் விரும்பினர். அவர்கள் சைக்கிள்கள், டோங்காக்கள், படகுகள் என எந்த வகையான வாகன வசதிகள் கிடைத்தாலும் அதில் ஏறி ஸ்ரீநகருக்கு சென்றார்கள்.

சம்பத் பிரகாஷும், அவரது தந்தை நீல்காந்த்தும் சாலையின் இருமருங்கிலும் வரிசையாக அணிவகுத்து ஷேக் அப்துல்லாவை வரவேற்க காத்திருந்த பல நூற்றுக்கணக்கான ஆயிரமாயிரம் மக்களோடு நின்றுகொண்டிருந்தார்கள். ஜம்முவுக்கும், கஷ்மீருக்கும் நடுவே பாதிவழியில் குட் இருந்தது. ஷேக் காலையிலேயே விடுதலை செய்யப்பட்டிருந்தார். ஸ்ரீநகருக்கு வந்து சேரும் பயணநேரம் ஆறுமணி நேரத்துக்குமேல் பிடிக்காது. அவர்கள் போலோ வியூ வில் காத்திருந்தார்கள். ஆனால் பிற்பகல்வரை கஷ்மீர் சிங்கம்

வருவதற்கான அறிகுறிகள் ஏதும் இல்லை.

ஷேக் அப்துல்லா வந்துசேர்ந்தபோது இருட்டிவிட்டிருந்தது. ஆனால், அந்தக் கூட்டத்தினரிடையே இருந்த குதூகலம் குறையவே இல்லை. அது தனது கதாநாயகனைக் காணும் கணநேரப் பார்வைக்காகக்கூட இருக்கலாம். ஷேக் அப்துல்லா ஒரு திறந்த ஜீப்பில் வருவதை சம்பத் பார்த்தபோது உணர்ச்சி வசப்பட்டார். ஷேக் சௌரிசௌராவில் உள்ள தனது வீட்டை நோக்கி அங்குலம் அங்குலமாக நகர்ந்தார்.

தான் விடுதலையான சில வாரங்களுக்குப் பிறகு பிப்ரவரியில் ஷேக் அப்துல்லா ஸ்ரீநகரில் கீழ்ப்பகுதியில் உள்ள முஜாஹித் மன்ஸிலில் உள்ள தேசிய மாநாடு கட்சியின் அலுவலகத்தை எடுத்துக்கொள்ள முயற்சித்தார். அந்த அலுவலகம் பக்ஷி குலாம் மொஹம்மதுவின் கட்டுப்பாட்டில் இருந்தது. அதனால் அந்த கட்டடத்தை ஷேக் அப்துல்லாவால் அடைய முடியவில்லை. ஆனால், அவர் தால் ஏரியின் இடதுகரையில் உள்ள ஹஸ்ரத் பால் புனித தலத்துக்கு செல்லமுடிந்தது. அந்த புனிததலம் வழிபாட்டுக்கான மிகவும் புனிதமான இடமாகக் கருதப்பட்டது. ஏனெனில் இங்குதான் புனித Moi-e-Muquaddas அல்லது புனித நினைவுச்சின்னம் பல நூற்றாண்டுகளாகப் பாதுகாக்கப்பட்டு வருகிறது.[30]

ஷேக் அப்துல்லா தனது ஆற்றல்மிக்க குரலில், அதற்கு இணையான ஆற்றல் மிக்க செய்தியை இந்திய அரசுக்கு தெரிவிக்கும் வகையில் பேசினார்: 'கஷ்மீரை இணைத்துக்கொள்வது பீரங்கிகளாலோ, துப்பாக்கிகளாலோ முடிவு செய்யப்படக்கூடாது. கஷ்மீர் கிருஷ்ணமேனனுக்கோ, நேருவுக்கோ அல்லது பக்ஷிக்கோ சொந்தமானதல்ல. மக்கள் மட்டுமே அதன் எதிர்காலத்தை முடிவு செய்யமுடியும்.[31]

ஷேக் அப்துல்லா மாநில அரசை துரோகிகள் என கடுமையாக கண்டனம் செய்தார். அடக்குமுறையாளர்கள், கொடுங்கோலர்கள் என குற்றம் சாட்டினார். பக்ஷி குலாம் மொஹம்மதை, 'முஸ்லீம்களின் பாவம் நிறைந்த ஒடுக்குமுறையாளர்' என்றும் 'நம்பிக்கைக்குரியதல்லாத பாரதத்தின் அடிமை' என விவாதித்தார்.[32] இந்தப்பேச்சைத் தொடர்ந்து அங்கு நடந்த கலவரத்தில் ஒருவர் கொல்லப்பட்டார்; பலர் காயமடைந்தனர்.

சில மாதங்களுக்குப்பின் ஏப்ரல் 29 அன்று ஷேக் அப்துல்லா

அரசை கவிழ்க்க சதிசெய்த குற்றச்சாட்டின்பேரில் மீண்டும் கைது செய்யப்பட்டார். அவரது கைதை எதிர்த்து அங்கு பெரும்திரளான போராட்டங்கள் நடைபெற்றன. சம்பத் தனது கல்லூரியில் எதிர்ப்பை உருவாக்கி தெருக்களில் நடைபெற்ற ஊர்வலங்களில் கலந்துகொண்டார்.

1958ன் இலையுதிர்காலத்தில் சம்பத் பட்டம் பெறவேண்டியிருந்தது. தேர்வு மையத்தில் ஏற்கனவே தனது இருக்கையில் அமர்ந்திருந்தபோது ஒரு காவல்துறை ஆய்வாளர் உள்ளேவந்து அவரைக் கைது செய்தார். ரீகல் சதுக்கத்தின் அருகில் இருந்த ஜோதிபாக் தனிச்சிறைக்கு அனுப்பப்பட்டார். அங்கு அவர் திட்டப்பட்டார். சில நிமிடங்கள் அறையப்பட்டார். மூன்று நாட்கள் தங்கவைக்கப்பட்ட பின் விடுதலை செய்யப்பட்டார். இந்த நடவடிக்கை அந்த இளம் மாணவனை இனிமேலும் தொந்தரவுகளை உருவாக்குவதிலிருந்து தடுத்துவிடும் என்று காவல்துறை நம்பியது. கைது செய்யப்பட்டதன் விளைவாக அவர் மேலும் ஓராண்டு கல்லூரியில் இருக்க நேரிட்டது.

அவர் காவல் நிலையத்தில் பூட்டப்பட்டிருந்தபோது அவரது நண்பர் சாதிக் அலியும்[33] அடைக்கப்பட்டிருந்தார் என்பதை அறிந்துகொண்டார். சாதிக் காகிதப் பைகள் செய்யும் வியாபாரி ஒருவரின் மகன். ரெய்னாவாரியை அடுத்துள்ள ஹசன்பாத்தில் வாழ்ந்துவந்தவர். அவர் இஸ்லாமியா பள்ளியில் படித்து பின்னர் எஸ்பிகல்லூரியில் சேர்ந்தவர். குழந்தைப்பருவத்திலிருந்தே சம்பத்துக்கு சாதிக்கை தெரியும். அவர்கள் இருவரும் நண்பர்களாக இருந்தபோதும் சாதிக் கம்யூனிஸ்ட் கட்சியை நோக்கி ஈர்க்கப்படவில்லை. அவர் பொதுவாக்கெடுப்பு முன்னணியின் தீவிர உறுப்பினர். ஊர்வலங்களை, ஆர்ப்பாட்டங்களை படம் பிடித்ததற்காக அவர் பிடிக்கப்பட்டார். அவர் கைது செய்யப்பட்டதும் தனிச்சிறைக்கு கொண்டுவரப்பட்டார். அங்கு அவர் சூடான இரும்புக்கம்பியால் வயிற்றில் அழுத்தப்பட்டு சித்ரவதை செய்யப்பட்டார். மேலும் பலநாட்கள் மோசமாக அடிக்கப்பட்டார். பொதுவாக்கெடுப்பு முன்னணியின் உறுப்பினர்களுக்கு அளிக்கப்பட்ட தண்டனை மிகவும் கடுமையாக இருந்தது. ஏனெனில் ஒருபகுதியில் அவர்கள்தான் முக்கியமான எதிர்க்கட்சிக் குழுவினர். இன்னொரு பகுதியில் கஷ்மீரி பண்டித மாணவர்கள் அந்த அமைப்புக்கு ஒரு அச்சுறுத்தலாகப் பார்க்கப்படவில்லை.

எனக்கு அப்பால் அமர்ந்திருந்த சம்பத் பிரகாஷ், ஷேக் அப்துல்லாவின் கைதுக்குப்பிறகான நாட்களையும், இந்தியாவும்,

இந்தியர்களும் துரோகம் இழைத்த வழிமுறைகளால் தான் கோபம் கொண்டிருந்ததையும் நினைத்துப் பார்த்தார். ஜெயப்பிரகாஷ் நாராயணன், மதுலிமயே, பிலுமோடி போன்ற சோசலிஸ்ட் தலைவர்கள் கைது நடவடிக்கைக்கு எதிராக பேசினார்கள் என்பது உண்மைதான். ஆனால் அதுமட்டுமே போதுமானதல்ல. இந்தியப் பாராளுமன்றத்தில் கஷ்மீரத் தலைவரைக் கைதுசெய்ய அரசு முடிவெடுத்ததைக் கண்டிக்கும் ஒரு விவாதம் நடைபெற்றிருக்கவேண்டும்.

இந்தியாவில் பக்ஷியின் ஆட்சிக்காலத்தில் நிலவிய வெளிப்படையான இலஞ்ச ஊழல்களுக்கு எதிராக எந்தக் குரலும் எழுப்பப்படவில்லை என்று சம்பத் புகார் கூறினார். அதிகாரபூர்வமான இந்திய வரலாற்றின் பலபக்கங்களில் பக்ஷி குலாம் மொஹம்மது ஒரு திறமையான நிர்வாகி எனவும், அவர் தனது 11 ஆண்டுகால ஆட்சியில் கஷ்மீருக்கு ஒரு நிலையான தன்மையைக் கொண்டுவந்தார் எனவும் சித்தரிக்கப்பட்டார்.

'ஷேக் அப்துல்லாவின் இலஞ்ச ஊழல்களும், தானடித்த மூப்பாக அனைத்தையும் செய்ததும், ஜனநாயகமற்ற செயல்பாடுகளும் என்ற குற்றச்சாட்டுக்கள் அந்த முக்கியமான நாட்களில் அவரை பாதித்ததா?' என நான் சம்பத்திடம் கேட்டேன். அனைத்துக்கும் மேலாக ஷேக் அப்துல்லா ஜம்மு மற்றும் லடாக் பகுதிகளுக்கு தன்னாட்சி உரிமையை அளிப்பதாக வாக்குறுதி அளித்திருந்தார். அதிலிருந்து இப்போது அவர் பின்வாங்கி விட்டார். ஆனால், அந்த நேரத்தில் பெரும்பாலான கஷ்மீரிகளைப்போல் அவர் அந்தப் பள்ளத்தாக்கின் நிகழ்வுகளில் மட்டுமே ஈடுபட்டிருந்ததாக சம்பத் கூறினார்.

கஷ்மீரை இந்திய ஒன்றியத்துடன் இணைக்க பக்ஷி உதவினார். 1954 பிப்ரவரியில் ஜம்மு—கஷ்மீர் அரசியல் நிர்ணயசபை அந்த மாநிலத்தை இந்தியாவுடன் இணைக்க ஒருமனதாக உறுதி செய்தது. ஏப்ரலில் அந்த மாநிலத்துக்கும் இந்தியாவுக்குமான சுங்கத்தடைகள் அகற்றப்பட்டன. அடுத்த மாதத்தில் மத்திய அரசின் சட்ட ஆட்சிப்பரப்பின் எல்லை ஒன்றியப் பட்டியலில் உள்ள அளவுக்கு விரிவுபடுத்தும் ஆணை பிறப்பிக்கப்பட்டது. மேலும், 1957இல் ஜம்மு—கஷ்மீர் நிதிதொடர்பான விஷயங்கள் மற்ற மாநிலங்களுக்கு இணையாகக் கொண்டுவரப்பட்டு, அந்தமாநிலம் மத்திய நிதியிலிருந்து தனது பங்கைப்பெற வழிவகுக்கப்பட்டது. அடுத்த ஆண்டில் இந்திய தேர்தல் ஆணையம் மற்றும் அகில

இந்தியப்பணிகளில் சட்டபூர்வ வரம்பும் ஜம்மு — கஷ்மீருக்கு விரிவுபடுத்தப்பட்டன.

பக்ஷி குலாம் மொஹம்மதின் நிர்வாகத் திறமையும், மத்திய நிதி அதிகரிப்பும் விரைவான வளர்ச்சிக்கு இட்டுச்சென்றன. அவரது காலத்தில் ஜவஹர் சுரங்கப் பாதை கட்டப்பட்டதன் விளைவாக எல்லாப் பருவநிலைகளுக்கும் ஏற்ற சாலைவசதி அந்தப் பள்ளத்தாக்கை இந்தியாவின் அனைத்துப் பகுதிகளோடும் இணைத்தது. இதனால் அந்த மாநிலத்துக்குத் தேவையான பொருள் வழங்கப்படுவதும், பொருள் போக்குவரத்து வசதிகளும் உறுதிசெய்யப்பட்டன.[34]

சுகாதாரத்துறைக்காக செலவிடப்படும் நிதி ஆறுமடங்கு அளவுக்கு நிதி நிலை அறிக்கை ஒதுக்கீட்டில் உயர்ந்தது. கல்விக்கான நிதி 10 மடங்கு அதிகரித்தது. கிண்டர் கார்டன் முதல் பல்கலைக்கழகம் வரையான கல்வி இலவசமாக்கப்பட்டது. பள்ளிசெல்லும் குழந்தைகளின் எண்ணிக்கை 64,000இல் இருந்து 2,34,000 ஆக உயர்ந்தது. ஆரம்ப மற்றும் அடிப்படைப் பள்ளிகளின் எண்ணிக்கை 1,239இல் இருந்து 4,078 ஆகவும், உயர்நிலைப்பள்ளிகள் 72இல் இருந்து 246 ஆகவும், கலை மற்றும் அறிவியல் கல்லூரிகள் 7இல் இருந்து 14 ஆகவும், தொழிற்பயிற்சி நிறுவனங்கள் 2இல் இருந்து 9 ஆகவும், தொழிற்கல்லூரிகள் 1இல் இருந்து 8 ஆகவும் உயர்ந்தன. இருந்தபோதிலும், கிட்டத்தட்ட இந்த அனைத்து தொழிற்கல்லூரிகளும், 'கஷ்மீர் சிங்கம் மருத்துவ அறிவியல் நிறுவனம்' போன்ற தொழிற்பயிற்சி நிறுவனங்களும் பள்ளத்தாக்கு பகுதியிலேயே அமைந்தன. இதனால், ஜம்மு பகுதி தான் விடு பட்டதாக உணர்ந்தது.

பக்ஷி குலாம் மொஹம்மது சலுகைகளை வழங்குவதற்காக ஒரு புதிய நிர்வாக ஏற்பாட்டை உருவாக்கியதோடு மிக உயர்ந்த பொருளாதார நிதி உதவிகளை அளித்து கோபம்கொண்ட கஷ்மீரிகளைச் சாந்தப்படுத்த முயன்றார். எடுத்துக்காட்டாக, ஒரு கிலோ அரிசி 40 காசுகளுக்கு கிடைத்தது. அதே நேரத்தில் பஞ்சாப்பில் மக்கள் அதே அரிசிக்கு ரூ.5/ முதல் ரூ.7/ வரை செலவிட வேண்டியிருந்தது.

ஆனால், இத்தகைய இலவசங்களால் கஷ்மீர் மக்களின் இதயங்களையும், சிந்தனைகளையும் வெல்ல முடியவில்லை. ஏனென்றால், இவற்றுடன் அளவுகடந்த ஊழல்களும், எல்லா

வகையான எதிர்ப்புக்களையும் ஒடுக்குவதும் இணைந்திருந்தன.[35] மேலும் அவர்கள் ஜம்மு மற்றும் லேஹ் பகுதிகளில் இருந்த வெறுப்புணர்வைத் தணிக்க எதுவும் செய்யவில்லை. பக்ஷியின் அமைச்சரவையில் ஜம்மு மற்றும் லடாக் பகுதிகளுக்கு நல்ல பிரதிநிதித்துவம் இருந்தபோதிலும், எல்லா கல்வி நிறுவனங்களும், பெரிய தொழில் உற்பத்திக்கூடங்களும் கஷ்மீர் பள்ளத்தாக்கிலேயே அமைக்கப்பட்டன.

பல ஆண்டுகளுக்குப் பிறகு, ஷேக் அப்துல்லா கைது செய்யப்பட்டதற்கு பிறகான உடனடி ஆண்டுகள் பற்றி ஒரு கஷ்மீரி கீழ்க்கண்டவாறு மதிப்பீடு செய்தார்: 'ஷேக் அப்துல்லாவை பதவியிலிருந்து அகற்றிய பிறகு, டெல்லியிலிருந்து மட்டுமல்ல, இஸ்லாமாபாத்திலிருந்தும் பணம் கொட்டத் துவங்கியது. ....இந்தப் பணஓட்டம் கஷ்மீரிகளின் இரத்த ஓட்டத்துக்குள்ளும் கசியத்துவங்கியது. இப்போது அவர்கள் இரத்த ஓட்டத்தை தூய்மைப்படுத்த இரத்த சுத்திகரிப்பு செய்யவேண்டிய தேவை ஏற்பட்டுள்ளது.'[36]

1962இல் தேர்தல்கள் மிகவெளிப்படையாக மோசடி செய்யப்பட்டன. அதனால் 74 இடங்களில் 68 இடங்களில் பக்ஷி வெற்றி பெற்றபோது, மார்ச் 4இல் நேரு அவருக்கு எழுதினார்: 'உண்மையில் நீங்கள் இன்னும் சில இடங்களில் தகுதியுள்ள எதிராளிகள் மூலம் தோல்வி அடைந்திருந்தால் அது உங்கள் நிலையை பலப்படுத்தியிருக்கும்.'[37] பக்ஷி மகிழ்ச்சியோடு கூறினார்: 'வோட் ஆப் தேங்கே, ஜினேங்கே ஹம்' நீங்கள் வாக்குகளை போடுங்கள்; ஆனால், அவற்றை நாங்கள்தான் எண்ணுவோம்'.[38]

ஜனநாயக தேசிய மாநாடு அந்த நேரத்தில் கஷ்மீர் அரசியலை ஜனநாயகப்படுத்தவும், மதசார்பற்றதாக ஆக்கவும் குறிப்பிடத்தக்க பங்களிப்பை செய்து கொண்டிருந்தது. அதனுடைய தோற்றம், கஷ்மீரின் இறுதியான பிரச்சனைக்கு கேள்விக்கு அப்பாற்பட்ட நாணயத்தோடு கூடிய தலைவர்கள் கிடைத்து விட்டால் 'புதிய கஷ்மீர்' என்ற கண்ணோட்டம் நடைமுறையாகும் என்ற நம்பிக்கையை மக்களிடம் ஏற்படுத்தியது. இருந்தபோதிலும், 'இந்திய கஷ்மீரி தேசியத்துக்கு ஆதரவான தேசியவாதிகளிடையே ஒற்றுமையின்மை, பிளவை ஏற்படுத்திவிடக் காரணமாகிவிடலாம் என்ற அடிப்படையிலான அந்தக்கட்சியின் மீதான விமர்சனம் எஞ்சிய இந்தியாவின் பகுதிகளில் வளர்ந்து வந்தது.[39]

இடதுசாரி இயக்கங்களில் தொடர்ச்சியான சில பிளவுகள் ஏற்பட்டன. 1960இல் ஜனநாயக தேசிய மாநாடு பிளவுபட்டது. குலாம் மொஹம்மது சாதிக் தலைமையிலான ஒரு பிரிவு தேசியமாநாட்டுடன் இணைந்தது. இன்னொரு பிரிவு தனது சொந்தக்கட்சியை ராம் பியாரா சராஃப்—ஐ பொதுச்செயலாளராகக் கொண்டு, ஜனநாயக முன்னணி' என்ற பெயரில் அமைத்துக்கொண்டது. இந்தக்கட்சி இந்திய கம்யூனிஸ்ட் கட்சியோடு இணைந்தது. கம்யூனிஸ்ட் கட்சியின் தேசியக்குழுவில் முதல் கஷ்மீரி உறுப்பினராக சராஃப் ஆனார்.

1964யில் சராஃப் மற்றும் சேதி ஆகியோர் இந்திய கம்யூனிஸ் கட்சி பிளவுபட்டபோது சீன ஆதரவு இந்திய கம்யூனிஸ்ட் கட்சி(மார்க்சிஸ்ட்)யில் சேர்ந்தனர். 1967யில் தேசிய மாநாட்டில் இருந்த சாதிக் பிரிவு இந்திய தேசிய காங்கிரஸில் இணைந்தது.[40]

சம்பத் பிரகாஷ் ஜனநாயக தேசிய மாநாடு கட்சியின் இளைஞர் பிரிவில் முழுமனதோடு பணியாற்றிவந்தார். அது பிளவுபட்டபோது அவரும்கூட சேதி மற்றும் சராஃப் ஆகியோருடன் இந்திய கம்யூனிஸ்ட் கட்சி(மார்க்சிஸ்ட்)யில் சேர்ந்தார்.

ராம் பியாரா சராஃப் 1924இல் பிறந்தவர். லாகூரில் உள்ள பஞ்சாப் பல்கலைக்கழகத்தில் வரலாற்றுப் பாடத்தில் முதுகலை பட்டம் பெற்றவுடன் அவர் அரசியலில் தீவிரமாக ஈடுபட்டார். 1952இல் அவர் சம்பா—பிஸ்னாஹ் தொகுதியிலிருந்து ஜம்மு—கஷ்மீர் சட்டசபைக்கு தேர்ந்தெடுக்கப்பட்டு 10 ஆண்டுகள் பணியாற்றினார்.

கிருஷ்ண தேவ் சேதி இப்போது பாகிஸ்தான் ஆக்கிரமிப்பு கஷ்மீரில் உள்ள மிர்பூரை சேர்ந்தவர். அது ஜம்மு—கஷ்மீரில் உள்ள மிகவும் ஏழ்மையான பகுதிகளில் ஒன்று. சேதி தனது 15ஆம் வயதில் விவசாயிகள் எவ்வாறு பிரிட்டிஷ் மற்றும் மஹாராஜா ஆட்சிகள் இரண்டிலும் ஒடுக்கப்பட்டார்கள் என்பதற்கு சாட்சியாக இருந்தவர். அவர் சர்தார் பூத் சிங் போன்ற நம்பிக்கைக்குரியவர்களின் கீழ் தேசியமாநாடு கட்சியில் தீவிரமாகச் செயல்பட்டார். பூத் சிங் துணை ஆணையர் பதவியிலிருந்து விலகி, கட்டாய உழைப்புக்கு எதிரான இயக்கத்தைத் துவக்கியவர். 1934இல் அவர் விவசாயிகள் கட்சி(கிஸான் பார்ட்டி)யை அமைத்தார். அவர் பலமுறை சிறை சென்றவர்.

பூத் சிங் தோக்ரா சபாவின் தலைவராக மூன்றுமுறை

தேர்ந்தெடுக்கப்பட்டார். அதுதான் அந்தநேரத்தில் செயல்பட அனுமதிக்கப்பட்ட ஒரே பொது அமைப்பு. கஷ்மீர் மக்கள் அவரை தேசியமாநாடு கட்சியின் தலைவராக இரண்டுமுறை தேர்ந்தெடுத்தனர். ஷேக் அப்துல்லா அவரை 'தனது உணர்வுகளின் தந்தை' என்று அழைத்தார். சீக்கியர்கள் தங்களது மிகவும் புனித இடமான 'பஞ்ஜா சாஹிப்'—க்கு அடிக்கல் நாட்ட அவரைத் தேர்ந்தெடுத்தனர்.[41]

சேதி தனது பதின்ம வயதிலிருந்தே சர்வாதிகார தோக்ராக்களின் ஆட்சிக்கு எதிரான எதிர்ப்பு நடவடிக்கைகளில் தன்னை ஈடு படுத்திக்கொண்டவர். சேதி முதன்முறையாக கைது செய்யப்பட்டபோது அவர் இன்னும் சிறுவனாக இருந்ததால் அவரது ஒல்லியான கைகளில் இடப்பட்ட கைவிலங்குகள் நழுவிவிட்டன என்றும், அவரது கைகள் கயிற்றில் கட்டப்பட்டன என்றும் சம்பத் கேள்விப்பட்டிருக்கிறார்.

சம்பத் இந்த இருவராலும் பெரிதும் கவரப்பட்டிருந்தார். சூழ்நிலைகள் அவரை, அவர் மிகவும் நேசித்த கஷ்மீர் பள்ளத்தாக்கிலிருந்து வெளியேறவும், ஜம்முவில் தங்கவும் நிர்ப்பந்தித்தபோது, அவர் மிகவும் மகிழ்ச்சியடைந்தார்: அதன்பொருள், அவர் தனது மூத்த தோழர்களோடு மிகவும் நெருங்கிப் பணியாற்ற முடியும் என்பதே. சராஃப், சேதி இருவரும் ஜம்முவைச் சேர்ந்தவர்கள்.

1958ன் பிற்பகுதிகளில் சம்பத் பிரகாஷ் ஒரு இளம்பெண்ணை காதலித்தார். அவர்களது காதல் உணர்வு அவர்கள் திரையில் பார்க்கவிரும்பிய காதல் கதைகளைப்போலவே அனுதாபத்துக்குரியதாக அமைந்துவிட்டது. அவர்களும் கூட ஒன்றாக அமர்ந்தும் *தீதார், லோலோ, சப்னம்* மற்றும் *அனார்கலி* போன்ற படங்களின் பாடல்களைக் கேட்டுக்கொண்டும் இருந்தனர். இருவருமே கஷ்மீர் பண்டிதர் குடும்பங்களைச் சேர்ந்தவர்கள். ஆனால் அவர்கள் காதல் ஏன் வாழ்நாள் முழுவதும் அவர்களைத் துணைவர்களாக மாற்றவில்லை என்பதற்கான காரணம் எதுவுமில்லை. ஆனால், அந்த நாட்களில் ஒரு பெண் தனது சொந்தக்கணவரை தேர்ந்தெடுக்க முடியாதநிலை இருந்தது. அந்தப் பெண்ணின் குடும்பத்திலிருந்து அவர்கள் திருமணம் செய்துகொள்வதற்கு எதிர்ப்பு இருந்தது. அந்தக் குடும்பத்தினருக்கு சமூகத்தை எதிர்த்து நிற்கும் மனஉறுதி இல்லாமல் இருந்தது. சம்பத்தின் இதயம் உடைந்து நொறுங்கியது. அந்த வலி மிகவும் ஆழமானது. எனவே அவர் நாத்திகவாதியானார்.

காதலையும் நட்பையும் ஆதாரமாகக்கொண்ட அத்தகைய ஒரு தூய்மையான உறவை அழிக்கும் கடவுள்மீது அவரால் எவ்வாறு நம்பிக்கைகொள்ள முடியும்?

ஸ்ரீநகரில் இனியும் தங்கியிருப்பதை சம்பத்தால் தாங்கிக்கொள்ள முடியவில்லை. 1959ன் இறுதியில் அவர் ஜம்முவுக்கு சென்றார். அவர் பட்டம் பெற்றிருந்ததால் அவருக்கு தற்காலிக மறுவாழ்வுத்துறையில் ஒரு எழுத்தர் வேலை கிடைத்தது. அது பாகிஸ்தான் ஆக்கிரமிப்பு கஷ்மீரிலிருந்து வரும் அகதிகளுக்கு மறுவாழ்வு அளிப்பது தொடர்பானது. அதுபோலவே பாகிஸ்தான் குடிமக்களாக ஆவதற்கு தேர்வு செய்யப்பட்டுள்ளவர்களின் உடமைகளை பாதுகாப்பதையும் செய்தது. அந்த வேலைக்கான ஒரு சலுகை யாக அவர் வாழ்வதற்கு ஒரு பெரிய வீடு ஒதுக்கப்பட்டது.

1962இல் உடனடியாக வீட்டுக்கு வருமாறு ஒரு தந்தியை சம்பத் பெற்றார். அவரது தாயார் கடுமையாக நோய்வாய்ப்பட்டிருந்தார். அவர் உடனடியாக பேருந்தைப்பிடித்து ஸ்ரீநகர் சென்றார். ஆனால் அவர் அங்கு சென்றபோது அவரது குடும்பத்தினர் சம்பத்துக்கு பொருத்தமான மனைவியாக இருப்பார் என ஒரு பெண்ணைத் தேர்வு செய்திருந்ததை அவர் அறிந்தார். எனவே சம்பத் 1962 அக்டோபரில் கஷ்மீரி பண்டிதர் குடும்பத்தைச் சேர்ந்த, 12ஆம் வகுப்பு தேர்ச்சி பெற்றிருந்த இளம்பெண் துராவை திருமணம் செய்துகொண்டார். துரா அரசியலைப்பற்றி அறிந்தவரோ அல்லது தனது கணவரின் போராட்ட குணத்தைப் புரிந்துகொண்டவரோ அல்ல. அவர் பொறுமையாகவும், கடமை உணர்வோடும் இருக்கும் வகையில் வளர்க்கப்பட்டவர். எனவே காலம் எல்லாவற்றையும் சரிப்படுத்தும் என்று துரா நம்பினார். அந்த இளம் தம்பதி ஜம்முவுக்குத் திரும்பியது.

1963இல் அந்த இணை தங்களது முதல் குழந்தை பிறப்பதை எதிர்பார்த்திருந்தது. துரா பிரசவத்துக்காக தனது பெற்றோரிடம் சென்றார். குழந்தை குளிர்காலத்தில் பிறப்பதாக இருந்தது. எனவே சம்பத் அந்த நிகழ்ச்சிக்காக ஸ்ரீநகர் சென்றார். அவர் பரவசமடைந்தார். மேலும் அவர் தனது மகனுக்கு ரஷ்யப் புரட்சியின் மாபெரும் காவியநாயகன் லெனின் பெயரைச் சூட்ட ஏற்கனவே முடிவு செய்திருந்தார். அதற்கு தனது மனைவியிடம் கலந்தாலோசிக்க வேண்டும் என்றுகூட அவருக்குத் தோன்றவில்லை. அத்துடன் பிறக்கப்போகும் குழந்தை பையன்தான் என்பதில் அவர் உறுதியாக இருந்தார். குழந்தை பிறந்தபோது அவனுக்கு லெனின்

என்று பெயர் சூட்டினார். ஆனால் அந்தக்குழந்தை பிறந்த சிறிது நேரத்தில் இறந்துவிட்டது. சம்பத்துக்கு வருத்தப்படுவதற்கோ அல்லது மனைவிக்கு ஆறுதல் கூறுவதற்கோ நேரம் இருக்கவில்லை. கஷ்மீர் இன்னொரு சிக்கலின் பிடியில் இருந்தது. இறைத்தூதர் மொஹம்மதுவின் புனிதமுடி காணாமல் போயிருந்தது.

இறைத்தூதரின் புனிதமுடி தால் ஏரியின் கரைகளில் அமைந்திருந்த ஹஸ்ரத் பால் புனித ஆலயத்துக்குள் ஒரு கண்ணாடி குழாயின் உள்ளே ஆழத்தில் வைத்துப் பாதுகாக்கப்பட்டு வந்தது. மிலாது நபியைத் தொடர்ந்துவந்த முதல் வெள்ளிக்கிழமையன்று சிறப்பு நிகழ்ச்சிகளின்போது மட்டும் அது காட்சிக்கு வைக்கப்படும். 1963 டிசம்பர் 28 அன்று புனிதமுடி திருடப்பட்டுவிட்டது என்ற செய்தி காட்டுத் தீபோல பரவியது. மக்கள் தங்களது நம்பிக்கை யின்மையையும், வருத்தத்தையும் தெரிவிக்கும் வகையில் வீதிகளில் குவிந்தார்கள்.

சம்பத் வருத்தத்தோடு அதை கவனித்தார். இந்த மக்கள்திரள் முஸ்லீம் அமைப்புக்களுக்கு மட்டுமே உற்சாகத்தை ஏற்படுத்தும் என்றும், அது மத முரண்பாடுகளுக்கு வழிகோலும் என்றும் சம்பத் அறிந்திருந்தார். இருந்த போதிலும் மக்கள் பனியில் நின்று கடும்குளிரை தங்கள் சின்னஞ்சிறு காங்ரிகள் மூலம் தங்களை வெம்மைப்படுத்திக்கொண்டு இருந்தனர். இந்துக்களும், சீக்கியர்களும் மசூதிக்குள் செல்லும் பக்தர்களுக்கு தின்பண்டங் களையும், உணவுகளையும் விநியோகித்துக் கொண்டிருந்தார்கள். வழக்கறிஞரும் ஜனசங்கத்தின் தலைவருமான டிக்காலால் தப்லுவும்கூட தனது மனைவியுடன் வெளியேவந்து குடிநீரை அனைவருக்கும் வழங்கினார். அவர் அழுதுகொண்டும் தனது முஸ்லீம் நண்பர்களை அணைத்துக்கொண்டும் இருந்தார்.[42]

அழுத்தம் ஏறிக்கொண்டே இருந்தது. புனிதமுடி கஷ்மீரின் மாபெரும் சொத்து. தெய்வத்தின் விருப்பமே அந்தப் புனிதமுடியை 1700இல் அந்தப் பள்ளத்தாக்குக்குக் கொண்டுவந்தது என மக்கள் நம்பினார்கள். அதை அவர்கள் நேசித்தார்கள்; பூஜித்தார்கள். இந்தத் திருட்டுக்குப் பின்னால் பாகிஸ்தான் இருந்தது என வதந்திகள் கிளம்பின. மற்றவர்கள் இந்த நேரத்தில் இதற்கு பக்ஷியையே பொறுப்பாக்கினார்கள். நேரு, புலனாய்வுத்துறையின் தலைவர் பி.என்.மல்லிக்—ஐ இந்தப்பிரச்சனையை முடித்துவைக்க அனுப்பினார். மல்லிக் ஸ்ரீநகருக்கு விமானத்தில் சென்றார். காவல்துறை இன்ஸ்பெக்டர் ஜெனரல் லக்ஷ்மண் தாஸ் தாகூர்

உதவியுடன் 1964 ஜனவரி 6 அன்று அந்தப் புனிதமுடியைக் கண்டுபிடித்தார்.

அவர்கள் அந்தப் பொறுப்பாளர்களிடம் ஓர் ஒப்பந்தத்தை செய்துகொண்டார்கள். யார் அதைத் திருடியது என்பது எப்போதும் தெரியவரவில்லை. அந்த ரகசியம் இன்றுவரை வெளியிடப்படவில்லை.

இருந்தபோதிலும், இது உண்மையான புனிதமுடிதானா? என்பதையும், தாங்கள் ஏமாற்றப்படவில்லை என்பதையும் உறுதி செய்துகொள்ள மக்கள் விரும்பினார்கள். மதத்தலைவரும், அவரது பார்வையின் தன்மைக்காக, அவரது சந்தேகத்துக்கிடமில்லாத தீர்ப்புக்களின் தன்மைக்காக நன்கறியப்பட்டிருந்த மௌலானா மொஹம்மது சயீத் மசூதி அந்த உத்தரவாதத்தை அளித்தார். அவரது தோள்களின்மீது இரண்டு அங்குலத்துக்கு பனி படர்ந்திருந்தபோதும் மக்கள் குளிரில் நின்றுகொண்டிருந்ததால் அவர் ஒரு குடையின் பாதுகாப்பை எடுத்துக்கொள்ள மறுத்தார். அவர், கண்டுபிடிக்கப்பட்ட புனிதமுடி உண்மையானதுதான் என மக்களை ஏற்கவைத்ததுடன் அவர் ஒவ்வொருவரையும் வீட்டுக்கு திரும்பிச்செல்லக் கேட்டுக்கொண்டார்.[43]

1990 டிசம்பர் 13 அன்று மௌலானா மசூதி தீவிரவாத அமைப்பான ஹெஸ்ப்—இ—உல்லாவின் செயல்தலைவர் கைஃப் உல் இஸ்லாமியின் தூண்டுதலின்பேரில் அடையாளம் தெரியாத நபர்களால் சுட்டுக்கொல்லப்பட்டார். அவர் முஸ்லீம் சமுதாயத்தின் துரோகி எனவும், புனிதமுடியைச் சூழ்ந்து எழுந்த இயக்க நடவடிக்கைகளை சீர்குலைத்ததற்கு பொறுப்பாளி எனவும் குற்றம் சாட்டப்பட்டார்.[44]

உடனடி ஆபத்து நீங்கிவிட்டபோதிலும், அந்த நிகழ்ச்சி கஷ்மீர் அரசியலில் வலதுசாரி மதவாதிகள் ஒன்றுதிரள்வதற்கு எவ்வாறு வழிவகுத்தது என்பதை சம்பத் கண்டார். அவாமி நடவடிக்கைக் குழுவின் தலைவர்கள்[45] மிதவாதிகளாக இருந்ததால் அந்த இயக்கம் மதமயமாக்கப்படுவதை அனுமதிக்கவில்லை. ஆனால் அந்தப் போராட்டம் நீடித்த 37 நாட்களில் பல இளைஞர்களும், மாணவர்களும்கூட அந்த நடவடிக்கைக் குழுவில் இணைந்து தீவிரவாதச் செயல்களை மேற்கொள்ள ஏங்கினார்கள்.

மிர்ஸா மொஹம்மது அஃப்சல் பெய்க் ஏற்கனவே ஜம்மு—கஷ்மீர் மாணவர்கள் இளைஞர்கள் முன்னணியை உருவாக்கியிருந்தார்.

ஆனால் இளைஞர்கள் இப்போது மேலும் தீவிரவடிவம்கொண்ட நடவடிக்கைகளை வேண்டினார்கள். அவர்களில் ஒருபிரிவினர் அல்ஃபாடெக் என்ற அமைப்பை உருவாக்கினார்கள். அத்துடன் அந்த அணியினர் பாகிஸ்தானில் இராணுவப் பயிற்சி பெற்றனர். மேலும் 1965இல் மக்பூல்பட், அமானுல்லா கான் என்ற இரண்டு கஷ்மீரிகள் இணைந்து ஜம்மு—கஷ்மீர் விடுதலை முன்னணி(*JKNLF*)யை உருவாக்கினார்கள் அதுதான் சுதந்திர கஷ்மீருக்கு ஆதரவளித்த முதலாவது ஆயுதம் தாங்கிய குழு ஆகும்.

நிகழ்ச்சிகள் விரைவாக நடைபெற்றன. 1964 மே 27 அன்று நேரு இறந்து விட்டார். லால் பகதூர் சாஸ்திரி இந்தியாவின் பிரதமரானார். 'நேருவின் மறைவுக்குப்பிறகு இந்தியா தாக்குப்பிடிக்காது; கஷ்மீரை எடுத்துக்கொள்ள மக்களின் எழுச்சியை கிளறிவிடலாம்' என்று பாகிஸ்தான் எண்ணியது. பக்ஷியின் ஊழல் நடவடிக்கைகளாலும், ஷேக் அப்துல்லா மீண்டும் கைது செய்யப்பட்டதாலும் மக்கள் கோபம் கொண்டிருந்ததை பாகிஸ்தானியர்கள் அறிந்திருந்தார்கள். ஷேக் அப்துல்லா கைது செய்யப்பட்டபோது பெரும்திரளான மக்கள் ஆர்ப்பாட்டங்களை நடத்தியதையும் அவர்கள் அறிந்திருந்தார்கள். புனிதமுடி காணாமல் போனதையடுத்து பிரச்சனையில் மக்கள் திரண்டெழுந்ததையும் அவர்கள் பார்த்திருந்தார்கள். கஷ்மீர் தங்களுடையதே என்ற நம்பிக்கையில் 1965 மே மாதத்தில் 'ஆபரேஷன் ஜிப்ரால்டர்' நடவடிக்கையில் அவர்கள் ஈடுபட்டார்கள். அந்த நடவடிக்கையின்போது உள்ளூர்வாசிகள் என்ற மாறுவேடத்தில் பல ஆயிரக்கணக்கான பயிற்சிபெற்ற கொரில்லா படையினர் பள்ளத்தாக்குக்குள் அனுப்பிவைக்கப்பட்டார்கள். இந்தியாவுக்கு எதிரான கலவரத்தை உருவாக்கி மோதலாக்குவது அவர்களது திட்டம். இருந்தபோதிலும் ஊடுருவியவர்கள் அடையாளம் காணப்பட்டு அவர்களது திட்டம் முறியடிக்கப்பட்டது. அந்த ஊடுருவல்கள் இரண்டாவது இந்திய — பாகிஸ்தான் போருக்கு வழிவகுத்து அந்தப்போர் 22 நாட்கள் நீடித்தது. பின்பு பாகிஸ்தானின் தோல்வியில் அது முடிவடைந்தது.

சம்பத் தனது இரண்டாவது மகனின் பிறப்பை 1964 நவம்பர் 22இல் கொண்டாடினார். அந்தக் குழந்தைக்கு லெனின் என்று பெயரிட்டார். வீட்டில் அந்தச்சிறிய பையன் 'மார்ஷல்' என்று மார்ஷல் டிட்டோவின் பெயரால் அழைக்கப்பட்டான். மார்ஷல் டிட்டோ அணிசேரா இயக்கத்தின் யுகோஸ்லேவிய தலைவர் ஆவார். இன்னும்கூட அவன் அந்தப் பெயர்களில் தான் இருக்கிறான்.

1967 மே—யில் சம்பத்தின் மூன்றாவது மகன் பிறந்தான். அவனை 'ஸ்டாலின்' என்று அழைக்க விரும்பினார். ஆனால். மதவெறியின் சிவந்த தீப்பிழம்புகள் ஜம்முவையும், கஷ்மீரையும் சுற்றிவளைத்த ஒரு நிகழ்ச்சி அதே ஆண்டில் நடைபெற்றது. தனது கணவர் வருகை தராததைப் பயன்படுத்திக்கொண்ட அவரது மனைவி தனது மூன்றாவது மகனுக்கு ரவீந்தர் என்ற பெயரை பதிவு செய்துவிட்டார். அவருக்கு ஸ்டாலின் யார் என்பது தெரியாது, தான் அடையாளம் கண்டுகொள்ளும் ஒரு பெயரை அவர் சூட்டவிரும்பினார். அது அவரது வெற்றியின் தருணம்.

1967 ஜூலையில் ரெய்னாவாரியில் வசிக்கும் கஷ்மீரி பண்டிதர் சமுதாயத்தைச் சார்ந்த இளம்பெண் பரமேஸ்வரி ஹாண்டு காதல் வயப்பட்டார். அந்த இளம்பெண் ஒரு வணிக நிறுவனத்தில் வேலை செய்துவந்தார். அங்கே இருந்த காசாளர் குலாம் ரசூலை காதலித்தார். அவர் இஸ்லாத்துக்கு மதம் மாறி ரசூலை திருமணம் செய்துகொண்டார். இத்தகைய நிகழ்வில் இது முதலாவது அல்ல. ஆனால், இந்தமுறை கஷ்மீரி இந்துக்கள் இதை ஒரு அரசியல் பிரச்சனையாக மாற்றினார்கள்.[46]

காவல்துறை முஸ்லீம் பையனுக்கு ஆதரவாக நடந்துகொண்டது என்றும், உண்மையில் அந்தப்பெண் கடத்தப்பட்டு திருமணம் செய்துகொள்ளுமாறு கட்டாயப்படுத்தப்பட்டார் என்றும் கஷ்மீரி பண்டிதர்கள் குற்றம் சாட்டினார்கள். 8,000 க்கும் மேற்பட்ட கஷ்மீரி பண்டிதர்கள் செஞ்சதுக்கத்தில் ஒன்றாகக்கூடி, 'பாஞ்ச் நரா பண்டுவன், சாடா நாரா ஜெய்ஹிந்த்' போன்ற முழக்கங்களை எழுப்பினார்கள். அந்த முழக்கமே, கஷ்மீரி பண்டிதர்கள் தங்களை மஹாபாரதத்தில் வரும் ஐந்து பாண்டவர்களைப்போல சிறுபான்மையினராக கருதிக்கொண்டு, அந்த பாண்டவர்கள் கௌரவர்களின் மிகப்பெரிய இராணுவத்தை தோற்கடித்தார்கள் என்றும், தங்களது விசுவாசம் இந்தியாவுக்குத்தான் என்பதையும் தெளிவாக விளக்கியது.

அவர்கள் அரசு சொத்துக்களை சேதப்படுத்தினார்கள்; நான்கு காவலர்களை காயப்படுத்தினார்கள்; அந்த பழைய நகரத்தில் வீடுகள் எரிக்கப்பட்டன; இருவர் கொல்லப்பட்டார்கள்: 300பேர் காயமடைந்தார்கள். அந்த நகரம் முழுவதும் ஊரடங்கு சட்டத்தின்கீழ் வந்தது. ஏராளமானவர்கள், பெரும்பாலும் பொதுவாக்கெடுப்பு முன்னணியினர் சிறைக்கம்பிகளுக்குள் வைக்கப்பட்டார்கள்.

ஜனசங்கத்தின் பால்ரஜ் மதோக் ஸ்ரீநகருக்கு விரைந்து வந்தார். ஷிடால் நாத்தில் அவர் ஆத்திரமூட்டும்வகையில் பேசிய ஒரு உரையில் முஸ்லீம்கள் பாகிஸ்தானுக்கு குடிபெயர்ந்து செல்லுமாறு அறிவுரை வழங்கினார். அவரது பேச்சு முஸ்லீம்களை தெருவுக்கு வரவைத்தது. ஜம்முவில் ஆகஸ்ட் 25அன்று ஒரு நீண்ட ஊர்வலத்தை நடத்தினார்கள். முஸ்லீம்கடைகளை சூறையாடினார்கள். அவற்றில் சிலவற்றை எரித்தார்கள். தி பரிதா, சாந்த், தாஜ் மற்றும் பரிஸ்டோன் ஓட்டல்கள் கொள்ளையடிக்கப்பட்டன. கடைசியாக அரசு இந்த விஷயத்தை நீதிமன்றத்துக்கு அனுப்பியது. அது அந்த சூழ்நிலைக்குத் தீர்வுகண்டது. பரமேஸ்வரி அந்தநேரத்தில் பர்வீண் அகதா என்றறியப்பட்டார். அவர் வரலாற்றின் பக்கங்களிலிருந்து மறைந்து போனார்.

கஷ்மீரி பண்டிதர்கள் உண்மையில் பரமேஸ்வரியைப் பற்றி கவலைப்படவில்லை என்பதை சம்பத் பிரகாஷ் அறிந்துகொண்டார். அவர்களது கோபத்துக்கும், ஆத்திரத்துக்குமான உண்மையான காரணம் எதுவாக இருந்தது? கஷ்மீரி முஸ்லீம்கள் இப்போது கல்விபெற்று வருகிறார்கள். பயிற்சி பெறுகிறார்கள். அவர்கள் அரசு வேலைக்கான தகுதி பெற்றுவருகிறார்கள். அந்த அரசுவேலைகளில் இதுவரை ஏகபோகமாக கஷ்மீரி பண்டிதர்களே இருந்து வந்தார்கள். முஸ்லீம்களை பாதுகாக்க முதலமைச்சர் பக்ஷி குலாம் மொஹம்மது அறிமுகப்படுத்திய வேலை ஒதுக்கீடுகள்தான் உடனடிக்காரணமாக அவர்கள் கோபத்தைக் கிளறிவிட்டிருக்கிறது.[47]

1967இல் சாதிக் கூட வளர்ச்சித் திட்டங்களிலும், வேலைக்கு தேர்வு செய்யும் கொள்கைகளிலும் உள்ளூர் மட்டத்தில் சமவாய்ப்புக்கள் இல்லாமலிருப்பதைக் கண்டறிய ஒரு விசாரணைக்குழுவை நியமித்தார். ஜம்மு பகுதிக்கு தன்னாட்சி வழங்கவேண்டுமென்று பால்ராஜ் பூரி அளித்த முன்மொழிவை அந்தக்குழு நிராகரித்துவிட்டது. பூரி மிகமிக முன்னதாகவே 1948இல் ஜம்மு— கஷ்மீர் மாநிலத்துக்குள் ஜம்மு மற்றும் லடாக் பகுதிகளுக்கு தன்னாட்சி வழங்கி, ஜம்மு, கஷ்மீர், லடாக் பகுதிகளுக்கு அரசின் ஆதார வளங்கள் சமமாகப் பகிர்ந்தளிக்க ஆலோசனைகளை அளித்திருந்தார்.

லடாக்கில் ஏற்கனவே தன்னாட்சிக்கான ஒரு இயக்கம் குஷாக் பகுலா தலைமையில் துவங்கியிருந்தது. அங்கு நடந்த வன்முறை நிகழ்வுகள் பௌத்தர்களுக்கும், முஸ்லீம்களுக்கும் இடையே பதட்டங்கள் இருந்ததைப் பிரதிபலித்தன.[48] லடாக்கிய பௌத்தர்கள் நீண்டகாலமாக கஷ்மீரின் ஆதிக்கத்தை எதிர்த்துவந்தவர்கள்.

லடாக்கிய பள்ளிகளில் உருதுமொழியை புகுத்தும் ஷேக் அப்துல்லாவின் முடிவுகளும், பிற்பட்ட பகுதிகளிலிருந்து வரும் குழந்தைகளுக்கு உதவித்தொகை வழங்குவதை நிறுத்தியதும் வளர்ந்து வரும் எதிர்ப்பை மேலும் அதிகமாக்கின. அத்துடன் லடாக்கின் வளர்ச்சிக்கு இதுவரை என்னசெய்யப்பட்டிருந்தபோதிலும், முதல் நிதிநிலை அறிக்கையில் எந்த நிதியும் ஒதுக்கப்படவில்லை. உண்மையில் 1961வரை லடாக்குக்கான தனித்திட்டம் எதுவும் வகுக்கப்படவில்லை.[49]

நான் சம்பத் பிரகாஷிடம் கேட்டேன்: 'இறுதியான பகுப்பாய்வில் இவையெல்லாம் வேலை பெறுவதற்காகத்தான் அல்லவா?' அவர் அதற்கு பதிலளிக்கவில்லை. ஆனால் அரசுப்பணிகளில் இதுவரை தங்களுக்கிருந்த தனிச்சலுகைகளாக அனுபவித்தவற்றை காப்பாற்றிக்கொள்ள கஷ்மீரி பண்டிதர்கள் எடுத்த விரக்தி நடவடிக்கைகள் பற்றிய ஒரு கதையைக் கூறினார்.

மஹாராஜா ரண்பீர்சிங் (1857—85) ஆட்சிக்காலத்தில் பல கஷ்மீரி முஸ்லீம்கள் தாங்கள் பலவந்தமாக இஸ்லாத்துக்கு மாற்றப்பட்டதால், மீண்டும் இந்து மதத்துக்கு மாறுவதற்கு கேட்டார்கள்.

மஹாராஜா ரண்பீர்சிங் ஆரியசமாஜ் சுவாமி தயானந்த சரஸ்வதியின் உதவியை நாடினார். சுவாமி தயானந்தர், 'குறிப்பிட்ட சிலகரணங்களையும், சடங்குகளையும் செய்தபிறகு அவர்கள் இந்துமதக் கட்டமைப்புக்குள் எடுத்துக்கொள்ளப்படலாம்' என்று அவருக்கு ஆலோசனை வழங்கினார்.

இருந்தபோதிலும், கஷ்மீரி பண்டிதர்கள் வேலைவாய்ப்புக்களில் தங்களுக்கு எந்தவிதப் போட்டியும் இருப்பதை தாங்கள் விரும்பவில்லை என்பதனால், மஹாராஜாவை இத்தகைய நடவடிக்கைகள் எதையும் எடுக்காமலிருக்க சம்மதிக்க வைக்க முயன்றனர். ஆனால், மஹாராஜாவோ மறு மதமாற்றத்தைச்செய்ய உறுதியோடு முன்சென்றதால் அவர்கள் மஹாராஜாவுக்கு கெட்ட பெயர் ஏற்படுத்தி ஏமாற்றத் திட்டமிட்டார்கள். அவர்கள் சில படகுகளில் கற்களை நிரப்பி, அவற்றை மஹாராஜாவின் அரண்மனைக்கு எதிரில் உள்ள ஜீலம் நதிக்கரையில் நடு நீரோட்டத்திற்குக் கொண்டுவந்து, மஹாராஜாவின் முடிவுக்கு எதிரான ஒரு போராட்டமாக, படகுகளோடு மூழ்கி தற்கொலை செய்துகொள்ளப்போவதாக அச்சுறுத்தினார்கள். மஹாராஜா

அவர்கள் மூழ்கிப்போக அனுமதித்தால், பிரம்மஹத்தி என்ற பிராமணர்களைக் கொலை செய்த பாவத்தைச் செய்தவராவார். ஆனால் மஹராஜா இயல்பாகவே அத்தகைய பாவத்தைச் செய்ய விரும்பவில்லை.[50]

கஷ்மீரி பண்டிதர்கள் தாங்கள் ஒரு மத நம்பிக்கையிலிருந்து இன்னொரு மத நம்பிக்கைக்கு மாறுவதற்கு எதிரானவர்கள் என்பதால்தான் மறுமதமாற்றம் என்பதை எதிர்த்ததாக கூறிக்கொண்டார்கள். ஒவ்வொரு தனிமனிதரும் தனது நம்பிக்கையை எந்தவொரு பகுதியிலிருந்தும் குறுக்கீடுகள் இல்லாமல் கடைப்பிடிப்பதை அனுமதித்து, மதம் மற்றும் சமூகத்தின் பன்மைத் தன்மை என்ற கருத்தாக்கத்துக்கு வளம் சேர்க்கிறார்களாம்![51] நானும் சம்பத்தும் சிரித்தோம். கஷ்மீரி பண்டிதர்கள் தங்கள் நலன்களைப் பாதுகாக்கப் பயன்படும்போது மட்டும் கஷ்மீரியத்தை கடைப்பிடிக்கிறார்கள் என்று நான் குறிப்பிட்டேன். இதுதான் அண்மையில் நடைபெற்ற ஆய்வுகளின் முடிவா? என்று நான் கேட்டேன்.[52] சம்பத் இதைப்பற்றி ஆழ்ந்து சிந்தித்து ஒப்புக்கொண்டார்.

2010 பிப்ரவரியில் ஸ்ரீநகரில் உள்ள ஒரு ஓட்டலில் நாங்கள் அமர்ந்திருந்தோம். என்னைச் சந்திக்கவந்த சில கஷ்மீரி அறிவுஜீவி இளைஞர்கள் பரிந்துரைத்ததால் நான் வாங்கிய ஒருபுத்தகத்தை அவரிடம் காட்டினேன். அது ஆஷிக் உசேன் பட்[53] எழுதியது. கஷ்மீரியத் பற்றிய ஒரு அத்தியாயத்தில் அவர் கூறுகிறார்:

> *கஷ்மீரிகள் ஒரு தனிவகையினர். ஏனென்றால், அதன்பொருள் இந்தப் பள்ளத்தாக்குக்கு வெளியே எஞ்சியுள்ள இந்த மாநிலத்தில் வாழ்கின்ற மிர்புர்கள், பூஞ்ச்சிகள், கில்கிட்கள், பால்டிஸ்கள், லடாக்கியர்கள், கஸ்த்வாரிகள்,போக்லிஸ்கள், பதோர்வாலிகள், ஜம்வால் தோக்ராக்கள்— (தோக்ராக்கள் ஜம்முவை தங்கள் தாய்நாடாகவும், கஷ்மீர் பள்ளத்தாக்கை ஒரு ஆக்கிரமிக்கப்பட்ட எல்லைப்புறமாகவும் மஸ்கட்களின் உதவியோடு ஆளப்படுவதாகவும் கருதுகிறார்கள்) போன்ற மற்றவர்கள் கஷ்மீரியத்தோடு அதை ஒரு தேசிய இனமாக உடன்படுவதற்கு ஒன்றுமில்லை.[54]*

சம்பத் பிரகாஷுக்கோ கஷ்மீரியத் என்பது இந்தப் பள்ளத்தாக்கில் வாழும் இந்துக்கள் மற்றும் முஸ்லீம்கள் மட்டுமல்ல, இந்த எல்லா சமூகங்களையும் சேர்த்துத்தான் பொருள்படுகிறது. நான் அவரைக் கேட்டேன்: ‘கஷ்மீரியத் செயல்படுகிறது என்பதை நீங்கள் எங்கே

கண்டீர்கள்?' வெவ்வேறு மதங்களையும் தேசிய இனங்களையும் சார்ந்த மக்கள், ஒன்றாக, அமைதியாக வாழமுடியும் என்ற பழையமாதிரியான மதநல்லிணக்க சிந்தனையின்மீது அவர் கொண்டிருக்கிற நம்பிக்கை எனக்கு சிறிது எரிச்சலூட்டியது.

ஒருகணம்கூட தாமதிக்காமல் அவர் பதிலளித்தார்: 'எங்களது தொழிற்சங்க இயக்கத்தில்.' ஜம்மு—கஷ்மீர் மக்கள் தங்களது மதம் மற்றும் வட்டார அடையாளங்கள் ஏதுமின்றி ஒன்றாக வாழ்வும், வேலைசெய்யவும் முடியும் என்று தன்னை ஏற்கச்செய்த தொழிற்சங்க இயக்கத்துக்குள்ளான தனது அனுபவங்களை சம்பத் கூறினார்.

ஒளியின் மரணத்துக்கு எதிரான ஆத்திரம்

(1964-74)

குலாம் காதர் பட்—ஐ 2009இல் புத்காம் மாவட்டத்தில், சதுரா நகரில் உள்ள அவரது மகளின் வீட்டில் நான் சந்தித்தபோது, அவருக்கு வயது 74. தரைவிரிப்பின்மீது அமர்ந்துகொண்டு தலையணைகளின் உதவியோடு பக்கவாட்டில் சாய்ந்து கொண்டும், நீண்ட கம்பளியால் போர்த்தப் பட்டும் இருந்த அவர், உடல் நலிவுற்று இருந்தார். நாங்கள் நுழைந்த அந்தக்கணத்தில் அவரது மகள் எங்களை கதகதப்பான கம்பளிகளோடும், காங்ரிகளோடும் வரவேற்றார். அது ஜனவரி மாதம். நான் அந்தக்குளிரை எனது எலும்புக்குள் உணர்ந்தேன்.

நான் குலாம் காதரிடம் தொழிற்சங்க இயக்கத்தின் பழைய நாட்களின் நினைவுகள்பற்றிக் கேட்டேன். அவரது முகம் பிரகாசமடைந்தது. அவர் மென்மையாக பேசினாலும்கூட அளந்து பேசப்பட்ட அவரது வார்த்தைகளில் ஒரு ஆர்வம் தொனித்தது.

புத்காமில் உள்ள ஹப்ரூ என்ற அவரது

கிராமம் 150 குடும்பங்கள் கொண்ட பெரிய கிராமம் ஆகும். அவரது குடும்பத்துக்கு சிறிதளவு நிலம் இருந்தது. ஆனால், வரவுசெலவுகளை ஈடுகட்டப் போதுமானதல்ல. 'நயா கஷ்மீர்' திட்டத்தின்போது பலகுடும்பங்களுக்கு நிலங்கள் அளிக்கப்பட்டன. ஆனால் அவர்களுக்கு நேரடிப்பயன்கள் எதுவும் கிடைக்கவில்லை. இருந்தபோதிலும் முழுமனதோடு அந்தத்திட்டத்தை ஆதரிப்பதற்கு அது தடையாக இருக்கவில்லை.[1]

பட் எஸ்.பி.கல்லூரியில் படித்தார். அவரது கிராமத்திலிருந்து ஸ்ரீநகருக்குச் செல்ல 25கி.மீ.க்குமேல் அவர் நடந்துசெல்ல வேண்டியிருந்தது. ஏனெனில் அந்தக் காலத்தில் பொதுப் போக்குவரத்துக்கான வழியாக இருந்த டோங்கோவை அவரால் வாடகைக்கு அமர்த்திக்கொள்ள கட்டணம் செலுத்த முடியவில்லை.

ஸ்ரீநகரில் குலாம் காதர் கம்யூனிஸ இலக்கியங்களை கடந்துவந்தார். அவர் உற்சாகத்தோடு படிப்பதற்குப் பயன்பட்ட *'சோவியத் தேஷ்'* உருதுமொழியில் வெளிவந்த *'சோவியத் லேண்ட்'* போன்ற பத்திரிக்கை களின் பெயர்களை கூறினார். அந்த பத்திரிக்கைகளுக்கு அவர் சந்தாதாரர் ஆனார். ஏனெனில் அதற்கு செய்யவேண்டியதெல்லாம் அவர்களுக்கு எழுதவேண்டியது மட்டும்தான். அவர்கள் தங்கள் இலக்கியங்களை இலவசமாக அனுப்பிவைப்பார்கள்.

குலாம் காதர் தனது நியாயமான உணர்வுகளுக்கு அழைப்புவிடுத்த ஒரு தத்துவத்தை முதன்முதலாக எதிர்கொண்டபோது, அவர் தனது இளமைக்கால நாட்களுக்கே திரும்பச் சென்றுவிட்டார். லக்னோவிலிருந்த அனுபவம்மிக்க கம்யூனிஸ்ட் ஆன சஜ்ஜத் ஜாஹிர் ஆசிரியராக இருந்த *'அவாமி தெளார்'* முதலில் வார இதழாகவும், பின்னர் நாளிதழாகவும் வந்த *'ஹமாரா கஷ்மீர்'* ஆகியவற்றை மிகுந்த ஈடுபாட்டோடு படித்தார். 1954இல் அவர் பள்ளி ஆசிரியராக நியமிக்கப்பட்ட பிறகு, ஆசிரியர் சங்கத்தின் தலைவரும், கவிஞருமான தீன நாத் நாதிம் ஆசிரியராக இருந்த ஆசிரியர் சங்கத்தின் மாத இதழான *'உஸ்தாத்'*ஐ தொடர்ச்சியாக படித்துவந்தார். அவர் என்னிடம் பெருமையோடு, 'நான் இன்னும் *'உஸ்தாத்*—ன் பிரதிகளை வைத்திருக்கிறேன்' என்று தெரிவித்தார்.

நான் அவரிடம்,'எவரொருவராவது கம்யூனிஸ இலக்கியங்களுக்கு ஆட்சேபம் தெரிவித்தார்களா? அல்லது மதத்துக்கு எதிரானது என்று கண்டனம் செய்தார்களா?' என்று கேட்டேன். எதுவாக இருந்தாலும் அங்கு ஆட்சேபணை எதுவும் இல்லை. ஏனென்றால்,

அந்த நாட்களில் இந்தப் பள்ளத்தாக்கில் ஜமாத் —இ—இஸ்லாமி'[2]க்கு கிட்டத்தட்ட எந்தச்செல்வாக்கும் இருக்கவில்லை என்றார். வேறு எந்த அமைப்புக்களும் அதை ஆட்சேபிக்கவில்லை என்றும் தெரிவித்தார்.[3]

ஆக்ஹா அஸ்ரஃப், தீன நாத் நதீம் போன்ற கம்யூனிஸ்ட்களால் நடத்தப்பட்ட வாசிப்பு வட்டத்தில் குலாம் காதர் கலந்துகொண்டார். அங்கு அவர் ஜம்முவுக்கு வருகை தந்த தோழர் தன்வந்திரி, எம்.என். ராய் போன்ற புரட்சியாளர்கள் பற்றிய கதைகளைக் கேட்டார்.

கிஸான் மஸ்தூர் சபா கூட்டங்களில்கூட பட் கலந்துகொண்டார். அங்கு அவர் புரட்சிகரமான பாடல்களைக் கேட்டார். அவற்றின் வார்த்தைகள் இன்றும்கூட அவரைத்தூண்டி அந்த நாட்களுக்காக அவரை ஏங்கவைத்தன. நான் அந்த வார்த்தைகளை மொழிபெயர்க்குமாறு கேட்டேன். அந்தப்பாடல் புதிய உலகின் உதயத்துக்கு உறுதியளித்தது.

அந்த மூத்த கஷ்மீரியை கவனித்து 1970களின் கடந்தகால மகிழ்ச்சியான தருணங்களில் நிறைந்தே போனேன். அப்போது செயல் ஈடுபாடு என்பது முற்றிலும் வேறான அர்த்தத்தில் இருந்தது. அர்ப்பணிப்பு உணர்வும், தியாகமும் இந்த உலகத்தை மாற்றும் என்ற உறுதியான அடித்தளத்தைக் கொண்டிருந்தது.

ஷேக் அப்துல்லாவின் காலத்தில் சட்டசபையில் இரண்டு இடங்கள் பள்ளி ஆசிரியர்களுக்காக ஒதுக்கீடு செய்யப்பட்டிருந்தன. பட் என்னிடம் பெருமையுடன் கூறினார்; 'முஸ்லீம்கள் பெரும்பான்மையாக உள்ள கஷ்மீர் பள்ளத்தாக்கு கஷ்மீர் பண்டிதரான தீன நாத் நதீமை முன்மொழிந்தது; அதே நேரத்தில் இந்துக்கள் பெரும்பான்மையாக உள்ள ஜம்மு, குலாம் ரசூல் ஆஸாத் என ஒரு முஸ்லீமை முன்மொழிந்தது. அந்த நாட்களில் அங்கு மத உணர்வுகள் இல்லை' என்றார் பட். ஆனால் அந்த நேர்காணலில் அவர் கஷ்மீரியத் என்ற வார்த்தையை பயன்படுத்தவே இல்லை என்பதை நான் கவனித்தேன். பின்னர் பக்ஷி குலாம் மொஹம்மது ஆசிரியர்களுக்கான நியமனங்களை ஒழித்துவிட்டார்.

ஆசிரியர் சங்கத்துக்கு குலாம் காதர் முழுமனதோடு வேலைசெய்தார். அவர் எல்லா உறுப்பினர்களிடமிருந்தும் ஒரு ரூபாய் சந்தா வசூலிப்பதை வழக்கமாகக் கொண்டிருந்தார். அதற்கான பதிவேடுகளையும், கணக்குகளையும் இன்றுவரை மிகுந்த கவனத்தோடு பாதுகாத்து வருகிறார்.

பட் சிபிஐ(எம்)ன் பெருமைக்குரிய உறுப்பினர். 1964இல் மாஸ்கோ ஆதரவு இந்திய கம்யூனிஸ்ட் கட்சியிலிருந்து பிரிந்து அந்தக்கட்சி அமைக்கப்பட்ட போது அதில் சேர்ந்தார். ஜம்மு—கஷ்மீரிலிருந்த மிகவும் முக்கியமான கம்யூனிஸ்ட் தலைவர்கள் ராம் பியார சராஃப், கிருஷ்ணதேவ் சேதி ஆவர். அந்த இரு தலைவர்களும் புதிதாக அமைக்கப்பட்ட சி.பி.ஐ.(எம்)யில் சேர்ந்தார்கள். 1962இல் நடைபெற்ற இந்தோ—சீன போருக்குப்பின் அவர்கள் கொண்டிருந்த சீன ஆதரவு நிலைக்காக அவர்கள் கைது செய்யப்பட்டார்களா

நேர்காணலின் முதல்பகுதியில் நான் சம்பத் பிரகாஷிடம் குலாம் காதருடன் மட்டுமே பேச என்னை அனுமதிக்குமாறு கேட்டுக்கொண்டேன். ஏனெனில், பெரும்பாலும் சம்பத் உணர்ச்சிவசப்பட்டு மற்றவர்கள் பேசுவதை அனுமதிக்க மாட்டார். இப்போது சம்பத்தும் பிற தோழர்களும் குலாம் காதரின் மகள் கொண்டுவந்த தேநீர் மற்றும் தின்பண்டங்களில் இணைந்து கொள்வதற்காக அறைக்குள் நுழைந்தனர்.

நான் பட்டிடம் அவர் சம்பத்தை முதன்முதலாக எப்போது, எங்கு சந்தித்தார் எனக்கேட்டேன். அதற்கு சம்பத் தான் பதிலளித்தார். 1966இல் சிறையிலிருந்து சராஃப்பும், சேதியும் விடுவிக்கப்பட்டபின், அவர்கள் தொழிற்சங்கத்தை அமைப்பது கட்சிக்குத் தேவை என முடிவு செய்தார்கள். அதுவரை கம்யூனிஸ்ட்கள் பெரிதும் விவசாய தொழிற்சங்கத்தில் தான் செயல்பட்டு வந்தார்கள். அவர்கள் சிறைப்படுவதற்கு முன்னரே சம்பத் அவர்களோடு தொடர்பில் இருந்துவந்தார். அவர் ஜம்முவுக்கு வந்தபிறகு பக்காடாங்கா அருகிலிருந்த கம்யூனிஸ்ட் கட்சி அலுவலகத்துக்கு தொடர்ந்து வந்து கொண்டிருந்தார். ஸ்ரீநகருக்கு உரையாற்ற அவர்கள் வந்தபோது தேசிய மாநாடு கட்சியின் மேடையில் அவர்களை சம்பத் பார்த்திருக்கிறார், சம்பத் அந்த இரு தலைவர்களாலும் கவரப்பட்டு தன்னை அவர்களிடம் அறிமுகம் செய்துகொண்டார். அவர்கள் தங்களுக்குள் தீவிர அரசியல், கூர்மையான பகுப்பாய்வு, தனிப்பட்ட நேர்மை, நாணயம், ஒழுக்கம் ஆகிய தன்மைகள் கொண்டிருந்ததை மதிப்பீடு செய்யும் அளவுக்கு சம்பத் வளர்ந்திருந்தார்.

இப்போது அவர்கள் தொழிற்சங்கம் துவங்குவது பற்றிய யோசனையை சம்பத்துடன் தொடர்புகொண்டு விவாதித்தனர். கடந்த காலத்தில் கம்யூனிஸ்ட்களும், சோசலிஸ்ட்களும் அரசு பட்டுப்புழு மற்றும் பட்டுத் தொழிலாளர் சங்கம், சாயத்தொழிலாளர்

சங்கம், தந்தி ஊழியர் சங்கம், தரைவிரிப்பு நெசவாளர் சங்கம், பேருந்து மற்றும் டோங்கா ஓட்டுநர் சங்கம் போன்ற சங்கங்களை அமைத்திருந்தார்கள். இந்துக்கள். முஸ்லீம்கள், சீக்கியர்கள் உள்ளிட்ட அந்த தொழிலாளர் படை 1,00,000 என இருந்தது. அவர்களது சங்கங்கள் மதசார்பற்ற கஷ்மீர் அரசியலில் ஒரு தாக்கத்தை ஏற்படுத்தின.[5]

சராஃப்பும், சேதியும் அரசு ஊழியர்களின் தொழிற்சங்கங்களை அமைப்பதற்கான நேரம் கனிந்துவிட்டது என உணர்ந்தார்கள். குறிப்பாக 1964இல் குலாம் மொஹம்மது சாதிக் பிரதமராக ஆனதுமுதல்.[6] அவர் தனது நேர்மையான குணவியல்புகளுக்காகவும், சிறந்த நிர்வாகத்தை அளிக்க வேண்டும் என்ற அடிப்படையான கோட்பாடுகளில் அவர் கொண்டிருந்த உறுதிப்பாட்டுக்காகவும் நன்கு அறியப்பட்டவர். தொழிலாளர்கள் சட்டங்கள் தனது அரசில் விரிவுபடுத்தப்படுவதை அவர் உறுதி செய்தார். அவர் 1964இல் ‘குறைந்த ஊதியம் பெறும் அரசு ஊழியர்கள் சங்கம்’ என்ற பெயரில் ஒரு தொழிற்சங்கத்தை பதிவு செய்தார். அந்தச்சங்கத்தின் தலைவராக சதார் ஃபாகிர் சிங் இருந்தார். ஆனால், செயல்படும் அணி இல்லாததால் அது செயல்படாமல் இருந்தது. சாதிக்கின் தொழிற்சங்கத்துக்கு உயிரூட்டி செயல்பட வைப்பது மிகவும் நல்ல யோசனை என்று நினைத்த சராஃப்பும், சேதியும் அதைச் செயல்படுத்துவதற்கான திறமை சம்பத் பிரகாஷிடம் உள்ளதாக நம்பினார்கள். அவர்கள் அங்கிருந்த தொழிற்சங்கங்களின் தலைவர்கள் அனைவரையும் ஒரு கூட்டத்துக்கு வருமாறு அழைப்பு விடுத்தனர்.

1966 மே—யில் சேதியின் வீட்டில் அந்த முதல்கூட்டம் நடைபெற்றது என சம்பத் விவரித்தார். ஆசிரியர் சங்கங்கள், தொழிலாளர் சங்கங்கள் மற்றும் அரசு ஊழியர்கள் சங்கங்களின் தலைவர்கள் ‘எவ்வாறு ஒரு தொழிற்சங்கம் துவங்குவது?’ என்பதுபற்றி கலந்துபேச அழைக்கப்பட்டிருந்தார்கள்.[7] அந்தக்கூட்டத்தில் ஒரு மாநாட்டை நடத்தவும், அதில் சாதிக்கின் சங்கத்தை எடுத்துக்கொள்ளவும் முடிவுசெய்யப்பட்டது. இந்தக்கூட்டத்தில்தான் குலாம் காதர் பட் முதன்முதலாக சம்பத்தை சந்தித்தார்.

புதிய அமைப்பு சாதிக் துவங்கிய அந்தச் சங்கத்தின் பெயரிலேயே செயல்பட வேண்டுமென்றும், ஆனால், ஒவ்வொரு துறைக்கும் தனித்தனிச் சங்கம் அமைக்கப்பட்டு அவை அனைத்தும் ஒருகூட்டமைப்பில் இணைக்கப்பட வேண்டும் என்றும் முடிவு

செய்யப்பட்டது. அந்தக் கூட்டமைப்பின் தலைவராக அப்துல் மஜீத் கான், பொதுச்செயலாளராக சம்பத் பிரகாஷ் செயல்பட வேண்டும் என்றும் முடிவு செய்யப்பட்டது.[8]

சம்பத் பிரகாஷ் கம்யூனிஸ்ட் கட்சி அலுவலகத்தில் அப்துல் மஜீத்தை சந்தித்திருக்கிறார். அவர்மீது ஆழ்ந்த மரியாதை கொண்டிருந்தார். சம்பத்தைவிட சில ஆண்டுகள் மூத்தவரான அப்துல் மஜீத் ஜம்முவில் உள்ள உஸ்தாத் மொஹல்லாவை சேர்ந்தவர். அவர் பொது சுகாதார பொறியாளர் துறையில் ஓர் ஊழியராக இருந்து தன்னுடன்கூட இருந்த ஊழியர்களின் கோரிக்கைகளுக்கு ஆதரவாக — எந்த ஒரு தொழிற்சங்கமும் அவரை ஆதரிப்பதற்கு முன்பே உண்ணாவிரதப் போராட்டத்தை நடத்தியவர். அதிகார வர்க்கம் மிகுந்த அதிகாரம் கொண்டிருந்த அந்த நேரத்தில் அவர் தனது வேலையை இழந்துவிடும் ஆபத்து இருந்தபோது , அவர் மேற்கொண்ட நடவடிக்கை வீரம் செறிந்ததாக இருந்தது. பின்னர் அவர் கம்யூனிஸ்ட்களை சந்தித்து அவர்களது செல்வாக்கின்கீழ் வந்தார்.

1967ன் துவக்கத்தில் கம்யூனிஸ்ட் கட்சியின் அர்ப்பணிப்பு உணர்வுகொண்ட 70 முதல் 80 செயல்வீரர்களும், உறுப்பினர்களும் ‘வேலை செய்வதற்கு நல்ல வசதிகள் வேண்டும்’ என்ற தங்கள் கோரிக்கைக்கு ஆதரவாக ஒரு பொது வேலை நிறுத்தத் தயாரிப்பு பணிக்காக ஒரு மாதம் விடுப்பில் வரக்கேட்டுக் கொள்ளப்பட்டனர். அந்த வேலை நிறுத்தம் அந்த ஆண்டின் இறுதியில் நடைபெற இருந்தபோதிலும் அதற்கான தயாரிப்புப்பணிகள் உடனடியாகத் துவங்கின. மாலை நேரங்களில் சேதியும், சராஃப்பும் ஊழியர்களுக்கு வகுப்புக்களை நடத்தி அவர்களுக்குள் ஒரு புரட்சிக்கான தீவிரம் குறைந்ததாக இருந்த போதிலும், (அதிகாரத்துக்கு) பணிய மறுக்கும் உணர்வை ஊட்டினர்.

போல்ஷ்விக்குகளின் மூன்று முக்கிய குறிக்கோள்களான, ‘மக்கள் பழைய மரபுரீதியாக சிந்தித்துக் கொண்டிருப்பதை மாற்றுங்கள்; ஆளும் வர்க்கங்களுக்கு எதிராக அவர்களது பகைமை உணர்வைத் தூண்டிவிடுங்கள். கிளர்ச்சிக்கான நேரம்வரும்போது அந்த வாய்ப்பைப் பற்றிக்கொள்ள கட்சியைத் தயாராக வைத்திருங்கள்’ என்று லெனின் எவ்வாறு வலியுறுத்தினார் என்பதை நான் ஒருபோதும் மறக்கமாட்டேன் என்று சம்பத் என்னிடம் கூறியபோது அவர் ஒட்டுமொத்தமாக சுய உணர்வின்றி இருந்தார்.

ஒரு துறையை தலைவர்கள் சந்திக்கவிருந்தபோது அவர்களது வரவை அறிவிக்கும் சுவரொட்டிகள் அலுவலக நேரம் முடிந்தபின் அரசு அச்சகத்தில் அடிக்கப்பட்டன. அதன்பிறகு சுவரொட்டிகளை ஒட்ட அரைத்த மாவிலிருந்து பசையைச் செய்வதற்கு கற்றுக்கொண்டனர். இரவு நேரங்களில் சுவரொட்டிகளையும், பசையையும் கைகளில் ஏந்தி ஜம்முவை சுற்றித்திரிவது அரசு ஊழியர்களுக்கு புதிய அனுபவமாக இருந்தது.

ஜம்முவில் வேலைசெய்வது பல்வேறு காரணங்களால் சிரமமாக இருந்தது. கஷ்மீரில் உள்ள ஊழியர்களைப்போல இல்லாமல் ஜம்முவின் ஊழியர்கள் சமுதாய மாற்றத்தை விரும்பும் நடவடிக்கைகளின்பால் குறைவாகவே ஈர்க்கப்பட்டிருந்தார்கள். அவர்கள் ஜனசங்கத்தின் செல்வாக்கின்கீழ் இருந்தார்கள். சாதி அடிப்படையில் பிளவுபட்டிருந்தார்கள். ஊழியர்களிடையே ஒற்றுமை உணர்வை உருவாக்க சம்பத்தும் மற்ற தலைவர்களும் கூட்டங்களுக்கு அழைப்பு விடுத்து, அவற்றில் அவர்களோடு ஒன்றாக அமர்ந்து, நடவடிக்கைகள், வியூகங்கள் பற்றி விவாதங்கள் நடத்தி அதன்பின் அவர்களோடு ஒன்றாக உணவருந்தினார்கள். இந்தவகையில் பல்வேறு சாதிகளின் ஆதிக்கம் தகர்க்கப்பட்டது. தோழமை உணர்வு வளர்க்கப்பட்டது.

தலைவர்கள் ஒவ்வொரு அரசுத்துறைக்கும் மாலை 4 மணியளவில் அலுவலக நேரம் முடிந்தபின் வருகைதருவார்கள். அங்கு அரசு ஊழியர்களை ஆயத்தப்படுத்த முதலில் அவர்களுக்கு சில உணர்ச்சிகரமான முழக்கங்களை கற்றுத்தருவார்கள். அந்த முழக்கங்களில் எதையாவது சம்பத் நினைவில் வைத்திருக்கிறாரா? என்று நான் கேட்டேன். எனது கண்களின் முன்னே சம்பத் அந்தக்கால நினைவுகளுக்கு சென்றதைக் கண்டேன். அவர் உரத்த குரலில் ('அஃப்சரோன் கே கூனி பஞ்ச்சே தோ தோ: மராட் தோ') 'இரத்தம்படிந்த அதிகாரிகளின் கைவிரல் நகங்களை உடைத்தெறிவோம்; வளைத்தெறிவோம்' என்று முழங்குவார்; அந்த ஊழியர்கள் அதைத் திரும்பச்சொல்ல கற்றுக்கொண்டார்கள். ('அஃப்சர்வாதி நஹீ சலேகி') 'அதிகாரத்துவம் ஒழியட்டும்' இந்த முழக்கங்களை உரத்துக்கூறுவது ஊழியர்களின் உணர்வு நிலைகளை மேம்படுத்தியது. அந்த முழக்கங்கள் பலவற்றின் நோக்கம் அதிகார வர்க்கத்துக்கும், அவர்களது ஒடுக்குமுறைக்கும் எதிராக இருந்தது. (மந்த்ரி பெத் பார்த்தே ஹைங், சந்த்ரி பூக்கே ரெஹ்தே ஹைங்) 'மந்திரி வயிறு நிறைகிறது: ஊழியர் வயிறோ காய்கிறது' ஊழியர்கள் தங்கள் முழக்கங்களை இந்திரா காந்தியை எதிர்த்தும்கூட

எழுப்பக் கற்றுக்கொண்டார்கள். அப்போது அவர்தான் பிரதமர். (சாலிஸ்சால் ஆஸாதி கோ, பூக் ஔர் பர்பாதி கே') 'நாற்பது ஆண்டு சுதந்திரத்தில் பசியும் அழிவும் இருக்கிறதே.' அதன்பிறகு முதலாளித்துவத்துக்கு எதிரான முழக்கங்கள்; ('இந்திரா தேரே சமஜ்வாத் மே, பச்சே புக்கே மர்தே ஹை டாடா பிர்லா பல்தே ஹைறன்') இந்திரா உங்கள் சோசலிசத்தில் குழந்தைகள் பசியால் இறக்கையிலே, டாடா, பிர்லா வளம் பெறவோ?'

சம்பத் அந்த முழக்கங்களை விவரித்துக் கூறுவதைத் தொடர்ந்தார்: 'அவை மிகவும் முக்கியமானவை; அவற்றையெல்லாம் நானே எழுதினேன். ஏனென்றால் அவை அரசு ஊழியர்களின் போராட்டத்தில் முக்கியப் பங்காற்றின. அவர்களை தைரியத்தோடும், கௌரவத்தோடும் கிளர்ந்தெழ வைத்தன. அந்த முழக்கங்கள் தீவிரத்தன்மை கொண்டவைகளாக ஒலித்தாலும், அவர்களது ஊர்வலங்கள் மிகவும் ஒழுங்கமைவு கொண்டவைகளாகவே நடந்தன. ஏறத்தாழ எந்த ஒரு வன்முறை நிகழ்வும் இடம் பெற்றதில்லை.'

அந்த முழக்கங்கள் புகழ்பெற்ற கம்யூனிஸ்ட் முழக்கங்கள்போல முடிவடைந்தன:

'டிரேட் யூனியன் கி க்யா புனியாத்?
மார்க்ஸ் வாத், லெனின் வாத்!'

'தொழிற்சங்கங்களின் அடித்தளம் என்ன?
மார்க்சிஸம்; லெனினிஸம்.'

அதன்பிறகு, ஒரு பெரிய முழக்கம்: 'உயரட்டும்: உயரட்டும். வானில் செங்கொடி உயரட்டும்.'

அதன்பிறகு ஊழியர்கள் வீதிக்கு வரத் தயாரானார்கள். ஆனால், அவர்கள் ஒழுங்கான முறையில் ஊர்வலம் செல்ல கற்றுக்கொள்ள வேண்டியிருந்தது. சம்பத்தும் அவரது தோழர்களும் ஒரு புதுமையான வழியில் ஊழியர்களை டிசம்பரில் துவங்கவிருந்த வேலைநிறுத்தத்துக்கு தயார்படுத்தினார்கள். அதில் ஒன்று; 'வலதுபக்கம் செல்க' இயக்கம். அதில் ஊழியர்கள் வழக்கமான போக்குவரத்து விதியான 'சாலையில் இடதுபக்கம் செல்க' என்பதை உடைத்தெறிந்து, அதற்கு பதிலாக எதிர்ப்பைத் தெரிவிக்கும் வகையில் 'வலது பக்கம் நடந்து செல்க' என்று கூறப்பட்டார்கள்.

ஒருமாதம் முழுவதும் தங்கள் அலுவலக நேரம் முடிந்ததும்

தங்கள் துறைகளைவிட்டு வெளியே ஒன்றாகக்கூடினார்கள். மூன்று பேர்கொண்ட வரிசைகளை நேர்த்தியாக அமைத்தார்கள். கூட்டம் நிறைந்த நேரத்தில் நகரின் மையப்பகுதியை நோக்கி அணிவகுத்தார்கள். சாலையின் தவறான (வலது) பக்கத்தில் நடந்துசெல்லும் கட்டுப்பாடான ஊழியர்களின் வண்ணமயமான ஊர்வலங்களும், உரத்த முழக்கங்கள் எழுப்புவதும், தங்கள் செங்கொடிகளை உயர்த்தி அசைப்பதும் பொதுமக்களின் கவனத்தை ஈர்த்தன. இது உள்ளூர் தலைவர்களுக்கு கூட்டங்களில் உரையாற்றும் வாய்ப்புக்களை அளித்தன. தொழிற்சங்க அணிதிரட்டலில் அனுபவங்களையும், நம்பிக்கையையும் பெறச் செய்தன.

அந்த நேரத்தில் ஜம்முவின் ஊழியர்கள் தொழிற்சங்க வேலைகளில் முதல் பாடத்தைப் பெற்றார்கள். அதற்கான விதைகள் ஒவ்வொரு துறையிலும் விதைக்கப்பட்டன. இதுவரை ஒவ்வொரு துறையிலும் ஒருசிலர் மட்டுமே ஈடுபட்டிருந்தார்கள். இப்போது அதன் தலைவர்கள் முழுமையான சங்கத்தை தங்கள் சொந்த கோரிக்கைப் பட்டியலோடு அமைத்தார்கள். இருந்தபோதிலும் இந்த வேலைநிறுத்தத்தில் கூட்டமைப்பு இரண்டு கோரிக்கைகளை மட்டுமே முன்வைத்தது; 'அவர்களது பணிக்காலம் வரன்முறைப் படுத்தப்பட வேண்டும்; மத்திய அரசு ஊழியர்களுக்கு இணையான அகவிலைப்படி அளிக்கப்படவேண்டும்.'

ஜம்முவில் உள்ள மாவட்டங்களுக்கு சுற்றுப்பயணம் செய்தபிறகு, ஒவ்வொரு அரசுத்துறையையும் பார்வையிட்டு மாவட்டக்குழுக்களை அமைத்தார்கள். பிறகு சம்பத்தும் அவரது தோழர்களும் கஷ்மீருக்கு சென்றார்கள். அங்கும் இதேபாணியில் அவை திரும்பச்செய்யப்பட்டு மாவட்டக்குழுக்கள் அமைக்கப்பட்டன. ஜம்முவில் போலவே கஷ்மீரிலும் செயற்குழுக்கள் தேர்ந்தெடுக்கப்பட்டு, கூட்டங்களில் பேசுவதற்கான வாய்ப்புக்கள் தரப்பட்டன. ஆனால், முதலில் மூத்த தோழர்கள் அவர்களுக்கு தங்கள் குறைகளை தெளிவாக எடுத்துக்கூற உதவினார்கள். அதன்பிறகு அவர்கள் பேச்சுப்பயிற்சி பெறுவதைக் கேட்டார்கள்.

பின்னர் 1967 டிசம்பர் 4இல் வேலை நிறுத்தம் சரியாக விரைந்து துவங்கியது. அரசு ஊழியர்கள், ஆசிரியர்கள், அரசு தொழிற் கூடங்களில் வேலைசெய்யும் தொழிலாளர்கள், ஓட்டுநர்கள், தங்கள் போராட்டத்தை துவங்கினார்கள். தொழிலாளர்கள் தங்கள் வீடுகளில் தங்கியிருக்கவில்லை. அவர்கள் தங்கள் அலுவலகங்களுக்கு சென்றார்கள்; ஆனால், வேலைசெய்யவில்லை.

'அவர்கள் ஏன் வேலையை நிறுத்தவில்லை? தங்கள் வேலை யிடங்களை விட்டு அப்பால் ஏன் தங்கவில்லை?' என்று நான் சம்பத்தை கேட்டேன். சம்பத் கூறினார்: "தங்கள் துறைகளுக்கு செல்வதன்மூலம் ஊழியர்களும், தொழிலாளர்களும் தங்கள் அதிகாரிகளை எதிர்கொள்ள வேண்டியிருக்கும். இதனால், அதிகார வர்க்கத்தை எவ்வாறு நேரடியாக எதிர்கொள்வது என்பதைக் கற்றுக்கொள்வார்கள்."

கட்சித்தலைவர்கள் சராஃப் மற்றும் சேதி ஆகியோர் தலைமறைவாகச் சென்றனர். திரைமறைவில் தொழிற்சங்கத் தலைவர்களுக்கு வழிகாட்ட முயன்றனர். காவல்துறை மற்ற தலைவர்களைத் தேடத்துவங்கியது. இது சம்பத் பிரகாஷையும் அதுபோலவே தலைமறைவாகச் செல்ல வலியுறுத்தியது. இதன்மூலம் உடனடியாக கைது செய்யப்படுவதிலிருந்து தப்பிக்கலாம். இருந்தபோதிலும் அவர் தன்னை மாறுவேடமிட்டு மறைத்துக்கொண்டு தொழிற்சங்கக்கூட்டங்களில் தோன்றி மீண்டும் மறைவதற்குமுன் தொழிலாளர்கள் முன்பு உரையாற்றினார்.

இருபத்தெட்டு வயதான சம்பத், தான் கைது செய்யப்பட்டு விடக்கூடாது என்பதில் கவனமாக இருந்தார். எனவே இரவு நேரங்களை வெவ்வேறு நண்பர்களின் வீடுகளில் கழித்தார். அவரது மனைவி துரா தனது இரண்டு மகன்களையும் கவனித்துக்கொள்ள வேண்டியதாயிற்று. மற்ற தலைவர்கள் டிசம்பர் 8 அல்லது 9இல் கைது செய்யப்பட்டுவிட்டார்கள் என்பதை அவர் கேட்டபோது அது அவருக்கு ஒரு திகிலூட்டும் சூழ்நிலையாக இருந்தது. தனது கணவரும்கூட சிறைக்கு கொண்டு செல்லப்படுவார் என்பதை அவர் அறிந்திருந்தார். அது எந்த நேரத்தில்? என்பதுதான் ஒருவிஷயமாக இருந்தது.

டிசம்பர் 9 அன்று தொழிலாளர்களின் கூட்டத்தில் பேசிமுடித்தபிறகு, சம்பத் விரைவாக நழுவிச்சென்றார். அவர் ஒரு வாடகைக் காருக்குள் நுழைந்தபோது சாதாரண உடையிலிருந்த சில காவலர்கள் தன்னைப் பின்தொடர்வதைப் பார்த்தார். அவர் ஒரு ஓடையைக் கடந்துசெல்லும்போது அதன்முனையில் நிறுத்துமாறு ஓட்டுநரைக் கேட்டுக்கொண்டார். அவர் பனிக்கட்டியான தண்ணீரில் குதித்து அந்த ஆற்றின் குறுக்கே நீந்தி அக்கரையை அடைந்தார். டிண்டேல் பிஸ்கோ பள்ளியில் பெற்ற கட்டாய நீச்சல் பயிற்சி இப்போது அவருக்கு உதவியது. நீச்சல்வீரராக இருந்தார் என்ற பொதுமதிப்பீடு சம்பத்துக்கு இருந்தது. அவர்

தனது வீரதீர சாகசக்கதைகளைக் கூறும்போது அதை அவர் மகிழ்வுடன் அனுபவித்ததை என்னால் காணமுடிந்தது.

போராட்டம் நன்றாக நடந்துகொண்டிருந்தது; ஆனால். சராஃப் அப்போது ஒரு முடிவெடுத்தார்; அது போராட்டத்தை பிசுபிசுக்க வழிவகுத்தது. அவர் சம்பத்திடம் ஒரு முழுமையான வேலை நிறுத்தத்துக்கு அழைப்புவிடுக்குமாறு கூறினார். அரசு ஊழியர்கள் அலுவலகங்களுக்குச் செல்வதை நிறுத்துமாறு தெரிவிக்கும் சுவரொட்டிகள் வெளியிடப்பட்டன. அந்த வேலை நிறுத்தத்தை உடைக்க முதலமைச்சர் குலாம் மொஹம்மது சாதிக் எதிர்பார்த்துக் கொண்டிருந்த வாய்ப்பு அதுதான். அவர் காவல்துறையினருக்கு சாதாரண மக்கள் அணியும் உடைகளை அணிவித்து எல்லா அலுவலகங்களிலும் ஆட்களை அமரவைக்க உத்தரவிட்டார். பத்திரிக்கைகள் ஊழியர்கள் திரும்பிவர துவங்கி விட்டார்கள் என செய்திகளை வெளியிட்டன. இது வேலை நிறுத்தத்தில் இருந்த தொழிலாளர்களின் மனஉறுதியை பாதித்தது. அந்த வேலை நிறுத்தம் டிசம்பர் இறுதியில் தேய்ந்து மறைந்தது. ஊழியர்கள் தங்கள் அலுவலகங்களுக்குத் திரும்பினார்கள். அவர்கள் வருகைதராத நாட்களுக்கான ஊதியத்தை இழந்தார்கள். தலைவர்களோ இன்னும் சிறைகளில் இருந்தார்கள். குலாம் காதர் தலைமறைவாக இருந்து கைதாவதிலிருந்து தப்பினார். ஆனால், அவர் ஒரு பாதுகாப்பான வீட்டில் அடைக்கலம் பெறவில்லை. கைது செய்யப்பட்ட தோழர்களின் குடும்பங்களின் நிலையை எண்ணி அவர் கவலைப்பட்டார். அது கடும் குளிர்காலம். அவர்களிடம் உணவோ அல்லது எரிபொருளோ இருக்காது. குலாம் காதர் கட்டைக்கரிப்பைகளை தனது தோள்களில் சுமந்து தனது கிராமத்திலிருந்து ஸ்ரீநகருக்கு சென்றார். அதை அங்கு கைது செய்யப்பட்ட தோழர்களின் குடும்பங்களுக்கு கொடுத்தார். எனவே இதன்மூலம் அவர்கள் தங்கள் காங்ரிகளைப் பற்றவைக்க முடிந்தது. அவர் அரிசி, ரஜ்மா அவரைக்காய்கள், உலர்ந்த காய்கறிகளையும் அவர்களுக்கு அனுப்பி அவர்களை பட்டினியிலிருந்து பாதுகாத்தார்.

குலாம் காதர் இந்தக்கதையை என்னிடம் கூறவில்லை. தன்னை முன்னிறுத்திக் கொள்ளவோ, சுயவிளம்பரம் தேடிக்கொள்ளவோ முயலவில்லை. ஸ்ரீநகரிலிருந்த அவரது தோழர்கள் கோவாவுக்கு என்னிடம் தொலைபேசியில் பேசி குலாம் காதரின் பங்களிப்பை நான் கட்டாயம் இந்தப்புத்தகத்தில் சேர்க்க வேண்டும் என்று கூறியதால்தான் நான் இந்தக்கதையைக் கேட்டறிந்தேன்.

ஜம்முவில் கைது செய்யப்பட்ட 37 தொழிலாளர்கள் கஷ்மீரில் 7 தொழிலாளர்களுக்காக ஆதரவு திரட்டவேண்டும் என்பதை சம்பத் உணர்ந்திருந்தார். அவர் இந்திய தொழிற்சங்கத் தலைவர்களை சந்திக்க முடிவுசெய்தார். மத்திய தொழிற்சங்கங்களை அணுக அவர் டெல்லி செல்வதாக சராஃப்புக்கு தெரிவித்தார். டெல்லியில் அவர் மத்திய அரசு ஊழியர்களின் மகாசம்மேளனம், அகில இந்திய மாநில அரசு ஊழியர்களின் மகாசம்மேளனம், மற்றும் இந்திய கம்யூனிஸ்ட் கட்சியில் இணைந்ததான அகில இந்திய தொழிற்சங்க காங்கிரஸ்[9] ஆகியவற்றின் பிரதிநிதிகளைச் சந்தித்தார்.

இந்திய தொழிற்சங்கத் தலைவர்கள் தொழிற்சங்கங்களின் ஒரு அணியை ஜம்முவுக்கு அனுப்பினர். அங்கு அவர்கள் குறைந்த ஊதியம்பெறும் அரசு ஊழியர் கூட்டமைப்பின் கோரிக்கைகளுக்கு ஆதரவாக 48 மணிநேர உண்ணாவிரதப் போராட்டத்தில் அமர்ந்தனர். இந்திய தொழிற்சங்கத் தலைவர்கள் ஜம்மு — கஷ்மீரிலிருந்த தொழிலாளர்களுக்காக தங்கள் சகோதர ஆதரவைத் தெரிவித்தது இதுதான் முதல்முறையாக இருந்தது. அதன்பிறகு இந்திய தொழிற்சங்கங்கள் ஒரு ‘பாரத் பந்த்’ ஐ நடத்த அழைப்புவிடுப்பார்கள் என தெரிவிக்கப்பட்டது. முதலமைச்சர் இதைக்கவனத்தில் கொள்ளவேண்டியதாயிற்று.

இந்திய தொழிற்சங்கத்தலைவர்கள் குலாம் மொஹம்மது சாதிக்—ஐ சந்தித்தார்கள். அவர் கைது செய்யப்பட்ட தலைவர்களை விடுதலை செய்வதாகவும், மேலும் அவர்களது கோரிக்கைகளை ஏற்றுக்கொள்வதாகவும்கூட உறுதியளித்தார். சாதிக் கம்யூனிச பின்னணியில் வந்தவர். ஊழியர்களிடம் அவருக்கு இயல்பான அனுதாபம் இருந்தது. இருந்தபோதிலும் அவரிடம் ஒரு நிபந்தனை இருந்தது. அந்த இந்தியத் தலைவர்களிடம் சம்பத்தைப் பார்த்து அவரை உணரச்செய்யவும், அவரது நக்சலைட் நடவடிக்கைகளை நிறுத்தச்செய்யவும் கூறினார்.

அந்த தொழிற்சங்கத்தை அவர் ஆதரிக்க விரும்புவதாகவும், ஏனெனில் ஜம்முவில் உள்ள காவிக்கொடியை (இந்து தேசிய வாதிகள்) பின்பற்றுபவர்களுக்கும், கஷ்மீரில் பச்சைக்கொடியை (இஸ்லாமியவாதிகள்) பின்பற்றுபவர்களுக்கும் எதிரான ஒரு மாபெரும் சக்தி இதுதான் என்றும் சாதிக் தலைவர்களிடம் விவரித்தார்.’ ஆனால் அவர் அந்த சங்கத்தை ஆதரிக்க வேண்டுமானால், அது தனது நக்சலைட் தொடர்புகளை விட்டுவிட வேண்டும்.’

சம்பத் பிரகாஷ் மாவோவின் உருவம் பொறித்த சின்னங்களை சட்டையில் அணிந்துகொள்ள ஊழியர்களிடம் விநியோகித்தார் என்றும், 'தலைவர் மாவோவே எங்கள் தலைவர்' (Chairman Mao is our Chairman) என்பதுபோன்ற நக்சலைட் முழக்கங்களை எழுப்பினார்' என்றும் புலனாய்வு அமைப்புக்களின் அறிக்கைகளை அவர் பெற்றிருந்தார். மத்திய உள்துறை அமைச்சகம் சம்பத்தை கைது செய்யுமாறு தனக்கு குறிப்புரை அளித்துள்ளதாகவும் சாதிக் கூறினார்.

'அது உண்மைதானா? மாவோ படம் பொறித்த அட்டைகளை அவர் விநியோகித்தாரா?' என்று நான் சம்பத்திடம் கேட்டேன். அவர் சிறிதளவு வெட்கப்படுபவர்போல காணப்பட்டார். சீன தூதரகத்தில் பணியாற்றிவந்த ஆர்.ஜே. வாதல் அவரிடம் அந்த அட்டைகள் கொண்ட இரண்டு பைகளை கொண்டுவந்ததாக ஒத்துக்கொண்டார். பின்னால் திரும்பிப் பார்த்துக்கொண்டே அவர், ஒட்டுமொத்த வேலை நிறுத்தத்துக்கான சராஃப்பின் அழைப்பும், பேச்சுவார்த்தைகளில் பங்கேற்க அவர் மறுத்ததும் இடது தீவிரவாதத்துக்கான உதாரணங்கள் என்றும் என்னிடம் கூறினார். 'அதுபோலவே சம்பத் மீதும் குற்றம் சாட்டக்கூடாதா?' என நான் கேட்டேன். அவர் தனது கண்களில் ஒரு மின்னலின் ஒளியோடு சிரித்தார்.

1968 பிப்ரவரியில் சம்பத் பிரகாஷ் இந்தியா முழுவதும் சுற்றுப்பயணம் செய்து கூட்டங்களில் பேசினார். அவற்றில் கஷ்மீர் ஊழியர்களின் துன்பகரமான நிலைகளை உயிரோட்டத்துடன் விவரித்தார். தனது தொழிற்சங்க நண்பர்களிடமும், தோழர்களிடமும், ஊழியர்கள் கொத்தடிமைகளைப்போல நடத்தப்படுகிறார்கள்; அதிகார வர்க்கத்தினரால் சுற்றிச்சூழப்பட்டு ஆணையிடப்படுகிறார்கள்; அவர்கள் ஊழியர்களை நோக்கி சத்தமிடுகிறார்கள்; அவமானப்படுத்தப்படுகிறார்கள்; இவற்றுக்கெல்லாம் மேலாக ஊழியர்களுக்கு அற்பத்தொகையே அளிக்கப்படுகிறது. ஊழியர்கள் தங்கள் அடிப்படை தேவைகளுக்கே செலவிட்டாலும்கூட அவர்களது ஊதியம் இரண்டு வாரங்களுக்கு மட்டுமே போதுமானதாக இருக்கிறது. எடுத்துக்காட்டாக 70% நான்காம் பிரிவு ஊழியர்கள் 24 மணி நேரமும் பணியில் ஈடுபடுத்தப்படுகிறார்கள். அங்கு சுழல்முறை (Shift) இல்லை. அவர்களது குழந்தைகள் சிற்றுலாவுக்கோ, சுற்றுலாவுக்கோகூட செல்லவசதி இல்லை. இதற்கு மாறாக மூத்த அதிகாரிகளோ நிலபிரபுக்களைப்போன்ற வாழ்க்கையை வாழ்கிறார்கள்' என்று விளக்கினார்.

தனது இந்தியத் தோழர்களிடமிருந்து ஒரு நல்ல எதிர்வினையை பெற்றார். அவர்களில் பலருக்கு கஷ்மீரிலுள்ள மக்களின் நிலையைக் காண்பதற்கு ஒரு முதல்கணநேரக் காட்சியாக அது இருந்தது. இந்தப் பயணத்தின்போதே சம்பத் பிரகாஷ் 'அகில இந்திய மாநில அரசு ஊழியர் சம்மேளனத்தின் *(AISGEF)* (வடக்கு மண்டல) செயலாளராகத் தேர்ந்தெடுக்கப்பட்டார்.

அரசு ஊழியர்களின் வேலை நிலைமைகளைப் பற்றி தொழிற்சங்க தலைவர்களிடம் நான் பேட்டி கண்டபோது கேட்டறிந்தேன். தொழிலாளர்கள் தங்கள் வாழ்க்கைக்குத் தேவையான சாதாரண தேவைகளைக்கூட பெறமுடியாமல் ஒவ்வொரு நாளும் தங்கள் கௌரவத்தை இழக்கிறார்கள் என்பது பற்றி அவர்கள் பேசினார்கள். அதற்கு சாட்சியமாக இருந்த 73 வயதான அப்துல் ரஷீத் கான் மிகவும் ஆழமாக என்னை பாதித்தார். அப்துல் ரஷீத் ஆடுகள் மற்றும் கால்நடை பராமரிப்புத் துறையில் பணியாற்றி வந்தவர்.[10] அங்கு ஆடு மேய்ப்பவர்கள் அந்தத்துறைக்கு சொந்தமான ஆடுகளை மேய்க்கவும், மலைகளில் வளர்ந்துள்ள புற்களை வெட்டவும் வேண்டும். அவற்றின்மீது 24 மணி நேரமும் ஒருகண் வைத்திருக்க வேண்டும். ஏனென்றால் ஆடுகள் அலைந்து திரியும் மனப்பான்மை கொண்டவை. ஆடு மேய்ப்பவர்கள் தூங்குவதற்கு எந்த இடமும் கிடையாது. மழையிலிருந்தும், பனியிலிருந்தும் அவர்களை பாதுகாக்க ஒரு கிழிந்த கூடாரம்கூட இல்லை. அதிகார வர்க்கத்தினர் ஆடுகளை கதகதப்பாக வைத்திருக்க அவற்றுக்கு உறைகளை அணிவிக்கும் ஆலோசனையோடு ஒருமுறை அங்கு வந்தார்கள். ஆடு மேய்ப்பாளருக்கு அந்த ஆடுகளின் நான்கு கால்களுக்கும் உறைகளை அணிவிக்கும் கூடுதல் கடமையும் தரப்பட்டது!

ஊழியர்கள் அந்தத்துறையில் அடிக்கடி வேலையிலிருந்து எதேச்சாதிகாரமாக நீக்கப்பட்டார்கள். அதிகார வர்க்கத்தினர் ஆடு மேய்ப்பவர்களை ஆடுகளைப் போலவே மிருகங்களாகப் பார்த்தார்கள். ஒருமுறை ஓர் ஊழியர் காவலர்களை கொண்டு வெளியே அழைத்துச் செல்லப்பட்டார். ஏனென்றால் அவருக்கு நான்கு ஆண்டுகளாக சம்பளம் கொடுக்கப்படாததால் அவர் பைத்தியமாகவே ஆகிவிட்டார். அப்துல் ரஷீத், தான் சங்கத்தில் இணைந்திருந்ததால் தைரியம் பெற்று அந்த மனிதரை விடுவிக்கச்செய்தார். சங்கத்தில் சேர்ந்தபிறகுதான் அதிகாரிகளைக் கண்களால் பார்த்து அவர்களிடம் தனது கோரிக்கைகளை உறுதியான குரலில் வைக்கமுடிந்தது. தன்னுடன் இருந்த ஊழியர்களின் கோரிக்கைகளை ஆதரித்து

அவர் உண்ணாவிரதப் போராட்டம் நடத்தினார். அதற்குப்பின் அவர் வேலையிலிருந்து நீக்கப்பட்டார்.

நான் அவரைச் சந்தித்தபோது அவர் தனது மருந்துக்கடைக்குச் செல்லும்வழியில் இருந்தார். அவருக்கு இன்னும் கடன்கள் இருப்பதாக அவர் கூறினார். அதனால்தான் இந்த வயதிலும் அவர் வேலைக்குச் செல்கிறார். போராட்டங்கள் ஆடு மேய்ப்பவர்களின் நிலையை மேம்படுத்தியுள்ளது. ஆனால் அவர்களுக்கு செய்யவேண்டியவைகளுக்காக ஒரு மாபெரும் ஒப்பந்தம் தேவைப்படுகிறது.

சம்பத்தின் மனைவி சிரமமான நேரத்தில் இருந்தார் என்பது சம்பத்துக்கு தெரியும். ஏனெனில் மூத்தமகன் லெனின் அப்போதுதான் நடக்கத் துவங்கியிருந்தான். இளையமகன் இன்னும் ஒரு குழந்தையாக இருந்தான். குற்றப்புலனாய்வுத்துறையின் பிரிவு தன் வீட்டைக் கவனித்துக்கொண்டிருக்கிறது என்பதும் அவருக்கு தெரியும். இப்போது அவரால் தனது குழந்தையை கையில் எடுத்துக் கொள்ளவும், அவரது மனைவியால் தனது கணவர் நலமாக இருக்கிறார் என்பதை உறுதிப்படுத்திக்கொள்ளவும் முடிந்தது.

குட்டி லெனின் தனது தந்தையைப் பார்த்துப் பரவசமடைந்தான். அந்த உணர்ச்சிப்பரவசத்தால் வீட்டுக்கு வெளியே அங்குமிங்கும் நடந்து இந்த நல்ல செய்தியை தங்கள் வீட்டைக் கவனித்துக்கொண்டிருந்த — தன்னிடம் அன்புகாட்டி, அடிக்கடி தனது தந்தையைப்பற்றி விசாரித்துக் கொண்டிருக்கும் — மாமாக்களிடம் பகிர்ந்துகொள்ளச் சென்றான். அவர்கள் தனது தந்தையைக் கைது செய்யக் காத்திருக்கிறார்கள் என்ற சிந்தனை எதுவும் அவனுக்கு இல்லை.

1968 மார்ச் 18 அன்று சம்பத் கைது செய்யப்பட்டார். அவர் ஜம்முவிலிருந்த குறுக்குவிசாரணை மையத்தில் ஒரு வாரம் வைக்கப் பட்டார். அந்த குறுக்கு விசாரணை மிகவும் தீவிரமாக இருந்தது. ஆனால் அவர் சித்ரவதை செய்யப்படவில்லை. துப்பறிவாளர்கள் அவர் இரவு நேரங்களில் தங்கியிருந்த வீடுகளில் உள்ளவர்களின் முகவரிகளையும், சுவரொட்டிகள் எங்கு அச்சிடப்பட்டன? அவை எவ்வாறு விநியோகிக்கப்பட்டன என்பதையும் தெரிந்துகொள்ள விரும்பினார்கள். சம்பத் பிரகாஷ் பதிலளிக்க மறுத்தார். ஒரு தலைவர் என்ற முறையில் தனது தோழர்கள் தன்மீது வைத்திருந்த நம்பிக்கைக்கு துரோகம் செய்யக்கூடாது என்ற பொறுப்பு தனக்கு இருப்பதை உணர்ந்தார்.

இறுதியாக ஜம்மு மத்திய சிறைக்கு அனுப்பப்பட்டு மோசமான சிறைக்கைதிகளுக்கான தனிமைச் சிறையில் வைக்கப்பட்டார். சம்பத் சீற்றம் கொண்டார். ஒட்டுமொத்த போராட்டகாலம் முழுவதும் ஒரேஒரு வன்முறை நிகழ்வுகூட நடைபெறாதபோதும் அவர் ஏன் ஒரு குற்றவாளி போல நடத்தப்பட்டார்? ஊழியர்கள் தொழிலாளர்கள் சட்டப்படி தங்களுக்குள்ள உரிமைகளைத்தானே கேட்டு, தங்கள் நியாயமான கோரிக்கைகளுக்காக போராடினார்கள்?

சிறைக்கண்காணிப்பாளர் ஜஸ்வந்த் சிங் சிறைக்கைதிகளை மோசமாக நடத்துவதில் மிகவும் கெட்டபெயர் எடுத்தவர். அவருக்கு ஒரு பாடம் புகட்ட சம்பத் தனது மனதில் நினைத்தார். அடுத்தநாள் அந்த சிறைஅதிகாரி அவரது தனிமைச்சிறையின் கதவை திறந்தபோது சம்பத் பிரகாஷ் அவரை ஓங்கி அறைந்தார். இதை மற்ற சிறைக்கைதிகள் கவனித்தனர். அவரது அத்துமீறலைக் கண்டு திகைத்தனர். சிறை அதிகாரி சம்பத்தின் கோரிக்கையை ஏற்று அவரை பிற அரசியல் கைதிகளோடு வைத்தார்.

சிறையில் இருந்தவர்களில் பொதுவாக்கெடுப்பு முன்னணியின் பொதுச் செயலாளர் குலாம் மொஹம்மது பதேர்வாஹி உள்ளிட்ட அந்த அமைப்பின் உறுப்பினர்களும் இருந்தனர். பதேர் வாஹி, ஷேக் அப்துல்லாவுக்கு நெருக்கமானவராகவும், ஜம்மு பகுதியில் தேசியமாநாடு கட்சியின் நம்பிக்கைக்குரியவர்களாக இருந்தவர்களில் ஒருவராகவும் இருந்தவர். பதேர் வாஹி சம்பத்தைவிட 20 வயது மூத்தவர். 1937இல் இருந்து அரசியலில் தீவிரமாக இருந்துவருபவர். அவர் இதற்குமுன் இருமுறை கைதுசெய்யப்பட்டவர்.

அவர் பின்னர் காவல்துறையின் தொலைத்தொடர்பு தொழில் நுட்பப்பிரிவில் சேர்ந்தார். ஆனால் அவர் பாகிஸ்தானிலுள்ள ஒருவரோடு அலுவலக கம்பியில்லாக்கருவி மூலம் தொடர்புகொண்டார் என்ற குற்றச்சாட்டின்பேரில் நீக்கப்பட்டார். அவர் 12 ஆண்டுகள் சிறையில் இருந்ததால், அரசியல் காரணங்களுக்காக மன்னிப்பு வழங்கும் ஆம்னஸ்டி இண்டர்நேஷனல் அவரை 'மனசாட்சியின் கைதி' என அறிவித்தது. பின்னர் அவர் 1977இல் ஜனதாதள வேட்பாளரை எதிர்த்துப் போட்டியிட்டார்.[11]

பொதுவாக்கெடுப்பு முன்னணியின் தலைவர்கள் சிறையில் தங்களுக்குரிய உணவுப்பங்கீடு அடிக்கடி கிடைப்பதில்லை என்றும் குடிதண்ணீர்கூடத் தங்களுக்கு கொடுக்கப்படவில்லை என்றும் சம்பத் பிரகாஷிடம் தெரிவித்தனர். அவர்கள் இந்தப்பிரச்சனைக்காக

போராடி வந்தார்கள். ஆனால் இப்போது சிறைக்குள்ளேயே ஒன்றாக இணைந்து ஒரு வேலை நிறுத்தத்தை நடத்தினார்கள்.

சம்பத் பிரகாஷ் நான்கு மாதங்கள் சிறையிலிருந்தார். இந்த நேரத்தில் கஷ்மீர் வரலாற்றைப்பற்றி அதிகம் தெரிந்துகொண்டார். பொதுவாக்கெடுப்பு முன்னணி தலைவர்கள் ஸ்டெய்னால் மொழிபெயர்க்கப்பட்ட *'ராஜதரங்கினி*, *'ரிவர் ஆஃப் கிங்ஸ்'* அல்லது 'பழங்காலம் முதல் கஷ்மீர் ஆட்சியாளர்களின் கதை' உள்ளிட்ட பலபுத்தகங்களை வைத்திருந்தார்கள். அவர் மௌலானா மசூதி எழுதியவற்றையும் படித்து அந்தப் பள்ளத்தாக்கின் மீது அசோகர் படை எடுத்தகாலம் முதல் கஷ்மீர் மக்கள் ஒடுக்கப்பட்ட வரலாற்றை தெரிந்து கொண்டார். பின்னர் ஆட்சியாளர்களுக்கு எதிரான கலகம் துவங்கியபிறகு தீவிரவாதிகள் அந்தப் பள்ளத்தாக்கின் இந்து மற்றும் புத்தமத வரலாறுகளை மறைக்க முயற்சித்தார்கள்.

தனது கணவரின் மாறுபட்ட ஆரவாரமான அரசியலால் அடிக்கடி கோபம் கொண்டிருந்தாலும்கூட துரா, சம்பத்தை நன்கு கவனித்துக்கொள்ளும் கணவராகவும், பாசத்துக்குரிய தந்தையாகவும் அங்கீகரித்தார். தனது இரண்டு பையன்களுடன் அவரை வழக்கமாக சந்திக்கச் சென்றுவந்தார். ஒருநாள் அவரது மனைவி அவரை சந்திக்க வந்துள்ளதாக சம்பத்திடம் கூறப்பட்டது. ஆனால், வழக்கமாக அவர் சந்திக்கும் சிறைக்கண்காணிப்பாளர் அறைக்குச்சென்றபோது துரா அங்கு இல்லை. அதற்கு பதிலாக அங்கிருந்தவர்கள் ஜம்முவிலிருந்து மூன்றுமணி நேர பயண தூரத்தில் உள்ள ரியாஸி சிறைக்கு அவரை மாற்றுவதற்கான உத்தரவு தங்களிடம் உள்ளதாகக் கூறினர். அவரும், ஷேக் பதேர் வாஹியும் ஒரு காவல்துறை ஜீப்பில் ஏற்றப்பட்டு ரியாஸிக்கு கொண்டுசெல்லப்பட்டனர்.

அந்த சிறையில் இருந்த நிலைமைகள் பேரச்சம் தருவதாக இருந்தன. அந்தத் தனிச்சிறை அழுக்காக, கேவலமாக இருந்தது. இரவில் கொசுக்கள். அவர்கள் இருவரையும் தூங்கவிடாமல் செய்தன. அங்கு மின்சாரம் இல்லை. ஒளியைவிட இருளையே அதிகம்தரும் ஒரு விளக்கு அவர்கள் இருந்த அறைக்கு வெளியே வைக்கப்பட்டிருந்தது. அவர்கள் தங்களுக்கு அளிக்கப்படும் தினசரிப் படியான ரூ.37/ல் வாங்கிவரும் உணவுப் பங்கீட்டுப் பொருள்களை சமைக்க இரண்டு தண்டனைக் கைதிகள் கொடுக்கப்பட்டிருந்தார்கள்.

சிறைக்கண்காணிப்பாளர் அவர்களை மிகவும் மோசமாக நடத்தினார். அவர்களுக்கு அடிப்படை வசதிகள்கூட அளிக்கப்படவில்லை. சம்பத் இதற்கு பழிவாங்க விரும்பினார். தங்களுக்கு உதவுவதற்காக ஒதுக்கப்பட்ட இரண்டு தண்டனைக் குற்றவாளிகளில் ஒருவரிடம் ஒரு இரவில் தனது அறைக்கு வருமாறு கூறினார். ஒரு அரசியல்கைதி என்ற முறையில் தான் வைத்துக்கொள்ள அனுமதிக்கப்பட்ட போர்வையை கத்தரிக்கோலால் வெட்டிக் கயிறாக ஆக்கி நாபா என்ற அந்த ஆயுள்கைதியை அதன்மூலம் சிறையைவிட்டு சுதந்திரமாகத் தப்பிச்செல்ல உதவினார். 'அந்த தண்டனைக்கைதி மீண்டும் பிடிபட்டானா?' என்று நான் கேட்டபோது சம்பத் சிரித்துக்கொண்டே, 'இல்லை' என்று கூறினார். ஆனால் அந்த சிறைக்கண்காணிப்பாளர் அந்தக்கைதி தப்பிச்சென்றதற்காக பணிநீக்கம் செய்யப்பட்டார்.

அந்த சிறையின் ஜெயிலர் சம்பத்தை மரியாதையுடன் நடத்தினார். ஏனென்றால் சம்பத் தன்னைப் போன்றவர்களின் உரிமைக்காக நின்ற அரசு ஊழியர் சங்கத்தின் பொதுச்செயலாளர். அவர் தடுப்புக்காவல் சட்டத்தின் பிரதி ஒன்றையும்கூட சம்பத்துக்கு கொண்டுவந்து கொடுத்தார். அந்தச் சட்டத்தின் கீழ்தான் சம்பத் கைது செய்யப்பட்டிருந்தார்.

அந்த சட்டத்தைப் படித்த சம்பத் அந்த தடுப்புக்காவல் சட்டம் ஜம்மு—கஷ்மீர் அரசியல் சாசனத்துக்கு எதிரானது என்பதைக் கண்டுகொண்டார். எனவே, அதை எதிர்த்துக் கேள்வி எழுப்ப முடிவுசெய்தார். அவர் பதேர் வாஹியை தன்னோடு கூட்டு விண்ணப்பதாரராக விரும்புகிறாரா? என்று கேட்டார். ஆனால், பதேர் வாஹி இந்திய சட்டங்களின்மீது நம்பிக்கை இல்லாததால் மறுத்துவிட்டார்.

இந்திய தடுப்புக்காவல் சட்டத்தின்கீழ் காவலில் வைக்கப்படும் ஒருவர், தான் காவலில் வைக்கப்பட்டதற்கான காரணங்களை அறிந்துகொள்ளவும், அவரது வழக்கு ஓர் ஆலோசனை வாரியத்தால் கேட்கப்படுவதற்கும் உரிமை பெற்றவராவார். இருந்தபோதிலும் கஷ்மீர் சட்டம் ஆலோசனை வாரியத்தின் எந்த ஒரு குறிப்பையும் கேட்கவில்லை. அதன் பொருள்: 'அவர் காலவரையறையின்றி காவலில் வைக்கப்பட்டிருப்பார்'.

சம்பத் ஜெயிலரின் சில உதவிகளோடு எந்த சந்தர்ப்ப சூழ்நிலைகளில் தான் தடுப்புக்காவலில் வைக்கப்பட்டுள்ளார்

என்பதை இந்தியாவின் தலைமை நீதிபதிக்கு எழுதினார். அதில் அவர், தொழிற்சங்க நடவடிக்கைகளை, ஊர்வலப் புகைப்படங்களோடு வெளிவந்த செய்தித்தாள்களின் பகுதிகளோடு இணைத்து நன்கு விவரித்திருந்தார்.

துரா தனது மாதாந்திர சந்திப்புக்காக வந்தபோது சம்பத் அந்த விண்ணப்பத்தை தயாராக வைத்திருந்தார். அந்தக்கடிதத்தில் தலைமை நீதிபதியின் முகவரியை எழுதுமாறும், அதை பதான்கோட்டில் தபாலில் அனுப்புமாறும் துராவிடம் கூறினார். ஏனென்றால், ஜம்மு — கஷ்மீருக்குள் அஞ்சலில் அனுப்பப்படும் கடிதங்கள் புலனாய்வு அமைப்புக்களால் இடைமறிக்கப்படும் என்பதை அவர் நன்கு அறிந்திருந்தார். உச்சநீதிமன்றம் அந்த விண்ணப்பத்தை மே முதல் வாரத்தில் பெற்றது.

சில நாட்கள் கழித்து மூத்த காவல்துறை அதிகாரிகள் சம்பத் பிரகாஷை சந்திக்க சிறைக்கு வந்து, அவர் உச்சநீதிமன்றத்துக்கு ஒரு விண்ணப்பத்தை அனுப்பினாரா? என்று கேட்டனர். அவர் மறுத்தபோது, அவர்கள் அந்த விண்ணப்பத்தைப் பார்த்ததாகவும், அவரது கையெழுத்தை அடையாளம் கண்டுகொண்டதாகவும் கூறினர். உச்சநீதிமன்றம் சம்பத் பிரகாஷை நீதிமன்றத்துக்குக் கொண்டுவந்து ஒப்படைக்குமாறு வழிகாட்டியிருந்தது. அவர்கள் டெல்லியை அடைந்தபோது தான் திஹார் சிறையில் வைக்கப் பட்டதை சம்பத் அறிந்தார்.

சம்பத் பார்த்தவற்றிலேயே மிகவும் பெரியது திஹார் சிறைதான். சிறை அதிகாரிகளுக்கு, 'அவர் ஒரு ஆபத்தான நக்சலைட்' என்றும், 'தோடாவில் அவர் அதற்கு ஒரு அடித்தளத்தை அமைக்க முயன்றார்' என்றும் சொல்லப்பட்டிருந்தது. சம்பத் அங்கு ஒரு தனிச்சிறையில், தன்னைவிட பலபல ஆண்டுகள் மூத்தவரான, தன்னை 'நட்வர்லால்' என்று அழைத்துக்கொள்ளும் ஒருவருடன் அடைக்கப்பட்டிருந்ததை அறிந்துகொண்டார். நட்வர்லாலின் உண்மையான பெயர் மிதிலேஷ் குமார் ஸ்ரீவத்சவா; அவர் இந்தியாவில் மிகவும் புகழ்பெற்ற ஏமாற்றுப்பேர்வழி. அவர் தனது பிரம்மிப்பூட்டுகிற பல ஏமாற்று வேலைகளுக்கிடையே, தாஜ்மஹாலை வெளிநாட்டு ஏமாளிகளுக்கு ஒருமுறை அல்ல; மூன்றுமுறை விற்றவர். அவர் 50க்கும் மேற்பட்ட புனைபெயர்களை வைத்திருந்தார். அவரது வாழ்க்கையை அடிப்படையாகக்கொண்டு பாலிவுட் பலபடங்களை தயாரித்திருக்கிறது.[12] நட்வர்லால் உண்மையிலேயே அந்த கஷ்மீர் தொழிற்சங்கத்தலைவர்

தன்னைப்பற்றி கேள்விப்படவில்லை என்பதை அறிந்தபோது ஆச்சரியப்பட்டார்.

நட்வர்லால், சம்பத்திடம் ஒருமுறை சட்டத்தை நடைமுறைப்படுத்தும் அமைப்புக்களுக்கும்கூட தான் உதவிசெய்வதற்கு முன்வந்ததாகவும், அதை அவர்கள் ஏற்றுக்கொள்ளவில்லை என்றும் கூறினார். பிற்காலத்தில் அவர் மிகவும் வயதானவராக சக்கர நாற்காலியில் இருந்தபோது நீதிமன்றத்துக்கு செல்லும்வழியில் காணாமல் போய் விட்டார். இன்றுவரை அவருக்கு என்ன நேர்ந்தது என்பதுபற்றி ஒருவருக்கும் தெரியவில்லை.

நட்வர்லால் முறையான சட்டப்பயிற்சியையும் பெற்றிருந்தார். அதற்குமேலும் அவர் குறைந்தபட்சம் நூறு வழக்குகளில் குற்றம் சாட்டப்பட்டிருந்தார். சட்ட அமைப்பின் வேலைமுறைகள் பற்றிய விரிவான நேரடி அனுபவங்களைக் கொண்டிருந்தார்.

நட்வர்லால் சம்பத் பிரகாஷ் மீது மதிப்பும், நல்லெண்ணமும் கொண்டிருந்தவராக காணப்பட்டார். ஒருவேளை அந்த ஏமாற்றுப்பேர்வழி சம்பத்துக்குள் தன்னையொத்த உணர்வும், குணங்களும் இருப்பதை கண்டிருக்கக்கூடும். ஏனென்றால், அவர் சம்பத்துக்கு சட்ட ஆலோசனைகளை அளித்தார். அவை மிகவும் மதிப்புமிக்கவை என நிரூபணம் ஆயின. சம்பத் எவ்வாறு தனக்கு உச்ச நீதிமன்றத்திலுள்ள மிகச்சிறந்த வழக்கறிஞர்களிடமிருந்து சட்ட உதவியை, சட்ட உதவித்திட்டத்தின்கீழ் பெறமுடியும் என்பதை நட்வர்லால் விளக்கிக் கூறினார். அவர் ஒரு விண்ணப்பத்தை எழுதினார். அதில் சம்பத் பிரகாஷ் வேலையிலிருந்து நீக்கப்பட்ட ஒரு அரசு ஊழியர்; அவர் சிறையில் உள்ளார்; அவருக்கு ஓர் வழக்கறிஞரை நியமித்துக்கொள்ளும் வசதி இல்லை என்று குறிப்பிட்டு, அதனால் அவருக்கு சட்ட உதவி தேவைப்படுகிறது என்று எழுதினார்.

சம்பத், நட்வர்லாலிடம் தான் ஒரு கம்யூனிஸ்ட் என்று ஒத்துக்கொண்டார். இதைக்கேட்ட அந்த மனிதர் உச்சநீதிமன்றத் திலுள்ள மிகச்சிறந்த வழக்கறிஞர்கள் கம்யூனிஸ்ட்கள் தான் என்று தெரிவித்தார். 'அவர்கள் தங்கள் தோழருக்கு கட்டாயம் உதவ மாட்டார்களா?' என்றார். நட்வர்லாலின் பட்டியலில் இருந்த சிறந்த குற்றவியல் வழக்கறிஞர்களில் எம்.கே.ராமமூர்த்தி மற்றும் ஆர்.கே. கார்க் ஆகியோரும் இருந்தனர். அவர்கள் இருவரும் கம்யூனிஸ்ட் கட்சியின் உறுப்பினர்களாகவோ அல்லது ஆதரவாளர்களாகவோ இருந்தார்கள்.

சில தினங்களுக்குப்பிறகு சம்பத் உச்சநீதிமன்றத்திலிருந்து சிறைக்குச் செல்லும் வண்டிக்கு அழைத்துச் செல்லப்பட்டபோது, அவர் காவலர்களிடம், தன்னை வழக்கறிஞர்களின் அறைக்குச்செல்ல அனுமதிக்குமாறுகேட்டு, ராமமூர்த்தியின் அறையைக் கண்டுபிடித்தார். அங்கு அவர் தன்னை ஒரு தோழர் என்று அறிமுகப் படுத்திக்கொண்ட போது, அவர் உற்சாகமாக வரவேற்கப்பட்டார். ராமமூர்த்தி அவரிடம் தனது ஜூனியரை சிறைக்கு அனுப்பி எல்லாத் தகவல்களையும் பெறுவதாகக் கூறினார். அவ்வாறே தனது உறுதிமொழியை நிறைவேற்றினார்.

சம்பத் தனது விண்ணப்பத்துக்கு ஜம்மு—கஷ்மீர் அரசின் தலைமைச்செயலாளர் பி.கேதவே நீதிமன்றத்தில் அளித்த பதிலைப் படித்தபோது கடும்கோபம் கொண்டார். அவர், 'சம்பத் ஒரு வன்முறையாளர்' என்றும், 'அவர் சட்டபூர்வமான அரசாங்கத்தை தூக்கியெறிய அரசு ஊழியர்கள் ஆயுதப்புரட்சியை நடத்த வேண்டுமென்று தூண்டியதாக'வும், 'தோடாவில் தலைமறைவாக சென்றுவிட்டார்' என்றும் குற்றம் சாட்டியிருந்தார்.

நீதிமன்றத்தில் அனைத்தும் நன்றாக நடைபெற்றன. ஆனால், ராமமூர்த்தி, சம்பத் எந்த தடுப்புக்காவல் உத்தரவின்படி சிறை வைக்கப்பட்டாரோ, அதை எதிர்த்து சவால்விடுவதற்கும் அப்பால், அந்த சட்டப்பிரிவுகளையே எதிர்த்து சவாலுக்குள்ளாக்க வேண்டிய தேவை இருப்பதை உணர்ந்தார். அதுதான் எனக்கு சம்பத் பிரகாஷின் விண்ணப்பம் இந்திய உச்சநீதிமன்றத்தின் அரசியல் சாசன அமர்வுக்கு வந்தது என்பதற்கான காரணமாகத் தோன்றியது.[13] சம்பத், அந்த வழக்கில் வெற்றிபெற்றார். அதுமட்டுமல்ல: ஜம்மு— கஷ்மீரில் இருந்த பல்வேறு அரசியல் கைதிகளும்கூட விடுதலை செய்யப்படுவதற்கு அந்த வழக்கு காரணமாயிற்று. அவரது வழக்கு எவ்வாறு கூட்டாட்சிமுறையின் முக்கியமான கோட்பாடுகளை உருவாக்கியது என்றும், அவை அனைத்துலக நீதிபதிகளால் கற்றுக்கொடுக்கப்பட்டது என்றும் அவர் அறிந்திருந்தாரா? என்று நான் சம்பத்திடம் கேட்டேன். சம்பத்துக்கு ஒருவேளை அதன் முக்கியத்துவம் தெரிந்திருக்கக்கூடும். ஆனால், அது நீதிபதிகளின் கவனத்துக்கு கொண்டு வரப்பட்டது என்பதைக் கேட்டபோது அவர் மகிழ்ச்சி அடைந்தார்.

திஹார் சிறையில் தெலுங்கானா மற்றும் திரிபுராவில் ஆயுதப் போராட்டங்களோடு இணைந்திருந்த புரட்சியாளர்கள் உட்பட பல்வேறுவகையான மக்களை சம்பத் சந்தித்தார். அந்தவயதான

தோழர்கள் தலைமறைவு இயக்கங்களை கட்டமைப்பது பற்றிய பாடங்களை அவருக்கு கற்றுத் தந்தார்கள். அவை அவரது பிற்காலத்துக்கு உதவக்கூடும். இதன் காரணமாகவே சிறையில் அவரது நேரம் நன்றாக கழிந்தது. 1969ன் குளிர்காலத்தில் தொழிற்சங்கத்தை வலுப்படுத்துவதற்குத் தயாராக சம்பத் மீண்டும் கஷ்மீரில் இருந்தார்.

விடுதலையான சில மாதங்களுக்குப்பிறகு சராஃப், சம்பத்தை சம்பாவுக்கு வருமாறு அழைத்தார். அங்குதான் சம்பத்தும் மற்றும் சில தோழர்களும் மேற்குவங்கத்திலிருந்துவந்த புகழ்பெற்ற நக்சலைட் தலைவர் சாரு மஜூம்தாரை சந்தித்தனர். சுயநிர்ணய உரிமைக்கான கஷ்மீர் போராட்டத்தை சாரு மஜூம்தார் ஆதரித்ததுதான் தன்னை 'அவரது ரசிகர்' ஆக்கியது என்று சம்பத் கூறினார். இதற்கிடையில் சராஃப்பும், சேதியும் தங்களுக்குள் கூர்மையான வேறுபாடுகளை வளர்த்துக்கொண்டார்கள்.அவர்களுமே பிளவுபட்டார்கள். நக்சலைட் இயக்கத்தின் வெவ்வேறு பிரிவுகளில் அவர்கள் சேர்ந்தனர். சம்பத் சேதியுடன் சென்றார்.

இந்தக் காலகட்டத்தில் அரசு ஊழியர்களின் தொழிற்சங்கத்துக்கு வழிகாட்டவோ, கட்டுப்படுத்தவோ அங்கு எந்த அரசியல் கட்சியும் இல்லை. சம்பத்தும் அவரது தோழர்களும் கம்யூனிச இயக்கங்களுக்குள்ளிருந்த ஆழ்ந்த பிளவுகளால் வேதனை அடைந்தார்கள்.[14] அப்போது அங்கே தொழிற்சங்க இயக்கத்தை வலுப்படுத்த வேண்டிய பெரும்தேவை ஏதுமில்லை. எனவே சம்பத் ஒவ்வொரு துறையிலும் தனித்தனியாக சங்கங்களை உருவாக்கத் துவங்கினார். அதுவரை ஒவ்வொரு துறையிலும் பிரதிநிதிகள் இருந்தார்கள்; அவர்கள் கூட்டமைப்பின் கூட்டங்களுக்கு வந்துகொண்டிருந்தார்கள்.

மே தினம் ஜம்மு மாகாணத்தில் ஏப்ரல் 26 அல்லது 27ஆம் தேதிக்குள், அரசின் தலைமைச்செயலகம் கோடைகாலத் தலைநகரான ஸ்ரீநகருக்கு மாற்றப்படுவதற்குமுன்[15], கொண்டாடப்பட்டு வந்தது. 1970 மே தினத்தை மிகப்பெரிய விழாவாகக் கொண்டாட சம்பத் முடிவுசெய்தார். வட்டார அளவில் பணியாற்றும் அரசு ஊழியர்கள் ஒவ்வொரு துறையிலும் ஒரு பேருந்து நிறைய மக்களைத் திரட்ட கேட்டுக்கொள்ளப்பட்டார்கள்.

அந்த நாள் வந்தபோது, நூற்றுக்கணக்கான அரசு ஊழியர்கள் ஜம்முவின் எல்லா முனைகளிலுமிருந்து அடர்ந்த காடுகளின்

வழியே செங்குத்தான குறுகிய சாலைகளில் முழக்கங்களை ஒலித்துக்கொண்டே பயணித்தார்கள். அந்த முழக்கங்கள் மலைகளில் எதிரொலித்தன. ஒவ்வொரு வட்டாரமும் தங்கள் சொந்தப் பதாகைகளையும், செங்கொடிகளையும் ஏந்தி மே தினத்துக்கு வந்தது. நூற்றுக்கும் மேற்பட்ட அணிகள் ஜம்முவில் ஒன்று சேர்ந்தன. அந்தப் பகுதியில் இந்து கட்சி மற்றும் அமைப்புக்களின் காவிக்கொடிகளை அடிக்கடி பார்த்தவர்களுக்கு இது தங்கள் அமைப்பின் வலிமையைக் காட்டுவதாக அமைந்திருந்தது. செங்கொடிகளின் ஒருகடல் அணிவகுப்பு மைதானத்தில் காணப்பட்டது. தொழிற் சங்கத்தலைவர்கள் அரசு ஊழியர்களை உற்சாகப்படுத்தும் ஆவேச உரைகளை நிகழ்த்தி எதிர்கால போராட்டங்களுக்கு அவர்களிடையே ஒற்றுமை உணர்வை ஏற்படுத்தினார்கள்.

தன்னுடைய உரையில் — சிலபகுதிகளில் மேற்கோள்களையும், கவிதைகளையும் இணைத்து — உணர்வைத் தூண்டும் வகையில் சம்பத் பேசினார். அது அவரது நம்பிக்கையின் தீவிரத்தைக் காட்டுவதாக இருந்தது. அவர், 'தான் ஒரு சிறந்த பேச்சாளராக கருதப்படுகிறேன்' என்று கூறியது மிகவும் சரிதான் என நான் உறுதிப்படுத்திக்கொண்டேன். 'அந்த நாளன்று நான் தான் ஆட்ட நாயகன் *(Man of The Match)*' என்று அவர் கூறினார். நான் அதை நம்பினேன்.

1971இல் வங்கதேசத்தை உருவாக்க தேசிய விடுதலை இயக்கம் வந்தது. சம்பத் பிரகாஷின் இயல்பான அனுதாபம் வங்கதேசத்தின்மீது இருந்தது. அந்த இயக்கத்துக்கு ஆதரவாக ஊர்வலங்களை நடத்த அவர் விரும்பினார். அவர் அந்த விடுதலை இயக்கத்தை வியட்நாம் போராட்டத்தை அல்லது கஷ்மீர் தேசிய இயக்கத்தைப் போலவும்கூட பார்த்தார். ஆனால் கஷ்மீரின் அப்போதைய மனநிலை வேறாக இருந்தது.

இந்தியாவுக்கு எதிரான உணர்வுநிலை அதிகார வர்க்கத்தினரிடமும், வர்த்தகர்களிடமும், இளைஞர்களிடமும் வளர்ந்து வருவதை சம்பத் புரிந்துகொண்டார். அவர்கள் வங்கதேசப்போரை ஒரு இந்திய விரிவாக்கமாக — ஒருமுஸ்லீம் அரசை துண்டாடுவதாகப் பார்த்தார்கள். அவர்கள் இதை ஒரு இஸ்லாமிய அரசை உடைக்கும் இந்திய உளவுத்துறையான *RAW* மற்றும் சோவியத் உளவுத்துறையான *KGB* ஆகியவற்றின் சதி என உணர்ந்தார்கள்.

இத்தகைய ஒரு மனநிலை இருந்தபோதிலும், பொதுவாக்கெடுப்பு முன்னணி கூட இந்தியாவுக்கு எதிரான பேரணி நடத்தவில்லை அல்லது பாகிஸ்தானை வெளிப்படையாக ஆதரிக்கவும் இல்லை. அதனுடைய அணியினரிடமிருந்து இந்தியாவுக்கு எதிரான பேரணியை நடத்த எந்தவொரு அழுத்தமும் வரவில்லை.

தன்னுடைய சங்கத்திலிருந்து உறுப்பினர்கள் சிலரைத் திரட்டி வங்கதேச ஆதரவு ஆர்ப்பாட்டங்களை சம்பத் நடத்தினாலும்கூட, பாகிஸ்தானுடனான மதம் சார்ந்த ஒத்துணர்வு இருக்கும் என்பதை சம்பத் குறைத்து மதிப்பிடவில்லை. கஷ்மீரி மக்களின் தேசிய உணர்வைத்தாண்டி மதம் எவ்வாறு முக்கியத்துவம் பெறுகிறது என்பதையும், முஸ்லீம்கள் பாகிஸ்தானை ஆதரிப்பதையும், கஷ்மீரி பண்டிதர்கள் இந்து இந்தியாவை ஆதரிப்பதையும் சம்பத் பார்க்கத் துவங்கினார். பல ஆண்டுகளுக்குமுன் கஷ்மீரின் தேசிய கவிஞரேகூட சொன்னார்: 'நான் என்னுடைய வாழ்வையும், உடலையும் இந்தியாவுக்காக தியாகம் செய்ய விரும்பினாலும், இன்னும் என் இதயம் பாகிஸ்தானில்தான் இருக்கிறது'.[16]

இந்தியாவுக்கு தீர்மானகரமான வெற்றியாகவும், வங்கதேச குடியரசை உருவாக்குவதாகவும் அந்தப்போர் முடிவடைந்ததுகஷ்மீரில் முதலமைச்சர் குலாம் மொஹம்மது சாதிக் இறந்தார். அவரது மரணத்துக்கு சிலமாதங்ககள் முன்பு சிறையிலிருந்த தொழிற்சங்க தலைவர்கள் அனைவரையும் விடுதலை செய்தார். அவர்களுக்கான முந்தைய ஊதியத்தையும் வழங்கினார். இருந்தபோதிலும் அவர்களை மீண்டும் பணியில் அமர்த்தவில்லை. வேறுவார்த்தைகளில் சொல்வதானால், சம்பத் பிரகாஷும், அவரது தோழர்களும், சங்கத்தலைவர்களும் வேலை மறுக்கப்பட்டு விடுவிக்கப்பட்டார்கள்.

புதிய முதலமைச்சராக சையத் மீர் காசிம் (1971—75) பதவியேற்றார். மீர் காசிம் எஸ்.பி.கல்லூரியில்தான் படித்தவர். பின்னர் அவர் அலிகார் முஸ்லீம் பல்கலைக்கழகத்துக்குச் சென்றார். அங்கு மார்க்சிய வரலாற்றியலாளர் இர்ஃபான் ஹபீப் மற்றும் பிற கம்யூனிஸ்ட்களுடன் தொடர்பில் இருந்தார். அவர் 'கஷ்மீரை விட்டு வெளியேறு' இயக்கத்தில் பங்கெடுத்துக்கொண்டார். அவர் 'புதிய கஷ்மீர்' திட்டத்தின் நிலச்சீர்திருத்தத்தைச் செயல்படுத்துவதில் ஈடுபட்டிருந்தார். அவர் ஷேக் அப்துல்லாவோடு நெருக்கமாக இருந்தார். ஆனால், பின்னர் அவர் ஜனநாயக தேசிய மாநாடு கட்சியில் சேர்ந்தார். கடைசியாக அவர் கஷ்மீரில் காங்கிரஸ் கட்சியை நிலைநாட்டினார்.

சம்பத்தும் அவரது தோழர்களும் அரசு ஊழியர் தொழிற்சங்கத்தின் வலிமையையும், ஆற்றல்மிக்க உயிர்த்துடிப்பையும் புதிய முதலமைச்சர் அறிந்து கொள்ளச்செய்ய முடிவெடுத்தனர். அவர் ஜம்முவில் பதவியேற்பு செய்த அதேநாளில், அவர் அரசு ஊழியர்கள் குழுவினரோடு, 1962இல் கதுவாவில் பிர்லாவால் உருவாக்கப்பட்ட செனாப் டெக்ஸ்டைல் மில் நீலச்சட்டை தொழிலாளர்களோடு உரத்த குரலில் வாழ்த்தப்பட்டார். அந்த ஆலைத் தொழிலாளர்களின் சங்கத்தலைவராக தீவிர ஈடுபாடு கொண்ட நக்சலைட் பாபு சிங் இருந்தார்.

அந்த பதவியேற்பு விழாவில் சிலநூறு மக்களே இருந்தபோது, 2,000த்துக்கும் மேற்பட்ட தொழிலாளர்கள் தங்கள் கோரிக்கைப் பட்டியலோடு பங்கேற்றனர்.

மீர் காசிம் ஸ்ரீநகரை அடைந்தபோது ஊதியக்குழுவை அமைக்கக்கோரும் அரசு ஊழியர்களால் மீண்டும் வரவேற்கப்பட்டார். 1972 பிப்ரவரியில் அந்தக் கோரிக்கைக்கு ஆதரவாக இரண்டு நாட்கள் வேலை நிறுத்தத்துக்கு சம்பத் பிரகாஷ் அழைப்பு விடுத்தார். அது வழக்கம்போல பேனாவை, சாக்கட்டியை, கருவிகளை பயன்படுத்தாத வேலை நிறுத்தமாக இருந்தது.

அந்தப் பள்ளத்தாக்கில் மீர் காசிமுக்கும், காங்கிரஸுக்கும் அடித்தளம் இல்லாததால், அவர் தனக்கு பக்கபலமாக ஊழியர்களை தன்பக்கத்தில் வைத்துக் கொள்வது அனுகூலமாக இருக்கும் என்று மீர் காசிம் நினைத்தார். அதோடுகூட அவர்கள் அடுத்து 1972இல் நடைபெறவிருந்த தேர்தலைப் புறக்கணிக்க அழைப்பு விடுக்கும் மாபெரும் ஆபத்தும் அங்கு இருந்தது. வாக்குச்சாவடிகளில் பணியாற்ற அரசு ஊழியர்கள் தேவைப்பட்டார்கள். அவர் சங்கத்தின் தலைவர்களை பேச்சுவார்த்தைக்கு அழைத்தார். ஜம்மு — கஷ்மீர் அரசோடு முறையான பேச்சுவார்த்தைகளில் குறைந்த ஊதியம் பெறும் அரசு ஊழியர் சங்கம் ஈடுபட்டது அதுதான் முதல் தடவையாக இருந்தது.

தொழிற்சங்கங்கள் செயல்படுவதற்கு ஆதரவான ஒரு அரசியல் சூழ்நிலை முதல்முறையாக அமைந்தது. புதியதலைமுறை அதிகாரவர்க்கம் கடந்தகால நிலப்பிரபுக்களைப்போல இல்லை. அவர்கள் மிகவும் தொழில்ரீதியாக இருந்தார்கள். தொழிற்சங்கத் தலைவர்கள் இப்போது 'புதிய கஷ்மீர்' திட்டத்தின் தொழிலாளர் கோரிக்கைகளை அடைவதற்காக ஜம்மு—கஷ்மீரில் நகரங்க

ளுக்கும், கிராமங்களுக்கும் பயணம் செய்தார்கள். இருந்தபோதிலும் கம்யூனிஸ்ட்கள் 'புதிய கஷ்மீர்' என்ற பெயரைப் பயன்படுத்தவில்லை. ஏனென்றால், ஷேக் அப்துல்லா அவர்களுக்கு செய்துள்ள துரோகம், அந்த திட்டத்தையும் மதிப்பிழக்க வைத்திருந்தது.

1973இல் சம்பத்திடம் ஒரு திட்டம் இருந்தது. ஓய்வூதியமோ, பணிக்கொடையோ இல்லாத தனியார் பள்ளி ஆசிரியர்களைத் திரட்டுவதுபற்றி அவர் சிந்தித்தார். அதை தனது பள்ளியான டிண்டேல் பிஸ்கோவிலிருந்து துவக்க முடிவு செய்தார். அதனுடைய முதன்மைக்கிளை தொழிற்சங்க அலுவலகத்துக்கு எதிரே செஞ் சதுக்கத்தில் இருந்தது.

சம்பத் ஆசிரியர்களின் அறைக்கு விரைந்துசென்று ஆசிரியர்கள் தங்களை ஒரு சங்கமாக அமைத்துக்கொள்ள உதவுவதாக ஆசிரியர்களிடம் கூறினார். தலைமை ஆசிரியர் சத்பால் ரஸ்தானும், அங்கிருந்த ஆசிரியர்களும் அந்த தொழிற்சங்கத் தலைவரைப் பற்றி கேள்விப்பட்டிருந்தார்கள். அவரது உதவியை மகிழ்வுடன் ஏற்றுக்கொண்டார்கள். ஆசிரியர்களின் ஓய்வூதியம், பணிக்கொடை உரிமை, முறையான பணிவிதிகளை உருவாக்குதல் உள்ளிட்ட கோரிக்கைகள் பட்டியலை தயாரித்தார்கள். அந்தக்கோரிக்கைகள் அந்தப் பள்ளியின் முதல்வராக இருந்த ஆங்கிலேயரான ஜான் மீத் ரேயிடம் அளிக்கப்பட்டன. அந்த முதல்வர் அவர்களின் கோரிக்கைகளை கவனிக்க மறுத்தார். ஆசிரியர்கள் தங்கள் வேலை நிறுத்தத்தைத் துவங்கினர். மாணவர்கள் தங்கள் பெற்றோருடன் வந்த போது அவர்கள் வீடுகளுக்கு அனுப்பப்பட்டனர். ஜான் ரே பள்ளியை மூடிவிட்டு ஆசிரியர்களுடன் பேச்சுவார்த்தை நடத்த மறுத்தார். சம்பத்தும் அவரது தோழர்களும் பள்ளிக் கட்டடங்களையும், ஜான் ரேயின் குடியிருப்பையும் முற்றுகையிட்டனர்.

அதன்பிறகு சங்கத்தலைவர்கள் ஒரு பத்திரிக்கையாளர் சந்திப்பை நடத்தினர். அதில் தாங்கள் திறந்தவெளிகளில் வகுப்புக்களை துவங்க உள்ளதாகத் தெரிவித்து தங்கள் குழந்தைகளை மீண்டும் பள்ளிக்கு அழைத்துவருமாறு பெற்றோர்களைக் கேட்டுக்கொண்டனர்.

ஜான் ரே அதிகாரிகளை திரட்ட நினைத்தார். ஏனெனில் 25 துறைகளின் தலைவர்கள் அனைவரும் டிண்டேல் பிஸ்கோ பள்ளியின் பழைய மாணவர்கள். ஆனால் பெற்றோர்கள் அந்த வேலை நிறுத்தத்தை ஆதரித்தனர். ஆசிரியர்கள் வகுப்புக்களை திறந்தவெளிகளில் நடத்தத்துவங்கினர்.

காவல்துறை அதிகாரிகள் வந்தபோது அந்தப் போராட்டத்தை தீவிரப்படுத்தப் போவதாக சம்பத் அச்சுறுத்தினார். மோட்டார் கேரேஜ் சங்கம் இரண்டு பேருந்துகளைக் கொண்டுவந்து அவற்றை ஒன்றுக்கொன்று நெருக்கமாக நிறுத்தின. எனவே அதன் கூரைகள் ஒரு மேடையாகப் பயன்பட்டன. அதன்மீது ஏறிநின்று பெருகிவரும் ஆதரவாளர்களிடையே சம்பத் பேசினார்.

'காவல்துறை ஏன் போராட்டத்தை தடுத்து நிறுத்தவில்லை?' என்று நான் சம்பத்திடம் கேட்டேன். மூத்த அதிகாரியின் தந்தை பகத்சிங் வழக்கில் அப்ரூவராக — குற்றத்தை ஒப்புக்கொண்டவராக — இருந்தார். சம்பத் அவரது பின்னணியை அம்பலப்படுத்திவிடப் போவதாக அச்சுறுத்தினார். அத்துடன் அந்த அதிகாரிகள் அனுதாபம் மிக்கவர்கள். அதனால், அந்த ஆங்கிலேயரின் திமிரை அவர்கள் எதிர்த்தனர்.

ஷேக் அப்துல்லாவின் மனைவி அக்பர் ஜெஹன் இதில் தலையிடுமாறு கேட்டுக்கொள்ளப்பட்டார். கடைசியில் ஜான் ரே பேச்சுவார்த்தை நடத்த ஒப்புக்கொள்ள வைக்கப்பட்டார். ஆனால், தொழிற்சங்க தலைவர்களுடன் அதைச்செய்ய மறுத்தார். ஆனால் அதிகாரிகளுடன் பேச ஒத்துகொண்டார். கோரிக்கைகள் ஏற்றுக்கொள்ளப்பட்டன. ஆசிரியர்கள் மகிழ்ச்சியோடு வேலை செய்யத்திரும்பினார்கள்.

மற்ற தனியார் பள்ளிகளால் அந்த கோரிக்கைகளை ஏற்றுக்கொள்ள முடியவில்லை. ஏனென்றால் டிண்டேல் பிஸ்கோவிடம் இருந்தது போன்ற நிதியைப்பெற அவர்களுக்கு வழியில்லை.

கிறிஸ்தவ மிஷனரிகள் அந்தப் பள்ளத்தாக்கில் இருப்பதை எதிர்த்த முஸ்லீம் சிந்தனையாளர்களில் ஒரு பிரிவினர் அந்தப் போராட்டத்தை ஆதரித்தனர் என்று சம்பத் ஒப்புக்கொண்டார். பெரிய அளவிலான இந்த மதஉணர்வு அந்த வேலை நிறுத்தத்தின் வெற்றிக்கு காரணமாக இருந்தது. அந்த ஒன்பது நாள் போராட்டம் மறைபொருளாக இருந்த இந்த உணர்வை முன்னுக்குக் கொண்டுவந்தது.

சம்பத் மற்றும் அவரது தோழர்கள் இத்தகைய மத உணர்வுகளை எதிர்க்க வேண்டும் என்றும், அதை மதசார்பற்ற அரசியல் மூலம் மாற்றியமைக்க வேண்டும் என்றும் அறிந்தார்கள். அதற்கு அவர்கள் தங்கள் அமைப்பை தொலைதூர கிராமங்களிலும்கூட அதன்வேர்கள் ஆழமாக ஊன்றி நிற்பதை உறுதிப்படுத்த

வேண்டியிருந்தது. அங்கு ஏதேனும் இருந்தால் அதை மிகவும் தீவிரமான ஒரு சங்கமாக கட்டமைக்க சம்பத் விரும்பினார். அதுதான் மதவாத அரசியலையும், மத அடிப்படைவாதத்தையும் எதிர்த்து நிற்கமுடியும்.

இந்து வலதுசாரிகள் அந்தச் சங்கத்தின் உறுப்பினர்களை சீன ஏஜண்டுகள் —சினி நவாஸ்— என்ற ஒரு பிரச்சாரத்தை ஒரேமாதிரியாக தொடர்ந்து செய்துவந்தார்கள் என்று சம்பத் கூறினார். ஆர்.எஸ்.எஸ். அந்தக்கூட்டமைப்புக்குள் ஊடுருவ முயற்சித்தது. அதை ஜம்முவில் தங்கள் காவிக்கொடிக்கு எதிராக செல்லாமல் தங்கள் பாதுகாப்பில் வைத்திருக்க வேண்டியிருந்தது.

மேலும் பள்ளத்தாக்கில் பச்சைக்கொடியின் அச்சுறுத்தல் எப்போதும் இருந்து வந்தது. கஷ்மீரில் தனது அடித்தளத்தை விரிவுபடுத்த ஜமாத்—இ—இஸ்லாமி[17] கடுமையாக முயற்சித்து வந்தது. ஷேக் அப்துல்லா கைது செய்யப்பட்டதை எதிர்த்து எழுந்த கோபத்தை அது கொள்முதல் செய்துகொள்ள முயற்சித்தது. பக்ஷியின் ஆட்சிக்காலத்தில் அவர்கள் பள்ளிகளையும், மதரஸாக்களையும் திறந்தனர். அவர்கள் ஒரேஒரு வாக்கியம் கொண்ட சிறிய சுவரொட்டிகளை ஒட்டியதை சம்பத் நினைவுகூர்ந்தார்: ‘உங்களுக்கு நமாஸ் செய்யக்கூட நேரம் இல்லை என்பது ஆச்சரியமாக உள்ளது.’

ஜமாத்—இ—இஸ்லாமியைச் சார்ந்த குழுவினர் குறிப்பாக கல்வி, வருவாய், பொதுப்பணி போன்ற அரசுத்துறைகளில் இருந்தார்கள். அவர்கள் மீர் காசிம் முதல்வராக வந்தபோது தொலைதூர கிராமங்களிலும் உள்ள மசூதிகளை தங்கள் செல்வாக்கை பரப்பிக்கொள்ளப் பயன்படுத்தினார்கள். ஜமாத்—இ—இஸ்லாமிக்கு ஒருகுறிப்பிட்ட வாக்குவங்கி இருந்தது.

‘எனது வாழ்வும் காலங்களும்’ (My Life and Times) என்ற தனது சுயசரிதையில், ஷேக் அப்துல்லாவின் ஆதரவாளர்கள் காங்கிரஸை அழிப்பதிலிருந்து தடுக்க ஜமாத் —இ — இஸ்லாமியின் சேவைகளை இணைத்துக்கொண்டதாக மீர் காசிம் ஒத்துக்கொண்டுள்ளார். 1970—71இல் ஜமாத் — இ —இஸ்லாமியை ஒரு சட்டப்பூர்வ அரசியல் கட்சியாக அவர் அங்கீகரிக்கவும்கூட செய்தார். அவர்கள் சட்ட சபையில் 5 இடங்களில் வெற்றிபெற்றார்கள். அப்போது ஜனசங்கம் 3 இடங்களைப் பெற்றது.

அந்த நேரத்திலிருந்து அவர்களது இருப்பு அகற்றப்பட முடியவில்லை. ஜமாத் —இ — இஸ்லாமியின் ஊடுருவலுக்கு எதிராக

குறைந்தபட்ச ஊதியம் பெறும் அரசு ஊழியர்களின் கூட்டமைப்பை தொடர்ச்சியாக பாதுகாக்க வேண்டியிருந்தது.

ஒரு தொழிற்சங்கத்தை கட்டமைப்பது எளிதான ஒன்றல்ல. ஏனெனில், அப்போது 34 அரசுத்துறைகள் இருந்தன. ஒவ்வொன்றுக்கும் தனித்தன்மை வாய்ந்த தனது சொந்தப் பிரச்சனைகள் இருந்தன. அதுபோக, தோடா, ரஜோரி, மற்றும் பூஞ்ச் போன்ற நிலவியல் பகுதிகளுக்கே உரிய குறிப்பிட்ட சில பிரச்சனைகளும் இருந்தன.[18] அங்கு ஊழியர்களின் உடல்ரீதியான சிரமங்கள் மலைப்பாங்கான நிலப்பகுதிகளில் மிகவும் அதிகமாக இருந்தன. அவர்களுக்கு கடல்மட்டத்திலிருந்து மிக உயரமான பகுதிக்கான சிறப்புப்படியை சங்கத்தால் பெற்றுத்தர முடிந்தது.

1970களில் ஏற்பாடு செய்யப்பட்ட சில வேலை நிறுத்தங்கள்பற்றி விளக்குமாறு நான் சம்பத்தை கேட்டுக்கொண்டேன். மிகவும் நினைவு கூரப்பட வேண்டிய வேலை நிறுத்தங்களில் ஒன்றாக 1973 செப்டம்பரில் ஸ்ரீநகர் நகராட்சிகளில் நடைபெற்ற துப்புரவு தொழிலாளர்களின் வேலைநிறுத்தம் அமைந்தது என அவர் கூறினார். ஜம்முவில் துப்புரவு தொழிலாளர்கள் ‘கூட்டிப்பெருக்குபவர்’ எனக்குறிப்பிட்டு இந்து சமூகத்தினரால் ‘தீண்டத்தகாதவர்’ எனக்கருதப்பட்டனர். கஷ்மீரில் அவர்கள் முஸ்லீம்களால் அவமதிக்கப்பட்டு ஹாரிபர்பட் அடியில் உள்ள சேரியில் வசித்துவந்தனர். சம்பத் அந்த கூட்டிப்பெருக்குபவர்களின் வீடுகளுக்குச் சென்று அவர்களின் கதைகளைக் கேட்டறிந்தார். அவர்களுடைய வாழ்நிலைகளை ஆய்வுசெய்தார். அவர்களை ஒரு சங்கமாக தாங்களே அமைத்துகொள்ளத் தூண்டினார்.

அந்த நேரத்தில் நகராட்சி அமைச்சக அலுவலர்களின் தலைவராக ஹிருதய நாத் வஞ்ச்சுவும், நகராட்சி தலைவராக அபிஷேக்கும் இருந்தனர். வஞ்ச்சு தோராயமாக சம்பத்தைவிட 10 ஆண்டுகள் மூத்தவர். நகராட்சியில் பல ஆண்டுகளாக வேலைசெய்து வருபவர். அவர் இலாப—நஷ்டம் இல்லாத அடிப்படையில் ஒரு நுகர்வோர் சங்கத்தை அமைத்து ஏழைகளின் குழந்தைகளுக்காக ஒரு பள்ளியைத் திறந்தார். அவர் 1992இல்[19] தீவிரவாதிகளால் கொல்லப்பட்டார்.

கூட்டிப்பெருக்குபவர்கள் கழிவறைகளையும், கழிவுநீர் சாக்கடைகளையும் சுத்தப்படுத்துவதை சம்பத் பார்த்தார். அது, அவர்களுக்கு ஒரு சிறப்பு இடர்வாய்ப்பு படியை கோரிப்பெறும்

யோசனையை சம்பத்துக்கு அளித்தது. அவர்களை ஒரு சங்கமாக அமைத்து ஒருவேலை நிறுத்தத்துக்கு அழைப்பு விடுத்தார். நிரந்தர வேலையில் உள்ள கூட்டுபவர்களும், அதேபோல பிறசங்கங்களின் உறுப்பினர்களும்கூட ஆதரவு நடவடிக்கையாக வேலை நிறுத்தம் செய்யுமாறு கூறப்பட்டார்கள்.

அந்த நாட்களில் பல அலுவலர்கள் நீர்பாய்ச்சி சுத்தம்செய்யும் *(Flush Toilets)* கழிவறைகள் இல்லாமல் அவற்றை சுத்தம்செய்யும் தொழிலாளர்களை நம்பியே இருந்தார்கள். அந்த அலுவலர்களும், காவல்துறை அதிகாரிகளும் தனிப்பட்ட முறையில் பெரிதும் பாதிக்கப்பட்டனர். அந்த தொழிற்சங்கத்தை நசுக்கப்போவதாகக்கூட அச்சுறுத்தினார்கள். பெரும்பாலான கழிவறை சுத்தம் செய்வோர் பெண்கள். அவர்களுக்கு குழந்தைகளும் இருந்தன. அந்தப் பெண் களையும், குழந்தைகளையும் நேரடியாக படிகளில் ஏறி தலைமைச் செயலாளர் சுசிட்டல் பானர்ஜியின் நேரடிப்பார்வைக்குச் செல்ல சம்பத் வழிகாட்டினார். அந்த அதிகாரிக்கு பேரச்சமும், கிலியும் ஏற்படுத்தும் வகையில் அந்தப்பெண்கள் தங்கள் தவழும் குழந்தைகளை அவரது அறையில் விட்டுவிட்டு சென்றுவிட்டார்கள்.

வெளியே அந்த வேலை நிறுத்த ஊழியர்களுக்கு உதவுவதுபோல் கருமேகங்கள் கவியத்தொடங்கின. சம்பத் அவர்களை எல்லா கழிவு நீர்க்குழாய்களையும் அடைக்குமாறு கூறினார். அதனால் அந்தக்கழிவுநீர் மழைநீரில் கலந்து வெளியேறும். அரசு அந்தப் பெண்கள்மீது தடியடி நடத்தவோ அல்லது அடிக்கவோ துணியவில்லை. அவர்கள் சம்பத்தை வார்த்தைகளால் அச்சுறுத்தியும் எந்தப்பலனுமில்லை. கழிவு நீர் கசிந்து வெளியேறியது. ஊழியர்கள் வேலை நிறுத்தத்தைத் தொடர்ந்தார்கள்.

அந்த வேலை நிறுத்தம் 9 நாட்கள் நீடித்தது. அந்த துப்புரவு தொழிலாளர்கள் அதிக ஊதியமும், நிரந்தர பணிவாய்ப்பும் பெற்றார்கள். வேலை நிறுத்தம் வெற்றியுடன் நிறைவடைந்தது. அதைவிட மிகமுக்கியமாக பெண் ஊழியர்கள் பிரசவ விடுப்பைப் பெறத் துவங்கினார்கள். அந்த வேலை நிறுத்தம் கழிவறை துப்புரவு தொழிலாளர்களை *(Safai Karmacharis)* சங்கத்தின் உள்ளார்ந்த செயல்பாடுமிக்க ஆதரவாளர்களாக ஆக்கியது.

தோட்டங்கள் மற்றும் பூங்காக்கள் துறை பெரும்பாலும் தோட்டப்பணியாளர்களை அதிகமாகக் கொண்டதுறையாக இருந்தது. அவர்கள், 'கஷ்மீரின் புகழ்பெற்ற அழகின் காவலர்கள்'என

சம்பத் விவரித்தார். மாநிலம் முழுவதும் உள்ள நூற்றுக்கணக்கான சிறிய மற்றும் பெரிய தோட்டங்களில் மாற்றி நடுவதற்குமுன் நாற்றுப்பண்ணைகளில் விதைகளை நடுவதற்கும், பூக்களை வளர்ப்பதற்கும் அவர்கள்தான் பொறுப்பாக இருந்தார்கள். இலையுதிர் காலத்தில் சினார் மரங்களின் இலைகள் பச்சை நிறத்திலிருந்து பழுப்பு நிறத்துக்குமாறி தரையில் விழுந்துவிடும். அவற்றை தோட்டப்பணியாளர்கள் கூட்டி நேர்த்தியாக குவிப்பார்கள்.

அவர்கள் பனியிலும், மழையிலும் எவ்விதப் பாதுகாப்புமின்றி நீண்ட நேரம் வேலைசெய்தார்கள். அந்தத் தோட்டப்பணியாளர்கள் எந்தவொரு சீருடையையோ அல்லது முறையான வேலை நேரங்களையோ பெற்றிருக்கவில்லை. அலுவலர்கள் அவர்களை அடிக்கடி தங்கள் வீட்டுத்தோட்டங்களைப் பராமரிக்கச் செய்தார்கள். அதற்கு அவர்களுக்கு எந்த ஊதியமும் இல்லை.

அந்தத் தோட்டப்பணியாளர்கள் தாங்களாகவே ஓர் அமைப்பாகத் திரளவும், அவர்களுக்கான கோரிக்கைப் பட்டியலை உருவாக்குவதற்கும் சங்கம் உதவியது. அந்தத் தோட்டப்பணியாளர்கள் தங்கள் தோட்டங் களிலிருந்து கருப்புக்கொடிகளோடு தங்கள் கோரிக்கைகளுக்கு ஆதரவாக செஞ்சதுக்கத்துக்கு ஊர்வலமாக சென்றனர். மற்ற சங்கங்களும்கூட தங்கள் உறுப்பினர்களை சகோதர ஆதரவாக அனுப்பின. அவர்கள் அச்சுறுத்தப்பட்டபோது சம்பத் வன்முறை மொழியைப் பயன்படுத்தினார். 'எந்த அலுவலராவது தோட்டப் பணியாளர்களை தனது வீட்டில் வேலைசெய்ய வைத்தால் சம்பத் ஆகிய நானே அந்த அலுவலரின் கால்களை வெட்டி தால் ஏரியில் வீசுவேன்' என சம்பத் அந்த அலுவலர்களிடம் கூறினார். அத்தகையமொழி ஒவ்வொரு முறையும் பயனளித்தது. ஏனென்றால் அந்த அதிகாரிகள் நிலப்பிரபுக்களைப் போல நடந்துகொண்டிருந்ததால் அவர்களுக்கு ஊழியர்களை மதிக்க ஒரு பாடம் கற்றுத்தர வேண்டியிருந்தது.

தோட்டப்பணியாளர்களின் கோரிக்கைகள் நிறைவேறின. அவர்கள் ஒருமணி நேர உணவு இடைவேளையுடன், முறைமாற்றுப்பணியில் வேலை செய்தார்கள். சீருடையும், கூடுதல் நேரப்பணிக்கான ஊதியமும் பெற்றார்கள். மிக முக்கியமாக அவர்களுக்கு பணிவரன்முறை செய்யப்பட்டது. இந்தச் சங்கம் கூட்டமைப்பின் முதுகெலும்பாக மாறியது. எப்போதெல்லாம் அவர்களது ஆதரவு இயக்க நடவடிக்கைகளுக்கு தேவைப்பட்டதோ, அப்போதெல்லாம் தோட்டப் பணியாளர்கள் திரண்டுவந்தார்கள்.

சம்பத் சாலைப்பாதுகாப்பாளர்கள் சங்கத்தின் கதையை சொல்லிக்கொண்டே இருந்தார். அந்த நேரத்தில் சிவப்புத்தொப்பி கூலிகள் என அழைக்கப்பட்ட தினக்கூலி பெறுவோர் அந்தச்சங்கத்தில் இருந்தனர்.

அந்தத் தொழிலாளர்களை பொறியாளர்கள் மிகவும் மோசமாக நடத்தினார்கள். இணைப்பொறியாளர்களும்கூட அவர்களை தங்கள் சொந்த வேலைக்காரர்கள் போலப் பயன்படுத்தினார்கள். சந்தையிலிருந்து காய்கறிகளை வாங்கிவரவும், அதேபோல சலிப்பூட்டும் வீட்டுவேலைகளை செய்யவும் உத்தரவிட்டனர். அவர்கள் செய்யும் வேலைக்காக நாளொன்றுக்கு 50 காசுகள் மட்டுமே கொடுக்கப்பட்டது. அவர்களது வேலைசெய்யும் மற்றும் வாழும் நிலைகள் மாநிலம் முழுவதும் அருவருப்பாக இருந்தது. அரசு ஊழியர்கள் கூட்டமைப்பைப்பற்றி அவர்கள் கேட்டறிந்திருந்தார்கள்.

அதை நோக்கித்தான் அவர்களது முதல் நகர்வு இருந்தது. பொருட்காட்சி மைதானத்தில் அவர்களை கூடுமாறு கூறியபோது, தங்கள் ஒருநாள் ஊதியத்தை அவர்கள் தியாகம் செய்துவிட்டு 200 ‘சாலைக்கூலிகள்’ வந்ததைக் கண்டு தொழிற்சங்கத் தலைவர்கள் வியப்படைந்தனர்.

அந்த மனிதர்களை அவர்களது வீடுகளில் சந்திக்கச்சென்ற சம்பத் அவர்களது கதைகளைக்கேட்டு ஆடிப்போனார். அவர்களது தலைவர்களில் ஒருவரான குலாம் அஹமது பாக்ரேவை சம்பத் சந்தித்தார். அவரது தந்தை சம்பத்தை சந்தித்தபோது அழுது விட்டார். அவரது மகள் பி.ஏ., படித்திருப்பதாகவும், ஒரு பொறியாளருக்கு திருமணம் செய்ய நிச்சயிக்கப்பட்டதாகவும், ஆனால் அந்த மணமகனின் குடும்பத்தார் மணமகளின் தந்தை ‘சிவப்புத்தொப்பி அணிந்து கொள்ள வேண்டிய ஒரு சாலைக்கூலி’ என்பதை கண்டுபிடித்துவிட்டதால் அந்தத் திருமணம் நின்றுவிட்டது என்றும் சம்பத்திடம் கூறினார். சம்பத் பிரகாஷ் சிவப்புத் தொப்பிக்காரர்கள் ‘சாலைப்பாதுகாவலர்’ என அழைக்கப்பட வேண்டும் என பிரகடனம் செய்தார். எவராவது ஒருவர் அவர்களை ‘கூலிகள்’ என அழைத்தால் அவர்களது குரல் வளையை அறுத்து விடுவதாக அவர் அச்சுறுத்தினார்.

நான் சிறிது எச்சரிக்கை அடைந்ததுபோல் காணப்பட்டபோது, சம்பத் மீண்டும் ஒருமுறை என்னிடம், அவர் எப்போதும்

வன்முறை வார்த்தைகளைப் பயன்படுத்திவந்தாலும், எந்த ஒரு வன்முறை நிகழ்வும் நடைபெற அனுமதித்ததில்லை என்றும், அவரும் மற்றபிற தலைவர்களும் சங்கத்தின் உறுப்பினர்களிடையே கடும் ஒழுங்கு கட்டுப்பாட்டை உருவாக்குவது பற்றி மிகவும் விழிப்புடன் இருந்ததாகவும் உறுதியளித்தார்.

1973 அக்டோபரில் சாலைப்பாதுகாவலர்களின் வேலை நிறுத்தம் ஒருவார காலம் நீடித்தது. ஆனால், அவர்கள் தங்கள் கோரிக்கைகளுக்காக தொடர்ந்து போராடினார்கள். இதன் தொடர்ச்சி யாக அவர்கள் 1978இல் பணி வரன்முறைப்படுத்தப்பட்டார்கள். நான்காம் பிரிவு ஊழியர்கள் என அறிவிக்கப்பட்டார்கள். ஓய்வூதியத்துக்கும், பணிக்கொடைக்கும் தகுதி பெற்றார்கள். ஒரு பணியாளர் பணியிலிருக்கும்போது இறந்துவிட்டால், அவரது மகனுக்கு அந்தவேலை கொடுக்கப்பட்டது.

சீருடைகளை, மழைக்கோட்டுகளை, குடைகளை மற்றும் கால்பகுதிகளை மறைக்கும் காலணிகளை மிகவும் ஏழ்மையான பணியாளர்களுக்கு அரசு வழங்கிட தொழிற்சங்கம் வேலை நிறுத்தங்களை நடத்திட வேண்டியிருந்தது. அரசு ஊழியர்கள் அவர்களது வேலையின் தன்மைக்கு ஏற்ப அடையாளப்படுத்த வேண்டும் என்றும், அரசிதழ் பதிவுபெற்ற—பதிவுபெறாத அல்லது பிரிவு 1 முதல் 4 எனப் பிரிக்கக்கூடாது என்றும் நடைமுறைப்படுத்த முயற்சித்தார். அது நிலப்பிரபுத்துவத்தின் மீதான அடியாக அமைந்தது.

1973 கோடைகாலத்தில் சம்பத் பிரகாஷ் பாகல்காம்—ல் ஒரு சிறு ஓய்வில் இருந்தார். அங்கு அவர் மட்டக்குதிரைக்காரர்கள் தங்களை வாடகைக்கு அழைப்பவர்களுக்காக மழையில் நனைந்தபடி நின்றுகொண்டிருப்பதைக் கவனித்தார். அவர்களிடம் அவர் பேசினார். அவர்களில் பெரும்பாலானோர் உல்லாசப்பயணிகள் வரும் பருவகாலத்தில் மிகவும் தொலைதூர கிராமங்களிலிருந்து பாகல்காம்—க்கு வருபவர்கள் என்பதை கண்டறிந்தார். அவர்கள் உல்லாசப்பயணிகளை சவாரிக்காகவும், கஷ்மீரிலுள்ள அமர்நாத் குகை அல்லது ஜம்முவில் உள்ள வைஷ்ணோதேவி புனிதத்தலங்களுக்கும் அழைத்துச்செல்வார்கள். ஆனால், அவர்கள் காத்திருக்கும்போது அவர்களுக்கு பாதுகாப்பான இடம் இல்லை. அவர்களது ஊதியமும் நிர்ணயிக்கப்பட்டிருக்கவில்லை.

சம்பத் அந்த மட்டக்குதிரைக்காரர்களை ஒன்றுதிரட்டி, அவர்களை நேரடியாக துணை ஆணையர் அலுவலகத்துக்கு இட்டுச்சென்றார். அங்கு மட்டக்குதிரைக்காரர்களோடு அவற்றின் உரிமையாளர்களும் அந்த அலுவலர் அவர்களது ஊதியத்தை நிர்ணயிக்க ஒத்துக்கொள்ளும்வரை சுற்றி அமர்ந்து கொண்டார்கள். மட்டக்குதிரைக்காரர்களின் சங்கம் குல்மார்க், சோனாமார்க், அனந்த்நாக் போன்ற எல்லா சுற்றுலா இடங்களிலும் இருக்கும் உறுப்பினர்களைச் சேர்த்துக் கொண்டது.

தொழிற்சங்கத்தின் சாதனைகள் அரசு ஊழியர்களின் ஒவ்வொரு பிரிவிலும் உற்சாகத்தை எழுப்பியது. அவற்றின் ஊர்வலங்களிலும், பேரணிகளிலும் பலரும் பங்கேற்றார்கள். கூட்டங்களிலும் கலந்து கொண்டார்கள். உதாரணத்துக்கு, சையத் நசருல்லா என்ற ஊழியர் உயர்நீதிமன்றத்தில் சுருக்கெழுத்தாளராக பணியில் சேர்ந்தார். ஏழு சகோதரர்களும், இரண்டு சகோதரிகளும் கொண்ட பெரிய குடும்பத்திலிருந்து வந்தவர் அவர். அவர்களது தந்தை இஸ்லாமிய பள்ளியின் ஆசிரியர்.

நசருல்லா சுருக்கெழுத்தாளராக பணியில் சேர்ந்திருந்தார். ஆனால், அங்கு தரவரிசையோ, பதவி உயர்வுக்கான வாய்ப்போ இல்லை. அவர் சுருக்கெழுத்தாளராகவே ஓய்வுபெற வேண்டும். அந்த இளம் ஊழியர் சங்கக்கூட்டங்களில் கலந்துகொண்டார். 1977இல் 'ஜம்மு மற்றும் கஷ்மீர் நீதித்துறை ஊழியர் நலச்சங்கம்' அமைப்பதற்கான மனஉறுதியைப் பெற்றார். அச்சங்கம், குறைந்த ஊதியம்பெறும் அரசு ஊழியர் கூட்டமைப்பில் இணைக்கப்படவில்லை. இருந்தபோதிலும் அதன் தலைவர்கள் அவரது சங்கத்தை அமைக்க உதவினார்கள்.

அந்த நேரத்தில் மூன்றாம் ஊதியக்குழுவின் அறிக்கை வெளிவந்தது. ஆனால், அது நீதித்துறைப் பணியிலிருந்த ஊழியர்களுக்கு எதையும் அளிக்கவில்லை. இப்போது 60 வயதான நசருல்லா அந்தக்கால நிகழ்ச்சியை விவரிக்கும்போது அவர் ஒரு இளம் செயல்வீரர்போல தோன்றினார். அவரும் அவரது நண்பர்களும் ஒருநாள் வேலை நிறுத்தத்துக்கு ஏற்பாடு செய்தார்கள். அது ஜம்மு, கஷ்மீர், லடாக்கில் உள்ள 92 நீதிமன்றங்களையும் ஈடுபட வைத்தது. பிறகு அவர்கள் மூன்றுநாள் வேலை நிறுத்தத்தையும், பின்னர் ஒருவார காலப் போராட்டத்தையும் நடத்தினார்கள்.

நசருல்லா அவர்களின் போராட்டங்கள் பற்றிய நுட்பமான விவரத்தொகுப்பு ஒன்றை ஒரு வழக்கறிஞரிடம் பேசும் விழிப்புணர்வுடன் என்னிடம் தந்தார். அவர்கள் பெரிய வெற்றியை பெற்றதாகக் கூறினார். ஃபருக் அப்துல்லா 154 பதவிகளை உருவாக்கியபோது, பதவி உயர்வுக்கான வழிகள் தரப்பட்டன. நசருல்லா என்னிடம் ஊழலை வெற்றிகரமாக அந்தச்சங்கம் அம்பலப்படுத்திய வேறுபல போராட்டங்கள் பற்றியும், நீதிமன்றத்தில் வழக்கு தொடர்ந்தது பற்றியும் கூறினார். மத்திய அரசு முதல் தேசிய நீதித்துறை ஊதியக்குழுவை அமைத்தபோது நசருல்லாவும் அவரது நண்பர்களும் நீதித்துறை உதவியாளர்கள் மற்றும் பணியாளர்களின் கவலைகளுக்கு தீர்வு காணப்படும் என்று உறுதிப்படுத்தினார்கள்.

'நான் 2007இல் அரசிதழ் பதிவுபெற்ற நிர்வாக அலுவலராக ஓய்வு பெற்றேன்.' அவர் பெருமைதவழ என்னைப் பார்த்தார். அவர்கள் சங்கத்திலிருந்து ஒரே ஒருவரைத்தவிர வேறு எவரும் தீவிரவாதத்தில் சேரவில்லை. 'ஊழியர்கள் இந்தியாவோடு சேர்ந்திருக்கவே வாக்களிப்பார்கள்; ஆனால், இதை கஷ்மீரிகளாகிய நாங்கள்தான் முடிவுசெய்யவேண்டும். நாங்கள் கஷ்மீரை பிரச்சனைக்குரிய எல்லையாக கருதுகிறோம்' என்று துயரம் நிறைந்த குரலில் மேலும் கூறினார்.

நான் பேட்டிகண்ட ஒவ்வொருவரிடமும் கேட்ட ஒரு கேள்வியை நசருல்லாவிடமும் கேட்டேன்: 'தொழிற்சங்க இயக்கத்தின் மிகப் பெரிய சாதனை என்ன?'

இரண்டு சாதனைகள் நிகழ்ந்துள்ளதாக அவர் கூறினார்: முதலாவதாக, 40 இலட்சத்துக்கும் மேற்பட்ட — ஆசிரியர்கள், எழுத்தர்கள், பொதுத்துறை நிறுவன ஊழியர்கள் உள்ளிட்ட — ஊழியர்களின் வாழ்நிலைகளும் வேலை நிலைகளும் குறிப்பிட்ட அளவில் மேம்பட்டுள்ளன. இரண்டாவதாக, ஊழியர்கள் கௌரவத்தோடு வாழக் கற்றுக்கொண்டிருக்கிறார்கள். தங்கள் வேலைகளில் ஒரு பத்தாண்டு காலத்துக்குள் இவர்கள் போதுமான அளவுக்கு அரசியல் செல்வாக்கு பெற்றுள்ளார்கள். ஒரு நீதிபதியாக இருந்தாலும்கூட அவர் எந்த ஊழியரையாவது தவறாக நடத்தினால், அவர் பணியிலிருந்து நீக்கப்படுவார். குல்காமில் மொஹம்மது இக்பால் என்ற நீதிபதி ஒரு ஊழியரை 1974 ஜூலையில் உதைத்தபோது சங்கம் அந்தப் பிரச்சனையை எடுத்துக் கொண்டது. அவர்கள் ஒருவேலை நிறுத்தத்துக்கு

அழைப்பு விடுத்தார்கள். ஜம்மு மற்றும் கஷ்மீரின் தலைமைநீதிபதி அவர்களைச் சந்திக்க குல்காம் வந்தார். அவர்களது கோரிக்கையை ஏற்று அந்த நீதிபதி பதவி நீக்கம் செய்யப்பட்டார்.'

'ஒரு பத்தாண்டுகளுக்கு முன்பு, அதிகாரிகள் முன் பேசவே பயந்தார்கள். ஆனால் இப்போது அவமானப்படுத்தும் அல்லது கௌரவக்குறைச்சலை ஏற்படுத்தும் ஒவ்வொரு செயலையும் சவால்விடுத்து எதிர்கொள்கிறார்கள்.'

'லடாக்கிலுள்ள அரசு ஊழியர்களும் இந்தப்போராட்டங்களில் ஈடுபடுகிறார்களா?' என்று நான் அவர்களைக் கேட்டேன் 'ஆம். அவர்களும் கூட' என்று சம்பத் பதிலளித்தார். 'ஆனால், அவர்களைப்பற்றி நீங்கள் என்னிடம் கூறவில்லையே?' என்று நான் புகார் செய்தேன். அவர் தனது நாட்குறிப்பை எடுத்து லடாக்கில் வேலை நிறுத்தத்துக்கு ஏற்பாடு செய்ய கட்சியால் அனுப்பப்பட்ட தோழர்களின் பெயர்களை படித்தார். அந்தக்குழுவில் இருந்த மிகமூத்தவர் புஷ்கர் நாத் பீர். அவர், நிதித்துறையில் கணக்கராக பணியாற்றி வந்தார்.

1972 பிப்ரவரியில் முதல் வேலை நிறுத்தம் இரண்டு நாட்கள் நடைபெற்றது. இரண்டு ஆண்டுகளுக்குப்பிறகு லடாக்கிய ஊழியர்கள் தங்களுக்குள் இருந்தே தலைவர்களை தேர்ந்தெடுத்துக் கொண்டார்கள். ஏனென்றால், அவர்கள் கஷ்மீரிகளின் ஆதிக்கத்துக்குள்ளாக விரும்பவில்லை. கால்நடை பராமரிப்புத் துறையில் ஆட்டுமந்தைப் பிரிவு தலைவரான லடாக்கிய முஸ்லீம் அத்தாவுல்லாவும், மருத்துவத்துறையில் பணியாற்றிவந்த லடாக்கிய பௌத்தர் சோனம் நோர்பு[20]வும் தலைவர்கள் ஆனார்கள். சம்பத் ஏராளமான பெயர்களை சுற்றிவிட்டார். ஆனால் நான் அவரிடம், 'நான் ஒரு கட்சியின் பிரசுரத்தை எழுதவில்லை. அதில்தான் இந்த எல்லாப் பெயர்களையும், வேலை நிறுத்த தேதிகளையும் இணைப்பாகத் தரமுடியும். எனக்கு கதைகள் தேவை' என்றேன். 'ஆனால், நீங்கள் எம்.டி.கான் மற்றும் கார்கில் மாவட்டத்திலிருந்த சயீதா பானூத் பெயர்களை குறிப்பிட வேண்டும்' என்று சம்பத் அழுத்தம் தந்தார். அவர் மீண்டும் எல்லா சமூகங்களும் எனது புத்தகத்தில் இடம்பெற்றுள்ளனவா' என்பதை உறுதிப்படுத்திக்கொண்டார். அதுதான் தொழிற்சங்கம் 'கஷ்மீரியத்'துக்கு அளித்த பங்களிப்பாக அடிக்கோடு இடுவது அவரது வழியாக இருந்தது.

நந்திதா ஹக்ஸர் | 137

அவர்களிடமிருந்து பிரிவதற்குமுன் நான் குலாம் காதர் பட்டிடம் 'தொழிற்சங்க இயக்கத்தின் மிகமுக்கிய பங்களிப்பாக அவர் எதை நினைக்கிறார்? என்று கேட்டேன். ஊழியர்களின் நிலைகளை அது குறிப்பிட்ட அளவுக்கு மேம்படுத்தியது என்று பதிலளித்தார். அவர் கூட்டங்களில் தான் பேசிய புகைப்படங்களை என்னிடம் காட்டினார். அந்த கருப்பு—வெள்ளை படங்கள் அந்தக்கால சூழல்களை படம் பிடித்திருந்தன. அப்போது மக்கள் தங்களது சொந்த தியாகங்கள் மற்றும் அர்ப்பணிப்புகள் மூலம் இந்த உலகை மாற்றமுடியும் என்று நம்பினார்கள்.

குலாம் காதர் என்னிடம் திரும்பி, 'அந்த நாட்களில் தொழிற்சங்க வேலை இப்தார் (வழிபாடு) ஆக இருந்தது. இப்போது ஊழியர்கள் ஊழல் மலிந்தவர்களாக ஆகிவிட்டார்கள். தங்கள் உரிமைகளைப்பற்றி சிந்திக்கிறார்கள்; ஆனால் தங்கள் பொறுப்புக்களைப்பற்றி சிந்திப்பதில்லை', என்றார்.

சம்பத் குறுக்கிட்டார்: 'அந்த நாட்களில் அவர்கள் தங்கள் ஊதியமாக வெறும் ரூ.25/ஐ பெற்றார்கள். இப்போது அவர்கள் ரூ.14,000/ பெறுகிறார்கள். அவர்கள் நடுத்தர வர்க்கமாக — அந்த வர்க்கத்துக்குரிய ஆசாபாசங்களுடன் — ஆகிவிட்டார்கள்' என்றார். அந்த இரண்டு தலைவர்களும் 1964 மற்றும் 1974க்கு இடைப்பட்ட காலம் தொழிற்சங்க இயக்கத்தின் பொற்காலம் என்பதை ஒப்புக்கொண்டார்கள்.

நிலவின் இருண்ட பக்கம்

(1974-84)

2009 புத்தாண்டு நாளன்று, நான் ஷோபியான் நோக்கி ஜம்மு மற்றும் கஷ்மீர் குறைந்த ஊதியம் பெறும் அரசு ஊழியர் கூட்டமைப்பின் இன்னொரு அனுபவசாலித் தலைவரான குலாம் மொஹம்மது புனூ—வை பேட்டிகாண காரை ஓட்டிக்கொண்டிருந்தேன். நாங்கள் கடந்துசென்ற வழியில் ஒரு காலத்தில் தோட்டங்கள் சூழ்ந்த மாளிகைகளாக இருந்தவற்றின் மிச்சங்களை நாங்கள் பார்த்தோம். இப்போது அந்த எச்சங்களெல்லாம் கருகியும், எரிந்தும் அனைத்து இயற்கை அழகுகளுக்கு மத்தியில் பொருத்தமற்றவைகளாகத் தோற்றமளித்தன. காரில் அமர்ந்திருந்த சம்பத் பிரகாஷ் தனது சிகரெட்டிலிருந்து புகையை ஊதிக்கொண்டே, 'அவை கஷ்மீரி பண்டிதர்களின் வீடுகளாக இருந்தவை' என்று என்னிடம் கூறினார்.

ஒரு காலத்தில் படித்த மற்றும் செல்வாக்குமிக்க கஷ்மீரி பண்டிதர்களின் வீடுகளாக இருந்த அவை ஹாலி கிராமத்தில் இருந்தன. அந்தவீடுகள் ஜம்மு—கஷ்மீர் உயர்நீதிமன்ற நீதிபதிகளுக்கும்,

டாக்டர்கள் மற்றும் அறுவை மருத்துவர்களுக்கும் சொந்தமானவை. அவற்றின் உரிமையாளர்கள் ஓர் உள்நோக்கத்துடன் அவற்றை தங்கள் சமூகத்துக்கு இழைக்கப்பட்ட அநீதியின் நினைவுகளாக அதே நிலையில் வைத்திருக்கிறார்கள் என்று சம்பத் கூறினார். ஒவ்வொரு ஆண்டும் அதன் உரிமையாளர்கள் அந்த இடத்துக்கு திரும்பிவந்து சிறப்பு பூசைகளை நடத்துகிறார்கள்.

புனூ உற்சாகத்துடன் எங்களை வரவேற்றார். தொழிற்சங்க வரலாறு பற்றி ஒரு புத்தகம் எழுதப்படுவதில் அவர் மகிழ்ச்சிப் பரவசமடைந்தார். பல்வேறு துறைகளில் நடைபெற்ற போராட்டங்கள் மற்றும் வேலை நிறுத்தங்களின் சரியான தேதிகளை தரக்கூடிய ஒரேமனிதர் அவர்தான். 1989இல் ‘எம்ப்ளாயீஸ் ஃபோரம்’ சிறப்பிதழில் வெளிவந்த, ‘ஜம்மு மற்றும் கஷ்மீரில் மாநில அரசு ஊழியர்களின் இயக்கங்கள்’ என்ற தலைப்பில் அவர் எழுதிய கட்டுரையின் பிரதி ஒன்றை என்னிடம் கொடுத்தார். அந்தக் கட்டுரையில் குறைந்தபட்ச ஊதியம்பெறும் அரசு ஊழியர் கூட்டமைப்பில் இணைந்துள்ள 36 அரசுத்துறைகள் மற்றும் குழுமங்களின் விரிவான விளக்கங்களை அவர் தந்திருந்தார்.

புனூ, கூட்டமைப்பின் தகவல் தொடர்புகள், விண்ணப்பங்கள் மற்றும் துண்டுப்பிரசுரங்கள் நிறைந்த பல்வேறு கோப்புக்களை வெளியே எடுத்து வந்தார். சம்பத் அவைகளைப் பார்த்து உரத்த குரலில் கூறினார்: ‘ஆ! அதனால்தான் அந்தக்கோப்புக்கள் எல்லாம் காணாமல் போயினவோ?’ 1975 அவசரநிலை காலத்தில் மற்ற தலைவர்கள் எல்லாம் சிறையில் இருந்த நேரத்தில் புனூ அவைகளை பத்திரமாக வைத்திருந்தார். அந்த நாட்களில் காவல்துறையினர் எல்லா தலைவர்களின் வீடுகளையும் திடீர்சோதனையிட்ட போது புனூ இந்த போராட்ட ஆண்டுகளின் வரலாற்று ஆதாரங்களை பாதுகாத்து வைத்திருந்தது ஓர் அற்புதமே. ஆனால் அவர் தனது அந்த பொக்கிஷத்தை சில நாட்கள் பிரிந்திருக்கக்கூட தயங்கினார். எனக்கு என்ன தேவையோ அவற்றை அவர் கூறுவதாக தெரிவித்தார்.

புனூ கூர்மையான புத்திசாலித்தனம் பெற்றிருந்ததையும், அது அவசர நிலையின்போது நன்கு பயன்பட்டதையும் என்னால் காணமுடிந்தது. புனூ கோப்புக்கள் எல்லாம் அவரிடம் இருந்ததை தனக்கு தெரிவிக்கவில்லையே என்ற கோபம் சம்பத்திடம் இருந்தது தெளிவாக தென்பட்டது. ஆனால், சம்பத்தின் வாழ்க்கை முறைகளை அறிந்தபிறகு அவரால் இவ்வளவு நன்றாகப் பாதுகாத்திருக்க

முடியாது என்று என்னால் உறுதியாகக் கூறமுடியும். அந்த இருவருக்கும் இடையே இருந்த பதட்ட நிலையை ஒதுக்கிவிட்டு, புனூவிடம் தொழிற்சங்க இயக்கத்தில் அவரது ஈடுபாடுபற்றி கேட்டேன்.

புனூ 1942இல் ஹெர்ஹாம் கிராமத்தில் பிறந்தவர். பட்டப்படிப்பு முடிந்த பிறகு அவர் 1964இல் தோட்டக்கலைத் துறையில் சேர்ந்தார். மூத்த கம்யூனிஸ்ட் தலைவரான பி.என்.கௌல் அவரை சங்கத்தில் சேருமாறு தூண்டினார். கௌல் தலைமைச் செயலகத்தில் சுருக்கெழுத்தாளராக பணியாற்றியவர். அரசிதழ் பதிவுபெறாத ஊழியர் சங்கத்தில் செயலாளராகவும் இருந்து கஷ்மீர் பகுதிக்கு பொறுப்பேற்றிருந்தவர். 1967 டிசம்பர் வேலை நிறுத்தத்தில் கைது செய்யப்பட்ட முதல் மனிதர் தன்னை உருவாக்கிய கௌல்தான் என்று புனூ கூறினார். புனூ அந்த வேலை நிறுத்தத்தின்போது தான் அடிக்கப்பட்டதாகவும் பெருமையுடன் நினைவுகூர்ந்தார்.

ஒரு பெண் அந்த அறைக்குள் தேநீருடன் நுழைந்தார். புனூ தனது மனைவி ரஹத் பானோவை எனக்கு அறிமுகப்படுத்தினார். அவரிடம் வழக்கமான கஷ்மீரிய அன்பும், பரிவும் இல்லாமல், அவர் கோபமாகக் காணப்பட்டார். அவர் தேநீரை ஊற்றுவதற்காக அமர்ந்தபோது என்னைப்பார்த்து கூறினார்: 'நீங்கள் என்னையும் பேட்டி எடுக்கவேண்டும். இந்த மனிதரால் நான் எவ்வளவு கஷ்டப்பட்டிருக்கிறேன் என்பதை நீங்கள் கட்டாயம் தெரிந்து கொள்ள வேண்டும்' என்றார். அவரது முகம் பலஆண்டுகள் வலியிலும், துன்பத்திலும் இறுகிப்போயிருந்தது. ரஹத் பானோ ஒரு அரசுப்பள்ளியின் ஓய்வுபெற்ற ஆசிரியர்.

நான் ஒலிப்பதிவுக் கருவியை அவரை நோக்கித் தள்ளினேன். அவரது கதையை என்னிடம் கூறுமாறு கேட்டேன். ரஹத் பானோ தனது 19ஆம் வயதிலேயே திருமணமானவர். அப்போது முதல் ஓராசிரியர் பள்ளிகளில் கற்பித்து வந்தார். அங்கு தரையில் மாணவர்கள் அமர்வதற்கான பாய் ஒன்றைத்தவிர வேறு எந்தவித வசதிகளும் இல்லை. அங்கு போக்குவரத்து வசதியும் இல்லை. அவர் பள்ளிக்கு நடந்துசென்றே திரும்பவேண்டும். மாலையில் வீட்டுக்கு வந்ததும் அவரது குழந்தைகளுக்காக சமைக்கவேண்டும். அவர் குடும்பத் தோட்டத்தையும் கவனித்துக்கொண்டார். அவரது மைத்துனர்களால் குறை கூறப்பட்டு வருத்தம் அடைந்தார். அவர்கள் புனூவிடம் விவாகரத்து செய்யுமாறு வற்புறுத்தினார்கள்.

'அவர் எனக்கு ஒருகாசுகூட கொடுத்ததில்லை. எங்கள் குழந்தைகளை நானே வளர்த்தேன், அவர்களுக்கு நான் சமைக்க வேண்டியிருந்தது. அவர்களது வீட்டு வேலைகளில் உதவவும், தூண்டிவிடவும் வேண்டியிருந்தது.'

தனது மகள் ஷரீன் ஒரு அரசுப்பள்ளியில் ஆசிரியர் என்றும், மகன் ஹிலால் பால்பண்ணை தொழில் நுட்பத்தில் P.hd., பட்டம் பெற்றவர் என்றும் இன்னொரு மகன் அப்துல் ரவூஃப் தோட்டக் கலைத்துறையில் ஒரு அலுவலர் என்றும் பெருமையுடன் கூறிய அந்த ஒருமுறை மட்டும் அவரது குரல் சற்று தணிந்திருந்தது.

தனது கணவர் அவரது சம்பளம் முழுவதையும் சங்க வேலைகளுக்காகவே செலவழித்தார் என்று ரஹத் பானோ மிகவும் கசப்புணர்வுடன் கூறினார். தனது கணவர் தன்னை ஸ்ரீநகருக்கு அழைத்துச் செல்லவில்லை என்றும் தனக்கு தொழிற்சங்கம் என்றால் என்னவென்றே தெரியாது என்றும் அவர் கூறினார். சம்பத் அவரை இடைமறித்து அவரிடம் கேட்டார்: 'ஆனால் உங்களது சம்பளம் மேலே உயர்ந்தது. இல்லையா? நீங்கள் துவக்கத்தில் ரூ.250/ பெற்றீர்கள். ஆனால், நீங்கள் ஓய்வு பெறும்போது ரூ.13,000/ பெறுகிறீர்கள். அது ஒரு சாதனை அல்லவா?'

ஆனால், ரஹத் பானோ தொழிற்சங்கம் தனக்கு எந்த ஒரு நல்லதையும் செய்யவில்லை என்று அதை ஒத்துக்கொள்ள மறுத்தார். அவருக்கு தெரிந்ததெல்லாம் அது தனது குடும்ப வாழ்வை அழித்துவிட்டது; அதற்காக அவரது கணவரை ஒருபோதும் மன்னிக்கமுடியாது என்பதுதான்.

அந்த நேரம் முழுவதும் புனூ மௌனமாக இருந்ததை நான் கவனித்தேன். அவர் என்னைப்பார்த்து எவ்வித உணர்வுமின்றி, தனக்கு எதிரான அவரது மனைவியின் குற்றச்சாட்டுகள் எல்லாம் சரியானவையே என்று ஒப்புக் கொண்டார். அவர் தனது பணத்தையெல்லாம் தொழிற்சங்க நடவடிக்கைகளிலேயே செலவிட்டார். தனது குடும்பத்துக்கு எதையும் தரவில்லை. பல நேரங்களில் அவர் தலைமறைவாக இருந்தபோது அவர்களை பார்க்கக்கூட வரவில்லை. அவரது பெற்றோர் ரஹத் பானோவை துன்புறுத்தினார்கள் என்பதும்கூட உண்மைதான்.

சம்பத் தனது மனைவியையும், குழந்தைகளையும் விடுமுறை நாட்களில் அழைத்துச் செல்வதை வழக்கமாகக் கொண்டிருந்ததை கூறியபோது மகிழ்ச்சி அடைந்தார். ஆனால், புனூ அவரது

பேச்சை வெடுக்கென்று தடுத்து நிறுத்தி; 'எனது மனைவி சந்தித்த பிரச்சனைகளையெல்லாம் உங்கள் மனைவி சந்திக்க வேண்டியிருக்கவில்லை. இங்கு எந்த ஒப்பீடும் தேவையில்லை' என்றார். சம்பத் முன்பு என்னிடம், புனூ தனது மனைவியை விவாகரத்து செய்யப் போவதாக கூறியபோது சம்பத் அவரை அடித்ததாக கூறியிருந்தார். தொழிற்சங்க வரலாற்றை எழுதும் உணர்வுபூர்வமானவழியின் குறுக்கே மகிழ்ச்சியற்ற நினைவுகள் வந்ததில் புனூ தெளிவாகவே வருத்தம் கொண்டிருந்தார்.

ரஹத் பானோ தேநீர் கோப்பைகளை எடுத்துக்கொண்டிருந்தார். அந்த தட்டை அவர் எடுத்துச்சென்றபோது, அவரது கதையை எனது புத்தகத்தில் சேர்ப்பேன் என்று உறுதியளித்தேன். அதை அவர் பொருட்படுத்தவே இல்லை.

தொழிற்சங்கத்துக்காக வேலைசெய்தபோது மிகவும் முக்கியமாக நினைவில் உள்ள அவரது நாட்களைப்பற்றி புனூவிடம் நான் கேட்டபோது அவர் உடனடியாக பதிலளித்தார்: 'நெருக்கடி நிலையின்போது.'

1975இல் இந்தியப் பிரதமர் இந்திரா காந்தியால் திணிக்கப்பட்ட தேசிய அவசர நிலையை புனூ குறிப்பிட்டார்[1]. அந்த நாட்களில் நியாயமற்ற கைதுகள், தணிக்கைமுறை மற்றும் மாணவர் தலைவர்கள் சித்ரவதை போன்ற மனித உரிமைமீறல்கள் நடைபெற்றதை நான் அறிந்திருந்தேன். அந்த நேரத்தில் கஷ்மீரில் என்ன நடைபெற்றது என்பதுபற்றி எனக்கு எதுவும் தெரியாது. சம்பத் மற்றும் புனூ அந்தக்கதையை எடுத்துக்கூறினார்கள்.

1972 தேர்தல்களுக்குப்பின் மீர் காசிம் இன்னும் சிறையிலேயே இருந்த ஷேக் அப்துல்லாவை தொடர்பு கொண்டார். இந்திய அரசோடு பேச்சுவார்த்தையை துவக்க அவர் விரும்புகிறாரா? என்று கேட்டார். முதலில் ஷேக் கோபப்பட்டார். ஆனால் பாகிஸ்தானின் பலத்த தோல்வியும், வங்கதேசம் உருவாக்கப்பட்டதும் அவரை அதைரியப்படுத்தியிருந்ததை அவர் உணர்ந்தார். இந்தியாவும் பாகிஸ்தானும் சிம்லா ஒப்பந்தத்தில்[2] கையெழுத்திட்டிருந்தன. அதில் கஷ்மீரில் உள்ள சச்சரவை இருதரப்பு விஷயமாக அவை ஒப்புக்கொண்டிருந்தன. அந்த உடன்படிக்கை உலகின் கவனத்திலிருந்து கஷ்மீரை அகற்றியது. பொதுவாக்கெடுப்புக்கான கோரிக்கை ஏற்றுக்கொள்ளப்பட மாட்டாது என்பதை ஷேக் உணர்ந்தார். கஷ்மீரை இந்தியாவுடன் சேர்த்ததை வெற்றிகரமாக

ஆட்சேபித்து சவால்விட அங்கு எந்தவொரு நம்பிக்கையும் இருக்கவில்லை. எனவே, தன்னாட்சி உரிமைக்காக பேச்சுவார்த்தை நடத்துவதுதான் சிறந்தது.

1972 ஜூன் 12இல் ஷேக் அப்துல்லா இந்திரா காந்தியை சந்தித்தார். அதன்பிறகு ஜவஹர்லால் நேரு பல்கலைக்கழகத்தின் துணைவேந்தர் ஜி.பார்த்தசாரதியை ஷேக் அப்துல்லாவுடன் பேச்சுவார்த்தை நடத்த இந்திரா காந்தி நியமித்தார்.

1974 நவம்பர் 13இல் கஷ்மீர் ஒப்பந்தம் ஷேக் அப்துல்லாவின் பிரதிநிதி மொஹம்மது அஃப்சல் பெக், இந்திய அரசின் சார்பில் ஜிபார்த்தசாரதி ஆகியோரால் கையொப்பமிடப்பட்டது. 'இந்திரா—ஷேக் அப்துல்லா ஒப்பந்தம்' என்று பரவலாக அறியப்பட்ட அந்த ஒப்பந்தத்தின்படி கஷ்மீர் இந்திய ஒன்றியத்தின் ஒருங்கிணைந்த பகுதி என அங்கீகரிக்கப்பட்டது. பொது வாக்கெடுப்பு முன்னணி கலைக்கப்பட்டது. மீர் காசிம் முதலமைச்சர் பதவியிலிருந்து விலகினார். ஷேக் அப்துல்லா 1975 பிப்ரவரி 25இல் முதலமைச்சராக பதவியேற்றார். ஆனால், காங்கிரஸ் அரசின் மற்ற அமைச்சர்கள் பதவியில் இருந்தனர். ஷேக் அப்துல்லா தனது விருப்பத்தின்படி அமைச்சர்களை தேர்வுசெய்ய அனுமதிக்கப்படவில்லை.

பாகிஸ்தானில் புட்டோ அந்த ஒப்பந்தத்தை 'விலைகொடுத்து வாங்கப்பட்ட ஒன்று' எனக் கண்டனம் செய்தார். அந்த ஒப்பந்தத்தை எதிர்த்துப் போராட 1975 பிப்ரவரி 28இல் ஒரு வேலை நிறுத்தத்துக்கு அழைப்புவிடுத்தார். ஐ.நா. பொதுச்சபை தீர்மானங்களை அந்த ஒப்பந்தம் மீறிவிட்டதாக, 1975 மார்ச் 12இல் சீனா கண்டனம் செய்தது. கஷ்மீரில் மௌலானா ஃபாருக் அந்த ஒப்பந்தத்தை குறைகூறினார். ஜம்முவில் இந்து தேசியவாதிகள் அந்த ஒப்பந்தம் இன்னும் சட்டப்பிரிவு 370 செல்லுபடியாகும் என (அது நீர்த்துப்போன வடிவத்தில் இருந்தாலும்[3]) அங்கீகரிப்பதாக கண்டனம் செய்தார்கள்.

புனா, தொழிற்சங்கத்தின் மற்ற உறுப்பினர்களையும், ஆயிரக்கணக்கான கஷ்மீர் தேசியவாதிகளையும் போல ஷேக் அப்துல்லா மீது கோபம் கொண்டார். அந்த மனிதரை அவர்கள் 'கஷ்மீர் சிங்கம்' என்று அழைத்திருந்தார்கள். கஷ்மீரை ஒரு சுதந்திர நாடாக காணவேண்டும் என்ற நம்பிக்கையில் சிறைப்பட்டு வருந்திய, தங்கள் வாழ்வையே தியாகம்செய்த எல்லா கஷ்மீரிகளின் கனவுகளுக்கும் அது ஒரு துரோகமாக இருந்தது.

ஆட்சி அதிகாரத்துக்காக பொதுவாக்கெடுப்பு முழக்கங்களை ஷேக் அப்துல்லா சரணடைய வைத்துவிட்டதாகவும், தனது குடும்பத்தின் ஆட்சிக்கு வழியமைக்க, தனது குடும்பத்தினரின் மிகப்பெரிய அழுத்தத்தின் காரணமாக அந்த ஒப்பந்தத்தில் கையெழுத்திட்டுவிட்டார் என்றும் மக்கள் உணர்ந்தார்கள்.

'தனது மக்களின் கஷ்மீர் சுதந்திரம் என்ற கனவுகளுக்கு துரோகம் செய்யாமல் ஷேக் அப்துல்லா சிறையிலேயே இறந்திருந்தால்கூட நல்லது' என்றும்கூட மக்களில் சிலர் எண்ணினார்கள். அவ்வாறு நடந்திருந்தால் அவரது சமாதி சூஃபி மரபுப்படி ஒரு புனிதத்தலமாக —ஜியாரத்— ஆகியிருக்கும். இப்போது அவர் வரலாற்றில் ஒரு துரோகி என காணப்படுவார். இப்போது அவரது சமாதி இந்திய இராணுவத்தின் பாதுகாப்பில் உள்ளது.

தொழிற்சங்க வரலாற்றில் 1975 மே தினம் ஒரு சிறப்புமிக்க முக்கியத்துவம் பெற்றது. இந்தமுறை சங்கம் தனது வழக்கமான அகவிலைப்படி அல்லது ஓய்வூதியம் அல்லது அரசு ஊழியர்களின் பணிநிலைமைகள் போன்ற கோரிக்கைகளை முன்வைக்கவில்லை. அதற்குப்பதிலாக சிறையிலிருந்து ஷேக் அப்துல்லாவை விடுதலை செய்யவும், ஜம்மு—கஷ்மீர் மாநிலத்தின் முதலமைச்சராக பதவி ஏற்கவும் வைத்த அந்த ஒப்பந்தத்தை கண்டனம் செய்வதற்காக பேரணிகளை அவர்கள் நடத்தினார்கள்.

மே தினப்பேரணி வெற்றிகரமாக நடை பெற்றது. அந்த நிகழ்ச்சியில் அவர் ஆற்றிய உரையை சம்பத் பிரகாஷ் மீண்டும் ஒப்பித்தார். அது ஒரு நீண்டபேச்சு. அதில் அவர், 'அந்த ஒப்பந்தம் 'கஷ்மீர் சிங்கம்' என்று வழிபடப்பட்ட ஒரு மனிதரால் கையொப்பமிடப்படவில்லை; ஒரு காகிதப்புலியால்.' என்றார். அதன்பிறகு அந்த ஒப்பந்தத்தை பகுப்பாய்வு செய்து, 'சுதந்திரத்துக்கான கஷ்மீர் மக்களின் அழுத்தமான விருப்பங்களுக்கு செய்யப்பட்ட துரோகம்தான் அந்த ஒப்பந்தம்' என்று அம்பலப்படுத்தினார். அந்த ஒப்பந்தம் பற்றிய அவரது பகுப்பாய்வு முழுமையான வரலாற்றுக் குறிப்புக்களையும், கவிதைகளிலிருந்து மேற்கோள்களையும் கொண்டிருந்தது.

சம்பத்தின் பேச்சை டெல்லியில் எனது வரவேற்பறையில் அமர்ந்து மீண்டும் நான் கேட்டபோதும்கூட, அதிலிருந்த உணர்வுகளின் ஆழத்தையும், அந்தப் பேச்சுமுழுவதும் தொடர்ந்துவந்த தெளிவான அரசியல் பகுப்பாய்வுகளையும் — எண்ணற்ற மேற்கோள்களுடன் எழுச்சியூட்டுவதாகவும், தாக்கத்தை ஏற்படுத்துவதாகவும் இருந்தாலும்கூட— என்னால் உணரமுடிந்தது.

ஷேக் அப்துல்லா அந்தப்பேரணி பற்றிய அறிக்கைகளையும், பொது இடத்தில் சம்பத் தன்னை எவ்வாறு விமர்சித்தார் என்பதையும் அறிந்து கொண்டார். அத்தகைய விமர்சனத்தை அவர் எளிதாக எடுத்துக் கொள்ளவில்லை. அவர் எதிர்ப்பை சகித்துக்கொள்ளவில்லை. எனவே 1975 ஜூன் 25இல் இந்திரா காந்தி திணித்த அவசரநிலையை ஷேக் அப்துல்லா தனது மாநிலம் கஷ்மீருக்கும் விரிவுபடுத்தினார். அதன்பிறகு தொழிற்சங்கத் தலைவர்களைக் கைதுசெய்யும் பிடியாணைகளைப் பிறப்பிக்கச் செய்தார். ஷேக் அப்துல்லா ஜமாத்—இ—இஸ்லாமி மற்றும் ஜனசங்கத் தலைவர்களுக்கும்கூட குறிவைத்தார். அவர்கள் அனைவரும் கைது செய்யப்பட்டு சிறைகளில் அடைக்கப்பட்டார்கள்.

புனூவும் மற்ற தொழிற்சங்க தலைவர்களும் தலைமறைவாகி விட்டனர். ஆனால் சிறிய கூட்டங்கள் நடத்துவது, பிரசுரங்கள் விநியோகிப்பது என தங்கள் நடவடிக்கைகளைத் தொடர்ந்தனர். ஆனால், 1976 மார்ச் 26 அன்று புனூவும் 200க்கும் மேற்பட்ட தலைவர்களும் இழிவான இந்தியப்பாதுகாப்பு சட்டத்தின் கீழ் கைது செய்யப்பட்டனர்.[4] தொடர்ந்து கைதுசெய்யப்பட்ட தொழிற்சங்கத் தலைவர்களின் எண்ணிக்கை 103 ஆனது. அந்தத்தலைவர்கள் தனிமைப்படுத்தப்பட்டார்கள். அது அந்த ஒப்பந்தத்துக்கு அவர்கள் தெரிவித்த எதிர்ப்புக்காக மட்டுமல்ல; அவர்களது தலைவர் சம்பத் பிரகாஷ் இன்னும் நக்சலைட்களோடு இணைந்திருந்ததற்காகவும்.

இறுதியாக, புனூவும், சங்கத்தின் பிற தலைவர்களும் அவர்களுடைய வழக்கறிஞர் திக்காலால் தப்லூவின் முயற்சிகளால் நான்கு மாதங்களுக்குப் பிறகு விடுதலை செய்யப்பட்டார்கள். 1989 செப்டம்பரில் தீவிரவாதிகளால் தப்லூ சுட்டுக்கொல்லப்பட்டார்.

அவசரநிலைப் பிரகடனம் அறிவிக்கப்பட்ட நாளன்று சம்பத் பிரகாஷ் தனது வீட்டில் இருக்கவில்லை. ஸ்ரீநகர் பகுதியிலுள்ள ஒருதோழரின் வீட்டில் தூங்கிக் கொண்டிருந்தார். ஒரு கோப்பை பகல் தேநீர்— உப்பிட்ட தேநீர்—அருந்தியபிறகு செஞ்சதுக்கத்தில் உள்ள கூட்டமைப்பின் அலுவலகத்துக்கு ஒரு கூட்டத்துக்கு சென்றார். அவர் செய்தித்தாள்களைப் படிக்கவில்லை. அவசரநிலை பற்றிய வானொலிச் செய்தியையும் கேட்டிருக்கவில்லை.

செஞ்சதுக்கத்தில் அவர் காவல்துறை துணைக் கண்காணிப்பாளர் ரவீந்தர் கௌலை பார்த்தார். அந்த மனிதர் அலகாபாத்தில் படித்து

அங்கு கம்யூனிஸ்ட் ஆனவர். அவர் கஷ்மீருக்கு திரும்பிவந்தபோது அவர் ஜனநாயக தேசிய மாநாடு கட்சியில் சேர்ந்தார். அப்போதுமுதல் சம்பத் பிரகாஷ் அவரை அறிந்திருந்தார். அந்த காவல்துறை மனிதர் சம்பத்தை வாழ்த்த ஒரு கைகுலுக்கலுக்காக தனது கையை நீட்டினார். கௌலின் கைகுலுக்கல் இறுக்கமாக, இன்னும் வலுவாக இருந்தது. அந்த காவல்துறை அதிகாரி தனது கையை எடுக்கவிடாதபோது சம்பத்தின் ஆறாவது அறிவு விழித்துக்கொண்டது.

தான் எதையோ முறைதவறி சந்தேகப்பட்டுவிட்டதாக அந்த காவல்துறை மனிதர் அறிந்துகொள்ளவிடாமல், சம்பத் அவரிடம் வெற்றிலை போட விரும்புகிறாரா? என்று கேட்டார். அந்த காவல்துறை மனிதருக்கு சம்பத் பிரகாஷ் சௌராஸியா வெற்றிலைக்காரர்களிடமிருந்து ஒவ்வொரு நாளும் வெற்றிலை வாங்குவது தெரிந்திருந்தது. எனவே அது ஒரு சூழ்ச்சி என்று நம்புவதற்கு எந்த காரணமும் இல்லை. சம்பத் சாலையைக்கடந்து வெற்றிலைக்கடைக்குச் சென்றார். அந்த காவல்துறை மனிதரின் கண்களுக்கு முன்பாகவே அவருக்கு நன்கு தெரிந்த குறுக்குவழியில் தப்பிச்சென்றார்.

அந்த காவல்துறை மனிதர் துரத்தினார். அதிர்ஷ்டவசமாக அவர்களுக்கு நடுவே ஒரு பேருந்து வந்தது. சம்பத் அவரிடமிருந்து தப்பிச்செல்ல முடிந்தது. சம்பத் ஜீலம் நதிக்கரையின் வரப்புக்களின் வழியே ஓடி ஜீரோ பாலத்தை அடைந்தார். அங்கு ஒரு வாடகைக்காரில் குதித்தார். சம்பத் அந்த கார் ஓட்டுநரிடம் அந்த வண்டியில் நீண்ட பயணத்துக்கு தேவையான பெட்ரோல் இருக்கிறதா? எனக் கேட்டார். அந்த ஓட்டுநர் ஆம் என்று சொன்னபோது அவரை ஜம்முவுக்கு ஓட்டுமாறு சம்பத் கூறினார்.

பானிஹால் சுரங்கப்பாதைக்கு சற்றுமுன்பு ஓட்டுநர் விரைந்து உணவுண்ண சிறிதுநேரம் வேண்டும் என்று கேட்டார். சம்பத் அவரை சீக்கிரம் வருமாறு அனுப்பினார். அவர் உணவருந்திக் கொண்டிருந்தபோது சம்பத் நாளிதழ்களை வாங்கினார். அவற்றிலிருந்து நூற்றுக்கும் மேற்பட்ட சங்கத்தலைவர்கள் கைது செய்யப்பட்டிருந்ததை அறிந்துகொண்டார். அந்தநாட்களில் அலைபேசி இல்லை. பொதுதொலைபேசி சாவடியை கண்டுபிடிப்பது எளிதாக இல்லை.

உதம்பூரில் தனது நம்பிக்கைக்குரிய நண்பரான டாக்டரின் வீட்டுக்கு சம்பத் சென்றார். 'நீங்கள் கைது செய்யப்படவில்லையா?' என்று அவரது நண்பர் உடனடியாக கேட்டார்.

டாக்டரின் வீட்டிலிருந்து சம்பத் தனது மனைவி துராவுடன் பேசினார். ஜம்முவிலுள்ள ஒரு வியாபாரியிடம் கொஞ்சம் பணத்தை கொடுக்குமாறு கூறினார். துராவிடமிருந்து, காவலர்கள் அவர்கள் வீட்டை சோதனையிட்டதாகவும், அவர்களுடைய பொருள்கள் எல்லாவற்றையும் வெளியே வீசிவிட்டு வீட்டையும் பூட்டிவிட்டதாகவும் தெரிந்துகொண்டார். இந்த நடவடிக்கை, 'குர்கி ஜப்தி' அல்லது 'பொருள்களை காவல்துறை கைப்பற்றிக்கொண்டு, தனது குடும்பத்தை பாதுகாப்பதற்காக தேடப்படும் நபரை சரணடையச்செய்வது' என்று அழைக்கப்பட்டது. ஆனால், சம்பத் தானாகவே அவர்களிடம் தன்னை ஒப்படைக்கமாட்டார். அவரது மனைவி இதை மிக உன்னிப்பாக அறிந்திருந்தார். எனவே அவர் தனது இரண்டு குழந்தைகளையும் அழைத்துக்கொண்டு தனது சகோதரியின் இடத்துக்கு மாறிச்சென்றார். ஷேக் அப்துல்லா எந்த அளவுக்கு மற்றவர் உரிமைக்கு இடமளிக்காத ஆதிக்கம் செலுத்துபவராகவும், பழிவாங்குபவராகவும் இருந்தார் என்பதற்கான ஒரு சிறிய சித்திரமாக இது இருந்தது.

சம்பத்தின் குடும்பத்துக்கு ஏற்பட்ட இக்கட்டான நிலைபற்றி அஃப்சல் பெக் அறிந்தபோது ஷேக் அப்துல்லாவிடம் அவரது கெட்ட எண்ணத்துக்காக கோபம் கொண்டார். அவர் ஷேக் அப்துல்லாவிடம் அந்தத் தொழிற்சங்கத் தலைவரை அவர் கைது செய்ய விரும்பினாலும்கூட, குறைந்தபட்சம் அவரது மனைவியை வீடு திரும்ப அனுமதிக்க வேண்டும் என்று கூறினார். கஷ்மீர் பிரச்சனைக்காக சம்பத்தும்கூட சிறையில் அடைக்கப்பட்டிருந்தார் என்பதை அவர் ஷேக் அப்துல்லாவுக்கு நினைவூட்டினார். பின்னர் துரா குழந்தைகளோடு தான் வீட்டுக்கு திரும்பிவிட்டதாக கூறியபோது தனது குடும்பம் பத்திரமாக இருக்கிறது என சம்பத் நிம்மதி அடைந்தார்.

சம்பத் தனது பயணத்தை அந்த காவல் எல்லையைக் கடந்து பஞ்சாப்புக்குள் நுழையும்வரை தொடர்ந்தார். இடையில் ஜம்முவில் ஒரு வியாபாரியின் கடையில் தனது மனைவி ஒப்படைத்திருந்த பணத்தை பெற்றுக்கொள்வதற்காக மட்டும் நிறுத்தினார். அந்த வியாபாரி அந்தத்தொகையுடன் மேலும் கூடுதலாக சேர்த்திருந்ததை சம்பத் கவனித்தார்.

பதான்கோட் புகைவண்டி நிலையத்திலும்கூட தனது பெயரில் பயணச்சீட்டு வாங்குவது பாதுகாப்பாக இருக்காது என்பதை அறிந்த சம்பத் முன்பதிவின்றி பயணம்செய்து டெல்லியை அடைந்தார். புகைவண்டி நிலையத்திலிருந்து அவர் நேரடியாக அரசியல் தலைவர்களின் வீடுகள் இருந்த வித்தல்பாய் படேல் ஹவுஸுக்கு சென்றார். இந்திய கம்யூனிஸ்ட் கட்சி(CPI)யோடு இணைக்கப்பட்டிருந்த அகில இந்திய தொழிற்சங்க காங்கிரஸ் (AITUC) மற்றும் இந்திய கம்யூனிஸ்ட் (மார்க்சிஸ்ட்) கட்சி(CPI(M)யுடன் இணைக்கப்பட்டிருந்த இந்திய தொழிற்சங்கமையம் (CITU) ஆகியவற்றின் தலைவர்கள் கைது செய்யப்படாதது கண்டு சம்பத் மகிழ்ச்சி அடைந்தார். ஏதோ ஒருவகையில் சி.பி.ஐ. காங்கிரஸை ஆதரித்துக் கொண்டிருந்தது. அவசரநிலை அறிவிக்கப்பட்டதை அது ஆட்சேபிக்கவில்லை.

சம்பத் டெல்லியில் பாதுகாப்பாக இல்லை. எனவே அவர் புனைப்பெயரில்[5] சென்னைக்கு பயணம் செய்தார். அங்கு அவசரநிலை நடைமுறையிலில்லை. அவசர நிலை விரைவில் அகற்றப்படமாட்டாது என அறிந்த அவர் எதிர்காலத் திட்டங்களை வகுத்தபோது தனது தோழர்களைச் சார்ந்து தன்னைப் பாதுகாத்துக் கொள்ளச்செய்தார்.

தனக்கு கிடைத்த தகவல்களிலிருந்து தனது தொழிற்சங்கத்தின் 80 தோழர்கள் கைது செய்யப்பட்டார்கள் என்பதையும், இன்னும் சிறைகளில் உள்ளார்கள் என்பதையும் தொகுத்தார். இதன்பொருள் அமைப்புக்களும், சங்கங்களும் இப்போது தலைவர்கள் இல்லாமல் உள்ளன; கைது செய்யப்பட்டவர்களின் குடும்பங்கள் வாழ்வதற்கு எந்த வழியும் இல்லை என்பதாகும்.

இந்த புதிய சூழ்நிலையில் சங்கங்கள் எவ்வாறு செயல்படுவது என்ற வியூகத்தை சிந்தித்து வகுக்கவேண்டிய தேவை சம்பத்துக்கு இருந்தது. சென்னையில் அமர்ந்துகொண்டு அவர் ஆழ்ந்த திட்டங்களை தீட்டினார். 1968இல் திரிபுராவில் தன்னோடு சிறையில் இருந்த தசரத் தேவை அவர் நினைத்துப் பார்த்தார். அவர் சம்பத்திடம், ஒருவர் தலைமறைவாக இருந்தாலும்கூட எல்லா நடவடிக்கைகளும் தொடரவேண்டும் என்று கூறியிருந்தார். சம்பத் அதையே இப்போது செய்யமுனைந்தார். அத்துடன் இனிவரும் நாட்களில் உள்ள சிரமங்களையும் எதிர்கொள்ளும் வகையில் உறுப்பினர்களை தயார்படுத்தவும் செய்தார்.

பள்ளத்தாக்குக்கு மீண்டும் செல்வதற்குமுன் டெல்லியில் தங்கி சேதி உள்ளிட்ட தனது பழைய தோழர்களை சந்தித்தார். சேதியும் தலைமறைவாகவே இருந்தார். சம்பத் தனது யோசனைகளையும், திட்டங்களையும் அவர்களோடு பகிர்ந்துகொண்டார். அவர் அப்துல் மஜீத் கான் என்ற இன்னொரு தோழரையும் சந்தித்தார். அவர் ஜம்முவில் உள்ள மூன்று மாவட்டங்களைக் கவனித்துக் கொள்வதாகக் கூறினார்.

சம்பத் ஜம்முவுக்கு திரும்பிவந்து ஜம்மு அரசு மோட்டார் கேரேஜ் அசோசியேஷன் மாநிலத்தலைவர் திலக் ராஜை சந்தித்தார். அது சம்பத்தின் இயக்கத்துக்கு முன்னரே அமைக்கப்பட்டிருந்த பழைய சங்கங்களில் ஒன்று. மோட்டார் கேரேஜ் அசோசியேஷன் எல்லா அமைச்சர்களுக்கும், மூத்த அரசு அதிகாரிகளுக்கும் கார்களை அளித்துவந்தது. அரசு கார்களில் பயணம் செய்வது பாதுகாப்பானது என்பதை சம்பத் உணர்ந்தார். அந்த சங்கத்தின் தலைவர் சிறையில் இருந்தார். எனவே, சம்பத் தனது திட்டத்தைக் கூறாமல் மற்ற உறுப்பினர்களோடு தொடர்பு கொண்டார். அவர்கள் நம்பிக்கைக்கு உரியவர்கள்; ஆனால் வெட்டிப்பேச்சு பேசும் அளவுக்கு போதுமான பழக்கம் உள்ளவர்கள் அல்ல.

வழக்கமாக காவல்துறை கண்காணிப்பாளரோ அல்லது துணைக் கண்காணிப்பாளரோ பயன்படுத்தும் காரில் பயணம் செய்யவேண்டும் என அழுத்தமாகக் கூறினார். அந்தக்காரின் ஓட்டுநர் முனவர் கான் காரில் ஏதோ சிக்கல் உள்ளது எனக் காரணம்கூறி அன்று விடுமுறை எடுத்துக்கொண்டார். எனவே வேறு ஒரு காரும், ஓட்டுநரும் அன்று காவல்துறை கண்காணிப்பாளருக்கு அனுப்பப்பட்டது. அந்தக்கார் வெளியே சென்ற அடுத்த கணத்தில் சம்பத் ஸ்ரீநகரில் உள்ள அரசு மோட்டார் கேரேஜ் துறைக்கு சென்றார்.

ஸ்ரீநகரில் ரெய்னாவாரியில் உள்ள தனது பழைய நண்பர் ஜவஹர் லால் தர்—ஐ தொடர்பு கொண்டார். தர் டிரேவல் கார்பரேஷன் ஆஃப் இந்தியாவின் பொது மேலாளராக இருந்தார். அந்தமுறையில் படகுவீடு மற்றும் கம்பள விற்பனை உரிமையாளர்களுடன் தொடர்புகளைக் கொண்டிருந்தார். அவர்களிடமிருந்து தொழிற்சங்கத் தலைவராக உள்ள தனது நண்பருக்கு பணம் திரட்டியதோடு அவர் படகு வீடுகளில் தங்குவதற்கு ஏற்பாடு செய்தார். இதனால் சம்பத் காவல்துறையினரிடமிருந்து பாதுகாப்பாக இருந்தார்.

படகோட்டிகள் சங்கத்தின் தலைவரான குலாம் மொஹம்மது என்ற இன்னொரு தோழர் சம்பத் தலைமறைவாக இருந்தபோது அவரது பயணத்துக்கான போக்குவரத்தை ஏற்பாடு செய்தார். ஒருவகையில் அந்த படகுவீட்டின் உரிமையாளர் மொஹம்மது யூசுஃப் சாஃப்ரி[6] கல்லூரி நாட்களிலிருந்து அவரது நண்பர். யூசுஃப் சம்பத்தையும், அவரது தோழர்களையும் உற்சாகமாக வைத்திருந்தார். அவர் எப்போதும் மது அருந்துபவராக இல்லாதபோதிலும், தனது நண்பர்களுக்கு விலை உயர்ந்த மதுவகைகளை அளித்துவந்தார். பெரும்பாலான அந்த பாட்டில்கள் சுற்றுலா பயணிகள் படகு வீட்டில் விட்டுச்சென்றவை.

நான் அவரை பேட்டிகாணச் சென்றபோது, யூசுஃப் அந்த நாட்களின் கதைகளோடு எங்களை உற்றுப்பார்த்தார். இருந்தபோதிலும் தனது சொந்தக்கதை சம்பத்தின் கதையைவிடவும் ஆர்வமூட்டுவதாக இருக்கும் என்று கூறினார் இந்தப் புத்தகத்துக்குப் பதிலாக நான் அவரைப்பற்றி ஒரு புத்தகத்தை எழுதலாம் என்று ஆலோசனை தந்தார். அதற்காக அவரது படகுவீடு ஒன்றில் நான் தங்கிக்கொள்ள அனுமதிப்பதாகவும் கூறினார்.

அவரது கதையை சொல்ல நான் வற்புறுத்தியபோது அது மிகவும் அற்புதமாக இருந்தது. யூசுஃப் சாஃப்ரியின் தந்தையும், பாட்டனாரும் ஃப்ரான்ஸிஸ் எங் ஹஸ்பண்ட், மற்றும் ராஜதரங்கினியை மொழிபெயர்த்த ஆவ்ரஸ் ஸ்டெய்ன் போன்ற வெளிநாட்டவர்களுக்கும், துணிச்சலாக பறவைகள், வண்ணத்துப் பூச்சிகள் மற்றும் கஷ்மீர் பூக்கள் ஆகியவற்றை ஆய்வுசெய்யும் புதிய கண்டுபிடிப்பாளர்களுக்கும் படகோட்டிகளாகவும், வழிகாட்டி களாகவும் இருந்தவர்கள். ஆங்கிலேயர்கள் கஷ்மீர் நிலங்களை வாங்க அனுமதிக்கப்படாதபோது அவரது குடும்பத்தினரின் உதவியால் படகு வீடுகளுக்குச் செல்லும் திட்டத்தோடு வந்தார்கள் என யூசுஃப் அழுத்தமாக கூறினார்.[7]

அவரது தந்தையும், சகோதரர்களும் ஷேக் அப்துல்லா முஸ்லீம் மாநாடு என்ற பெயரை தேசிய மாநாடு என்று மாற்றும்வரை அவரை ஆதரித்து வந்தார்கள் என்றார் யூசுஃப். அவரது பெரிய அம்மா[8] மிகவும் மதவாதியாக, ஷேக் அப்துல்லாவின் பக்கம் நின்று பெர்ஷிய மொழியில் உரைகளை நிகழ்த்தியவர். அவரது தந்தைதான் அக்பா ஜெஹனை ஷேக் அப்துல்லாவுக்கு அறிமுகப்படுத்தினார் என்றும், அதனால்தான் அவர்கள் திருமணம் செய்து கொண்டார்கள் என்றும் யூசுஃப் கூறினார்.

யூசுஃப் எங்களுக்கு ஒரு கஷ்மீரி விருந்தை (வாஸ்வாண்[9]) பரிமாற முடியாமைக்காக மன்னிப்பு கேட்டுக்கொண்டார். ஆனால், அத்தகைய ஒரு விருந்தை என்னால் ஏற்று நியாயம் செய்யமுடியாது; ஏனென்றால், நான் பழகிப்போன உணவைவிட அதிகமாக என்னால் சாப்பிடமுடியாது என்று கூறினேன். விலைமதிப்புமிக்க ஒரு உணவுக்குப் பிறகு அவர் என்னிடம் அவரது மிகச்சிறந்த படகுவீடு ஒன்றுக்கு நிலவுக்கு சென்றுவந்த முதல்மனிதன் நீல் ஆம்ஸ்ட்ராங்கின் பெயரை வைத்துள்ளதாக கூறினார். அவர் நீல் ஆம்ஸ்ட்ராங்குக்கு ஒரு கடிதம் எழுதி அந்த விண்வெளி வீரருக்கு பரிசுகள் அனுப்பி அவரை கஷ்மீருக்கு அழைத்தார். அதன்பிறகு ஒருநாள் 1989 ஜூலை 20 அன்று, நிலவில் கால்பதித்த 20ஆம் ஆண்டைக்குறிக்கும் வகையில் அமெரிக்கா ஒரு தபால்தலையை வெளியிட்டது. யூசுஃப் சாஃப்ரியின் பரிசுக்கு சான்றாக அமெரிக்க போஸ்ட் மாஸ்டர் ஜெனரல் ஆண்டனி எம்.ஃப்ராங்க் எழுதிய ஒரு கடிதம் உள்ளது.

'அன்புள்ள சாஃப்ரி, இன்று நான் நிலவில் கால்பதித்த 20ஆம் ஆண்டை கௌரவிக்கும் ஒரு தபால் தலையை அர்ப்பணிக்கும் வழக்கமில்லாத ஒரு வாய்ப்பைப் பெற்றேன். அந்த விழாவில் ஜனாதிபதி புஷ் பேசினார். எனவே ஆம்ஸ்ட்ராங் உள்ளிட்ட அந்த மூன்று விண்வெளி வீரர்களிடமும் புகழ்பெற்ற கையெழுத்தைப் பெறும் வாய்ப்பு கிடைத்தது. ஆம்ஸ்ட்ராங் எப்போதும் ஆட்டோகிராஃப்பில் கையெழுத்திடுவதில்லை. அப்போது நான் உங்கள் படகுவீடு பற்றிய கதையை சொன்னேன். அவர் தனது வழக்கத்தைமீறி இத்துடன் இணைக்கப்பட்டுள்ள நிகழ்ச்சி நிரலில் கையொப்பமிட்டார்.'[10]

'அது எனக்கு மட்டுமல்ல: ஒவ்வொரு கஷ்மீரிக்கும் பெருமைக்குரிய தருணமாக இருந்தது.' என்று கூறிய சாஃப்ரி, ரூ.1,40,000/க்கு நிலவில் நிலத்தை பதிவுசெய்த முதல் கஷ்மீரி தான் தான் என்று உரிமை கோரினார். ஆனால், நிலவில் தண்ணீர் இல்லை என்று அறிந்தபோது அவரது உற்சாகத்தில் கொஞ்சம் இழந்துவிட்டார். ஏனெனில், ஒரு முஸ்லீம் என்ற முறையில் அவரின் வுஸூவுக்கு(நமாஸ் செய்வதற்கு முன் சுத்தம் செய்ய) தண்ணீர் தேவைப்பட்டது.

நாங்கள் பலமாக சிரித்தோம். அதன்பிறகு சாஃப்ரி ஆழ்ந்த உணர்வு கொண்டவரான தான் டிண்டேல் பிஸ்கோ பள்ளியில் இருந்தபோது தன்னைக் கவர்ந்த கஷ்மீரி பண்டிதர்களான நந்தாலால் பாக்யா மற்றும் குஞ்ஜூ ஆகியோர் பெயர்களை

கூறினார். நந்தாலால் பாக்யா அவருக்கு மலை ஏறுவதை கற்றுக்கொடுத்தார். குஞ்ஜூ பின்னர் நேஷனல் ஜியாகிரஃபிகல் பத்திரிகையில் பணியாற்றினார். சாஃப்ரி கஷ்மீரி பண்டிதர் ஆசிரியர்கள்மீது உண்மையிலேயே நேர்மையான மரியாதை கொண்டிருந்தாரா? அல்லது தனது மதசார்பற்ற தன்மைகளை எனக்கு தெரிவிக்கும் அரசியல் உள்நோக்கம் இருந்ததா? என்று என்னால் ஆச்சரியப்படாமல் இருக்கமுடியவில்லை.

சம்பத் பிரகாஷுடனான அவரது நட்பு, அவர்கள் தங்கள் சிந்தனைகளையோ அல்லது கொள்கைகளையோ பகிர்ந்துகொண்ட தன் அடிப்படையில் அமைந்ததல்ல என்பதை நான் உணர்ந்தேன், சோவியத் யூனியனாலோ அல்லது கம்யூனிஸத்தாலோ அவர் ஈர்க்கப்படவில்லை. சாஃப்ரியின் தந்தை முஸ்லீம் மாநாடு கட்சியின் உறுதிமிக்க ஆதரவாளர். அதனால் பலமுறை சிறை சென்றவர். தனது தந்தையும், சகோதரர்களும் கஷ்மீரின் புகழப்படாத வீர புருஷர்கள் என்றார் சாஃப்ரி. யூசுஃப் தன்னை ஒரு சுஃபி என்று கூறினார்.

யூசுஃப் சாஃப்ரி தனது நண்பர் சம்பத் பிரகாஷை ஒரு நல்ல பண்டிதர் என்றார். கஷ்மீர் பிரச்சனையை ஆதரித்ததற்காக 17 ஆண்டுகள் சிறையில் இருந்த ரகுநாத் வைஷ்ணவி போன்ற கஷ்மீரி பண்டிதர்கள் உண்மையில் கஷ்மீரை நேசித்து அதன் சுதந்திரத்துக்காக பாடுபட்டார்கள் என்றார் சாஃப்ரி. அவர் கஷ்மீர் இந்தியாவுடனோ, அல்லது பாகிஸ்தானுடனோ இணைவதை விரும்பவில்லை. அவர் தன்னை எம்.என்.ராய்—ஐ பின்பற்றுபவர் என்றார். 'டிக்ஷன் திட்டத்தை'[11] வரவேற்பவர் என்றும் கூறினார். சாஃப்ரிக்கு சுதந்திர கஷ்மீர் என்பது ஜம்முவையும், லடாக்கையும் உள்ளிட்டே இருக்கவேண்டும். தான் இந்தியாவை வெறுக்கவில்லை என்றார். ஏனென்றால் 'அங்கு முஸ்லீம்கள் பலர் இருக்கிறார்கள்' என்றும் கூறினார்.

யூசுஃப் தனது மனைவி தனிப்பட்டமுறையில் அவருக்காகவே தயாரித்த கஷ்மீர் மசாலாவை ஒரு பெரிய பாட்டிலில் சம்பத் பிரகாஷுக்கு பரிசாக அளித்தார். தனது மனைவி எங்களோடு இல்லாததற்கு வருத்தம் தெரிவித்தார். அவர் ஏன் சம்பத் பிரகாஷ் மீதும், அவரது கம்யூனிஸ்ட் தோழர்கள் மீதும் பாசம் கொண்டிருக்கிறார்? என்று கேட்டேன். அவரது பதில் நேராக அவரது இதயத்திலிருந்து வந்தது; அவர்கள் நல்லவர்கள். அவர்கள் மக்களுக்கு உதவி செய்கிறார்கள். எனவே நான் அவர்களுக்கு உதவிசெய்கிறேன்.

சம்பத் மக்களுக்கு ஏராளமானவற்றை செய்திருக்கிறார். இப்போது அவர் (ஹர்ரியத்) பரபரப்பில் இருக்கிறார்'

யூசுஃப் யாரை ஆதரிக்கிறார் என்று கேட்டேன். அவர் தனது வாழ்வை சுற்றுச்சூழலை பாதுகாப்பதற்காக அர்ப்பணித்துள்ளார். அவர் கேட்டார்: 'தால் ஏரி வறண்டுபோய்விட்டால், மலைகள் மறைந்துபோய்விட்டால் சுதந்திர கஷ்மீருக்காக போராடுவதில் என்ன பயன் இருக்கிறது?'

யூசுஃப் இக்பாலின் கவிதையைப் பாட அனுமதி கேட்டார். அந்தக் கவிதையைப் பாடத் தயாரானார். இரண்டு வரிகள் கொண்ட அந்தக்கவிதை ஓயாது நினைவில் ஊடாடுகிறது:

அய்ஸா சுகுன் துந்த்ரா ஹூன்
ஜிஸ் பெர் தக்தீர் பி பிடா ஹோ ஜயாய்
நான் அத்தகைய ஒரு சமாதானத்தை
எதிர்பார்க்கிறேன், அது விதியால்கூட

நாங்கள் சாஃப்ரியின் வீட்டிலிருந்து எனது ஓட்டல் அறைக்கு திரும்பி வந்தபோது ஜவஹர்லால் தர்—ன் மகன் அஸ்வினி தர்—ஐ சந்தித்தோம். அவர் சம்பத் பிரகாஷுடன் வந்தார். நான் யாரைப் பேட்டி கண்டேன் என்பதைத் தெரிந்துகொள்ள ஆர்வமாக இருந்தார். நான் சாஃப்ரியை குறிப்பிட்டபோது அவர் மௌனமாக இருந்தார். சாஃப்ரி, ஜவஹர்லால் தர்ருக்கு எவ்வாறு துரோகம் செய்தார் என்றும், இப்போதும்கூட நிலத்தின் மீதான ஒரு தகராறு நீதிமன்றத்தில் நிலுவையில் உள்ளது என்றும், அஸ்வினி அதை இன்னும் தொடர வேண்டியுள்ளது என்றும் சம்பத் என்னிடம் கூறினார்.

சில நாட்களுக்குப் பிறகு படகுவீட்டில் வசிப்பதில் சலிப்படைந்து ஒரு அழகிய விருந்தினர் மாளிகைக்கு சம்பத் மாறிச்சென்றார். அங்கு ஒருமுறை நேரு, புகழ்பெற்ற மொஹலாய தோட்டங்களில் ஒன்றான சஷ்மா சாஷியில் தங்கினார். சுற்றுலா மற்றும் தோட்டத்துறை சங்கங்களால் சம்பத் பிரகாஷ் நல்லமுறையில் கவனித்துக் கொள்ளப்பட்டார். அவர்களை சம்பத் சங்க உறுப்பினர் களாக்கியிருந்தார்.

சம்பத் தனது முகவரி தெரியவருவதை விரும்பவில்லை. அவர் தொடர்ந்து சங்க உறுப்பினர்களை யூசுஃபின் மருமகன்களில்

ஒருவரால் செலுத்தப்பட்ட படகில் சென்று சந்தித்துவந்தார். அவரது நம்பிக்கைக்குரிய தளபதிகளில் ஒருவர் ஒவ்வொரு துறையிலும் உள்ள தலைமைகளோடு தொடர்புகொண்டு, அவர்களை தால் ஏரியில் தண்ணீரில் மிதந்துகொண்டிருக்கும் படகில் காத்திருக்கும் தங்கள் தலைவரிடம் அழைத்துச் செல்வார்கள். இந்தவகையில் தான் தங்கியிருக்கும் இடத்தை ரகசியமாக வைத்திருந்தார். தனது தொழிற்சங்க உறுப்பினர்களிடையே உள்ள 'தகவல் தெரிவிப்போரை' கண்டு அச்சப்படவில்லை என்றார் சம்பத். ஆனால் தங்கள் தலைவரைக் காணும் உற்சாகம், எப்போதும் உன்னிப்பாக உள்ள சி.ஐ.டி.க்களிடம் அவர்களை பேசவைக்கும்.

ஒவ்வொரு துறையிலும் உள்ள சங்க உறுப்பினர்களிடமும் சம்பத் பேசினார். சிறையில் உள்ள அவரது தோழர்களின் குடும்பங் களுக்கு பணம் திரட்டுவது பற்றி கலந்தாலோசித்தார். பல்வேறு சங்கங்களிலுமிருந்த 20முதல் 25 உறுப்பினர்களிடம் தொடர்பு கொண்டார். அவர்கள் உடனடியாக அந்தக் குடும்பங்களுக்கு ஒவ்வொரு மாதமும் சம்பளத்தில் பாதி கிடைப்பதை உறுதி செய்யும்வகையில் போதுமான பணத்தைத் திரட்டத் துவங்கினார்கள். நிதியுதவிக்கு ஏற்பாடு செய்ததோடு, சம்பத்தும் பிற தலைவர்களும் ஷேக் அப்துல்லா எடுத்த பல நடவடிக்கைகளுக்கு எதிரான எதிர்ப்பைத் தெரிவிப்பதிலும் தொடர்ந்து ஈடுபட்டார்கள்.

ஷேக் அப்துல்லா தனது அரசு மத்திய அரசின்மீது மிக அதிகமாக சார்ந்திருக்கக்கூடாது என்பதை உறுதிப்படுத்த விரும்பினார். இவ்வாறு கஷ்மீரை இந்தியாவோடு ஒருங்கிணைக்கவும், இந்தியாவின்மீது மக்கள் மிகவும் சார்ந்திருக்க வகைசெய்யும் தனது தந்திரத்தின் ஒரு பகுதியாக பக்ஷி குலாம் மொஹம்மது அறிமுகப்படுத்திய உணவுப்பொருள் பங்கீட்டு மானியம் தொடருவதையும் ஷேக் எதிர்த்தார். மறுபக்கம் இந்தியாவை சார்ந்திருப்பதை குறைக்க மானிய உதவிபெறும் உணவு பங்கீட்டு முறைக்கு பதிலாக, உணவுப்பொருள்களை வாங்கும் விலைக்கே பங்கிட்டுத்தரும் கருத்தை புகுத்த விரும்பினார். எப்படியிருந்தபோதிலும் மானிய உதவி நீக்கம் என்பது ஏழைகளின் மீதான சுமையானது. இந்த நடவடிக்கைக்கு எதிராக போராட்டத்தை துவக்க சம்பத் முடிவு செய்தார். தொழிற்சங்கத் தலைவர்களால் தங்கள் பிரசுரங்களையும் சுவரொட்டிகளையும் அரசு அச்சகத்தில் அச்சிட முடிந்தது. அங்கு சங்கம் மிகவும் சக்திவாய்ந்த வலுவுடன் இருந்தது. அதை நிஸார் அலி மீர் கவனித்துவந்தார்.

துண்டுப்பிரசுரங்கள். சுவரொட்டிகள் ஷேக்கின் கவனத்துக்கு வந்தபோது, அவர் மிகவும் கோபமாக இருந்தார். அவர் எந்த விதமான எதிர்ப்பையும், விமர்சனத்தையும் பொறுத்துக்கொள்ள மாட்டார். அந்தத் தொழிற்சங்கத் தலைவர் பலமாதங்களாக காவல்துறையிடமிருந்து தப்பிச்செல்ல முடிந்ததில் இப்போது ஷேக் ஆத்திரம் அடைந்தார். ஆனால் அந்த நேரம்வரை சம்பத் தனது நடவடிக்கைகளை தொடர்ந்து செய்துவந்தார். அது அவர் பிடிபடுவதற்குமுன் மேலும் பலவாரங்களுக்கு நீடித்தது.

இன்னும் சிறையில் வாடிக்கொண்டிருந்த அவரது சங்கத் தலைவர்களின் ஒவ்வொரு குடும்பத்துக்கும் சம்பத் கடிதங்களை எழுதினார். அவர்களது ஆதரவுக்கு நன்றி தெரிவித்து அவர்கள் உறுதியுடன் இருக்குமாறு கேட்டுக் கொண்டார். ஒவ்வொரு கடிதமும் சங்க உறுப்பினர்களால் உரியவர்களிடம் ஒப்படைக்கப்பட்டன. இந்தவகையில் அந்த குடும்பங்களை நேரில் சந்திக்காமலேயே அவர்களுடன் தனிப்பட்ட தொடர்புகளை வைத்திருந்தார்.

சிறைப்பட்டுள்ள தலைவர்களின் விடுதலைக்காக இயக்கத்தை நடத்துவது அடுத்த கட்டமாக இருந்தது. சம்பத் ஒவ்வொரு மாவட்டத்திலும் கூட்டங்களை நடத்தினார். அதேபோல் ஒருநாள் உண்ணாவிரத போராட்டங்களை ஸ்ரீநகரிலும்கூட நடத்தினார். சிறையிலிருந்த தோழர்களின் மனைவியர் குழந்தைகளுடன் வந்திருந்து முழக்கங்களை எழுப்பினர். இந்த நிகழ்ச்சிகள் எல்லாவற்றையும் செய்திப்பத்திரிகைகள் வெளியிட்டன. இப்போது செய்திப் பத்திரிக்கைகள் சம்பத் பிரகாஷ் திரும்பி வந்துவிட்டதாகவும், ஸ்ரீநகரில் மறைந்திருப்பதாகவும் ஊகிக்கத் துவங்கின. இது அந்த நேரத்தில் அவரை அனந்த்நாக் செல்ல வைத்தது. அங்கு அவர் மின்துறை சங்கத்தால் நடத்தப்பட்டுவந்த விருந்தினர் இல்லத்தில் தங்கினார். அந்தச்சங்கம் அவர் சங்கம் அமைப்பதை தொடர அனுமதித்தது.

இந்த நேரத்தில் குளிர்காலம் வரத்துவங்கியது. நவம்பரில் தலைமைச் செயலகம் ஜம்முவுக்கு[12] மாற்றப்பட்டது. அத்துடன் அமைச்சர்கள், அதிகாரிகள் மற்றும் அரசு ஊழியர்களும் சென்றனர் இந்தக் காலகட்டத்தில் அவர்களுடைய அதிகாரபூர்வ குடியிருப்புக்கள் அவர்களது பணியாளர்களால் கவனித்துக் கொள்ளப்பட்டன. அவர்கள் அனைவரும் அரசு ஊழியர்களாகவும், குறைந்த ஊதியம்பெறும் அரசு ஊழியர் கூட்டமைப்பின் உறுப்பினர்களாகவும் இருந்தார்கள்.

அதன்விளைவாக, அமைச்சர்கள், அதிகாரிகள், துணைமுதல்வர் தேவதாஸ் தாகூர், லடாக்கைச்சார்ந்த பொதுப்பணி அமைச்சர் சோனம் நோர்பு வருவாய்த்துறை அமைச்சர் மிர்ஸா மொஹம்மது அஃப்ஸல் பெய்க் போன்றோரின் காலியான, இடவசதிகொண்ட மாளிகைகளில் வாழமுடிந்தது. உயர்அதிகாரிகளின் அதிகாரபூர்வ குடியிருப்புக்களில் ஆடம்பரமாக வாழ்ந்ததை நினைவுகூர்ந்து தனக்குக்கிடைத்த வாய்ப்பை எண்ணி சம்பத் அமைதியாகச் சிரித்தார்.

அதேநேரத்தில் ஷேக் அப்துல்லாவின் பேச்சுக்களை சம்பத் சேகரிக்கத் துவங்கினார். அவர் இப்போது என்ன சொல்கிறார்? பத்தாண்டுகளுக்கு முன்பு அவர் எதை உறுதியளித்தார் என்பவற்றுக்கு இடையிலான ஓர் ஒப்பீட்டைச் செய்ய சம்பத் விரும்பினார். அவர் ஒரு பெரிய கூட்டத்துக்கு தயார்செய்து கொண்டிருந்தார். அதில் ஷேக் அப்துல்லாவின் இரட்டைப்பேச்சுக்களை அம்பலப்படுத்தினார். அது நடைபெறுவதற்குமுன் அவர் ஒவ்வொரு மாவட்டத்துக்கும் ஊழியர்களிடையே பேசச்சென்றார்.

1976 டிசம்பர் 25இல் தோழர் புனூ தனது தோழர் குலாம் ரசூல் மிருடன் இணைந்து அவர்களது தலைவருக்காக அனந்த்நாக்கில் உள்ள விசு கிராமத்தில் ஒரு கூட்டத்துக்கு ஏற்பாடு செய்தார்.

புனூ சிறையிலிருந்து விடுதலை பெற்றது முதலே மிகவும் சிரமமான காலத்தில் இருந்தார். காவல்துறையினர் தன்னை கவனித்துக் கொண்டிருந்ததை அறிந்திருந்தபோதிலும் அவர் தொழிற்சங்க நடவடிக்கைகளை தொடர்ந்து செய்துகொண்டிருந்தார். அவர் தனது வீட்டில் தூங்காமல் கிராமம்விட்டு கிராமமாக தொடர்ச்சியாக நகர்ந்து கொண்டிருந்தார்.

அந்த இரவில் சம்பத் பிரகாஷ் கூட்டத்தில் பேசிக்கொண்டிருந்தபோது புனூவும் வருகை தந்திருந்தார். அந்த பேச்சுக்குப்பிறகு கைது செய்யப்பட்ட தங்கள் தோழர்களின் குடும்பங்களுக்காக நிதி திரட்டினார். சம்பத் பிரகாஷும், புனூவும், குலாம் ரசூலும் இரவு முழுதும் பனிபொழிந்து கொண்டிருந்த அந்த கிராமத்தில் தூங்கினார்கள். அடுத்த நாள் காலையில் அந்த மூவரும் பனியில் மூடப்பட்டிருந்த வயல்களின் குறுக்கே அடுத்த கிராமமான காஜுகுண்டுக்கு நடந்தனர். சம்பத் பனியில் நழுவி விழுந்துகொண்டே இருந்தார். எனவே, அவர் ஒரு பேருந்தில் செல்வது நல்லது என்று அவர்கள் முடிவு செய்தார்கள். புனூ தனது இரண்டு தோழர்களையும் பேருந்தில் ஏற்றிவிட்டு நடந்துசென்றார்.

அவர்கள் தங்களது தலைமறைவு நாட்களில் வழக்கம்போல இரண்டு தொழிற்சங்கத் தலைவர்கள் ஒரே இடத்தில் சேர்ந்து அமரமாட்டார்கள். சம்பத் பேருந்தில் முன்பக்கம் அமர்ந்திருந்தபோது, குலாம் பின்பக்கத்தில் அமர்ந்து கொண்டார். ஏனெனில் அவர்தான் ஆவணங்களை வைத்திருந்தார். அது தேவையான முன்னெச்சரிக்கை நடவடிக்கையாக இருந்தது. ஒருவேளை தலைவர் கைது செய்யப்பட்டால், அவரை குற்றச்சாட்டில் சிக்கவைக்கும் ஆவணங்கள் எதையும் அவரிடத்தில் கண்டுபிடிக்க முடியாது

சம்பத் நீண்டதாடியை வளர்த்திருந்தார். அவர் கோட்டும், காராகுல் தொப்பியும் அணிந்து தனது தோள்களின்மேல் கச்சிதமாக மடிக்கப்பட்ட சால்வையையும் கண்ணாடியையும் அணிந்திருந்தார். அவர் ஒரு முஸ்லீம் வியாபாரியைப்போல ஒவ்வொரு துளியிலும் காணப்பட்டார். சன்னலை அடுத்த முன்பக்க இருக்கையில் அதேபாணியில் உடையணிந்திருந்த இன்னொரு மனிதர் இருந்தார். அடுத்த நிறுத்தத்தில் அந்த மனிதர் பேருந்திலிருந்து ஒரு பெரிய தோள்பையைச் சுமந்துகொண்டு இறங்கினார். அந்த மனிதர் இறங்கிச் சென்றுவிட்டதாக கருதி சம்பத் சன்னல் இருக்கையில் அமர்ந்துகொண்டார். ஆனால், அந்த மனிதர் சிறுநீர் கழிக்க இறங்கி பின் திரும்பிவந்து ஏறியபோது தனது இருக்கையை காலிசெய்யுமாறு சம்பத்திடம் கேட்கவில்லை. சம்பத் இதை புதுமையாக பார்த்தார். ஆனால், இதைப்பற்றி இன்னொருமுறை சிந்திக்கவில்லை. சில நிமிடங்களுக்குப்பின் ஒரு காவல்துறை கார் அவர்களுடைய பேருந்தை பின்தொடர்வதை பார்த்தார். அந்த வியாபாரியும்கூட காவலர்களை பார்த்ததை அறிந்துகொண்டார்.

அதற்குப்பிறகு காவலர்கள் விரைவில் பேருந்தில் ஏறி சம்பத்திடம் கீழே இறங்குமாறு கூறினார்கள். ஒரு கடத்தல்காரரை துரத்திவந்த அவர்கள் அந்த வியாபாரியாக சம்பத்தை தவறாக கருதிவிட்டார்கள். அந்தவியாபாரி இன்னும் பேருந்திலேயே இருந்தார். அந்தக்காவல் அதிகாரி சம்பத்தைப் பார்த்து அவரது கூர்ந்து நோக்கும் கண்களின் மூலம் அந்த தொழிற்சங்கத் தலைவரை அடையாளம் கண்டுகொண்டார். அவர் மகிழ்ச்சியில் கூவினார்: 'சம்பத், இது நீங்களா? நான் பதவி உயர்வு பெற்றுவிடுவேன். நீங்களும் உங்கள் நடவடிக்கைகளிலிருந்து சிறிது ஓய்வைப் பெற்றுவிடுவீர்கள்!'

அந்தக்காவல் அதிகாரி வேறுயாருமல்ல; அலி மொஹம்மது

வாடாலி[13] தான். கம்யூனிஸ்ட் தலைவர்கள் தனியாக எப்போதும் பயணம் செய்வதில்லை என்பதை அவர் அறிந்திருந்தார். எனவே, அவருடன் வந்தவர் எங்கே? என்று கேட்டார். சம்பத் சற்றுவிரைவாக சிந்தித்து, அழுக்கான பையுடன் இருந்த ஒரு பயணியை மேலே இழுத்தார். திகைத்து நின்ற அந்த மனிதரிடம், 'பயப்படாதே. காயம் பட்டுவிடாதே' என்று கூறினார்.

காவலர்கள் அந்த இருவரையும் ஒன்றாக காருக்குள் வைத்து ஓட்டிச் சென்றனர் வழியில் சம்பத் அவர்களிடம், அந்த இன்னொரு மனிதர் அப்பாவி என்றும், அவரை போகவிட்டுவிடலாம் என்றும் கூறினார். காவலர்கள் காரை நிறுத்தி அந்த மனிதனை கிட்டத்தில் வீசியெறிந்தார்கள். இவ்வாறு குலாம் ரசூல் நாட்குறிப்புகளோடும், முகவரிகளோடும் பாதுகாப்பாக வெளியே சென்றுவிட முடிந்தது.

சம்பத் ஸ்ரீநகரில். குப்வார்—ல் உள்ள 16ஆம் எண் குறுக்கு விசாரணை மையத்துக்கு கொண்டுசெல்லப்பட்டார். அங்கு குறுக்கு விசாரணை செய்யும் தலைமைப் பொறுப்பில் இருந்தவர் ஒரு கஷ்மீரி பண்டிதர். சம்பத் வாடாலியிடம், தனக்கு ஒரு பாக்கெட் கோல்ட்ஃப்ளாக் சிகரெட் பெற்றுத்தருமாறு தன் சட்டைப்பையிலிருந்து பணத்தை வெளியே எடுத்தார். வாடாலி சிரித்தார். பல பெட்டிகளில் கோல்ட்ஃப்ளாக் சிகரெட் வாங்கும் எவரொருவரையும் கண்காணிக்குமாறு காவலர்களிடம் கூறப்பட்டுள்ளது என்றார்.

முதல் நாளில் சம்பத் அவருடைய வெம்மை ஆடைகளையும், காலணி களையும் கழற்றுமாறு செய்யப்பட்டார். தனது கால்சட்டையையும், சட்டையையும் அணிந்துகொள்ள அனுமதிக்கப்பட்டார். அந்தக் குளிரில் அவர் அவ்வாறு வைக்கப்பட்டபின்பு, அவர்கள் இரவில் கைவிலங்கிட்டனர். ஒரு இளம் சிறுவன் ஜும்மா பொறுப்பாக வைக்கப்பட்டான். அந்தப்பையன் சம்பத்தின் சங்க உறுப்பினர். ஒரு சிகரெட்டையும், ஒரு கோப்பை சூடான தேநீரையும் வாங்கிவந்து அந்த தொழிற்சங்கத்தலைவருக்கு கொடுத்தான். பின்னிரவில் பாதுகாப்புக்காக இருந்தபோது அந்தப்பையன் கைவிலங்குகளை கழற்றி சம்பத் தனது கால்களை உயர்த்திக்கொள்ளவும் அனு மதித்தான். ஆனால், உதயத்துக்குமுன் சம்பத் மீண்டும் கைவிலங்கில் இருந்தார்.

காலையில் அந்த அலுவலர் மரியாதையுடன் நடந்துகொண்டு சம்பத் தனது கோட்டை அணிந்துகொள்ள அனுமதித்தார்.

அந்தக்கைதியும், அதிகாரியும் ஒரு மேசைக்கு அப்பால் அமர்ந்தனர் அந்த குறுக்கு விசாரணை செய்பவர், தலைமறைவாக இருந்த காலங்களில் அவருடன் தங்கியிருந்தவர்களின் பெயர்களையும், அவர் பயன்படுத்திய போக்குவரத்து வசதிபற்றியும் சம்பத் கூறவேண்டும் என்று விரும்பினார். தன்னைப் பாதுகாத்தவர்களின் பெயர்களைக் கூறுவதைவிட தான் சாவை அணைத்துக்கொள்ளலாம் என்று சம்பத் கூறினார். அவர் உண்மைகளைக் கூறினால் அதிகாரிகள் அவர்களது கார்களைப் பயன்படுத்தியதால் அவர்களையும் குற்றத்தில் சிக்கவைப்பார்கள். அவர் மூத்த அதிகாரிகளின் கார்களைப் பயன்படுத்தியதோடு, தலைமைச் செயலாளரின் காரை ஆறுமுறை பயன்படுத்தியுள்ளார். அதிகாரிகள் மற்றும் அமைச்சர்களின் வீடுகளில் தங்கியிருந்ததாக சம்பத் கூறினார்: ஆனால், அந்த அதிகாரிகளின் பெயர்களையோ அல்லது தனது தொழிற்சங்க உறுப்பினர்களின் பெயர்களையோ அவர் கூறவில்லை. அதைத்தொடர்ந்து அவர் மத்திய புலனாய்வு அமைப்புக்களால் குறுக்கு விசாரணை செய்யப்பட்டார்.

குறுக்கு விசாரணை மிகவும் தீவிரமாக நடைபெற்றபோதிலும், பெயர்களையோ, தகவல்களையோ தான் கூறவில்லை என்றபோது சம்பத்தின் குரலில் பெருமிதம் தொனித்தது. பின்னர் அவர் சற்று நிறுத்தி என்னைப் பார்த்தார். 'ஆனால் நான் சித்ரவதை செய்யப்பட்டிருந்தால் அதை எவ்வளவு தூரம் தாங்கிக்கொண்டிருக்க முடியும் என்பது எனக்குத் தெரியவில்லை' என்றார். ஒரு உள்ளார்ந்த பார்வையில், கஷ்மீர் காவல்துறையினர் தன்மீது அனுதாபம் கொண்டிருந்தார்கள் என்றும் சித்ரவதையிலிருந்து பாதுகாத்தார்கள் என்றும் சம்பத் உணர்ந்தார்.

அந்த குறுக்கு விசாரணை மையத்தில் சில நாட்கள் இருந்தபிறகு, ஒரு காவல்துறை அதிகாரி, புகழ்பெற்ற கஷ்மீர் தேசியவாதியான மக்பூல் பட் அங்கே காவலில் வைக்கப்பட்டுள்ளார் என்று சம்பத்திடம் கூறினார். மக்பூல் பட்—ஐ அவர் சந்திக்க விரும்புகிறாரா? என்றும் அந்த அதிகாரி சம்பத்திடம் கேட்டார்.

மக்பூல் பட்—ஐ சந்திக்கும் வாய்ப்பு கிடைக்கப்பெறுவதில் சம்பத் உணர்ச்சி வசப்பட்டார். அவர்களுடைய சந்திப்பை விளக்கிக்கூறும்போது மக்பூல் பட் தன்னைவிட 10 ஆண்டுகள் மூத்தவர் என்று சம்பத் குறிப்பிட்டார். ஆனால் உண்மையில் 1938 பிப்ரவரி 18இல் பிறந்தவர் மக்பூல் பட்.. ஒருவயது மட்டுமே மூத்தவர். ஆனால், சம்பத்தின் கண்களில் அவரது கதாநாயகன்

அரசியல் ரீதியாக மிகுந்த முதிர்ச்சி பெற்றவராகவும், கஷ்மீர் பற்றிய மிகவும் ஆழமான அறிவுபெற்றவராகவும் இருந்தார். அதனால், அவரை மிகவும் மூத்தவராகக் கருதினார். மக்பூல் பட்டின் கூர்மையான புத்திசாலித்தன்மை சம்பத்தைக் கவர்ந்தது.

விவசாயிகள் அடிமைகளாக நடத்தப்பட்ட ஒரு கிராமத்தில் வாழ்ந்த அனுபவங்களால் அவரது அரசியல் சிந்தனைகள் வடிவமைக்கப்பட்டன என்பதைத்தவிர, அவரது ஆரம்பகால வாழ்க்கையைப்பற்றி அதிகம் தெரியவில்லை. 1945இல் அவர் குழந்தையாக இருந்தபோது அவர் கண்ட கொடூரமான நிலைகளை, லாகூர் சிறையில் தன்னோடு இருந்த குலாம் காதர் மிர்—ன் மகள் அஸ்ராவுக்கு எழுதிய ஒரு கடிதத்தில் மக்பூல் பட் விவரித்திருந்தார்.

அந்தக்கடிதம் 1972 ஏப்ரல் 12 அன்று எழுதப்பட்டது:

நமது நாட்டில் ஜாகிர்தார் அமைப்புமுறை தோக்ராக்கள் ஆட்சியிலும்கூட நிலவிவந்தது. ஏழை விவசாயிகள் எல்லாவகையான வேலைகளையும் செய்ய வேண்டியிருந்தது. ஆனால் நில உடமையாளர்கள் எல்லா உற்பத்திப்பொருள்களையும் எடுத்துச் சென்றுவிடுவார்கள். நில உடமையாளர்கள் நமது பகுதிகளில் திவான் என்று அழைக்கப்பட்டார்கள். அவரது ஏஜண்டுகளின் வேலை விவசாயியால் உற்பத்தி செய்யப்பட்டவுடன் தானியங்கள், பழவகைகள் முதலியவற்றை வசூலிப்பதுதான். நான் பேசுகிற அந்த ஆண்டில் மோசமான பருவநிலை காரணமாக விளைச்சல் மோசமானதாக இருந்தது. இது விவசாயக் குடும்பங்கள் திவானுக்குக் கொடுக்க சிறிதளவையே விட்டு வைத்தது. எல்லா விளைச்சல்களையும் கொடுத்தபோதிலும், அது ஒவ்வொரு பருவத்திலும் வழக்கமாக கொடுக்கும் அளவுக்கு உயரவில்லை. அது அந்த முழுப்பகுதியையும் திவானின் ஏஜண்டுகளின் கடும் சீற்றத்துக்குள்ளாக்கியது. இதனால், விவசாயிகளின் வீடுகள் மற்றும் கடைகள் மீது தொடர்ச்சியான, சட்டத்துக்குப் புறம்பான தடுப்பு நடவடிக்கைகளை அவர்கள் துவக்கினார்கள். பலருக்கு கசையடி கொடுக்கப்பட்டது. அது பலனளிக்காமல் போனதால், திவான் தாமே எங்கள் கிராமத்துக்கு மோட்டார் வண்டியில் வந்தார். எங்கள் கிராமத்துக்கு மோட்டார் வண்டி வந்தது அதுதான் முதல்முறை. நாங்கள் அனைவரும்

அதைப்பார்த்து வியப்படைந்தோம். எங்கள் கிராமத்திலிருந்த எல்லா விவசாயிகளும் ஒன்றுதிரண்டு அவர்முன் சலுகை கேட்டார்கள். அவர்கள் குறைந்த அறுவடைக்கான காரணங்களை அவரிடம் விரிவாக எடுத்துக்கூறினார்கள். ஆனால், அவைகளை அவர் நம்பவில்லை. அவர் தனக்கு வழக்கமாக வந்துசேரவேண்டிய தானியங்களின் பங்கை வலியுறுத்தினார். அது விவசாயிகளின் குழந்தைகளை பட்டினி கிடந்து இறந்துபோவதைக் குறித்தது. அவர் தனது கோபத்தை தனது ஏஜண்டுகளிடம் காட்டி முழுப்பங்கையும் பறித்துவருமாறு கடுமையாகக் கூறினார். அந்த ஏஜண்டுகளுக்கு திவானுக்குக் கொடுக்க விவசாயிகளிடம் எதுவும் மிஞ்சி யிருக்கவில்லை என்பது மிக நன்றாகத் தெரியும். ஆனால் தங்கள் எஜமானரிடம் வாதம்செய்ய அவர்களுக்கு தைரியம் இல்லை. அந்த ஜாகிர்தார் செய்யவேண்டியவை பற்றி தனது ஏஜண்டுகளுக்கு உத்தரவுகளைப் பிறப்பித்தபிறகு தனது காருக்குச் சென்றார். அந்த கிராமத்திலுள்ள எல்லா குழந்தைகளும் சாலையில் அந்த காருக்குமுன் படுத்துக்கொள்ளுமாறு பெரியவர்களால் கூறப்பட்டார்கள். அந்த கர்தாரும் (ஏஜண்டு) அந்தத்திட்டத்தின் ஒரு பகுதியாக இருந்தார். நூற்றுக்கணக்கான குழந்தைகள் ஜாகிர்தாரின் காருக்குமுன் படுத்து சலுகைக்காகவும், கூடுதலான பங்கை விலக்கிக்கொள்ளுமாறும் அல்லது தங்கள்மீது காரை ஓட்டிச்செல்லுமாறும் கெஞ்சினார்கள். நான் அந்தக் குழந்தைகளில் ஒருவனாக இருந்தேன். எங்களை ஆட்டிப்படைத்த அச்சத்தையும், துயரத்தையும் இன்று நினைத்துப் பார்க்கிறேன். இளைஞர்கள், பெரியவர்கள் என ஒவ்வொருவரும் கண்ணீரில் இருந்தோம். ஜாகிர்தார் சலுகைகளை அளிக்காமல் சென்றுவிடுவாரானால் அவர்கள் வாழ்வு நரகமாகி விடும் என்பதை அவர்கள் அறிந்திருந்தார்கள். இறுதிமுடிவில்[14] ஜாகிர்தார் சில திருத்தங்களை ஒத்துக்கொண்டார்.

பள்ளிகளில் மக்பூல் காலத்தில், பணக்காரப் பெற்றோர்களும், அவர்களது குழந்தைகளும் தங்களுக்கு இணையான பணக்காரர்களாக இல்லாதவர்களிடமிருந்து விலகித் தனியாக அமர்வது வழக்கமாக இருந்தது. கல்வியில் மிகச் சிறப்பாக விளங்கிய மக்பூல் அந்த வழக்கத்தை எதிர்த்தார். எல்லா குழந்தைகளும் எத்தகைய வேறுபாடும் இன்றி ஒன்றாக அமரவேண்டும் என்று வலியுறுத்தினார்.[15]

மக்பூல் பட் வாழ்க்கையின் இந்த அம்சங்கள் சம்பத் பிரகாஷுக்கு தெரியாது. ஆனால், 1968 ஆகஸ்ட்டில் மரண தண்டனை விதிக்கப்பட்ட பிறகு ஸ்ரீநகர் சிறையிலிருந்து மக்பூல் பட்டும், அவரது தோழர்களும் தைரியமாகத் தப்பிச் சென்றதைப்பற்றி கேள்விப்பட்டிருக்கிறார். தனது தரப்பு வாதத்தில் மக்பூல் பட் எல்லாக் குற்றச்சாட்டுக்களையும் மறுத்தார். நீதிமன்றத்தில் அவர் உண்மையில் போர் ஓய்வு கோட்டை தாண்டிச் சென்றதாகவும், ஆனால் அதன்பிறகு அவர் தனது சொந்த நாட்டுக்குள் நுழைந்ததை மட்டும் செய்ததாகவும், தனது சொந்தநாட்டுக்குள் சுற்றிச்செல்ல ஒருவர் அனுமதி பெறத் தேவையில்லை என்றும் அவர் உறுதியாகக் கூறினார்.

அந்த நீதிமன்றம் அவரைக் குற்றவாளியாக கருதியது. மரணதண்டனை விதித்தது. அந்தத்தண்டனையை கேட்டபோது நீதிபதி நீல்காந்த் கஜ்ஜுவிடம்[16] அவர் கூறினார்:

‘ஜட்ஜ்சாப், அபி வோ ரஸீ நஹீ பநி ஜோ மக்பூல்பட் கோ பன்ஸி தெ சாகே.’ (நீதிபதி அவர்களே மக்பூல் பட்டை தூக்கிலிடும் கயிறு இன்னும் தயாரிக்கப்படவில்லை.) ஆக்கிரமித்துள்ள இந்திய அதிகாரக்குழு என்னை தூக்கிலிடுவதன் மூலம் கஷ்மீர் போராட்டத்தை அவர்களால் ஒடுக்கிவிட முடியும் என்று நினைத்தால், அவர்கள் தவறு செய்கிறார்கள். என்னை தூக்கிலிட்ட பிறகுதான் போராட்டம் மெய்யாகவே துவங்கப்போகிறது.

மரணதண்டனை விதிக்கப்பட்ட சில மாதங்களுக்குப் பிறகு மக்பூல் பட்டும் அவரது தோழர்களும் ஒரு சுரங்கப்பாதையை தோண்டி ஸ்ரீநகர் சிறையிலிருந்து 1968 டிசம்பரில் தப்பிவிட்டார்கள். அவர்கள் பாகிஸ்தான் ஆக்கிரமிப்பு கஷ்மீருக்கு நடந்துசென்றார்கள். ஆனால் பாகிஸ்தானுக்குள் நுழைந்தவுடன் அவர்கள் காவலில் வைக்கப்பட்டு முஸபராபாத்தில் மூன்று மாதங்கள் குறுக்கு விசாரணை செய்யப்பட்டார்கள்.

சம்பத் கூறுவதுபோல, அத்தகைய ஒரு தப்பித்தல் சிறை அதிகாரிகளின் ஆதரவு இல்லாமல் சாத்தியமாகியிருக்க முடியாது. கஷ்மீர் புரட்சியாளர்களின் பிரச்சனைகள்மீது சிறை அதிகாரிகளிடம் அனுதாபம் கட்டாயமாக இருந்திருக்க வேண்டும்.

மக்பூல் பட் பலமுறை இந்தியாவிலும், பாகிஸ்தானிலும் கைது செய்யப்பட்டார். அவர் இந்தியா மற்றும் பாகிஸ்தானின் உளவாளியாக இருந்தார் என்றும் குற்றம்சாட்டப்பட்டார்.

ஒருமுறை மக்பூல் பட் கஷ்மீர் பிரச்சனையை உலக அளவில் கொண்டுசெல்ல வேண்டும் என்று விரும்பினார். இதற்காக இந்தியன் ஏர்லைன்ஸ் விமானத்தை 1991 ஜனவரி 30 அன்று ஸ்ரீநகரிலிருந்து ஜம்மு வழியாக கடத்தி லாகூர் பாகிஸ்தான் செல்லும் திட்டத்தை ஆழ்ந்த அறிவுக்கூர்மையுடன் திட்டமிட்டு நடத்தினார். முதலில் இந்த விமானக் கடத்தல்காரர் ஒரு கதாநாயகனைப் போல பாகிஸ்தானில் நடத்தப்பட்டார். ஆனால் பிறகு இந்திய உளவுத்துறையின் தூண்டுதலின்பேரில் இந்த விமானக் கடத்தலை நடத்தியுள்ளார் என்ற சந்தேகம் எழுந்து பட்—ம் மற்றவர்களும் கைதுசெய்யப்பட்டு சிறையில் அடைக்கப்பட்டார்கள்.[17]

அந்த கஷ்மீரி தேசியவாதிகள் கஷ்மீர் இந்தியா அல்லது பாகிஸ்தானின் ஒரு பகுதியாக ஆவதை விரும்பவில்லை. அவர்கள் தங்களை இந்த நிலையில் உறுதிமிக்கவர்களாகக் கண்டார்கள். அஸ்ராவுக்கு எழுதிய ஒரு கடிதத்தில் இந்தியாவுக்கும் பாகிஸ்தானுக்கும் உள்ள வேறுபாடுகளையும், கஷ்மீர் பிரச்சனை பற்றிய அனைவரது மனப்பான்மைகளையும் விளக்கினார்:

> *கஷ்மீரிகள் தங்கள் வாழ்வையே பாகிஸ்தானுக்காக தியாகம் செய்தார்கள் ஆனால் பாகிஸ்தான் அவர்களை உளவாளிகள் என்று முத்திரை குத்துவதை நீயும்கூட எழுதியிருந்தாய். இங்கு உனது பார்வை சிறிது இடம் மாறியுள்ளது. கஷ்மீரிகள் உளவுபார்க்கிறார்கள் என்று குற்றம் சாட்டுவது பாகிஸ்தான் அல்ல. அந்த நாட்டை ஆளும் துரோகிகள்தான். இந்த அதே ஆளும் கும்பல்தான் இந்த நாட்டின் மக்களுக்கு சுதந்திரத்தையும், ஜனநாயகத்தையும் மறுத்தது. கடைசியாக அதை சிதறடித்தது. உண்மையில் இந்த துரோகக்கும்பலின் பாத்திரம் உளவாளிகளைவிட மோசமானது. அதனால்தான் அவர்கள் நாட்டுப்பற்று மிக்க கஷ்மீரிகளையும், (நமது) மக்களின் நண்பர்களையும் அந்நிய உளவாளிகள் அல்லது ஏஜண்டுகள் என்று முத்திரை குத்துகிறார்கள். தங்கள் சொந்த மக்களுக்கு எதிராக போரை அறிவித்த இந்த ஆட்சியாளர்கள் உண்மையான தலைவர்களை 'ஏஜண்டுகள்' என அழைக்கிறார்கள். நம்மை (கஷ்மீரிகளை) உளவாளிகள் என்று கருதுவதால் நாம் கோபம் அடையவில்லை. உண்மைகள் இந்த நாட்டுமக்களின் முன் வரும்போது அவர்கள் அதை ஏற்றுக்கொள்வார்கள். எங்களுக்கு விதிக்கப்பட்ட தண்டனைகள் உண்மையான பாகிஸ்தானிகளால் அல்ல; அந்த ஆளும் கொடூரமான கும்பலால்தான். உண்மையில்*

தங்கள் நாட்டுமக்களுக்கு எதிராக வெளிப்படையாக போரை அறிவித்துள்ள இவர்களால் அநீதியைத்தவிர வேறு எவருக்கும், எந்த ஒன்றையும் தரமுடியாது. பாகிஸ்தானின் ஆளும்வர்க்கம் ஒருபோதும் கஷ்மீரிகளின் சுதந்திரத்துக்கான போராட்டங்களை அவர்கள் செய்ததுபோல ஆதரித்தது இல்லை. உண்மையில் அவர்களுக்கு கஷ்மீர் சுதந்திரத்தில் அக்கறை இல்லை.'

நான் சம்பத்திடம், 'மக்பூல் பட்டிடம் மதவாத கீற்றுக்கள்' இருந்ததாக அவர் கருதினாரா? என்று கேட்டேன். ஆனால், சம்பத் அழுத்தமாக மக்பூல் பட்டிடம் இருந்ததெல்லாம் 'ஒரு சுதந்திரமான ஜம்மு—கஷ்மீர்' — அது அனைத்து இனக்குழு மற்றும் அனைத்து மதங்களையும் பின்பற்றும் மக்களை உள்ளடக்கியது' என்றார்.

மக்பூல் பட் 1963இல் அமானுல்லா கான்[18] உருவாக்கிய 'கஷ்மீர் சுதந்திரக் குழு' வின் உறுப்பினர். அந்தக்குழு அனைவரையும் உள்ளடக்கியது. பத்திரிக்கையாளர்கள், மாணவர்கள், வியாபாரிகள், வழக்கறிஞர்கள் உள்ளிட்ட நடுத்தர வர்க்க கஷ்மீரி செயல்பாட்டாளர்கள் அதில் செயல்பட்டார்கள். கஷ்மீரை மத அடிப்படையில் பிரிக்க பாகிஸ்தான்—இந்திய அயலுறவுத்துறை அமைப்புக்களால் முன் வைக்கப்பட்ட சிந்தனைகளை அவர்கள் தீவிரமாக எதிர்த்தார்கள் என்று சம்பத் மேலும் கூறினார்.

பொதுவாக்கெடுப்பு முன்னணிக்கு ஒரு ஆயுதப்பிரிவு இருப்பது அவசியம் என்று அமானுல்லா கான் சிந்தித்தார். அதுதான் 'ஜம்மு கஷ்மீர் விடுதலை முன்னணி' *JKNLF* ஆக 1965 ஆகஸ்ட் 13 அன்று உருவாகவைத்தது. அதன் நோக்கம்: 'ஜம்மு—கஷ்மீர் மக்கள் தங்கள் தாய்நாட்டின் தனி உரிமையாளர்கள் என்ற முறையில் தங்கள் அரசின் எதிர்காலத்தை முடிவு செய்யவைக்க ஆயுதப்போராட்டங்கள் உள்ளிட்ட அனைத்துவடிவப் போரட்டங்களையும் நடத்துவது.'[19]

மக்பூல் பட் சம்பத் பிரகாஷிடம் தானும், அமானுல்லா கானும் இந்தியா மற்றும் பாகிஸ்தானில் உள்ள பொதுவாக்கெடுப்பு முன்னணிகளை ஒருங்கிணைக்க ஆர்வத்தோடு இருந்ததாகவும் கூறினார். ஆனால் அந்த முயற்சிகள் 1974இல் இந்திரா காந்தி—ஷேக் அப்துல்லா ஒப்பந்தத்தால் அர்த்தமிழந்துவிட்டது.

தடுப்புக்காவல் மையத்தில் நடைபெற்ற அவர்களது உரையாடல்களின் போது சுதந்திர கஷ்மீர் பிரச்சனையை கஷ்மீர்

பண்டிதர்கள் ஆதரிக்கச் செய்ய முன்முயற்சி எடுக்குமாறு தன்னை மக்பூல் பட் உற்சாகப்படுத்தினார் என்று சம்பத் தெரிவித்தார். கஷ்மீரி பண்டிதர்கள் இந்தியாவுடன் இணைக்கப்பட்டதை ஏற்றுக் கொள்வதாகவும், சுதந்திர கஷ்மீருக்காக முஸ்லீம்களுடன் இணையப்போவதில்லை என்றும் முடிவெடுத்ததில் மக்பூல் பட் வெளிப்படையாக விரக்தி தெரிவித்தார்

மக்பூல் பட்டும் சம்பத்தும் தாங்கள் ஒன்றாக இருந்ததை அனுபவித்தார்கள். அவர்கள் கஷ்மீரி தேசியத்துக்கான தங்கள் அர்ப்பணிப்பை பகிர்ந்து கொண்டார்கள். இருவரும் தாங்கள் நீண்டகாலம் ஒன்றாக இருக்கமுடியாது என்பதை அறிந்திருந்தார்கள். தடுப்புக்காவலில் வைக்கப்பட்டுள்ள மற்ற கஷ்மீரிகளுடன் சகோதர ஆதரவு நடவடிக்கைகளை அவர்கள் செய்ய வேண்டு மென்று சிந்தித்தார்கள். அந்த இரு கஷ்மீரி தேசியவாதிகளும் தடுப்புக்காவலில் வைக்கப்பட்டுள்ளவர்களின கோப்புக்கள் ஒரு மர அலமாரிக்குள் வைக்கப்பட்டிருந்ததைக் கண்டனர். அவர்கள் அந்தப்பதிவேடுகளை அழிக்க முடிவு செய்தார்கள். எனவே, அரசுதரப்பு எந்தவொரு வழக்கிலும் எதையும் நிரூபிக்க முடியாது.

சம்பத் நோயுற்றிருப்பதாக பாசாங்கு செய்தார். டாக்டர் வந்தபோது தன்னால் தூங்க முடியவில்லை என்று கூறி அவரிடம் சில தூக்க மாத்திரைகளை பரிந்துரை செய்யவைத்து அவைகளைப் பெற்றார். சம்பத் தேநீர் தயாரித்து அதில் சில தூக்க மாத்திரைகளைக் கரையவைத்து அவற்றை *CRPF* காவலர்களுக்கு கொடுத்தார். அந்தக்காவலர்கள் தூங்கியதும் அந்த இரு தலைவர்களும், தங்கள் காங்ரி அடுப்பில் எரியும் கரிகளைப் பயன்படுத்தி அந்த அலமாரிக்குத் தீயிட்டார்கள்.

அந்த இரண்டு தலைவர்களையும் குறுக்கு விசாரணை மையத்தில் காவலில் வைத்திருந்தது சட்டத்துக்குப் புறம்பானதாகும். இப்போது அந்த அதிகாரிகள் அவர்கள் கைது செய்யப்பட்டதை சுட்டிக்காட்டி' அவர்களை நீதிமன்றக் காவலுக்கு அனுப்பவேண்டும். சம்பத் பிரகாஷ் 1976 பிப்ரவரியில் ஜம்மு மத்திய சிறைக்கு அனுப்பப் பட்டார். சிலமாதங்கள் கழித்து 1976 ஜூலையில் திஹார் சிறைக்கு மாற்றப்பட்டார்.

21 மாதங்கள் நீடித்த அவசரநிலை இந்திரா காந்தி தேர்தலுக்கு அழைப்பு விடுத்ததோடு முடிவடைந்தது. புதிதாக அமைக்கப்பட்ட ஜனதா கட்சி[20] பலத்த பெரும்பான்மையுடன் 1977 மார்ச்சில்

அதிகாரத்துக்கு வந்தது. தொழிற்சங்கத்தலைவர்கள் உள்ளிட்ட பெரும்பாலான அரசியல் கைதிகள் விடுதலை செய்யப்பட்டார்கள். ஆனால் சம்பத் பிரகாஷ் தொடர்ந்து ஜம்மு சிறையில் வாடினார்.

ஜம்மு சிறையில் தான் கேள்விப்பட்டிருந்த மிகவும் இளையவரான ஷபீர் ஷாவை சம்பத் சந்தித்தார். மக்கள் கழகத்தின் (People's League) நிறுவன உறுப்பினர்களில் அவரும் ஒருவர். அது வங்கதேச உருவாக்கம், சிம்லா ஒப்பந்தம் ஆகியவற்றுக்குப்பின் அமைக்கப்பட்டது. இருந்தபோதிலும் அது ஜம்மு—கஷ்மீர் விடுதலை முன்னணி போல மதிப்புமிக்கதாகவும், பரவலாக அறியப்பட்டதாகவும் ஒரு போதும் உருவாகவில்லை.

ஷபீர் மென்மையாகப் பேசுபவராகவும், கச்சிதமாக உடை அணிபவராகவும் இருந்தார். 1969 முதல் அவர் கஷ்மீரிகள் தங்கள் சொந்த எதிர்காலத்தை முடிவு செய்யும் உரிமையை முன்னெடுத்துச் சென்றதற்காக, சிறைக்கு உள்ளேயும், வெளியேயும் இருந்துவந்தார். அவர் சம்பத்திடம் மக்பூல் பட் தனக்கு மூத்தவர் என்று கூறவே, சம்பத் அவரை உயர்வாக மதித்தார். ஷபீருடன் கஷ்மீர் அரசியல் சூழல்கள் பற்றி அர்த்தமுள்ள சில கலந்துரையாடல்களை நடத்தலாம் என்று சம்பத் நம்பிக்கை கொண்டார். ஆனால், அந்த மனிதர் எந்தவொரு இலக்கியத்தையும் படிக்காதவர் எனக்கண்டு ஏமாற்றம் அடைந்தார். ஷபீரிடம் எந்த சிந்தனையோ அல்லது பார்வையோ இல்லை என்பதை உணர்ந்து மாவோ மற்றும் சே குவேரா பற்றிய சில புத்தகங்களை சம்பத் அவருக்காக பெற்றுத்தந்தார்.

ஷபீர் ஷாவைத்தவிர வேறு இரண்டு தலைவர்களும் அதே நேரத்தில் ஜம்மு சிறையில் இருந்தனர். ஜனசங்கத்தில் உறுதியான நம்பிக்கைகொண்டவரும், சட்டமன்ற உறுப்பினருமான சமன்லால் குப்தா மற்றும் ஜமாத்—இ—இஸ்லாமியின் உறுப்பினரான சையத் அலி ஷா கீலானி தான் அவர்கள். கீலானி கஷ்மீரிகளின் சுயநிர்ணய உரிமையை ஆதரித்தார். ஆனால் அவர் கஷ்மீர் பாகிஸ்தானுடன் இணையவேண்டும் என்பதை முன்னிறுத்தினார். அந்த இரு தலைவர்களும்கூட விடுதலை பெற்றனர். ஆனால், சம்பத்தும் ஷபீரும் காவலில் தொடர்ந்தனர். கீலானியும், சமன்லாலும் சகோதர ஆதரவின் அடையாளமாக அவர்களுக்கு பழங்களையும், வாதுமைக் கொட்டைகளையும் வாங்கிவந்தார்கள்.

1977 மார்ச் 26 அன்று காங்கிரஸ் கட்சி தனது ஆதரவை விலக்கிக் கொண்டதைத் தொடர்ந்து ஷேக் அப்துல்லாவின் தேசிய மாநாடு சிறுபான்மை ஆகிவிட்டதால் கஷ்மீரில் குடியரசுத் தலைவரின் ஆட்சி திணிக்கப்பட்டது. ஜனதா கட்சி மத்தியில் ஆண்டுகொண்டிருந்தது. சம்பத்தின் பழைய நண்பர் ஜார்ஜ் பெர்ணாண்டஸ்[21] அரசில் இருந்தார். சம்பத் 1968இல் ஜார்ஜ் பெர்ணாண்டஸுக்கு அறிமுகப்படுத்தப்பட்டிருந்தார். சம்பத் தலைமறைவாக இருந்து தொழிற்சங்கத் தலைவர்களுடன் தொடர்புகொள்ள டெல்லிக்கு சென்றிருந்தபோது அகில இந்திய தணிக்கை ஊழியர் சங்கத் தலைவர் ஜோசப் அந்த இருவரையும் அறிமுகப்படுத்தி வைத்தார். ஜார்ஜ் அப்போதுதான் பாராளுமன்றத்துக்கு தேர்வு செய்யப்பட்டு டெல்லியில் இருந்தார். இடைப்பட்ட ஆண்டுகளில் பரஸ்பர மரியாதையும், நட்பும் கொண்டதாக அவர்களது நெருக்கம் வளர்ந்திருந்தது. அப்போது ஷேக் ஆட்சியில் இல்லை. குடியரசுத் தலைவர் ஆட்சியும் திணிக்கப்பட்டிருந்தது. சம்பத் 1977 ஜூனில் விடுதலையாவதை ஜார்ஜ் உறுதிப்படுத்தினார்.

சில வாரங்களுக்குப் பிறகு தோழர் ஜோதிபாசு[22] தனது குடும்பத்துடன் ஸ்ரீநகர் வந்து ஷேக் அப்துல்லாவுடன் தங்கியிருந்தார். அது ஒரு குடும்ப விடுமுறை நிகழ்ச்சி. ஆனால், அந்த முதுபெரும் கம்யூனிஸ்ட் சம்பத் பிரகாஷையும் அவரது தோழர்களையும் சுற்றுலா விடுதியில் சந்திக்க ஒப்புக்கொண்டார். அந்த தொழிற்சங்கத் தலைவர்கள் தங்கள் பணி நீக்க உத்தரவுகளை திரும்பப்பெற ஷேக் அப்துல்லாவிடம் அவரது செல்வாக்கைப் பயன்படுத்த வேண்டும் என்று விரும்பினார்கள். ஆனால், ஷேக் பணி நீக்கம் செய்யப்பட்ட 2,400 தொழிலாளர்களையும் மீண்டும் பணியமர்த்த மறுத்து அவர்களை கடுமையான பொருளாதார சிக்கலில் விட்டுவிட்டார்.

சம்பத் பிரகாஷ் சிறிதுகாலம் தனது அரசியல் வாழ்வில் கவலைக்குரிய சில பிரச்சனைகளைச் சந்தித்தார். இதுவரை அவர் இந்திய கம்யூனிஸ்ட் கட்சி (மார்க்சிஸ்ட் லெனினிஸ்ட்) CPI-ML- உறுப்பினராக இருந்துவந்தார். வேறுவார்த்தைகளில் அவர் ஒரு நக்சலைட். கட்சி அவர்களிடம் தங்கள் உத்தரவுகளைப் பின்பற்றி நடக்கவும், தொழிற்சங்க நடவடிக்கைகளை கட்டுப்படுத்த வேண்டும் என்றும் எதிர்பார்த்தது. ஆனால், சி.பி.ஐ.எம்.எல். இரகசியமாக செயல்பட்டுவந்தது. அதற்கு ஜனநாயக பாணியில் வெளிப்படையாக செயல்படும் அனுபவங்கள் இல்லை. சம்பத்தைப் பொருத்தவரை தொழிற்சங்கம் என்பது பரந்த அடித்தளத்தைக்கொண்ட அமைப்பு.

அது பல்வேறு அரசியல் கண்ணோட்டங்களுக்கும் இடமளித்து, ஜனநாயக தேர்தல்கள் மூலம் செயல்படவேண்டிய ஒன்று.

சி.பி.ஐ.எம்.எல்.—ன் ஜம்மு—கஷ்மீர் உயர்மட்ட தலைமைக்குள் ஒருபிளவு இருந்தது. சராஃப் இன்னும் தனது நக்சலைட் கொள்கையைக் கொண்டிருந்தார். ஆனால், கிருஷ்ணதேவ் சேதி மற்றும் அப்துல் மஜீத் ஆகியோர் காங்கிரஸ் கட்சியை நோக்கி சென்றுகொண்டிருந்தார்கள். பல கம்யூனிஸ்ட்களும் காங்கிரஸ் கட்சியில் சேர்ந்தார்கள். அவசரநிலையை ஆதரித்தார்கள்.

ஆனால் சம்பத் தனது தொழிற்சங்க நடவடிக்கைகளைத் தொடர்ந்து மேற்கொள்ள விரும்பினால், அவரால் சி.பி.ஐ.எம். எல்.—ல் சராஃப்புடன் தொடர்ந்துசெல்ல முடியாது என்பதை அறிந்தார். அவரால் காங்கிரஸிலும் சேரமுடியாது. ஏனென்றால் அது ஷேக் அப்துல்லாவைக் கைது செய்ததன் மூலமும். அதன்பின் ஒரு ஒப்பந்தத்தை பலவந்தமாக திணித்து கஷ்மீரின் சுதந்திரத்துக்கான அனைத்து நம்பிக்கைகளையும் அகற்றியதன் மூலமும் கஷ்மீர் மக்களுக்கு துரோகம் செய்திருந்தது. சேதியும், அப்துல் மஜீத்தும் கஷ்மீரி இனக்குழுவினர் அல்ல; அவர்கள் ஜம்முவைச் சேர்ந்தவர்கள். அதனால் கஷ்மீரி தேசியம் என்ற எந்த உணர்வும் இல்லாதவர்கள். எனவே அவர்களுக்கு இத்தகைய எந்த ஒரு கடினமான சூழ்நிலையும் இல்லை.

ஆனால் தொழிற்சங்கத்தில் அப்துல் மஜீத் கானுக்கு வலுவான அடித்தளம் இருந்தது என்பதும், அவர் விலகினால், அந்தச்சங்கம் நடுவில் செங்குத்தாக பிளவுபடும் என்பதும் சம்பத்துக்கு தெரியும். 1979இல் இறுதியாக அந்தத் தொழிற்சங்கம் பிளவுபட்டது. அப்துல் மஜீத் கானும், சம்பத் பிரகாஷும் தங்களின் வெவ்வேறு பாதைகளில் சென்றார்கள். அந்த இரண்டு தலைவர்களும் மீண்டும் ஒரே சங்கத்தில் பிறகு எப்போதும் ஒன்றாகச் செயல்படவில்லை. புனூ அப்துல் மஜீத்துடன் சென்றார். அந்தச் சங்கத்தின் பொதுச் செயலாளராக தேர்ந்தெடுக்கப்பட்டார். அந்தச்சங்கம் குறைந்தபட்ச ஊதியம்பெறும் அரசு ஊழியர் சங்கம் என்ற அதேபெயரில் செயல்பட்டது.

சில ஊழியர்களும் அப்துல் மஜீத்துடன் சென்றதற்கு, 'அவர் ஒரு பெருந்தன்மையானவர்; தொழிலாளர்களுக்கு சுயநலமற்ற சேவைசெய்த நீண்ட வரலாறு கொண்ட எழுச்சியூட்டும் தலைவர்' என்பதும் காரணமாக இருந்ததை சம்பத் அறிவார். ஆனால்

இன்னொருபகுதி காரணம் உடனிருந்த முஸ்லீம்களுக்கு ஒரு குறிப்பிட்ட விசுவாசத்துடன் அவர் இருந்தார் என்று அவர்கள் கருதினார்கள். 'அவ்வாறு அவர்கள் சென்றதற்கு, சம்பத் தனது செயல்பாடுகளில் சிறிதளவு கட்டுப்பாடற்றவராகவும், ஆதிக்கப்போக்கு கொண்டவராகவும் இருந்ததுகூட காரணமாக இருக்குமா?' என்று நான் சம்பத்திடம் கேட்டேன். அவர் இறுக்கமாகக் காணப்பட்டார். 'ஆம். அதுகூட உண்மைதான்' என்றார். தலைவர்களில் சிலர் தங்களுக்கான சொந்த சங்கமாக ஊழியர்கள், தொழிலாளர்கள் கூட்டமைப்பை அமைக்க முயற்சித்தார்கள். ஆனால், அவர்களால் நீடித்திருக்க முடியவில்லை.

1979இல் சம்பத் சி.பி.ஐ.(எம்)ல் சேரமுடிவெடுத்தார். 'கஷ்மீரிகளின் சுயநிர்ணய உரிமையை ஆதரிக்காத ஒரு கட்சியில்சேர அவர் எவ்வாறு முடிவெடுத்தார்? என்று நான் கேட்டேன். அதற்கு அவர், 'தொழிற்சங்கத்தை பாதுகாப்பதுதான் மிகவும் முக்கியம்; அதற்கு கட்டுப்பாடுமிக்க ஒரு கட்சியின் ஆதரவு தேவை' என்றார்.

சம்பத் நக்சலைட் அனுதாபிகள் பலரையும் சி.பி.ஐ.(எம்) கட்சியில் சேருமாறு தூண்டினார். 1980 மார்ச்சில் மொஹம்மது யூசுஃப் தாரிகாமியை[23] செயலாளராகக் கொண்டு ஜம்மு—கஷ்மீரில் ஒரு கட்சிக்கிளையை அமைத்து முறைப்படி அறிவித்தனர். சி.பி.ஐ.(எம்) தலைவர்கள் சம்பத்துக்கும், அவரது தோழர்களுக்கும் 'ஜம்மு—கஷ்மீர் குறைந்தபட்ச ஊதியம்பெறும் அரசு ஊழியர்கள் கூட்டமைப்பு' என்ற அதே பழைய பெயரிலேயே சங்கத்தைத் தொடர்ந்து நடத்துமாறு ஆலோசனை வழங்கினார்கள். அவர்களும் அதை ஏற்றுக் கொண்டார்கள்.

அந்தக் காலகட்டத்தில் பல்வேறு உலகளாவிய நிகழ்வுகள் கஷ்மீரின் அரசியல் நிகழ்முறையில் தாக்கத்தை ஏற்படுத்தின. பாகிஸ்தானில் ஓர் இராணுவப்புரட்சி ஏற்பட்டு, பிரதமர் ஜுல்ஃபிகர் அலி புட்டோ கைது செய்யப்பட்டார். அதன்பிறகு 1979 ஏப்ரலில் தூக்கிலிடப்பட்டார். இதனால், கோபமும், துயரமும் எழுந்தது. ஏனென்றால், புட்டோ கஷ்மீரிகளின் கதாநாயகனாக இருந்தார். அவர் ஒருமுறை, 'பாகிஸ்தான், இந்தியாவுடனான போரை கஷ்மீரை விடுதலை செய்யும்வரை ஆயிரம் ஆண்டுகளுக்கு நடத்தும்' என்று பிரகடனம் செய்திருந்தார். புட்டோவை தூக்கிலிட்ட ஜெனரல் ஜியா உல் ஹக், ஜமாத்—இ—இஸ்லாமியின் ஆதரவாளராக இருந்தது கஷ்மீர் மக்களின் கோபத்தை, அந்த அமைப்பில் கஷ்மீரில் உள்ள உறுப்பினர்களுக்கு எதிராகத் திருப்பியது.

பல ஆண்டுகளாக ஜமாத்—இ—இஸ்லாமி உறுதியான வளர்ச்சியைப் பெற்று வந்தது. அந்த அமைப்பின் தலைவர் சையத் அலி ஷா கீலானி, அமைப்பு உறுப்பினர்களின் குழந்தைகள் 200 முதல் 250 மதரஸாக்களில் புகுத்தப்பட்டார்கள்' என்று 1970இல் ஒப்புக்கொண்டார். 1975இல் அந்த அமைப்பு தனது இலக்கியங்களை பரவலாக விநியோகித்தது. தினசரி செய்தி இதழ் ஒன்றையும் நடத்தியது. அது பெட்ரோ டாலர்களையும் பெற்றுவந்தது.[24]

ஜமாத் எழுச்சியின் அந்த சரியான நேரம் கஷ்மீரி முஸ்லீம்களின் ஒரு தலைமுறையின் வரும்காலத்தில் பிரதிபலித்தது. அவர்கள் கல்வியறிவு பெற்றவர்களாகவும், அவர்களது அரசியல் சிந்தனைகள் இஸ்லாமிய உலகின் வளர்ச்சியால் வடிவமைக்கப்பட்டதாகவும் இருந்தது.

ஷேக் அப்துல்லா ஜமாத்—இ—இஸ்லாமியுடன் சண்டை நடத்துவதில் உண்மையான உறுதியோடிருந்தாலும், மக்களைத் திரட்டுவதற்கு அவரும்கூட இஸ்லாமிய அடையாளங்களைப் பயன்படுத்தினார். மேலும் காங்கிரஸ் கட்சியும் தன்னிடமிருந்து ஜனசங்கத்துக்கு தங்கள் விசுவாசத்தை மாற்றிக்கொண்டவர்களை மீண்டும் வென்றெடுக்க பெரும்பான்மை சமூகத்தினருக்கு மதரீதியான வாசகங்களில் அழைப்பு விடுத்தது. அவர்கள் ஜம்முவிலும், லடாக்கிலும் தன்னாட்சி இயக்கங்களைத் துவக்கியபோது, ஷேக் அப்துல்லா ஜம்முவில் முஸ்லீம்கள் ஆதிக்கம் உள்ள மாவட்டங்களில் அவர்களது மதசார்பு உணர்வுகளின் அடிப்படையில் அணுகினார்.

ஷேக் அப்துல்லா ஜமாத்—இ—இஸ்லாமியை கஷ்மீரில் தடைசெய்து அவசர நிலையின்போது அவர்களைப் பலமாக தாக்கினார். பூட்டோ தூக்கிலிடப்பட்டபோது தேசிய மாநாடு கட்சியின் அணிகள் அந்தத்தருணத்தை, ஜமாத் — இ— இஸ்லாமி உறுப்பினர்களைத் தாக்கவும், அவர்களது உடமைகளை அழிக்கவும் பயன்படுத்திக் கொண்டார்கள். டெஹ்ரீக்—இ—ஹரியத்—இ—இஸ்லாமி[25] கட்சியின் தகவல்படி 1,245 வீடுகள், 513 தானியக்கிடங்குகள், 338 மாட்டுக்கொட்டகைகள், 66 ஜமாத் நூலகங்கள், 24 ஜமாத் அலுவலகங்கள் 22 தொழிற்கூடங்கள் எரித்து அழிக்கப்பட்டன.[26]

550 ஆசிரியர்களுடனும், 25,000 மாணவர்களுடனும் ஜமாத் நடத்திய

125 பள்ளிகள் தடைசெய்யப்பட்டன. அதுபோலவே அவர்கள் அமைப்பால் நடத்தப்பட்ட 50,000 பெண்களும், பையன்களும் படித்த 1,000 மாலை நேரப்பள்ளிகள் தடை செய்யப்பட்டன.[27] எனினும் பெரும்பாலான ஆசிரியர்கள் அரசுப்பள்ளிகள் அல்லது தங்கள் பெயர்களை மாற்றிக்கொண்டு தொடர்ந்து செயல்பட்ட பள்ளிகளுக்கு ஈர்க்கப்பட்டார்கள்.

ஜமாத்—இ—இஸ்லாமியின் மீதான ஷேக் அப்துல்லாவின் வெறுப்பும், எதிர்ப்பும் அவர் அஹமதியர்களின் ஆதரவைப்பெற்ற துவக்க காலத்திலிருந்தே இருந்துவருகிறது. அஹமதியா இயக்கம் ஒரு இஸ்லாமிய சீர்திருத்த இயக்கமாக பஞ்சாபில் உள்ள குர்தியான் என்ற சிறு நகரத்தில் 1889இல் மிர்ஸா குலாம் அஹமதுவால் (1855—1908) நிறுவப்பட்டது. அவர் தன்னை 'கிறிஸ்துவின் இரண்டாம் வருகை' என்று கூறிக்கொண்டார்.

அஹமதியா மௌலவிகளின் ஒரு குறிப்பிட்ட சிந்தனைப் போக்குகளுக்குக் காரணமாக வாசக சாலைகள் அமைந்திருந்தன என்று கூறப்பட்டது. அதனுடைய முதல்கூட்டங்கள் ஷேக் அப்துல்லா அதில் சேருவதற்கு முன்பே 'அஞ்சுமன்—இ—அஹமதியா'வின் செயலாளர் குவாஜா தத் உத் தீன் வீட்டில் நடைபெற்றன.[28] அஹமதியாக்கள் கஷ்மீரிலும், பஞ்சாபிலும் கல்விப்பணிகளுக்கு நிதியளித்தனர்.[29]

அஹமதியர்களுக்கு கஷ்மீர் ஒரு சிறப்பான இடமாக இருந்தது. ஏனென்றால், இறைத்தூதர் கிறிஸ்து ஸ்ரீநகரின் ரோஸாபால்—ல் புதைக்கப்பட்டார் என்று அவர்கள் நம்புகிறார்கள். பல அஹமதியர்கள் கஷ்மீரி மொழியில் எழுதினார்கள் என்றும், இவ்வாறு அவர்கள் கஷ்மீரி முஸ்லீம்களின் வட்டார அடையாளத்துக்கு அழுத்தம் தந்தார்கள் என்பதும் கூட ஆர்வமூட்டுவதாக உள்ளது.[30] 1950களின் துவக்கத்தில் மிர்ஸா தாஹிர் அஹமது — அந்த சமுதாயத்தின் நான்காவது காலிஃபா — *'அல்லாவின் பெயரால் கொலை'* *(Murder in the name of Allah)* என்ற நூலை எழுதினார். அது மௌதுதியின் 'ஜிகாத்'[31] கருத்தாக்கத்தை எரிக்கும் ஒரு விமர்சனமாகும்.

மௌலானா மௌதுதி 1941 ஆகஸ்ட் 26இல் ஜமாத்—இ—இஸ்லாமியை தோற்றுவித்தார். பிரிட்டிஷ் இந்தியா இரண்டு இறையாண்மை கொண்ட நாடுகளாக பிரிக்கப்பட்டபின் மௌதுதி பாகிஸ்தானுக்கு புலம்பெயர்ந்தார். அந்த அமைப்பும் இரண்டாக பிளவுபட்டு ஒவ்வொரு நாட்டிலும் அதன் அரசியல்

அமைப்புக்கேற்ப வேலை செய்யலாம் என்று அறிவித்தார். எனவே இந்தியாவிலேயே தங்கிவிட முடிவுசெய்த ஜமாத்—இ—இஸ்லாமி உறுப்பினர்கள் 1948இல் அலகாபாத்தில் கூடினார்கள். பாகிஸ்தானில் உள்ள அசல் அமைப்பிலிருந்து வேறுபட்ட ஒரு தனியான அமைப்பாக, ‘ஜமாத்—இ—இஸ்லாமி ஹிந்த்’ ஐ அறிவித்தார்கள். அதே ஆண்டில் கஷ்மீரின் ஜமாத்—இ—இஸ்லாமி தான் ஒரு சுதந்திரமான அமைப்பு என்று பிரகடனம் செய்தது. இந்த இரண்டு அமைப்புக்களும் 1953இல்[32] தங்கள் சொந்த அமைப்பு விதிகளை வகுத்துக் கொண்டன.

இஸ்லாம் என்பது மனிதகுலத்தின் வெறும் ஆன்மீகத் தீர்வுக்காக மட்டுமின்றி இந்த பூமியின் மீது இறைவனின் இறையாண்மையை நிலைநாட்டுவதையும் — வேறு வார்த்தைகளில் சொல்வதானால், ‘இஸ்லாமிய அரசுகளை’ உருவாக்குவதையும் அது திட்டமாகவும், நோக்கமாகவும் கொண்டுள்ளது என இந்தத் துணைக்கண்டத்தில் கூறிய முதல் மனிதர் மௌதுதி தான். அவர் தனது இஸ்லாமிய தகுதியை ஒரு நாட்டில் நிலை நிறுத்திக்கொள்ள முயற்சித்தார். அந்த நாட்டின் உருவாக்கத்தில், கஷ்மீர் பற்றிய இந்தியாவுடன் பிரச்சனையை எழுப்புவது மற்றும் இஸ்லாத்தில் அஹமதியா இனத்தின் அந்தஸ்து என ஒன்றோடொன்று தொடர்புடைய பிரச்சனைகளை எடுத்துக்கொண்டு அவர் எதிர்த்தார்.

அஹமதியாக்களை இஸ்லாத்திலிருந்து வெளியேற்றுவதற்கான மௌதுதியின் 1953 போராட்டம் கஷ்மீரில் அவரது விளக்கத்தோடு தொடர்புடையது. அவர்களை ஏசுவின் தூதர்கள் என அவர் அறிவிக்க விரும்பினார். ஆனால் அவரது தீவிரமான பார்வையை ஏற்றுக்கொண்டவர்கள் யாருமில்லை. அஹமதியர்கள் பிரச்சனையில் அவரது நிலைப்பாட்டுக்காக அவர் கைது செய்யப்பட்டு, எதிர்ப்புணர்ச்சியை கிளப்புபவர் என குற்றம் சாட்டப்பட்டு, மரணதண்டனை விதிக்கப்பட்டார்.

இந்தியா பிரிவினைக்குள்ளானதிலிருந்து பாகிஸ்தானிலிருந்த அஹமதியர்கள் ஒடுக்குமுறைகளுக்கும், பாரபட்சமாக நடத்தப்படுவதற்கும் உள்ளானார்கள். அவர்களுடைய மசூதிகள் எரிக்கப்பட்டன; அவர்கள் கொடுமைப்படுத்தப்பட்டார்கள். இறுதியாக ஜமாத்—இ—இஸ்லாமி பேர்வழிகளின் அழுத்தத்தால் பாகிஸ்தானின் அரசியல் சாசனத்தில் பூட்டோ இரண்டாவது திருத்தத்தை நிறைவேற்றி, அவர்களை ‘பக்கீர்கள்’ — முஸ்லீம் அல்லாதவர்கள் என அறிவித்தார்.

அஹமதியாக்களுடன் கூட்டுவைத்துக்கொண்டு ஷேக் அப்துல்லா தன் வாழ்நாள் முழுவதும் ஜமாத்— இ—இஸ்லாமியின் மாற்றுவடிவத்தின் செல்வாக்கை கட்டுப்படுத்த முயற்சித்தார். 1980இல் இளைஞர் பிரிவால் திட்டமிடப்பட்ட 'உலக இஸ்லாமிய இளைஞர் குழு' (World Islamic Youth Council)வுக்கு அவர் தடை விதித்தார். இதன்விளைவாக அவரது காலத்தில் அந்த அமைப்பின் தேர்தல் அடித்தளம் சுருங்கியது.

அதன்பிறகு உலகநிகழ்வுகள் நடைபெற்றன. மௌதுதி 1979இல் இறந்த போதிலும்கூட, அந்த ஆண்டு அவரது கொள்கைகள் முன்னெப்போதுமில்லாத எழுச்சியைக் கண்டன. அவரது இறப்பும், ஈரானிய புரட்சியும் ஒரேகாலத்தில் நடந்தன. உலகம் முழுவதிலுமிருந்த முஸ்லீம் இளைஞர்களுக்கு ஈரானிய புரட்சி தூண்டுதலாக அமைந்தது. அதன்வெற்றியில் ஊக்கம்பெற்ற அவர்கள் ஆப்கானிஸ்தானில் சோவியத் படையெடுப்புக்கு எதிரான போராட்டத்தில் தலிபான்களுக்கு உதவவும் தயாரானார்கள்.

அத்துடன்கூட, பனிப்போர் காலத்தின் துவக்க ஆண்டுகளிலிருந்து தொடரும் தங்கள் வெளியுறவுக் கொள்கைகளின் நோக்கங்களை அடைய அமெரிக்கா (மற்றும் பிரிட்டிஷ்) இஸ்லாமிய தீவிரவாதிகளை சார்ந்து நிற்பதும் நிகழ்ந்தது. இது மிகவிரைவில் பனிப்போர் முடிவுக்கு உதவவும், தீவிரவாதத்தின் மீதான போர் துவங்கவும் வழிவகுத்தது.

ஆஃப்கானிஸ்தான் மீதான சோவியத் படையெடுப்பை உலக முதலாளித்துவ கட்டமைப்புக்கு ஆபத்து என அமெரிக்கா பார்த்தது. 1980களின் துவக்கத்தில் அரசு செயலாளர் வாரன் கிறிஸ்டோபர் தலைமையிலான ஒரு அமெரிக்கக்குழு இஸ்லாமாபாத்துக்கு வருகை தந்து 400 கோடி இராணுவ உதவியை சோவியத் யூனியனை எதிர்த்துப் போராட அளித்தது. சோவியத் யூனியனை பாகிஸ்தானுக்கும், அந்தப்பகுதிக்கும், உலகத்துக்கும், அமைதிக்கும், பாதுகாப்புக்குமான அச்சுறுத்தல் என அறிவித்தது.[34]

1979 ஜூலையில் அமெரிக்க ஜனாதிபதி ஜிம்மி கார்ட்டர், மத்திய ஆசியாவில் இஸ்லாத்தை விரிவுபடுத்தவும், அந்த மதத்தின் அடிப்படை வாதம் பரவுவதற்கும் இரகசியமாக நிதி அளித்து உதவினார். டெக்சாஸில் இருந்த உறுப்பினர் சார்லி வில்சன் ஒரு சாதாரண CID திட்டத்தை அமெரிக்க வரலாற்றிலேயே மிகவும் இரகசிய போராக மாற்றினார்.[35] இஸ்லாமிய தீவிரவாதிகளுடனான

அமெரிக்க கூட்டு ரொனால்டு ரீகன் இரண்டுமுறை ஜனாதிபதியாக இருந்தகாலத்தில் மிகப்பெரிய அளவுக்கு பலப்பட்டது. ஆப்கன் போர் CIA மூலம் மாபெரும் இரகசியப் போராக விரிவடைந்து, சவூதி அரேபிய டாலருக்கு நிகரான டாலராக அமெரிக்காவின் 50 இலட்சம், நேரடி அமெரிக்க உதவியாக அளிக்கப்பட்டது. ஆயுதங்கள் மற்றும் தளவாடங்கள் ஆண்டொன்றுக்கு 60,000 டன்களாக 1980 களின் பிற்பகுதியில் கப்பலேற்றி அனுப்பப்பட்டன.[36]

இந்த நிகழ்ச்சிகள் கஷ்மீர் பள்ளத்தாக்கில் தீவிரவாத நடவடிக்கைகளின் போக்கில் நேரடித் தாக்கத்தை ஏற்படுத்தின. ஆஃப்கானிஸ்தானிலிருந்து ரஷ்யா பின்வாங்கிய ஏழு ஆண்டுகளுக்குள் அந்தப்போரில் வெற்றிகண்ட இஸ்லாமிய சுதந்திரப் போராளிகளான முஜாஹிதீன்கள் ஒரு புதிய பிரச்சனையைக் கண்டார்கள் — கஷ்மீரின் விடுதலையாக.

1982இல் ஷேக் அப்துல்லா இறந்தபோது, அவரது இறுதிச்சடங்குக்காக மக்கள் வீதிகளில் குவிந்தார்கள். அவர் டெல்லியுடன் கையெழுத்திட்ட ஒப்பந்தத்தை அவர்கள் ஏற்றுக்கொள்ளாவிட்டாலும்கூட, பல பத்தாண்டுகளாக கஷ்மீர் பிரச்சனைக்கான ஒரே சிந்தனையோடு மிகக்கடுமையான போராட்டத்தில் தன்னை அர்ப்பணித்துக்கொண்ட அந்த 'கஷ்மீர் சிங்கத்துக்கு' தங்கள் அன்பையும், மரியாதையையும் தெரிவிக்கவேண்டிய நேரம் அது. அவரது மறைவு மாபெரும் இழப்பு என்று கருதிய பல்லாயிரக்கணக்கானவர்களில் சம்பத் பிரகாஷும் ஒருவர்.

ஷேக் அப்துல்லாவின் மறைவால் ஜமாத்—இ—இஸ்லாமியின் கொள்கையைப் பரப்பும் வழியில் ஒரு மாபெரும் தடை நீங்கிவிட்டது. இஸ்லாமிய அரசியல் அலை அந்தப் பள்ளத்தாக்கை முழுமையாக சூழ்ந்துகொள்ளும் அளவுக்கு எழுச்சி பெற்றது. ஆனால் கஷ்மீரி தேசியவாதிகளின் எதிர்ப்புப் போராட்டமும் இல்லாமலில்லை.

சி.பி.ஐ.(எம்)ல் சேர்ந்ததோடு 1983இல் மாநிலத் தேர்தலுக்கும் சம்பத்தும் அவரது தோழர்களும் தயாரானார்கள். தேர்தலில் குல்காம் தொகுதியிலிருந்து யூசுஃப் தாரிகாமியை தனது வேட்பாளராக நிறுத்த சி.பி.ஐ.(எம்) முடிவு செய்தது. தேர்தல் பிரச்சாரத்துக்குத் தேவையான பணமோ ஜீப்போகூட சி.பி.ஐ.(எம்) இடம் இல்லை. அவர்கள் மீர் காசிமை கேட்டுக்கொண்டபோது அவர் ஒரு ஜீப் மற்றும் லாரியைக் கொடுக்க இசைந்தார்.

யூசுஃப் தாரிகாமி, 1972இல் வெற்றி பெற்றிருந்த ஜமாத்—இ—இஸ்லாமியின் கொள்கைப்பிடிப்பு கொண்ட உறுப்பினர் அப்துல் ரஸா மீர்க்கு எதிராக நின்றார். பிரச்சாரத்தின்போது ஜமாத்—இ—இஸ்லாமி அணியினர் சி.பி.ஐ.(எம்)ஐ தாக்கினார்கள். சம்பத் பிரகாஷ் தனது காயங்களுக்கு மருத்துவமனையில் சிகிச்சை பெறவேண்டியதாயிற்று. யூசுஃப் தேர்தலில் தோற்றதோடு ஜாமீன் தொகையையும் இழந்தார்.[37]

அதன்பிறகு, நிகழ்ச்சிகள் வேகமாக நடைபெற்றன. 1983 தேர்தலில் ஷேக் அப்துல்லாவின் மகன் ஃபரூக் அப்துல்லா வெற்றிபெற்றார். 1984 பிப்ரவரி 3இல் JKLFன் சில உறுப்பினர்கள் பிரிட்டனில் இந்திய துணைகமிஷனராக நியமிக்கப்பட்ட ரவீந்தர் மாத்ரேயை அவர் பிர்மிங்காமை பார்வையிட சென்ற போது கடத்திச்சென்றார்கள். அந்தத் தீவிரவாதிகள், இன்னும் திஹார் சிறையில் வாடிக்கொண்டிருந்த மக்பூல் பட்டை உடனடியாக விடுதலை செய்யவேண்டும் என்று கோரினார்கள். ஆனால், இந்திய அரசோ அவர்களுடன் பேச்சுவார்த்தை நடத்துவதில்லை என்பதில் உறுதியாக இருந்தது. இரண்டு நாட்களுக்குப்பிறகு அந்த தூதர் இறந்துகிடந்தார்.

1984 பிப்ரவரி 11 அன்று மக்பூல் பட் திஹார் சிறையில் தூக்கிலிடப்பட்டார். சம்பத் அதை தனக்கு ஏற்பட்ட சொந்த இழப்பாக உணர்ந்தார். அதைப் போலவே ஆயிரக்கணக்கான கஷ்மீரிகளும் உணர்ந்தார்கள்.

சம்பத் விவரித்ததை கேட்கும்போது நானும் மனவேதனையோடு குற்ற உணர்வைப் பெற்றேன். மக்பூல் பட் தூக்கிலிடப்பட்ட செய்தியை நானும் படித்தேன். ஆனால் அதில் கோபமோ, வருத்தமோ அடையவில்லை என்று சம்பத்திடம் ஒத்துக்கொண்டேன். நான் ஏற்கனவே மனித உரிமை இயக்கத்தில் தீவிரமாகச் செயல்பட்டுக் கொண்டிருந்தாலும் அவர் தூக்கிலிடப்பட்டதை கண்டித்து நாங்கள் எந்தவொரு கூட்டத்தையும் நடத்தியிருக்கவில்லை.

நான் சம்பத்தைப் பார்த்து கூறினேன்: ‘மக்பூல் பட்—ஐ தூக்கிலிடுவதன் அரசியல் முக்கியத்துவத்தை புரிந்துகொள்ள எனக்கு ஒரு பத்தாண்டுகளுக்கு மேல் ஆயிற்று. ‘இந்தமாற்றம் எப்படி ஏற்பட்டது? என்று சம்பத் கேட்டபோது, அது வடகிழக்கில் நான் கொண்டிருந்த ஈடுபாடு காரணமாக என்று கூறினேன். உண்மையில் மக்பூல் பட் தூக்கிலிடப்பட்ட நேரத்தில் மணிப்பூரில்

நாகாக்கள் வாழ்ந்துவந்த பகுதிகளில் ஊடுருவல்களை எதிர்த்து நடத்திய ஒருங்கிணைந்த செயல்பாடுகளால் இந்திய இராணுவம் மனித உரிமை மீறல்களை செய்ததற்கு எதிராக நான் ஏற்கனவே ஒரு வழக்கை தொடர்ந்திருந்தேன்.

நான் பேசியபோது, நாகா தேசிய இனத்துக்கும், கஷ்மீர் தேசிய இயக்கத்துக்கும் இடையே பல ஒற்றுமைகள் இருந்ததை நான் அறிந்தேன். நாகா தலைவர் அங்காமி சாபு பிஸோவும், ஷேக் அப்துல்லாவும் 1905இல் பிறந்தவர்கள். அவர்கள் இருவரும் தங்கள் தங்கள் இனக்குழுக்களின் கலாச்சார அடையாளங்களைப் பாதுகாக்க விரும்பியவர்கள். அவர்கள் இருவரும் கஷ்மீரின் 370 ஆம் சட்டப்பிரிவின் கீழும் நாகாலாந்தின் 371A சட்டப்பிரிவின் கீழும் உண்மையான தன்னாட்சிக்கு உறுதியளிக்கபட்டவர்கள். ஆனால் அந்தச் சட்டப்பிரிவுகள் நீர்த்துப்போக வைக்கப்பட்டன. மேலும் ஷேக் சிறையிலிருந்தபோது பிஸோ நாடு கடந்து சென்றார். நாகாக்களும், கஷ்மீரிகளும் 1974—75 ஒப்பந்தங்களில் கையெழுத்திட்டிருந்தார்கள். அவை துரோகங்கள் என பார்க்கப்பட்டன. இப்போது கஷ்மீரிகள் மற்றும் நாகாக்களின் தேசிய இயக்கங்கள் இரண்டும் மதரீதியான தேசியங்களை நோக்கிச் சென்று கொண்டிருக்கின்றன.

'நாகாக்கள் அடிப்படைவாதிகளாக ஆகிக் கொண்டிருக்கிறார்களா?' என்று சம்பத் கேட்டார். நான் அவரிடம் ஞானஸ்நான அடிப்படை வாதிகள் வகித்த பாத்திரம் மற்றும் நாகா கிராமங்களில் நடைபெற்ற கத்தோலிக்க சண்டைகள் பற்றியும் கூறினேன். சம்பத் மௌன மானார். பின்னர் அவர் கஷ்மீரின் கதையைத் தொடர்ந்தார்...

மக்பூல் பட் தூக்கிலிடப்பட்ட சில மாதங்களுக்குப்பிறகு, சம்பத் பிரகாஷ் தனக்கு சிறிது ஓய்வும், பல்வேறு சம்பவங்களைப் பற்றி சிந்திக்க நேரமும் தேவை என உணர்ந்தார். எனவே அவர் பாகல்ஹாமில் தனது நண்பருக்குச் சொந்தமான ஒரு ஓட்டலுக்குச் சென்றார். அது மலைகளின்மேல் இருந்தது. அந்த அமைதி தனக்கு இதமாக இருக்கும் என சம்பத் நம்பினார். ஆனால் அவருக்கு மிகுந்த ஆச்சரியத்தை ஏற்படுத்தும் வகையில் அந்த ஓட்டல் அறைகளிலிருந்து ஏராளமான சத்தங்கள் கேட்டன. பலர் ஏதோ ஒன்றைப்பற்றி தங்களுக்குள் கிளர்ச்சியூட்டும் குரல்களில் விவாதித்துக் கொண்டிருந்தார்கள். அவர்களிடம் சத்தத்தைக் குறைத்துக்கொள்ளும்படி கேட்டுக்கொள்ள அவர் வெளியே சென்றார். ஆனால் அவர்களது முகங்களைப் பார்த்தபொழுது அவர் அதிர்ச்சியடைந்தார். ஃபரூக் அப்துல்லாவை கவிழ்க்க

தேசிய மாநாடு கட்சியின் எட்டு அல்லது ஒன்பது சட்டமன்ற உறுப்பினர்கள் சதித்திட்டம் வகுத்துக் கொண்டிருந்ததை சம்பத் பார்த்தார்.[38]

குறிப்பாக ஃபரூக் அப்துல்லா மீது அவருக்கு மரியாதை இல்லாதபோதிலும் தான் படித்த அதேசமயத்தில் ஃபரூக் எஸ்.பி.கல்லூரியில் படித்திருந்தார் என்பதாலும், ஒரு தேர்தல் நடைமுறை சீர்குலைக்கப்படுவதை சம்பத் விரும்பவில்லை. சம்பத் அவர்களிடம் வருத்தம் தெரிவித்துவிட்டு காலையில் ஒரு வாடகைக்காரைப் பிடித்து ஃபரூக்கின் வீட்டுக்கு வந்தார். காவலர்கள் அவரை அடையாளம் கண்டுகொண்டதால், பாதுகாப்பு வளையத்தின் மூலம் உள்ளே செல்வதில் அவருக்கு எந்தப்பிரச்சனையும் ஏற்படவில்லை. அவர் உள்ளே சென்று முதலமைச்சர் காபி அருந்திக் கொண்டிருந்ததைக் கண்டார். சம்பத் தான் பார்த்ததை அவரிடம் கூறினார். ஃபரூக்குக்கு நம்பிக்கை ஏற்படவில்லை. எனவே தனது காவல்துறை அதிகாரியிடம் தொலைபேசியில் பேசினார். அந்த அதிகாரியோ, சம்பத் ஒரு தொல்லை தரும் நபர். அவர் சொல்வதை கவனிக்க வேண்டாம் என்றார். அடுத்த நாள், 1984 ஜூலை 2 அன்று ஃபரூக் அப்துல்லாவின் அமைச்சரவை ஒட்டுமொத்தமாக நீக்கப்பட்டு, ஃபரூக்கின் சகோதரி கலீதாவின் கணவர் குலாம் மொஹம்மது ஷா முதல்வராக நியமிக்கப்பட்டார்.

சம்பத், ஃபரூக்கை தர்ணா போராட்டத்தில் உட்கார ஆலோசனை கூறினார். அவர் ஒருநாள் மட்டும் தர்ணாவில் அமர, ஜி.எம்.ஷா உடனடியாக ஊரடங்கு சட்டத்தைப் பிறப்பித்தார். எதிர்க்கட்சிகளும் ஆந்திராவில் என்டிராமராவ் நீக்கப்பட்டபோது நடத்தியதைப்போன்று நியாயமற்ற, எதேச்சாதிகாரமான ஃபரூக்கின் நீக்கத்தை எதிர்க்கவில்லை.[39]

குலாம் மொஹம்மது ஷா (1920—2009) முதலமைச்சர் ஆனது முதல் மதப்பதட்டங்கள் உச்ச நிலையை அடைந்தன.. அவரது ஆட்சியின் முதல் 90 நாட்களில் 72 நாட்கள் ஊரடங்குச் சட்டம் அமல்படுத்தப்பட்டதால், அவருக்கு 'ஊரடங்கு பூ' (குல்—இ—கர்ஃப்யூ) என்ற பட்டத்தைத் தந்தது. 1986 பிப்ரவரியில் அவரது காலத்தில் அனந்த் நாக் மாவட்டத்தில் வாழ்ந்த கஷ்மீரி பண்டிதர் குடும்பங்களின்மீது ஒரு தாக்குதல் நடத்தப்பட்டது. இத்தகைய தாக்குதல்களில் அதுதான் முதலாவது. இதன் அதிர்ச்சி அலை அந்த சமுதாயம் முழுவதிலும் படர்ந்தது.

ஆனால், சம்பவங்கள் அவற்றின் தோற்றங்களைவிடவும் மிகவும் ஆபத்தானவைகளாக இருந்தன.

ஜம்முவைச் சார்ந்த ஒரு பத்திரிக்கையாளரான பால்ராஜ் பூரி இந்த மதவெறிச் செயல்பாடுகளில் ஜமாத்—இ—இஸ்லாமி பங்கேற்றிருந்ததற்கான எந்தவித ஒரு ஆதாரத்தையும் தம்மால் காணமுடியவில்லை என்று தெரிவித்திருந்தார். இது சில மதச்சார்பற்ற கட்சிகளிடையே பேரச்சத்தை ஊட்டுவதற்கான கணிப்புக்களின் விளைவு என்று கண்டுபிடித்தார். உண்மையில் பால்ராஜ் மற்றும் அவரது குழுவின் வேண்டுகோள்களை ஏற்று முஸ்லீம்கள் இடிந்த கோவில்களை மீண்டும்கட்ட நிதி திரட்டினார்கள். கஷ்மீரி பண்டிதர்களும் தங்கள் கிராமங்களைவிட்டுச் செல்வதில்லை என்று[40] முடிவெடுத்தார்கள். பால்ராஜ் தலையீடு காரணமாக கிராமங்களிலிருந்த மக்கள் மத உணர்வுகளால் கவரப்படவில்லை என்றாலும், ஒட்டுமொத்த நிலவரம் சீர்குலைந்துவந்தது. ஆளுநர் ஜக்மோகன் 370 சட்டப்பிரிவுக்கு எதிரானவர். அரசுப்பணிகளில் முஸ்லீம்களின் பங்கு வீழ்ச்சியடைந்தது. ஜன்மாஷ்டமி நாளில் மாமிச விற்பனை தடை செய்யப்பட்டது. இதை தெற்கு கஷ்மீரின் மிர்வைஸ் காஸி நிசார் ஏற்க மறுத்து திறந்தவெளியில் ஆட்டை கூறுபோட்டார். ஜக்மோகன் கஷ்மீரி அடையாளத்தை இந்திய அடையாளத்துக்கு எதிரான ஒரு அச்சுறுத்தலாகப் பார்த்தார். கஷ்மீரி முஸ்லீம் அடையாளத்துக்கும், அமெரிக்கா மற்றும் பாகிஸ்தானால் உற்சாகமூட்டப்பட்ட இஸ்லாமிய அடையாளத்துக்கும் இடையிலான வேறுபாட்டை ஜக்மோகனால் பிரித்துப்பார்க்க முடியவில்லை.

கஷ்மீரில் பாகிஸ்தானுக்கு ஆதரவான உணர்வு வளர்ந்து வந்தது. 1983 அக்டோபரில் ஸ்ரீநகர் அமர்சிங் ஸ்டேடியத்தில் மேற்கிந்தியத் தீவுகளுக்கும், இந்தியாவுக்குமிடையே நடைபெற்ற உலக கிரிக்கெட் போட்டியின்போது அந்த உணர்வு வெளிப்பட்டது. பாகிஸ்தான் கொடிகள் பறக்கவிடப்பட்டன. இந்திய அணி கேலி செய்யப்பட்டது. அந்தப் போட்டியில் இந்தியா தோற்றபோது அங்கு ஆரவாரமான கொண்டாட்டங்கள் நடைபெற்றன.

இத்தகைய வளர்ச்சிப்போக்குகள் இருந்தபோதிலும், அரசு ஊழியர்களிடமும், அவர்களது தொழிற்சங்கத்திலும் இதன் தாக்கங்கள் படியவில்லை. 1984இல் அப்துல் மஜீத் கானுடன் சென்ற குலாம் மொஹியுதீன் புனூ தனது தோழர்களுடன் மீண்டும் சம்பத் தலைமையிலான குறைந்தபட்ச ஊதியம் பெறும்

அரசு ஊழியர்கள் கூட்டமைப்புக்கு திரும்பி வந்தார். அவர்கள் சம்பத்தின் மரபுவழி நம்பிக்கைகளுக்கு எதிரான வழிமுறைகளை ஏற்றுக் கொள்ளாவிட்டாலும், அவரது அறிவுவளம்மிக்க ஆற்றலை அங்கீகரித்தார்கள்.

தனது தொழிற்சங்க வேலைகளின்போது புனூ, கிட்டத்தட்ட ஜம்மு—கஷ்மீரின் எல்லா மூலைமுடுக்குகளுக்கும் சென்று வந்தார். 'நீங்கள் லடாக் சென்றிருக்கிறீர்களா?' என்று நான் கேட்டேன். அவர் எழுந்து உட்கார்ந்து கூறினார்: 'நான் லடாக் முழுவதிலும் வேலை நிறுத்தத்தை ஏற்பாடு செய்தேன்'. 1987இல் அவர் நூமா, கல்ஸி, கார்கில், த்ராஸ் மற்றும் ஜன்ஸ்கர் ஆகிய பகுதிகளில் அலைந்துதிரிந்து நான்காம் ஊதியக்குழுவின் பரிந்துரைகளை நடைமுறைப்படுத்த வேலை நிறுத்தத்துக்கு ஏற்பாடு செய்தார். இந்தவகையில் மாநிலத்திலுள்ள மூன்று பகுதிகளின் ஒற்றுமையை அரசு ஊழியர்கள் உயிர்ப்பித்து வந்தார்கள்.

நாங்கள் பலமணி நேரம் புனூவின் வீட்டில் அமர்ந்திருந்தோம். நாங்கள் புறப்படவேண்டிய நேரம் அது. ஆனால், புனூ தான் சொல்லவேண்டியதை இன்னும் முடிக்கவில்லை. கிளர்ச்சிகளும், கலவரங்களும் நடைபெற்ற எல்லா மாதங்களிலும், ஆண்டுகளிலும் அரசு ஊழியர்கள் தங்கள் பணிகளைத் தொடர்ந்து செய்து கஷ்மீரின் பொருளாதாரத்தை அழிவிலிருந்து பாதுகாத்தார்கள். 'அது அரசு ஊழியர் கூட்டமைப்பின் மகத்தான பங்களிப்பு' என்று நான் கட்டாயம் எழுதவேண்டும் என்று புனூ கூறினார். மேலும், 'எங்களது தோட்ட வேளாண்மைத்துறை அதில் பெரும்பங்கு வகித்தது. அது மக்கள் வாழ்வாதாரத்துக்கான முக்கியமான ஆதாரமாக விளங்கியது' என்றார் புனூ.

நாங்கள் புறப்பட்டபோது, அவரது வாழ்வில் நினைவுகூரக்கூடிய நிகழ்வு ஒன்றைக் கூறுமாறு நான் கேட்டேன். அவர் எவ்வித தயக்கமும் இல்லாமல் பாகிஸ்தான் எல்லையில் அக்னூர் மாவட்டத்தில் பல்லன்வாலா கிராமத்தில் இருந்த மிகப்பெரிய அரசு நாற்றுப்பண்ணைக்கு தனது தோழர்களோடு சென்று வந்த பயணம்தான் என்றார். அங்குள்ள அரசு ஊழியர்களின் நிலை வருத்தத்துக்கு உரியதாக இருந்தது என்று அவர்கள் கேள்விப் பட்டிருந்தார்கள். அந்த நாற்றுப்பண்ணையின் தோட்டக்காரர் ஜெய்சந்த்— ஐ அவர்கள் சந்தித்தார்கள். போரின்போது பலமுறை தானும், நாற்றுப்பண்ணையும் பாகிஸ்தான் ஆக்கிரமிப்பில் இருந்ததாக ஜெய்சந்த் கூறினார். அவர் இந்தியா—பாகிஸ்தான்

யுத்தத்தை மிக நெருக்கமாக நின்று பார்த்தவர். தொழிற்சங்கத் தலைவர்கள் அவரிடம், 'நீங்கள் பாகிஸ்தானுடனோ அல்லது இந்தியாவுடனோ இருப்பதில் எதை தேர்வு செய்கிறீர்கள்?' என்று கேட்டபோது அவர் தயக்கமின்றி பதிலளித்தார்: 'நான் இந்தத் தோட்டத்தை நேசிக்கிறேன். இது எவ்வளவு காலம் மலர்ந்திருக்கிறதோ, அவ்வளவு காலம்வரை இது இந்தியாவின்கீழ் இருக்கிறதா? அல்லது பாகிஸ்தானின்கீழ் இருக்கிறதா? என்பது பற்றி எனக்குக் கவலை இல்லை'.

புனூ 2,000இல் ஓய்வுபெற்றார். இப்போது தங்கள் பழங்களைப் பாதுகாப்பதிலும், பெட்டிகளில் அடைப்பதிலும், எண்ணற்ற பிரச்சனைகளைச் சந்தித்துவரும் சிறுதோட்ட உரிமையாளர்களை ஒன்று திரட்டுவதில் தனது நேரத்தை செலவிட்டு வருகிறார்.

புயலின் திரட்சி
(1982-90)

1982இல் சம்பத்தின் மூத்த மகன் லெனின் ரீஜினல் என்ஜினீயரிங் கல்லூரியில் சேர்ந்தார்.[1] அவர் தொழிற்சங்கத் தோழர்கள் இரவு பகல் என ஒருநாளின் எல்லா நேரங்களிலும் தங்கள் வீட்டுக்கு வரும் அரசியல் சூழலில் வளர்ந்தவர். அவர் தனது தந்தை கூட்டங்களில் பேசும் உணர்ச்சியைத் தூண்டும் பேச்சுக்களை நேசித்தார். அவரது தந்தை அவரை டெல்லியில் நடைபெற்ற பேரணிக்கு அழைத்துச்சென்றதும், அவருடன் தான் சைக்கிளில் பின்னால் அமர்ந்து, ஒரு சிறிய செங்கொடியை ஏந்தி முழக்கங்களை உரத்து ஒலித்ததும் அவரது பிரியமான நினைவுகளில் ஒன்றாக உள்ளது.

அவர் குழந்தையாக இருந்தபோது, மக்கள் அவரிடம் வழக்கத்துக்கு மாறான அவர் பெயரைப்பற்றிக் கேட்கும்போது, அசல் லெனின் ரஷ்யாவை மாற்றியமைத்தார்; அதையே தானும் கஷ்மீரில் செய்வேன் என்று பதிலளிப்பார். ஆனால் தனது தந்தை சிறையில் இருந்தபோது தனது குடும்பம் கடுமையான சூழலில் வாழ நேர்ந்த

நேரங்களையும், இந்தவகையில் தனது தாயார் தனிமையிலிருந்து சிரமப்பட்டதையும் அவர் நினைவில் கொண்டிருந்தார். 1982 முதல் 1986 முடிய வாரங்கள்தோறும், மாதங்கள்தோறும் தனது படிப்பிலேயே கவனம் செலுத்தினார். அவர் தன்னை அரசியலில் ஈடுபடுத்திக் கொள்ளவே இல்லை. இது சம்பத்துக்கு இப்போதும்கூட ஏமாற்றம் அளிக்கும் வகையில் இருந்தது.

லெனினுடன் படித்த மற்ற மாணவர்கள், குறிப்பாக முஸ்லீம் பையன்கள், மிகுந்த அரசியல் உணர்வு கொண்டவர்களாக காணப்பட்டார்கள். அவர்கள் ஈரான், பாலஸ்தீனம், ஆஃப்கானிஸ்தான் மக்களின் போராட்டங்களால் ஈர்க்கப்பட்டார்கள். குறிப்பாக இந்த எல்லா நாடுகளிலிருந்தும் மாணவர்கள் ரீஜினல் என்ஜினீயரிங் கல்லூரியில் படித்துவந்தார்கள். நான் லெனினிடம் கல்லூரியில் இருந்த சூழல், அரசியலால் தாக்கம் பெற்றிருந்தது என அவர் நினைத்தாரா? என்று கேட்டேன். ஆனால் அத்தகைய எந்தவொரு கூட்டத்திலும் தான் கலந்து கொள்ளவில்லை என்றார் அவர்.

லெனின் தனது படிப்பின்மீதே கவனத்தைச் செலுத்தினார். அவர் ஒரு பொறியாளராகி, ஒரு குடும்பஸ்தனாக சாதாரண வாழ்க்கையை வாழ விரும்பினார். மொஹம்மது அஃப்சல் குரு சம்பத்தின் மூத்தமகன் லெனினை விட மூன்று வயதே இளையவர். அவருக்கும் டாக்டராகி ஒரு குடும்பஸ்தனாக ஒரு சாதாரண வாழ்க்கையை வாழவேண்டும் என்ற அதேபோன்ற கனவு இருந்தது.

மொஹம்மது அஃப்சல் குரு 1967 ஜுன் 13இல் பிறந்தார். அவர் ஒரு கஷ்மீரி வியாபாரியின் மூன்றாவது மகனாக ஸ்ரீநகரிலிருந்து 35 கி.மீ. தொலைவில் உள்ள சோபூர் நகரிலிருந்து சில கி.மீ.யில் உள்ள சீர்ஜாகிர் கிராமத்தில் பிறந்தவர். அஃப்சலின் தந்தை ஹபிபுல்லா குரு ஏழை அல்ல. அவர் மூங்கில் மற்றும் போக்குவரத்துத் தொழிலில் பணம் சம்பாதித்தார். 1970இல் அவரது குடும்பத்தில் ஒரு வண்ணத் தொலைக்காட்சிப் பெட்டி இருந்தது. வார இறுதி நாட்களில் பாலிவுட் திரைப்படங்களைப் பார்க்க அக்கம்பக்கத்து வீடுகளில் உள்ளவர்கள் அங்கு கூடுவார்கள். அஃப்சலின் தந்தைக்கு ஒரு அம்பாஸிடர் கார் இருந்தது. சிலவகைகளில் அவர் ஒரு ராஜாவைப்போல வாழ்ந்தார். ஹபிபுல்லாவுக்கு தனது மகன் வளர்ந்து ஒரு டாக்டர் ஆகவேண்டும் என்ற கனவு இருந்தது. ஆனால், அஃப்சலுக்கு 11வயது ஆகும்போதே அவர் இறந்து விட்டார். அதனால் அந்தக் குடும்பத்தை கவனிக்கும் சுமை அஃப்சலின் மூத்த அண்ணன் அய்ஜாஸ் மீது விழுந்தது.

அஃப்சலும் அவரது மூன்று சகோதரர்களான அய்ஜாஸ், ரியாஸ் மற்றும் ஹிலாலும் தங்கள் தாயார் ஆயிஷா பேகத்துடன் இரண்டு அடுக்கு செங்கல் வீட்டில் வாழ்ந்துவந்தார்கள். அவரது மூத்த அண்ணனும், தாயாரும் அஃப்சல் படித்து டாக்டராக வேண்டும் என்ற அவரது தந்தையின் கனவை நிறைவேற்ற வேண்டும் என்பதில் கருத்தாக இருந்தனர். அஃப்சலும் இதையே தனது கனவாகக் கொண்டார்.

நான்கு சகோதரர்களும் தங்களது பள்ளிக்கல்வியை டோப்கௌ உயர்நிலைப் பள்ளியில் முடித்தனர். அஃப்சல் தனது பள்ளியை அடைய வயல்கள் மற்றும் ஆப்பிள் தோட்டங்கள் வழியே புஹ்ரு சிற்றாறைக் கடந்து செல்லவேண்டும். சில நேரங்களில் ஒரு டயரின் மீது அமர்ந்து தங்கள் கிராமம் வழியே பாய்ந்து செல்லும் ஜீலம் நதியில் மிதந்து செல்வார். அஃப்சல் ஜீலம் நதியின் குளிர்ந்த நீரில் நீந்துவதை நேசித்தார்.

பள்ளிக்குச் செல்வதற்குமுன் அஃப்சல் தனது அம்மாவுக்காக ஜீலம் நதியிலிருந்து தண்ணீர் எடுத்துவருவார். பள்ளியிலிருந்து திரும்பியபின் துணிகளையும் பாத்திரங்களையும் சுத்தம் செய்வதில் தாயாருக்கு உதவுவார்.

பள்ளியில், அவர் விளையாட்டுக்களில், நாடகத்தில் மற்றும் கலை நிகழ்ச்சிகளில் சிறந்தவராக காணப்பட்டார். பல நிகழ்வுகளில் அவர் தனது பள்ளியின் இந்திய சுதந்திரவிழா அணிவகுப்பைத் தலைமை தாங்கிச்செல்லத் தேர்ந்தெடுக்கப்பட்டார். தனது பள்ளியிலிருந்த முஸ்லீம் மற்றும் கஷ்மீரி பண்டிதர் ஆசிரியர்களின் இதயங்களை தனது நகைச்சுவையாலும், புத்திசாலித்தனத்தாலும் வென்றிருந்தார்.[2]

அஃப்சலின் வகுப்பு நண்பரும், மூத்த பத்திரிக்கையாளருமான முஸாமில் ஜலீல் 'இந்தியன் எக்ஸ்பிரஸி'ல் எழுதினார்: 'எனக்கு அஃப்சல் கவிதையை நேசித்த, உணவு இடைவேளை குதூகலங்களில் புத்தகங்களைப் பற்றிப் பேசிய நட்புணர்வு கொண்ட பள்ளித்தோழர். நாங்கள் நல்ல நண்பர்களானோம். அஃப்சல் எங்கள் வகுப்பின் தலைசிறந்த மாணவனாக தனது சிரிப்புக்களாலும், புத்திசாலித்தனத்தாலும் ஆசிரியர்களை வியக்கவைத்ததை நான் எப்போதும் அறிந்திருந்தேன்.'[3]

அஃப்சல் பள்ளியில் படித்துக் கொண்டிருந்தபோது, 1985இல் கஷ்மீரில் *'Lion of The Desert'* என்ற படம் வெளிவந்தது. அது கஷ்மீரி இளைஞர்களின் கற்பனையை உசுப்பியது. அந்தப் படத்தை

எத்தனைமுறை பார்த்தார் என்று அஃப்சலிடம் ஒருபோதும் நான் கேட்டதேயில்லை. அவரது தலைமுறையின் இளைஞர்கள் அந்தப்படத்தின் வீடியோவை பலமுறை பார்த்திருப்பார்கள் என்று நான் தெரிந்துகொண்டேன் — குறிப்பாக அந்தப்படம் கஷ்மீரில் தடை செய்யப்பட்ட பிறகு.

'Lion of The Desert' என்ற அந்தப்படம் மம்மர் கடாஃபி அரசின் நிதியுதவி பெற்ற ஒரு லிபிய படம்.[4] அது ஓமர் முக்தார் வாழ்க்கையை அடிப்படையாக கொண்டது. அந்தப்பாலைவனத்தில் வாழ்ந்த அந்தத்தலைவர் ஆப்பிரிக்காவில் இத்தாலிய காலனியாதிக்கத்தைத் திணிப்பதற்காக வந்த ஜெனரல் கிராஸியானி தலைமையிலான இத்தாலிய இராணுவத்தை எதிர்த்துப் போரிட்டவர்.

தொழில் ரீதியாக ஓர் ஆசிரியராக விளங்கிய ஓமர் முக்தார், அந்தப் போரில் தனது வாழ்நாளில் வெற்றிபெற முடியாது என்பதைத் தெரிந்தே அந்தப்பாசிச சக்திகளோடு போரிட்டார். போர்க்கைதிகளைக் கொல்வது, பயிர்களை அழிப்பது, ஊடுருவல்களை எதிர்க்கும் திட்டமிட்ட செயல்பாடுகளின்போது கிராமத்தினரை குழுக்களாக்குவது போன்ற பல்வேறு காட்டுமிராண்டித்தனமான செயல்களில் இத்தாலியர்கள் ஈடுபட்டனர்.

அதில் ஒருகாட்சி — பிடிபட்ட வீரர்களைக் கொல்வதை இஸ்லாம் தடுக்கிறது என்பதை அழுத்தமாகக்கூறி, பாதுகாப்பற்ற ஒரு இத்தாலிய இளம் அதிகாரியை முக்தார் கொல்ல மறுக்கிறார். தான் தனது தாய்நாட்டுக்காக மட்டும் போராடுவதாகவும், முஸ்லீம்கள் போர் என்ற எண்ணத்தையே வெறுப்பவர்கள் என்றும் ஓமர் முக்தார் ஒரு பொது அறிவிப்பை வெளியிட்டார். முக்தார் பிடிபட்டார்; ஒரு கலகக்காரர் என்று விசாரிக்கப்பட்டார். அவரது வழக்கறிஞர் ‘முக்தார் ஒருபோதும் இத்தாலிய ஆட்சியை ஏற்றுக் கொண்டவர் அல்ல; எனவே அவர் ஒரு கலகக்காரர் என்று நடத்தப்படாமல், ஒரு போர்க் கைதியாகவே நடத்தப்பட வேண்டும்’ என்கிறார். (அவ்வாறு நடத்தப்பட்டால் அது அவரை தூக்கிலிடப்படுவதிலிருந்து பாதுகாக்கும்) நீதிபதி அதை ஏற்க மறுக்கிறார். அந்தப் படம் முக்தாரின் தண்டனை நிறைவேற்றப் படுவதோடு முடிகிறது.

பெரும்பாலான கஷ்மீரிகளைப் போலவே ஆழமாக உணர்ச்சி வசப்படுபவர் அஃப்சல். அந்தப்படம் அவர்மீது நீண்டகாலம் நீடிக்கும் ஒரு தாக்கத்தை ஏற்படுத்தியது.

அஃப்சல் குரு டோப்கெள உயர்நிலைப் பள்ளியிலிருந்து சோபூர் மேல் நிலைப்பள்ளிக்குச் சென்றார். 1988இல் அவர் ஜீலம் பள்ளத்தாக்கு மருத்துவக் கல்லூரியில் சேர்ந்தார். அவரோடு அந்த மருத்துவக் கல்லூரியில் படித்த மாணவர்கள், அஃப்சல் கஜல்களை மிக அழகாகப் பாடுவதாலும், இசையை மிகவும் நேசித்ததாலும் மாணவர்களிடையே மிகவும் பிரபலமானார் என்பதை நினைவுகூர்கிறார்கள். அவர் தனது விடுதி அறையில் இக்பாலின் ஒரு பெரிய படத்தை வைத்திருந்தார். அவர் கவிஞர் காலிஃபையும் கூட நேசித்தார். அஃப்சலிடம் எப்போதும் அமைதியான ஒரு தத்துவார்த்தப்பக்கம் இருந்தது. அவர் வேதனைப்படுவதாகவோ அல்லது தனிமையில் இருப்பதாகவோ உணர்ந்தால் வுலார் ஏரிக்கரையில் மலைமீது இருந்த பாபா சாகுர்—உத்—தீன் புனிதத்தலத்துக்குச் செல்வார். அங்கு அதன் அமைதியையும், அழகையும் அனுபவிப்பார்.

அந்த மருத்துவக் கல்லூரியின் நிறுவனர்களில் ஒருவர் அஃப்சலின் சித்தப்பா — டெல்லியின் மதிப்புமிகு 'ஆல் இந்தியா இன்ஸ்டிடியூட் ஆஃப் மெடிகல் சைன்ஸஸ்' *AIIMS*-இல் பட்டம்பெற்ற புகழ்மிக்க இதயநோய் நிபுணரான பேராசிரியர் கோபிநாத்தின் கீழ் இதயநரம்பு மற்றும் தொண்டை அறுவை சிகிச்சையில் சிறப்புத்தகுதி பெற்றவர். கஷ்மீரில் முதல் இதயம் திறந்த அறுவை சிகிச்சையைச் செய்தவர் டாக்டர்.குரு. அவர் அந்த மாநிலத்தின் முன்னோடி மருத்துவ நிறுவனமான 'ஷேர்—இ—கஷ்மீர் இன்ஸ்டிடியூட் ஆஃப் மெடிகல் சைன்ஸஸ்'ன் குழுவில் உறுப்பினரும்கூட.[5]

அஃப்சல் தன்னை, படிப்பில் மட்டுமல்ல, அரசியலிலும் உருவாக்கியவர் டாக்டர் குரு தான் எனக் கருதினார். 1940 ஏப்ரலில் பிறந்த டாக்டர் குரு, மக்பூல் பட்—ன் அதே தலைமுறையைச் சார்ந்தவர். தோக்ரா ஆட்சியின்கீழ் இருந்த மக்களின் நிலைமைகளையும், முஸ்லீம் விவசாயிகளை வறுத்தெடுக்கும் ஏழ்மையையும் அவர் பார்த்திருந்தார். அவரது தலைமுறையினர் சோசலிச சிந்தனைகளால் ஈர்க்கப்பட்டிருந்தார்கள். அவர்களுடைய தேசிய சிந்தனைகள், பொருளாதாரநீதி சிந்தனைகளோடு இணைக்கப்பட்டிருந்தன. டாக்டர் குரு, ஒரு ஆர்வமூட்டும் தேசியவாதியாகவும், ஜே.கே.எல்.எஃப்.ன்[6] புரட்சிகர உயர் ஆலோசனைக்குழுவின் உறுப்பினராகவும் அறியப்பட்டவர். இந்திய அரசின் கூட்டாளியாக பார்க்கப்பட்ட அப்போதைய உள்துறை அமைச்சர் முஃப்தி மொஹம்மது சயீத்தின் மகள் ருபையா சயீத்தை ஜே.கே.எல்.எஃப்.

கடத்திச் சென்றபோது 1989இல் நடைபெற்ற பேச்சுவார்த்தைகளில் டாக்டர் குரு உதவியவர்.[7]

மக்பூல் பட், டாக்டர் குரு ஆகிய இருவரின் சிந்தனைகளாலும், கொள்கைகளாலும் அஃப்சல் வசீகரிக்கப்பட்டார். மக்பூல் பட் இரகசிய குழுக்களை உருவாக்கி, கஷ்மீரிகளுக்கு இராணுவப்பயிற்சி அளிக்க ஏற்பாடு செய்த போதிலும், அஃப்சல் ஆயுதம் தாங்கிய எதிர்ப்பில் ஆழ்ந்த கவனம் செலுத்தவில்லை. ஏழைகளுக்கு உதவுவதிலேயே கவனம் செலுத்தினார். மக்பூல் ஒரு சுதந்திர கஷ்மீரை விரும்பினார். அதை வெறும் அரசியல் சுதந்திரமாக மட்டுமின்றி, சமூக, பொருளாதார ரீதியான சுதந்திரமாகவும் அவர் கனவு கண்டார்.

மக்பூல் பட் ஒருமுறை கூறினார்: 'நமக்கு ஆஸாதி (விடுதலை) என்பது நமது அன்புக்குரிய தாய்நாட்டை அந்நிய ஆக்கிரமிப்பிலிருந்து விடுவிப்பது மட்டுமல்ல; அத்துடன் பட்டினி, ஏழ்மை, கல்விஅறியாமை மற்றும் நோய்களை அகற்றுவதும், பொருளாதார, சமூக இழப்புக் களிலிருந்து மீண்டு வருவதும் ஆகும். அந்த விடுதலையை ஒருநாள் அடைந்தே தீருவோம்.'[8]

ஒருவேளை அவர்களது கஷ்மீர் கனவு ஒரு முஸ்லீம் கஷ்மீராகக்கூட இருக்கலாம். ஆனால், அங்கு மற்ற சமூகங்களைச் சார்ந்த மக்களுக்கும் நிச்சயமாக இடம் உண்டு.

இருந்தபோதிலும், தொடர்ந்து நடைபெற்ற நிகழ்வுகளால் ஜம்மு மற்றும் கஷ்மீரின் அனைத்தையும் உள்ளடக்கிய பார்வை என்ற கனவு அழிக்கப்பட்டது. மேலும் விரைவாக இந்தப் பார்வையின் நினைவுகள்கூட மங்கி மறையத்துவங்கின.

தனது வாழ்க்கையின் முடிவு நெருங்கிய வேளையில் ஷேக் அப்துல்லா தேசிய மாநாடு கட்சியை முஸ்லீம்களின் கட்சியாக மீண்டும் ஆக்க முயற்சித்தார். அவர் ஜம்மு — கஷ்மீர் மீள்குடியமர்வு மசோதாவை (நிரந்தரமாக திரும்பி வருதல்) ஜம்மு—கஷ்மீர் சட்ட மன்றத்தில் முன்வைத்தார். அந்த மசோதா நிறைவேறியது. ஆனால், ஆளுநர் ஒப்புதல் அளிக்க மறுத்துவிட்டார். இந்தச் சட்டம் தேசப்பிரிவினையால் உருவான அகதிகளை ஜம்மு—கஷ்மீருக்குள் அனுமதிக்கவும், தங்கள் உடைமைகளை மீண்டும் பெறுவதற்கும் அனுமதித்தது. பி.டி.ரணதிவே, ஜோதிபாசு போன்ற சி.பி.எம்.

தலைவர்கள் ஜம்மு—கஷ்மீரில் பிரிவினைவாத குழுக்களை உருவாக்கி வலுவூட்டும் ஏகாதிபத்திய திட்டத்தின் ஒருபகுதியாக அந்தச்சட்டம் உள்ளது என வாதிட்டார்கள்.

ஷேக் அப்துல்லா தனது மகன் ஃபருக் அப்துல்லா முதலமைச்சர் ஆனபின் விரைவில் இறந்துவிட்டார். ஃபரூக், தான் செய்த பலவற்றில் முதலாவதாக, அந்தச்சட்டத்தை மீண்டும் நிறைவேற்றினார். இதன்மீது எழுந்த பலத்த விவாதங்கள் இந்தியக் குடியரசுத் தலைவரை உச்ச நீதிமன்றத்தின் ஆய்வுக்கு அதை அனுப்ப நிர்பந்தித்தது. 2001இல் அந்தச் சட்டம் செல்லும் என உச்ச நீதிமன்றம் நிலைநாட்டியது. இந்தச் சட்டத்தின்மீது எழுந்த கருத்துவேறுபாடுகள் அந்த மாநிலத்துக்குள்ளிருந்த இரண்டு சமுதாயங்களை — இந்துக்கள் மற்றும் முஸ்லீம்களை —ஒன்றுக்கொன்று மாறுபட்ட இரு துருவங்களாக்க வழிவகுத்தது.

அந்த இருதுருவ அணிசேர்க்கை 1983 தேர்தல்களில் மிகவும் கூர்மையடைந்தது. அந்தத்தேர்தல் முஸ்லீம்களைப் பிரதிநிதித்துவப் படுத்தும் கட்சியாகப் பார்க்கப்பட்ட தேசிய மாநாடு கட்சிக்கும், ஜம்முவில் உள்ள பெரும்பான்மை இந்துப்பகுதிகளின் பிரதிநிதியாக தன்னை முன்னிறுத்திக்கொள்ளும் காங்கிரஸ் கட்சிக்கும் இடையேயான போட்டியாக நடைபெற்றது. இந்தியப் பிரதமர் இந்திரா காந்தி ஜம்முவில் நடைபெற்ற பிரச்சாரத்தில் வெளிப்படை யாகவே ஜம்மு இந்து இந்தியாவின் ஒருபகுதி என்றும், அது கஷ்மீர் முஸ்லீம்களால் நிராகரிக்கப்படுகிறது என்றும் கூறினார்.[9]

ஃபரூக் அப்துல்லா சீக்கிய தீவிரவாதிகளுக்கு அடைக்கலம் அளிக்கிறார் என்றும், அவர்கள் ஜம்முவில் பயிற்சி முகாம்களை நடத்த அனுமதிக்கிறார் என்றும்கூட காங்கிரஸ் கட்சி குற்றம் சாட்டியது. சி.ஐ.ஏ.வாலும், பாகிஸ்தானின் உளவுத்துறையாலும் ஊக்கமளிக்கப்படுவதாக காலிஸ்தான் இயக்கம் உள்ளது என்றும், வேறுபல குற்றசாட்டுக்களும் இருந்தன.[10]

1983 தேர்தல்களில் ஃபரூக் அப்துல்லா வெற்றிபெற்றார். பள்ளத் தாக்கிலும், ஜம்முவில் முஸ்லீம் பெரும்பான்மைப் பகுதிகளிலும் தேசிய மாநாடு கட்சி காங்கிரஸை துடைத்தெறிந்து 46 இடங்களில் வெற்றிபெற்றது. காங்கிரஸ் கட்சி தனது தோல்வியை ஏற்கமறுத்து தேசிய மாநாடு கட்சிக்குள் ஒரு பிளவை உருவாக்கியது. ஃபரூக்கின் சகோதரியின் கணவர் ஜி.எம்.ஷா 18 அமைச்சரவை சகாக்களுடன் தேசிய மாநாடு (கலிதா)வை உருவாக்கினார். 1984 ஜூலையில்

ஃபரூக் அப்துல்லா நீக்கப்பட்டார். ஷா முதலமைச்சராக பதவி யேற்றார்.[11]

ஜி.எம்.ஷாவின் ஆட்சி உறவினர்களுக்கு தனிச்சலுகை அளிக்கும் முறைகேட்டிலும், ஊழல்களிலும் திளைத்தது. அவர் முதலமைச்சராக இருந்த பெரும்பாலான மாதங்களில் அவர் ஊரடங்கு சட்டத்தைப் பிறப்பிக்க வேண்டிய கட்டாயத்துக்கு உள்ளானார்.

பின்னர் 1986 ஜனவரியில் இந்தியப் பிரதமர் ராஜிவ் காந்தி தன்னை இந்துக்களுக்கு சார்பானவர் என்று காட்டிக்கொள்ள பாபர் மசூதியின் கதவுகளை திறக்க அனுமதித்தார். அது ஜம்மு—கஷ்மீரில் முன்னெப்போதும் இல்லாத தொல்லைகளுக்கு வழிவகுத்தது. 1986 மார்ச்சில் ஆளுநர் ஆட்சி திணிக்கப்பட்டு ஆகஸ்டில் குடியரசுத்தலைவர் ஆட்சி தொடர்ந்தது.

எவ்வாறு இருந்தாலும், ஃபரூக் அப்துல்லா காங்கிரஸ் கட்சியால் மிகவும் மோசமாக நடத்தப்பட்டிருந்தாலும்கூட, ஃபரூக் காங்கிரஸ் கட்சியுடன் ஒரு தேர்தல் கூட்டணி அமைத்துக்கொள்ள ஒப்புக்கொண்டு ராஜிவ் காந்தியுடன் ஒரு ஒப்பந்தத்தில் கையெழுத் திட்டார்.

துவக்கத்தில் தேசிய மாநாடு கட்சியை ஒரு கஷ்மீரி கட்சியாகவும், இந்திய ஆதிக்கத்தை எதிர்க்கும் ஒரு கட்சியாகவும் முன்நிறுத்த ஃபரூக் முயன்றார். காங்கிரஸ் கட்சி அதிகாரத்தை தவறாக எடுத்துக்கொள்ளும் ஒரு கட்சியாகப் பார்க்கப்பட்டது. ஆனால், தேசிய மாநாடு கட்சி காங்கிரஸுடன் சேர்ந்ததும் அது சரணாகதி அடைந்துவிட்ட கட்சியாக பார்க்கப்பட்டது. தேசிய மாநாடு கட்சியை காங்கிரஸ் கட்சிக்கு அடிபணிந்ததாக ஆக்குவது கஷ்மீரிகளின் நலன்களுக்கோ அல்லது இந்தியாவின் நலன்களுக்கோ பயன்படாது என்பதை உண்மையில் இந்திரா காந்திகூட உணரத்தவறிவிட்டார்.

அந்த ஒப்பந்தத்துக்குப்பிறகு, தேசிய மாநாடு கட்சியை இந்திய அரசோடு ஒன்றாக அடையாளம்கண்டு, கஷ்மீர் தேசியவாதிகள் ஃபரூக் அப்துல்லாவை 'வைஷ்ணோதேவியின் பொட்டுவைத்த பூசாரி' (திலக்தாரி புஜாரி ஆஃப் வைஷ்ணோதேவி) என்று அழைத்தார்கள்.[12]

பால்ராஜ் பூரி இந்த சூழ்நிலையை விளக்குகிறார்: 'புதுடெல்லி இந்த மாநிலத்தை ஆண்டதற்கும் கஷ்மீர் தலைவர்கள் ஜம்முவை ஆண்டதற்கும் உண்மையில் ஒரு ஆச்சரியமான ஒப்புமை இருக்கிறது. தேசிய அடையாளத்தை வலுப்படுத்தும் ஒரு ஆதாரமாக கஷ்மீர் அடையாளத்தை புதுடெல்லி உணரத் தவறியது. அதுபோலவே, கஷ்மீர் தலைவர்கள் வட்டார குணவியல்புகளின் அடிப்படையில் கட்டப்பட்ட ஒருங்கிணைந்த சக வாழ்வு அடையாளம் ஒட்டுமொத்த கஷ்மீர் அடையாளத்தை உறுதியாகப் பாதுகாக்கிறது என்பதை காணத்தவறினார்கள். அதைப்போலவே கஷ்மீரில் மத்திய அரசுக்கு எதிரான அதிருப்தி அடிக்கடி இந்தியருக்கு எதிரான அதிருப்தியாகவும், ஜம்முவில் மாநில அரசுக்கு எதிரான அதிருப்தி அடிக்கடி கஷ்மீரிகளுக்கு எதிரான உணர்வாகவும், சில நேரங்களில் ஜம்முவிலும், லடாக்கிலும் முஸ்லீம்களுக்கு எதிரான அதிருப்தியாகவும் உருவாயின.'[13]

ஃபரூக் அப்துல்லாவுடனான கூட்டணி 1987இல் நடைபெறவுள்ள ஜம்மு—கஷ்மீர் தேர்தலில் தங்களுக்கு உதவும் என்று காங்கிரஸ் நம்பிக்கையோடு இருந்தது. ஆனால் ஒரு புயல் எழப்போகிறது; அது அந்த மாநிலத்தையே சுற்றிவளைக்கப் போகிறது; அந்த மாநிலத்தின் வரலாற்றையே மாற்றப் போகிறது என்பதை ஒருவர்கூட உணரவில்லை.

கஷ்மீரில் முஸ்லீம்கள் தனிமைப்படுத்தப்பட்டது பல்வேறு முஸ்லீம் அமைப்புக்கள் ஒன்றுசேர்வதில் முடிந்தது. 1986 செப்டம்பர் 2இல் அந்த அமைப்புக்கள் 'முஸ்லீம் முத்தாஹிதா மகஸ்'[14] அல்லது 'முஸ்லீம் ஐக்கிய முன்னணி' அமைக்கப்பட்டதை அறிவித்தன. அதன் வர்க்கச் சேர்மானம் முதன்மையாக சமூகத்தில் வசதி படைத்த பிரிவினர், தோட்ட உரிமையாளர்கள், வியாபாரிகள் மற்றும் பணக்கார விவசாயிகளைக் கொண்டதாக இருந்தது. அதனுடைய அமைப்புவிதிகளில், 'முஸ்லீம் ஐக்கிய முன்னணி' முஸ்லீம் அல்லாதவர்களின் அரசியல் நடவடிக்கைகளில் தன்னை ஈடுபடுத்திக்கொள்ளாது எனக் குறிப்பிடப்பட்டது.[15]

முஸ்லீம் ஐக்கிய முன்னணியின் நோக்கங்களாக இருந்தவை: 'முஸ்லீம்களிடையே ஒற்றுமை உணர்வை மேம்படுத்தல், இஸ்லாத்தின் அடிப்படைக் கொள்கைகளை ஏற்றுக் கடைப்பிடிக்கப் போதித்தல், இஸ்லாமிய கலாச்சாரத்தை, பாரம்பரியத்தை, மரபுகளைப் போற்றிப் பாதுகாத்தல், முஸ்லீம்களிடையே கூட்டுறவை வளர்த்தல் ஆகியவைகளாகும்.'

MUF லடாக் மற்றும் ஜம்முவிலிருந்து முஸ்லீம்களை நியமித்தது. மிகவிரைவாக மாநிலம் முழுவதிலும் அதன் முழக்கங்கள் ஓங்கி ஒலித்தன. அவர்கள் மது அருந்தும் கடைகளைத் தாக்கினார்கள். பெண்கள் தம் தலைகளில் முக்காடிட்டு மறைத்துக்கொள்ளக் கூறப்பட்டார்கள்.[16] தோடாவில் பெண்கள் பள்ளிகளுக்குச் செல்லும்போது தங்கள் தலையை முக்காடிட்டு மறைத்துக் கொள்ள வேண்டும் என்ற சுவரொட்டிகள் காணப்பட்டன. கடைக்காரர்கள் வெள்ளிக்கிழமைகளில் தங்கள் கடைகளை இரண்டுமணி நேரம் மூடவும், தொழுகை நடத்தவும் கூறப்பட்டார்கள். 1987 மார்ச் 4 அன்று *MUF* தலைவர்கள் முஸ்லீம்களின் ஆழ்ந்த மதப்பற்றுமிக்க வெள்ளை மேலங்கிகளில் தோன்றி, ஒரு மதசார்பற்ற அரசின்கீழ் இஸ்லாம் நீடித்து நிலைத்திருக்க முடியாது; ஃபரூக் அப்துல்லா ஒரு இந்திய ஏகாதிபத்தியத்தின் ஏஜண்ட்[17] என்றும் அறிவித்தார்கள்.

MUF தான் 1987 தேர்தல்களில் போட்டியிடப்போவதாக அறிவித்தது. அது தங்கள் மதப்போராட்டங்களின் ஒரு பகுதிதான் என்று அவர்கள் அறிவித்தது பெருமளவில் மக்களை, வாக்காளர்களை திரளவைத்தது. *MUF*-ஆல் நிறுத்தப்பட்ட வேட்பாளர்களில் ஒருவர் மௌல்வி மொஹம்மது யூசுஃப் ஷா என்ற இளைஞர். சம்பத் அவரை ஸ்ரீநகரில் உள்ள பொருட்காட்சி மைதானத்தில் தொழிற்சங்கத் தலைவர்கள் அடிக்கடி கூட்டங்கள் நடத்தும் இடத்தில் அமைந்துள்ள மசூதியில் தொழுகையை முன்நின்று நடத்தும்போது பார்த்திருக்கிறார். அந்த இருவரும் நீண்ட விவாதங்கள் நடத்தியிருக்கிறார்கள். ஷேக் அப்துல்லா முதலமைச்சர் ஆனதை எதிர்த்து சம்பத் கொண்டிருந்த நிலையை யூசுஃப் ஷா பாராட்டியிருக்கிறார்.

மொஹம்மது யூசுஃப் ஷா ஜாஅத்—இ—இஸ்லாமியின் உறுப்பினராகவும், 1983 தேர்தல்களில் சையத் அலி ஷா கிலானியின் வாக்குச்சாவடி முகவராகவும் இருந்தவர். யூசுஃப் ஷாவும், அவருடன் இருந்தவர்களும் இளைஞர்களுக்கு 'வந்தது, வந்தது, வந்தது புரட்சி', 'இறைத்தூதரே நம் வழிகாட்டி', '*MUF* என்றால் என்ன? அதுதான் அதுதான் இஸ்லாம்', 'சட்டசபைக்கு செல்வது ஏன்? முஸ்லீம் அரசு அங்கே அமைய' போன்ற முழக்கங்களால் உற்சாகமூட்டினார்கள்.

1987 மார்ச் 23 அன்று தேர்தல்கள் நடைபெற்றன. கஷ்மீர் பள்ளத் தாக்கு பகுதிகளில் *MUF* மிகப்பெரும்பான்மையுடன் வெற்றிபெறும் என எதிர்பார்த்தார்கள். ஆனால், அதற்குப்பதிலாக

ஃபரூக் அப்துல்லா காங்கிரஸின் ஆதரவுடன் அழுத்தமான பெரும்பான்மையுடன் வெற்றி பெற்றார். தேர்தல்களில் மோசடிகள் நடைபெற்றதாக மக்கள் நம்பினார்கள். அது அந்தப் பள்ளத்தாக்கு முழுவதிலும் போராட்டங்களை கொழுந்துவிட்டு எரியச் செய்தது.[18]

MUF தலைவர்கள் சிறைவைக்கப்பட்டிருந்தாலும்கூட தேர்தல் மோசடிகளுக்கு எதிரான போராட்டம் அழுத்தம் பெற்றது. ஆங்காங்கே கூட்டங்களும், ஆர்ப்பாட்டங்களும், வேலை நிறுத்தங்களும், நீண்ட ஊர்வலங்களும் நடைபெற்றன. 1987 ஆகஸ்ட் 20இல் எழுந்த ஒரு முழக்கம் ஒரு புயல் வரப்போவதை அறிவித்தது. 'கட்டாயக் கூட்டணியை உதறிவிடு; கஷ்மீர் எங்களது, ஓடிப்போ'[19] சுதந்திர கஷ்மீருக்கான முழக்கங்கள்கூட எழுப்பப்பட்டன. அது தற்செயலான அறைகூவலாக இருந்தது.

MUF-ன் மதிப்பு உயர்ந்து வளர்ந்து வருவதில் எச்சரிக்கை அடைந்த தேசிய மாநாடு—காங்கிரஸ் கூட்டணி தேர்தல்களில் மோசடி செய்தது. *MUF*ன் வேட்பாளர்களைக் கைது செய்தது. அவர்களது வாக்குச்சாவடி முகவர்களை அடிப்பதுபோன்ற கையைத்திருகும் தந்திரங்களில் ஈடுபட்டது. கஷ்மீரில் உள்ள பலரும் தேர்தல்கள் நேர்மையாக நடத்தப்பட்டிருந்தால் *MUF* வெற்றிபெற்று அதிகாரத்துக்கு வந்திருக்கும்; அதன்பிறகு ஆயுதக்கலவரங்கள் இருந்திருக்காது என்று கூறினார்கள். ஆனால், வேறுபல நிபுணர்களோ, தேர்தல்களில் மோசடிகள் நடைபெற்றிருக்கா விட்டாலும்கூட *MUF* 10 முதல் 20 இடங்கள் தான் பெற்றிருக்கும் என்று கணக்கிட்டார்கள்.[20]

கஷ்மீரிகள் ஆயுதக்கலவரங்களுக்கான வேர்களை *MUF* தலைவர்களின் கைதுகள், சித்ரவதைகள், இளைஞர்களின் ஜனநாயக வேட்கைகள் மறுக்கப்பட்டது போன்ற 1987 தேர்தல் மோசடிகளிலேயே தேடுகிறார்கள். சிறைவைக்கப்பட்ட *MUF* வேட்பாளர்கள் வெளியே வந்ததும் ஆயுதக் கலகக்காரர்களுடன் இணைந்ததை அவர்கள் சுட்டிக்காட்டுகிறார்கள். எடுத்துக்காட்டாக, மௌல்வி மொஹம்மது யூசுஃப் ஷா மதச்சண்டைகளில் போரிட்ட குர்திஷ் வீரர் சையத் சலாவுதீன் என்பவர் பெயரில் ஹிஸ்புல் முஜஹிதீனின் தளபதியாக மாறினார்.

இருந்தபோதிலும் தான் 1987 தேர்தல் மோசடிகளால் உருவானவர் என்பதை சலாஹுதீன் மறுத்துள்ளார். பத்திரிக்கையாளர்களுக்கு *'கிரேட்டர் கஷ்மீர்'* இதழுக்கு ஹிலால் அஹமது அளித்த

பேட்டி ஒன்றில், 'MUF வெற்றி பெற்றிருந்தாலும் அல்லது பெறாமலிருந்தாலும்கூட ஆயுதக்கலவரங்கள் நடந்திருக்கும் என்றார் அவர். அவர் பத்திரிக்கையாளரிடம் :

தேர்தல்களில் மோசடிகள் நடைபெற்றதாலேயே நான் ஆயுதங்களை ஏந்தினேன் என்பது முற்றிலும் தவறு. தேர்தலுக்கு நீண்டகாலத்துக்கு முன்பே நான் சுதந்திர போராட்ட வீரனாக இருந்தேன். நான் இந்த உணர்வை எனது முன்னோடிகளிடமிருந்து உள்வாங்கிக்கொண்டேன். எனது சகோதரர் சையது குலாம் மொஹம்மது புத்காம்—ல் பொது வாக்கெடுப்பு முன்னணியின் மாவட்டத் தலைவராக இருந்தவர், எனது தாத்தா ஹாஜி குலாம் மொஹியுதீன் மிகவும் கேவலமான ஒரு போலீஸ் அதிகாரியால் சித்ரவதை செய்யப்பட்டார். அவரது வாயில் சூடான உருளைக்கிழங்குகள் திணிக்கப்பட்டன. உதைபட்டார்; அடிபட்டார். ஏனென்றால் அவர் இந்திய சுதந்திரதினத்தை 'ஒரு கறுப்பு தினமாக' கடைபிடித்து வந்தவர். நாங்கள் தேர்தல்களில் போட்டியிட்டோம். அதன்மூலம் நாங்கள் சட்டமன்றத்தில் கஷ்மீர் சுதந்திரத்துக்கான தீர்மானத்தை நிறைவேற்றுவோம். இதை இந்தியா அறிந்திருந்தது. அவர்கள் தேர்தல்களில் மோசடி செய்தார்கள் என்பதற்கு அதுதான் காரணம். நான் தேர்தல் பிரச்சாரத்தில் ஈடுபட்டிருந்தபோது, என்னுடைய பேச்சை, 'அய் மத் —ஏ— முஜாஹித் ஜாக் வாரா'[21] என்றுதான் துவங்குவேன் என்பதை மக்கள் அறிந்திருந்தார்கள். தேர்தல்களில் போட்டியிடுவது என்பது சுதந்திரப் போராட்டம்பற்றி மக்களுக்கு எடுத்துக் கூறுவதற்கு ஆகும். நாங்கள் மக்களின் உணர்வுகளுக்கு சட்டமன்றத்தில் மரியாதை அளிக்கப்படவேண்டும் என்று விரும்பினோம். இல்லாவிட்டால் எனக்காக யார் வாக்களித்திருப்பார்கள்? நான் ஒன்றுமில்லை. ஆனால் மக்கள் அந்த உணர்வுகளுக்காக வாக்களித்தார்கள். என்னை எதிர்த்து நின்ற குலாம் மொஹியுத்தீன் ஷா—வின் உறவினர்கள்கூட எனக்கு வாக்களித்தார்கள். மேலும் தேர்தல் பிரச்சாரத்தில் யாரெல்லாம் ஈடுபட்டார்களோ அவர்கள் எல்லாம் எதிர்த்து நிற்கும் தலைவர்கள் ஆனார்கள். நாங்கள் சுதந்திரத்துக்கான போராட்டத்தில் கொள்கைப்பூர்வமாக வந்தவர்கள்.

என்மீது ஒரு வழக்கு உள்ளது. அதில் அப்போதைய அரசு

வழக்கறிஞர் நான் பிரச்சாரத்தில் ஈடுபட்டது தேர்தலுக்காக அல்ல; சுதந்திரத்துக்காக என்று கூறினார்.

முஸ்லீம் ஐக்கிய முன்னணி (MUF) தேர்தலில் வென்றிருந்தால் நாங்கள் சுயநிர்ணய உரிமைக்கான தீர்மானத்தைக் கொண்டுவந்திருப்போம். இந்தியா சட்டமன்றத்தை கலைத்திருக்கும். அது சுதந்திரப் போராட்டத்தைத் தூண்டி விட்டிருக்கும். MUF உறுப்பினர்களில் பெரும்பான்மையானோர் அத்தகைய ஒரு தீர்மானத்துக்கு ஆதரவாகவே இருந்தார்கள். முஸ்லீம் ஐக்கிய முன்னணி அதன் இயல்பிலும், சாராம்சத்திலும் இந்தியாவுக்கு எதிரானது. நாங்கள் எங்கள் இலக்கை அடைவதற்காக அந்தத் தேர்தலை பயன்படுத்திக் கொண்டோம். ஆனால் அது பலிக்கவில்லை.[22]

நான் அந்தக் கடிதத்தை சம்பத் பிரகாஷிடம் படித்துக்காட்டி அவரிடம் கேட்டேன்: '1987 தேர்தல்கள் நேர்மையாகவோ, அல்லது அதற்கு மாறாகவோ நடந்திருந்தாலும்கூட ஆயுதக்கலவரங்கள் நடந்திருக்கும் என்று நினைக்கிறாரா?' அவர் கூறினார்: 'ஆம். இஸ்லாமியவாதிகள் அதற்கு தயாராக இருந்தார்கள். சிலர் எல்லைக்கு அப்பாலும்கூட பயிற்சிக்கு சென்றார்கள். 1980களின் துவக்கத்திலிருந்தே கஷ்மீரி தீவிரவாதிகள் பாகிஸ்தானுடன் தொடர்புகளை ஏற்படுத்திக் கொண்டிருந்தார்கள் — குறிப்பாக அதன் உளவுத்துறை ISI உடன்.'

காவல்துறையை எச்சரிக்கை அடையவிடாமல் ஆயுதப்பயிற்சிக்கு பையன்களை சேர்க்க ஜே.கே.எல்.எஃப். ஒரு புதுமையான வழியைக் கண்டுபிடித்திருந்ததை சம்பத் அறிந்திருந்ததாகக் கூறினார். அவர் இதுபற்றி விசாரித்த போது, அவர்கள் ஒவ்வொரு அண்மைப் பகுதிகளிலும் தங்கள் அணிக்கு ஆட்களைப் பட்டியலிட கிரிக்கெட் போட்டிகளை நடத்தியதை அவர் கண்டார்.

1989ஆம் ஆண்டு, ஆஃப்கானிஸ்தானில் சோவியத் ஆக்கிரமிப்பின் முடிவையும், ஏராளமான தீவிரவாத சக்திகளும், ஆயுதங்களும் விடுவிக்கப்படுவதையும் கண்டது. 1982க்கும் 1992க்கும் இடையே நடைபெற்ற ஆஃப்கானிஸ்தான் போரில் CIA மற்றும் ISI உதவியுடன் 40 முஸ்லீம் நாடுகளிலிருந்து 35,000 முஸ்லீம் தீவிரவாதிகள் இணைந்திருந்தார்கள். இப்போது 40 அல்லது அதற்கு அதிகமான பயிற்சி முகாம்கள் கஷ்மீர் சுதந்திரப் போராளிகளுக்கு பயிற்சி அளிக்கப் பயன்படுத்தப்படுகின்றன.[23]

இரண்டு ஆண்டுகளுக்கு முன்பு, அதாவது 1987இல் ஜே.கே.எல்.எஃப். ஜமாத்—இ—இஸ்லாமி ஆகிய இரண்டும் பாகிஸ்தானின் முழு ஆதரவுடன் ஒரு எதிர்த்தாக்குதலுக்கான ஒப்புதலைப் பெற்றிருந்தன.[24] எல்லை தாண்டிச் செல்லவேண்டிய ஜே.கே.எல்.எஃப். அணியினரில் முதலில் இருந்தவர் ஹமீத் ஷேக்.[25] ஹமீத் ஷேக் 1967இல் ஸ்ரீநகரில் பிறந்தவர். அவரது பெற்றோர்களின் ஏழ்மைநிலை காரணமாக அவரால் படிப்பை முடிக்க முடியவில்லை. அவர் எல்லைதாண்டிச் சென்ற கால அளவுக்குள் அவர் ISI-யால் நடத்தப்பட்ட முகாமில் துப்பாக்கிகளைச் சுடவும், வெடிகுண்டுகளை எறியவும் பயிற்சி அளிக்கப்பட்டார்.

அதன்பிறகு அவர், ஜே.கே.எல்.எஃப். ஆயுதக்குழுவுக்கான விதையை ஊன்றினார். 1989 முதல் இந்தக்குழு வெடிகுண்டுகளை வெடிக்கச் செய்யவும், கொலைகளை நடத்தவும் துவங்கியது. 1989 ஜூலை 13 அன்று இந்தத் தீவிரவாதிகள் குழு. CRPF வீரர்களை ஏற்றிச்சென்ற பேருந்தை தாக்கி இருவரைக் கொன்றது 10பேர் காயமடைந்தனர். அதன்பிறகு க்யாம் திரையரங்கில் ஒரு குண்டு வெடித்தது. ஆகஸ்டில் அவர்கள் தேசிய மாநாடு கட்சியின் செயல்திறன்மிக்க உறுப்பினர் யூசுஃப் ஹல்வாய்—ஐ கொன்றனர். அவர்கள் தேசிய மாநாடு கட்சியில் செயல்பட்டவர்களையும், அதேபோல கம்யூனிஸ்ட்களையும், கஷ்மீர் பண்டிதர்களையும் அவர்கள் கஷ்மீர் பிரச்சனைக்கு துரோகம் செய்தவர்கள் என்று கூறித் தாக்கினார்கள். மேலும் 1989 நவம்பரில் அவர்கள் பாராளுமன்ற தேர்தல்களைப் புறக்கணிக்குமாறு அழைப்பு விடுத்தார்கள்.

1990 ஜனவரியில் ஜம்மு—கஷ்மீர் மீண்டும் ஒருமுறை ஆளுநர் ஆட்சியின்கீழ் வந்தது. சட்டமன்றம் உறைநிலையில் வைக்கப்பட்டு, அடுத்து 1990 பிப்ரவரி 19 அன்று கலைக்கப்பட்டது. அந்த மாநிலம் 1990 முதல் 1996 வரை குடியரசுத் தலைவர் ஆட்சியின்கீழ் இருந்துவந்தது.

இந்திய ஆயுதப்படைகள்அந்த மாநிலத்துக்கு ஆயுதக் கலவரங்களை அடக்கும் முயற்சியில் ஈடுபடச்சென்றன. கஷ்மீர் விரைவில் உலகிலேயே மிகுந்த இராணுவமயமாக்கப்பட்ட எல்லையாக ஆனது. அது ஒரு போர். அத்துடன் பல இளம் கஷ்மீரிகளுக்கு, கஷ்மீரின் விடுதலைக்கான தங்கள் கனவு மிக விரைவில் பலிக்கப்போகிறது என்று தோன்றியது. அவர்கள் தங்கள் வேலைகளை விட்டு, தங்கள் படிப்புக்களை விட்டு, தங்கள் வீடுகளை விட்டு எல்லையைக்

கடந்துசென்று ஆயுதங்களைப் பயன்படுத்தும் பயிற்சியில் ஏற்கனவே இருந்தவர்களோடு இணைந்தார்கள்.

சோபூரும், சீர்ஜாகிர் உள்ளிட்ட அதனோடு அருகில் இருந்த பகுதிகளும் தீவிரவாதிகளுக்கான பலமான அடித்தளம் ஆயின. சுதந்திரப் போராட்ட வீரர்கள் விருந்தினர் என்று அழைக்கப்பட்ட, குறிப்பாக பாகிஸ்தான், ஆஃப்கானிஸ்தான் மற்றும் சூடான் போன்ற நாடுகளின் வெளிநாட்டு தீவிரவாதிகள் சுதந்திரமாக ஓடியாடினார்கள். இந்தப்பகுதி 'விடுவிக்கப்பட்ட' மண்டலமாக தீவிரவாதிகள் கஷ்மீர் போலீசாருடன் நடத்திய மோதல்களில் அவர்களிடமிருந்து கைப்பற்றப்பட்ட ஆயுதங்களை அவர்கள் பெருமையுடன் காட்சிக்கு வைக்கும் இடமாக மாறியது.

சம்பத் பிரகாஷ் மற்ற கஷ்மீரிகளைப் போலவே இந்தக் காட்சியை கவனித்துக் கொண்டிருந்தார். 'எல்லையைக் கடந்துசென்ற இளைஞர் களின் எண்ணிக்கையை அவர்களால் எப்படி மதிப்பிட முடியும்?' என்று கேட்ட போது, சம்பத் பிரகாஷ், 'ஒரு காலணி கடைக்கு சென்று ஒவ்வொரு நாளும் எத்தனை *Action Shoe*-க்கள் வாங்கப்பட்டன என்று சோதனை செய்வது சிறந்த வழியாக இருக்கும்' என்றார். பேருந்து நிறுத்தங்களில் நடத்துனர்கள் அவர்களை 'சோபுர், காபுர், உபுர்' என்று வரவேற்பதை காணலாம். பேருந்துகளில் ஏறுபவர்கள் உதிரிப்பேர்வழிகளாக, போதைப்பொருள் கடத்துபவர்களாக, சூதாடிகளாக, திரையரங்குகளில் கள்ள நுழைவுச்சீட்டு விற்பனை செய்து வாழ்பவர்களாக, தினக்கூலிகளாக இருந்தார்கள்.

இந்த இளைஞர்கள் இவ்வளவு வெளிப்படையாக எவ்வாறு எல்லை தாண்டி செல்லமுடிந்தது? இதை எவரொருவரும் விளக்கவில்லை என்றார் சம்பத். இந்த வெளியேறல்களை தடுத்து நிறுத்த ஏன் எந்த முயற்சியும் இல்லை? இதற்கான காரணத்தின் ஒருபகுதியாக அரசு இயந்திரம் சீர்குலைந்து போயிருந்தது. ஆனால் அப்படி இருந்தாலும்கூட இந்திய ஆயுதப்படைகள் இந்த ஆட்களை ஏற்றிச்செல்லும் வாகனங்களை ஒருபோதும் சோதனை செய்ததில்லை.

மிகவும் சூடேற்றப்பட்ட அந்த சூழ்நிலையும் அவ்வப்போதைய நிகழ்ச்சிகளும் மருத்துவ மாணவரான அஃப்சல் குருவை தொடாமலில்லை. அவர் ஒரு கொள்கைவாதியாகவும், அதேபோல அர்ப்பணிப்பு உணர்வுகொண்ட கஷ்மீரி தேசியவாதியாகவும் தங்களது கஷ்மீர் கனவுகளை நிறைவேற்றிக் கொள்ள பாகிஸ்தான்

உதவும் என்றும் உறுதியாக நம்பினார். அவரது தலைமுறையைச் சார்ந்த பல இளைஞர்களால் அந்த நம்பிக்கை பகிர்ந்து கொள்ளப்பட்டது. அஃப்சல் குரு தனது முதலாண்டு *MBBS* படிப்பை முடித்திருந்தார். ஆனால் தனது நேரத்துக்குரிய கஷ்மீர் பிரச்சனைக்காக டாக்டராக வரவேண்டும் என்ற தனது தனிப்பட்ட கனவை தியாகம் செய்யாவிட்டால் தன்னையே தான் மன்னித்துக்கொள்ள முடியாது என்பதையும் அறிந்திருந்தார்.

சரியாக எந்தத்தேதியில் அவர் வெளியேறிச் சென்றார் என்பது நமக்குத் தெரியாது. அது ஒருவேளை 1989 ஆக இருக்கலாம். ஏனெனில், அவர் தனது இரண்டாம் ஆண்டு தேர்வை, — அவரது குடும்பத்துக்கு, குறிப்பாக அவரது மூத்த சகோதரர் அய்ஜாஸுக்கு பெரிய ஏமாற்றத்தை அளிக்கும்வகையில் — எழுதவில்லை. அவரது மூத்த சகோதரர் அய்ஜாஸ் தங்கள் தந்தையின் கனவு உண்மையாகவேண்டும் என்பதற்காக, தனது தம்பி அஃப்சல் குருவுக்காக கடுமையாக வேலைசெய்தார்.

அஃப்சலின் பயிற்சி மூன்று மாதங்கள் நீடித்தது. சிலநேரங்களில் அமைதியான சூழலில் அவர் படிப்பதற்கான நேரத்தை கண்டுபிடித்தார். பாகிஸ்தான் நிர்வாகத்திலுள்ள கஷ்மீரில் தீவிரவாதிகளில் ஒருவர், இஸ்மத் சுக்தாய்[26] எழுதிய ஒரு உருது நாவலை படித்துக் கொண்டிருப்பதை பார்த்ததாக ஒருமுறை கூறினார். அவர் ஜே.கே. எல்.எஃப்.-ன் மற்ற உறுப்பினர்களைப்போல ஒரு கஷ்மீரி தேசியவாதி. உளப்பூர்வமாக அனைத்து சமூகங்களையும் உள்ளடக்கியதான ஒரு சுதந்திர கஷ்மீருக்காக, கஷ்மீர் சுதந்திரத்துக்காகவே போராட தன்னை அர்ப்பணித்துக்கொண்டவர். அவர்களது பார்வையிலிருந்த கஷ்மீர் மதசார்பற்றதா? என்பது ஒரு விவாதத்துக்கு உரியது. ஆனால் அவர்கள் திட்டம் கஷ்மீரை முழுமையாக இஸ்லாமிய மயமாக்குவது அல்ல. அவர்கள் விரும்பியதெல்லாம் இந்தியா, பாகிஸ்தான் இரண்டின் ஆக்கிரமிப்பிலிருந்தும் சுதந்திரமான கஷ்மீர் தான். அது ஒரு இஸ்லாமிய அரசையோ அல்லது கஷ்மீர் சமூகத்தையோ நிலைநாட்டுவது அல்ல. ஜே.கே.எல்.எஃப். பாகிஸ்தானின் ஒட்டுமொத்த ஆதரவைப் பெற்றிருந்தது, அல்லது, அஃப்சல் குரு போன்றவர்கள் அவ்வாறு நம்பினார்கள்.

ஆனால், அவர் பாகிஸ்தானில் இருந்தபோது, அந்த நாடு கஷ்மீர் பிரச்சனைக்காக ஆதரவு தெரிவிப்பதில் ஆர்வம் காட்டவில்லை என்பதை அஃப்சல் குரு பார்த்தார். உண்மையில் அவர்கள் தங்கள் அரசியல் காரணங்களுக்காகவே கஷ்மீரிகளை பயன்படுத்திக்

கொண்டிருந்தார்கள். அமெரிக்கர்களால் நடத்தப்படும் ஒரு பெரிய சூழ்ச்சியையும் அவர் பார்த்தார்.

ஜே.கே.எல்.எஃப். தனது தேசிய விடுதலை இயக்கத்தை துவக்கிய ஒருமாதத்துக்குப் பிறகு 1988 ஆகஸ்டில் பாக். ஆக்கிரமிப்பு கஷ்மீரில் உள்ள ஜமாத்—இ—இஸ்லாமி— பாகிஸ்தானை ஆதரிக்கும் டெஹ்ரீக்—இ—ஜெஹாதி—இ—இஸ்லாமியின் தலைவர்களின் கூட்டத்தை அவர்கள் எவ்வாறு அந்த இயக்கங்களை இஸ்லாமிய மயமாக்க வேண்டும், அதன்மூலம் பாகிஸ்தானோடு இணைக்கும் சிந்தனையை எவ்வாறு வளர்க்கவேண்டும் என்பதை விவாதிப்பதற்காக பாகிஸ்தான் கூட்டியது.[27]

ISI-யால் ஆதரிக்கப்பட்ட பாகிஸ்தான் ஆதரவு குழுக்களுக்கு நிதி குவிவதையும் அஃப்சல் பார்த்திருந்தார். மிகமுக்கியமாக, பாகிஸ்தானும், இந்தியாவும் ஜே.கே.எல்.எஃப்.-ஐ ஏன் கொன்றன என்பதையும் அவர் புரிந்துகொண்டார். அவர்களது புலனாய்வு அமைப்புக்கள் ஜே.கே.எல்.எஃப்.-ஐ பல துண்டுகளாக உடைத்து நொறுக்கின. பிளவுபட்டவர்கள் 20 வெவ்வேறு அமைப்புக்களாக உருவானார்கள். உண்மையில் இரண்டு நாடுகளும் ஒரு சுதந்திரமான கஷ்மீர் உருவாவதை ஒன்றுபோல எதிர்த்தன. இந்திய எல்லையின் ஒரு பகுதியாக கஷ்மீர் இருக்க வேண்டும் என்று இந்தியா விரும்பியது. பாகிஸ்தானோ தனது இறையாண்மையை கஷ்மீரிகள் ஏற்றுக்கொள்ளவேண்டும் என்று விரும்பியது.

கஷ்மீருக்குத் திரும்பியபிறகு, அஃப்சல் குரு தான் இந்திய அரசுடன் போராடிக் கொண்டிருப்பதைக் கண்டார். அதற்குப் பதிலாக கஷ்மீரின் விடுதலைகாகப் போராடிக்கொண்டிருப்பதாகக் கருதிக்கொண்டிருந்த ஜே.கே.எல்.எஃப். அணியினருக்கும் ஹிஸ்புல் முஜாஹிதீன் அணியினருக்கும் இடையேயான உட்சண்டைகளை நிறுத்த முயற்சிப்பதில் தான் ஈடுபட வேண்டும் என்பதைக் கண்டார்.

ஹிஸ்புல் முஜாஹிதீன் கஷ்மீருக்குள் 1989 செப்டம்பரில் நுழைந்தது. அது ஜமாத்—இ—இஸ்லாமியின் தீவிரப்பிரிவு. கஷ்மீரை பாகிஸ்தானோடு ஒருங்கிணைப்பதும், கஷ்மீரை இஸ்லாமிய மயமாக்குவதும் அதன் நோக்கமாக இருந்தது. அது சையத் சலாஹுதீன் தலைமையின்கீழ் இருந்தது. அவர்தான் 1987 கஷ்மீர் தேர்தல்களில் ஒரு வேட்பாளராக இருந்த யூசுஃப் ஷா என்று அறியப்பட்டவர்.

இந்திய நிர்வாகத்திலுள்ள கஷ்மீரில் இருந்த ஹிஸ்புல் முஜாஹிதீன், இந்திய இராணுவம் ஜே.கே.எல்.எஃப். தீவிரவாதிகளை கண்டுபிடிக்க உதவும் வகையில் தனது உளவுத்துறையை இந்திய இராணுவத்துடன் பகிர்ந்து கொண்டது. இதன் விளைவாக 500 ஜே.கே.எல்.எஃப். அணியினர் முக்கியமாக ஹிஸ்புல் முஜாஹிதீன் தீவிரவாதிகளால் கொல்லப்பட்டார்கள்.[28]

'சுதந்திரப் போராளிகள்' அல்லது முஜாஹிதீன்கள் தங்களுக்குள் ஒரு சட்டத்தை வகுத்துக்கொண்டார்கள். அவர்கள் பாகிஸ்தான் நிர்வாகத்திலுள்ள கஷ்மீர் முழுவதும்சென்று தங்கள் ஆயுதங்களைக் காட்டி அச்சுறுத்தி கடைக்காரர்களிடமிருந்து பணத்தைப் பிடுங்கினார்கள். உண்மையில் பயமறியாதவர்களாக உருவானார்கள். கஷ்மீரி அமைப்புக்களில் ஒன்றின் உறுப்பினர் பில்லியார்ட் அரங்கத்துக்குள் சென்று அங்கு ஒரு வெடிகுண்டை பில்லியார்ட் பந்தாக பயன்படுத்தினார்.[29]

தனது முழுமையான விசுவாசத்தை காட்டுவதற்கு தகுதியானதாக எந்த ஒரு அமைப்பையும் அஃப்சல் குருவால் கண்டறிய முடியவில்லை. ஜேகேஎல்எஃப். ஒன்றுமில்லாமல் ஆக்கப்பட்டுவிட்டது. அவரால் ஹிஸ்புல் முஜாஹிதீனின் நோக்கத்தை ஏற்றுக்கொள்ள முடியவில்லை. எந்த ஒரு குழுவினரோடும் தனது முழுமையான விசுவாசத்தை உணரமுடியாததால் அவரால் எந்தக்குழுவினரோடும் உணர்வுபூர்வமாக வேலைசெய்ய முடியவில்லை. சோபூர் வியாபாரிகளிடம் பணம் திரட்டுமாறு அஃப்சல் குருவுக்கு உத்தரவிடப்பட்டபோது அவர் அதை ஏற்க மறுத்துவிட்டார். இதன்பின்பு அஃப்சல் தனது ராணுவ வாழ்க்கையை விட்டுவிட்டு படிப்பைத் தொடர முடிவுசெய்தார்.[30]

அஃப்சல் ஒரு டாக்டராக பெரிதும் விரும்பினார். ஆனால், அவரால் மருத்துவக்கல்லூரிக்குச் செல்வதற்கு பணம் செலுத்த முடியவில்லை. அவருக்கு உதவ ஒருவருமில்லை. தனது படிப்பைவிட்டு எல்லைகடந்து சென்றதில் அய்ஜாஸ் கோபமாக இருந்தார். எவ்வாறாயினும் அய்ஜாஸ் இப்போது திருமணமாகி தனக்கென ஒரு சொந்தக்குடும்பத்தோடு இருந்தார். அதனால் தனது இளைய சகோதரனுக்கு பணம் தந்து உதவும் நிலையில் அவர் இல்லை.

1993இல் இந்திய இராணுவம் சோபூருக்குள் நுழைந்தது. அது ஆயுதக் கலவரங்களுக்கு எதிராக, ஒட்டுமொத்த கடைத்தெருவையும்

தீயிட்டுக் கொளுத்துவது, மற்றும் அவர்களது பொருளாதாரத்தை அழிப்பது என பலமான தாக்குதல்களை நடத்தியது. அதே ஆண்டில் மார்ச் 31இல் அஃப்சலின் சித்தப்பா, டாக்டர் அப்துல் அஹத் குரு தனது மருத்துவமனையிலிருந்து திரும்பிவரும் வழியில் சுட்டுக்கொல்லப்பட்டார். இந்தக்கொலைக்கு யார் காரணம் என்ற கேள்வியைச்சுற்றி எழுந்த கருத்து வேறுபாடுகள் சுயநிர்ணய உரிமைக்கான கஷ்மீர் இயக்கத்தில் இருந்துவந்த சிக்கல்களைப் பிரதிபலித்தது.

அனைத்துலக மனித உரிமைகள் அமைப்பு ஒன்று இந்த புகழ்பெற்ற இதயநோய் அறுவை சிகிச்சை நிபுணரின் கொலைக்குப் பின்னால் இருந்த காரணங்களைக் கண்டறிய விசாரணை மேற்கொண்டது.[31] அதன் அறிக்கை தெரிவித்தது:

> *புகழ்பெற்ற கஷ்மீரி இதயநோய் அறுவை சிகிச்சை நிபுணரான டாக்டர் அப்துல் அஹத் குரு, அடையாளம் தெரியாத துப்பாக்கி ஏந்திய குழுவினரால் 1993 மார்ச் 31 அன்று சுட்டுக்கொல்லப்பட்டார். டாக்டர் குரு ஜம்மு மற்றும் கஷ்மீர் விடுதலை முன்னணியின் (JKLF) நிர்வாகக்குழு உறுப்பினராக இருந்தார். அவரது அரசியல் நிலைப்பாட்டால் அவருக்கு எதிரான தீவிரவாதக் குழுவும், அதேபோல் அவரது சொந்த அமைப்புக்குள் இருந்த சிலரும் அவரைத் தாக்குதல் இலக்காக்கினர். அவர் கஷ்மீரில் உள்ள இந்திய பாதுகாப்புப் படையின் மனித உரிமை மீறல்களை வெளிப்படையாக விமர்சனம் செய்பவராகவும் இருந்தார். எனவே டாக்டர் குருவின் கொலைக்கு யார் பொறுப்பு என்பதைக்கூற இயலாத நிலையில், தீவிரவாதக் குழுக்களை தொடர்புபடுத்தும் சந்தர்ப்பச் சூழ்நிலை ஆதாரங்கள் உள்ளன. அதே நேரத்தில் இந்தக்கொலைக்கும் அதற்குப்பின்பும் அரசின் நடவடிக்கைகள் பற்றிய தீவிரமான கேள்விகளும் உள்ளன.*

இருந்தபோதிலும் அந்த அறிக்கை பதிவுசெய்கிறது:

> *டாக்டர் குரு மத்திய உள்துறை பாதுகாப்பு அமைச்சர் ராஜேஷ் பைலட்டுடனும் மற்றவர்களுடனும் இந்த சண்டைக்கு ஒரு அரசியல் தீர்வுகாண, ஓர் ஒப்பந்தம் ஏற்பட நடைபெற்ற பேச்சுவார்த்தைகளில் ஈடுபட்டிருந்தார் என அரசு வட்டாரங்கள் கூறின... இருந்தபோதிலும், 1993*

ஏப்ரல் 7 நாளிட்டு டாக்டர் குருவின் மகனுக்கு அமைச்சர் ராஜேஷ் பைலட் எழுதிய கடிதத்தில், அவரது தந்தையின் மரணத்துக்கு அனுதாபம் தெரி வித்ததுடன், டாக்டர் குருவை அவர் சந்தித்ததே இல்லை என்றும் குறிப்பிட்டிருந்தார்.

டாக்டர் குருவின் உடல் பாதுகாப்பு சோதனைச் சாவடியிலிருந்து 1கி.மீ. தூரத்தில் கண்டுபிடிக்கப்பட்டது. இது இந்திய அரசு இந்தக் கொலையில் சம்பந்தப்பட்டிருக்கிறது என்பதற்கான அறிகுறியாக இருந்தது. தீவிரவாதிகள் இந்திய இராணுவ சோதனைச்சாவடி அருகே அதை நடத்தியிருக்க முடியாது.

அந்த நேரத்தில் கஷ்மீரில் நியமிக்கப்பட்ட மூத்த அதிகாரி வஜாஹத் ஹபிபுல்லா, 'ஹிஸ்புல் முஜாஹிதீனின் தீவிரவாதியான ஜுல்கர்னைன் என்பவரால் டாக்டர் குரு கொலை செய்யப்பட்டார்; அதற்குப் பரிசாக அந்த தீவிரவாதி விடுதலை செய்யப்படுவார் என்று கூறப்பட்டிருந்தார்' என எழுதினார். ஆனால் காவல்துறையின் டைரக்டர் ஜெனரல் பி.எஸ்.பேடி அந்த ஜுல்கர்னைன் அதற்குப் பிறகு உடனடியாகக் கொல்லப்பட்டார் என்று உறுதிப்படுத்தினார்.[32]

இந்த வெளிப்பாடுகள் அரசு சக்திகள் தங்களது சொந்த உள் நோக்கத்தை நிறைவேற்றிக்கொள்ள தீவிரவாதக் குழுக்களிடையே இருந்த பகைமைகளை பயன்படுத்திக்கொண்டன என்பதை அம்பலப்படுத்தின. அவர்கள் டாக்டர் குருவின் கொலை, பாகிஸ்தானுக்கு ஆதரவான அடிப்படைவாதக்குழுவான ஹிஸ்புல் முஜாஹிதீன் வேலை என்று தோன்றுமாறு செய்தார்கள். அந்தக்குழு *JKLF* உடன் சண்டையில் ஈடுபட்டிருந்தது. டாக்டர் குரு *JKLF* உடன் இணைந்திருந்தார். ஆனால் டாக்டர் குருவுக்கு நெருக்கமானவர்கள் அவர் ஹிஸ்புல் முஜாஹிதீன்களுடன் நல்ல உறவில் இருந்தார் என்பதை அறிந்திருந்தார்கள்.

அரசு பலமுறை டாக்டர் குருவையும் அவரது குடும்பத்தையும் குறி வைத்திருந்தது. அவர் மீது பொய்வழக்குகளைத் தொடுக்கவும், அவரையும், அவரது குடும்பத்தையும் கைது செய்யவும்கூட அவர்கள் முயன்றார்கள். அதே நேரத்தில் பிணைக்கைதிகளாக முஜாஹிதீன்களாகக் கடத்தப்பட்டவர்களை விடுவிக்க அவர்களுடன் பேச்சுவார்த்தை நடத்த டாக்டர் குருவின் உதவிகளையும் பயன் படுத்திக்கொண்டார்கள். அப்போதைய உள்துறை அமைச்சரின் மகள் ருபையாவை விடுதலை செய்ய வெற்றிகரமான பேச்சு வார்த்தை நடத்தியவர் டாக்டர் குரு தான்.

டாக்டர் குரு கொல்லப்பட்டது பற்றிய தனது சொந்த விசாரணையை மேற்கொண்டதாக சம்பத் பிரகாஷ் கூறினார். ஜார்ஜ் பெர்ணாண்டஸ் கஷ்மீர் விவகாரங்களுக்காக பொறுப்பேற்றுள்ள அமைச்சராக 1990இல் ஸ்ரீநகர் வந்தார். அவர் பல்வேறு புலனாய்வு அமைப்புக்களின் தலைவர்களைச் சந்தித்தார். அவர்கள் அனைவரும் தேசிய மாநாடு கட்சியை (ஆட்சியிலிருந்து) அகற்றி விட்டு, ஜே.கே. எல்.எஃப். உடன் சேர்ந்து டாக்டர் குருவை முதலமைச்சர் ஆக்கலாம் என்று நினைத்தார்கள். அந்தக்கூட்டணியின் ஒரு பகுதியாக இருக்க மிர்வாய்ஸ் ஒப்புக்கொண்டார். மேலும் 1953இல் இருந்த நிலைகள் மீண்டும் கொண்டுவரப்பட வேண்டும் என்றும், டெல்லி ஒப்பந்தம் முழுமையாக நடைமுறைப்படுத்தப்பட வேண்டும் என்றும் ஒப்புக்கொள்ளப்பட்டது.[33] ஜார்ஜ் பெர்ணாண்டஸ் ஜே.கே.எல்.எஃப். உடனும் அதுபோலவே பேசினார். பின்னர் டெல்லி திரும்பினார்.

சம்பத்தின் கூற்றுப்படி முன்னாள் பிரதமர்கள் வி.பி.சிங், ராஜிவ் காந்தி, வாஜ்பேயி மற்றும் *CPM* தலைவர் ஹர்கிஷண் சிங் சுர்ஜித் ஆகியோர் இந்தக் கலந்துரையாடலுக்கு வழிகாட்டினர்கள். ஜார்ஜ் பெர்ணாண்டஸ் இந்த ஒப்பந்தம் பற்றி மிகவும் உணர்ச்சிவசப்பட்டார். அவர் தனது உற்சாகத்தில் தொலைபேசியை எடுத்து அந்த உடன்பாடு பற்றி மிர்வாய்ஸ், மௌலி ஃபரூக் ஆகியோரிடம் கூறினார். இந்த உரையாடல் தொலைபேசி நிலையத்திலிருந்த ஜமாத்—இ—இஸ்லாமி உறுப்பினர்களால் ஒட்டுக்கேட்கப்பட்டது. அதை அவர்கள் *ISI*-க்கு தெரிவித்தனர். இதனால்தான் டாக்டர் குருவும், மிர்வாய்ஸும் பாகிஸ்தான் ஆதரவு தீவிரவாதிகளால் கொல்லப்பட்டனர்.[34]

நான் சம்பத்திடம் இந்தக் கதை அவருக்கு எப்படித் தெரிந்தது என்று கேட்டேன். ஜார்ஜ் பெர்ணாண்டஸே தம்மிடம் அதைக்கூறியதாக சம்பத் தெரிவித்தார். ஆனால், அந்தப் பேச்சுவார்த்தைகளின்போது அங்கிருந்த தனது சங்க உறுப்பினர்களான பாதுகாப்பு காவலர்களிடம் கேட்டு அவர் மேலும் உறுதிப்படுத்திக் கொண்டார். தபால் தந்தி சங்கத்திலிருந்த ஒரு தோழர், தொலைபேசி நிலையத்தில் ஒரு விசாரணையை மேற்கொண்டு அவரும் அதையே உறுதிப்படுத்தினார்.

அப்படியானால், வஜாஹத் ஹபிபுல்லா எழுதியது என்னவானது? பாகிஸ்தான் அனுதாபிகளும் கஷ்மீர் அதிகாரவர்க்கத்தில் இருந்திருக்கக் கூடும். அல்லது இந்திய உளவுத்துறைக்குள் இருந்த

ஒருவர் அந்தப் பேச்சுவார்த்தைகள் வெற்றிகரமாக ஆகக்கூடாது என்று விரும்பியிருக்கலாம். கஷ்மீரில் அரசியல் எப்போதும் பிரச்சனைக்குரிய சிக்கல்களாகவே இருந்துவந்தது.

சம்பத்தும் அவரது குறைந்தபட்ச ஊதியம்பெறும் அரசு ஊழியர் கூட்டமைப்பின் தோழர்களும் வெடித்துக் கிளம்பும் நிகழ்வுகளை, குறிப்பாக *MUF*-ஆல் ஏற்பாடு செய்யப்பட்ட பெரிய எதிர்ப்புக்களை, வளர்ந்துவரும் கோபத்துடன் கவனித்துக் கொண்டிருந்தார்கள். *MUF*, அப்துல்கனிபட்-ஐ தலைவராகக் கொண்ட முஸ்லீம் ஊழியர்களின் கூட்டமைப்பு என்ற தொழிற்சங்கத்தைக் கூட ஏற்படுத்த முயன்றது. பேராசிரியர் பட் சோபூர் கல்லூரியிலிருந்து அவர் நீக்கப்படும்வரை பெர்ஸிய மொழியை கற்பித்துவந்தார். இருந்தபோதிலும், முஸ்லீம் ஊழியர்கள் கூட்டமைப்பு, அரசு ஊழியர்களை கூடுமாறு அழைப்பு விடுத்தபோது அதற்கு எந்தவொரு பயனும் இல்லாமல் போனது. ஊழியர்கள் தங்களுக்கென ஏற்கனவே ஒரு அமைப்பைப் பெற்றிருந்தார்கள். அது அவர்களுக்காக நன்கு பணியாற்றியது. இஸ்லாமிய தீவிரவாதிகளின் அலட்டலுக்காக அவர்கள் அதை தியாகம் செய்யவிரும்பவில்லை.

ஒருவகையில், நான்காம் ஊதியக்குழுவின் பரிந்துரைகளை செயல்படுத்த வேண்டும் என்ற தங்கள் கோரிக்கைகளுக்கு ஆதரவாக சம்பத்தின் கூட்டமைப்பு வேலை நிறுத்தங்களுக்கு ஊழியர்களை திரட்டிக்கொண்டிருந்தது. இந்த இயக்கத்தை தொடர்வது அனைத்து அரசு ஊழியர்களையும் ஒன்றுபடுத்தவும், பிரபலமாக வளரவிரும்பும் *MUF*-ஐ, உண்மையில் அதனுடன் மோதாமலேயே எதிர்கொள்ளவும் இது முக்கியமானது என்று சம்பத் சிந்தித்தார்.

*1987*ஆகஸ்ட் முதல் *MUF* ஆதரவாளர்கள் வெள்ளிக்கிழமை பிற்பகல் தொழுகைக்குப்பின் ஊர்வலங்களை நடத்தத் துவங்கினார்கள். அந்தப் பள்ளத்தாக்கின் நெடுகிலும் ஒவ்வொரு மசூதியிலிருந்தும் வெளிவந்து முழக்கங்களை எழுப்பினார்கள்: 'யஹாங் கியா சலேகா', 'முஸல்மான் கே தீன் நிஷான்', 'அல்லாஹ், மொஹம்மது ஔர் குரான்', 'ஆஸாதி கா மத்லப் க்யா', 'லா இலாஹி இல் அல்லாஹ்' மற்றும், ' ஜப்ரி நாதா தோடே தோ', 'கஷ்மீர் ஹமாரா ச்சோர் தோ.'

குறைந்தபட்ச ஊதியம்பெறும் அரசு ஊழியர் கூட்டமைப்பு தனது ஊர்வலங்களை *MUF* ஏற்பாடுசெய்த ஊர்வலம்

நடைபெறும் அதே நேரத்தில் நடைபெறும் வகையில் நேரத்தை அமைத்துக்கொண்டது. ஒருமாத காலத்துக்கு வெள்ளி பிற்பகல் 2 மணிக்கு தொழுகைக்குப்பிறகு நான்காம் ஊதியக்குழுவை நடைமுறைப்படுத்தக்கோரி ஊர்வலங்களை நடத்தியது. இந்த ஊர்வலங்கள் மாவட்டத் தலைநகர்களில் மட்டுமின்றி, வட்ட அளவிலும்கூட நடைபெற்றன. ஸ்ரீநகரில் நூற்றுக்கணக்கான அரசு அலுவலகங்களில் தங்கள் துறைகளிலிருந்து நீரோட்டம்போல வெளிவந்து ஊர்வலமாக வழக்கமாகக் கூடும் ஷேர்—இ—கஷ்மீர் பூங்காவுக்கு சென்றார்கள்.

சங்க உறுப்பினர்கள் அற்புதமான ஒழுங்கமைவும், கட்டுப்பாட்டையும் கொண்டிருந்தனர். ஒருவரிசையில் மூன்று பேராக ஊர்வலம் சென்றனர். அவர்கள் தங்கள் கைகளில் செங்கொடிகளை ஏந்தி தங்கள் முழக்கங்களை உணர்ச்சிகளோடு முழங்கினர்: 'உயரட்டும்! உயரட்டும்!! செங்கொடி இங்கே உயரட்டும்!!!,' 'வீழட்டும்!வீழட்டும்!! முதலாளித்துவம் வீழட்டும்!!!' 'நடைமுறைப்படுத்து! நடைமுறைப் படுத்து!! நான்காம் ஊதியக்குழுவை இங்கு, உடனடியாக நடைமுறைப்படுத்து!!!'

தொழிற்சங்க முழக்கங்கள் எப்போதும் ஓங்கி ஒலித்தும், மிகவும் உணர்ச்சி பூர்வமாகவும் அமையும். அவர்களது கொடிகள் உயர்த்திப்பிடிக்கப்படும். ஒருமாத போராட்டத்துக்குப்பிறகு, 1987 செப்டம்பர் 22 முதல் 24 முடிய மூன்று நாட்கள் வேலை நிறுத்தப் போராட்டத்துக்கு கூட்டமைப்பு அழைப்பு விடுத்தது. அரசு பேச்சுவார்த்தை நடத்த விரும்பியது. ஆடு மேய்ப்பவர்களின் உரிமைகளுக்காக வீரம்செறிந்த போராட்டத்தை நடத்திய ரஷீத் கான், தோட்டக்கலைத்துறையின் புனூ, அரசு அச்சகத்தில் பணியாற்றிய இளம் தோழர் நிசார் அலி மிர், செயற்குழு உறுப்பினரும், மருத்துவப் பணியாளருமான இஷ்டியாக் காத்ரி ஆகியோர் பேச்சு வார்த்தைகளுக்கு சென்றவர்களில் இருந்தனர். சங்க உறுப்பினர்கள் வெற்றிகரமாக தங்கள் பேச்சுவார்த்தைகளை ஃபரூக் அப்துல்லாவுடன் நடத்தினர். 80% கோரிக்கைகள் ஏற்கப்பட்டன.

சங்கம் ஜம்மு மற்றும் கஷ்மீரில் தனது நடவடிக்கைகளைத் தொடர்ந்தது. 1989இல் பாராளுமன்ற தேர்தல்கள் வந்தன. ஜே.கே. எல்.எஃப். அதைப் புறக்கணிக்க அழைப்பு விடுத்தது. டிசம்பர் முதல் வாரத்தில் சம்பத்தின் சங்கத்தலைவர்கள் உள்ளூர் செய்தித்தாள்களில் ஒரு விளம்பரம் கண்டனர். சம்பத்தும் அவரது தோழர்களும் 24

மணி நேரத்துக்குள் பள்ளத்தாக்கைவிட்டு வெளியேறவேண்டும் என்று ஜே.கே.எல்.எஃப்.-ன் ஜாவேத் அஹமது மிர் வெளியிட்ட அறிக்கை அது.

தொழிற்சங்கத் தலைவர்கள் இந்த எச்சரிக்கைபற்றி சம்பத் பிரகாஷுக்கு தெரிவித்து தாங்கள் என்ன செய்யவேண்டும் என்று கேட்டனர். அவர்கள் அனைவரும் கொஞ்சகாலத்துக்கு சம்பத் பிரகாஷ் கஷ்மீருக்கு திரும்பிவரக் கூடாது என்றும், மற்ற உறுப்பினர்களும்கூட சிறிது தாழ்ந்து செல்லவேண்டும் என்றும் ஒத்துக்கொண்டனர்.

1990 முதல் *1994* வரை தனது அன்புக்குரிய பள்ளத்தாக்கைவிட்டு சம்பத் பிரகாஷ் ஏன் சென்றார் என்பதற்கு இதுதான் காரணமாகும். இருந்தபோதிலும் மோசமான காலங்களில் செயலற்றுப்போகும் ஆட்களைப்போன்றவர் அல்ல சம்பத் பிரகாஷ். இந்தியப் பாதுகாப்புப் படையினரால் நடைபெற்றுவரும் பரவலான மனித உரிமை மீறல்கள்பற்றி சம்பத் அறிந்திருந்தார். இந்தியா முழுவதும் அதன் அட்டூழியங்களை பரப்புவதன் மூலம் கஷ்மீரி இயக்கத்துக்கு தனது ஒத்துணர்வைக்காட்ட சம்பத் முடிவு செய்தார்.

மனித உரிமை மீறல்களை அம்பலப்படுத்துவது, பாகிஸ்தான் உளவுத்துறையால் நிதியளிக்கப்படும் பாகிஸ்தான் ஆதரவு இஸ்லாமிய தீவிரவாதிகளுக்கு பயன்பட்டு அவர்களது பிரச்சாரத்தை வலுப்படுத்தும் என்பதால், அது ஒரு மோசமான யோசனை என்று அவர் சார்ந்திருந்த *CPI(M)* சிந்தித்தது. அவர்களுடைய பகுப்பாய்வை சம்பத் மறுக்கவில்லை. ஆனால், ஒவ்வொரு நாளும் அரங்கேற்றப்படும் அந்த வெறியாட்டங்கள், கஷ்மீரிகளை இந்தியா விலிருந்து மேலும் அந்நியமாக்கும் என்று நினைத்தார். கஷ்மீர் பற்றிய ஒரு மாபெரும் மாநாட்டை கட்சி நடத்தவேண்டும் என்றும், அதில் மனித உரிமைமீறல்களோடு *ISI*-யின் சந்தேகத்துக்குரிய பங்கையும் எடுத்துக் கொள்ளலாம் என்று சம்பத் ஆலோசனை கூறினார். ஆனால், கட்சித்தலைவர்கள் அதை ஏற்றுக்கொள்ளவில்லை.

கஷ்மீருக்கும், தனது சொந்த அரசியல் நீட்டிப்புக்கும் மிக முக்கியமானது என்று கருதும் பிரச்சனைகளை எடுத்துச்செல்ல மௌனமான அனுமதியைக்கூட கட்சி மறுத்ததால், அவர் *CPI(M)* கட்சியைவிட்டு விலக முடிவு செய்தார். *1990*இல் ஜார்ஜ் பெர்ணாண்டஸ் தலைமையிலான 'ஹிந்த் மஜ்தூர் கிஷான் பரிஷத் *(HMKP)*'-யில் சேர்ந்தார்.

கஷ்மீரிகளின் ஆபத்தான நிலையைப்பற்றி பிரச்சாரம் மேற்கொள்ள ஜார்ஜ் பெர்ணாண்டஸ் இடமளித்தார். எனவே 1990 முதல் 1994 வரை சம்பத் இந்தியா முழுவதும் பயணம் செய்து இந்தியப் பாதுகாப்புப் படையினரால் பள்ளத்தாக்கில் உள்ள மக்கள் மீது இழைக்கப்படும் மனித உரிமைகள் மீறல்கள் பற்றிப் பேசியும், பிரசுரங்களை வெளியிட்டும் வந்தார். தொழிற்சங்கத்தில் இருந்த அவரது தோழர்கள் அங்கு நடைபெறும் நிகழ்ச்சிகளை அவருக்கு தெரிவித்துக்கொண்டும், உள்ளூர் செய்தித்தாள்களின் செய்திகளையும், அட்டூழியங்களின் புகைப்படங்களையும் வெட்டி அனுப்பிக் கொண்டும் இருந்தனர். அவற்றை பல்வேறு கூட்டங்களில் அவர் காட்சிக்கு வைத்தார்.

இந்த நேரத்தில், தொழிற்சங்க நடவடிக்கைகளிலிருந்து ஓய்வுபெற்ற இன்னொரு கஷ்மீரி பண்டிதரான ஹிருதயநாத் வாஞ்ச்சு, இந்திய பாதுகாப்புப் படையினரால் நிகழ்ந்த வரைமுறை மீறல்களை ஆவணப்படுத்தினார். கஷ்மீரில் நடைபெற்ற மனித உரிமை மீறல்கள் பற்றி பாரிஸில் உள்ள லா ஃபெடரேஷன் இண்டர்நேஷனேல் டெஸ்லி க்யூஸ்ட் ராய்ட்ஸ்டெ ஐ' ஹோம்மெ அமைப்பு சார்பில் ஓர் அறிக்கையை எழுதிய ஆக்ஸ்ஃபோர்டில் உள்ள சட்ட விரிவுரையாளரான பி.எம்.வர்தராஜு வாஞ்ச்சுவை சந்தித்தார். அந்த தொழிற்சங்கத் தலைவர் தோராயமாக 15,000 பேர் பாதுகாப்புப் படைகளால் 1990க்கும் 1992க்கும் இடையில் சுட்டுக்கொல்லப்பட்டார்கள்; விசாரணையின்போது 300 பேர் கொல்லப்பட்டார்கள்; அந்த காலகட்டத்தில் குறைந்தபட்சம் 600 கற்பழிப்பு வழக்குகள் பதியப்பட்டன என மதிப்பீடு செய்தார்.[35]

1994ன் துவக்கத்தில் சம்பத் பிரகாஷ் அவரது தோழர்களிலொருவரான குல் மொஹம்மது கனியா மரணப்படுக்கையில் இருக்கிறார் என்ற செய்தியை அறிந்தார். அவருக்கு புற்றுநோய் வந்திருந்தது. அவர் இறப்பதற்கு வெறும் சிலநாட்களே இருந்தன. சம்பத் பிரகாஷ் ஒரு வாடகைக்கார் மூலம் ஜம்முவிலிருந்து நேரடியாக அனந்த்நாக்கில் உள்ள தனது தோழரின் வீட்டுக்குச் சென்றார். அவரோடு, அவரது கையைப் பற்றிக்கொண்டும், பழைய அந்த நல்ல நாட்களைப் பற்றி பேசிக்கொண்டும் ஒரு முழு நாளைக் கழித்தார். அதன்பிறகு கார் மூலம் ஜம்முவுக்கு திரும்பினார்.

நான் சம்பத்திடம் அவர் ஏன் அந்த ஆபத்தான செயலைச் செய்தார் என்று கேட்டேன். அவர் என்னைப்பார்த்துக் கூறினார்: 'அங்கே மனிதாபிமானம் என்ற ஒன்று இருக்கிறது'.

அதன்பிறகு அவர், குல் மொஹம்மதுவும் அவரது மனைவி சாராவும் எவ்வாறு தனது இரு மகன்களின் திருமணங்களுக்கு — லெனின் திருமணத்துக்கு 1991லும், ரவீந்தர் திருமணத்துக்கு 1992லும்— கீழே வந்தார்கள் என்பதை என்னிடம் கூறினார். சாரா மருத்துவமனை செவிலியர் சங்கத்தின் தலைவர். அவரது கணவர் அனந்த்நாக் மாவட்டப்பொறுப்பில் இருந்தார். இரண்டு நிகழ்வுகளிலும் சாரா தும்பக்நாரி வாசிக்க அந்தத் தம்பதிகள் நடனமாடினார்கள். அவர்களும்கூட மாபெரும் ஆபத்தான செயலை அந்த திருமணங்களுக்கு வந்ததன் மூலம் செய்தார்கள். ஏனென்றால், மன்சூர் தார்ஸி என்ற ஒரு ஜே.கே.எல்.எஃப். தீவிரவாதி அவர்கள் வீட்டுக்கு அருகில் வசித்துவந்தான். அவன் பல பண்டிதர்களைக் கொன்றவன். இந்த நட்புறவை அவன் கட்டாயம் ஏற்றுக்கொண்டிருக்கமாட்டான்.

அதே ஆண்டில் 1994 கோடையில் மீண்டும் பள்ளத்தாக்குக்கு செல்லும் வாய்ப்பு சம்பத்துக்கு கிடைத்தது. இந்த நேரத்தில் பீஹாரில் தன்பாத்—ல் *HMKP* மாநாட்டில் தனது சங்கத்தின் எட்டு உறுப்பினர்களோடு கலந்துகொண்டு, அங்கு கஷ்மீரின் நிலைமைகளைப்பற்றி பேசினார்.

நாளேடுகள் மெஹ்ரூலி கிளைச்சிறையிலிருந்து யாசின் மாலிக் விடுதலையானார் என்ற செய்தியை வெளியிட்டிருந்தன. அவர் 1990 ஆகஸ்ட்டில் கைது செய்யப்பட்டு, 1993 மே வரை நீதிமன்றச்சட்டத்தின்முன் கொண்டுவரப்படவில்லை. அவருக்கு சிறையில் மாரடைப்பு ஏற்பட்டது. யாசின் அப்போதைய பிரதமர் நரசிம்மராவுக்கு இந்தியப் பாதுகாப்புப் படையினரால் கட்டவிழ்த்து விடப்பட்ட பயங்கரத்தின் தன்மைபற்றி ஒரு கடிதம்கூட எழுதியிருந்தார்.[36]

அவர் விடுதலை செய்யப்பட்டதற்கு மறுநாள் மே 18 அன்று யாசின் ஸ்ரீநகருக்கு திரும்பிவந்தார். அவருக்கு ஒரு கதாநாயகன் போன்ற வரவேற்பு அளிக்கப்பட்டது. அவர்மீது பூவிதழ்களும், திராட்சைகளும் சொரியப்பட்டன. ஹர்ஜிந்தர் பவேஜா, ஒரு பத்திரிக்கையாளர் என்றமுறையில், 'அவருக்கு அளிக்கப்பட்ட வரவேற்பு ஷேக் அப்துல்லா தனது புகழ்பெற்ற நாட்களில் பெற்ற வரவேற்பை ஒத்திருந்தது' என்று குறிப்பிட்டார்.[37] ஜார்ஜ் பெர்ணாண்டஸ் அந்த கஷ்மீர் தலைவருக்கு ஒரு இரகசியக் கடிதத்தை அனுப்ப விரும்பினார். அவர் தனது தூதராக சம்பத் பிரகாஷைத் தேர்வு செய்தார்.

ஜார்ஜ் பெர்ணாண்டஸ் அப்போது அரசில் இடம்பெற்றிருக்கவில்லை என்றாலும் அமைதியை ஏற்படுத்துவதற்கு தான் தீவிரவாதிகளுடன் கொண்டிருந்த நெருக்கமான தொடர்புகள் பயன்படும் என்று நம்பினார்.[38] மற்றபிற இந்திய தலைவர்களைப் போலவே ஜார்ஜூம், இந்திய அரசு பேச்சு வார்த்தை நடத்துவதற்கும், கஷ்மீர் சிக்கலுக்கு தீர்வு காண்பதற்கும் பொருத்தமான நபர் யாசின் மாலிக் தான் என்று கருதினார்.

உண்மையில் ஏற்கனவே அமெரிக்கர்களும், பிரிட்டிஷாரும் யாசின் மாலிக்குடன் ஓர் அமைதி உடன்படிக்கை ஏற்படுத்திக்கொள்ள உதவியிருந்தார்கள்.[39] 1980களிலிருந்தே ஐரோப்பிய யூனியன் உள்ளிட்ட மேற்கத்தைய நாடுகள் தன்னை ஆயுதப்போராட்டத்தை கைவிடவும், வன்முறையற்ற இயக்கத்தைத் துவக்கவும் ஏற்கவைக்க முயற்சித்தன என்று யாசின் மாலிக் கூறியிருந்தார். அவர் தனது இயக்கத்தின் போக்கை மாற்றுவதாக இருந்தால் தாங்கள் அவருக்கு ஆதரவு அளிப்பதாக உறுதியளித்திருந்தார்கள்.

யாசின் சிறையில் இருந்தபோது, இந்திய குடிமைச்சமூகத்தின் உறுப்பினர்கள் பேச்சுவார்த்தை துவங்க உதவினார்கள். மூத்த பத்திரிக்கையாளர் குல்தீப் நய்யார், முன்னாள் நீதிபதி வி.எம். தார்க்குண்டே, திரைப்படத் தயாரிப்பாளர் தபன்போஸ், பத்திரிக்கையாளர் நளினிசிங் போன்ற பல அறிவுஜீவிகள் அவரை சிறையில் சந்தித்தார்கள்.[40] இந்த நிகழ்வுகளையெல்லாம் ஜார்ஜ் பெர்ணாண்டஸ் அறிந்திருந்தார். யாசின் ஆயுதம் தாங்கிய எதிர்ப்பை கைவிட்டுவிட்டு அரசுடன் பேச்சுவார்த்தை நடத்த விரும்புகிறார் என்பதை தனது ஆதாரவழிகள் மூலம் தகவல் தெரிவிக்கப்பட்டிருந்தார்.

ஒரு கஷ்மீரி தேசியவாதி என்றமுறையில் யாசினின் பௌதிகப் பாடுகள் கேள்விக்கு அப்பாற்பட்டன. ஹமீது, அஷ்பக், ஜாவேத், யாசின் *(HAJY)* என்ற நான்கு உறுப்பினர் வீரசாகசத்தில் அவர் உறுப்பினர். இந்தக்குழுதான் ஆயுதம் தாங்கிய எதிர்ப்பில் பாகிஸ்தானில் பயிற்சிபெற்று திரும்பிய முதல் குழுவாகும். மற்ற மூவர் ஷேக் அப்துல் மஜீத் (1992இல் கொல்லப்பட்டார்), அஷ்பக் மஜீத் (1990இல் கொல்லப்பட்டார்), மற்றும் ஜாவேத் மிர்.[41] 1988இல் இந்த *HAJY* குழு இரண்டு வெடிகுண்டுகளை நட்டது. ஒன்று கோல்ஃப் விளையாட்டுத் திடலில்; இன்னொன்று ஸ்ரீநகர் தந்தி அலுவலகத்தில். இதுதான் கஷ்மீர் எழுச்சியின் துவக்கமாக இருந்தது.

இதற்கு அப்பாலும், கஷ்மீரி பண்டிதர்கள் பள்ளத்தாக்குக்குத் திரும்பிவர வேண்டும் என்று தான் விரும்பியதாகவும், அதற்கான வழிமுறைகளை தான் ஏற்படுத்த கடமைப்பட்டுள்ளதாகவும் யாசின் மாலிக் எப்போதும் கூறி வந்தார். கஷ்மீரி சூஃபி மரபின்மீது யாசின் மரியாதை கொண்டிருந்தார். ஆனால் பாகிஸ்தான் ஆதரவு தலைவர்கள் யாசின் போலின்றி கஷ்மீரி சூஃபி மரபை அவமதித்தார்கள். 'தூய இஸ்லாம்' என்ற சலாஃபி விளக்கங்களின்மீது பெரிதும் ஈடுபாடு கொண்டிருந்தார்கள். மிகவும் முக்கியமாக யாசின் கஷ்மீரை பாகிஸ்தானோடு இணைக்கும் சிந்தனையை ஒருபோதும் ஆதரித்ததில்லை.

சம்பத் அந்தக்கடிதத்தை கொடுப்பதற்கு ஸ்ரீநகர் செல்ல விருப்பத்துடன் ஒத்துக்கொண்டார். ஏனெனில், பள்ளத்தாக்குக்குத் திரும்பவும், தனது அரசியல் பணிகளை மீண்டும் துவங்கவும் ஒரு வாய்ப்பை அதில் கண்டார். பள்ளத்தாக்கில் இருந்த சூழ்நிலை மாறிவிட்டது என்பதை அவர் அறிந்திருந்தார். அங்கு தீவிரவாதத்தின் மீது அவநம்பிக்கை வளர்ந்தது. குறிப்பாக அந்நிய தீவிரவாதிகளின் நடவடிக்கைகள் பற்றி. அங்கு 1992 ஏப்ரலில் ஒரு பண்டிதர் குடும்பம் கொலைசெய்யப்பட்டதற்கு எதிராக பொதுமக்களின் எதிர்ப்புப் போராட்டம் நடைபெற்றது. அதில் 5,000 கஷ்மீரி முஸ்லீம்கள் கலந்துகொண்டார்கள். தேசிய மாநாடு கட்சியின் தலைவர் சைபுதீன் சோஸ்ன் மகள் நஹிதா இம்தியாஸ் கடத்தப்பட்டதற்கு எதிராகக்கூட மக்கள் எதிர்ப்பு தெரிவித்தார்கள். இந்து கடைக்காரர்கள் தாக்கப்பட்டதற்கு எதிராகவும் எதிர்ப்பு போராட்டங்கள் நடைபெற்றன. மக்களில் சிலர் இன்னொரு வகையான முழக்கத்தையும்கூட எழுப்பினார்கள்: 'பாகிஸ்தானுக்காக கேட்பவரெல்லாம் கபரிஸ்தான் தான் பெறுவார்கள்'. சம்பத் யாசின் மாலிக்கை சந்தித்ததே இல்லை. அவர்களது சந்திப்பை எதிர்நோக்கியிருந்தார்.

சம்பத் பிரகாஷ், மைசுமாவில் உள்ள யாசின் வீட்டுக்கு போக்குவரத்துத்துறை ஊழியர் சங்க செயலாளர் குலாம் மொஹம்மதுவுடன் சென்றார். குலாம் மொஹம்மதுவுக்கு யாசினின் தந்தையை தெரியும். அவர் அரசுப் பேருந்து ஓட்டுநர் சங்கத்தின் உறுப்பினர்.

யாசினின் சகோதரிகள் தங்கள் சகோதரனை சந்திக்க சம்பத் பிரகாஷை SMH மருத்துவமனைக்கு அழைத்துச் சென்றார்கள்.. அவர் யாசினால் உற்சாகமாக வரவேற்கப்பட்டார். இருவரும்

தங்களுக்குள் சமூக உறவை ஏற்படுத்திக் கொண்டார்கள். மருத்துவமனையின் படுக்கையில் இருந்தவாறே யாசின் நடத்திய பத்திரிக்கையாளர் சந்திப்பு நிகழ்ச்சியில் தன்னோடு தங்கியிருக்கவும் கூட அவர் சம்பத்தை அழைத்தார். அடுத்தநாள் செய்தித்தாள்களில் சம்பத்தின் படத்தை யாசினுடன் பார்த்து சங்க உறுப்பினர்கள் அதிர்ச்சியடைந்தார்கள்.

ஸ்ரீநகரை விட்டுச்செல்லும்முன் சம்பத்துக்கு இன்னொரு வேலையும் இருந்தது. அவர் ரெய்னாவாரியில் உள்ள தனது பழைய வீட்டைப் பார்க்க விரும்பினார். தனது தோழர் நிசார் அலி மிர் உடன் அவர் அங்கே சென்றார்.

ரெய்னாவாரியில் தன்னை வரவேற்க உறவினர்கள் யாரும் இல்லை என்பது சம்பத் பிரகாஷுக்கு தெரியும். அவரது பெற்றோர்களும், அவர்களோடு இணைந்த குடும்பமும் 1990லேயே ஜம்முவுக்கு சென்றுவிட்டார்கள். ஜம்முவிலுள்ள தனது வீடு அவர் கஷ்மீர் பள்ளத்தாக்கிலிருந்து கீழே வந்த போது தனது சித்தப்பாக்கள், அவர்களது மகன்கள், மகள்கள், சகோதரிகள் மற்றும் மருமகள்களுக்கும்கூட ஒரு அகதி முகாம்போல இருந்ததை சம்பத் இன்னும் நினைவில் கொண்டிருந்தார். சம்பத்தின் சித்தப்பா பாலாஜி குண்டுவின் மதுக்கடை, ‘துக்தாரன் —இ —மில்லத்; அல்லது நம்பிக்கையின் மகள்கள்’[42] என்ற அமைப்பின் பெண்களால் அழிக்கப்பட்டது. அவருடைய குடும்பம் அவரை விடுவிக்க ஒரு பெரிய தொகையைக் கொடுத்தது. ஆனால் மற்றவர்கள் பாதுகாப்பாக ஜம்முவில் வாழ்ந்தார்கள். அங்கு 15, 16 பேர் சம்பத்தின் வீட்டில் வாழ்ந்தார்கள். பின்னர் துராவின் குடும்பத்தினரும்கூட அவர்களோடு வந்துசேர்ந்தார்கள்.

ரெய்னாவாரியிலிருந்த வீடு காலியாக இருந்தது; அவ்வாறுதான் இருக்கும் என்று சம்பத் நினைத்ததைப்போல. ஆனால் அது இன்னும் ஒரு வீடாகவே இருக்கும்; சில பொருள்களையும், நினைவுகளையும் தனது தாயாருக்காக எடுத்துச்செல்ல முடியும் என்று சம்பத் நினைத்தார். ஒன்றுமேயில்லை. இருந்தபோதிலும் அவர் எதைப்பார்த்தாரோ அந்த அதிர்ச்சியை தாங்கிக் கொள்ள தயாராகவே இருந்தார். அந்த வீடு உண்மையிலேயே காலியாக இருந்தது. அவற்றின் கதவுகள் கீல்களில் தொங்கிக்கொண்டிருந்தன. எல்லா துட்டுமுட்டு பொருள்களும், மெத்தைகளும், தலையணைகளும், மின் இணைப்புகளும், அவற்றில் பொருத்தப்பட்டிருந்தவைகளும் அகற்றப்பட்டிருந்தன. அங்கு தரையில் ஒரு விரிப்புகூட இல்லை.

மேசை, நாற்காலி, கட்டில்கள் போன்ற எந்த மரச்சாமான்களும் இல்லை. தனது விலைமதிப்பு மிக்க பதிவேடுகளும்கூட எடுத்துச் செல்லப்பட்டிருப்பதை சம்பத் வருத்தத்துடன் பார்த்தார். அவர் தனது நான்கு வீடுகளின் அறைகள் வழியாக ஒவ்வொன்றுக்குள்ளும் குழப்பத்துடன் நடந்துசென்றார். ஒவ்வொன்றும் அதிலிருந்த பொருள்கள் அகற்றப்பட்டு வெறுமையாக இருந்தன. எல்லாமும் கொள்ளையடிக்கப்பட்டிருந்தன. அவருடைய வீட்டின் புனிதம் சீர்குலைக்கப்பட்டிருந்தது.

சம்பத் பிரகாஷ் ஆழ்ந்த கோபம் எழுவதை உணர்ந்தார். அவரது அண்டை வீட்டுக்காரர்களான பக்கால்கள் அவர் தனது காலி வீட்டிலிருந்து வெளியே வருவதைப்பார்த்து அவரிடம் வந்தார்கள். அவர்கள் அவரை அணைத்து தங்கள் வீட்டுக்கு அழைத்தார்கள். அவருக்கு தேநீர்கொடுத்து, அவரது வீட்டுக்கு அருகில் மத்திய ரிசர்வ் போலீஸ்படைகள் ஒரு சாவடியை அமைத்து மத்திய ரிசர்வ் போலீஸ்தான் அந்தக்கொள்ளையை நடத்தியது என்று சொல்ல முயன்றார்கள். ஆனால் சம்பத் தனது சொந்த விசாரணையை நடத்தி, பக்கால்களில் ஒருவர்தான் அவர் வீட்டின் உடைமைகளை சேதப்படுத்துவதை தூண்டிவிட்டார் என்பதைக் கண்டறிந்தார். *JKLF*-இல் சேர்ந்திருந்த ரஷீத் பக்கால்தான் தனது நண்பர்களை அழைத்துவந்து சேதப்படுத்துவதில் பங்கேற்றவர் என்பதையும்கூட கண்டுபிடித்தார்.

அவர் தனது வீட்டிலிருந்து தனது நண்பர் ஜவஹர்லால் தர் வீட்டுக்கு நடந்து சென்றார். அந்த வீடும்கூட சேதப்படுத்தப்பட்டு ஒரு நடைபாதைபோல காட்சியளித்தது. நிசார் அதற்குக் காரணமானவர் யார் என்று விசாரித்தார். தர் குடும்பத்தினருக்கு பால் விநியோகம் செய்துவந்த ஒரு பால்காரர்தான் என்பதை கண்டறிந்தார்.

சம்பத் தனது உடைமைகளை இழந்ததால் அதிக கோபம் அடையவில்லை. ஆனால் அவரால் வரித்துக்கொள்ளப்பட்ட ‘கஷ்மீரியத்’ என்ற இலட்சியத்தை அந்த காலிவீடுகள் கேலி செய்வதைப்போல காணப்பட்டதால், ஒரு கசப்பான உண்மை அவருக்குத் தெரியவந்தது. கஷ்மீர் பண்டிதர்களின் வீடுகளையும், கடைகளையும் கொள்ளையிட்டவர்கள் உள்ளூர் மக்களே. வெளிநாட்டுத் தீவிரவாதிகள் கற்பழிப்புக்களையும், கொலைகளையும் செய்திருந்தார்கள்.

யாசின் மாலிக் ஒரு தரப்பாக போர் நிறுத்த உடன்பாட்டை அறிவித்து இந்தியாவின் ஆக்கிரமிப்பிலிருந்து கஷ்மீரை விடுவிக்கும் தனது இலக்கை அடைய இனிமேல் ஆயுதங்களை பயன்படுத்தப்போவதில்லை என்றும் கூறினார். மேலும் அவர் தனது எதிர்ப்பை ஜனநாயக வழிமுறைகள் மூலம் தொடரப்போவதாகவும் தெரிவித்தார். 1994 ஜூனில் அவர் JKLF-க்குள்ளும் மற்ற அமைப்புக்களுக்குள்ளும் குற்றப்பின்னணியுள்ள ஆட்கள் நுழைந்து விட்டதை எதிர்த்து ஒரு காலவரையற்ற உண்ணாவிரதத்தை மேற்கொண்டார். அவரது போராட்டம் இஸ்லாமிய தீவிரவாதிகளால் 'இஸ்லாமியத்தன்மை அற்றது' எனக் கண்டனம் செய்யப்பட்டது.

குளிர்கால மாதங்களில் யாசின் ஜம்முவில் இருப்பதாக சம்பத் படித்தார். அதற்குப்பின் மிகவிரைவாக யாசின் மாலிக்கை சாம்ராஜ் ஓட்டலில் சந்திக்க வருமாறு JKLF செயல்வீரர் ஜாவேத் மிர் ஒரு செய்தியுடன் தனது வீட்டின் வாசல்படியில் இருப்பதைக்கண்டார். யாசின் மாலிக்கை மீண்டும் சந்திக்கும் வாய்ப்பில் சம்பத் உற்சாகம் அடைந்தார். யாசின் சம்பத் பிரகாஷை மருத்துவமனையில் காட்டிய அதே நட்பிணக்கத்துடன் வரவேற்றார். அவர் சம்பத்தை மீண்டும் ஸ்ரீநகருக்குத் திரும்பும்படி கூறினார். அவருக்கு அப்போது அங்கு ஒரு வீடு இல்லாததால், அவருக்கும் அவரது குடும்பத்துக்கும் தங்குமிடத்தை தானே ஏற்பாடு செய்வதாகவும் கூறினார். சம்பத் தனது தொழிற்சங்க நடவடிக்கைகளை மீண்டும் துவங்க யாசின் உற்சாகமூட்டினார். அந்த இரு தலைவர்களும் சம்பத் திரும்பிவருவதற்கான திட்டத்தை இறுதிப்படுத்த மறுநாள் சந்திக்க ஒத்துக்கொண்டனர். சம்பத் திரும்பிச்செல்ல யாசின் ஒரு காரை ஏற்பாடு செய்தார்.

ஆனால், மறுநாள் சம்பத் வந்தபோது யாசின் மாலிக் மிகுந்த நட்புணர்வுடன் இல்லை. சம்பத் அங்கு இஷ்டியாக் காத்ரி இருப்பதை கவனித்தார். காத்ரி குறைந்த ஊதியம்பெறும் அரசு ஊழியர் கூட்டமைப்பின் உறுப்பினர். அவர் ஒரு பேராசைபிடித்த மனிதர். 1990இல் சம்பத்தையும் அவரது சகாக்களையும் பள்ளத்தாக்கைவிட்டு வெளியேற JKLF-இல் உள்ள சிலரைத் தூண்டிவிட்டவர் அவர். அவ்வாறு அவர்கள் வெளியேறினால் காத்ரி அந்தச் சங்கத்தின் தலைமையை எடுத்துக்கொள்ள முடியும்.

காத்ரி அங்கு இருந்ததில் ஏதோ ஒரு கெட்ட அறிகுறி இருந்தது. சம்பத் மீண்டும் பள்ளத்தாக்குக்குத் திரும்பிவரும் யோசனையை காத்ரி விரும்ப மாட்டார் என சம்பத் அறிந்திருந்தார். அது அந்த கஷ்மீரி தலைவரிடம் சம்பத் பெற்ற அரைகுறை வரவேற்பில் காணப்பட்டது.[43]

அங்கு தொழிற்சங்கத்தின் எதிர்காலம் பற்றிய பேச்சுக்கள் அன்று நடைபெறவில்லை. சம்பத் இறுதியாக அந்தப்பள்ளத்தாக்குக்கு வந்து தனது அரசியல் செயல்பாடுகளை மீண்டும் துவங்குவதற்கு பல ஆண்டுகள் முன் இந்த சம்பவம் நடைபெற்றது.

மொஹம்மது அஃப்சல் குருவும்கூட அந்த நாட்களில் பள்ளத்தாக்கை விட்டு வெளியில் வாழ்ந்துவந்தார். தன்னை உருவாக்கிய டாக்டர் குரு கொல்லப்பட்டது, சோபூரில் ஆயுதம் தாங்கிய கலவரங்களுக்கு எதிராக நடந்த திட்டமிட்டத் தாக்குதல்கள், இயக்கத்தில் இருந்த ஒழுங்கீனம் ஆகியனவும், குடும்பத்தின் அழுத்தங்களும் அவரை எல்லைப் பாதுகாப்புப் படையினரிடம் சரணடைய வைத்தது. இப்போது அவர் அதிகாரபூர்வமான சரணடைந்த தீவிரவாதி. ஆனாலும் அதற்கான சான்றை எல்லைப் பாதுகாப்புப் படை அவரும், அவரைப்போலவே வேறு இரண்டு கஷ்மீர் தீவிரவாதிகளும் சரணடைய அவர் ஊக்குவிக்கும்வரை அளிக்கவில்லை. அஃப்சல் இந்த நிபந்தனையை பூர்த்தி செய்தபின் அந்தச்சான்று வழங்கப்பட்டது. அது அவருக்கு அமைதியான வாழ்வுக்கான கடவுச்சீட்டாக இருந்தது. ஆனால் அவ்வாறு நடக்கவில்லை. உளவுத்துறை அமைப்பு மற்றபிற தீவிரவாதிகள் பற்றிய அதிக தகவல்களை அஃப்சல்குரு தரவேண்டும் என்று விரும்பியது. ஆனால் அஃப்சல் அதைச்செய்ய விரும்பவில்லை.

பின்னர் அவர் தனது ஒன்றுவிட்ட சகோதரர் சௌகத் ஹுசேன் வாழ்ந்த டெல்லிக்கு செல்ல நேர்ந்தது. சௌகத் டெல்லி பல்கலைக்கழகத்தில் படித்து வந்தார். அஃப்சலுக்கும்கூட மருத்துவம் தவிர்த்த வேறு ஒரு பிரிவில் தனது படிப்பைத் தொடர அனுமதி கிடைத்தது.

சௌகத் உணர்வுப்பூர்வமாக அஃப்சலிடமிருந்து மிகவும் வேறுபட்டிருந்தார். அவர் உயரமானவராக, ஆடம்பரமானவராக, பெண்களுடன் சுற்றுபவராக இருந்தார். அவர் நவ்ஜோத் என்ற ஒரு சீக்கியப் பெண்ணை திருமணம் செய்து கொண்டிருந்தார். அவர் இஸ்லாத்துக்கு மதம்மாறி அஃப்சான் குரு என்ற பெயரில் அழைக்கப்பட்டார்.

இந்திய பாராளுமன்றத்தைத் தாக்க சதிசெய்ததாக கைதுசெய்யப்பட்ட நான்கு பேரில் ஒருவர் நவ்ஜோத். நிறைமாத கர்ப்பிணியாக, நீதிமன்ற அறையில் அமைதியாக அமர்ந்து கொண்டிருந்த அந்த இளம்பெண்ணின் சோகமயமான, நிலைகுலைந்த உருவத்தின்மீது

முதன்முதலாக என் கண்களைப் பதிய வைத்த நிகழ்வை இன்றும் நினைத்துப் பார்க்கிறேன். அவருக்கு ஆறுதல் அளிக்க அவரது தோள்மீது கையை வைத்திருந்த ஒரே ஒருவர் சீருடை அணியாத பெண்காவலர்தான்.

நவ்ஜோத் ஒருகாலத்தில் கவர்ச்சிகரமான, பாதுகாப்பான பெண்ணாக இருந்தவர். அவர் தனது பெற்றோர்களுக்கு இணங்கமறுத்து, உயரமான, அழகான கஷ்மீர் முஸ்லீமைத் திருமணம் செய்துகொண்டார். அவரது குடும்பத்திலிருந்த ஒவ்வொருவரும், அவரது தாயார் உட்பட இந்த திருமணத்தை எதிர்த்தார்கள். நவ்ஜோத் பக்கம் நின்ற ஒரேயொருவர் அவரது தந்தைதான். அவர் தைரியமும், கௌரவமும்மிக்க ஒரு அமைதியான சீக்கியர். எங்களது சந்திப்புக்களில் ஒன்றில் அவர், தான் சீக்கியத்தில் நம்பிக்கை கொண்டவர் என்றும், அது இஸ்லாத்தோடு பொதுவான பல அம்சங்களைக் கொண்டது என்றும் கூறினார்.

இருந்தபோதிலும் நவ்ஜோத் குடும்பத்திலிருந்த மற்றவர்களும், உறவினர்களும் முஸ்லீம்களுடனான திருமண பந்தங்களை ஏற்கவே இல்லை. அந்த வெறுப்பின் ஒருபகுதியாக, நாட்டுப்பிரிவினையின்போதான அவர்களது அனுபவங்கள், விட்டுச்சென்ற காயங்கள் ஒருபோதும் ஆறவேயில்லை. சீக்கியர்களையும், முஸ்லீம்களையும் நண்பர்களாக காண்பது மிகவும் அரிது என்று பிஸ்மில்லா கீலானி என்னிடம் கூறினார். ‘அப்படியானால், கஷ்மீரி தீவிரவாதிகள், காலிஸ்தான் தீவிரவாதிகளோடு உறவுகொண்டது எப்படி?’ என்று நான் கேட்டேன், ‘அவை அரசியல் உறவுகள்’ என்று அவர் பதிலளித்தார்.

ஆனால் நவ்ஜோத்தும், சௌகத்தும் அரசியல் ஆட்கள் அல்ல. அவர்களது திருமணமும் ஓர்அரசியல் உறவு அல்ல. அது ஒரு காதல் நிகழ்ச்சி. தங்கள் முதல் குழந்தையை திஹார் சிறையில் பெறுவோம் என்று எதிர்பார்க்கவும் இல்லை. சௌகத் உண்மையிலேயே ஆஸ்திரேலியாவிலுள்ள நவ்ஜோத்தின் சகோதரனுடன் தானும் தன் மனைவியும் சேர்ந்துகொள்வோம் என்று நம்பி இருந்தார். அங்கு அவர்கள் ஒரு நல்ல வாழ்க்கையை பெற்றிருக்கக்கூடும்.

இதற்கிடையில் நவ்ஜோத்தின் தந்தை தனது மருமகனை பழ வியாபாரத்தைத் துவக்க உற்சாகமூட்டினார். அதன்மூலம் சௌகத் ஒரு மனநிறைவான வாழ்வைப் பெற்றிருக்க முடியும். அதற்காக தனது மருமகனுக்கு உதவ ஒரு லாரியையும் பரிசளித்தார். அந்தக்கிழவர், அந்த லாரி ஒரு குற்றவியல் வழக்கில் அதற்கென தனியாக அமைக்கப்பட்ட நீதிமன்றத்தில் புதிய வன்முறை

எதிர்ப்பு சட்டத்தின்கீழ் ஒரு காட்சிப்பொருளாக ஆகும் என்று எப்போதும் நினைக்கவில்லை.

அஃப்சல் டெல்லிக்கு வந்தபோது சௌகத்தும், நவ்ஜோத்தும் திருமணம் செய்துகொண்டிருக்கவில்லை. ஆனால், அவர்களது காதலுக்கும், திருமணத்துக்கும் ஒரு சாட்சியாக இருந்தார். சௌகத் அஃப்சலை இன்னொரு கஷ்மீரியும், டெல்லி பல்கலைக்கழகத்தில் மொழியியல்துறை மாணவராகவும் இருந்த அப்துல் ரெஹ்மான் கீலானிக்கு அறிமுகம் செய்துவைத்தார். அவர் அஃப்சலுக்கு பல்கலைக்கழகத்தில் தொலைக்காட்சி பிரிவில்சேர உதவினார். இந்த காலகட்டம் முழுவதிலும் இந்த மூன்று கஷ்மீரிகளான கீலானி, அஃப்சல், சௌகத் ஆகிய மூவரும் வெவ்வேறு கனவுகளுடனும், ஆசைகளுடனும் இருந்தார்கள். அவர்கள் அடிக்கடி சந்தித்துக்கொள்ளவும் இல்லை. ஒருநாள் அவர்கள் இந்திய பாராளுமன்றத்தைத் தாக்கத் திட்டமிட்டிருப்பதாக குற்றம் சாட்டப்படுவோம் என்று கற்பனைகூட செய்துபார்க்கவில்லை.

1990க்கும் 1996க்கும் இடையே மொஹம்மது அஃப்சல் குரு டெல்லியில் தங்கியிருந்தார். அவட் டியூஷன் மூலம் சிறிது பணம் சம்பாதித்து டெல்லி பல்கலைக்கழகத்தில் பட்டபடிப்பையும் முடித்தார். தன்னுடனிருந்த இரண்டு கஷ்மீரிகளைப்போல அவர் ஒருபோதும் டெல்லியில் வாழவில்லை. அவர் தனது கிராமத்தின் அழகையும், அமைதியையும் இழந்தார். அனைத்துக்கும்மேலாக தனது தாயார் ஆயிஷா பேகத்துடன் இருப்பதையும் இழந்தார். அஃப்சல் குரு தனது தாயாருக்கு வீட்டுவேலைகள் செய்வதிலும், அவரது துணிகளை துவைப்பதிலும்கூட வழக்கமாக உதவிவந்தார். இப்போது அவரது தம்பி ஹிலால் மட்டுமே தாயாருடன் இருந்தார்.

அவர் ஒரு கட்டடத் தொழிலாளியாக வேலைசெய்து வந்தார். அவரது இன்னொரு சகோதரர் ரியாஸ் டெல்லிக்குச் சென்று கைவினைப் பொருட்கள் விற்கும் ஒரு கடையை நடத்திவந்தார்.

1996இல் மொஹம்மது அஃப்சல் குரு, சம்பத் பிரகாஷ் ஆகிய இருவரும் இறுதியாக தங்கள் அன்புக்குரிய கஷ்மீர் பள்ளத் தாக்குக்குத் திரும்பிவந்தார்கள். அதற்குப்பிறகு, ஆறு ஆண்டுகள் கழித்து 2002இல் அவர்களது பாதைகள் குறுக்கிட்டன. கஷ்மீரில் அல்ல; டெல்லியில் ஒரு விசாரணை நீதிமன்றத்தில். அந்த நேரத்தில் இந்தியாவும், பாகிஸ்தானும் அணுஆற்றல் நாடுகள் ஆகியிருந்தன.

புயலின் கண்ணுக்குள்
(1990கள்)

தொழிற்சங்கத் தலைவர்கள் எனக்காக பேருந்து நிலையத்தில் காத்திருப்பதை என்னால் காணமுடிந்தது. நான் பேருந்திலிருந்து இறங்கியதும் அவர்கள் எனது கைப்பெட்டியை எடுத்துக்கொண்டனர். அதை நாங்கள் அரசு அச்சகம் அருகில் உள்ள ஒரு கடையில் வைத்தோம். நிசார் அலி மிர் கூறினார்: 'அதுதான் எங்கள் அதிகாரப்பூர்வமற்ற அலுவலகம்.'

தொழிற்சங்க இயக்கத்தில் தமது முதல் பணியாக அந்த அச்சகத்தில் இரகசியமாக துண்டுப் பிரசுரங்களையும், சுவரொட்டிகளையும் அச்சிட்டு, அதன்பிறகு அவைகளை இரவில் நகரெங்கும் ஒட்டுவதுதான்; அந்த நாட்களில் தகவல்தொடர்புக்கு வழிகள் இல்லை, என்று நிசார் அலி என்னிடம் கூறினார். அந்த அரசு அச்சகத்தில்தான் அவர் சிசுபால்[1], அப்துல் மஜீத் போன்ற மூத்த தொழிற்சங்கத் தலைவர்களைச் சந்தித்தார். அவர் அப்துல் மஜீத்தின் அழகான கையெழுத்து சிறப்பாக இருந்ததாக நினைவுகூர்ந்தார். அவர் என்னிடம்பேச

திரும்பியபோது நிசார் அலி மிர்—ன் முகத்தில் கவலை உணர்வுகள் படிந்திருந்தன. 'தலைவர்கள் பணியிலிருந்து நீக்கப்பட்டபிறகு அவர்கள் கொடூரமான துன்பங்களையும், ஏழ்மையையும் சந்திக்கவேண்டியிருந்தது. ஆனால் அவர்களது எந்த ஒரு சிரமமும் நியாயத்தின் மீதான பற்றுதலை எப்போதும் குறைத்ததில்லை. அவர்கள் இன்றும்கூட ஊழியர்களால் நேசிக்கப்பட்டும், நினைவுகூரப்பட்டும் வருகிறார்கள்' என்று கூறினார்.

1980கள் மற்றும் 1990களின் பிற்பகுதியில் கலவரங்கள் துவங்கின. அந்த நாட்கள் எப்படி இருந்தன என்று நிசார் அலியிடம் கேட்டேன். ஏராளமான மக்கள் வீதிகளுக்கு வந்த அந்த முந்தைய நாட்களில் அவர்களைப் பார்த்த எங்களுக்கு, அது கோபத்தையும், வலியையும், இந்திய அரசின் கொள்கைகளுக்கு எதிர்ப்பையும் கொட்டித்தீர்ப்பதன் எதிரொலியாக இருந்தது என்பதை அங்கீகரித்தார்கள். 1990களின் முதல் சிலமாதங்களில் மாபெரும் பேரணிகளும் நடந்தன.

நிசார் அலியின் முகம் பிரகாசமடைந்தது. அவர் எவ்வித தயக்கமுமின்றி JKLFன் தலைவர் அஸ்ஃபக் மஜீத் வாணியை அவர் சந்தித்த நேரம்தான் தனது அரசியல் வாழ்வில் மிகவும் நினைத்துப் பார்க்கவேண்டிய தருணமாக இருந்தது என்றார். அந்த தலைவர் நிசார் அலியையும், சம்பத் பிரகாஷையும், அந்த எழுச்சியில் கூட்டமைப்பின் பாத்திரம் என்ன என்பதைப்பற்றி கலந்தாலோசிக்க ஓட்டலுக்கு அழைத்தார். அந்த தொழிற்சங்கத் தலைவர்கள் அஸ்ஃபாக்கிடம், அவர்கள் அரசு ஊழியர்களாக இருப்பதால் ஆயுதம் தாங்கிய எதிர்ப்பை அவர்களால் வெளிப் படையாக ஆதரிக்கமுடியாது என்று கூறினார்கள். இருந்தபோதிலும் அவர்கள் நான்காம் ஊதியக்குழுவின் பரிந்துரைகளை வேகமாக நடைமுறைப்படுத்த வேண்டும் என்று அழைப்பு விடுத்தார்கள். அந்தப்பரிந்துரைகள் நடைமுறைப்படுத்தப்படாவிட்டால், அவர்களது கூட்டமைப்பு தேர்தல்களைப் புறக்கணிக்கும் நோக்கத்துடன் இருந்தது. அந்தநேரத்தில் 1989 பாராளுமன்ற தேர்தல்கள் அறிவிக்கப்பட்டதும் கூட்டமைப்பு அவர்களது கோரிக்கைகள் முழுமையாக நிறைவேற்றப்படாததால். அரசு ஊழியர்கள் தேர்தல் பணிகளுக்குச் செல்லமாட்டார்கள் என அறிவித்தது. பரூக் அப்துல்லா அவர்களது கோரிக்கைகளில் 80%ஐயே ஏற்றிருந்தார்.

அஸ்ஃபக் மஜீத் வாணி ஒரு எதிர்பாராத தாக்குதலில் கொல்லப்

பட்டபோது 1990 மார்ச் 30 அன்று அவரது இறுதி ஊர்வலத்தில் வீதிக்குள்வந்து குவிந்த பல்லாயிரக்கணக்கான மக்களில் நிசார் அலியும் ஒருவர். அவருக்கு வயது 23 மட்டுமே. அஸ்ஃபக் டிண்டேல் பிஸ்கோ பள்ளியிலும், பின்னர் எஸ்.பி. கல்லூரியிலும் படித்தவர். கால்பந்து, டேபிள்டென்னிஸ், தடகளம் உள்ளிட்ட விளையாட்டுக்களில் சிறந்து விளங்கியவர்.

அஸ்ஃபக்கின் இறுதி ஊர்வலத்தில் மூத்த அதிகாரிகளும்கூட கலந்துகொண்டார்கள் என சம்பத் பிரகாஷ் கூறினார். அந்த நேரத்தின் உணர்வு நிலைகள் மிக அழுத்தமாக சுதந்திர கஷ்மீருக்கு ஆதரவாக இருந்தன. அது பாகிஸ்தானுக்கு ஆதரவாகவோ அல்லது ஜிகாத்துக்காகவோ ஒருபோதும் இருக்கவில்லை. *JKLF*-ன் உறுப்பினர்கள் அடிப்படையில் தேசிய மாநாடு கட்சியின் குழந்தைகள். கஷ்மீரி தேசியவாதத்தைப் பிரதிபலித்தனர்.

ஆனால் அது எனக்கு *JKLF*ன் தத்துவத்தை குறைத்து மதிப்பிடும் வழியாகத் தோன்றியது. ஏனெனில், அவர்களில் பலர், கடந்தகால தேசிய மாநாடு தலைவர்களைப்போல அல்லாமல், ரஷ்ய மற்றும் சீன புரட்சிகளால் கவரப்பட்டிருந்தார்கள். அஸ்ஃபக்கின் ஈர்ப்புகளுக்கான ஆதாரங்கள் மிகவும் வித்தியாசமானவை. அஸ்ஃபக்கின் தந்தை அப்துல் மஜீத் வாணியுடனான ஒரு அபூர்வ நேர்காணலில், அவரது கொள்கைகளையும், சிந்தனைகளையும் உருவாக்கிய நிகழ்ச்சிகளின் வெளிச்சத்திலிருந்து நாம் அவற்றை பெறமுடியும்.[2]

1982 செப்டம்பர் 8 அன்று ஷேக் அப்துல்லாவின் இறுதி ஊர்வலத்தில் கூடிய பல இலட்சக்கணக்கான மக்களில் அப்துல் மஜீத் வாணியும் ஒருவர். தேசிய மாநாடு கட்சியின்மீது மிகுந்த பற்றுதல் கொண்டிருந்த ஆதரவாளரான வாணி குடும்பத்தின் பல உறுப்பினர்களோடு ஸ்ரீநகரிலுள்ள போலோ மைதானத்தில் ஷேக் அப்துல்லாவின் பூத உடலின் கடைசிக் காட்சியைக்காண கூடியிருந்தார்.

அவரது மகன் அஸ்ஃபக் ஏனோ குடும்பத்துடன் இணைந்துசெல்ல மறுத்துவிட்டார். அந்த நேரத்தில் அவர் அவ்வாறு மறுத்தது பதின்ம வயது காலத்தின் ஒருபகுதி என அவரது தந்தை நினைத்தார். பின்னர் அவர் தனது மகனின் இதயத்தில் உறைந்து போன வலி மற்றும் ஏமாற்றங்கள் இந்திய அரசுக்கு எதிரான வெறுப்பாக[3] மாறியுள்ளது; அது பிரதிபலிக்கிறது என்பதை

உணர்ந்துகொண்டார். அப்போது நிலவிய அரசியல் காட்சிகள் இந்தியாவின் கட்டுப்பாட்டுக்கு ஆதரவாக இருந்ததைக்கண்டு விரக்தி அடைந்தார். அவர் இந்தியாவின் ஆக்கிரமிப்பை 'ஒரு அடிமைத்தனத்தின் நுகத்தடி'யாகப் பார்த்தார்.[4]

அஸ்ஃபக்கின் தந்தை 1979 பிப்ரவரியில் நிகழ்ந்த ஈரானின் இஸ்லாமிய புரட்சி[5] தனது மகனிடம் அழிக்கமுடியாத அடையாளத்தை விட்டுச்சென்றது என்று கூறினார். அந்த எழுச்சிக்கு வழிவகுத்த நிகழ்ச்சிகளின் வரலாற்றை அஸ்ஃபக் ஆராய்ந்தார். அவர் டிண்டேல் பிஸ்கோவின் மாணவராக இருந்தபோது அதன் முதல்வரிடம், ஏசுகிறிஸ்துவுக்கு பதிலாக அயதுல்லா கோமேனியின் படத்தை கட்டாயம் தொங்கவிட வேண்டும் என்று கூறினார். அவர் மேலும் மாணவர்கள் மசூதியில் வெள்ளிக்கிழமை தொழுகையில் கலந்துகொள்ள அனுமதிக்கப்பட வேண்டும் என்றும் வலியுறுத் தினார்.

1984 பிப்ரவரி 11 அன்று மக்பூல் பட் தூக்கிலிடப்பட்டபோது அஸ்ஃபக்கின் வயது 16. அந்தச்செய்தி அந்த பதின்ம வயது இளைஞனை ஆழ்ந்த கவலைக்கு உள்ளாக்கியது. அடுத்த ஆண்டு மக்பூல் பட்டை நினைவுகூர ஆதரவு திரட்டுவதில் அவர் வெற்றியடையவில்லை. ஆனால், அவரது தோல்வி அவரது உணர்வை குறைத்துவிடவில்லை. 1986இல் மக்களை தனக்கு ஆதரவாக திரட்டுவதற்குப் பதிலாக ஹரிசிங் நெடுஞ்சாலையில் தன்னந்தனியாக ஒரு பச்சைக்கொடியை ஏந்தி, இந்தியாவுக்கு எதிரான முழக்கங்களை எழுப்பிக் கொண்டும், மக்பூல் பட்டை ஒரு தேசிய கதாநாயகனாக உயர்த்தியும் ஊர்வலம் சென்றார். அவர் சென்றவழியில் தெருவில் நின்றுகொண்டிருந்த 200 மாணவர்களின் கவனத்தை ஈர்த்தார். அந்த நகரச்சதுக்கம் முழக்கங்களை எதிரொலித்தது.

ஓராண்டுக்கு முன்பு அஸ்ஃபக்கும், வேறுசில மாணவர்களும் 'இஸ்லாமிய மாணவர் சங்கத்தை'த் துவக்கினார்கள். அது இஸ்லாமியமல்லாத, மனிதர்களால் உருவாக்கப்பட்ட சோசலிசம், மத சார்பின்மைக் கொள்கைகளை நிராகரித்தது. அந்தக்குழுவின் மைய உறுப்பினர்களாக ஹமீத் ஷேக், ஜாவேத் அஹமது மீர், மொஹம்மது யாசின் மாலிக் ஆகியோர் இருந்தனர். இந்தக்குழு எதிர்காலத்தில் *HAJY* குழு[6] ஆனது.

எஸ்.பி. கல்லூரியிலிருந்து ஒரு கல்வீசும் தொலைவிலிருந்த

கௌகதல் மசூதியிலிருந்த மௌல்வியின் பேச்சுக்களைக் கேட்பதை அஸ்ஃபக் வழக்கமாகக் கொண்டிருந்தார். தேவையான விளைவுகளை ஏற்படுத்தக்கூடிய, உண்மையற்ற, ஆரவாரமான தலைசிறந்த பேச்சுக்களைப் பேசும் அவரது பேச்சுக்கள் அங்கு திரண்டிருந்த மக்களின் உணர்வுகளை ஒன்றுதிரட்டி கொழுந்துவிட்டு எரியச்செய்தது. இதில் மசூதிக்கு வழக்கமாகச்செல்லும் அஸ்ஃபக்கும் விதிவிலக்கல்ல. அந்த சமயச்சொற்பொழிவுகளின் மையக்கருத்து ஏகாதிபத்திய சோவியத் யூனியனையும், அதன் ஆஃப்கன் படையெடுப்பையும் சுற்றியே இருந்தது. அந்த மௌல்வி, கஷ்மீரை இந்தியா ஆக்கிரமித்திருப்பதையும், சோவியத் யூனியன் ஆஃப்கனை ஆக்கிரமித்திருப்பதையும் ஒப்பிட்டார்.

இஸ்லாமிஸ்டுகளைப் பொருத்தவரையில் மாபெரும் ஆற்றல்மிக்க, கடவுள் இல்லாத சோவியத் யூனியனை சிதறடிப்பதில் தலிபான்கள் வெற்றியடைந்து விட்டார்கள். தலிபான்களின் இந்தவெற்றி பல கஷ்மீரிகளின் இதயங்களில் நம்பிக்கையை ஏற்படுத்தியது. ஏனெனில் அவர்களும்கூட, உலகெங்கிலுமுள்ள அவர்களது இஸ்லாமிய சகோதரர்களின் உதவியோடு, இந்திய ஆக்கிரமிப்பிலிருந்து கஷ்மீரை விடுதலை செய்யமுடியும் என்று நம்பினார்கள்.

ஈரானின் இஸ்லாமிய புரட்சி, கஷ்மீரின் முஸ்லீம் இளைஞர் களை எவ்வாறு கவர்ந்து உற்சாகமூட்டியது என்பதை நான் புரிந்துகொண்டேன். ஆனால், சோவியத் யூனியனின் வீழ்ச்சி அமெரிக்காவில் இயக்கிவைக்கப்பட்டது என்ற உண்மையை புரிந்துகொள்ளாத பெரும் அறியாமையில் எப்படி அவர்கள் இருந்தார்கள் என்பதை என்னால் புரிந்துகொள்ள முடியவில்லை. அமெரிக்காவின் ஏராளமான நிதி உதவியும், ஆயுதங்களும் இல்லாமல் தலிபான்களால் வெற்றி பெற்றிருக்கவே முடியாது அதுதான் கஷ்மீரி கலகக்காரர்களை மேற்கைநோக்கி உதவிக்காகப் பார்க்க வைத்தது. அமெரிக்காவுக்கு எதிரான பகட்டான ஆரவாரமிக்க பேச்சுக்களுக்கு இடையே கலவரங்கள் நடைபெற்ற ஆண்டுகள் முழுவதிலும் கஷ்மீரில் உள்ள இளைஞர்கள் மேற்கு ஆசியாவை அமெரிக்காவுக்கும், அதன் கடும் ஆத்திர மூட்டலுக்கும் எதிரான ஆர்ப்பாட்டங்களை ஒருபோதும் நடத்த முன்வரவில்லை. சம்பத் பிரகாஷ் கூறுவதுபோல அது கஷ்மீர் இயக்கமும், தன்னார்வக் குழுக்களும் அதிகமான ஆதரவை மேற்கத்திய நாடுகள், ஊடகங்கள், உலக மனித உரிமை அமைப்புக்களிடமிருந்தும், நிதியை அரசு சாரா அமைப்புக்கள் மூலமும் பெற்றுவந்த காரணத்தால்தான்.

அதற்குமேலும், கஷ்மீரி இளைஞர்களின் எழுச்சியை தூண்டுவதற்கான உடனடி ஆதாரங்களும் அங்கு இருந்தன. 1985இல் அஸ்ஃபக் *'Lion of the Desert'* பார்க்கச்சென்றார். அவரது தந்தை கூறுவதுபோல, அவரது மகனின் இதயத்துக்குள் எரிந்துகொண்டிருந்த அந்த நெருப்பை அது தூண்டிவிட்டிருந்தது. அந்தப்படம் அஸ்ஃபக்குக்கு உணர்ச்சி ததும்பும் அனுபவமாக இருந்தது. அவர் அந்தப்படத்தை கனத்த இதயத்தோடு பார்த்தார். அதன் உச்சக்கட்ட காட்சியில் சூடாகி ஒளிர்ந்த அவரது ஆத்திரம் ஏமாற்றத்தோடு கலந்தது. அவர் தனது கண்களை கைக்குட்டைக்குள் புதைத்து அழுதார்.

நூற்றுக்கணக்கான இளைஞர்கள் அந்தப்படத்தைப் பார்த்தார்கள். அரசு அந்த படத்தை தடைசெய்த பின்பும் அதன் ஒளிப்பேழைகள் (வீடியோ) தொடர்ந்து சுற்றுக்கு விடப்பட்டன. அஸ்ஃபக்கின் நண்பர் ஒருவரின் நினைவுப்படி, 'அந்தப்படம் தனது தந்திரவேலையைச் செய்தது'. அது கஷ்மீரில், இந்தியாவின் தோற்றுப்போன கெட்ட ஆவியின் வாரிசு உரிமையை தட்டிழுப்பியது.

1987இல் அஸ்ஃபக், தேர்தல்களில் நடைபெற்ற மோசடிகளை எதிர்த்துப் போராட MUF ஏற்பாடு செய்த ஆர்ப்பாட்டங்களில் ஈடுபட்டதற்காகக் கைது செய்யப்பட்டார். அவர் ஸ்ரீநகர் மத்தியசிறையில் வைக்கப்பட்டார். 9 மாதங்களுக்குப்பிறகு தன் சித்தப்பாவின் திருமணத்தில் கலந்துகொள்வதற்காக பிணையில்(பரோலில்)விடுவிக்கப்பட்டார். திருமண வரவேற்பில் விருந்தினர்களுக்கு உணவு பரிமாறும்போது, தேசிய மாநாடு கட்சியின் புகழ்பெற்ற அரசியல்வாதி மொஹியுதீன் ஷாவின் பேச்சைத் தற்செயலாகக் கேட்டார். அவர் அரசாங்கத்துக்கு எதிரான போராட்டங்கள் பயனற்றது என்றார். அஸ்ஃபக் சுடச்சுட பதிலளித்தார்: 'கஷ்மீரிகளைப் பொருத்தவரை அரசு இரண்டு மிகப் பெரிய தவறுகளை செய்துவிட்டது. முதலாவதாக, அது இந்தியாவோடு இணைந்துகொண்டது. இரண்டாவதாக, என்னை பிணையில் வெளியே விட்டுவிட்டது'. அடுத்தநாள் அவர் யாசின் மாலிக்குடன் பாகிஸ்தான் நிர்வகித்த கஷ்மீருக்குச் சென்றார்.

நிசார் அலி தனது தொழிற்சங்கத் தோழர்களைப்போலவே, கஷ்மீர் சுதந்திரத்தைப் பார்க்கவேண்டும் என்ற தகிக்கும் விருப்பத்தைக் கொண்டிருந்தார். அவர்கள் அதேபோன்ற அழுத்தமான விருப்பத்தை நூற்றுக்கணக்கான, ஆயிரக்கணக்கான கஷ்மீரிகளைப் போலவே கொண்டிருந்தார்கள். இருந்தும் தனக்கும் மற்ற தொழிற்சங்கத் தலைவர்களுக்கும் 'பள்ளத்தாக்கை விட்டுவெளியேற வேண்டும்'

என உத்தரவிட்ட அச்சுறுத்தலான அறிவிப்பை பத்திரிக்கைகள் ஏன் அச்சிட்டன என்று அவரால் புரிந்துகொள்ள முடிய வில்லை. அவரும், சம்பத்பிரகாஷ் உள்ளிட்ட பெரும்பாலான உறுப்பினர்களும் எப்போதும் கஷ்மீர் தேசியவாதப் பிரச்சனையை ஆதரித்தவர்கள். பிறகு ஏன் இந்த அச்சுறுத்தல்கள்? அதுவும்கூட *JKLF*-இல் இருந்து? *JKLF* ஏன் அவர்களை வெளியேற வேண்டும் எனறு விரும்பியது?

நிசார் அலி அந்த அச்சுறுத்தல்கள் உண்மையானவை என்றும், அவை உள்ளூர் பத்திரிக்கைகளில் வெளியிடப்பட்டிருந்தன என்றும் கூறினார். அவரது குடும்ப உறுப்பினர்கள் அவற்றைப் படித்துவிட்டு மிகமோசமாக பயந்தார்கள். பல கம்யூனிஸ்ட்களும், தேசிய மாநாடு உறுப்பினர்களும் பள்ளத்தாக்கைவிட்டு வெளியேறி ஜம்முவில் அடைக்கலம் தேடவேண்டியிருந்தது. ஆனால், தங்கள் வீடுகளைவிட்டு வெளியேறும் கஷ்மீரி முஸ்லீம்களுக்கு எந்தவிதமான ஏற்பாடு களும் இல்லை. போவதற்கு வேறு எந்த இடமும் இல்லாத மற்ற தோழர்களைப்போல இல்லாமல் குறைந்தபட்சமாக சம்பத்துக்கு ஜம்முவில் ஒரு வீடு இருந்தது.

நிசாரும் சங்கத்தின் மற்றதலைவர்களும் *JKLF*-ன் விளம்பர செயலாளர் அப்துல் காதிர் வானியை தொடர்பு கொள்ளவும், அந்த அமைப்புடன் ஒரு சந்திப்பை நடத்தவும் விரும்பினார்கள். தீவிரவாதிகள் நிசார் மற்றும் அப்துல் ரஷீத்தை கொண்டுவர ஒரு ஜிப்ஸியை அனுப்பினார்கள். நிசார் தாங்கள் எங்கே கொண்டுசெல்லப்படுகிறோம் என்பதை அதுவரை அறிந்திருக்கவில்லை. ஏனென்றால் அவர்கள் தங்கள் தலைகளை குனிந்துகொள்ளுமாறு செய்யப்பட்டார்கள். ஆனால், அந்த சந்திப்பு நடைபெறவில்லை.

அவர்கள் ஏன் தொழிற்சங்கத் தலைவர்களை அச்சுறுத்தினார்கள் என்று கேட்க நிசார் அலி தைரியத்தை வரவழைத்துக்கொண்டார். அவர்களுடைய கூட்டமைப்பு ஒன்று மட்டுமே ஷேக் அப்துல்லாவுக்கு சவால்விட துணிந்தது. அவர்கள் மத்திய, மாநில அரசுகள் இரண்டின் அநீதிகளையும் எதிர்த்து போராடி வருகிறார்கள். அவர்கள் எவ்வாறு துரோகிகள் என்று முத்திரை குத்தப்படலாம்? அவர்களால் இதற்கான விளக்கத்தை பெறமுடியவில்லை. ஆனால் தீவிரவாதிகள் அவர்களது பரந்துவிரிந்த தொடர்புகளின் வலைப் பின்னலை பயன்படுத்திக்கொள்ள விரும்பினார்கள். அவர்களுக்கு நிதி திரட்டுமாறு கூறினார்கள். நிசார் அலி அந்த விஷயத்தைப்பற்றி கலந்து பேசுவதாக கூறினார். அதன்பிறகு மட்டுமே அவர்கள்

பாதுகாப்பாக திரும்பிச்செல்ல அனுமதிக்கப்பட்டார்கள். எப்படியிருந்தபோதிலும், தீவிரவாதிகளுடனான கடைசி சந்திப்பாக அது இருக்கவில்லை.

1990 ஜூன் முதல்வாரத்தில் கஷ்மீர் சிக்கலுக்கு தீர்வு காணும் குழுவாக அனுப்பப்பட்ட 'நான்கு உறுப்பினர் உண்மை அறியும் குழு'வில் ஓர் உறுப்பினராக நான் கஷ்மீரின் கிராமங்களுக்கு பயணம் செய்தேன். நான் அதற்கு சற்று முன்னர்தான் வடகிழக்கிலிருந்து டெல்லி திரும்பியிருந்தேன். வடகிழக்கில் இராணுவத்தால் ஆயுதக்கலவரங்களுக்கு எதிராக நடத்தப்பட்ட மிகப்பெரும் திட்டமிட்ட தாக்குதல் நடவடிக்கைகளில் ஒன்றான 'புளூபேர்ட்' தாக்குதலின் போது மணிப்பூரின் சேனாபதி மாவட்டத்தில் வாழும் நாகாக்களின்மீது இந்திய இராணுவப்படைகள் திணித்த கோரமான, இரக்கமற்ற அட்டூழியங்களுக்கு எதிராக ஒரு வழக்கில் போராடிக்கொண்டிருந்தேன்.[7]

கிராமங்களுக்கு பயணம் செய்து முடித்தபின், குழுவின் மற்ற மூன்று உறுப்பினர்களான சகினாஹஸன், பிரமிளாலேவின் மற்றும் சுஹாசினிமூலே ஆகியோர் தங்களது குறிப்புக்களையும், அந்த அறிக்கையை எழுதும் பொறுப்பையும் என்னிடம் கொடுத்துவிட்டுச் சென்றனர். நான் ஜம்மு மற்றும் கஷ்மீரின் அப்போதைய கூடுதல் செயலாளர் அசோக் ஜேட்லியின் அதிகாரபூர்வ குடியிருப்பில் தங்கியிருந்தேன்.

பொதுவாக அரசால் நடத்தப்படும் மனித உரிமை மீறல்களை ஆவணப்படுத்தும் உண்மை அறியும் தூதுக்குழுவில் ஈடுபடும்போது நான் அரசு அதிகாரிகளின் வீட்டில் தங்கியதில்லை. ஆனால் கஷ்மீரின் நிலைமையோ மிகவும் அசாதாரணமாக இருந்தது. மூத்த அதிகாரிகள் அரசின் ஒடுக்கு முறைக்கு ஆளாகியிருந்தனர்.

ஜேட்லி என்னிடம் மூத்த அதிகாரிகள் கையொப்பமிட்ட கடிதத்தை கொடுத்தார். அது ஜம்மு மற்றும் கஷ்மீரின் ஆளுநரை அச்சமும், துப்பாக்கிச்சூடு நடத்துவதில் மகிழ்ச்சியும் கொள்கிற பாதுகாப்புப் படையினரால் பெரும் எண்ணிக்கையில் அமைதியாகச் சென்ற ஊர்வலத்தின்மீது நடத்தப்பட்ட வகைதொகையற்ற கொலைகளுக்கு எதிர்ப்பு தெரிவிக்கும்படி கேட்டுக்கொண்டது. அது, 1990இல் கொலைசெய்யப்பட்ட மிர்வாய்ஸ் மௌல்வி ஃபரூக்கின் இறுதி ஊர்வலத்தின்மீது நடத்தப்பட்ட துப்பாக்கிச் சூட்டை மிகச்சிறப்பாகக் குறிப்பிட்டிருந்தது. மே 21 அன்று அந்த இறுதி

ஊர்வலம் இஸ்லாமியா கல்லூரி அருகே கடந்து சென்றபோது அந்த ஊர்வலத்தின்மீது துப்பாக்கிச் சூடு நடத்தப்பட்டது; 60பேர் கொல்லப்பட்டனர். சவப்பெட்டிகூட துப்பாக்கிக் குண்டுகளால் துளைக்கப்பட்டிருந்தது.

அங்கு, ஜம்மு மற்றும் கஷ்மீர் அதிகாரிகள் 137பேர் கையொப்பமிட்ட, ஐ.நா. வுக்கு முகவரியிடப்பட்ட உலகக் குடிமக்களுக்கான இன்னொரு கடிதமும் இருந்தது. ஆனால் அந்த எண்ணிக்கை ஆயிரத்துக்கும்மேல் உயர்ந்தது. அது இந்தியப் பாதுகாப்புப்படையின் ஒடுக்குமுறையை எதிர்த்தது. அது பல்வேறு சமயங்களில் ஆயுதம் ஏந்தாத கஷ்மீரிகள் அமைதியாக நடத்திய ஊர்வலங்களின்மீது துப்பாக்கிச்சூடு நடத்திய பல்வேறு எடுத்துக்காட்டுக்களைச் சுட்டிக் காட்டியது. ஐ.நா. தீர்மானங்களுக்கேற்ப ஒரு பொதுவாக்கெடுப்பை நடத்தக் கோரும் மனுவை *UNMOGIP* அலுவலரிடம் கொடுக்க மக்கள் ஊர்வலமாகச் சென்றபோது ஜகுராவிலும், தங்போராவிலும் நடத்திய துப்பாக்கிச் சூடுகளை அது குறிப்பிட்டிருந்தது. அந்த மனு, ‘கொலைகள் செய்யப்படுவதும், மனித உரிமைகள் மீறப்படுவதும் இந்திய ஜனநாயகத்துக்கு அவமானத்தைக் கொண்டு வந்ததோடு, கஷ்மீரின் ஆழ்ந்த உணர்வுகளின்மீது என்றும் அழிக்கமுடியாத ஒரு தழும்பைப் பதித்துவிட்டுச் சென்றுள்ளது’ என்று தெரிவித்தது.[9]

தங்களுடைய கடிதத்தில் அந்த அதிகாரிகள், ‘குடிமக்களுக்குப் பணியாற்றும் நூற்றுக்கணக்கான ஊழியர்கள் ஒரு விசாரணை என்ற சம்பிரதாய சடங்குகூட இல்லாமல், தங்கள் வேலைகளை இழந்தார்கள்; அவர்களில் பலர் சிறைகளில் வைக்கப்பட்டார்கள். சமூகத்துக்கு மிகவும் தேவைப்பட்ட நேரத்தில் டாக்டர்கள்கூட தாக்குதலுக்கு உள்ளாக்கப்பட்டார்கள். நோயாளிகளுக்கும், காயம்பட்டவர்களுக்கும் சிகிச்சை அளிப்பதிலிருந்து அவர்கள் நிர்தாட்சண்யமாக தடுக்கப்பட்டபோதும், பாதுகாப்புப் படையினரின் இரக்கமற்ற கொடுமைகள் தொடர்ந்தன’ என்று கூறியிருந்தார்கள்.[10]

அந்தச் சிக்கல்களுக்கு ஐ.நா. தலையிட்டு தீர்வுகாண வேண்டும் என மிகவும் விரும்பிய கஷ்மீர்அதிகாரிகளால் அக்கடிதம் எழுதப்பட்டிருந்தது. அவர்கள் தீவிரவாதிகளிடம் அனுதாபம் கொண்டிருந்தார்கள். சம்பத் கூறியவாறு அவர்களில் (சிலர்) எல்லைகடந்து பாகிஸ்தானுக்கு பயிற்சிபெற சென்றார்கள்.

அசோக் ஜேட்லி போன்ற அதிகாரிகளால் அந்த அழித்தொழிப்புக்கொள்கை சீர்செய்யப்படும் என்ற நம்பிக்கையில்

ஆளுநருக்கு அனுப்பப்பட்ட அந்தக்கடிதம் ஆளுநர் ஜக்மோகனின் மனதில் ஒரு கருத்தை ஏற்படுத்தியது. அதை அனுபவம் வாய்ந்த மூத்த அதிகாரிகளிடம் கலந்தாலோசனை செய்யாமலேயே அவர் செயல்படுத்தினார்.[11]

மத்திய அரசு அந்த இரண்டு வகையினரையும் வேறுபடுத்திப் பார்க்கவில்லை. அதன் விளைவாக ஐ.ஏ.எஸ். அதிகாரிகள், மாநில அரசு அதிகாரிகள் என இரண்டு வகையினரும் தேசவிரோதிகளாக நடத்தப்பட்டனர். பலர் பணியிடை நீக்கம் செய்யப்பட்டனர். இந்தப்பிரச்சனை இந்திய பாராளுமன்றத்துக்கு வந்தது.

1990 மே 16 அன்று உள்துறை அமைச்சர் முப்தி மொஹம்மது சையீத் மாநிலங்களவையில் மாநில அரசு அதிகாரிகள் 106பேர் 'பிரிவினைவாத இயக்கத்தின் கொள்கைகள் மீது அனுதாபம் கொண்டிருந்ததால்' நீக்கப்பட்டார்கள் என்று கூறினார். கஷ்மீரின் பாராளுமன்ற உறுப்பினர் என்.சலாப்பிரியா அந்த அதிகாரிகள் நீக்கப்படுவதற்கு முன்பு அவர்களிடம் விளக்கம் கேட்கப்பட்டதா? என்று கேட்டபோது, 'அவர்கள் எல்லை கடந்து வன்முறைத் தாக்குதல் நடவடிக்கைகளில் பயிற்சிபெறச் சென்றதை அறிந்தபிறகு அவர்களிடம் விளக்கம் கேட்கும் கேள்வியே எழவில்லை'[12] என்று உள்துறை அமைச்சர் பதிலளித்தார்.

சில மாதங்களுக்குப் பிறகு நான் கஷ்மீர் சென்றேன். 1990 ஆகஸ்ட் மற்றும் நவம்பரில் அரசு ஊழியர்கள் அரசு அதிகாரிகளை மீண்டும் பணியில் நியமிக்கவேண்டும் என்ற கோரிக்கைக்கு ஆதரவாக 72 நாட்கள் வேலை நிறுத்தத்தில் ஈடுபட்டார்கள். நான் நிசார் அலியிடம் அவர்களது கூட்டமைப்பு அந்த வேலை நிறுத்தத்துக்கு ஏற்பாடு செய்ததா? என்று கேட்டேன்.

அந்த வேலை நிறுத்தம் 'ரப்தா குழு' என்ற பதாகையின்கீழ், அரசு அதிகாரிகளின் கட்டுப்பாட்டில் நடைபெற்றது; குறைந்த ஊதியம் பெறும் அரசு ஊழியர் கூட்டமைப்பின்கீழ் அல்ல. நான் இதுவரை கேட்டிராத கோபத்தின் விளிம்பில் நிசார் அலியின் குரல் ஒலித்தது. அந்த அரசு அதிகாரிகள் எவ்வாறு தங்கள் சொந்த நலன்களுக்கு அரசு ஊழியர்களைப் பயன்படுத்திக்கொண்டார்கள் என்பதையும், தங்கள் கூட்டமைப்பை உடைத்தார்கள் என்பதையும் அவர் நினைவுகூர்ந்தார்.

அரசு ஊழியர்கள் அந்த வேலைநிறுத்த காலம் முழுவதும் மிகுந்த ஒழுங்குடனும், கட்டுப்பாட்டோடும் இருந்தார்கள் என்றார்

நிசார் அலி. மிகவும் சிரமப்பட்ட ஒருபிரிவினராக நான்காம் பிரிவு ஊழியர்கள் இருந்தார்கள். அவர்களிடம் பணம் ஏதும் இல்லை. எனவே தொழிற்சங்கத் தலைவர்கள் அவர்களுக்காக நிதி திரட்டினார்கள். 72 நாட்களின் முடிவில் அதிகாரிகள் தங்கள் வேலைகளைப் பெற்றார்கள். அதைத்தொடர்ந்து பதவி உயர்வுபெற்று நல்ல சம்பளத்தையும் பெற்றார்கள். ஆனால் மறுபுறம் ஊழியர்களுக்கு வேலை நிறுத்தகால ஊதியம் அளிக்கப்படவில்லை. அந்த 72 நாட்கள் விடுப்பாக மாற்றப்படும் என்று அவர்களிடம் சொல்லப்பட்டது. அதன்பொருள், இளைய ஊழியர்கள் காலப்போக்கில் தங்கள் விடுப்பை பணமாக மாற்றிக்கொள்ள முடியும்; ஆனால், ஓய்வுபெறும் நிலையிலுள்ள வயதான ஊழியர்கள் தங்கள் ஊதியத்தில் ரூ.50,000 முதல் ரூ.1,00,000 வரை இழப்புக்கு உள்ளானார்கள்.

அதிகாரிகளின் ஆதரவுபெற்ற மக்கள் பணி தலைமைச்செயலக சங்கத்தின் தலைவர் குலாம் ஹாசன் ஆஸ்மி வேலை நிறுத்தத்தை விலக்கிக்கொண்டார் என்று நிசார் அலி கூறினார். அந்த வேலை நிறுத்தத்தின் முதுகெலும்பாக அமைந்திருந்த ஊழியர்களின் உரிமைக்காக பேச்சுவார்த்தை நடத்தாமலேயே அவரை யாரோ ஒருவர் வேலை நிறுத்தத்தை விலக்கிக்கொள்ள வைத்தார்.

அந்த வேலை நிறுத்தத்தின்போது உருவான இன்னொரு தலைவர் இஷ்தியாக் காத்ரி. அவர் அந்தப் போராட்டத்தின்போது மருத்துவ தொழிலாளர் சங்கத்தில் நன்கு செயல்பட்டவர். அவர் அந்த வேலைநிறுத்தத்தின்போது மிக முக்கியமான பங்கு வகித்திருந்தபோதும்கூட, கட்டுமான பொறியாளரும், பணி நீக்கம் செய்யப்பட்ட அரசு ஊழியர்களில் ஒருவருமான அப்துல் மஜீத் மட்டூவால் அவர் பேச அனுமதிக்கப்படவில்லை. குறைந்த ஊதியம்பெறும் அரசு ஊழியர் கூட்டமைப்பில் இணைந்திருந்த இஷ்தியாக்கும் மற்ற தலைவர்களும் கம்யூனிஸ்ட் என்று அறியப் பட்டவர்கள். எனவே அவர்கள் வரவேற்கப்படவில்லை. இந்த தத்துவம் மெல்லமெல்ல வெறுப்புக்குரியதாகி வந்தது.

வேலை நிறுத்தத்துக்குப்பிறகு காத்ரி 'அரசு ஊழியர்களின் மாநாடு' என்ற இன்னொரு சங்கத்தை அமைக்கப்போவதாக அறிவித்தார். நிசார் அலி மிரை அதன் பொதுச்செயலாளராகுமாறு அழைத்தார். இந்தச்சங்கம் 1993 மார்ச்சில் துவக்கப்பட்ட 'அனைத்துக்கட்சிகளின் ஹுரியத் மாநாடு' (*All Parties Hurriat Conference-APHC*) உடன் இணைக்கப்பட்டது. அரபு, பெர்ஷியன் மற்றும் உருது மொழிகளில்

ஹுரியத் என்ற வார்த்தைக்கு சுதந்திரம் என்பது பொருள். ஹுரியத் மாநாடு என்பது முதலாவதாக 26 அமைப்புக்களின் கூட்டணி; அது கஷ்மீர் சுதந்திரம் என்ற நோக்கத்துக்காக தன்னை அர்ப்பணித்து உறுதியேற்ற அமைப்பாகும். அந்த மாநிலத்தைச் சாராதவர்களால் நடத்தப்பட்ட வன்முறைகளை உலகசமுதாயம் ஏற்கமறுத்ததால் இந்த ஹுரியத் தன்னை சட்டப்படி ஏற்றுக்கொள்ளத்தக்க, நேர்மையான, தனது இலக்கை அமைதிவழியில் அடையக்கூடிய ஒருமேடையாக முன் நிறுத்திக்கொண்டது. அது பாகிஸ்தானின் ஆதரவைப் பெற்றிருந்தது. அது அமெரிக்க ஆதரவையும்கூட பெற்றிருந்தது என்ற செய்திகளும் இருந்தன. கஷ்மீரில் அமெரிக்காவின் தேவைக்கான உருவாக்கம் தான் ஹுரியத் என்றும் கூறப்பட்டது. அது பாகிஸ்தானுக்கான முன்னாள் அமெரிக்க தூதர் ரபர்ட் ஓக்லேயின் தலைமையின்கீழ் வாஷிங்டனில் இருந்த சிந்தனையாளர் குழுவான 'அமெரிக்க சமாதான நிறுவனம்' என்ற (US Institute of Peace) அமைப்பின் முன்முயற்சியின் மூலமாக அமைக்கப்பட்டது.[13]

சோவியத் யூனியன் சிதறுண்டு போனபின் 'பனிப்போர்' அதிகாரபூர்வமாக முடிவடைந்திருந்தாலும்கூட, தீவிரவாத இஸ்லாமியர்களுக்கான மேற்கின் ஆதரவுக்கொள்கை, தங்களது வெளியுறவுக் கொள்கைகளின் நலனுக்காக அந்த தீவிரவாத இஸ்லாமியர்கள் பயன்படும்வரை தொடர்ந்தது.

குறைந்த ஊதியம் பெறும் அரசு ஊழியர்களின் கூட்டமைப்பு கம்யூனிஸ்ட் அல்லது மதத்துக்கு எதிரான அமைப்பு என்று அடையாளம் காணப்பட்டதால் அது நீண்டகாலம் கஷ்மீரில் அந்தப் பெயரில் செயல்பட முடியவில்லை. இருந்த போதிலும், அதே பெயரில் ஜம்முவிலும், லடாக்கிலும் தனது செயல்பாட்டை தொடர்ந்தது

ஜம்முவில் இந்தக் கூட்டமைப்பு அங்கே தளத்தைப் பெற்று வந்த இந்துத்துவா சக்திகளுக்கு எதிராக போராட வேண்டியிருந்தது. 1990இல் பாரதிய மஜ்தூர் சங் (ஆர்.எஸ்.எஸ்.) உடன் இணைத்துக்கொள்ளப்பட்டது. அதன்மூலம் இந்த நாட்டின் மிகப்பெரிய தொழிற்சங்கமாக உருவானது. அதே ஆண்டில் பா.ஜ.க. தலைவர் எல்.கே.அத்வானி தனது இழிவான ரதயாத்திரையை நாடுமுழுவதும் துவங்கினார். இதனால் அந்தக்கட்சி இந்த நாட்டில் 20% வாக்குகளைப் பெற்றது.

தங்கள் சங்கம் ஹுரியத்துடன் இணைக்கப்பட்டிருந்தாலும்கூட எந்தவொரு ஆயுதக்குழுவின் முன்னணியாகவும் ஆகாமல், ஓரளவு தன்னாட்சி அமைப்பாக இருக்கமுடிந்தது என்றார் நிசார் அலி. அதே நேரத்தில் நிசார் அலியும் மற்ற கஷ்மீர் ஊழியர்களும் கஷ்மீர் விடுதலை என்ற இலட்சியத்தில் மிக ஆழமாக ஒன்றுபட்டிருப்பதை உணர்ந்தார்கள்.

1993 ஏப்ரலில், ரியாஸ் அஹமது என்ற காவலர், பாதுகாப்புப் படைப்பிரிவின் காவலில் இருந்தபோது கொல்லப்பட்டார் என்ற செய்தியை நிசார் அலி நாளேடுகளில் படித்தார். காவலர்கள் மிகவும் கோபமாக இருந்தனர். ஆனால் அவர்களுக்கென்று ஒரு சங்கம் இல்லாததால், இந்தக்கொலை நிகழ்ச்சிக்கு என்ன செய்வது என்று தெரியாமல் இருந்தார்கள். நிசார் அலி அதற்கான முன்முயற்சியை எடுத்தார். அவர் சாதாரணமாக காவல்துறை கட்டுப்பாட்டு அறைக்குள் நடந்துசென்றார். அந்தக் காவலர்களிடம் தன்னெழுச்சியாக ஒரு உரையை நிகழ்த்தி, அவர்களுக்கு எதிர்த்துப்போராட அரசியல் சாசன உரிமை உள்ளது என்று எடுத்துக்கூறினார். அந்தப் பேச்சுதான் தான் முன்னெப்போதும் பேசிய பேச்சுக்களில் மிகச் சிறந்ததாக இருந்தது என்பதை நிசார் அலி நினைவு கூர்ந்தார்.

அந்த ஆயுதம் தாங்கிய காவலர்கள் தொழிற்சங்க அமைப்பின் முதல் பாலபாடத்தை அப்போது பெற்றார்கள். நிசார் அலி அவர்களிடம் தங்கள் வலதுகரத்தை உயர்த்தி முழக்கமிடக் கூறினார் ‘பல்வீந்தர் சிங் பேடி ஒழிக’. (பேடி தான் காவல்துறையின் தலைவர்) அந்த ஒட்டுமொத்த காவலர் படையையும் ஒரு கூட்டத்துக்கு அழைக்குமாறு அவர்களிடம் கூறினார். அவர்களிடம், காவல்துறையினர் அனைவரையும் தொடர்பு கொள்ளும் தொலைத்தொடர்பு அமைப்பு இருந்ததால், அது ஒரு கடினமான பணியாக இருக்கவில்லை. விரைவில் ஒவ்வொரு காவல் நிலையமும் அந்தக்கூட்டம் பற்றி உஷார்படுத்தப்பட்டது.

காவலர்கள் கூடியதும் அவருக்கு ஒரு ஒலிபெருக்கி தேவைப்பட்டதை உணர்ந்தார். எனவே, அவர் அருகிலிருந்த பட்மாலூ மசூதிக்குள் சென்று அவர்களுடைய ஒலிபெருக்கியை பயன்படுத்திக்கொள்ள அனுமதி கேட்டார். அதன்பின், நிசார் அலி காவலர்களை ஒரு சங்கத்தை அமைக்கவும் உற்சாகப்படுத்தினார். அவர்களை தனது சங்கத்துடன் இணைத்துக்கொள்ளவும் அழைத்தார். நிசார் அலி அவர்களது ஆர்ப்பாட்டங்களை வழி நடத்தினார். கூட்டங்களை

மிகுந்த ஒழுங்கு கட்டுப்பாட்டுடன் நடத்தினார். அந்தப் போராட்டங்கள் சட்டத்துக்கு மீறியதாகவோ வன்முறையாகவோ மாற ஒருபோதும் அனுமதிக்கவில்லை.

அதற்குப் பதிலடியாக அரசு 109 காவலர்களை நிரந்தரப்பணி நீக்கம் செய்தது. கார்வால் தரைப்படைப் பிரிவுச் சட்டம், ஒழுங்கை நிலைநாட்ட அழைக்கப்பட்டது. அந்த சங்கம் நீடிக்கவில்லை. ஒன்றுமில்லாவிட்டாலும், காவலர்கள் தொழிற்சங்க இயக்கத்தின் முதல் ருசியைச் சுவைத்தார்கள். பணி நீக்கம் செய்யப்பட்ட காவலர்கள் இறுதியாக ஆறு ஆண்டுகளுக்குப்பின் மீண்டும் பணியமர்த்தப்பட்டார்கள்.

'இணையதளத்தில் காவலர் போராட்டம் பற்றிய எந்த ஒரு குறிப்பையும் என்னால் கண்டுபிடிக்க முடியவில்லையே, ஏன்?' என்று நான் நிசார் அலியை கேட்டேன். நான் செய்தித்தாள்களிலும் தேடிப்பார்த்தேன். ஆனால் எதையும் காணமுடியவில்லை. 'காவலர் கலகம்' என்று அந்தப் போராட்டம் நாடு முழுவதும் புகழ்பெற்றிருந்தது' என்று அவர் பதிலளித்தார். ஆனால் அது ஒரு கலகம் அல்ல; அது ஒரு போராட்டம். நாங்கள் அரசியல் சாசனத்தின்கீழ் பெற்றிருந்த உரிமைகளை உறுதிப்படுத்திக்கொள்ள மட்டும் செய்தோம்.'

அவர் அந்த காவலர் போராட்டத்தை விவரித்தபோது நிசார் அலியின் குரலில் அமைதியான பெருமிதம் தொனித்தது. 'அதுதான் 2000, கடைசியான ஒன்று' என்றார். அந்த ஆண்டில் தீவிரவாதம் மரணிக்கத் துவங்கியபோது, அரசு ஊழியர்கள் மீண்டும் ஏராளமான எண்ணிக்கையில் வெளியேவந்து தங்கள் கோரிக்கைகளான, தினக்கூலி பெறுவோருக்கு பணிவரன்முறை, ஓய்வு பெறும் வயதை 58ல் இருந்து 60ஆக ஆக்குவது மற்றும் ஊதிய நிர்ணயக்குறைபாடுகளை நீக்குவது ஆகியவற்றுக்காக 42 நாட்கள் வேலைநிறுத்தத்தில் ஈடுபட்டார்கள்.

சம்பத்தும், அவரது குடும்பமும் ரெய்னாவாரியிலிருந்த தங்கள் வீட்டை விற்றதிலிருந்து நிசார் அலியுடன்தான் வாழ்ந்துவந்தார்கள். ஓர் அறை அவர்களுக்காக ஒதுக்கப்பட்டிருந்தது. சம்பத் ரெய்னாவாரியிலிருந்த தனது வீட்டை நிசார் அலிக்கு விற்கவும் முன்வந்தார். ஆனால், நிசார் அதை வாங்க மறுத்து விட்டார். நிசார் கூறியதுபோல 'கஷ்மீர் ஷியாக்கள்' சமுதாயம் 'துயர விற்பனை'களில் பங்கேற்பாளராக இருக்கக்கூடாது என முடிவு

செய்திருந்தது.[14] ஒரு கஷ்மீரி மத அறிஞரும், ஷியா முஸ்லீம்களின் தலைவருமான ஆஹா சையத் யூசுஃப் அல்—மூஸவி வெளியிட்ட வழிகாட்டுதல்களின்படி அந்த முடிவு அமைந்திருந்தது. 'புதிய கஷ்மீர் திட்டத்தின்' கீழ் ஷேக் அப்துல்லா விவசாய சீர்திருத்தத்தை நடைமுறைப்படுத்தியபோது, 'உழுபவர்க்கே நிலம்' இயக்கத்தின்கீழ் கைப்பற்றப்பட்ட நிலங்களை ஷியா முஸ்லீம்கள் வாங்குவது அவரால் தடைசெய்யப்பட்டது.[15]

நிசார் அலி கூறியதுபோல கஷ்மீரி பண்டிதர்களுக்குச் சொந்தமான சொத்துக்களுக்கு ஹுரியத் ஒரு அறக்கட்டளையை அமைத்து, அவர்கள் மீண்டும் திரும்பி வரும்வரை பாதுகாத்து வைத்திருக்க வேண்டும். ஆனால் அது ஒரு இலட்சியமான தீர்வு. அதை ஒரு இலட்சியவாதிதான் கனவு காணமுடியும். 1996வாக்கில் தேர்தல்களுக்குப்பிறகு, பள்ளத்தாக்கில் இருந்த சூழ்நிலை கொதிநிலையிலிருந்து சிறிது மட்டுப்பட்டுவந்தது. அதுபோலவே, கஷ்மீரி பண்டிதர்கள் அந்தப் பள்ளத்தாக்குக்கு சீக்கிரம் திரும்பிவரப் போவதில்லை என்பதும் தெளிவானது. அந்த நேரத்தில் கஷ்மீரி முஸ்லீம்கள் முன்பு கஷ்மீரி பண்டிதர்களுக்குச் சொந்தமாக இருந்த சொத்துக்களை வாங்குவதற்கான வழிமுறைகளைத் துவங்கினார்கள். தரகர்கள் அகதி முகாம்களிலும், ஜம்முவிலும், டெல்லியிலும் வாழ்ந்துகொண்டிருந்த பண்டிதர்களோடு தொடர்புகொள்ளத் துவங்கினார்கள். அரசு ஊழியர்களில் சிலரும்கூட இத்தகைய நடவடிக்கைகளில் ஈடுபட்டிருந்தார்கள் என்பதை சம்பத் வருத்தத்தோடு ஒப்புக்கொண்டார்.

சம்பத்தின் தாயார் பிரபாவதி ஒரு தரகரால் தொடர்பு கொள்ளப்பட்டார். ரெய்னாவாரியிலிருந்த அவர்களது வீட்டை விற்கமுடிவு செய்தார். அந்த மூன்றுமாடி வீடு அவர் பெயரில் இருந்தது. தனது மகன்களுடன் கலந்துபேசி அவர் அந்த வீட்டை அற்பத்தொகையான ரூ.3,00,000க்கு விற்றார்.

அந்தச்சொத்தை விற்க அவர் எவ்வாறு முடிவுசெய்தார் என்ற வலிமிகுந்த விவரங்களை பிரபாவதி கூறியபோது, அவரது மகன்களில் ஒருவரது மனைவி குறுக்கிட்டு, கசப்புணர்வுடன் கூறினார்: 370ஆவது சட்டப்பிரிவு அங்கு இல்லாமல் இருந்திருக்குமானால், பண்டிதர்கள் தங்கள் சொத்துக்களுக்கு இன்னும் நல்ல விலையைப் பெற்றிருக்கமுடியும். ஏனென்றால், கஷ்மீரிகள் அல்லாதவர்கள் அந்த வீடுகளை, நிலங்களை, தோட்டங்களை வாங்கியிருப்பார்கள்.

ரெய்னாவாரியிலிருந்த 400க்கும் மேற்பட்ட கஷ்மீரி பண்டிதர்களின் வீடுகள் கஷ்மீரி முஸ்லீம்களுக்கு விற்கப்பட்டன. இப்போது பண்டிதர்களுக்கு திரும்பிச்செல்ல எந்த இடமும் இல்லை.'

சம்பத் அதை மறுத்துக்கூறினார்: 'கஷ்மீரி பண்டிதர்களைப் போலவே கஷ்மீரி முஸ்லீம்களும் மிக அதிகமான துன்பத்துக்குள்ளானார்கள்'. அவர் அவ்வாறு கூறியபோது ஒரு இறுக்கமான சூழ்நிலை நிலவியது. சம்பத் தனது மைத்துனிகளில் ஒருவரைப்பார்த்து, 'முகாமில் உங்களைப் பார்க்க வந்த அப்துல் கனி பர்ரே உங்களுக்கு ஒரு ஃப்ரிட்ஜ் வாங்கிவரவில்லையா?' என்று கேட்டார்.

சம்பத்தின் இளைய மருமகள் குறுக்கிட்டார்: 'ஆம். எனக்கு நன்றாக நினைவிருக்கிறது. நாம் ஒரு சிறியஅறையில் வாழ்ந்தபோது நம்மைப்பார்க்க அவர் வந்திருந்தார். அவர் தண்ணீர் கேட்டபோது நாம் அவருக்கு ஒரு கண்ணாடி குவளையில் வெந்நீர் கொடுத்தோம். ஏனென்றால் நம்மிடம் ஃப்ரிட்ஜ் இல்லை. அவர் நமக்காக ஒரு ஃப்ரிட்ஜை வாங்கிவந்தார். ஆனால் அதற்கு நாம் பணம் கொடுத்துவிட்டோம்'. அந்த மருமகள் மேலும், தான் அந்த முகாமிலிருந்தே படிக்க வேண்டியிருந்ததாகவும், ஜம்முவிலிருந்த மக்களிடம் இதேபோன்ற பாரபட்சமான நடவடிக்கைகளைச் சந்திக்கவேண்டியிருந்தது என்றும் கூறினார். சம்பத் விடாப்பிடியாக; 'நான் அம்மாவிடம் கௌகதல் படுகொலைகளில், அப்துல் கனி பர்ரேவின் மருமகன் கொல்லப்பட்டபோதும், அவரது மகன் காணாமல் போனபோதும் ஒரு ஆறுதல் கடிதத்தை எழுதுமாறு கூறினேன்' என்றார்.[16]

நான் அப்துல் கனி பர்ரேவை நரியோராவில் சந்தித்தேன். சுத்தமான வெள்ளைதாடி. கையில் ஒரு புத்தகம், அன்பு ததும்பி வழியும் கண்கள் கொண்ட ஒரு கிழவர் அவர். ஒரு சன்னலின் வழியாக வெளிச்சம் பாய்ந்து கொண்டிருந்த ஒரு கதகதப்பான அறையில் அவர் அமர்ந்திருந்தார். ஹீட்டர் எதையும் நான் அங்கு பார்க்கவில்லை. ஆனால் எங்கள் கம்பளி ஆடையைக் கழற்றிக்கொள்ளும் அளவுக்கு போதுமான வெம்மை அங்கிருந்தது. அந்த அறை நாள்முழுவதும் கதகதப்பாகவே இருக்கும். ஏனென்றால், அறையின் கீழே கணப்பறையில் விறகு எரிந்துகொண்டே இருக்கும் என்று அவர் விளக்கினார். அந்தக்கற்கள் எப்போதும் அதிக சூடாகாத சிறப்புத்தன்மை கொண்டவை. குழாய்களின் வழியாக புகை எடுத்துச் செல்லப்பட்டது. எனவே குளியலறையில் வெந்நீர் இருக்கும். இதுதான் குளிர்கால மாதங்களில்கூட கஷ்மீரின் மசூதிகள்

எவ்வாறு கதகதப்பாக இருக்கின்றன என்பதற்கு காரணம் என்று பர்ரே விளக்கினார். சூடுபடுத்தும் இந்தப்புதிய வழிமுறை 1540இல் கஷ்மீர் மீது படையெடுத்த கஜகஸ்தானியரான மிர்ஸா ஹைதர் துக்ளக் அறிமுகப்படுத்தியதாகும். அவரது கல்லறை கஷ்மீரில் உள்ளது. அது கஷ்மீருக்கும், மத்திய ஆசியாவுக்குமிடையேயான தொடர்புகளை நினைவுபடுத்துவதாக உள்ளது.[17]

பர்ரே ஓய்வுபெற்ற ஒரு அரசுப்பள்ளியின் ஆசிரியர். அவருக்கு சம்பத்தை, அவர்கள் இருவரும் இளம்சிறுவர்களாக இருந்ததிலிருந்தே தெரியும். இருவரும் உணர்வுபூர்வமாக மிகவும் வித்தியாசமானவர்கள். பர்ரே அமைதியானவராகவும், கண்ணியமானவராகவும், எப்போதும் குரலை உயர்த்திப் பேசாதவராகவும் இருந்தார். சம்பத்தோ சீக்கிரம் உணர்ச்சிவசப்படுபவராகவும், தனது கோபத்தை உடனே விரைந்து வெளிப்படுத்துபவராகவும் இருந்தார்.

அப்துல் கனி பர்ரே கம்யூனிஸ்ட் கட்சியில் சேராவிட்டாலும், சங்கத் தலைவர்களுக்கு அவர் உதவினார். சம்பத்தும் அவரது தோழர்களும் பணி நீக்கம் செய்யப்பட்ட பிறகு இருந்த கொடுமையான நிலைகளை அவர் கண்டதாக என்னிடம் கூறினார். 'சம்பத்திடம் சிகரெட் வாங்குவதற்குக்கூட பணமில்லை. ஆனால், அவர் ஒருபோதும் பணம் கேட்டதில்லை.'

அந்த மனிதர் மிகவும் அமைதியாகவும், கண்ணியமாகவும் இருந்தார். அவரது வார்த்தைகள் அளந்தவைகளாக, கோபத்தின் அறிகுறிகள்கூட இல்லாதவைகளாக இருந்தன. அவர் சம்பத்தின் சித்தப்பா சர்வானந்த் உடனான தனது நட்பை மகிழ்வுடனும், மரியாதையுடனும் கூறினார். அப்துல் கனி எவ்வாறு முஸ்லீம்களும், இந்துக்களும் நல்லிணக்கத்துடன் ஒன்றாக வாழ்ந்தார்கள் என்பதை விளக்கினார். ஆனால் அண்டையிலிருந்த கஷ்மீரி பண்டிதர்கள், அவர் மகன் காணாமல் போனபோதும், மருமகன் கொல்லப்பட்டபோதும் ஏன் கவலை அடையவில்லை? 'எனக்கு புரியவில்லை' என்றார் சம்பத். அவரது சொந்த உறவினர்கள் மீதான கோபம் வெளிப்படையாகத் தெரிந்தது. பேச்சை வேறு தலைப்புக்களுக்கு மாற்றி பர்ரே அவரை அமைதிப்படுத்தினார்.

கஷ்மீரி பண்டிதர்களின் கோபம் பெரும்பாலும் *JKLF* அமைப்புக் களுக்கு எதிராகவே இருந்தது. அந்த அமைப்பை மதசார்பற்றதாகவோ, உண்மையிலேயே கஷ்மீரி தேசியத்துக்கு அர்ப்பணிப்பு உணர்வு கொண்டதாகவோ சம்பத் ஒருபோதும் நம்பவில்லை.

பல கஷ்மீரி பண்டிதர்களின் கொலைகளுக்கு பொறுப்பானவர்களாக JKLF இருந்தபோதிலும் அவர் ஏன் அதை ஆதரித்தார்? என்று சம்பத் பிரகாஷிடம் நான் கேட்டேன். ஆரம்ப காலங்களில் JKLF, கொலை செய்யப்பட்டவர்கள் தங்கள் இயக்கத்துக்கு எதிராக வேலை செய்தார்கள் அல்லது தகவல் தெரிவிப்பவர்களாக இருந்தார்கள் என்று அந்தக் கொலைகளை நியாயப்படுத்தியது. எடுத்துக்காட்டாக, 1989 நவம்பரில் நீதிபதி நீல்காந்த் சஞ்சுவைக் கொன்றதற்கு காரணம் அவர்தான் மக்பூல் பட்டுக்கு மரணதண்டனை விதித்தார் என JKLF நியாயப்படுத்தியது.

அதன்பிறகு, 1990 பிப்ரவரி 13 அன்று டாஸா கௌலின் கொலை நிகழ்ந்தது. அவர் தூர்தர்ஷன் தொலைக்காட்சி நிலையத்தின் இயக்குநராக இருந்தவர். அவரது கொலைக்குக் காரணம் அவர் தீவிரவாதிகளை 'வன்முறையாளர்' என அழைத்தார் என விளக்கப் பட்டது. ஆனால், அவருக்கு ஒரு எச்சரிக்கை போதுமானதாக இருந்திருக்காதா?

ஷேர்—இ—கஷ்மீர் மருத்துவ விஞ்ஞான நிறுவனத்தில் செவிலியராக பணியாற்றிய கஷ்மீரி பண்டிதரான சரளா பட்—ன் கொலையை JKLF எவ்வாறு நியாயப்படுத்தியது என்று நான் சம்பத் பிரகாஷிடம் கேட்டேன். அதற்கு சம்பத் கூறினார்: அந்த மருத்துவமனையில் சேர்க்கப்பட்டிருந்த தீவிரவாதிகள் பற்றிய தகவல்களை அவர் புலனாய்வுத்துறைக்கு தெரிவித்துக் கொண்டிருந்தார் என அவர்கள் கூறினார்கள்.' 1990 ஏப்ரல் 14 அன்று சரளாவின் உடல் கண்டுபிடிக்கப்பட்டிருந்தபோது அவர் கொலை செய்யப்படுவதற்கு முன்பு கற்பழிக்கப்பட்டிருந்தார் என்பதைக் காட்டியது. அது JKLFமீது அனுதாபம் கொண்டிருந்தவர்களால்கூட நியாயப்படுத்த முடியாத ஒன்றாக இருந்தது.

சம்பத் பிரகாஷ் இந்தக் கொலைகளை நியாயப்படுத்தவில்லை. ஆனால் JKLF ஒரு மதவெறி இயக்கம் அல்ல என்றும், அவர்கள் இந்துக்களை மட்டுமல்ல, முஸ்லீம்களையும் கொன்றார்கள் என்றும் வலியுறுத்திக் கூறினார். இது மதசார்பற்ற தன்மையை விளக்கும் ஒரு விசித்திரமான, வழக்கத்துக்கு மாறான வழியாக இருந்தது. ஆனால், கொடுமையான யதார்த்தநிலை என்னவென்றால் அந்தக்கொலை முயற்சிகளில் சிக்கிய குடிமக்களின் காயங்கள் பெரும்பான்மை சமூகத்தின் மக்களாலேயே தாங்கிக்கொள்ளப்பட்டன. அதாவது கஷ்மீரி முஸ்லீம்களால். எடுத்துக்காட்டாக, 1990இன் முதல் மூன்று மாதங்களில் கொல்லப்பட்ட இந்துக்கள் 23 பேர்.

முஸ்லீம்கள் 25பேர். அடுத்த நான்கு மாதங்களில் ஏப்ரல்—ஜூனுக்கு இடையில் கொல்லப்பட்டவர்களில் இந்துக்கள் 67 பேர். முஸ்லீம்கள் 94 பேர். ஜூலை, ஆகஸ்டில் இந்துக்கள் 32 பேர். முஸ்லீம்கள் 49 பேர்.[18]

தீவிரவாதிகள் கம்யூனிஸ்ட்கள், தேசிய மாநாடு கட்சியினர் என இரு தரப்பினரையும் குறிவைத்து தாக்கினார்கள். பல கம்யூனிஸ்ட்கள் பள்ளத்தாக்கை விட்டு வெளியேறும்போது ஜம்முவில் அகதிகள் முகாம்களில் பாதுகாப்பு தேடினார்கள். 1990 ஜூனில் உண்மை அறியும் குழுவில் நான் கஷ்மீர் சென்ற போது, நாங்கள் ஜம்முவில் நின்று அங்கு அடைக்கலம் பெற்றிருந்த கஷ்மீரி பண்டிதர்களைப் பேட்டி காணச் சென்றோம். பெரும்பாலான அகதிகள் கம்யூனிஸ்ட்கள் என்பது என்னை அதிர்ச்சிக்குள்ளாக்கியது. இருந்தபோதிலும், இந்து கம்யூனிஸ்ட்களும், முஸ்லீம் கம்யூனிஸ்ட்களும் ஒன்றாக தங்கியிருக்கவில்லை. நான் கண்ட எல்லாவற்றையும்விட, அவர்கள் மத அடிப்படையில் பிளவுபட்டிருந்தார்கள் என்பது என்னை மிகவும் வருத்தியது.

இந்தப்பிளவுக்கு சம்பத் ஒரு சாட்சியமாக இருந்தார். அவர் தனது தோழர்கள் அப்போது கஷ்மீரி பண்டிதர்களுக்கான தனி தாய்நாடு என அவர்கள் அழைத்த 'பனூன் கஷ்மீர்' (நமது சொந்த கஷ்மீர்[19]) ஐ முன்நிறுத்தத் தொடங்கியது பற்றிய சூடான விவாதங்களில் பலமணி நேரங்களைக் கழித்தார்கள். இத்தகைய பல விவாதங்கள் ஜம்முவில் தாவிபாலம் அருகேயிருந்த கஷ்மீர் காஃபி ஹவுஸில் நடைபெற்றன.

1992இல் ஒருநாள் பள்ளத்தாக்கில் உள்ள நிலைமைகள்பற்றி சில அறிவுஜீவிகளுடன் அரசியல் கலந்துரையாடல்கள் நிகழ்த்தலாம் என்ற நம்பிக்கையோடு காஃபி ஹவுஸுக்குள் சம்பத் நுழைந்தார். அந்த கஃபேவுக்குள் நுழையும்போது அவர் அங்கு கஷ்மீரி பண்டிதர்களின் ஒரு குழுவைக் கண்டார். அவர்களுடன் டாக்டர் மோகன்கிர்ஷன் டெங் இருந்தார். லக்னோ பல்கலைக்கழகத்தில் Ph.D. பட்டம்பெற்றிருந்த அவர், எஸ்.பி.கல்லூரியிலும், பின்னர் லக்னோ பல்கலைக்கழகத்திலும் ஆசிரியராக இருந்தவர். அவர் ஒரு மதிப்புக்குரிய ஆசிரியராகவும், இந்திய கம்யூனிஸ்ட் கட்சியின் உறுப்பினராகவும் இருந்தார். 1964இல் அந்தக்கட்சி பிளவுபட்டபோது அவர் CPI(M) கட்சியில் சேர்ந்தார். 'பீப்பிள்ஸ் டெமாக்ரஸி' இதழுக்கு சந்தா செலுத்தினார். அவர் இப்போது 'கஷ்மீரி பண்டிதர்களுக்கான தாய்நாடு'வை முன்னெடுத்துச்

செல்பவராக இருந்தார். 1991 டிசம்பரில் நாடெங்கும் அவரது ஆதரவாளர்களும் ஜம்முவில் 'மார்கதர்ஷன்' என்ற ஒரு கருத்தரங்கை ஏற்பாடு செய்திருந்தனர். அந்த கருத்தரங்கப் பிரதிநிதிகள் 'கடந்த காலங்களில் கஷ்மீரை விட்டு வெளியே துரத்தப்பட்டவர்கள் உள்ளிட்ட 7.00.000 கஷ்மீரி இந்துக்கள் தங்கள் 'தாய்நாடு' திரும்பிவர ஏங்கி நிற்கிறார்கள்' என்றுகூறி, அந்த அமைப்பு, 'கஷ்மீர் பள்ளத்தாக்கில் ஜீலம் நதிக்கு கிழக்கிலும், வடக்கிலும் உள்ள பள்ளத்தாக்குப் பகுதிகளைக்கொண்ட கஷ்மீரி இந்துக்களின் தாய்நாட்டை உருவாக்கப் போராடவேண்டும்' என்ற தீர்மானத்தை நிறைவேற்றினார்கள்.[20] சம்பத் இந்தக்கோரிக்கைக்கும், இதை உருவாக்கிய அரசியலுக்கும் முற்றிலும் எதிராக இருந்தார். இத்தகைய கோரிக்கையைப்பற்றி விவாதிப்பதுகூட 'கஷ்மீரியத்' என்ற உணர்வுக்கு சாவுமணி அடித்துவிடும் என்றார்.

கடந்த காலங்களில் சம்பத்தும், டெங்கும் பலசூடான விவாதங்களைச் செய்திருந்தார்கள். ஆனால், அந்த நாளன்று அவர் கஃபேவுக்குள் நுழைந்ததும் டெங் எழுந்துநின்று அவரை வரவேற்ற போது, சம்பத் சற்று பின்வாங்கினார். டெங் எழுந்துநின்று அவரை வரவேற்ற செயலை சம்பத் புறக்கணித்தார். அது அந்த கஷ்மீரிப் பண்டிதருக்கு எரிச்சலூட்டும் முதல் தாக்குதலாக அமைந்தது.

பிறகு யாரோ ஒருவர் சம்பத்திடம் கூறினார்: 'பாராட்டுக்கள்! நீங்களும், டெங்கும் உறவினர்கள் ஆகப்போகிறீர்கள்.' அவரது மகன் ரவீந்தர், டெங்கின் மகளைத் திருமணம் செய்துகொள்ள சம்மதித்துவிட்டார் என்று சொல்லப்பட்ட போது சம்பத் அதிர்ச்சி அடைந்தார். அந்த செய்தியை அதுவரை அவர் கேட்கவில்லை. ஏனென்றால் அவர் அப்போதுதான் கஷ்மீரிலிருந்து வந்திருந்தார். அவர் வீட்டுக்குச் செல்லாமல் நேரடியாக கஃபேவுக்கு வந்திருந்தார்.

முதலில் அந்த இளைஞர்கள் காதல் கொண்டிருக்கலாம் என்று நினைத்தார். ஆனால் தனது சகோதரியின் மாமியாரும், தனது மனைவியும் இது நடப்பதற்காகச் சதியை செய்துள்ளார்கள் என்று அறிந்தபோது மேலும் அதிர்ச்சி அடைந்தார். அந்த இரண்டு பெண்களும் இருவரின் ஜாதகங்களையும்கூட பெற்றிருந்தார்கள். சோதிடரும் அதை உறுதிசெய்தார். சம்பத்தின் பெற்றோரும் கூட அதை ஏற்றனர். அவரது தாயார் கடவுளின் அருளைப்பெற கோவிலுக்கு சென்றிருந்தார்.

சம்பத் வீட்டுக்குச் சென்றார். மகனை அழைத்தார். தனது தந்தை மிகக்கடுமையாக எதிர்க்கும் ஒருவரின் மகளைத் திருமணம் செய்துகொள்ளும் முடிவைப்பற்றி ஆழமாகச் சிந்தித்துப் பார்த்தாரா, என்று கேட்டார். டெங்கும், அவரும் எப்போதும் எதிர்எதிர் திசைகளில் இருப்பவர்கள். அவர்களுடைய இந்த அரசியல் கொள்கைகளின் மோதல்கள் குடும்ப உறவுகளுக்குள்ளும் வந்துவிடும் — அதாவது, தந்தைக்கும் மகனுக்கும் இடையே.

ரவீந்தர் தனது தந்தையிடம், தான் எப்போதும் அவருடைய அரசியல் நிலைப்பாட்டை வெளிப்படையாக எதிர்க்கப்போவதில்லை என்று உறுதியளித்தார். ஆனால் டெங்கின் மகள்? தனது தந்தைக்கும், மாமனாராக வரப்போகிறவருக்கும் இடையிலான அரசியல் சண்டைகளோடு அவர் எவ்வாறு ஒத்துப்போவார்? டெங் தனது மகளிடம் தனது மாமனாரோடு ஒருபோதும் முரண்பட்டுவிடக்கூடாது என்பதை அறிந்துகொள்ளவேண்டும் என்றும், அரசியல் ரீதியாக ஒருபோதும் எதிர்க்கக்கூடாது அல்லது அவருடன் விவாதிக்கக்கூடாது என்றும் கூறியுள்ளதாக ரவீந்தர் கூறினார்.

இந்த விஷயத்தில் வேறுவழியில்லாததால், சம்பத், விலைமதிப்புமிக்க பரிசுகளை பரிமாறிக்கொள்ளாத ஒரு எளிய திருமணத்தை வலியுறுத்தினார். திருமணத்துக்குப் பிறகு தனது புதிய மருமகளை ஹுாரியத் தலைவர்களைச் சந்திக்க அழைத்துச்சென்றார். சம்பத் அவர்களில் சிலரை தன்வீட்டுக்கு அழைத்தபோது டெங்கின் மகள் *JKLF* உறுப்பினர்களுக்கு தானே தேநீர் கொடுத்து உபசரித்தார்.

சம்பத் என்னை பல ஆண்டுகளுக்குமுன் டெங்கை சந்திக்க பரிதாபாத்துக்கு அழைத்துச்சென்றார். அந்த இருவருக்குமிடையே நடந்த கோபம் நிறைந்த விவாதங்களை நான் கேட்டேன். சம்பத் உணர்ச்சிகரமாகவும், அழுத்தமாகவும் பேசுவார். டெங் அவரை அறிவார்ந்த வாதங்கள் மூலம் எதிர்கொண்டார். கௌகதல் கொலைகளைப்போன்ற ஆயுதம் ஏந்தாத கஷ்மீர் மக்கள்மீது இந்திய பாதுகாப்புப்படைகள் நிகழ்த்திய பயங்கரமான குற்றங்களால் பாதிக்கப்பட்ட கஷ்மீரி முஸ்லீம்களிடம் பரிந்துணர்வு காட்டத்தவறிய கஷ்மீரி பண்டித அறிவுஜீவிகள்மீது சம்பத் குற்றம் சாட்டினார். டெங் அதற்கு எந்தவொரு முஸ்லீம் அமைப்பும் கஷ்மீரி பண்டிதர்கள் கொல்லப்பட்டதற்கு ஒருபோதும் கண்டனம் தெரிவிக்கவில்லை; உண்மையில் அவர்களை வெளியே துரத்தினார்கள் என்று சுட்டிக்காட்டி 'அது ஒரு இனப்படுகொலை' என்று பதிலளித்தார்.

அவர்கள் இருவரையும் கவனித்துக்கொண்டு, பனூரன் கஷ்மீர் காரர்களும் (பண்டிதர்கள்), தீவிரவாதிகளும் எவ்வாறு அந்த இரண்டு சமூகங்களையும் சார்ந்த சாதாரண கஷ்மீர்வாசிகளை தங்கள் உணர்வுகளை எந்தவகையிலும் வெளியிடமுடியாமல் செய்துவிட்டார்கள் என்பதை நான் பார்த்தேன். பின்னர் கௌகதல் படுகொலைகளை நேரில் பார்த்த சாட்சியான அரசு ஊழியர் மனோகர்லாலின் கதையைப் படித்தேன்.

கௌகதலின் அருகே வசித்த மனோகர்லால், உமர் மன்சூர்ஷா என்ற பத்திரிக்கையாளரிடம், அந்த நாளன்று நடந்த படுகொலைகளைப் பற்றிக் கூறும்போது, 'எனது வாழ்வில் மிகவும் கொடூரமான நாள் அது' என்றார். தனது குடும்பத்துடன் இன்றும் அந்தப்பகுதியில் வாழ்ந்துவரும் லால், துப்பாக்கிக் குண்டுகள் எல்லாப்பக்கங்களிலும் வெடித்துச்சிதறும் சத்தத்தைக் கேட்டபோது தான் தனது வீட்டில் இருந்ததாகக் கூறினார். "அதன்பிறகு அங்கு அழுகையும் ஓலமும் கேட்டன. நான் எனது சன்னலின் வழியே எட்டிப்பார்த்தேன். அந்த நேரத்தில் எதை நான் பார்த்தேனோ, அந்த நிகழ்ச்சிகளை நினைத்துப் பார்க்கும்போது என்னால் இன்றும் இரவு முழுதும் தூங்கமுடிவதில்லை" என்றார் அவர்.

தீவிரவாதத் தாக்குதல் பள்ளத்தாக்கில் துவங்கியவுடனே எல்லா கஷ்மீரி பண்டிதர்களையும்போல, தனது உறவினர்களும் பள்ளத்தாக்கைவிட்டு வெளியேறியபோதும் லாலும் அவரது குடும்பத்தினரும் கஷ்மீரிலேயே தங்கியிருந்தனர். "நான் இங்கு எல்லா வன்முறைக் காட்சிகளையும் பார்த்தேன். அந்தக் காலகட்டத்தில் ஒவ்வொரு நாளும் அப்பாவிகள் எவ்வாறு கொல்லப்பட்டார்கள்? சித்ரவதை செய்யப்பட்டார்கள்? என்ற அந்த நிகழ்ச்சிகளின் சாட்சியாக நிற்கிறேன்."

அந்த நாட்களில் அவரும் அவரது குடும்பத்தினரும் வீட்டுக்குள்ளேயே அடைந்து கிடந்தனர். அடுத்த வீடுகளில் இருந்த முஸ்லீம்கள் அவர்களுக்கு தேவையானவைகளை அளித்தார்கள். அந்தப்படுகொலைக்கு ஒருமாதம் பின்பு அவரது மனைவி ரச்சனா கடைவீதிக்கு சென்றபோது, பலரும், அந்தப் பள்ளத்தாக்கைவிட்டு சென்றுவிடுமாறு கூறினார்கள். ஆனால், அதுதான் 'அவர்களது வீடு. எங்கள் முன்னோர்களின் இடம்' என்று மனோகர்லால் கருதினார். 'நாங்கள் கொடுமையான நேரங்களிலும், நல்ல நேரங்களிலும் ஒன்றாகவே இருப்போம்'.

ஒவ்வொரு ஆண்டும் ஜனவரி 22 அன்று அந்தப் படுகொலைகளை எதிர்த்து நடைபெறும் கண்டன ஆர்ப்பாட்டங்களில் மனோகர்லால் கலந்து கொண்டார். ‘எனது கண் முன்னால் நடந்த அந்த நிகழ்ச்சிகளை எதிர்த்து நடைபெறும் ஆர்ப்பாட்டங்களில் எனது அமைதியான எதிர்ப்பை பதிவுசெய்ய நான் கலந்து கொண்டேன். அவ்வாறு கலந்துகொள்ளும்போது எனது அடையாளத்தை இரகசியமாகவே வைத்திருந்தேன். மற்ற ஆர்ப்பாட்டக்காரர்களிடம் நான் ஒரு பண்டிதர் என்பதை சொல்லவேயில்லை”, என்றார் லால்.[21]

கஷ்மீரி பண்டிதர்கள் அங்கேயே தங்கியிருக்க முடிவுசெய்திருந்தால், நிலைமைகளில் இவ்வளவு தூரம் இடைவெளி ஏற்பட்டிருக்காது, என்று சம்பத் அழுத்தமாகக் கூறினார். தீவிரவாதிகள், இந்தியப் பாதுகாப்புப் படையினர் என்ற இருவராலும் அச்சுறுத்தப்பட்டாலும்கூட ஏராளமான கஷ்மீரி முஸ்லீம்கள் பள்ளத்தாக்கிலேயே தொடர்ந்து தங்கியிருந்தார்கள். ஆனால், டெங், பண்டிதர்கள் அங்கேயே தங்கியிருந்தால் அவர்கள் அனைவரும் படுகொலை செய்யப்பட்டிருப்பார்கள் என வாதிட்டார்.

கஷ்மீர கலாச்சாரத்தையும், நாகரிகத்தையும் உண்மையில் தாங்கிப்பிடித்தவர்கள் பண்டிதர்கள் என ஒப்புக்கொள்ளப்படவேண்டும் என்பதை கஷ்மீரி பண்டிதர்களின் உரிமையாக டெங் வலியுறுத்தினார். அப்போது சம்பத், அந்தக் கலாச்சாரத்தைக் கட்டமைத்ததில் கஷ்மீரி முஸ்லீம்களின் பங்கை போதுமான அளவில் கஷ்மீரி பண்டிதர்கள் அங்கீகரிக்கவில்லையே என்றார். கடந்த பல ஆண்டுகளில் கஷ்மிரி முஸ்லீம்கள் பல்வேறு வழிகளில் தமக்கு சேவை செய்ததை கஷ்மீரி பண்டிதர்கள் மறந்துவிட்டார்கள். தனது வீட்டைக் கட்ட கஷ்மீரி முஸ்லீம் செங்கற்களை செய்தார்: அவரது கோவிலுக்கு கற்களை வெட்டித்தந்தார்: கஷ்மீரி முஸ்லீம் தச்சர் உத்திரங்களையும், கதவுகளையும் பண்டிதரின் கோவிலுக்காக உருவாக்கினார். கஷ்மீரி முஸ்லீம் கட்டடத் தொழிலாளி சிமெண்டையும், மணலையும் கலந்தார்; பண்டிதர்களின் கடவுள் சிலைகளையும்கூட வடிவமைத்தார். ஆனால், கஷ்மிரி பண்டிதர் என்ன செய்தார்? அவர் சிலையை நட்டார்; புனித நீராலும், பாலாலும் கோவிலைப் புனிதமாக்கினர். ஆனால் கஷ்மீரி முஸ்லீமை உள்ளே நுழைய அனுமதிக்கவில்லை.

சம்பத் தனது பொறுமையிழந்த பேச்சைத் தொடர்ந்தார் கஷ்மீரி

முஸ்லீம் கனமான துணியை, படுக்கைகளை, தலையணைகளைச் செய்தார். கஷ்மீரி பண்டிதர்கள் உடுத்திக்கொண்ட ஆடைகளில் பூவேலைப்பாடுகளைச் செய்தார். அவர் விறகுகளை வெட்டித்தந்தார். மீன்களை பிடித்துத்தந்தார். ஆடுகளைக்கூட கஷ்மீரி பண்டிதர்களுக்காக வெட்டிக் கூறுபோட்டுத் தந்தார்.

சம்பத் பலமுறை, 'கஷ்மீரி பண்டிதர்கள் அரசு வேலைகளைத்தவிர மற்ற வேலைகளையும் பார்த்திருக்க வேண்டும். அரசு வேலைகளை மட்டுமே அவர்கள் நினைத்துக்கொண்டிருந்தது அவர்களைத் தனியார் துறையில் இருந்த வாய்ப்புக்களைப் பயன்படுத்திக் கொள்வதிலிருந்து தடுத்துவிட்டது' என அழுத்தம் திருத்தமாகக் கூறினார்.[22] கஷ்மீரி பண்டிதர்கள் வெறும் எழுத்தர்களாக இருந்து பேனாவைப் பிடித்ததைத்தவிர வேறு எதையும் அவர்கள் செய்யவில்லை.

டெங் பொறுமையாக கவனித்தார். ஆனால் அவரது இதயம் சம்பத்தின் பேச்சிலிருந்த அனலால் பற்றிக்கொள்ளவில்லை. டெங் பிறருக்கு மரியாதை அளிக்கும் பண்பு உள்ளவர். ஆனால் உறுதியானவர். அவர் இந்தியாவிலுள்ள மதசார்பற்ற சக்திகள் முஸ்லீம் அடையாள அரசியலை பாதுகாக்கும் தவறுக்கு பொறுப்பானவை என்று அழுத்தமாக கூறினார். அவர் 'விடுதலை'க்கான இயக்கத்தை 'பயங்கரவாத இயக்கம்' என்று அழைத்தார். போராளிகள் கலகக் காரர்கள் அல்ல; வெறும் பயங்கரவாதிகள் என்றார்.

டாக்டர் டெங் கஷ்மீர் தீவிரவாதிகளால் ஆயிரக்கணக்கான பண்டிதர்கள் கொல்லப்பட்டார்கள்[23] என்று வாதிட்டார். அவரைப் பொருத்தவரை மனித உரிமைகள் அமைப்புக்கள் எப்போதுமே பாதுகாப்புப் படையினரால் கொல்லப்பட்ட முஸ்லீம்களின் எண்ணிக்கைமீது மட்டுமே கவனம் செலுத்தினார்கள்; தீவிரவாதிகளால் கொல்லப்பட்ட பண்டிதர்கள்மீது அல்ல.

உண்மை என்னவென்றால், 'அம்னிஸ்டி இண்டர்நேஷனல்', 'ஹ்யூமன் ரைட்ஸ் வாட்ச்' போன்ற அனைத்துலக மனித உரிமை அமைப்புக்கள் அமெரிக்கா மற்றும் பிரிட்டனின் அயலுறவு கொள்கைகளின் நலனுக்காக சேவகம் செய்பவை. 'ஹ்யூமன் ரைட்ஸ் வாட்ச்' நிறுவனத்தின் கலாசாரம், அமெரிக்க அரசின் பல்வேறு பிரிவுகளுடன் தொடர்புகொண்ட, அதன் தலைமையில் வடிவமைக்கப்பட்டுள்ளது இந்த அமைப்புக்களின் கொள்கைகள் கஷ்மீரில் கலவரங்கள் நடைபெற்ற காலம் முழுவதும் அது

உறுதியாக செய்ததுபோல, அமெரிக்க வெளியுறவுக் கொள்கை களுடன் ஒத்துப்போகிறது.

இந்த அமைப்புக்களால் ஆவணப்படுத்தப்பட்ட மனித உரிமை மீறல்களை ஒட்டுமொத்தமாக நீக்கிவிட்ட இந்திய அரசு, டெல்லியில் இருந்த கஷ்மீரிகள் தனிமைப்படுத்தப்பட்டதை மட்டும் சேர்த்துக்கொண்டது. இடதுசாரி கட்சிகள் மனித உரிமை அமைப்புக்களை ஏகாதிபத்தியத்தின் ஏஜண்டுகள் என கண்டனம் செய்தன. ஆனால் கஷ்மீரிகளின் மிகவும் உண்மையான கவலைகளைத் தீர்க்க எதுவும் செய்யவில்லை.

கஷ்மீரில் எந்த அளவுக்கு மனித உரிமை மீறல்கள் செய்யப்பட்டன என்பதை மதிப்பீடு செய்வதில்தான் பிரச்சனை உள்ளது. இதற்குக் காரணம் கைது செய்யப்பட்ட, சித்ரவதை செய்யப்பட்ட அல்லது கொலை செய்யப்பட்டவர்களின் எண்ணிக்கைகளை, உண்மைக்கு மாறாக அதிகப்படுத்திக்கூறும் கஷ்மீரிகளின் — இந்துக்கள் மற்றும் முஸ்லீம்களின் மனப்பான்மைகள்தான். ஓர் ஆய்வு 1990 மற்றும் 2000க்கு இடையே கொல்லப்பட்ட கஷ்மீரி இந்துக்களின் எண்ணிக்கை 650 என்கிறது. இதில் 1990இல் மட்டும் கொல்லப்பட்டவர்கள் 399 பேர்.[24] சம்பத் பிரகாஷ் அவரது பட்டியலின்படி, 544 என்றார். அதற்குமாறாக டாக்டர் டெங் ஆயிரத்துக்கும் மேற்பட்ட கஷ்மீரி பண்டிதர்கள் கொல்லப்பட்டார்கள் என வாதிட்டார். ஆனால் பெருமளவுக்கு கொல்லப்பட்ட சாதாரண மக்கள் முஸ்லீம்கள் என்பதை ஒப்புக்கொள்ள மறுத்தார். தீவிரவாதிகள், தேசிய மாநாடு உறுப்பினர்கள், கம்யூனிஸ்ட்கள் என எந்தவிதமான வேறுபாடுமின்றி குறிவைத்துத் தாக்கினார்கள்.

டாக்டர் டெங்கும் அவரது அமைப்பும், பண்டிதர்கள் தீவிரவாதி களால் வன்முறை மூலம் அச்சுறுத்தப்பட்டார்கள்; அதனால் அவர்கள் தங்கள் வீடுகளை விட்டு ஜம்முவுக்கு இறங்கிவந்தார்கள் என வலியுறுத்திக் கூறினார்கள். அதை அவர்கள் 'வெளியேற்றம்' என்றார்கள். எப்படியிருப்பினும், அந்தப் பள்ளத்தாக்கைவிட்டு நீங்கிய கஷ்மீரி பண்டிதர்களில் நம்பத்தகுந்த உண்மையான எண்ணிக்கை எதுவுமில்லை.

சிலர் அது 7,00,000 என்றார்கள்; மற்றவர்கள் 1,00,000 என்றார்கள். இவ்வாறு ஒன்றுக்கும் மேற்பட்ட எண்ணிக்கைகளுக்கு காரணம் 1989ல் அந்தப்பள்ளத்தாக்கில் இருந்த பண்டிதர்களின் எண்ணிக்கையை 1941 மக்கள்தொகை கணக்கெடுப்பை ஆதாரமாகக்கொண்டு

கணக்கிட்டதுதான். அதில் கடைசிமுறையாக, கஷ்மீரி இந்துக்கள் என்பதிலிருந்து தனியொரு பிரிவாக பிரிக்கப்பட்டு பண்டிதர்கள் கணக்கிடப்பட்டு, பட்டியலிடப்பட்டார்கள். அந்தக் கணக்கெடுப் பில், 79,000க்கும் குறைவான பண்டிதர்களே அந்தப் பள்ளத்தாக்கின் பட்டியலில் இருந்தார்கள்.[25]

இந்த அடிப்படைக் கணக்கிலிருந்து 1990இல் பள்ளத்தாக்கில் இருந்த பண்டிதர்களின் எண்ணிக்கையை பிறப்பு, இறப்பு வீதாச்சார அடிப்படையில் கண்டுபிடிக்குமாறு மக்கள்தொகை ஆய்வர்கள் கேட்டுக்கொள்ளப்பட்டார்கள். அவர்கள் 1990க்குமுன் 1,60,000 முதல் 1,70,000 பேர் அந்தப் பள்ளத்தாக்கில் வாழ்ந்தார்கள் என்ற முடிவுக்கு வந்தார்கள்.

அரசியல் அறிவியலாளர் அலெக்ஸாண்டர் ஈவான்ஸ் 1990இல் 95% கஷ்மீரி பண்டிதர்கள் பள்ளத்தாக்கைவிட்டு வெளியேறினர். அதாவது, 1,50,000க்கும் 1,60,000க்கும் இடையிலுள்ள ஏதாவது ஒரு எண்ணிக்கையில் என்கிறார். நார்வே அகதிகள் குழுவின் உள்ளூர் இடமாற்றங்களை கண்காணிக்கும் மையம் 2,50,000 என்று கருதுகிறது, சி.ஐ.ஏ.அறிக்கை 3,00,000 என்கிறது.[26]

சம்பத் பிரகாஷ் கஷ்மீர் பண்டிதர்களின் இடமாற்றத்தில் ஆளுநர் ஜக்மோகனின் கை உறுதியாக இருந்தது என வாதிட்டார். ஆளுநர் பல அறிவிப்புக்களை வானொலி மூலம் வெளியிட்டார். அதில் அவர்களை வரவேற்க ஜம்முவில் அகதிகள் முகாம் ஏற்பாடு செய்யப்பட்டிருக்கிறது என்று பண்டிதர்களிடம் கூறினார். அரசு ஊழியர்கள் தங்களது சம்பளத்தை தொடர்ந்து பெறலாம் என்று உறுதியளித்தார். அதுமட்டுமல்ல; அவர்கள் தொடர்ந்து இங்கேயே தங்கியிருந்தால் அவர்களது பாதுகாப்புக்கு அவரால் உறுதியளிக்க முடியாது என்றும் அச்சுறுத்தினார்.

ஆனால் அதுமட்டுமே முழுமையான உண்மையல்ல. தீவிரவாதி களில் ஒருபிரிவினர் தங்கள் இலட்சியத்தின்பால் கஷ்மீரி பண்டிதர்கள் மீது அனுதாபம் கொண்டவர்களாக இருந்தபோதும்கூட அவர்களை பள்ளத்தாக்குக்கு வெளியே விரட்டவேண்டும் என்பதில் மிகவும் உன்னிப்பாக இருந்தார்கள். ஹிர்தயநாத் வாஞ்ச்சு ஏன் குறிவைக்கப்பட்டார்? சம்பத் பிரகாஷ் ஏன் அச்சுறுத்தப்பட்டார்? ஏனென்றால் தீவிரவாதிகள் எந்தவொரு கஷ்மீரி பண்டிதரும் கஷ்மீர் மக்களின் சார்பில் பேசுவதை விரும்பவில்லை என்பதால்தான் என மக்கள் நம்பினார்கள்

அதே காரணத்தால்தான் மனோகர் லால் போன்ற சாதாரண மனிதன்கூட தனது சகோதர ஆதரவை வெளிப்படையாகக் காட்ட முடியவில்லை.

பல கஷ்மீரி பண்டிதர்கள் தங்கள் சம்பளத்தைத் தொடர்ந்து பெற்றுவந்த போதிலும்; வேறு வேலைகளைச் செய்துவந்தார்கள். எடுத்துக்காட்டாக, அரசு டாக்டர்கள் தங்கள் சம்பளத்தை பெற்றுக்கொண்டார்கள். ஆனால், தங்களது சொந்தமான தனிப்பட்ட தொழிலை ஜம்முவில் — டெல்லியிலும்கூட செய்துவந்தார்கள். இதனால் சம்பத் கோபமடைந்தார். இது நேர்மையற்றது மட்டுமல்ல; கஷ்மீருக்காக அவர்கள் கொஞ்சம்கூட கவலைப்படவில்லை என்பதையும் காட்டியது என்றார் சம்பத்.

சம்பத் கூறுவதுபோல கஷ்மீரி மொழி கஷ்மீரி பண்டிதர்களையும், கஷ்மீரி முஸ்லீம்களையும் ஒருங்கிணைத்தது. ஆனால் கஷ்மீரி பண்டிதர்கள் அந்தப் பழமையான மொழிக்கு தாங்கள்தான் ஒட்டுமொத்த பாதுகாவலர்கள் என்று தங்களை முன்னிறுத்திக் கொண்டார்கள்.

ஆனால் நான் காண்பது புதுமையாக இருந்தது. கஷ்மீரி கலாச்சாரத்திலும் மொழியிலும் பெருமிதம் கொண்டிருந்த கஷ்மீரி பண்டிதர்கள் எளிதாக அந்த மொழியை மறந்துவிட்டிருந்தார்கள். அவர்கள் குழந்தைகள்கூட இன்றைய நாட்களில் கஷ்மீரி மொழியைப் பேசுவதில்லை. பனூன் கஷ்மீரி இயக்கத்தில் செயலார்வம் கொண்ட உறுப்பினரான டாக்டர் அஜய் ச்ருங்கோவிடம் நான் இந்தக் கேள்வியை முன்வைத்தேன். அவரது தந்தை இந்திய கம்யூனிஸ்ட் கட்சியின் உறுப்பினர். கஷ்மீரி பண்டிதர்கள் சமுதாயம் கஷ்மீரின் கடந்தகாலத்தோடு அதன் கலாச்சாரத்திலும், வளமான பாரம்பரியத்திலும் தொடர்புடையது என்பதை உறுதிப்படுத்தினார். ச்ருங்கோ தனது குழந்தைகள்கூட கஷ்மீரி மொழியை பேசுவதில்லை என்று ஒப்புக்கொண்டார்.

கஷ்மீரி தீவிரவாதிகள் தங்கள் தகவல் தொடர்புகளைச் செய்தது கஷ்மீரி மொழியில் அல்ல; உருதுமொழியில். அஃப்சல் சிறை யிலிருந்தபோது, தனது கஷ்மீர் நண்பர்களுக்குக்கூட கடிதங்களை ஆங்கிலத்தில்தான் எழுதினார். அதில் உருது கவிதை வரிகள் சிலவற்றை புகுத்தியிருந்தார். ஆனால் அவை எப்போதும் கஷ்மீரி மொழியில் இருந்ததில்லை.

கஷ்மீரி பண்டிதர்களில் எவரொருவரும் திரும்பிச்செல்லப்

போவதில்லை என்பதை டெங் அறிந்திருந்தார். ஆனாலும்கூட, அவர் ஏன் கஷ்மீரி பண்டிதர்களுக்கான 'தாய்நாடு' என்ற கோரிக்கையை உண்மையில் விடாமல் பற்றிக்கொண்டிருக்கிறார் என்று டாக்டர் டெங்கிடம் நான் கேட்டேன். 'பெரும்பாலான பண்டிதர்கள் ஏற்கனவே தங்கள் வீடுகளை விற்றுவிட்டு சமவெளியில் குடியேறிவிட்டார்கள். அவர்கள் அழிந்திவிடாதிருப்பதற்காக போராடிக் கொண்டிருக்கிறார்கள். தங்கள் சமுதாயம் வரலாற்றின் பக்கங்களிலிருந்து துடைத்தெறியப்படப் போகிறது என்பதை அவர்கள் அறிந்திருந்தார்கள்' என்பது அவரது பதிலாக இருந்தது. அவர் இதை அமைதியாகவும், ஆத்திரமில்லாமலும், ஆனால் முழு ஈடுபாட்டோடு கூறினார்.

துரதிர்ஷ்டவசமாக, இந்த வகையான அரசியல் விவாதங்களுக்கு மத்தியில் அகதி முகாம்களில் இன்னும் வாழ்ந்துகொண்டிருக்கும் கஷ்மீரி பண்டிதர்கள் சந்தித்துவந்த உண்மையான மனிதாபிமான பிரச்சனைகளை நாம் தொலைத்து விட்டோம். 1990இல் அந்த முகாம்களில் வாழ்ந்துகொண்டிருந்த பண்டிதர்களுக்கு அடிப்படை வசதிகள்கூட இல்லை என்பதை சம்பத் பார்த்தார். ஆர்.எஸ். எஸ். சேவகர்கள்தான் அந்தக் குடும்பங்களுக்கு வசதிகளையும், உதவிகளையும் தந்தார்கள் என்று அவர் சொன்னார். அங்கு கழிப்பறைகளே இல்லை. பலரும் திறந்தவெளிகளையே பயன்படுத்தி வந்தார்கள். அங்கு தண்ணீர் இல்லை. ஜம்முவின் வெப்பமோ தாங்கமுடியாததாக இருந்தது. பலர் நோய்வாய்ப்பட்டனர். அநீதி இழைக்கப்பட்ட உணர்வும், இழப்பும் அப்போது உண்மையாகவும், வலிமிகுந்ததாகவும் இருந்தது. அதற்குப் பின்னும் அவ்வாறே தொடர்ந்தது.[27]

டெல்லியில் நஜப்கர் பகுதியில் வாழ்ந்து கொண்டிருந்த தனது தாயாரையும், குடும்பத்தின் மற்ற உறுப்பினர்களையும் சந்திக்க சம்பத் பிரகாஷ் என்னை அழைத்துச்சென்றபோது, அவர்கள் உணர்ந்த ஆழமான இழப்பை என்னால் சிறிது புரிந்துகொள்ளமுடிந்தது. அந்த சூழ்நிலைக்கேற்ப தங்களை மாற்றிக்கொள்வதில் தங்களது இயலாமையை தங்களுக்குள் அவர்கள் கண்டார்கள். அந்தக்குடும்பம் ஒரு சிறிய வீட்டில் வாழ்ந்தது. ஆனால் அந்த வீட்டின்முன் ஒரு காலியிடம் இருந்தது. அந்தக்குடும்பம் அந்த இடத்தில் கட்டடம் எதையும் கட்டவேண்டாம் என முடிவுசெய்திருந்தது. அது செங்கல் சுவர்களால் சூழப்பட்டிருந்த ஒரு சிறிய இடம். அவர்களது மரவாயிற் கதவுகளைத் திறந்தவுடன், அவர்கள் பள்ளத்தாக்கில் விட்டுவந்த இடத்தின் அழகை மீண்டும் உருவாக்கும் ஒரு நம்பிக்கையிழந்த

முயற்சியாக, நான் ஒரு தோட்டத்தைப் பார்த்தேன். அவர்கள் பூச்செடிகளை நட்டதாகவும், ஆனால் இதுவரை ஒன்றுகூட பூக்கவில்லை என்றும் கூறினார்கள். இருந்தபோதிலும், சம்பத்தும் அவரது தாயாரும் இரண்டு பிளாஸ்டிக் நாற்காலிகளில் அமர்ந்து அந்தத் தோட்டத்தைப் படமெடுக்கக் கேட்டுக்கொண்டார்கள்.

அவர்களது குடும்பத்தின் இளம்குழந்தைகள் அந்தச்சிறிய தோட்டத்தின் தனிச்சிறப்பை உண்மையில் புரிந்துகொள்ளவில்லை. புதியகாற்றை சுவாசிப்பது எப்படியிருக்கும் என்பதும், வாதுமைப் பூக்களின்கீழ் ஒரு இன்ப உலாவை அனுபவிப்பது எப்படி என்பதும் அவர்களுக்குத் தெரியாது.

பயம், அச்சுறுத்தல், மிரட்டல் அல்லது அரசு ஊக்கப்படுத்தியது போன்றவற்றால் அந்தப் பள்ளத்தாக்கை விட்டுச்சென்ற 75,343 குடும்பங்களில் ஒவ்வொன்றும் தனது சொந்தத் துயரங்களை சந்திக்கவேண்டியிருந்தது. அவர்கள் தங்கள் குழந்தைகள் படிப்பதையும், வேலைபெறுவதையும் உறுதிப்படுத்த வேண்டியிருந்தது.

நான் எப்போதெல்லாம் கஷ்மீரி பண்டிதர்களோடு பேசினேனோ, அப்போதெல்லாம் அவர்கள், குளிர்ச்சியான புதியகாற்று, பூக்களின் நறுமணம் மற்றும் வேகவைத்து வடிகட்டிய பச்சைக்காய்கறிகளின் ருசி ஆகியவற்றை பேசித் தீர்த்தார்கள். கஷ்மீரி பண்டிதர்கள் அந்தப் பள்ளத்தாக்கில் அவர்கள் விட்டுவந்த கஷ்மீரி முஸ்லீம்களின் வேதனைகளைப்பற்றி பேசவே இல்லை. தங்களுடைய முஸ்லீம் அண்டைவீட்டினரை, அவர்களது நண்பர்களை அல்லது சகாக்களைப்பற்றி ஒருவர்கூட குறிப்பிடவே இல்லை. அவர்கள் அந்தப்பள்ளத்தாக்கின் இயற்கைக்காட்சிகளை இழந்துவிட்டார்கள். இந்தியா அவர்களது அரசியல்வீடு. ஏனென்றால், அவர்கள் கஷ்மீரை இந்தியாவுடன் ஒருங்கிணைந்த பகுதியாகப் பார்த்தார்கள்.

சம்பத் நான் அவர்களது ரெய்னாவாரி வீட்டைப் பார்க்கவேண்டும் என்று வற்புறுத்தியபோது, அந்தப் பள்ளத்தாக்குக்கு ஒரு கஷ்மீரி பண்டிதர் திரும்பச் செல்லும்போது அனுபவிக்கும் பகைமை உணர்வின் ருசி எனக்கு கிடைத்தது. 2009 ஜனவரியில் அதுஒரு கடும்குளிரான பிற்பகல். ஒருகாலத்தில் சம்பத்தின் வீடாக இருந்த கட்டடத்தின் முன் நின்றுகொண்டிருந்தேன். சம்பத் தனது அறையை பார்க்கவிரும்பினார். சம்பத் அதற்கு அனுமதிபெற்று மாடிக்குச் சென்றார். எனவே நான் தெருவில் காத்துக்கொண்டிருந்தேன்.

வெள்ளை குர்தா, பைஜாமா மற்றும் தலைக்குல்லாய் அணிந்திருந்த நான்கு அல்லது ஐந்து கஷ்மீர் மனிதர்கள் சிறிது தொலைவிலிருந்து என்னைப் பார்த்துக்கொண்டிருந்தார்கள். எனது காதுபட கேட்கும் அளவுக்கு சத்தமாக அவர்களில் ஒருவர் கூறினார்: 'அவர்களது பழைய வீடுகளை பார்க்கவந்திருக்கும் கஷ்மீரி பண்டிதர்களாக இருக்கும்.' அந்தக்குரலில் அளவுகடந்த அவமதிப்பும், வெறுப்பும் தொனித்தன. அவர்கள் சிரிப்பில்லாத முகங்களுடன் காணப்பட்டார்கள். எனது இரத்தம் உறைந்தது.

சம்பத் திரும்பினார். அந்த இரண்டு சமூகங்களும் ஒன்றாக வாழும் சாத்தியம் உள்ளதாக தொடர்ந்து நம்பிக்கை கொண்டிருக்கும் அந்த மனிதனை நான் மரியாதையுடன் பார்த்தேன். படகுவீடு உரிமையாளர்களின் சங்கத்தலைவர் அலி மொஹம்மது பட்டை நான் பேட்டிகாணவேண்டும் என்று சம்பத் வற்புறுத்தினார். அவர் தால் ஏரியில் உள்ள ஒரு தீவில் 200 ஆண்டுகள் பழமையான ஒரு வீட்டில் வாழ்ந்துவந்தார். அந்தச் சங்கத்தின் அலுவலகம் நெளிநெளியாக வளைக்கப்பட்ட தகரக்கூரையின்கீழ் இருந்த ஒரு மரக்கட்டடம்.

அந்தப் படகோட்டிகள் கி.பி.112—72லிருந்து கஷ்மிரில் இருந்து வருகிறார்கள். அப்போது அரசராக இருந்த பிரவசேனா கஷ்மீரி அவர்களை 'சங்கல் தீப்'பில் (ஸ்ரீலங்கா) இருந்து ஆற்றுப்போக்குவரத்து வசதிக்காக அழைத்து வந்திருந்தார். ஆனால், அந்த சமூகம் தாங்கள் படகு கட்டும் கலையை நோவாவிடமிருந்தே கற்றுக்கொண்டதாக கூறிக்கொள்கிறார்கள். அந்தப்படகு வீடுகள் (ஊழிப்பெருவெள்ளத்திலிருந்து விலங்கினம் ஒவ்வொன்றிலிருந்தும் இரண்டு உயிர்களைக் காப்பாற்ற) நோவா கட்டிய படகுபோலவே இருந்தன என்று கிறிஸ்தவ மிஷனரிகளும் கூட ஏற்றுக்கொண்டன.[28]

கஷ்மீர் சுற்றுலா வளர்ச்சித்துறையின் சின்னமாக படகு விளங்கியது. ஸ்ரீநகரில் ஒரு உள்ளூர்வாசியாகவோ அல்லது பிரதமராகவோ இருந்தாலும்கூட அந்த சிறிய படகில் ஒரு சவாரி செய்யாமல் பள்ளத்தாக்கைவிட்டு செல்ல மாட்டார் என்பதை அலி மொஹம்மது அறிந்திருந்தார். ஆனால் கஷ்மீருக்கு வந்த சில பார்வையாளர்கள், ஆயுதக் கலவரங்கள் நடைபெற்ற காலத்தில் எந்த சுற்றுலா பயணிகளும் வராத நிலையில் மிகச்சில பார்வையாளர்கள் மட்டுமே அங்கிருந்தபோது, இந்த படகோட்டிகளால் எவ்வாறு உயிர்பிழைத்திருக்க முடிந்தது என்று சிந்தித்தார்கள்.

பழுப்புநிற கம்பெனி பெரான் அணிந்து, தரையின்மீது அமர்ந்திருந்த 50 வயதான அந்தப்படகுக்காரர் தனது குடும்பத்தைப்பற்றி என்னிடம் சொன்னார். அவருக்கு நான்கு சகோதரர்களும், இரண்டு சகோதரிகளும் இருந்தார்கள். நான்கு சகோதரர்களும்கூட படகுக்காரர்கள்தான். சுவரில் தொங்கிக்கொண்டிருந்த சட்டம்போட்ட புகைப்படத்திலிருந்து அலி மொஹம்மதுவின் பெற்றோர்கள் கீழ்நோக்கி எங்களைப் பார்த்துக் கொண்டிருந்தார்கள். அவரது தந்தை 1951லிருந்து சங்கத்தின் தலைவராக இருந்தவர். அவர் மிகவும் நன்றாக மதிக்கப்பட்ட மனிதர். அவர் குடும்பத் தகராறுகளை தீர்த்து வைத்தார். அந்த சமுதாயத்தினர் மிகவும் குறைவாக சம்பாதித்த சிரமமான நேரங்களில் அந்த சமுதாயம் முழுவதையும் பாதுகாத்தவர். அவர்களுடைய சங்கம் குறைந்தபட்ச ஊதியம்பெறும் அரசு ஊழியர் கூட்டமைப்பில் ஒரு உறுப்பினராக ஆனபிறகுதான் அந்த படகுக்காரர்கள் போராடும் கலையை கற்றுக்கொண்டார்கள்.

அலி மொஹம்மது படகுக்காரர்கள் நடத்திய முதல் வேலை நிறுத்தத்தை நினைவுபடுத்தினார். அது 1983இல். அவர்கள் எவ்வாறு 15 நாட்கள் தங்கள் படகுகளை ஓட்டாமல் இருந்தார்கள் என்பதையும், சுற்றுலாத்துறை நிர்ணயம் செய்த ஒரு சவாரிக்கான கட்டணத்தை உயர்த்தவேண்டும் என்று கோரியதையும். விளக்கிக்கூறினார். அந்த வேலை நிறுத்தம் வெற்றிபெற்றது. ஒரு சவாரிக்கு ரூ.50/ என்பதிலிருந்து ரூ.100/ என அவர்கள் பெற்றார்கள். இப்போதைய கட்டணம் ரூ.200/. அவர்கள் புதிய படகுகள் கட்டுவதற்கான மானியத்தையும்கூட பெற்றார்கள். ஒரு படகு 10 முதல் 12 ஆண்டுகள் வரைதான் நீடிக்கும். அதன்பிறகு, புதிய ஒன்று தேவைப்படும். இருந்தபோதிலும் பலர் புதிய படகுக்காக அவர்கள் பணம் செலுத்த முடியாதபோது, தங்கள் பழைய படகுகளை பழுதுபார்த்து வைத்துக்கொண்டார்கள். அங்கு 10 தொழிற் பட்டறைகள் இருந்தன. அவற்றில் படகுகள் கட்டப்பட்டன.

இந்த சாதனைகளை நினைவுபடுத்தியபோது அலி மொஹம்மதுவின் குரலில் பெருமை எதுவும் இருக்கவில்லை. அந்த போராட்டங்களின் பயன்கள் ஆயுதக்கலவரங்களின்போது துடைத்தெறியப்பட்டன என்று அவர் கூறினார். இரவும் பகலும் ஊரடங்குச் சட்டம் இருந்த நாட்களில் அனுபவித்த சிரமங்கள் பற்றி அவர் கூறும் போது அவர் கண்கள் உணர்ச்சியின்றி காணப்பட்டன. அண்டைவீட்டுக்காரர்கள் தங்கள் உணவை ஒருவரோடொருவர்

பங்கிட்டுக் கொண்டார்கள். காய்கறி விளைவிப்போர் தங்கள் விளைச்சலில் இருந்து தங்கள் பங்கைக் கொடுத்தார்கள். ஆனால் அவை போதுமானதாக இல்லை.

படகுக்காரர்கள் தங்களிடம் என்னவெல்லாம் இருந்தனவோ அவற்றையெல்லாம் விற்றார்கள். சிலர் தங்கள் மகள்களின் திருமணத்துக்காக வாங்கியிருந்த தங்கத்தை விற்றபோது, மற்றவர்கள் தங்கள் வானொலி, தொலைக்காட்சிப் பெட்டிகள் என எதுவாக இருந்தாலும் கொஞ்சம் பணம்பெற அனைத்தையும் விற்றார்கள். அவர்கள் அவற்றை குறைந்த விலைக்கு விற்கவும் கட்டாயப்படுத்தப்பட்டார்கள். இதையெல்லாம் செய்தபிறகும்கூட அவர்களால் ஒரு நாளைக்கு ஒருவேளை உணவுமட்டும் கொடுக்கமுடிந்தது. அவர்கள் உண்பதற்கு எதுவுமில்லாத நாட்களும்கூட இருந்தன. பெரும்பாலான படகுக்காரர்கள் தங்கள் குழந்தைகளைக்கூட தினக்கூலிக்காரர்களாக வேலை செய்ய அனுப்பினார்கள். அதன்மூலம் அவர்கள் சிறிதளவு பணம் சம்பாதிக்க முடிந்தது என்று அலி மொஹம்மது கூறினார். சில படகுக்காரர்கள் விரக்தியில் தங்கள் படகுகளைக்கூட விற்க விரும்பினார்கள். ஆனால் அவற்றை வாங்க யாரும் இல்லை என்பதை அவர் அறிந்திருந்தார். 'தீவிரவாதத்தின்போது மிக அதிகமாக துன்பம் அடைந்தவர்கள் படகுக்காரர்கள்தான். நாங்கள் கடைக் காரர்களைவிட மிகவும் அதிகமாக துன்பப்பட்டோம்' என்று அவர் கூறினார்.

திரைப்படங்களுக்கான படப்பிடிப்புகள் தால் ஏரியில் நடை பெற்றதை அவர் நினைத்துப்பார்த்தபோதுதான் அலி மொஹம்மதுவின் கண்கள் ஒளிர்ந்த ஒரேநேரம் ஆகும். அரசியல்வாதிகளின் பெயர்களை கூறும்போது இருந்த உற்சாகத்தைவிட கூடுதலான உற்சாகத்தில் திரைப்படத் துறையினரின் பெயர்களைக் கூறினார். அவர் ஏதேனும் படங்களைப் பார்த்திருக்கிறாரா? அவர் பார்த்த ஒரேபடம் 'ஜப் ஜப் பூல் கிலே' தான். அந்தப்படம் ஒரு சாதாரண படகுக்காரனான ராஜாவுக்கும், வெளிநாட்டிலிருந்து அப்போதுதான் திரும்பி வந்திருந்த பணக்கார சுற்றுலா பயணிப்பெண் ரீட்டாவுக்குமிடையே இருந்த காதலை மையமாகக் கொண்டிருந்தது என்றார்.

ஒரு ஏழை கஷ்மீர் படகுக்காரன் ராஜா, பம்பாய் மத்திய புகைவண்டி நிலையத்தில் ஒரு பணக்கார இந்துப்பெண்ணை புகைவண்டிக்குள் இழுத்து அவளை கஷ்மீருக்கு அழைத்துச்செல்லும்

அந்த கடைசிக்காட்சி அவரது நினைவில் இருக்கிறதா? என்று நான் கேட்டபோது, அவரது கண்கள் பிரகாசித்தன. அந்தப்படம் தடைகளைத் தகர்த்து மாபெரும் வெற்றி பெற்றது. ஆனால், ஒரு பணக்கார இந்துப்பெண், முஸ்லீம் படகுக்காரனோடு ஓடிப்போனதை எவரொருவரும் கவனிக்கவில்லை.[29] இத்தகைய ஒரு கதை ஒருவராலும் ஆட்சேபிக்கப்படாதது எவ்வாறு நடந்தது? அலி மொஹம்மது ஒரு எளிய விளக்கம் தந்தார்: 'ஒரு நல்ல காதல் கதையை ஒவ்வொருவரும் ரசித்து அனுபவிக்கிறார்கள்'.

யாராவது படகுக்காரர்களோ அல்லது அவர்கள் குழந்தைகளோ தீவிரவாதத்தோடு சேர்ந்தார்களா? அவர் அழுத்தமாகக் கூறினார்: அவர்கள் சேரவில்லை. தீவிரவாதிகள் அவர்களுக்கு கொடுத்த உணவைக்கூட அவர்கள் ஏற்றுக்கொள்ளவில்லை. அவர்கள் வாழ்ந்த இடங்களில் தீவிரவாத தடுப்பு நடவடிக்கைகள் பல இருந்தன. இராணுவம் படகுக்காரர்கள் பலரை அடித்தது. ஆனால் அவர்கள் அந்த சமூகத்திலிருந்து ஒரேயொரு தீவிரவாதியைக்கூட ஒருபோதும் பிடிக்கவில்லை.'

இப்போது படகுக்காரர்கள், தங்கள் வீடுகளின் அடியில் சேறு படிந்துள்ளதற்காகவும், தால் ஏரியில் மக்கள்தொகை வளர்ந்துள்ளதற்காகவும், அவர்களது வீடுகளிலிருந்து வெளியேற்றப்படுவதை எதிர்த்துப் போராடி வருகிறார்கள். ஒருகாலத்தில் அங்கு பதிவுபெற்ற படகுக்காரர்கள் 1,700 பேர் இருந்தார்கள். இப்போது 4,500பேர் இருக்கிறார்கள். படகு வீடுகளின் எண்ணிக்கை 1,200ஆக உயர்ந்துள்ளது. அவற்றிலிருந்து மனிதக்கழிவுகள் வெளிவருகின்றன. ஆனால், சுற்றுச்சூழல் மாசுபடுவதற்கு அவர்கள் படகுக்காரர்கள்மீது பழிசுமத்துகிறார்கள். தனது வீட்டில் கழிவுத்தொட்டி உள்ளது என்ற அவர், படகுவீடுகள்தான் தால் ஏரியை மாசுபடுத்திவிட்டன என்கிறார்.

அலி மொஹம்மது என்னைப் பார்த்துக் கூறினார்: 'எங்களுக்கு மறுவாழ்வு அளியுங்கள். எங்கள் குழந்தைகளுக்கு வேலை கொடுங்கள். நாங்கள் தால் ஏரியைவிட்டு சென்றுவிடுகிறோம். ஆனால், அரசு ஒன்றை நினைவில்கொள்ள வேண்டும். மக்கள் கஷ்மீருக்கு படகுசவாரி செய்யவே வருகிறார்கள். அதுதான் அவர்கள் வருகையின் முதன்மை நோக்கம்.'

நான் அவரிடம் கூறினேன்: நான் செய்யக்கூடியதெல்லாம் அவரது கதையை எழுதுவதுதான்.

இறந்த இலைகளின் காடு
(1996-2001)

தீவிரவாதிகளிடமிருந்து தனது உயிருக்கு அச்சுறுத்தல்கள் தொடர்ந்து வந்ததால் சம்பத் பிரகாஷ் கஷ்மீர் பள்ளத்தாக்குக்குள் கிட்டத்தட்ட ஏழு ஆண்டுகள் — 1994இல் இரு குறுகிய வருகையைத்தவிர — நுழைய முடியவில்லை. அவர் சூழ்நிலைகளை உன்னிப்பாக கவனித்து, தனது வீட்டுக்கு திரும்பவும், தனது தொழிற்சங்க நடவடிக்கைகளை மீண்டும் துவங்குவதற்குமான வாய்ப்புக்களுக்காக காத்திருந்தார். அவர் இறுதியாக 1996இல் அந்தப் பள்ளத்தாக்கில் தேர்தல்கள் அறிவிக்கப்பட்டபோது அந்த வாய்ப்பைப் பெற்றார். 1987க்குப்பிறகு தேர்தல் அறிவிக்கப்பட்டது அதுதான் முதல்முறை. இந்தியப் பாராளுமன்றத்துக்கான தேர்தல்கள் ஏற்கனவே 1996 மே—யில் நடந்திருந்தன. சட்டமன்றத்துக்கான தேர்தல்கள் 1996 செப்டம்பரில் நடைபெறவிருந்தன.

தேசிய மாநாடு கட்சி தேர்தல்களில் நிற்க முடிவெடுத்திருப்பதாக சம்பத்துக்கு தகவல் தெரிவித்திருந்த ஜார்ஜ் பெர்ணாண்டஸ், அந்தக்கட்சிக்கு சம்பத் வாக்குசேகரிப்பது

நல்லயோசனை என்று நினைத்தார். சம்பத்துக்கு அது ஒரு சவாலாக இருந்தது. ஏனென்றால், அது தனது வாழ்வை பெரும் ஆபத்துக்கு உள்ளாக்கும் என்று தெரிந்துவைத்திருந்தார். அதுவும் குறிப்பாக, தேர்தல்களை புறக்கணிக்குமாறு ஹுரியத் அப்போது அழைப்பு விடுத்திருந்தது. ஆனால் சம்பத் தேர்தல்கள் இருண்டுகிடந்த கஷ்மீர் அரசியல் நிலப்பரப்பில், கொஞ்சம் ஜனநாயகத்துக்கான வெளியை திறக்கும் என்று உணர்ந்தார். அவர் சட்டமன்றத்திலோ அல்லது பாராளுமன்றத்திலோ ஒரு இடத்தை பெறவிரும்ப வில்லை. அவர் தேசிய மாநாடு கட்சியின் தகவல்தொடர்பு வலைப்பின்னலை மக்களைச் சென்றடைவதற்கும், அவர்களை வாக்களிக்கக் கேட்டுகொள்வதற்கும் பயன்படுத்திக்கொள்ள விரும்பினார்.

சம்பத் தனது நம்பிக்கைக்குரிய தோழர் நிசார் அலி மிர்ஐ தொடர்புகொண்டு, அவரிடம் தான் திரும்பிவருவதற்கு திட்டமிட்டுள்ளது பற்றி அவர் என்ன நினைக்கிறார் என்று கேட்டார். இந்த ஆண்டுகளிலெல்லாம் நிசார் ஹுரியத்துடன் வேலைசெய்து வந்தார். ஹுரியத்தில் இருந்த பலரும், சம்பத் பள்ளத்தாக்குக்கு திரும்பிவருவது நல்லது; அதன்மூலம் குறைந்தபட்சம் அடையாளப்பூர்வமாக ஒரு கஷ்மீரி பண்டிதராவது அங்கு வேலைசெய்வதைப் பார்க்கமுடியும் என்று தங்கள் உணர்வுகளை வெளிப்படுத்தினார்கள்.

தேசிய மாநாடு கட்சி ஒரு தனிப்பட்ட பாதுகாப்பு அலுவலரையும், குண்டு துளைக்காத காரையும் சம்பத் பிரகாஷுக்காக ஏற்பாடு செய்தது. ஒரு ஓட்டலிலோ அல்லது நிசார் அலி மிர்ருடனோ தங்குவது அவருக்கு பாதுகாப்பாக இருக்காது என்று அவர் அறிந்திருந்தார். எனவே தேசிய மாநாடு பக்ஷி குலாம் மொஹம்மதுவின் அதிகாரபூர்வ குடியிருப்பை அவருக்கு ஒதுக்கியது. அதில் இருந்த வர்கள் கஷ்மீரை விட்டுச் சென்றிருந்தார்கள்.

சம்பத் அந்த வாய்ப்பை துரோகிகளுக்கு எதிராக ஒரு இயக்கத்தை உருவாக்க பயன்படுத்திக்கொள்ள முடிவு செய்தார். அந்த துரோகிகளாக இருந்தவர்கள் முன்னாள் தீவிரவாதிகள். அவர்கள் தாங்களாகவே சரணடைந்தோ அல்லது பிடிபட்டோ, அதன்பிறகு, தாங்களாக விரும்பியோ அல்லது கட்டாயப்படுத்தப்பட்டோ காவல்துறைக்காகவும், இந்திய இராணுவத்துக்காகவும் வேலை செய்துவந்தார்கள். அவர்களில் மிகவும் ஆபத்தான துரோகி குக்கா பர்ரே என அழைக்கப்படும் மொஹம்மது யூசுஃப் பர்ரே தான். அவனது அமைப்புத்தான் 'இக்வான்—உல்—முஸ்லிமீன்'.

மொஹம்மது யூசுஃப் பர்ரே பாரமுல்லா மாவட்டத்தில் ஹஜன் கிராமத்தில் 1958இல் பிறந்தவன். அவன் சிறிதளவு முறையாக கல்வி கற்றவன். ஆனால் புகழ்பெற்ற கிராமியப் பாடகனாகவும், நடனமாடுபவனாகவும் இருந்தான். அவன் கஷ்மீரி மொழியில் கவிதைகளை எழுதியவன். 1989இல் JKLF இல் சேர்ந்து எல்லைகடந்து ஆயுதப்பயிற்சிக்காக பாகிஸ்தான் சென்றவன். பாகிஸ்தான் கஷ்மீருக்கு உதவவில்லை; ஆனால், அதன் சமுதாயப் பண்புகளை அழிக்கிறது என்று உணர்ந்து ஏமாற்றமடைந்த மனிதனாக திரும்பினான்.

பர்ரே, சம்ஷெத் ஷிராலி என்ற புனைபெயருடன் ஜமாத்—இ—இஸ்லாமியின், இன்னும் குறிப்பாக ஹிஸ்புல் முஜாஹிதீனின் அடிப்படை கோட்பாடுகளை எதிர்த்துப்போராடும் நோக்கத்தோடு 'இக்வான் — உல் — முஸ்லிமீனை'த் துவக்கினான். ஜமாதி தலைவர் மீது நடத்திய ஒரு தாக்குதலில் அவன் 1,000 தங்க பிஸ்கட்டுகள், 20,00,000 ரூபாய்கள், 600பொட்டலம் பிரவுன் சுகர் ஆகியவற்றை பறித்தான். அந்த மனிதன் பாகிஸ்தானில் உள்ள லஸ்கர்—இ—தொய்பாவுக்காக வேலைசெய்தவன் என்று பர்ரே கூறினான்.

1996 மார்ச்சில் அவன் வன்முறை எவ்வாறு ஒரு லாபகரமான தொழில்துறையாக ஆகிவருகிறது என்பதைக் கண்டுபிடிக்க அரசு விசாரணை தேவை என்று கேட்டான். அவன்தான் ஃபரூக் அப்துல்லாவை தேர்தலில் நிற்குமாறு சம்மதிக்க வைத்தவன் என்றும் கூறப்படுகிறது. பர்ரே தானாகவே அவாமி லீக் என்ற அரசியல் கட்சியை ஆரம்பித்து தான் தேர்தலில் நிற்கப் போவதாகவும் அறிவித்தான்.[1]

இந்திய உளவுத்துறை அமைப்புக்கள் பர்ரேயின் பெரும் முயற்சிகளால்தான் தீவிரவாதத்தின் அளவு குறிப்பிடத்தக்க அளவில் பெருமளவுக்கு குறைந்தன என்றும், தேர்தல்கள்கூட நடைபெறும் என்று ஒப்புக்கொண்டன.

ஆயுதக் கலவரங்களை எதிர்த்து முன்னாள் தீவிரவாதிகளைப் பயன்படுத்திய இந்திய அரசு, தீவிரவாதக் குழுக்களை இந்திய பாதுகாப்புக் குழுக்களோடு[2] வேலைசெய்ய வைத்தது மட்டுமல்ல, பெரும் எண்ணிக்கையிலான மனித உரிமைகள் மீறலுக்கு பொறுப்பாக்கியது. பர்ரே தானாகவே சட்டத்துக்கு புறம்பாக மூங்கில்களை கடத்தல், பத்திரிக்கையாளர்களை அச்சுறுத்தல் மற்றும் தீவிரவாதிகளைக் கொன்று குவித்தல் ஆகியவற்றில் ஈடுபட்டான்.

தீவிரவாதிகளுக்கு அப்பால் ஜம்மு மற்றும் கஷ்மீர் காவல்துறையின் சிறப்பு தாக்குதல் குழுக்களும் *(Special Operation Groups-SOG)* தீவிர ஆயுதக்கலவர எதிர்ப்பில் பயன்படுத்திக் கொள்ளப்பட்டன. அதில் கஷ்மீரிகள் அல்லாத பல உறுப்பினர்களும், அதேபோல தீவிரவாதத்தால் பாதிக்கப்பட்டவர்களும் தங்கள் சொந்தப்பழியை தீர்த்துக்கொள்ள, மக்களை தீவிரவாதிகள் என்ற சந்தேகத்தின்பேரில் சித்ரவதை செய்தார்கள்.

சம்பத் ஒரு துண்டுப்பிரசுரத்தை எழுதியும், சுவரொட்டிகளைத் தயார்செய்தும் முன்னாள் *SOG*[3]-யின் சிறப்பு அதிரடிப்படையை *(Special Task Force-STF)* கண்டனம் செய்தார். அடுத்துவந்த அரசுகள் அவர்களது சட்டத்துக்குப் புறம்பாக தடுப்புக்காவலில் வைக்கும் மையங்களை கலைத்துவிட உறுதியளித்தன. அந்த மையங்களில் மக்கள் வெறும் சந்தேகத்தின்பேரில் பிடிக்கப்பட்டு வாரக்கணக்கில், ஏன் மாதக்கணக்கிலும்கூட, முறையாக கைது செய்யப்படாமலும், குற்றச்சட்டங்களின்கீழ் உள்ள உரிமைகள் அளிக்கப்படாமலும் சித்ரவதை செய்யப்பட்டார்கள்.

சம்பத்தின் தொழிற்சங்க சகாக்கள் அவரைச்சுற்றி அணிவகுத்து நின்றதோடு, அவர் சுவரொட்டிகளை விநியோகிப்பதற்கு உதவினார்கள். ஆனால், அவர் தன்னோடு இணைந்திருக்க வேண்டாம் என்றும், அல்லது வெளிப்படையாக அவரோடு வேலைசெய்ய வேண்டாம் என்றும் வலியுறுத்தினார். அவர்களுக்கு எந்த பாதுகாப்பும் இல்லை; அவர்கள் தீவிரவாதிகள் மற்றும் துரோகிகள் என்ற இருபிரிவினராலும் குறிவைத்து தாக்கப்படலாம். அந்த நேரத்தில் சங்கத் தலைவர்கள் துரோகிகளை எதிர்த்து வெளிப்படையாக வெளிவரவில்லை. இருந்தபோதிலும், பின்னர் அவர்கள் அதிரடிப்படை உடனடியாக கலைக்கப்படவேண்டும் என்று கோரி அணி திரளவும், ஊர்வலம் நடத்தவும் செய்தார்கள். அவர்கள் ஃபரூக் அப்துல்லாவின் அரசை, துரோகிகளுக்கு எல்லையற்ற அதிகாரங்களைக் கொடுத்து, அவர்கள் கொள்ளையடிக்கவும், ஆட்களைக் கடத்தவும், கற்பழிக்கவும்கூட அனுமதித்ததை கண்டித்துத் தாக்கிப் பேசினார்கள்.

1990க்கும் 1994க்கும் இடைப்பட்ட ஆயுதக் கலவர ஆண்டுகளில் நிசார் அலி மிர் தீவிரவாதிகள் மற்றும் துரோகிகளால் குறி வைக்கப்பட்டார். ஜக்மோகன் ஆளுநராக இருந்தபோது, ஒருசமயம் ஜாவேத் ஷா[4] என்ற மிகவும் கெட்டவனான துரோகி, நிசார் அலியையும், இஷ்தியாக் காத்ரியையும் செஞ்சதுக்கத்திலிருந்து

கடத்தி தங்கள் தலைமை இடத்துக்கு கொண்டு சென்றான். அந்த இடம் சிவபுராவிலிருந்த கஷ்மீரி பண்டிதர்கள் குடும்பத்தால் விட்டுச்சென்ற வீடு ஆகும். கஷ்மீரி பண்டிதர்களின் காலிவீடுகள் குறுக்கு விசாரணை மையங்களாகவும் பயன்படுத்தப்பட்டன. ஒருகாலத்தில் குழந்தைகளின் சிரிப்புக்களால் நிறைந்திருந்த அந்த வீடுகளிலிருந்து அழுகைகளும், ஓலங்களும் கேட்டதாக மக்கள் புகார் செய்தார்கள்.

அந்த வீட்டில் மிகவும் முரட்டுத்தனமான, மிகப்பெரிய அளவிலான நாய் ஒன்று இருந்தது என்று நிசார் கூறினார். அதை எதிர்த்தவுடனேயே பலர் இறந்துவிட்டார்கள் எனக்கூறப்பட்டது. மற்ற துரோகிகள் அனைவரும் வட்டமாக அமர்ந்திருந்தார்கள். அவர்கள் பலரும் உடலை கட்டமைக்கும் பயிற்சிகளில் ஈடுபட்டு வலிமையானவர்களாகவும், அச்சமூட்டுபவர்களாகவும் காணப்பட்டார்கள். அவர்களிடையே பலராலும் பாபா கிஷ்த்வாரி[5] என்று அறியப்பட்ட குலாம் மொஹம்மது ரோனே இருப்பதை நிசார் கண்டு கொண்டார். அவன் ஒரு காலத்தில் பாம்பூரில் உள்ள ஒரு தொழிற்சாலையில் காவல்காரனாக வேலை செய்தவன். ஆனால் இப்போது *STF*-காக வேலைசெய்து வந்தான். அந்த நேரத்தில் இத்தகைய துரோகிகள் 5,000பேர் தங்களுக்காக வேலை செய்ததாக காவல்துறை இன்ஸ்பெக்டர் ஜெனரல் குர்பச்சன் ஜெகன் கூறினார் என்று நிசார் சொன்னார். ...அந்த துரோகிகள் நிசாரையும், இஷ்தியாக்கையும் வேலை நிறுத்தங்களுக்கு அழைப்புவிடுவதை நிறுத்துமாறும், அவர்களது தொழிற்சங்க வேலைகளை விட்டுவிடுமாறும் கூறினார்கள். பாபா கிஷ்த்வாரி தான் அந்த இரண்டு தலைவர்களையும் திரும்பிச்செல்லுமாறு உத்தரவிட்டான். அவர்கள் இருவரும் அச்சத்திலிருந்து விடுபட்டார்கள். ஏனெனில் மற்றவர்கள் இத்தகைய சூழ்நிலைகளில் அவர்களால் கொல்லப்பட்டிருந்தார்கள்.

அதே ஆண்டில் நிசார் அலியும், இஷ்தியாக் காத்ரியும் தீவிரவாதி களால் பெமினாவில் உள்ள மிகப்பெரிய காய்கறி வயலுக்கு பிடித்துச் செல்லப்பட்டார்கள். அந்த தீவிரவாதிகள் தொழிற்சங்க நடவடிக்கைகளை நிறுத்திக் கொள்ளுமாறு எச்சரித்தார்கள். தொழிற்சங்க நடவடிக்கைகள் ஏன் நிறுத்தப்படவேண்டும் என்று துரோகிகள் விளக்கம் அளித்தார்கள். மதச்சார்பற்ற தன்மைகொண்ட அவர்களது அரசியலை தாங்கள் விரும்பவில்லை என்று தெளிவுபடுத்தினார்கள்.

நான் நிசார் அலி மிர்ன் இரண்டு மாடிவீட்டில் அமர்ந்திருந்தேன். அது ஹார்வானின் அமைதியான இடத்தில் இருந்தது. தரையில் கருநீலவிரிப்பு விரிக்கப்பட்டிருந்தது. அந்த அறை கதகதப்பாக இருந்தது. அங்கு சமையல் எரிவாயு சிலிண்டர்களில் ஹீட்டர் ஓடிக்கொண்டிருந்தது. இந்த வகையான உருவாக்கம் துருக்கியிலிருந்து நகலெடுக்கப்பட்டதாக நிசார் கூறினார்.

நிசார் அலியின் மகள் ஹசீனா அந்த அறையில் அமர்ந்து ஆழ்ந்த ஈடுபாட்டோடு கவனித்துக்கொண்டிருந்தார். வெறும் பதினெட்டு வயதே நிரம்பிய அவர், இருண்ட, வன்முறை நிறைந்த நாட்களில் வாழ்ந்துகொண்டிருந்தார். அவரும், அவரது சகோதரியும் தங்களது சிறிய தம்பியுடன் அந்த வீட்டில் தனியாக வாழ்ந்த நாட்களும் இருந்தன. ஏனென்றால், அவர்களது தந்தை தலைமறைவாக இருந்தார். தாயோ இதயநோய்க்காக மருத்துவமனையில் இருந்தார். இந்திய பாதுகாப்புப் படைகள் 'ஆபரேஷன் பூட்'[6] ஐக்கூட துவக்க, மக்களின்மீது தழும்புகளை ஏற்படுத்த முயற்சித்தன என்று அவர் கூறினார். அந்த பாதுகாப்புப் படைகள் பேய்களைப்போல் உடையணிந்து, கொடூரமான ஒலிகளை எழுப்பி கதவைத் தட்டின. மேலும் அங்கு பாம்புகளைக்கொண்டு திட்டமிட்ட தாக்குதல்களும் *(OPERATION STRIKE)* இருந்தன. அப்போது அவர்கள் கரும்பாம்பை மக்களின் வீடுகளுக்குள் நுழையவிடுவார்கள். ஒருமுறை நிசார் அலியின் வீட்டுக்குள்ளும்கூட நுழையவிட்டார்கள். ஹசீனா தானும், தனது சகோதரியும் அந்த நிகழ்ச்சிக்குப்பிறகு ஒரு மாதத்துக்குமேல் வீட்டுக்கு வெளியே தங்கியிருந்ததாகக் கூறினார். மேலும் பாதுகாப்புப் படையினர் வராவிட்டால், தீவிரவாதிகள் உணவும், பாதுகாப்பும் கேட்டு வருவார்கள். 'கஷ்மீரி மக்கள் மென்மையான இதயம், அன்பு, பாசம் கொண்டவர்களாக அறியப்பட்டவர்கள். அதன்விளைவாக அவர்களது அந்த இயல்புகளை பாதுகாப்பு படையினர் பயன்படுத்திக் கொண்டார்கள். அவர்கள் எந்த பயமுமின்றி நடந்துகொண்டார்கள். இந்தியாவில் அதை ஒருவர்கூட எதிர்க்கவில்லை. ஒரு மெழுகுவர்த்தி வெளிச்சம்போன்ற விழிப்புகூட எங்களுக்குத் தரப்படவில்லை.'

'ஆபரேஷன் பூட்' பற்றிய அவரது பேச்சைக் கவனித்த எனக்கு இஷாமுதீன் என்ற மந்திரவாதியின் நினைவுவந்தது. 2001இல் இந்தியப் பாராளுமன்றத்தைத் தாக்கியதாக குற்றம் சாட்டப்பட்டவர்கள் மீதான விசாரணை நடைபெற்ற போது நான் அவரைச் சந்தித்தேன். அந்த மந்திரவாதி குழந்தைகளின்

கூட்டங்களில் வித்தை காட்டிக்கொண்டிருந்தார். அவரிடம் ஒரு வித்தை இருக்கிறது. அதில் நான் ஆர்வம் கொள்ளக்கூடும் என்றும், அவரால் சிறையில் உள்ளவர்களை விரைவில் வெளியே கொண்டுவரமுடியும் என்றும் கூறினார். திடீரென நான் அவரைச் சந்திக்கச் சென்றேன். அவர் தன்னால் ஒருவரை பூட்டப்பட்ட கூண்டிலிருந்து வெளியே கொண்டுவர முடியும் என்றார். நான் சிரித்தேன். சிறையிலே உள்ள ஒருவரை வெளியே கொண்டுவர மிக நீண்ட நீதிமன்ற நடைமுறைகளைவிட, மந்திரவித்தை மிக எளிதாக இருக்கிறதே என்றேன்.

இஷாமுதீன் தான் இந்தியா முழுவதும் பயணம் செய்திருப்பதாகவும், இப்போது தான் கஷ்மீரில் இருப்பதாகவும் சொன்னார். பாரமுல்லாவில் ஒரு அழகான பெண்ணை இரண்டு துண்டுகளாக வெட்டும் தனது புகழ்பெற்ற வித்தையை செய்துகொண்டிருந்தபோது, தாடிவைத்திருந்த, பகையுணர்வுடன் காணப்பட்ட ஒருவன் அந்தக் கூட்டத்தில் இருந்ததைப் பார்த்ததாகக் கூறினார். அவர் முழு ஆயுதப்பாணியாக, தனது மார்பின் குறுக்கே குண்டுகள் பட்டையையும், கையில் ஏ.கே. 47 ஐயும் வைத்திருந்தார். இஷாமுதீன் அந்த தீவிரவாதி தன்னை உற்றுப்பார்த்தபோது சங்கடப்பட்டார். அதன்பிறகு பெண்ணை வெட்டுவதில் கவனம் செலுத்தினார். அந்தப்பெண் இரண்டு மரப் பெட்டிகளுக்கிடையே படுத்தார். அந்தப் பெண்ணைக் கூறுபோட்டபோது, பகைமை உணர்வோடு பார்த்துக் கொண்டிருந்த அந்த தீவிரவாதி மயக்கமடைந்தார்.

நான் அந்தக்கதையை நம்பவில்லை; ஆனால் என்னுடன் கீலானியின் இளையசகோதரர் பிஸ்மில்லாஹ், இஷாமுதீன் தனது கதையை கூறியபோது என்னுடன் இருந்தார். 'கஷ்மீரிகள் மயக்கமடையும் இதயம் கொண்டவர்கள்' என்று அவர் கூறினார். மேலும், 'நீங்கள் எங்களைக் கடினமானவர்களாக ஆக்கி விட்டீர்கள்' என்றார். 'நீங்கள்' என்பதன்மூலம் அவர் 'நம்மை — இந்தியர்களை' அர்த்தப்படுத்தினார். 'ஆயுதக்கலவரங்கள் நடைபெறுவதற்குமுன் கஷ்மீரிகள் இரத்தத்தைப் பார்த்தால் மயக்கமடைவதை வழக்கமாக கொண்டிருந்தார்கள். காயம்பட்ட ஒரு பறவையைப் பார்த்தால்கூட அழுவார்கள்' என்றார் பிஸ்மில்லா. நான் பிஸ்மில்லாவை இஷாமுதீனுக்கு கீலானியின் சகோதரர் என்று அறிமுகப்படுத்தியபோது, அந்த மந்திரவாதியின் முகம் வெளுத்துப்போனது. அவர் உடனடியாக அங்கிருந்து சென்று விட்டார்.

நான் இந்தக்கதையை ஹசீனாவுக்கு சொல்ல நினைத்தேன். ஆனால் ஹசீனாவோ, பேச்சைக் கவனிப்பதைவிட, பேசவே விரும்பினார். அவர் என்னைப் பார்த்துக் கூறினார்: 'நான் பிறந்தது முதலே பயத்தில் வாழ்ந்து கொண்டிருப்பதாகவே உணர்கிறேன். நாங்கள் ஒரு திருமணத்துக்கு சென்றால்கூட, பத்திரமாக திரும்பிவருவோமா, என்பது உறுதியில்லை. கிட்டத்தட்ட ஒவ்வொரு இரவிலும் நான் வெளியே ஓடிப்போவதைப்போல கனவு காண்கிறேன்.'

அவரது வார்த்தைகள் காற்றில் மிதந்தபோது அங்கு அமைதி நிலவியது. ஆனால், அவர் அமைதியாக இல்லை. அவர் குடும்பத்தின்மீது அண்மையில் நடந்த தாக்குதலைப்பற்றி அவர் கூறும்போது, அவர் சிறிது அமைதி குலைந்து காணப்பட்டார். அவர் கூறினார், நான்கு மாதங்களுக்கு முன்பு சம்பத் பிரகாஷும் (அவரை 'எங்கள் பெரியப்பா' என்று அழைத்தார்) அவரது மனைவியும் அவர்களுடைய வீட்டில் தங்க வந்திருந்தார்கள். அன்று அந்த வீட்டில் பலர் இருந்தார்கள். ஏனென்றால், அவரது சகோதரிக்கு விரைவில் திருமணம் நடைபெறவிருந்தது. அடுத்தநாள் காலை அவர்கள் தூக்கத்திலிருந்து எழுந்தனர். ஏதோ சில காணாமல் போயிருந்ததுபோல் தோன்றியது. அவர்கள் அனைவரும் நினைவிழந்து விழுந்ததையும், அவர்கள் மீது மயக்க மருந்து அடிக்கப்பட்டு, வீடு கொள்ளையிடப்பட்டதையும் அறிந்தனர். ஹசீனா தனது தாயார், தங்கள் தந்தையின் சம்பளத்திலிருந்து இரகசியமாகப் பணத்தைச் சேமித்து தனது மூன்று மகள்களின் திருமணங்களுக்காகத் தங்கம் வாங்கியிருந்ததாகக் கூறினார். அவை அனைத்தும் எடுத்துச் செல்லப்பட்டுவிட்டன, என்று அமைதியாகக் கூறினார்.

நிசார் அலி ஒரு வழக்கைப் பதிய காவல் நிலையத்துக்கு சென்றிருந்ததாகவும், ஆனால் SHO முதல் தகவல் அறிக்கையை பதிவுசெய்ய மறுத்து விட்டதாகவும் கூறினார். அந்த தொழிற்சங்க தலைவர் கொடுத்த எல்லா அழுத்தங்களுக்குப் பிறகும் எந்த அறிக்கையும், எந்த விசாரணையும் இல்லை. தீவிரவாதிகள், ஒரு கஷ்மீரி பண்டிதரை தனது வீட்டில் தங்கவைத்திருந்ததற்காக அவருக்கு ஒரு பாடம் புகட்ட அந்த கொள்ளையைச் செய்திருந் தார்கள்.

சம்பத் என்னை தோழர் பத்ருதீன் கான் —ஐ சந்திக்க அழைத்துச்

சென்றார். அவர் என்னிடம் சற்று பெருமையோடு தான் ஹிஸ்புல் முஜாஹிதீனின் தாக்குதல் பட்டியலில் இருந்ததாகக் கூறினார். 75 வயதான அனுபவம்மிக்க தொழிற்சங்கத் தலைவரான பத்ருதீன் தனது தெளிவான சிந்தனைகள் மற்றும் ஆய்வுகளால் எனக்குள் நன்மதிப்பை ஏற்படுத்தினார். தன்னை ஒரு அச்சுறுத்தலாக தீவிரவாதிகள் ஏன் கருதினார்கள் என்பதைப் புரிந்துகொள்ள நான் அவரது கதையைக் கட்டாயம் கவனிக்க வேண்டும் என்றார்.

அவர் ஒரு கஷ்மீரி தேசியவாதி என்றும், தனது பெயருக்குப்பின்னால் தனது மூதாதையர்கள் ஆஃப்கானிஸ்தானில் இருந்துவந்தவர்கள் என்பதைக் குறிக்கும் 'கான்' என்பதை பயன்படுத்துவதில்லை என்றும் கூறினார். பத்ருதீனுக்கு நான்கு சகோதரர்களும், இரண்டு சகோதரிகளும் இருந்தனர். அவர்களில் ஒருவர்கூட பள்ளிக்குச் சென்றதில்லை. ஏனெனில், அவர்களது தந்தைக்கு அவர்களை பள்ளிக்கு அனுப்ப வசதியில்லை.

பத்ருதீன் தான் மிகவும் இளையவர். அப்போது அவருக்கு ஆறு வயதுகூட நிரம்பியிருக்கவில்லை. அவர் ஒரு தொழிற்கூடத்துக்கு அனுப்பப்பட்டார். அங்கு வண்ணங்கள் நிறைந்த 'கப்பா' என்ற விலையுயர்ந்த விரிப்புக்களை வாங்கமுடியாதவர்கள் பயன்படுத்திய வழக்கமான கஷ்மீர் தரை விரிப்புக்கள் தயாரிக்கப்பட்டுவந்தன. அந்தச்சிறிய பையனுக்கு புகைக்குழாய்களில் கரியை நிரப்பும் வேலை கொடுக்கப்பட்டிருந்தது. ஒருசமயம் அவன் வண்ண உல்லன்களை எடுத்தபோது, அவை எல்லாம் இன்னொன்றில் சிக்கிக்கொண்டன. மேற்பார்வையாளர் ஒரு கம்பை எடுத்து அவனை ஒரு வகையான புல்லின்மீது படுக்கவைத்து அடித்தார். அது அவனது உடலில் செந்நிற தடிப்புக்களை ஏற்படுத்தியது.

அதன்பிறகு அவனது தந்தை இன்னொரு தொழிற்கூடத்துக்கு அனுப்பினார். அங்கே அவர்கள் நெசவுநெய்து கொண்டிருந்தார்கள். அங்கு ஒரு மனிதர் அவனுக்கு குரானை கற்பிக்க முயற்சித்தார். ஆனால், அவனால் ஒரு அரபி வார்த்தையைக்கூட உச்சரிக்க முடியாதபோது அவன் அடிக்கப்பட்டான். இந்த முறை அந்த குழந்தை வேலைக்குச்செல்ல மறுத்து பள்ளிக்கு அனுப்புமாறு கேட்டான். அவன் 'ஜாப்ரி' கட்டாயப்பள்ளிக்கு அனுப்பப்பட்டான். அவை ஜாப்ரி பள்ளிகள் என அழைக்கப்பட்டன. ஏனென்றால், மஹாராஜா கல்வியை இலவசமாக, ஆனால் கட்டாயமாக ஆக்கியிருந்தார்.

அந்தப் பள்ளியில் இருந்த ஒரு கஷ்மீரி பண்டிதரான ஆசிரியர் அறிவியல் மீதான அவனது ஆசையைத் தூண்டிவிட்டார். *'மார்த்தாண்ட்'* என்ற வார இதழின் ஆசிரியராக இருந்த அந்த மனிதர் நன்கு ஆடையணிந்து, அறிவுத்தெளிவுடன் இருந்தார். அங்கு சைபுதீன்காரி என்ற இன்னொரு ஆசிரியரும் இருந்தார். அவர் பத்ருதீனுக்கு, மௌலானா மௌதுதியின் புத்தகங்களை அறிமுகப்படுத்தினார். காரி, ஜமாத்—இ—இஸ்லாமியின் உறுப்பினராகவும், ஆயுதம் தாங்கிய எதிர்ப்புக்கு எதிரானவராகவும் இருந்தார்.

பின்னர், பத்ருதீன் பண்டிதரைச் சந்தித்தார். அவர், இவரை கவிதை விவாதங்களில் ஈடுபடுத்தினார். அந்த மனிதர் எல்லாவற்றுக்கும் கம்யூனிஸம் தான் இறுதித்தீர்வு என்று வாதிட்டார். பத்ருதீன் இஸ்லாம் தான் என்றார். பெயர் நினைவில் இல்லாத அந்த கஷ்மீரி பண்டிதர் இஸ்லாம் பற்றிய ஒரு புத்தகத்தையும், தனிச்சொத்து பற்றிய ஒரு புத்தகத்தையும் கொடுத்தார். இஸ்லாம் பற்றிய அந்த சிறுபுத்தகம், ஒரு மனிதனுக்கு சொந்தமாக 1,00,000 ஏக்கர் நிலம் இருக்கும் போது, இன்னொருவனுக்கு ஒன்றும் இல்லை என்றாலும்கூட, அந்த நிலச் சொந்தக்காரனிடமிருந்து பலவந்தமாக நிலத்தை எடுத்துக்கொள்ள இஸ்லாம் அனுமதிக்கவில்லை என்றது.

அவர் இன்னொரு முக்கியமான கம்யூனிஸ்ட்டும், அதே அண்டைப்பகுதியில் வாழ்ந்தவருமான பஹாயுதீன் ஜாகித்தை சந்தித்தார். அவருக்குச் சொந்தமாக ஒருகடை இருந்தது. அவர் சைக்கிளில் சென்று சிகரெட்டுகளை விற்றுவந்தார். அத்துடன் கம்யூனிச இலக்கியங்களையும் விநியோகித்தார். ஜாகித் மிகவும் ஏழ்மையில் இருந்த மக்களை ஒன்று திரட்டினார். பத்ருதீன் அவரால் மிகவும் ஈர்க்கப்பட்டு அவரது வழித்தடங்களை பின்பற்றினார்.

1953இல் ஷேக் அப்துல்லா கைது செய்யப்பட்ட பிறகு, அவரை விடுதலை செய்யக்கோரிய அந்த இயக்கத்தில் ஈடுபாடு கொண்டார். அவர் சுவரொட்டிகளை விநியோகித்து காவலர்களுடன் நெருக்கமான மோதல்களில் ஈடுபட்டார். அதன்பிறகு பத்ருதீனுக்கு தலைமைக்கணக்காயர் (அக்கவுண்டண்ட் ஜெனரல்) அலுவலகத்தில் வேலை கிடைத்தது. அங்கு துவக்கம் முதலே அதிகார வர்க்கத்தின் அட்டூழியங்களுக்கு எதிரான போராட்டங்களை வழி நடத்தினார். அதன்முடிவில் ஒரு சங்கத்தின்கீழ் ஊழியர்களை வெற்றிகரமாக ஒருங்கிணைத்தார். கஷ்மீரில் ஜமாத்—இ—இஸ்லாமியின் எதிர்ப்பையும், ஜம்முவில்

ஆர்.எஸ்.எஸ்.ன் எதிர்ப்பையும் அவர் சந்தித்தார்.

இருந்தபோதிலும், தீவிரவாதிகளின் கவனத்தை ஈர்த்தவை அவரது தொழிற்சங்க நடவடிக்கைகள் அல்ல; அவர் 'சட்டன்' (பாறை) என்ற உருது வார இதழில் எழுதிவந்த வாராந்திரக் கட்டுரைகள் அவர்கள் மத்தியில் அச்சத்தையும், கலக்கத்தையும் ஏற்படுத்தின. 1985க்கும் 1988க்கும் இடையில் அவர் மத அடிப்படைவாதத்தையும், ஜமாத்—இ—இஸ்லாமியின் அடிப்படைவாத தத்துவங்களையும் தாக்கினார். அவர் வரலாற்றிலிருந்து எடுத்துக்காட்டுக்களை தந்து, அவர்களது தத்துவார்த்த நம்பிக்கைகள் எவ்வாறு அவர்களை எப்போதும், தேசியவாதிகளான பாகிஸ்தானின் பூட்டோவையும், எகிப்தின் நாசரையும் தோற்கடித்த ஏகாதிபத்திய ஏஜண்டுகளின் கூட்டாளிகளாக ஆக்கியது என்பதையும் விவரித்தார். அமெரிக்கா பனிப்போரில் வெற்றிபெற்றதும், அவர்களது உலக ஆதிக்கத்துக்கான தொடர்ந்த தேடலை நியாயப்படுத்த அவர்களுக்கு இன்னொரு எதிரி தேவைப்பட்டது. அதன் முடிவாக தங்கள் புதிய எதிரியாக தீவிரவாத போக்குடைய முஸ்லீம்களை கண்டுபிடித்து வன்முறைக்கு எதிரான என்றும் முடிவில்லாத போரை நடத்திவருகிறார்கள்.

பத்ருதீனின் கட்டுரைகள் அவரை ஜமாத்—இ—இஸ்லாமியின் பிரியத்துக்கு உள்ளானவராக ஆக்கவில்லை. அதனால்தான் 1990இல் அவர் தன்னை ஹிஸ்புல் முஜாஹிதீன்களின் தாக்குதல் பட்டியலில் இடம்பெற்றிருப்பதைக் கண்டார். அந்த அமைப்பின் தலைமைத் தளபதியாக இருந்த சலாஹுதீன் உள்ளூர் மசூதியில் மத சொற்பொழிவாற்றிக் கொண்டிருந்த தன்னை பொருட்காட்சி மைதானத்திலிருந்து நீக்கியதற்கு அவர்தான் பொறுப்பு என குற்றம் சாட்டினார். அந்த அச்சுறுத்தலை பெற்ற பிறகு, ஓராண்டுக்கும்மேல் மறைந்து வாழவேண்டியதாயிற்று. ஜமாத்—இ—இஸ்லாமிக்குள் இருந்த ஒரு நண்பர் அதில் தலையிட்டு அவரது பாதுகாப்பை உறுதிப்படுத்தினார்.

பத்ருதீன் சிரித்துக்கொண்டே கூறினார்: 'நான் கம்யூனிஸ்ட்களுக்கு நெருக்கமாக இருந்தேன். ஆனால் எந்தவொரு கட்சியிலும் ஒரு போதும் உறுப்பினராக இருந்ததில்லை.' அதற்கான காரணத்தை அவர் விளக்கினார். நக்சலைட்களைத் தவிர மற்றவர்கள் கஷ்மீர் தேசியத்துக்கு துரோகம் இழைத்தார்கள். அதுதவிர, சாதிக் மற்றும் துர்கா பிரசாத் போன்ற கம்யூனிஸ்ட் தலைவர்கள் மிகவும் மேல் தட்டினர். அவர்களது வாழ்க்கைமுறை அவர்களை ஏழைகளுடன் இனம்காண வைக்கவில்லை.

1967இல் முதன்முறையாக எனது பதின்ம வயதில் நான் கஷ்மீருக்குச் சென்றதை நினைத்துப் பார்த்தேன். நான் 'மாமாDP' என அழைக்கும் எனது தந்தையின் நண்பர் துர்கா பிரசாத் தர்[7], எனது முன்னோர்களின் பூமியைப்பார்க்க என்னை ஸ்ரீநகருக்கு அழைத்துவருமாறு வலியுறுத்தியிருந்தார். அவர் பெருமளவுக்கு மனதை கவர்பவராகவும், பரிவுகொண்டவராகவும் இருந்தார். அந்த மிகப்பெரிய ஆரவாரமும், பரபரப்பும் நிறைந்த அந்தவீட்டில் ஒவ்வொருவரும் பரிவுடனும், உபசரிக்கும் தன்மையுடனும் இருந்தார்கள். நான் மனம் தடுமாறும் வகையில் செரிவான நறுமணம் கமழும் மாமிச உணவுகளை கட்டாயப்படுத்தி உண்ணச்செய்தபோது எவ்வாறு மூச்சுத் திணறினேன் என்பதை இன்றும் நினைத்துப்பார்க்கிறேன். அங்கு நடைமுறையாக கம்யூனிஸம் எதுவுமே இல்லை. அது நிலப்பிரபுத்துவ மற்றும் ஒடுக்குமுறைத்தன்மை கொண்டதாக இருந்தது. ஓராண்டுக்குப்பிறகு, எனது பெற்றோருடன் கஷ்மீருக்குச் சென்றபோது விருந்தோம்பல்துறையின் அதிகாரிகள் மான்குட்டிகள்போல ஓடியாடி வஞ்சப் புகழ்ச்சிகளைப் பொழிந்தார்கள். அதைக்கண்டு நானும் எனது பெற்றோர்களும் அதிர்ச்சியடைந்தோம்.

ஆனால், 1990இல் திரும்பவும் சென்றபோது அந்த அதிகாரிகளிடம் ஒருமாற்றம் இருந்ததுபோல் தோன்றியது. அவர்கள் திடீரென தங்கள் சுயமரியாதையை உணர்ந்து, குழைந்து பணிந்துபோவதை நிறுத்திவிட்டார்கள். அவர்களுக்கு தங்கள் கௌரவத்தை மீண்டும் பெறுவதற்கு அங்கு நடைபெற்ற ஆயுதக்கலவரங்கள் காரணமாக இருந்தன. எனது உற்றுநோக்கலை பத்ருதீனும், சம்பத்தும் ஒத்துக்கொள்கிறார்களா? என்று அவர்களிடம் கேட்டேன். அது உண்மைதான்; குறிப்பாக துவக்கத்தில் அந்தக் கலவரங்கள் கஷ்மீரி தேசியவாதிகளால் வழி நடத்தப்பட்டபோது, என்று ஒத்துக்கொண்டார்கள்.

ஆஃப்கானிஸ்தானில் தலிபான்களின் வெற்றிக்குப்பிறகு, அந்நியநாட்டு தீவிரவாதிகள் கஷ்மீருக்குள் வந்தபோது கலவரங்கள் அவற்றின் மகத்துவத்தை இழந்தன என்றார் பத்ருதீன். அங்கு 1994இல்[8] 3,000 அந்நிய தீவிரவாதிகள் கஷ்மீர் பள்ளத்தாக்கில் செயல்பட்டு வந்தார்கள் என்று ஒருமதிப்பீடு செய்யப் பட்டிருந்தது என்றார் அவர். அவர்கள்தான் வன்முறைகளுக்கு, கஷ்மீர் பெண்கள் கற்பழிக்கப்பட்டதற்கும் பொறுப்பானவர்கள். கஷ்மீரி தேசியத்தின்மீது ஆழ்ந்த பற்று இருந்தபோதிலும், அவரது மனசாட்சி ஆயுதக் கலவரங்களை அனுமதிக்கவில்லை. தற்போது

பத்ருதீன் *Care And Concern Forum* என்ற அமைப்பைச் செயல் படுத்துவதில் தனது நாட்களை கழித்துவருகிறார். மக்கள் தங்கள் விண்ணப்பங்களை எழுதுவதற்கும், பெண்களுக்காக பாதுகாப்பு அளிப்பதிலும் ஈடுபட்டு வருகிறார். ஏகாதிபத்தியத்துடனான ஜமாத்—இ—இஸ்லாமியின் கூட்டணி பற்றிய தனது ஆராய்ச்சியை தொடர முடியவில்லை என்று வருந்துகிறார்.

தீவிரவாதிகளின் தாக்குதல் பட்டியலில் மேலே இருந்த இன்னொரு தொழிற்சங்கத் தலைவர் குலாம் காதர் பட் ஆவார். காதர் என்னிடம் ஹிஸ்புல் முஜாஹிதீன்களின் தாக்குதல் பட்டியலில் தான் 10ஆவது இடத்தில் இருந்ததாகத் தெரிவித்தார். அவர் தலைமை ஆசிரியராக இருந்த பள்ளி ஜமாத்—இ—இஸ்லாமியின் செல்வாக்கின்கீழ் இருந்த ஒரு கிராமத்தில் இருந்தது. அவர் ஒரு கம்யூனிஸ்ட்டா என்று கேட்டபோது, தான் சமூக, பொருளாதார நீதியில் நம்பிக்கை கொண்டவர் என்று பதிலளித்தார். அவரது சகாக்கள், தலைமை ஆசிரியர் ஒரு தேவதையாக இருந்தார் என்று கூறுவார்கள். அங்கு கஷ்மீரி பண்டிதர்களின் சமூகத்திலிருந்து இரண்டு ஆசிரியர்கள் இருந்தார்கள். அவர்கள் உயிருக்கு ஆபத்து இருந்ததால், அவர்களைப் பள்ளிக்கு வரவேண்டாம் என்று அவர் கூறினார். சுஷ்மா, மகன்லால் என்ற அந்த இருவரின் பெயர்களை இன்னும் நினைவில் வைத்துள்ளார்.

உடல்நலம் குன்றியிருந்த அந்த மனிதர், தன்னுடன் பணியாற்றும் ஆசிரியர்களின் இக்கட்டான நிலையை விவரித்தார். அவர்கள் தீவிரவாதிகளின் கோரிக்கைகளை எதிர்த்தார்கள். அவர்களுடைய செயல்பாடுகளை விமர்சிக்கவும் செய்தார்கள். எடுத்துக்காட்டாக, கஷ்மீர் பல்கலைக்கழகத்தின் துணைவேந்தர் பேராசிரியர். முஷிருல் ஹக் கொல்லப்பட்டபோது, கந்தர்பாலில் இருந்த ஒரு ஆசிரியர் அந்த துணைவேந்தரை கொன்றது தவறு என்று கூறினார். அதைக்கேட்ட தீவிரவாதிகள் அவரை ‘இந்திய ஏஜண்ட்’ என்றுகூறி சுட்டுக் கொன்றார்கள். அவரது உடல் சாக்கடையில் கிடந்தது. அவருக்கு ஒரு மரியாதையான அடக்கம் செய்யக்கூட ஒருவருக்கும் துணிவில்லை. கடைசியாக அவரது உடல் அவரது சொந்தத் தோட்டத்தில் அடக்கம் செய்யப்பட்டது.

ஒரு நேரத்தில் அந்த தீவிரவாதிகள் தாங்களாகவே அவரது வீட்டுக்குள் சென்றார்கள். அவர், அவர்களுக்கு ஒருமாதம் உணவளித்தார். வெளிநாட்டு சுற்றுலாப் பயணிகள் கஷ்மீருக்கு வர அனுமதிக்கலாமா? என்பது பற்றி தீவிரவாதிகள் அங்கு விவாதிக்க

இருந்தார்கள். குலாம் காதிர் பட், 'எல்லைக்கு அப்பாலிருந்து தங்களுக்கான உத்தரவுகளை அவர்கள் பெற்றுவருவதால், அதைப் பற்றி இங்கு விவாதிக்கவேண்டிய தேவை இல்லை' என்று அவர்களிடம் கூறினார்.

ஒரு தீவிரவாதி, ரஷ்யாவில் மருத்துவக் கல்வி படித்துக்கொண்டிருந்த தனது மகளைக் காதலித்தபோது பட் மிகவும் வலி நிறைந்த அனுபவத்தைப் பெற்றார். தனது தந்தை கொல்லப்படும் அபாயத்திலிருந்து அவரைப் பாதுகாக்க அந்தத் தீவிரவாதியைத் திருமணம் செய்துகொள்ள அவரது மகள் ஒத்துக்கொண்டார். ஆனால், அந்தப் பெண்ணைத் திருமணம் செய்துகொண்டவன் போதைக்கு அடிமையானான். அந்தப் பெண்ணுக்கு வாழ்க்கை சகித்துக்கொள்ள முடியாததாக ஆனது. கடைசியில் அந்த தலைமை ஆசிரியர்தான் அந்த கட்டாய திருமணத்தின் பிடியிலிருந்து அவரது மகளை பாதுகாத்தார். நான் பட்— உடன் பேசிக்கொண்டிருந்தபோது அவரது மருமகன் சிறையில் இருந்தான். தீவிரவாதிகள் தங்கள் சொந்தக் குழந்தையின் எதிர்காலத்தைப் பற்றிக்கூட சிந்திப்பதில்லை. அவர்கள் கல்வி அமைப்பு முறையையே அழித்துச் சிதைத்து விட்டார்கள் என தலைமை ஆசிரியரின் மகள் கூறினார்.

பாகிஸ்தானை உடைத்து வங்கதேசத்தை உருவாக்கியதற்கு பழிவாங்கும் நடவடிக்கைகளாகவே ஆயுதக்கலவரங்கள் இருந்தன என்றார் தலைமை ஆசிரியர். 'ஆனால், கம்யூனிஸ்ட்கள் கஷ்மீரில் இருந்த உணர்வு நிலைகளைப் புரிந்துகொண்டிருந்தால் மிகவும் சக்திவாய்ந்த முறையில் அவர்கள் இதில் தலையிட்டிருக்கலாம். ஆனால் இந்திய கம்யூனிஸ்ட் கட்சியோ காங்கிரசுடன் சென்று விட்டது. எனவே பள்ளத்தாக்கில் அதற்கு எந்த ஆதரவும் இல்லை. சி.பி.ஐ.(எம்) கூட கஷ்மீரின் அறவியல் உணர்வுகளை புரிந்துகொள்ளவில்லை. கம்யூனிஸ்ட்கள் விடுதலை (ஆஸாதி)க்கான உணர்வுகளை புரிந்துகொள்ளவே இல்லை' அதன்பிறகு அவரது கன்னங்களில் எந்தவித முன்னறிவிப்புமின்றி கண்ணீர் வழிந்தது. 'நான் எனது கஷ்மீரி பண்டிதர் நண்பர்களையும், தோழர்களையும் இழந்துவிட்டேன். அவர்கள் ஒருநாள் திரும்பிவருவார்கள் என்று நம்புகிறேன்' என்றார் அவர்.

'பனூன் கஷ்மீர்' பற்றி நீங்கள் என்ன கருதுகிறீர்கள்?' என்று நான் கேட்டேன். அவர் மிக சரியாகப் பதிலளித்தார்: 'பனூன் கஷ்மீர் என்பது பாகிஸ்தான்' என்ற நாணயத்தின் மறுபக்கம்.

நான் சம்பத்திடம் ரெய்னாவாரியில் இருந்த அண்டைவீட்டாரோ அல்லது நண்பர்களோ அழைத்தார்களா? என்று கேட்டேன். அவர் எப்போதும் தனது தோழர்களின் வீடுகளிலேயே வாழ்ந்ததாகவும், அவர்கள் எப்போதும் மகிழ்வுடன் வரவேற்றார்கள் என்றும் கூறினார். பலமுறை அவர் தனது மனைவி மற்றும் குழந்தைகளுடன் அவர்களைச் சென்று பார்த்திருக்கிறார். ஒவ்வொருமுறையும் அவர்கள் எந்த விதிவிலக்குமின்றி அவர்கள் மிகவும் வசதியாக வைக்கப்பட்டிருந்தார்கள். ஆனால், எவரொருவரும் அவர் திரும்பி வர அழைத்ததில்லை என்பதை சம்பத் கவனித்தார். மேலும் எவரொருவரும் அவர் திரும்பிவர விரும்புகிறாரா? என்றுகூட கேட்கவில்லை.

அந்த பள்ளத்தாக்கிலுள்ள மக்கள், கஷ்மீரி பண்டிதர்கள் திரும்பி வரவேண்டும் என்று விரும்பியதைக் காட்டும் பல ஆய்வுகள் அங்குள்ளன என்று நான் அவரிடம் கூறினேன். 2002இல் உள்துறை அமைச்சகத்தால் நடத்தப்பட்ட அந்த ஆய்வுகளில் ஒன்று பள்ளத்தாக்கிலிருந்த மக்களில் 67%பேர் கஷ்மீரியத்தை ஆதரித்தார்கள் என்றும், கஷ்மீரி பண்டிதர்கள் திரும்பிவர வேண்டும் என்று விரும்பினார்கள் என்பதையும் கூறியது.[9] சம்பத்துக்கு அந்த ஆய்வுகள் மக்கள் விரும்புவதைவிட, அரசின் விருப்பார்ந்த சிந்தனைகளையே அது பிரதிபலித்ததாக இருந்தன.

தன்னை வெளிப்படையாகத் துன்புறுத்தும் இந்தக் கேள்வியிலேயே உழன்று கிடக்க சம்பத் மறுத்துவிட்டார். நான் சம்பத்தின் பழைய நண்பர் யூசுஃப் சாப்ரி என்னிடம் கூறியதை நினைத்துப்பார்த்தேன். 'ஒவ்வொருவரும் கஷ்மீரி பண்டிதர்கள் திரும்பி வரவேண்டும் என்பதையே விரும்புகிறார்கள். அவர்களது இதயங்களிலிருந்து விரும்புகிறார்கள்.'

தர் இனத்தினர் பள்ளத்தாக்கிலிருந்து ஒருபோதும் வெளியே ஓடிவிடவில்லை என்று என்னிடம் கூறிய சாப்ரி, கடத்தப்பட்டு 83 நாட்கள் கைதியாக அடைத்துவைக்கப்பட்டிருந்த கஷ்மீரி பண்டிதர் ஒருவர் எழுதிய 'எண்பத்து மூன்று நாட்கள் : உறைந்துபோன நதியின் கதை' *(Eighty Three Days ; Story of a Frozen River)*[10] என்ற புத்தகத்தை வாங்குமாறு என்னைக் கேட்டுக்கொண்டார். அது இரண்டு சமுதாயங்களுக்கும் இடையில் உள்ள உண்மையான உறவுகளை காட்டுகிறது, என்றார். பின்னர் நான் அந்த 'எண்பத்து மூன்று நாட்கள் : உறைந்துபோன நதியின் கதை' புத்தகத்தை வாங்கினேன். 1992இல் டாக்டர் எஸ்.என்.தர் பிணைக்கைதியாக பிடிக்கப்பட்டார்.

தான் சிறைவைக்கப்பட்டிருந்தபோது தான் சந்தித்த சகோதர ஆதரவு நடவடிக்கைகளை விவரித்தார். இரண்டு சமயங்களில் கஷ்மீரி முஸ்லீம்கள் அவர் தப்பிச்செல்ல உதவ முயன்றார்கள். அவரை சிறை பிடித்தவர்கள் துப்பாக்கி ஏந்திய இளைஞர்கள். அவர்கள் அப்பாவிகள். அவரை நன்கு கவனித்துக்கொண்டார்கள். அவர்களில் சிலர் கஷ்மீரி பண்டிதர்கள்மீது உயர்வான மதிப்பு வைத்திருந்தார்கள். இறுதியாக அவர் விடுவிக்கப்பட்டபோது, அவரது வீட்டுக்கு அண்டையில் இருந்த கஷ்மீரிகள், அவர் நலமுடன் திரும்பிவந்ததை அவர்மீது வாதுமைப் பூக்களையும், ஷரீன் மலர்களையும் தூவிக் கொண்டாடினார்கள்.[11]

விடுதலை (ஆஸாதி)பற்றி பேசியவர்கள்கூட, 'சுதந்திரம் ஒரு புனிதப்போர்' *(Freedom Jihad)* என்று அழைத்தார்கள் என்பதை டாக்டர் தர் கவனித்தார். தனது அனுபவத்துக்குப்பிறகு இன்றைய சூழ்நிலைகளுக்கு வழிவகுத்த சில காரணங்களை இன்னும் தெளிவாக தன்னால் பார்க்கமுடிகிறது என்றார் அந்த டாக்டர். எடுத்துக்காட்டாக, கஷ்மீர் முஸ்லீம்களிடையே, 'இந்துக்களை பெரும்பான்மையாகக்கொண்ட, மதச்சார்பற்ற இந்தியாவில் வசிப்பது அந்தப்பள்ளத்தாக்கில் முஸ்லீம்களின் அடையாளத்தை கரைத்து விடும்' என்று அஞ்சினார்கள்.

1997இல் சம்பத் பிரகாஷ் ஓய்வுபெறவிருந்தார். அவ்வாறு அவர் ஓய்வுபெறுவதற்குமுன், பா.ஜ.க. 'அரசியலில் ஈடுபட அனுமதிக்காத அரசுவிதிகளை மீறினார்' என்ற குற்றச்சாட்டுடன் ஒரு வழக்கை தேர்தல் ஆணையத்தின்முன் தொடுத்திருந்தது. துரோகிகளுக்கு எதிராக அவர் மேற்கொண்ட பிரச்சாரத்தை அவர்கள் குறிப்பிட்டார்கள். அந்தக் குற்றச்சாட்டு நிரூபிக்கப்பட்டால், சம்பத் தனது ஓய்வுக்குப்பின் பெறும் ஓய்வூதியத்தை இழந்துவிடுவார். இது அவரது குடும்பத்துக்கு பேரதிர்ச்சியாகிவிடும். 'பனூன் கஷ்மீருக்காகப் பிரச்சாரம் செய்த அரசு ஊழியர்கள் தண்டனை பெறுவதிலிருந்து விலக்களிக்கப்பட்டு, அவர் மட்டும் தனிமைப்படுத்தப்பட்டதில் சம்பத் கடும் சீற்றம் கொண்டார். அவர் சிறப்பு அதிரடிப்படைக்கு எதிராக பிரச்சாரம் செய்திருந்ததால் தனிமைப்படுத்தப்பட்டார்.

இருந்தபோதிலும், அரசு அதிகாரிகளும், காவல்துறை அதிகாரி களும் சம்பத்தின் பக்கம் இருந்தார்கள். அந்த கோப்பு நகரவே இல்லை. அது ஒரு மூத்த அரசு அதிகாரியின் மேஜைக்குள் பூட்டப் பட்டிருந்தது. அவர் சம்பத்திடம், அவர் ஓய்வுபெறும் நாளுக்கு அடுத்த நாள்வரை அந்த கோப்பு பூட்டப்பட்டே இருக்கும் என

உறுதியளித்தார். அதன்பிறகு, அவர் தண்டிக்கப்பட்டாலும், அவர் ஓய்வூதியத்தை இழக்கமாட்டார். இந்த சகோதரத்துவ ஆதரவுமிக்க நடவடிக்கையில், சம்பத் இன்னும் உயிர்ப்போடு அழைத்துக் கொண்டிருக்கும் 'கஷ்மீரியத்'தின் சாரத்தைக் கண்டார்.

நான் பேட்டிகண்ட எந்தவொரு தொழிற்சங்கத் தலைவரும் 'கஷ்மீரியத்' என்ற வார்த்தையைக் கூறவே இல்லை என்பது ஆச்சரியமாக இருந்தது. அது அவர்களது உணர்வோடு ஒத்து ஒலித்த வார்த்தை அல்ல. அது, இந்திய அதிகாரப்பூர்வ பிரச்சாரத்தில் மிகவும் அதிகமாக உரத்து ஒலிக்கப்பட்ட வார்த்தையாகும். இருந்தபோதிலும், கிட்டத்தட்ட ஒவ்வொருவரும், ஒரு கஷ்மீரி பண்டிதர் தங்கள் தலைவராக இருப்பதில் அவர்கள் பெருமையடைவதாக சுட்டிக்காட்டினார்கள்.

அவர்கள், தாங்கள் அனைவரும் உண்மையான கஷ்மீர் தேசியவாதிகளாக இருப்பதில் மட்டுமல்ல, ஆயுதக்கலவர அணிகளில் இதுவரை சேராமலிருப்பவர்கள் என்ற அம்சத்திலும்கூட பெருமைப்பட்டார்கள். நான் சம்பத்திடம், 'அரசு ஊழியர்களில் யாராவது கலகக்காரர்களோடு சேர்ந்த உண்மையான புள்ளிவிவரம் உள்ளதா?' என்று கேட்டேன். ஆனால், அது ஒருபோதும் அவரது வலிமையாக இருக்கவில்லை. அவர் உத்தேச மதிப்பீடுகளுக்குள்ளும், நன்கறிந்த ஊகங்களுக்குள்ளும், ஒரு நல்ல இட்டுக்கட்டுபவர்போல புகுந்தார்!

'தோடா'விலிருந்த பள்ளி ஆசிரியர் சஃபி ரங்ரேஸ், 'ரஜோரி'யிலிருந்த மஜீத் போன்றவர்கள் தீவிரவாதிகளுடன் சேர்ந்ததோடு, எல்லா பொறுப்பாளர்களையும் தங்களோடு அழைத்துச் சென்றுவிட்டார்கள் என்பதை சம்பத் ஒப்புக் கொண்டார். சஃபி, சபீர் ஷாவுடன் சேர்ந்து உள்ளூர் கதாநாயகனைப்போல ஒரு முக்கியமான தலை வராகவும் ஆனார்.

தனித்தனி உறுப்பினர்கள் எவரும் ஆயுதக் கலவரங்களில் சேரவில்லை. என்றாலும்கூட, பல ஊழியர்கள் தீவிரவாதிகளால் கொல்லப்பட்டார்கள் என்பதும், அதற்குச் சமமான உண்மையாக இருந்தது. அந்த அதீத சூழ்நிலையில் கூட தொழிற்சங்கத் தலைவர்கள் ஜனநாயக, மதச்சார்பற்ற அரசியல்மீதான தங்கள் உள்ளார்ந்த ஈடுபாட்டை கைவிடவில்லை என்பது எனது கவனத்தை ஈர்ப்பதாக இருந்தது.

தேர்தல்கள் நடந்துமுடிந்த பின்னணியில், சம்பத் பிரகாஷும், அவரது தோழர்களும், சகாக்களும் தங்கள் தொழிற்சங்க நடவடிக்கைகளை மீண்டும் துவங்க முடிவு செய்தார்கள். தங்கள் அமைப்புக்கு 'தொழிற்சங்க மையம்' (Trade Union Centre) என்று மறுபெயரிட்டார்கள். சம்பத் தலைவராகவும், நிசார் அலி பொதுச் செயலாளராகவும் தேர்ந்தெடுக்கப்பட்டார்கள். அவர்கள் சங்கம் ஜார்ஜ் பெர்ணாண்டஸின் 'ஹிந்த் மஜ்தூர் கிஸான் பரிஷத்' (HMKP)துடன் இணைக்கப்பட்டது.

நிசார் அலியும், மற்ற தோழர்களும் சம்பத் பிரகாஷ் வழக்கம்போல ஹுரியத் தலைவர்களைச் சந்திக்கவேண்டும் என்றும், அவர்களது தொழிற்சங்கம் என்றும் ஒரு சுதந்திரமான தன்மையில் செயல்படும் என்பதைத் தெரிவிக்கவேண்டும் என்றும் வலியுறுத்தினார்கள்.

சம்பத் பிரகாஷ் தனக்கே உரிய பாணியில், அவர்களுடைய அலுவலகத்துள் செயற்குழு கூட்டத்துக்கு மத்தியில் நுழைந்தார். ஹுரியத் தலைவர்கள், தாங்கள் தேர்தலை புறக்கணிக்க விடுத்த அழைப்புக்கு எதிராக, அவர் தேர்தல் வேலை செய்ததாக குற்றம் சாட்டினார்கள். தான் ஒரு இந்திய ஏஜண்ட் அல்ல என்றும். துரோகிகளுக்கு எதிராகவே பிரச்சாரம் செய்ததாகவும் சம்பத் கூறினார். தேசிய மாநாடு கட்சியை அவர் ஆதரித்ததாக அவர்கள் குற்றம் சாட்டினார்கள். கஷ்மீரின் சுதந்திரம் என்ற இலட்சியத்துக்கு துரோகம் செய்துவிட்ட ஃபரூக் அப்துல்லாவிடம் தனக்கு எந்தவிதமான நேசமும் இல்லை என்று அவர் பதிலளித்தார். சம்பத் அவர்களிடம் தானும் தனது ஆதரவாளர்களும் எந்தஒரு அரசியல் கட்சியையும் ஆதரிக்கவில்லை என்றும், அவர்கள் செய்ததெல்லாம் சிறப்பு அதிரடிப்படை முகாம்கள் நடத்திய காட்டுமிராண்டித்தனமான செயல்களை அம்பலப்படுத்தியதுதான் என்றும் அவர்களிடம் கூறினார்.

கஷ்மீரின் சுதந்திரத்துக்கான போராட்டம் அந்நியநாட்டு தீவிரவாதிகளால் வழி நடத்தப்படுவதை அனுமதிக்க முடியாது என்றும், அவர்களுக்கு கஷ்மீர் கலாச்சாரத்தைப்பற்றி ஒன்றும் தெரியாது என்றும், அவர்களுக்கு கஷ்மீரின் பாரம்பரியத்தின் மீது எவ்வித மரியாதையும் இல்லை என்றும் கூறினார்.

சம்பத்திடம் சில வருத்தங்களும், கேள்விகளும் இருந்தன. மிர்வாய்ஸ் ஃபரூக் போன்ற கஷ்மீரி தலைவர்கள் கொலை செய்யப்பட்டதில் அவர்கள் சம்பந்தப்பட்டிருந்தார்கள் என்று

குற்றம்சாட்டினார். அந்த மிர்வாய்ஸ் பாரம்பரியம் மிக்க மதம் மற்றும் அரசியல் தலைவராக விளங்கியவர்; கஷ்மீரை பாகிஸ்தானுடன் இணைக்கவேண்டும் அல்லது கஷ்மீரை இஸ்லாமிய மயமாக்க வேண்டும் என்று ஹிஸ்புல் முஜாஹிதீன்கள் வைத்த கோரிக்கைமீது அவர் எந்தவொரு வெளிப்படையான நிலையையும் எடுக்க மறுத்தவர்; அந்த மிர்வாய்ஸ் ஹுரியத்தின் தலைவராக வந்திருக்க வேண்டியவர்; அந்த நடவடிக்கையை பாகிஸ்தான் விரும்பவில்லை. அந்த நேரத்தில் மிர்வாய்ஸ் இந்திய உளவுத்துறை அமைப்புக்களால் கொல்லப்பட்டார் என்று ஹுரியத் வாதிட்டாலும்கூட, அந்த கொலையின் பின்னணியில் இருந்தவன் அப்துல்லா பங்காரு[12] என்பது சம்பத் பிரகாஷ் போன்றவர்களுக்கு நன்கு தெரியும். பங்காரு தலிபான்களின் தரப்பில் ஆஃப்கானிஸ்தானில் போரிட்டவன்.

ஹுரியத் தலைவர்களால் எவ்வாறு மிர்வாய்ஸையும், பங்காருவையும் ஒருசேர சுதந்திரப் போராட்டவீரர்கள் என்று கருதமுடிகிறது? என்று சம்பத் கேட்டார். ஸ்ரீநகரில் உள்ள தியாகிகளின் கல்லறைகளில், கொல்லப்பட்டவர்களும், அவர்களைக் கொலை செய்தவர்களும் அடக்கம் செய்யப்பட்டு, அவர்களை ஒருசேர சுதந்திரப் போராட்ட வீரர்கள் என்று மதித்ததற்கு அங்கு ஏராளமான எடுத்துக்காட்டுக்கள் உள்ளன. ஒரு கொலைகாரன் இறைத்தூதராகவும், ஒரு கஷ்மீர் தியாகி துரோகியாகவும் சித்தரிக்கப்பட முடியுமா? விடுதலை என்ற பெயரால் இத்தகைய ஒரு அரசியலில் திவாலாகிப்போன தன்மையை அவர்கள் எவ்வாறு நியாயப்படுத்தப்போகிறார்கள்?

சம்பத்தால் அமைதியாக இருக்கமுடியவில்லை. அவர் கோபத்துடன் இருந்தார். தனக்கு முன்னால் அமர்ந்திருந்த ஹுரியத் தலைவர்களிடம் சிறிதும் தயக்கமின்றி, அவர்கள் கஷ்மீரி பண்டிதர்களின் வீடுகள் எரிக்கப்பட்டதை ஏன் தடுத்து நிறுத்தவில்லை? என்றும், அத்தகைய உடமைகளை சேதப்படுத்தும் போக்கிரித்தனமான நடவடிக்கைகளுக்கு கண்டனமாவது தெரிவித்திருக்கலாம் என்றும் அதை அவர்கள் செய்யவில்லை அல்லவா? என்றும் கேட்டார்.

இரண்டு தரப்பினரும் தாங்கள் சொல்லவேண்டியதை சொன்னபின், அங்கு சந்தேகங்களும், குற்றச்சாட்டுக்களும், எதிர்க்குற்றச்சாட்டுக்களுக்குமான காற்று தெளிவடைந்தது. சம்பத் தொழிற்சங்க நடவடிக்கைகளின் எதிர்காலம் பற்றிய தலைப்பை

முன்வைத்தார். சம்பத் தானும், தனது தோழர்களும் ஒரு சுதந்திர மான தொழிற்சங்கத்தை கட்டமைக்க விரும்புவதாகவும், அந்த தொழிற்சங்கம் எந்த ஒரு உத்தரவையும், எவரிடமிருந்தும் எடுத்துக் கொள்ளாது என்றும் தெளிவாகக் கூறினார்.

இந்த நெடும்தொடரின் ஒரு பகுதியை மீண்டும் எண்ணிப்பார்த்த சம்பத், என்னை நேரடியாகப் பார்த்து அறிவித்தார்: 'நான் எவ்வளவு காலம் உயிரோடு இருக்கிறேனோ, அவ்வளவு காலமும் கஷ்மீரை ஒரு இஸ்லாமிய அரசாக ஆக்குவதை நான் அனுமதிக்க மாட்டேன்.'

பல ஹுரியத் தலைவர்கள் சம்பத்தை தங்கள் வீட்டுக்கு உணவுண்ண அழைத்தார்கள். அவ்வாறு முதன்முதலில் அழைத்தவர் அப்துல்கனிலோனே. உணவின் போது சம்பத் லோனேவிடம், தான் கஷ்மிருக்கு திரும்பிவந்து வேலைசெய்ய விரும்புவதாகக் கூறினார். பதினைந்து ஆண்டுகள் மூத்தவரான லோனே சிரித்துக்கொண்டே கூறினார்:

'ஒட்டுமொத்த உலகமும் உன்னிப்பாக கவனிக்கிறது;
ஆனால், நீங்கள் உங்கள் கதையை கூறிக்கொண்டே தூங்குகிறீர்கள்.'

"ஸமானா படே சௌக் சே துஜே சுன் ரஹதா
து ஹி சோ கயா தஸ்தன் கேஹ்தே கேஹ்தே"

ஹுரியத் தலைவர் பேராசிரியர். அப்துல் கனி பட் கூட சம்பத் பிரகாஷையும், அவரது தோழர்களையும் ஒரு கஷ்மீர் விருந்தான வஸ்வானுக்கு அழைத்தார். பட் எஸ்.பி.கல்லூரியிலும், பின்னர் அலிகார் முஸ்லீம் பல்கலைக்கழகத்திலும் படித்தவர். கஷ்மீர் பாகிஸ்தானுடன் இணையும் என்று மிக உறுதியான நம்பிக்கை கொண்டிருந்தவர்.

தோழர் ராம் பியாரா சராஃபை அந்த ஹுரியத் தலைவரின் வீட்டில் பார்த்து சம்பத் மிகவும் திகைப்படைந்தார். சராஃப் மிகவும் வயதானவராகக் காணப்பட்டார். இரண்டு தசாப்தங்களுக்குப் பிறகு அவர்கள் இருவரும் மகிழ்வுடன் சந்தித்தனர். மறுநாள் நீண்டநேரம் சந்திப்பதற்கு அவர்கள் ஒத்துக்கொண்டனர். ஜம்மு மற்றும் கஷ்மீரை ஏழு இனக்குழு பகுதிகளாகப் பிரிப்பதற்கு தொழிற்சங்கம் போராடவேண்டும்[13] என்று சராஃப் விரும்பினார். இந்தியாவுக்குள் கலாசார ரீதியாலும், மொழியாலும் மிகவும் வேறுபாடுகள் கொண்ட மாநிலங்களில் ஜம்மு மற்றும் கஷ்மீர்

மாநிலமும் ஒன்று என்ற அம்சத்தை கணக்கில்கொண்டு இந்தத்திட்டம் வகுக்கப்பட்டிருந்தது. சம்பத் பிரகாஷ் இந்த முன்மொழிவை விரும்பவில்லை. அதன்பொருள், மத அடிப்படையில் கஷ்மீரை பிரிப்பதாகும். அதை சம்பத் ஒருபோதும் ஏற்றுக்கொண்டதில்லை.

சம்பத்தும் அவரது தோழர்களும் தங்கள் தொழிற்சங்க நடவடிக்கைகளை கஷ்மீர் பள்ளத்தாக்கில் மீண்டும் துவக்கினார்கள். ஆனால் சம்பத் வெளியிலிருந்த ஏழு ஆண்டுகளில், அங்கு அரசியல் சூழ்நிலை பெரிதும் மாறியிருந்தது. தனிப்பட்ட இழப்புக்களால் பாதிக்கப்படாத அல்லது அன்புக்குரிய ஒருவரின் மரணத்தை சந்தித்திராத எந்தவொரு குடும்பமும் அங்கு இல்லை. பெண்கள் 'பாதி விதவைகள்' என்று அழைக்கப்பட்டார்கள். ஏனெனில், தங்கள் கணவர் ஆயுதப்படைகளின் சிறைகளில் உயிரோடு இருக்கிறாரா? அல்லது இறந்துவிட்டாரா? என்பதை அவர்களால் அறியமுடிய வில்லை. பாதுகாப்புப் படையினரால் இழுத்துச்செல்லப்பட்ட தங்கள் தந்தை இதுவரை திரும்பவில்லை என்பதை அங்குள்ள குழந்தைகள் நன்கு கவனித்து வந்தார்கள். மேலும் அங்கு தீவிரவாதிகளாலோ அல்லது துரோகிகளாலோ தங்களது குடும்ப உறுப்பினர்கள் கொல்லப்பட்டவர்களும் இருந்தார்கள்.[14]

இந்தப்பின்னணியில் தொழிற்சங்கத்தின் பழைய கோரிக்கைகளுக்கான பல முழக்கங்கள் பொருத்தமுள்ளவைகளாக காணப்படவில்லை. அந்த தொழிற்சங்கத்தின் தற்போதைய நிலைக்கேற்ப ஒரு புதிய கோரிக்கையின் வடிவில் ஒரு முழக்கத்தை முடிவு செய்தார்கள்.

> 'கட்ல்–இ–ஆம் பந்த் கரோ: கஷ்மீர் மஸ்லா ஹல் கரோ'
> 'கூட்டுக்கொலைகளை தடுத்து நிறுத்து; கஷ்மீர் முரண்பாடுகளை தீர்த்து வை'

சம்பத் பணியிலிருந்து ஓய்வுபெற்றார். மும்முரமான ஆழ்ந்த பிரச்சாரங்களுக்குப் பிறகு அவருக்கு ஓய்வு தேவைப்பட்டது. தனது இளையமகன் வேலையில் நியமிக்கப்பட்டிருந்த லே பகுதிக்கு தனது மனைவியுடன் செல்ல முடிவு செய்தார். இதுதான் லடாக்குக்கு அவரது முதல்வருகை. அவர், குறைந்த ஊதியம்பெறும் அரசு ஊழியர்கள் கூட்டமைப்பின் உள்ளூர் தலைவர்களோடு தொடர்புகொண்டார். தொலைதூரத்தில் ஒதுக்குப்புறங்களில் இருந்த பகுதிகளுக்கும் கடும் பயணம் செய்து, அரசு ஊழியர்கள் எந்த சூழ்நிலைகளின்கீழ் பணியாற்ற வேண்டியுள்ளது என்பதை ஆய்வுசெய்தார்.

லடாக்கிய புத்த மதத்தினர் தங்கள் விஷயங்களில் கஷ்மீரிகளின் ஆதிக்கத்தை எந்த அளவுக்கு எதிர்த்தனர் என்பதை சம்பத் அறிந்திருக்கவில்லை. 1967முதல் தன்னாட்சி உரிமைக்காக போராடிவருகிறார்கள். 1981இல் முழுவீச்சுடன் ஒரு போராட்டத்தை நடத்தினார்கள். அது, 1995இல், 'லடாக் தன்னாட்சி மலைப்பகுதி வளர்ச்சிக்குழு" *(Ladakh Automonous Hill Development Council)*வை அமைக்க வழிவகுத்தது. பலிஸ்டனின் பகுதியாக உள்ள கார்கிலில் ஷியா பெரும்பான்மையினர் தனியாக ஒரு தன்னாட்சிக்குழு வேண்டுமென்று கேட்டார்கள்.

தன்னுரிமைக்கான லடாக்கியர்களின் நடவடிக்கைகள்மீது சம்பத் அனுதாபம் கொண்டிருந்தார். ஆனால், அவரது சங்கத்திலிருந்த பெரும்பாலான உறுப்பினர்கள் அதை விரும்பவில்லை. லடாக்கிலிருந்த டாக்டர் சோனம் தவா போன்ற பிரதிநிதிகள் அந்த இயக்கத்தை[15] முன்நின்று நடத்திய போதும்கூட அந்தச் செயல்பாடுகளில் அவர்கள் பங்கேற்கவில்லை.

ஆனாலும்கூட, லடாக்கிய தோழர்கள் தங்கள் சிறப்பு கோரிக்கைகளான வருமானவரி செலுத்துவதிலிருந்து விதிவிலக்கு (வடகிழக்கு பழங்குடியினருக்கு விதிவிலக்கு அளிக்கப்பட்டது போல), கடும்குளிர்காலத்தில் அரசு ஊழியர்கள் வேலை செய்யவேண்டியிருந்ததால் 'கடும் பனி படி', கஷ்மீரிகள் உள்ளிட்ட வெளியாட்களைவிட உள்ளூர்க்காரர்களுக்கு அரசுப் பணிகளில் முன்னுரிமை போன்றவை நிறைவேற அவர்கள் உதவினார்கள்.

சம்பத் பிரகாஷ் லடாக்கிலிருந்த நேரத்தில் அஃப்சல் குரு கஷ்மீர் பள்ளத்தாக்குக்குத் திரும்பி வந்தார். அவர் 1977இல் தனது பட்டப்படிப்பை டெல்லியில் தொலைதூரக் கல்வியின்மூலம் முடித்தபிறகு, திரும்பி வந்திருந்தார். அவர் தனது தாயாரோடு இருக்க ஏங்கினார். தேர்தல் முடிவுகளுக்குப் பிறகு, பிரச்சனைகள் முடிவுக்குவரும், தன்னால் வீடு திரும்பமுடியும் என நினைத்தார். ஒரு மருந்து தயாரிப்பு நிறுவனத்தில் அவருக்கு விற்பனை முகவராக வேலை கிடைத்தது. மருந்துகளையும், அறுவைசிகிச்சை கருவிகளையும் விற்பனை செய்து ஒவ்வொரு மாதமும் சில ஆயிரம் ரூபாய்களை ஈட்ட அவரால் முடிந்தது. அது தனது குடும்பத்துக்கு திரும்பிவர போதுமானதாக இருந்தது.

அஃப்சலின் தாயார் அவருக்கு திருமணம் செய்துவைக்க முடிவுசெய்தார். அவரது மனைவி தபஸ்ஸும்மும், அவரும் இரண்டு

சகோதரிகளான அம்மாக்களுக்கு பிறந்தவர்கள். பாரமுல்லாவில் பிரபல வியாபாரியும், உள்ளூர் பள்ளியின் அறங்காவலருமான குலாம் மொஹம்மது புருவின் ஐந்து குழந்தைகளில் ஒருவர் தபஸூம். 1998 நவம்பர் 1 அன்று அஃப்சல்குரு உயிர்த்துடிப்பும், மகிழ்ச்சியும் நிறைந்த இளம்பெண்ணான தபஸூம்மைத் திருமணம் செய்து கொண்டார். அவரை பெண் கேட்கச்சென்றபோது தபஸூம் தனது வீட்டின் தாழ்வாரத்தில் நொண்டியடித்து விளையாடிக்கொண்டிருந்தார். அப்போது அவருக்கு 18 வயது ஆகியிருந்தது. அஃப்சலைவிட 10 வயது இளையவர். அவர்களது திருமணத்தின் ஒளிப்பேழையில் தனது திருமணத்தில் அஃப்சல் நடனமாடிக்கொண்டும், பாடிக்கொண்டும் இருந்ததை காட்டியது.[16] அஃப்சல், தபஸூம்மை பியாரி — அன்புக்குரியவளே — என அழைத்தார்.

அஃப்சலும், தபஸூமும் வழக்கமான ஒரு குடும்பவாழ்க்கை வாழ்ந்து, குழந்தைகளை பெறுவதாகவும், அவர்கள் வளர்வதை கவனிப்பதாகவும், தங்கள்வீடு குந்தைகளின் சிரிப்புக்களால் நிறைந்திருப்பதாகவும் நம்பிக்கையோடு கனவுகாணத் துவங்கினார்கள். விரைவில் அவர்களுக்கு ஒரு குழந்தை பிறந்தது. அஃப்சல் விவரிக்க முடியாத ஒரு மகிழ்ச்சியை உணர்ந்தார். அந்தக் குழந்தைக்கு 12ஆம் நூற்றாண்டின் கவிஞரும், தத்துவவாதியும், ரூமியின் ஆன்மிகப்பயிற்சி அளிப்பவருமான ஒரு கவிஞர் நினைவாக ஷாம்ஸ் தப்ரிஷி என்று பெயர்சூட்ட விரும்பினார். அப்போது தபஸூம் உண்மையான ஒரு கவலையை வெளியிட்டார். கஷ்மிரில் வழக்கம்போல ஷாம்ஸ் தப்ரிஷி என்ற பெயரை 'தப்ரிஷி' என்று சுருக்கி அழைப்பார்கள்: தப்ரிஷி என்பதன் பொருள் 'கோடாரி' என்பதாகும். தனது மகனின் பெயர் பட் குலத்தின் ஏளனப்பெயர் ஆகிவிடும் என்று தபஸூம் கூறினார். அஃப்சல் இதை ஏற்றுக்கொண்டு, தனது மாமனார் மற்றும் குடும்ப உறுப்பினர்கள் முன்னிலையில் 'திவான்—இ—காலிப்' என்ற தலைப்பிட்ட புத்தகத்தை தனது புத்தக அடுக்கில் தேடினார். மேலும் தாமதிக்காமல் உடனடியாக, 'காலிப்' என்ற பெயர் பற்றி என்ன கூறுகிறீர்கள்? என்று கேட்டார். அவரது மாமனார் 'மர்ஹபா'[17] என்றுகூறி ஏற்றுக்கொண்டார்.

அஃப்சலுக்கு தனது வாழ்வின் பொன்னான தருணங்கள், தனது அன்புக்குரிய மனைவி தபஸூம், அவர்கள் மகன் காலிப் ஆகியோருடன் மகிழ்வோடு கழித்த நேரங்கள்தான். பல நேரங்களில் வேலையிலிருந்து காலம் தாழ்ந்து வீட்டுக்கு வரும்போது, தனது மனைவி ஆழ்ந்த தூக்கத்தில் இருப்பதைக்கண்டு, தனது மகனைப்போல

மெதுவாக அவரை படுக்கைக்கு தூக்கிச்செல்வார். அவர் உணவு சமைத்தார். தனது மகனிடம் காட்டியதுபோலவே ஆழமான அன்பைத் தனது மனைவியிடம் உணர்ந்தார். அஃப்சல், கல்லூரியில் இருந்ததுபோல பொறுப்பு இல்லாதவராக இருக்கவில்லை. ஆனால் அவர் இன்னும் மைக்கேல் ஜாக்சனைப் பார்ப்பதில், நடனம் மற்றும் சுற்றுலா செல்வதில், நண்பர்கள் மற்றும் குடும்பத்தினரை சென்று காண்பதில் மகிழ்ச்சி அடைந்தார்.

அவர்களது குழந்தை, தனது முதல் குளிர்காலப் பனிக்கட்டிகளை பார்ப்பதில், உலகம் வெண்மையாக மாறும் தந்திர வித்தைகளைப் பார்ப்பதில், பூக்களின் வண்ணங்களையும், புகழ்பெற்ற சோபூர் தோட்டங்களில் சிவப்பு ஆப்பிள்கள் வளர்வதையும், அதன்பிறகு, மீண்டும் இலையுதிர் காலத்தில் சினார் இலைகள் விழுவதற்குமுன் பச்சை நிறத்திலிருந்து பழும்சிவப்புக்கும், பின்னர் தங்க நிறத்துக்கும் மாறுவதையும், மீண்டும் பனி விழுவதையும் கண்டு ஆனந்தம் அடைவதைப் பகிர்ந்துகொள்வதில் அந்தப் பெற்றோர் மகிழ்ச்சியடைந்தார்கள். காலிப் தனது முதல் சிறுநடையை எட்டிவைப்பதைக் கண்டு மகிழ்ச்சியோடு சிரித்தார்கள். அவன் தனது முதல் வார்த்தையை பேசியதையும் அவர்கள் கவனித்தார்கள்.

அதேநேரத்தில் தபஸூம், தங்கள் வாழ்வில் எந்த நேரத்திலும் சூரியன் ஒளிர்வதை துடைத்தெறியும் ஒரு கறுப்பு நிழலோடுதான் எப்போதும் வாழ வேண்டியிருக்கும் என்பதையும் உணர்ந்திருந்தார். அவர்கள் திருமணத்துக்கு இரண்டு நாட்களுக்குப்பிறகு, 1998 நவம்பரில் அந்த கிராமத்திலிருந்த இந்திய இராணுவ முகாமுக்கு ராஷ்ட்ரிய ரைபிள்ஸ்ன் மேஜர் ஒருவரால் அஃப்சல் அழைக்கப்பட்டார். ராஷ்ட்ரிய ரைபிள்ஸ் என்பது 1993இல் கஷ்மீரில் ஆயுதக் கலவரங்களை எதிர்த்து ஒடுக்க அமைக்கப்பட்ட ஒரு உயர் தரைப்படை பிரிவாகும். அது சிறப்பு அதிரடிப்படைகளுடன் சேர்ந்து பணியாற்றியது. அந்த மேஜர், சோராபுரில் உள்ள தீவிரவாதிகள் பற்றிய தகவல்களை அஃப்சல் தர மறுத்ததால், கடும் விளைவுகளை சந்திக்க வேண்டியிருக்கும் என்று எச்சரித்திருந்தார். அப்போதுமுதல், மனைவி மற்றும் குழந்தையுடன் ஒரு வாழ்க்கை, இந்திய இராணுவத்தின் தடுப்புக் காவலில் ஒரு வாழ்க்கை என இரட்டை வாழ்க்கையை வாழ்ந்து வந்தார்.

ஒவ்வொரு ஞாயிற்றுக்கிழமையன்றும், அஃப்சல் மேஜர்முன் தானாகவே செல்லவேண்டியிருந்தது. அதன்பின் வாரத்துக்கு இருமுறை அடிக்கடி செல்ல வேண்டியிருந்தது. அவர் சரணடைந்த

தீவிரவாதிகளுடன் சேர்த்து, தகாதமுறையில் நடத்தப்பட்டார். உடல்ரீதியாக அடிப்பதைவிடவும் வார்த்தைகளால் திட்டப்பட்டது கொடூரமாக இருந்தது. அவரும் மற்றவர்களும் படைவீரர்களின் குடியிருப்புக்களையும், கழிவறைகளையும் சுத்தப்படுத்த வேண்டியிருந்தது. அதன்பிறகே அவர்கள் போக அனுமதிக்கப்பட்டார்கள்.

பின்னர் அந்த ஆண்டில் அஃப்சல் பாரமுல்லாவுக்குச் சென்றார். அங்கு அவர் ஒரு கடையை அமைத்து அறுவை சிகிச்சை சாதனங்களை விற்பனை செய்தார். அவர் தனது இரட்டை வாழ்க்கையை இரண்டு தனித்தனி தடுப்பறைகளில் வாழக்கற்றுக்கொண்டார். அதுவும்கூட எப்போதும் சாத்தியப்படவில்லை. தொடர்ச்சியாக இந்திய இராணுவம் வந்து அவரது கதவை தட்டியபோது அவரது வீட்டின் புனிதம் மீறப்பட்டது. தபஸுமும், அஃப்சலின் தாயாரும் அந்த இருள் மீண்டும் கவியும் என்பதையும், அவர் எப்போதைக்கும் தங்களிடமிருந்து மறைந்துவிடுவார் என்பதையும் அறிந்திருந்தார்கள்.

1998—2000க்கும் இடையே, அஃப்சல் மிகக்கடுமையாக வேலைசெய்து தனது தொழிலில் நன்றாக வளர்ந்திருந்தார். ஆனால், மாதம் 300 முதல் 500ரூபாய்கள் வரை தனது அண்டைவீட்டுக்கு பொறுப்பாக இருந்த சிறப்பு காவல் அதிகாரிக்கு தரவேண்டியிருந்தது.[18] இந்த எல்லா செலவுகளும்போக தனக்கு ஒரு இருசக்கர வாகனம் 20000த்தில் வாங்க போதுமான அளவுக்கு பணம் சேமித்திருந்தார். அந்த வாகனம் அவரது தொழிலுக்கு உதவியாக இருந்தது. அவர் தனது மனைவியையும், மகனையும்கூட கடைவீதிக்கு அந்த வாகனத்தில் ஏற்றி ஓட்டிச்சென்றார். அவர் குடும்பத்தையும், நண்பர்களையும் சந்திக்கச் செல்வார். அந்த ஸ்கூட்டரை வாங்கிய இரண்டு மாதங்களுக்குப்பிறகு, நரகத்தில் வாழ்வது போன்ற இன்னொரு திருப்பம் வந்தது.

அஃப்சல் தனது கடையில் இருந்தபோது, இர்ஷித் மஸுத்[19] என்ற துரோகி கொடுத்த தகவலின் அடிப்படையில் கஷ்மீர் காவல்துறை வந்தது; அவரை வெளியே இழுத்துச்சென்றது. அந்த துரோகி காவலர்களிடம், அஃப்சலுக்கு தீவிரவாதிகளுடன் தொடர்பு இருக்கிறது என்று கூறியிருந்தான். அஃப்சல் சிறப்பு அதிரடிப்படையின் பல்ஹல்லன் முகாமுக்கு கொண்டுசெல்லப்பட்டார். அங்கு அவர் DSP வினய்குமாரால் மிகக்கடுமையாகத் தாக்கப்பட்டபிறகு, அந்த காவலர்கள் தாங்கள் தவறான வேறு ஒரு அஃப்சலை பிடித்துவந்துவிட்டோம் என்று தெரிந்துகொண்டார்கள். ஆனால்,

அஃப்சலை விடுவிப்பதற்கு பதிலாக அவரை ஸ்ரீநகர் அருகில் ஹம்ஹமாவில் உள்ள சிறப்பு அதிரடிப்படை முகாமுக்கு கொண்டுசென்றார்கள்.

அங்கு அவர் இன்னொரு காவல்துறை அதிகாரி *DSP* தாவிந்தர் சிங்கிடம் ஒப்படைக்கப்பட்டார். அந்த அதிகாரி, தீவிரவாதிகளுடன் தொடர்பு இருப்பதாகவும், ஆயுதங்களை வைத்திருப்பதாகவும் ஒப்புக்கொள்ளுமாறு உத்தரவிட்டார். அஃப்சல் அவரிடம் தான் எந்த ஆயுதத்தையும் வைத்திருக்கவில்லை என்று கூறியபோது, அவர் ஆடைகள் உரியப்பட்டு அம்மணமாக்கப்பட்டார். உறைந்த தண்ணீரில் போடப்பட்டு, மின்சாரத்தை உடலில் பாய்ச்சி அதிர்ச்சியூட்டப்பட்டார். அந்த அதிகாரி கவனித்துக் கொண்டிருந்தபோது, சாந்தி சிங் என்ற இன்னொரு ஆய்வாளரால் அவர் கட்டாயமாக தண்ணீர் குடிக்க வைக்கப்பட்டு, மூன்று மணி நேரம் மீண்டும் மின் அதிர்ச்சியூட்டப்பட்டார். அவரது ஆசன வாயில் பெட்ரோல் ஊற்றப்பட்டது. மிளகாய்கள் அதனுள் திணிக்கப்பட்டன. அவர் அந்த நிலையிலேயே ஒருநாள் முழுதும் வைக்கப்பட்டிருந்தார்.[20] அஃப்சல் மயக்கமடைந்து விழுந்தார். மீண்டும் அவர் உணர்வுபெற்றபோது, தானொரு சிறிய இருட்டறையில் இருப்பதைக் கண்டார். இரண்டுபேர், ஒருவரோடொருவர் கிசுகிசுப்பாக பேசிக் கொண்டிருந்ததைக் கேட்ட அவர், அவர்கள் யார் என்று கேட்டார். அவர் தனது கைகளை வெளியே நீட்டி, அவர்களும் அதே சிறையறையில் இருப்பதை அறிந்தார். அவரைப்போலவே, அவர்களும் பாதிக்கப்பட்டவர்கள்தான்.

அவர்களில் ஒருவன் ஸ்ரீநகர் பகுதியிலிருந்து வந்தவன். அவன் *DSP*-யிடம் ரூ.*25,000* கொடுத்தான். விடுதலையானான். இன்னொருவன் த்ராலில் இருந்து வந்த தாரிக் என்று தன்னை அறிமுகம் செய்துகொண்டான். அஃப்சல் அவனுடன் *25* நாட்கள் இருந்தார். *STF*-உடன் ஒத்துழைக்குமாறும், இல்லாவிட்டால், அவர் இயல்பான வாழ்வு வாழ அனுமதிக்கப்படமாட்டார் என்றும் அஃப்சலுக்கு அவன் அறிவுரை கூறினான்.

தாரிக் பின்னர் இந்தியப் பாராளுமன்றத்தைத் தாக்கிய சதியில் மூளையாக இருந்த மூன்று பேரில் ஒருவன் என்று குற்றப்பத்திரிக்கையில் பெயர் சேர்க்கப்பட்டான். மற்ற இருவர் நன்கறியப்பட்ட தீவிரவாதிகளான காஜியா மற்றும் மசூத் அஸார் ஆவர். ஆனால் தாரிக் என்ற மர்ம மனிதரைப்பற்றி எதையும்

நம்மால் பத்திரிக்கைகளிலோ அல்லது விசாரணைகளின் போதோ அறிந்து கொள்ள முடியவில்லை.

தாரிக்கை தான் சந்தித்தச் சூழ்நிலையைப் பற்றியோ அல்லது அஃப்சலை அவன் பயங்கரவாதச் செயல்களில் ஈடுபட்டதாக ஒப்புக்கொள்ளுமாறு ஆசை காட்டியதையோ நீதிமன்றத்தில்கூற அஃப்சலுக்கு எந்தவொரு வாய்ப்பும் தரப்படவேயில்லை. அப்படியே வாய்ப்பு அளிக்கப்பட்டிருந்தாலும், அதை நீதிபதி கவனித்திருப்பாரா, என்று நான் ஆச்சரியப்பட்டேன். எல்லாவற்றுக்கும் மேலாக அஃப்சலின் கதையை புரிந்துகொள்ள வேண்டுமென்றால் கஷ்மீரின் ஆயுதக் கலவரங்கள் மற்றும் அதை எதிர்த்த ஆயுதக்கலவரங்கள் வரலாற்றை ஒருவர் நடைமுறையில் அறிந்திருக்கவேண்டும். மேலும் நீதிமன்ற சட்டத்தின் படி வரலாற்றை ஒரு ஆதாரமாக கொடுக்கமுடியாது. அஃப்சல் வரலாற்றால் பாதிக்கப்பட்டவராக இருந்தார்.

அஃப்சல் தான் எதிர்பாராதவிதமாக விடுதலை செய்யப்பட்டதைக் கண்டார். அவர் எப்போது பிடிபட்டாரோ அப்போதிலிருந்தே, அவரை விடுவிக்க அச்சுறுத்தி பணம்பறிக்கும் தட்டமுடியாத கோரிக்கை இருந்ததால், அவரது குடும்பம் அவரை அந்த நரகத்திலிருந்து மீட்க பணம் திரட்டுவதில் மும்முரமாக இருந்தது. அவர் எங்கே வைக்கப்பட்டிருக்கிறார் என்பதை அறிந்தபோது, அந்த DSP அவரை விடுவிக்க ரூ.1,00,000 கேட்டார்.

தபஸூம் தனது திருமணத்தின்போது கொடுக்கப்பட்டிருந்த சிறிது தங்க நகைகளையும், விற்றார். ஆனால் அவரால் ரூ.80,000 மட்டுமே திரட்ட முடிந்தது. அஃப்சல் ரூ.24,000க்கு வாங்கிய ஸ்கூட்டரை விற்பதைவிட வேறு வழி அந்தக் குடும்பத்துக்கு இல்லாமல் போனது. தங்கள் கையிலிருந்த பணத்தோடு அஃப்சலை மீட்க அவர்கள் விரைந்தார்கள். 2000 ஜூலை மத்தியிலிருந்து 25 நாட்கள் அவர் சட்டத்துக்கு புறம்பாக தற்காலிக சிறையில் இருந்துவந்தார். அவரது விடுதலையின்போது, அவரை ஆறுமாதங்களுக்கு சிறப்பு காவல்துறை அதிகாரியாக நியமிக்கும் சான்றிதழை சிறப்பு அதிரடிப்படை வழங்கியது.[21] அவர் STF முகாமைவிட்டு வெளியே வந்த போது, அவர் தன்னை 'நொறுக்கப்பட்ட மனிதன்' என்று மெச்சிக் கொண்டார். அதுவரை அவர் சில மனிதர்களே இருந்த உலகத்தில் வாழ்ந்துவந்தார். அங்கிருந்து மிகச்சிலரே வழக்கமான உலகத்துக்கு திரும்ப முடிந்தது. அது, உளவாளிகள், புலனாய்வு ஏஜண்டுகள், தீவிரவாதிகளின் அழுக்கான இருட்டு உலகம். எந்த

பத்திரிக்கையாளரும் நுழையமுடியாத உலகம். அங்கு உண்மை, சுதந்திரம், பெருந்தன்மை, துணிச்சல் என்ற வார்த்தைகளுக்கு, முற்றிலும் வித்தியாசமான அர்த்தங்கள் இருந்தன.

அஃப்சல் தனது கிராமத்து வீட்டைவிட்டு விலக, ஸ்ரீநகரில் ஒரு வீட்டை வாடகைக்கு எடுத்து, அங்கிருந்தே தனது வியாபாரத்தை நடத்த முடிவு செய்தார். அவர் தனது கிராமத்தைவிட, நகரத்தில் இருப்பதே பாதுகாப்பானது என்று நினைத்தார். அதுதவிர கடும் சித்ரவதைக்குப்பிறகு அவருக்கு மருத்துவ சிகிச்சை தேவைப்பட்டது.

அவர் ஸ்ரீநகருக்குச் சென்றதிலிருந்து தாரிக் அவருடன் தொடர்பு கொண்டிருந்தான். தாவிந்தர் சிங் அஃப்சலை நேரடியாகத் தொடர்பு கொள்ளவில்லை. அவர் புத்காமில் உள்ள மூத்த போலீஸ் அதிகாரியின் மைத்துனன் அல்டாஃப் ஹுசேன் மூலமாக தொடர்புகளைக் கொண்டிருந்தார். அல்டாஃப் ஹுசேன் தனது இரண்டு மகன்களுக்கும் படிப்பு சொல்லிக்கொடுக்குமாறு அஃப்சலிடம் கூறினார். ஒருவன் 10ஆம் வகுப்பிலும், இன்னொருவன் பள்ளி இறுதியாண்டிலும் படித்துக் கொண்டிருந்தார்கள். அவர்களின் தந்தைக்கு தீவிரவாதிகளின் அச்சுறுத்தல் இருந்தது. என்வே, அவர் பள்ளி நேரத்துக்குப்பிறகு தனிப்படிப்புக்கு தனது குழந்தைகளை அனுப்பத் துணியவில்லை. அவர் தானோ அல்லது தனது குழந்தைகளோ கடத்தப்பட்டுவிடக்கூடாது என்று அஞ்சினார்.[22]

நான் அஃப்சலிடம் அவர் பாடம் கற்றுத்தந்த மற்ற குழந்தைகளின் பெற்றோர் பெயர்களைக் கேட்டேன். அது அவரது வாழ்வின் முக்கிய அம்சமாக இருக்கும்; அதை வெளிப்படுத்துவது தேவையாக இருக்கும் என்று நினைத்தேன். ஆனால், அஃப்சலோ அவர்களின் பெயர்களை வெளியிட்டால், அந்த மாணவர்கள் அவமதிப்பைச் சந்திக்க நேரிடும் என்றும், அவர்களைத் துன்பத்துக்குள்ளாக்க விரும்பவில்லை என்றும் கூறினார். அவர் இதே பதிலைத்தான், உச்ச நீதிமன்றத்தில் தனது சார்பில் கேவியட் மனு தாக்கல் செய்திருந்த மூத்த வழக்கறிஞர் இந்திரா கெய்சிங்கிடமும் கூறினார். அஃப்சல் எவ்வளவு மாண்புமிக்கவர் என்று அந்த வழக்கறிஞர் அஃப்சல் மீது பெருமதிப்பு கொண்டிருந்தார். தனது நோக்கத்துக்காக நேர்மையின்றி தனது கொள்கைகளை விட்டுவிடும் மனிதப் பிறவியல்ல அஃப்சல்.

அதன்பிறகு 2001 நவம்பரில் ஒரு நாள் அல்டாஃப், அஃப்சலை தாவிந்தர்சிங்ஐ சந்திக்க அழைத்துச்சென்றார். அந்த போலீஸ்

அதிகாரி, அஃப்சல் ஒரு வேலை செய்யவேண்டும் என்று கூறினார். ஒருவரை டெல்லிக்கு அழைத்துச்செல்ல வேண்டும் என்றும், அவருக்கு அங்கு தங்குமிடம் ஒன்றை ஏற்பாடு செய்ய வேண்டும் என்றும் அவரிடம் கூறினார். அஃப்சல் ஏற்கனவே டெல்லியில் வாழ்ந்திருந்ததால் அது அவருக்கு சிரமமானதாக இருக்காது என்றும் அவரிடம் கூறினார். அந்த மனிதனின் பெயர் மொஹம்மது என்று அஃப்சலுக்கு கூறப்பட்டது. அந்த மனிதன் ஒரு கஷ்மீரி என்று அவர் கருதினார். ஆனால், மிகவிரைவில் மொஹம்மதுவால் கஷ்மீரி மொழியை பேசமுடியாது என்பதை கண்டுபிடித்தார்.

மொஹம்மது தானாகவே தனக்கு ஒரு தங்குமிடத்தை ஏற்பாடு செய்து கொண்டார் என்றும், அவர் கரோல்பாக்கிலுள்ள ஒரு கார்ஷெட்டிலிருந்து ஒரு பழைய கார் வாங்க, தான் உதவியதாகவும் அஃப்சல் தெரிவித்தார். அந்த வெள்ளை அம்பாசிடர் கார் ஒரு தற்கொலைத் தாக்குதலில்[23] இந்தியப் பாராளுமன்றத்துக்குள் உந்திச்செல்ல ஐந்து தீவிரவாதிகளால் பயன்படுத்தப்படும் என்ற சிந்தனை அப்போது இருக்கவில்லை. அதன்பிறகு, மொஹம்மது, அஃப்சலிடம் அவர் கஷ்மீருக்கு திரும்பிச்செல்லலாம் என்று கூறினார்.

STF-ன் பிடியிலிருந்து விலகி, டெல்லியில் வாழ்வது பாதுகாப்பாக இருக்கும் என்று அஃப்சல் முடிவு செய்தார். ஒருவேளை அனைத்துக்கும் பிறகு அவர் ஒரு நல்லவாழ்க்கையை பெற்றிருக்கக்கூடும். அவர் கொஞ்ச நேரமே நீடித்திருக்கும் ஒரு நம்பிக்கையைக் கண்டார். அவர் இந்திர விஹாரில் ஓர் அறையைக் கண்டுபிடித்தார். 2001 டிசம்பர் 14 அன்று, ஸ்ரீநகருக்குச் செல்லும் முன் வாடகை முன் பணமாக ரூ.7,000 கொடுத்தார். அந்த வீட்டின் சொந்தக்காரியான பெண்ணிடம் வீட்டின் சாவியைக்கொடுத்து, சில நாட்களில் திரும்பி வந்து விடுவேன் என்று கூறிவிட்டுப் புறப்பட்டார். ஆனால், தனது வீட்டையும், குடும்பத்தையும் குறித்த நேரத்தில் அந்த ஆண்டின் ஈத் பெருநாளன்றோ அல்லது மீண்டும் எப்போதாவதோ அவர் சென்றுசேரவே இல்லை.

அஃப்சல் ஸ்ரீநகர் செல்ல ஒரு பேருந்தில் ஏறினார். அவர் அங்கு சென்றடைந்தபோது, 'டெல்லியிலிருந்து அவர் எப்போது திரும்பிவந்தார்?' என்று கேட்ட தாரிக்கின் தொலைபேசி அழைப்பைப் பெற்றார். அடுத்தநாள் காலை 2001 டிசம்பர் 15 அன்று சோபூருக்குச் செல்ல பேருந்துக்காக காத்திருந்தபோது,

போலீஸ் அவரைப் பிடித்தது. பாரிம்போரா காவல் நிலையத்துக்கு அவரை அழைத்துச்சென்றது. தாரிக் அங்கு அவருக்காக காத்துக்கொண்டிருந்தார். தாரிக் அவரை அடித்தார். மொஹம்மது அவரிடம் கொடுத்திருந்த ரூ.35,000ஐ எடுத்துக் கொண்டார். அவரது கண்கள் கட்டப்பட்டன. பின் அவர் சிறப்பு அதிரடிப் படை தலைமையகத்துக்கும், அங்கிருந்து டெல்லிக்கும் கொண்டு செல்லப்பட்டார். பின்னர் ஷௌகத்தின் லாரியை அவர்கள் ஓட்டிச்சென்றபோது அஃப்சல் அவரது ஒன்றுவிட்ட சகோதரர் ஷௌகத்துடன் ஸ்ரீநகரில் கைது செய்யப்பட்டார் என்று அரசுதரப்பு வாதிட்டது. எனக்கு ஷௌகத்தின் கதையைப்பற்றித் தெரியாது. ஆனால், அஃப்சல், அவர்கள் இருவருக்கும் லாரியை ஓட்டுவது எப்படி என்று தெரியாது எனவும், தன்னிடம் ஓட்டுநர் உரிமம் எதுவும் இல்லை எனவும் கூறினார்.²⁴

டெல்லியில் அஃப்சல் குரு லோதி ரோட்டிலிருந்த காவல் நிலையத்தின் தனிச்சிறைக்குக் கொண்டுசெல்லப்பட்டார். அங்கு அவர் இந்தியப் பாராளுமன்றத்தைத் தாக்கச் சதி செய்ததாகக் குற்றம் சாட்டப்பட்டுள்ளதை தெரிந்து கொண்டார். அவர் அடிக்கப் பட்டார்; சித்ரவதை செய்யப்பட்டார். அது ரம்ஜான் புனித மாதம். அவர் தனது விரதத்தை தங்களது சிறுநீரைக்கொண்டு முடித்துக்கொள்ளலாம் என்றுகூறி, அவரது வாயில் சிறுநீர் கழித்தார்கள். அவர் தனது ஒன்றுவிட்ட சகோதரர் ஷௌகத்துடன் ஆசனவாயில் பாலுறவு கொள்ளவும் கட்டாயப்படுத்தப்பட்டார்.

சில நாட்களுக்குப்பிறகு டிசம்பர் 17 அன்று அஃப்சல் தேசிய ஊடகங்கள் முன்பு நிறுத்தப்பட்டார். லோதி ரோடு காவல் நிலையத்தில் கைவிலங்குகளோடு அமர்ந்திருந்த (இது தொலைக் காட்சியில் காணப்படவில்லை) அஃப்சல் இந்தியப் பாராளுமன்றத்தைத் தாக்கும் சதித்திட்டத்தில் தானும் பங்கேற்றிருந்ததாக, அதிர்ச்சியடைந்த தேசத்தின்முன், ஒப்புக்கொள்ளவைக்கப்பட்டார்.

அஃப்சல் உடனடியாக இந்தியாவின் மிகவும் வெறுக்கப்பட்ட மனிதனாக, கொடூர வன்முறையின் முகமாக ஆக்கப்பட்டார். அஃப்சலின் கதையைக் கேட்க எவரொருவரும் விரும்பவில்லை. பின்னர் நான், அவர் ஏன் அவ்வாறு ஒப்புக்கொண்டார் என்று அவரைக் கேட்டேன். தனது தம்பி ஹிலால் அஹமது குருவை சிறப்புக்குழு கைதுசெய்துவிட்டதாகவும், சிறப்பு அதிரடிப்படை முகாமில் அவரை ஒரு பிணைக்கைதியாக வைத்திருந்ததாகவும் அவர் கூறினார். தான் அனுபவித்த கொடுமைகளிலிருந்து தனது

சகோதரனைக் காப்பாற்ற எதை வேண்டுமானாலும் ஒத்துக்கொள்ள அவர் விரும்பினார். இருந்தபோதிலும் அந்த மிகப்பயங்கரமான சூழ்நிலையிலும் அஃப்சல் தன்னைத்தானே குற்றப்படுத்திக் கொண்டிருந்தாலும்கூட, தன்னையொத்த கஷ்மீரியும், டெல்லி பல்கலைக்கழகத்தின்கீழ் இருந்த ஜாகிர் ஹுசேன் கல்லூரியின் ஒரு விரிவுரையாளருமான அப்துல் ரெஹ்மான் கீலானியை தவறாக குற்றப்படுத்த மறுத்துவிட்டார். கீலானியும்கூட பிடிக்கப்பட்டு, இந்தியப் பாராளுமன்றத்தை தாக்கும் சதியில் பங்கெடுத்ததாக குற்றம் சாட்டப்பட்டார்.

அந்த மாதத்தின் முடிவில் தனது ஒன்றுவிட்ட சகோதரன் ஷௌகத் குரு, கர்ப்பிணியான தனது மனைவி மற்றும் S.A.R.கீலானி ஆகியோருடன் திஹார் சிறைக்கு அனுப்பப்பட்டார். மற்றவர்கள் விடுதலை செய்யப்பட்டபோதும், அஃப்சல் குரு ஒருபோதும் சிறையைவிட்டு செல்லவே இல்லை. 2013 பிப்ரவரியில் அவர் தூக்கிலிடப்பட்டார்.

ஊடகங்கள் அந்த மூவரின் புகைப்படங்களையும் பளிச்சிட வைத்தன. உயரமான, பிறர் கவனத்தை ஈர்க்கும் ஆரவாரமான ஷௌகத் குருவின் கண்நேரத் தோற்றத்தை சம்பத் பிரகாஷ் முதன்முறையாகப் பார்த்தார். தாடியுடனும், தனது உதடுகளில் தவழும் எள்ளல் சிரிப்புடனும் இருந்தவர் அப்துல் ரெஹ்மான் கீலானி. அந்த மூவரிலும் குள்ளமானவராக, கண்ணாடி அணிந்திருந்த, பெரிய மீசையுடனும், அடர்ந்த கறுப்பு முடியுடனும் மொஹம்மது அஃப்சல் குரு இருந்தார். புகைப்படங்களிலும்கூட, அஃப்சலின் கண்கள் அவற்றின் ஆழ்ந்த முனைப்பால் ஒருவரின் கவனத்தை ஈர்ப்பனவாக இருந்தன. அந்தப் பெண், அவரது துயரங்களைப்போலவே, கண்ணுக்குத் தெரியாமல் இருந்தார்.[25]

நம்பிக்கைப் பயணிகளோடு

(2001-07)

சம்பத் பிரகாஷ் 2001 டிசம்பர் 13 காலையில் வழக்கம்போல ஸ்ரீநகரில் நிசார் அலி மிர் வீட்டில் தங்கியிருந்தார். அங்குதான் அவர் இந்தியப் பாராளுமன்றத்தின் மீதானத் தாக்குதலை நேரடி ஒளிபரப்பில் பார்த்தார். அதன்பிறகு அவர் பணியிலிருந்து ஓய்வுபெற்று தனது வீட்டை ஜம்முவில் கட்ட ஓராண்டை எடுத்துக்கொண்டார். ஆனால், குளிர்காலத்தை அனுபவிக்க ஸ்ரீநகருக்கு வந்திருந்தார்.

1997இல் அவர் அந்தப்பள்ளத்தாக்குக்கு திரும்பி வந்ததிலிருந்து தொழிற்சங்க இயக்கத்திலிருந்த தனது தோழர்களோடு ஹுரியத் அலுவலகத்துக்கு சென்று கொண்டிருந்தார். சிலகூட்டங்களில் உரையாற்றுமாறு ஹுரியத் தலைவர்களால் அவர் அழைக்கப்பட்டிருந்தார். ஒருவேளை, கஷ்மீரி பண்டிதரின் அடையாளமாக அவரது இருப்பை அவர்கள் விரும்பியதால்கூட இருக்கலாம். அத்தகைய ஒன்றாக, 2002 மே 21 அன்று மிர் வாய்ஸ் மௌல்வி ஃபரூக்கின் 12ஆவது ஆண்டு நினைவுநாளை அனுசரிப்பதற்காக நடைபெற்ற கூட்டம் இருந்தது.

அந்த நிகழ்ச்சி, நண்பகல் தொழுகைக்குப்பின் மிர்வாய்ஸ் அவாமி நடவடிக்கைக்குழுவின் தலைமையகமான ரஸாப்கதலிலிருந்து பேரணியுடன் துவங்கியது. சம்பத் பிரகாஷ் நேரடியாக இட்காஹ் மைதானத்துக்குச் சென்றார். அங்கு 15,000க்கு மேற்பட்ட மக்கள் திரண்டிருந்தார்கள். சையத் அலி ஷா கீலானி அங்கு இல்லாததை அவர் கவனித்தார். அவர் மூத்த ஹுரியத் தலைவராக இருந்ததால், அது வழக்கத்துக்கு மாறானதாக தோன்றியது. அந்தப் பேரணியில் ஹுரியத் தலைவர்கள் பேசத்துவங்கினார்கள். ஆனால், கூட்டத்திலிருந்தவர்கள், 'சௌதா பாஸி நஹீன் சலேகி' 'விற்கப்படுவதை நாங்கள் அனுமதிக்கமாட்டோம்' என்பனபோன்ற முழக்கங்களை எழுப்பினார்கள். பிரச்சனைகளுக்கு பேச்சுவார்த்தை மூலமான தீர்வுகளை ஆதரிக்கும் ஹுரியத்தின் உறுப்பினர்களை நோக்கி அந்த முழக்கங்கள் எழுப்பப்பட்டன. சம்பத்தும்கூட பேசினார். ஆனால் அவர் தனது மனதுக்குள், அங்கு பேசுவதாக இருந்த அப்துல் கனி லோனேவுக்கு என்ன நடந்தது என்று ஆச்சரியப்பட்டார்.

அப்துல் கனி லோனே, சம்பத்தைவிட தோராயமாக 10 வயது மூத்தவர். அவர் 1957இல் அலிகார் முஸ்லீம் பல்கலைக்கழகத்தில் பட்டப்படிப்பை முடித்தவர். 1967இல் காங்கிரஸ் வேட்பாளராக சட்டமன்ற தேர்தலில் நின்றவர். 1978இல் அவர் 'ஜம்மு மற்றும் கஷ்மீர் மக்களின் மாநாட்டை' அமைத்தார். 1990களின் துவக்கத்தில், லோனே முதலில் தீவிரவாதத்தை ஆதரித்தார். அவர் பின்னர் தீவிரவாத விருந்தினர்களுக்கு எதிராகப் பேசத்தொடங்கினார். அதனால் அவரை அகற்ற கார்வெடிகுண்டு தாக்குதல் உட்பட பல முயற்சிகள் அங்கு நடந்தன. பலமுறை சிறைவைக்கப்பட்ட லோனே, இந்திய ஆட்சிக்கு எதிராக மட்டுமல்ல; பாகிஸ்தானுக்கும் எதிராக இருந்தார். அவரது நோக்கம், 'ஒன்றுபட்ட, ஆனால், சுதந்திர கஷ்மீர்' ஆக இருந்தது.

சம்பத் எப்போதும் லோனே சாஹேப்பை விரும்புவார். ஏனெனில் அவர் புகழ்மாலைகளை விரும்பாதவர். ஆக்கபூர்வமான விமர்சனங்களை பாராட்டுபவர். லோனே கூட்டத்துக்குவர ஏன் தாமதமாகிறது, என சம்பத் வியந்தார். அவர் மேடையிலிருந்து இறங்கி சீக்கிரம் ஒரு சிகரெட்டை புகைப்பதற்காக சென்றபோது, குண்டு வெடிப்பதைக் கேட்டார். போலீஸ்காரர்களைப்போல உடையணிந்திருந்த இருவர், அப்துல்கனி லோனே மேடையை நோக்கி நடந்து வந்துகொண்டிருந்தபோது அவரை துப்பாக்கியால் சுட்டார்கள். லோனேயின் மகன் சஜ்ஜத் லோனே, தனது

தந்தையின் கொலைக்காக பாகிஸ்தானை, *ISI*-யை, ஹுரியத்தின் கடுமையான போக்கை குற்றம் சாட்டினார். ஆனால், பாகிஸ்தானின் ஒன்றுபட்ட ஜிகாத் குழு லோனேயின் மரணத்துக்குப் பின்னால் இந்திய ஏஜண்டுகள் இருந்தார்கள் என்று குற்றம் சாட்டியது.[1]

சையத் அலி ஷா கீலானி, லோனேயின் இறப்புக்கு அனுதாபம் தெரிவிக்க வந்தபோது, கோபம்கொண்ட லோனேயின் ஆதரவாளர்கள் அவரை நோக்கி கூச்சலிட்டார்கள். அங்கிருந்து செல்லுமாறு கட்டாயப்படுத்தப்பட்டார். சையத் அலி ஷா கீலானி போன்ற தலைவர்கள் தான் சம்பத் ஹுரியத்துடன் சேர்ந்து வேலைசெய்வதற்கு சங்கடங்களை ஏற்படுத்தினார்கள். கீலானி அரசுப் பள்ளியில் ஆசிரியராக இருந்தவர். உருது மற்றும் அரபிமொழி அறிஞர். 1950இல் அவர் ஜமாத்—இஸ்லாமியில் சேர்ந்து, அவர்களது 'ஆஸன்' பத்திரிக்கைக்கு ஆசிரியராக இருந்தவர். கஷ்மீரை முழுவதுமாக பாகிஸ்தானோடு இணைக்க வேண்டும் என்று உறுதியாக நின்றவர். அவர் வார்த்தைகளை நறுக்கமாட்டார். ஆனால், அவர் உறுதியாக இவ்வாறு நம்பினார்:

'முஸ்லீம்கள், தங்களது மதம், கலாச்சாரம், நாகரிகம், பழக்க வழக்கங்கள் மற்றும் சிந்தனைகளின் அடிப்படையில் முற்றிலும் தனியான இனம். அவர்களது தேசியமும், அவர்களது ஒற்றுமைக் கான அடித்தளமும் அவர்களது தாய்நாடு, இனம், மொழி, நிறம் அல்லது பொருளாதார அமைப்புமுறைகளை அடித்தளமாக கொண்டிருக்கக்கூடாது. மாறாக அவர்களது ஒற்றுமையின் அடிப் படையாக இஸ்லாம் இருக்கிறது. இஸ்லாம் ஒன்று மட்டும் தான். மேலும் அல்லாஹ்வைத் தவிர அவர்களது நம்பிக்கையாக வேறு எந்தக் கடவுளும் இல்லை. மொஹம்மது, அல்லாஹ்வின் தூதர்; ...எனவே, இந்துக்களும், முஸ்லீம்களும் இரண்டு வேறுபட்ட இனங்கள்'[2]

லோனேவின் கொலை, இனி அவர் எப்படி ஹுரியத்தில் தொடர்ந்து வேலை செய்யமுடியும் என்ற கேள்வியை சம்பத் பிரகாஷிடம் விட்டுச்சென்றது. அவரால் எப்போதுமே அவர்களுடைய பாகிஸ்தானுக்கு ஆதரவான உணர்வுகளை ஆதரிக்க முடியாது. எனினும் அவர் தேர்ந்தெடுக்க அங்கு அரசியல் மாற்றுக்களும் இருந்தன.

அவர் ஷபீர் ஷாவை விரும்பினார். ஆனால் அந்த மனிதருக்கு மக்கள் ஆதரவு இல்லை. எனவே, அது அவரை யாசின் மாலிக்கின்

JKLF-ஐ நாடவைத்தது. சம்பத் JKLF-ஐ ஒரு மதச்சார்பற்ற அமைப்பாகத்தான் பார்த்தார். அவர் யாசினை 1994இல் பார்த்திருந்தார். ஆனால் அப்போதிருந்து அந்த JKLF தலைவர் அவரை தொடர்புகொள்ளவேயில்லை. அவர்கள் இருவரும் சேர்ந்து வேலைசெய்வதற்கான வாய்ப்பும் கிடைக்கவில்லை. எனவே, அவர் இன்னும் கஷ்மீர் தலைவர்களோடு இருந்தபோதிலும், சம்பத் பிரகாஷ் தனது வீட்டைக் கட்டுவதில் கவனம் செலுத்தினார்.

இந்தியப் பாராளுமன்றத்தின் மீது தாக்குதல் என்ற செய்தியை சம்பத் கேட்டிருந்தார். இந்தியாவும், பாகிஸ்தானும் போரில் ஈடுபடக்கூடுமோ என்று சம்பத் வியந்தார்.

பாஜகவின் தலைமையிலான ஒரு கூட்டணி அரசு உடனடியாக பாகிஸ்தானை குற்றம் கூறியது. அப்போதைய உள்துறை அமைச்சர் L.K. அத்வானி அந்த ஐந்துபேரும் பாகிஸ்தானியர்களைப்போல காணப்பட்டதாக அறிவித்தார். அடுத்தநாளே அரசு அந்தத்தாக்குதல் லஸ்கர்—இ—தொய்பா (LeT)வால் நடத்தப்பட்டது என்பதை தொழில்நுட்ப ஆதாரங்கள் சுட்டிக்காட்டுகின்றன என்று அறிவித்தது.

லஸ்கர்—இ—தொய்பா (LeT) வகாபியோடு சார்புகொண்டிருந்த ஒரு 'அஹ்ல்—இ—ஹாதித்' அமைப்பாக 1987இல் அமைக்கப்பட்டது[3] இந்த அமைப்புத்தான், தனிப்பட்ட முஸ்லீம்கள், அரசின் அனுமதியோ அல்லது மத அறிஞர்கள் ஒப்புதலோ இன்றி நடத்தப்படும் 'புனிதப்போர்' (ஜிகாத்) இஸ்லாமிய மரபுகளுக்கு இணையானதல்ல என்ற கருத்தை அறிமுகப்படுத்தியது. ஜம்மு மற்றும் கஷ்மீரில் 'ஃபியாதின்' எனப்படும் தற்கொலைப்படை என்ற உத்தியை உருவாக்கி தாக்குதல்களை நடத்தியதற்கு அதுதான் பொறுப்பாகும். அது 'ஜான்—இ—ஃபிடாய்' மற்றும் 'இப்ன்—இ—தாயாமியாஹ்' என்ற இரண்டு துணைக் குழுக்களை உருவாக்கியது. முதல்குழு மிகவும் ஆத்திரமூட்டப்பட்டிருந்த தீவிரவாதிகளைக் கொண்டிருந்தபோது, இரண்டாவதுகுழு குணப் படுத்த முடியாத நோய்களால் தவித்துக்கொண்டிருந்த கொடிய வன்முறையாளர்களைக் கொண்டிருந்தது.

தற்கொலைக் குண்டு வெடிப்பவர்களைக் கொண்டு தாக்குதல் நடத்துவது கஷ்மீரில் சமீபத்திய புதிய போக்காக இருந்தது முதல் தற்கொலைத் தாக்குதல் பாகிஸ்தான் கார்கில் போரில் அவமானப்பட்டு அங்கிருந்து பின்வாங்கியதற்குப் பிறகு உடனடியாக 1999 ஆகஸ்டில் நடந்தது. அப்போது லஸ்கர்—இ—தொய்பா

போராளிகள், குப்வாரா மாவட்டத்தில் எல்லைப்பாதுகாப்பு நிலையில் படைவீரர்கள் புயலாக வந்தபோது, தங்களைத் தாங்களே குண்டுகளாக்கி வெடித்துக்கொண்டார்கள்.

அப்போதுமுதல் 45 தற்கொலைத் தாக்குதல்கள் நடைபெற்றன. 2001இல் மட்டும் 29 தாக்குதல்கள். தேசிய தலைநகரான டெல்லியில் அதன் இரண்டு முக்கிய அடையாளங்களான செங்கோட்டையில் 2000 டிசம்பர் 22 அன்றும், அதன்பிறகு பாராளுமன்ற வளாகத்தில் 2013 டிசம்பர் 13 அன்றும் நடத்தப்பட்டன.

இலங்கையில் இருந்த தமிழ்ப்புரட்சியாளர்களின் குழுவான LTTE தனி நபர்களைக் குறிவைத்து தற்கொலைப் படைகளால் வழிநடத்தப்பட்ட ஏவுகணைகளாக பயன்படுத்தியதுபோலின்றி, கஷ்மீரில் செயல்பட்டுக்கொண்டிருந்த தீவிரவாதக்குழுக்கள், தாங்கள் உள்ளே நுழைவதற்கான வழிகளை ஏற்படுத்திக் கொள்ள அல்லது இந்தியப் பாராளுமன்ற பிரச்சனையில் செய்ததுபோல, உயர் பாதுகாப்பிலிருந்த அரசுக்கட்டடங்களை வெடித்துச் சிதறவைக்க தற்கொலை குண்டுவெடிப்பாளர்களை பயன்படுத்தியது.

98% ஃபியாதின் தாக்குதல்கள் கஷ்மீரில் பாகிஸ்தானியர் மற்றும் ஆஃப்கானியர்களால் நடத்தப்பட்டன என்பது கவனிக்கத்தக்கது. இரண்டு தாக்குதல்களில் மட்டும் தங்களை தியாகப்படுத்திக்கொள்ள உள்ளூர் கஷ்மீரிகள் முன்வந்தனர். முதல் கஷ்மீரி தற்கொலை குண்டுவெடிப்பாளன் 12ஆம் வகுப்பில் இடைநின்ற அஃபக் அஹமது ஷா. அஃபக்கின் தந்தை யூசுஃப் ஷா ஒரு அரசுப் பள்ளி ஆசிரியர். அவர் தனது மகன் அஃபக் டாக்டராக வரவேண்டும் என்று கனவு கண்டவர். அவன் டாக்டரின் வெள்ளைக்கோட்டு அணிந்து தன்னை படமெடுத்துக் கொண்டவன். அந்தப்படம் சட்டமிடப்பட்டு, அவனது அறையில் தொங்கிக் கொண்டிருந்தது.[4] அவன் உள்ளூர் மசூதிக்குச் செல்வதும், திரும்பிவருவதும், தனது அறையில் குரானைச் சத்தமாகப் படித்து அழுவதும் வழக்கத்துக்கு மாறான ஒன்றாக அவனது குடும்பத்தினரும், சகோதரர்களும்கூட நினைக்கவில்லை. ஆனால், 2000 ஏப்ரல் 19 அன்று அந்த பதினேழு வயது இளைஞன், வெடிகுண்டுகள் வைக்கப்பட்டிருந்த, திருடப்பட்ட சிவப்பு மாருதி காரை பதாமிபாக்கில் உள்ள ஸ்ரீநகரின் 15 வணிகவளாக நிறுவனத்தின் தலைமை இடத்துக்குள் ஓட்டிச்சென்று தன்னைத்தானே வெடித்துக்கொண்டான் என்று அறிந்தபோது அவனது குடும்பம் அதிர்ச்சியடைந்தது. அஃபக் கூச்ச சுபாவமுடைய பையன். கோபக்கார இளைஞனாக

இந்த அமைப்பை எதிர்த்துப் போராட முன்வராதவன் என்று அறியப்பட்டிருந்தவன். ஆனால், தனது பள்ளித் தேர்வில் இரண்டு முறை தோல்வியடைந்ததால், ஆழமான மனஅழுத்தத்துக்கு உள்ளானவன்.

ஜம்மு மற்றும் கஷ்மீரில் இருந்த இரண்டாவது தற்கொலை குண்டுவெடிப்பாளன் மொஹம்மது அஸ்லாம். அவன் தற்காலிகச் சிறப்பு போலீஸ் அதிகாரியாக (SHO) இருந்தவன். அவன் 2000 டிசம்பர் 7 அன்று SOG வளாகத்தின் மீதான தாக்குதலில் பாகிஸ்தான் தற்கொலை குண்டுவெடிப்பாளர்களுடன் சேர்ந்து தன்னை வெடித்துக்கொண்டான்.

2005 அக்டோபரில் ஒரு எதிர்பாராத பலத்த வெடிப்பில் இறந்த யஸ்மினா அக்தா என்ற முதல் கஷ்மீரி பெண்குண்டுவெடிப்பாளர் பற்றிய முரண்பாடான தகவல்கள் உள்ளன. ஜெய்ஷா—இ—மொஹம்மது அந்தப் பெண்ணை ஒரு தற்கொலை குண்டுவெடிப்பாளராகக் கூறிக் கொண்டபோதிலும், சுதந்திரமான தனி உற்று நோக்கர்கள் அவள் வெடிப்பொருள்களைச் சுமந்துசென்றபோது வெடித் தெறியப்பட்டாள் என்று கூறினார்கள்.

'துக்தரன்—இ—மிலாத்தின் பெண் ஆசியா அந்த்ராபி, பெண்களை தற்கொலை குண்டுவெடிப்பாளர்களாக பயன்படுத்தியதை எதிர்த்தார் என்பது குறிப்பிடத்தக்கது. 'பெண்களை போரிடுபவர்களாக, அதிலும் குறிப்பாக தற்கொலை குண்டுவெடிப்பாளர்களாக இஸ்லாம் அனுமதிக்கவில்லை' என்று அவர் வாதிட்டார். 'முஸ்லீம் பெண்ணின் உடல்பாகங்கள் பொதுஇடத்தில் சிதறிக்கிடப்பது அவளது கௌரவத்துக்கு எதிரானது. போரிடுபவராகவோ அல்லது தற்கொலை குண்டுவெடிப்பாளராகவோ ஒரு பெண் இருந்தால் அவளது இறந்தஉடல் ஆண்கள் முழுதும் நிறைந்துள்ள இடத்தில் கீழே விழவோ அல்லது சிதறிக்கிடக்கவோ நேரிடும்.'[5] இருந்தபோதிலும், ஆசியா அந்த்ராபி ஆண்களால் நடத்தப்படும் தற்கொலைத் தாக்குதல்களை ஏற்றுக்கொள்ள மறுக்கவில்லை. அத்தகைய கொள்கை 'இஸ்லாமியம் அல்ல' என்று நினைக்கவு மில்லை.

லஸ்கர்—இ—தொய்பாவின் தலைவர் ஹஃபீஸ் சையத் தற்கொலை செயல்களை கீழ்க்கண்டவாறு நியாயப்படுத்துகிறார்; 'சக்திவாய்ந்த மேற்கத்திய உலகம் முஸ்லீம்களை வன்முறையில் அச்சுறுத்துகிறது. நாங்கள் படையெடுக்கப்பட்டோம்; அவமானப்படுத்தப்பட்டோம்;

சாமர்த்தியமாக பயன்படுத்தப்பட்டோம் 'புனிதப்போர்'(ஜிகாத்) மூலமாக அல்லாமல் நாங்கள் எவ்வாறு பதிலளிப்பது? நாங்கள் கட்டாயம் மூன்று தீயசக்திகளான அமெரிக்க, இஸ்ரேல் மற்றும் இந்தியாவுக்கு எதிராகப் போராடியாக வேண்டும். தற்கொலைத் தாக்குதல் நடவடிக்கைகள் இஸ்லாத்துக்கு ஏற்பவே நடைபெறுகின்றன. உண்மையில் புனிதப்போரின் மிகச்சிறந்த வடிவம் தற்கொலை தாக்குதல்கள்தான்,'[6]

இந்த ஃபிதாயின் தாக்குதல்களின் வரலாற்றைத்தந்து, பாராளு மன்றத் தாக்குதலை திட்டமிட்டது லஸ்கர்—இ—தொய்பாதான் என்று அரசு கூறுவது முற்றிலும் சரியே. இந்த தாக்குதலும்கூட அந்த அமைப்பின் ஒட்டுமொத்த நோக்கங்களோடு பொருந்துகிறது.

அந்த அமைப்பின் நோக்கம் ஜம்மு மற்றும் கஷ்மீர் மாநிலத்தின் மீதான இந்தியாவின் இறையாண்மைக்கு சவால்விடுப்பது மட்டு மல்ல. 'நாங்கள் ஏன் புனிதப்போரை நடத்துகிறோம்?' என்று தலைப்பிடப்பட்ட ஒரு பிரசுரத்தில், வரையறுக்கப்பட்ட அவர்களது செயல்திட்டம், இந்தியாவின் எல்லாபகுதிகள் மீதும் இஸ்லாமிய ஆட்சியை நிலைநாட்டுவதையும் உள்ளடக்கியிருக்கிறது. மேலும் அவர்கள், பாகிஸ்தானை சுற்றியுள்ள பலநாடுகளில் உள்ள முஸ்லீம் பெரும்பான்மை வசிக்கும் பகுதிகளை ஒன்றிணைக்கவும் விரும்புகிறார்கள். இந்தமுடிவை நோக்கி ஜம்மு—கஷ்மீர், ஷெசன்யா மற்றும் மத்திய ஆசியாவின் பகுதிகளில் லஸ்கர்—இ—தொய்பா தீவிரமாகச் செயல்பட்டு வருகிறது.

லஸ்கர்—இ—தொய்பா, பலப்பிரயோகத்தை எப்போதும் முன் வைத்துக்கொண்டிருக்கிறது. அது மட்டுமல்ல, 'இஸ்லாத்தின் கொடியை வாஷிங்டன், டெல்டாவ் மற்றும் இந்தியாவில் நடவும் சபதமேற்றிருக்கிறது.

'இந்தியாவிலிருந்து கஷ்மீரை விடுதலை செய்வது முஸ்லீம்களின் மற்ற எல்லாப் போராட்டங்களையும் வெற்றிபெறச்செய்யும்' என்று ஹஃபீஸ் சையத் கூறுகிறார்.[7] உண்மையில் கஷ்மீர் போராட் டங்களுக்குள் 'அஹ்ல்—இ—ஹதீத்' கொள்கைப் போராட்டங்களை அறிமுகப்படுத்தி, கஷ்மீரி முஸ்லீம் இளைஞர்களை தீவிரத்தன்மை கொண்டவர்களாக ஆக்கியதற்கு *LeT* தான் பொறுப்பு.

ஹஃபீஸ் மொஹம்மது சையத் 1950 மேயில் பிறந்தவர். அவரது குடும்பம் சிம்லாவில் வசித்துவந்தது. இந்தியா பிரிவினைக்குள்ளான நேரத்தில் அவர்கள் பாகிஸ்தானுக்குச் சென்றபோது, அவரது

குடும்பத்தில் 36 பேர் மதவெறி வன்முறைகளால் கொல்லப்பட்டார்கள். அதுதான் இந்தியா மீதான அர்த்தமற்ற வெறுப்பு ஏற்படக் காரணம் என்று சிலர் நம்புகிறார்கள்.[8] ஹஃபீஸ் சையத் லாகூரில் பொறியியல் மற்றும் தொழில்நுட்பப் பல்கலைக்கழகத்தில் பட்டம் பெற்றவர். 1987இல்அவர் ஒசமா பின்லேடனின் விமானப்படையில் பணியாற்றி முக்கியமான இடைநிலை அதிகாரியான அப்துல்லா ஆஸம் மற்றும் ஜாஃபர் இக்பால் ஆகியோருடன் லஸ்கர்—இ—தொய்பா அல்லது ஆஃப்கானிஸ்தானின் குணார் மாகாணத்தின் நேர்மைக்கான இராணுவம்[9] என்ற அமைப்பை தோற்றுவித்தார். அது மார்கஸ்தாவா—உல்—இர்ஷத் அல்லது மத மற்றும் மதபோதனைக்கான மையமாக இருந்தது. ஹஃபீஸ் சையத், அப்துல்லா ஆஸம் மற்றும் ஜெனரல் ஜியா—உல்—ஹக் ஆகியோர் உருவாக்கிய அந்தமையம் லாகூரிலிருந்து 40 கி.மீ. தொலைவில் முரித்கேயில் இருந்தது.

அந்த தலைமையகம் ஒரு மதரஸா, ஒரு மருத்துவமனை, அதன் அறிஞர்கள் மற்றும் உறுப்பினர்களுக்கான பெரிய குடியிருப்பு, ஒரு மீன் பண்ணை விவசாய வயல்கள், ஒரு மசூதி மற்றும் ஒரு நீச்சல் குளம் ஆகியவற்றைக் கொண்டிருந்தது. LeT 16 இஸ்லாமிய நிறுவனங்கள், 135 இடை நிலைப்பள்ளிகள், நோயாளர் வாகனங்கள், நடமாடும் மருத்துவமனைகள், இரத்த வங்கிகள், பல கருத்தரங்க கூடங்கள் ஆகியவற்றையும் பாகிஸ்தானில் நடத்தி வந்தது.[10]

அந்த அமைப்பு தனது பார்வைகளையும், கருத்துக்களையும் வலைத்தளத்தில் *'அல்தவா'* என்ற 80,000 பிரதிகள் கொண்ட உருதுமொழி மாத இதழில், *'கஸ்வா'* என்ற உருது வார இதழில் வெளியிட்டது. அது *'இஸ்லாமின் குரல்' (Voice of ISlam)* என்ற ஆங்கில மாத இதழ், *'அல்—ரபட்'* என்ற அரபி மாத இதழ், மாணவர்களுக்கான *'முஜால—இல்—துல்பா'* மாத இதழ், *'ஜிகாத் டைம்ஸ்'* என்ற உருது வார இதழ் ஆகியவற்றையும் வெளியிட்டது.[11]

ஹஃபீஸ் சையத் வெளிப்படையாகவே, ஜனநாயகமும், இஸ்லாமும் ஒருசேர இருக்கமுடியாது என்று நினைப்பதாக ஒத்துக்கொண்டார். இதை அவரது முழக்கம் தெளிவுபடுத்தியது: 'ஜம்பூரியத் கா ஜவாப், க்ரனேட் ஔர் ப்ளாஸ்ட்'[12]

'லஸ்கர்—இ—தொய்பா இன்டெர்நெட் சர்வீஸஸ் இண்டெலிஜெண்ட்' அல்லது ISI-யை இந்தியாவுக்கு எதிரான போருக்கான கருவியாக நடத்தியதாக எந்த பதிவுகளும் இல்லை என்றும் அனுபவம்மிக்கவர்கள்

சுட்டிக்காட்டினார்கள்.[13] இந்தப் பின்னணியில் 'லஸ்கர்—இ—தொய்பா' இந்தியப் பாராளுமன்ற தாக்குதலில் ஈடுபட்டது என்று இந்தியா கூறியதில் ஆச்சரியப்பட ஒன்றுமில்லை.[14]

என்றாலும்கூட, இந்தியப் பாராளுமன்றத்தின் மீதான தாக்குதலில் சம்பந்தப்படவில்லை என்று லஸ்கர்—இ—தொய்பா மறுத்தது. மேலும் முன்னாள் ISI தலைவர் ஜெனரல் ஜாவேத் அஷ்தாப் காஜி அந்த தாக்குதல் ஜெய்ஷ—இ—மொஹம்மதால் நடத்தப்பட்டது என்று ஒத்துக்கொண்டார். அவரது அறிக்கை இந்திய தொலைக்காட்சிகளில் 2004 மார்ச் 6 அன்று ஒளிபரப்பப்பட்டது.[15]

மற்ற அமைப்புக்களோடு ஒப்பிடும்போது, மௌலானா மசூத் அஸாரால் 2000 ஜனவரி 31 அன்று கராச்சியில் துவக்கப்பட்ட 'ஜெய்ஷ—இ—மொஹம்மது' முற்றிலும் புதிய தீவிரவாத அமைப்பாகும். மதகுரு, கராச்சி மதரஸாக்களின் ஆசிரியர் என்பதிலிருந்து அனைத்துலக ஜிகாதிகளின் தலைவர் என அஸாரின் வளர்ச்சி 1968 ஜூலை 10இல் அவர் பிறந்த பஹவல்பூரிலிருந்து துவங்கியது. அவர் தந்தை அல்லா பக்ஷ சஃபிர் அரசுபள்ளியில் தலைமை ஆசிரியராக இருந்தவர். அஸார் தனது 10 சகோதர சகோதரிகளோடு வாழ்ந்து, அவர்களது குடும்ப பால்பண்ணை, கோழிப்பண்ணைகளில் உதவிசெய்துவந்தவர்.

'The Virtues of Jihad' என்ற தனது புத்தகத்தில், அஸார், தனது தந்தை தியோபந்தி[16] சாய்மானம் கொண்டவர் என்றும், அவர் முழுக்கமுழுக்க மதவாதி என்றும் கூறுகிறார். ஜிகாதி இயக்கத்துடனான அவரது முதல் தொடர்பு அவர் பினோமி மதரஸாவில்[17] சேர்ந்தபோது ஏற்பட்டது. அங்கு 36,000 மாணவர்கள் அல்லது தலிபான்கள், 3,000க்கும் மேற்பட்ட மதரஸாக்களில் படித்துவந்தார்கள். மேலும் இந்த மாணவர்கள் சோவியத் படைகளோடு போரிட ஆஃப்கானிஸ்தான் நெடுகிலும் சென்றார்கள்.

இந்த மதரஸாக்கள் பலவற்றில் மாணவர்கள் உருதுவில் பாலபாடம் படிக்கத் துவங்கியபோதே அந்த எழுத்துக்களில் புனிதப்போரை புகழும்வகையில் பயிற்றுவிக்கப்பட்டார்கள். ஜிம் என்றால் ஜிகாத்; டாய் என்றால் தோப் (பீரங்கி), காஃப் என்றால் கலஷ்னிகோவி மற்றும் ஜாய் என்றால் கூன் (இரத்தம்). அஸார் ஆஃப்கானிஸ்தானில் போரிடச்சென்றார். அங்கு அவர் பாகிஸ்தானின் மிகவும் மதிக்கப்பட்ட அனைத்துலக ஜிகாதிகளில் ஒருவர் என கருதப்பட்டார். அந்த ஜிகாதிகள்

ஷெசன்யா, சோமாலியா மற்றும் மத்திய ஆசிய தீவிரவாதிகளோடு இணைக்கப்பட்ட ஹர்கத்—உல்—அன்சார்[18]ஐ ஏற்படுத்தினார்கள். அவர் சோமாலிய தீவிரவாதிகளுக்கு விமானத்தின் சமநிலையை மேம்படுத்த வெளியே நீட்டிக்கொண்டிருக்கும் பகுதியை எவ்வாறு ஏவுகணை ராக்கெட்டால் உந்திச்செலுத்தப்படும் எறிகுண்டுகளை நடுவானில் ஏவி, துண்டித்து தகர்ப்பது என்பதையும், அதன்மூலம் அமெரிக்க ஹெலிகாப்டர்களை கீழே வீழ்த்துவது என்பதையும் கற்றுக்கொடுத்தார்.[19]

குள்ளமான, கட்டுமஸ்தான அந்த மனிதன், உரத்த குரலோடு, மசூதிக்கு மசூதி சென்று, *ISI* தீவிரவாதிகளை தன்பக்கத்தில் வைத்துக்கொண்டு, தட்டியெழுப்பும் பேச்சுக்களை பேசினார்: ஜிகாத்துக்கு பலர் தேவை. ஜிகாத்துக்காக குழந்தைகளை பெற்றுக்கொடுங்கள். ஜிகாத்துக்காக மட்டும் பணம் சம்பாதியுங்கள், அமெரிக்கா மற்றும் இந்தியாவின் கொடுமைகள் முடியும்வரை.[20]

1994 பிப்ரவரியில் அவர் போர்த்துகீசிய போலி பாஸ்போர்ட்டோடு ஜம்முவில் பயணம் செய்து கொண்டிருந்தபோது கைதுசெய்யப்பட்டு, சிறையில் அடைக்கப்பட்டார். *1999*இல் அஸாருடைய விடுதலைக்கு திட்டமிட்டது வேறுயாருமல்ல; அல்கொய்தா தலைவர் ஒசாமா பின்லேடன்தான். பின்லேடனுக்கு அஸாரின் உதவி தேவைப்பட்டது. *1999* டிசம்பர் *24* அன்று, *IC 814* இந்தியன் ஏர்லைன்ஸின் விமானம் காத்மாண்டுவிலிருந்து பாகிஸ்தானிய கடத்தல்காரர்களால் கடத்தப்பட்டது. அந்த விமானம் தலிபான்களின் கட்டுப்பாட்டில் இருந்த கந்தஹாரில் தரையிறக்கப்பட்டது. பேச்சுவார்த்தைகளுக்கு பிறகு, நூற்றுக்கும் மேற்பட்ட பயணிகளின் விடுதலைக்காக, இந்திய அரசு மூன்று பாகிஸ்தானிய தீவிரவாதிகளான முஷ்தாக் அஹமது சர்கார், அமீத் உமர் சயீத் சேட் மற்றும் மௌலானா மசூத் அஸார்[21] ஆகியோரை விடுதலை செய்தது.

தனது விடுதலைக்கு ஒரு மாதத்துக்கு பிறகு, மசூத் அஸார், தியோபந்த் மதத் தலைவர்கள் ஆசீர்வாதங்களோடு, 'ஜெய்ஷ்—இமொஹம்மது'வை நிறுவினார். 'ஜெய்ஷ்—இமொஹம்மது' வின் முக்கிய நோக்கமாக, 'கஷ்மீரை இந்திய ஆக்கிரமிப்பிலிருந்து விடுவித்து பாகிஸ்தானின் ஒரு மாகாணமாக்குவது' என்று இருந்தது. அந்தக்குழு இந்த நோக்கத்தை அடைவதற்காக, இந்திய பாதுகாப்பு படையுடன் புனிதப்போரில் ஈடுபட்டது. அதைத்தொடர்ந்து, *Jem* மிகவும் மிதவாத போக்கைக்கொண்டிருந்த *JKLF* போன்ற அமைப்புக்களை விமர்சித்தது. அந்த *Jem* வெளிப்படையாக தனது பள்ளிகள்,

பாகிஸ்தானில் இளைஞர்களை இந்திய ஆட்சிக்கு எதிரான ஒரு புனிதப்போரில் ஈடுபடுத்துவதற்காக பயிற்சியளித்துத் தயார் செய்வதாக ஒத்துக்கொண்டது.[22]

2001 டிசம்பர் 13 அன்று ஜெய்ஷ்—இ—மொஹம்மது பட்டப்பகலில் இந்தியப் பாராளுமன்றத்தைத் தாக்கியது. டெல்லி போலீஸின் சிறப்பு புலனாய்வுப்பிரிவு மௌலானா மசூத் அஸார், தனது தளபதி காஜிபாபா மற்றும் தாரிக் அஹமது ஆகியோருடன் இதில் சம்பந்தப்பட்டிருந்ததாகத் தெரிவித்தது.

காஜிபாபா ஜெய்ஷ்—இ—மொஹம்மதுவின் தலைமைத்தளபதி என்று நம்பப்பட்டார். அவரைப்பற்றிய தகவல்கள் மிகக்குறைவாகவே உள்ளன. அவரது உண்மைப்பெயர் ஷா நவாஸ் கானா அல்லது ஷப்பாஸ் கானா என்பது இன்று வரை தெளிவாகத் தெரியவில்லை. அவருக்கு சஜ்ஜ், ஜிகாதி போன்ற பல புனைப்பெயர்கள் இருந்தன. அதனால்தான் எல்லைப்பாதுகாப்புப்படை 2003 ஆகஸ்டில், அவரைக் கொன்றுவிட்டதாக கூறியபோது, தரைப்படை தளபதி நிர்பய சர்மா, '2001 டிசம்பர் முதல் ஏராளமான காஜிபாபாக்கள், ஏராளமான அமைப்புக்களால் கொல்லப்பட்டார்கள்' என்று கூறிய வார்த்தைகளை[23] நினைவுபடுத்துகிறார் ஒரு பத்திரிக்கையாளர். தாரிக் அஹமதுவை பொருத்தவரையில் அவரைப்பற்றிய தகவல் எதுவுமில்லை. அது, 'அவன் துரோகி' என்று அஃப்சலை கூறவைத்தது புலனாய்வை மதிக்கப் போதுமான முக்கியத்துவ மிருந்ததாகக் காணப்பட்டது.

மூளையாகச் செயல்பட்டவர்களான மௌலானா மசூத் அஸார், காஜிபாபா, தாரிக் அஹமது ஆகியமூவரும் தலைமறைவாகிவிட்டவர்கள் என அறிவிக்கப்பட்டார்கள். அவர்கள் பிடிபடவோ அல்லது நீதிமன்றத்தின்முன் விசாரணைக்குள்ளாக்கப்படவோ இல்லை. அவர்கள் பாராளுமன்றத்தை உண்மையில் தாக்கினார்கள்; அனைவரும் ஆண்கள்; அவர்கள் பெயர்கள் மொஹம்மது, ராஜா, ஹம்ஸா, ராணா மற்றும் ஹைதர் என்பதைவிட குறைவாகவே ஐந்து தற்கொலை குண்டு வெடிப்பாளர்களைப் பற்றி தெரிய வந்தது.

அஃப்சல், மொஹம்மது என்று அழைக்கப்பட்ட ஒரு மனிதனை ஸ்ரீநகரிலிருந்து டெல்லிக்கு அழைத்துச் சென்றதாகவும், தாக்குதலுக்கு பயன்பட்ட காரைவாங்க அவனுக்கு உதவியதாகவும் ஒப்புக் கொண்டார். இதை அஃப்சல் தாமாக முன்வந்து நீதிமன்றத்தில்

தெரிவித்தார். தனக்கு மற்ற நால்வரைப்பற்றி எதுவும் தெரியாது என்றும் கூறினார். ஆனால், சிறப்புப்பிரிவு அவர்களுடைய பெயர்கள் தனக்குத் தெரியும் என்று கூறுமாறு கட்டாயப்படுத்தியது.

அந்த மனிதர்கள் யார் என்பதையும், இத்தகைய வன்முறைத் தாக்குதலை நடத்த எது அவர்களைத் தூண்டிவிட்டது என்பதையும் விளக்க அரசால் எந்த முயற்சியும் எடுக்கப்படவில்லை. அவர்களது உடல்களைப் பெற்றுக்கொள்ள யாரும் வரவில்லை. இதன்விளைவாக, 2001 டிசம்பர் 13 அன்று அவர்கள் அனைவரும் இந்தியப் பாதுகாப்புப் படையினரால் கொல்லப்பட்டதிலிருந்து, அந்த ஐந்து பேரைப் பற்றி உண்மையில் நம்மால் எதையும் அறிந்துகொள்ள முடியவில்லை.

இந்தியப் பாராளுமன்றத் தாக்குதல் பற்றிய பல கேள்விகளுக்கு இன்னும் பதில் கிடைக்கவில்லை. இயல்பாகவே, இந்தியாவிலுள்ள மக்கள் அதிர்ச்சியும், கோபமும் அடைந்தார்கள். இந்தக்கோபம், மூன்று கஷ்மீரிகள், ஒரு சீக்கியர் என நான்கு பேர்மீது திருப்பப்பட்டது. அவர்கள் கைது செய்யப்பட்டார்கள். விசாரணைக்குள்ளாக்கப் பட்டார்கள். அவர்கள் இஸ்லாமிய பயங்கரவாதத்தின் முகங்களாக ஆக்கப்பட்டார்கள்.

எல்லைதாண்டிய பயங்கரவாதத்தால் இந்தியா பாதிக்கப்பட்டி ருக்கிறது என்பதை, பாராளுமன்றத் தாக்குதல் அமெரிக்காவையும் ஒப்புக்கொள்ள வைத்தது. இந்தியா விரைவில் பயங்கரவாதத்தின் மீதான போரில் அமெரிக்காவின் உறுதியான கூட்டாளி ஆனது. இது 2001 செப்டம்பர் 11இல் நியூயார்க்கில் இரட்டை நகரங்கள் தாக்கப்படுவதற்கு இரண்டு மாதங்களுக்குமுன் அதிகாரப்பூர்வமாக அறிவிக்கப்பட்டது. பயங்கரவாதத்தின் மீதான போரில் சேரவேண்டி அரசுதரப்பில் தங்களது அவசரத்தில் ஒரு முழுமையான விசாரணையை நடத்துவது பற்றி கவலைப்படாமல், தண்டனை அளிக்க ஊடகங்களையும், பொதுமக்கள் உணர்வுகளையும் சார்ந்து நின்றது. அந்த மூன்று பேருக்கும் மரண தண்டனை அளிக்கப்பட்டபோது, நீதிமன்ற மேடையில் வெற்றிபெற்றது.

அப்துல் ரெஹ்மான் கீலானியால் ஒரு நண்பரின்மூலம் நான் தொடர்பு கொள்ளப்பட்டபோது, நான் கோவாவில் நீண்டநாள் நோயிலிருந்து தேறிவந்து கொண்டிருந்தேன். நான் டெல்லிக்குச் சென்றபோதுதான் எதிர்கால இந்தியாவின் ஜனநாயகத்துக்கான அந்த வழக்கின் முக்கியத்துவத்தைப்பற்றி நான் தெரிந்து

கொண்டேன். பயங்கரவாதத்துக்கு எதிரான போரை அமெரிக்கா துவக்கிய போது, மூன்று கஷ்மீரிகளின் விசாரணை நடைபெற்றது. மேலும் இந்தியாவில் அப்போது பெரும்பான்மை வாதத்தை உற்சாகப்படுத்தும் ஓர் அரசை நாம் பெற்றிருந்தோம். கீலானியின் குற்றமற்றத்தன்மையை நிரூபிக்க, நான் ஒரு பிரச்சாரப்பயணத்தை நடத்த முடிவுசெய்தேன். அதை மனதில்கொண்டு அவரது தரப்பு வாதத்துக்காக ஓர் அகில இந்தியக்குழுவை நான் அமைத்தேன்.

எங்கள் பயணத்தின் வெற்றியும், நீதிமன்றத்தில் எங்கள் முயற்சிகளும் உச்சக்கட்டமாக, அஃப்சல் குருவின் ஒன்றுவிட்ட சகோதரர் ஷெளகத் குருவின் மனைவி நவ்ஜோத் சிங் அல்லது அஃப்சான் குரு, டெல்லி பல்கலைக்கழகத்தின் ஜாகிர் ஹுசேன் கல்லூரி விரிவுரையாளர் சையத் அப்துல் ரெஹ்மான் கீலானி ஆகியோரை விடுவிப்பதற்கு வழிவகுத்தன. ஷெளகத்தின் மரணதண்டனை 10 ஆண்டுகள் சிறைத்தண்டனையாக குறைக்கப்பட்டு, அவர் 2011 ஜனவரியில் சிறையைவிட்டு வெளியே வந்தார்.[24]

இந்த விடுதலைகள் புலனாய்வு அமைப்புக்களுக்கும், சிறப்புப் பிரிவுகளுக்கும் கோபத்தை ஏற்படுத்தின. மிகமுக்கியமாக அது இந்துத்துவா சக்திகளுக்கு ஆத்திரமூட்டியது. அதன்பின் அவர்கள் தங்கள் எல்லா சீற்றங்களையும் அஃப்சல் குரு மீது குவித்தார்கள். நமது நாடாளுமன்றத்தின்மீது தாக்குதல் நடத்திவிட்டு ஒருவர்கூட தண்டிக்கப்படாமல் எவ்வாறு தப்பிக்கலாம்? இந்து வலதுசாரி பிரிவு அஃப்சல் குரு தூக்கிலிடப்பட வேண்டும் என்று கோரியது. அவர்தான் அதைத் திட்டமிட்டவர் என்று கூறப்பட்டது. ஆனால், அப்போது அந்த விளையாட்டில் அவர் ஒருகாயாக பயன்படுத்திக்கொள்ளப்பட்டார். அவருக்கு வழக்கறிஞர் மறுக்கப்பட்டது என்ற அம்சமும், அந்த தாக்குதலை அவர் திட்டமிடவில்லை என்ற அம்சமும், அவர் எவரொருவரையும் கொலைசெய்யவில்லை என்ற அம்சமும், மிகவும் முக்கியமாக ஏதாவது ஒரு பயங்கரவாதக் குழுவைச் சார்ந்தவர் என்ற குற்றச்சாட்டிலிருந்து விடுவிக்கப்பட்டவர் என்பதும் பொருத்தமற்ற விவரங்களாகிவிட்டன. ஒரு கஷ்மீரி, ஒன்றுக்கொன்று போட்டியிட்டுக்கொள்கின்ற இந்தியா மற்றும் பாகிஸ்தான் தேசியவாதிகளால் பாதிக்கப்பட்டார். அவர் பயங்கரவாதத்துக்கு எதிரான போரால் பாதிக்கப்பட்டார்.

திட்டமிட்ட மௌலானா மசூத் அஸார் இன்னும் சுதந்திரமாக இருந்து கொண்டு இந்தியாவின்மீது விஷத்தை கக்கிக்கொண்டிருக்கிறார்.

கஷ்மீரில் அஃப்சல் குரு வெகுகாலம்வரை ஒரு பிரச்சனையாக ஆகவில்லை. அவர் ஒரு சரணடந்த தீவிரவாதி மட்டுமே. நான் கீலானிக்காக துவக்கிய பிரச்சாரப் பயணத்தைப்பற்றி சம்பத் முழுமையாக அறிந்திருக்கவில்லை. பெரும்பாலான ஊடகங்கள் அதற்கு எந்த முக்கியத்துவமும் தரமறுத்தன.

எனவே, சம்பத் பிரகாஷ் *2002* ஜூலை மத்தியில் அவரது பழைய நண்பரும், ஜம்முவிலிருந்த பத்திரிக்கையாளருமான பால்ராஜ் பூரியிடமிருந்து எதிர்பாராத ஒருவேண்டுகோளுடன்ஓர் அழைப்புவந்தபோது திகைத்தார். பூரி தொலைபேசியில் சம்பத்திடம் அந்த வழக்கில் குற்றம்சாட்டப்பட்டிருந்த *S.A.R* கீலானிக்காக பிரதிவாதி தரப்பு சாட்சியாக நீதிமன்றத்துக்கு செல்கிறீர்களா? என்று கேட்டார். பூரி, சம்பத்திடம் பரமேஸ்வர் நாராயண் ஹக்சரின் மகளான நந்திதா ஹக்சரிடமிருந்து ஒரு தொலைபேசி அழைப்பை தான் பெற்றதாகக் கூறினார்.[25] நந்திதா ஹக்சர் ஒரு மனித உரிமைகள் வழக்கறிஞர் என்றும், அவர் அப்துல் ரெஹ்மான் கீலானிக்காக வாதாடுகிறார் என்றும் பூரி சம்பத்திடம் கூறினார்.

சம்பத் வியப்பைத் தெரிவித்தார். ஏனெனில் அவர், ஹக்சரை ஓர் உயர் அதிகாரியாக மட்டுமே அறிந்திருந்தார். அவர் ஒருமுறை பிரதமர் இந்திரா காந்தியின் செயலாளராக இருந்தவர். ஹக்சரிடம் மதச்சார்பற்ற தகுதிகள் இருந்தன. அவர் *D.P.*தர், *G.M* சாதிக் போன்ற கஷ்மீரி கம்யூனிஸ்ட்களுடன் நெருக்கமாக இருந்தவர். ஆனால், கஷ்மீரின் சுதந்திர இலட்சியத்தை ஒருபோதும் ஆதரித்த வரல்ல. சம்பத்துக்கு ஹக்சரின் மகளைப்பற்றி எதுவும் தெரியாது.

பால்ராஜ் பூரி, நந்திதாவின் தந்தையின் நேர்மைப்பண்பை அவரிடம் உறுதிப்படுத்தினார். இந்த வழக்கில் நந்திதாவுக்கு உதவுவது முக்கியம் என்றார். அது தவிர குற்றம் சாட்டப்பட்டவர் டெல்லி கல்லூரியில் உள்ள ஓர் இளம் விரிவுரையாளர். அவருக்கு எதிராக பாராளுமன்றத் தாக்குதலுக்கு அடுத்தநாள் தனது சகோதரரிடம் இரண்டரை நிமிடம் தொலைபேசியில் பேசினார் என்பதைத் தவிர வேறு எந்த ஆதாரமும் இல்லை.

சம்பத் பிரகாஷின் அறிந்துகொள்ளும் ஆர்வம் மேலோங்கியது. தன்னிடமிருந்து தேவைப்படுவது என்ன? என்று கேட்டார். பூரி, அவரிடம் நீதிமன்றத்துக்காக அந்த இரண்டரை நிமிட உரையாடலை மொழிபெயர்க்க அனுபவம்மிக்க ஒரு சாட்சி நந்திதாவுக்கு தேவை என்றும் அதனால்தான் அவர் சம்பத்தை அழைத்ததாகவும் பூரி கூறினார்.

சம்பத் உடனடியாக, கஷ்மீரியத்தின் மதிப்பியல்புகளை விளக்கிக்காட்ட இது ஒரு அரசியல் வாய்ப்பு என்பதை உணர்ந்து கொண்டார். அவருக்கு கஷ்மீரியத் என்ற வார்த்தை இந்து—முஸ்லீம் சகோதரத்துவத்தை வலியுறுத்திய கலாச்சாரத்தையும், அரசியலையும் விளக்குவதாக இருந்தது. அவர் ஏற்கனவே டெல்லி செல்ல மனதளவில் தயாராகியிருந்தாலும், ஹுரியத் தலைவராக இருந்த அப்துல் கனி பட்டை முடிவெடுப்பதற்குமுன் முதலில் சந்திப்பது நல்ல யோசனையாகப்பட்டது. பேராசிரியர் அப்துல் கனி பட்டின் ஜம்மு மற்றும் கஷ்மீர் முஸ்லீம் மாநாடு பாகிஸ்தானின் மிக உறுதியான ஆதரவு அமைப்பாகவும், கஷ்மீரைப் பாகிஸ்தானுடன் இணைப்பதை ஆதரிப்பதாகவும் இருந்தது.

அவரது பாகிஸ்தான் ஆதரவு நிலையைத்தவிர்த்து, சம்பத் அப்துல் கனி பட் மீது ஈர்ப்பு கொண்டிருந்தார். ஏனெனில், அவரது குணமும், நடத்தையும், ஓர் அரசியல் தலைவர் என்பதைவிட, ஓர்ஆசிரியர் என்பதாகவே இருந்தது. இந்திய எதிர்ப்பு நடவடிக்கைகளுக்காக 1986இல் அவர் பணி நீக்கம் செய்யப்படும்வரை, 22ஆண்டுகாலம் அவர் பெர்ஷிய மொழியைக் கற்பித்தார் என்ற அம்சத்தின் பிரதிபலிப்பாக அது இருந்தது. தான் ஒரு கனவுகாண்பவராக அரசியலில் இறங்கியதாகவும், ஆனால் இன்னும் அனுபவம்மிக்க அரசியல்வாதி என்பதை விடவும், ஒரு பேராசிரியராகவே தன்னை உணர்வதாகவும் ஒருமுறை அப்துல் கனி பட் கூறினார்.

பட், அந்தப் பிரச்சனையைப்பற்றி ஆழமாகச் சிந்தித்தார். பாராளுமன்ற தாக்குதலுக்கு சதிசெய்ததாக குற்றம் சாட்டப்பட்டுள்ள ஓர் இளம் கஷ்மீரி பேராசிரியருக்காக ஒரு கஷ்மீரி பண்டிதர் இருப்பது மிகவும் நல்லது என்று சம்பத்திடம் கூறினார். ‘எப்படியிருந்தபோதிலும், அவர் விடுவிக்கப்பட்ட பிறகு இளைஞர் கீலானி ஒரு கதாநாயகனாக உருவாகக்கூடாது என்பதை சம்பத் உறுதிப்படுத்த வேண்டும். அவரைப் பாடம் கற்றுத்தர திரும்பிப்போகச் சொல்லுங்கள். அவர் ஒரு தலைவராக முயற்சிக்கக்கூடாது’ என்று கூறினார். அந்த பேராசிரியர் எதற்கு எதிராகத் தன்னை எச்சரிக்கிறார் என்பதை சம்பத்தால் முற்றிலும் உறுதிப்படுத்திக்கொள்ள முடியவில்லை.

‘கீலானியின் கடந்தகால அரசியல்பற்றி அறிந்துகொள்ள முயற்சித்தாரா?’ என்று நான் சம்பத்திடம் கேட்டேன். அவர் இல்லை என்றார். அவர் அதைச் செய்யவில்லை. கீலானியின்

தந்தை, தியோபந்தில் இருந்த முக்கியமான இஸ்லாமிய அறிஞர் அன்வர் ஷா கஷ்மீரியின் நெருங்கிய உதவியாளராக இருந்தார் என்பதை மிகத் தாமதமாகக் கண்டறிந்தார். கீலானியின் தந்தை கஷ்மீரிகள் இஸ்லாத்தை கடைப்பிடிக்கும் வழிமுறைகளைக்கூட மாற்றியமைக்க முயற்சித்தார். அதில் உள்ளூர் உலாமாவின் எதிர்ப்பைச் சந்தித்தார். அவர் 1979இல் இறந்தார். அவர் விஷம் ஊட்டப்பட்டார் என்று அவரது குடும்பத்தினர் நம்பி வருந்தினார்கள்.

இந்த உண்மைகள் பற்றி எனக்குத் தெரியுமா? என்று சம்பத் என்னிடம் கேட்டார். நான் அவரைப்போலவே காலம்கடந்து இவற்றை யெல்லாம் கண்டு பிடித்தேன் என்று அவரிடம் கூறினேன். நான் கீலானியிடம் அவரது நண்பர் மூலம் அறிமுகப்படுத்தப்பட்டேன். அந்த நண்பர், தான் மாவோயிஸ்ட்களுக்கு நெருக்கமானவர் என்றும், தான் ஒரு இடதுசாரி, என்றும் என்னிடம் கூறினார். கீலானியின் குடும்பம் உறுதியான ஜமாதி என்பதையும், அவர்கள் இசை, புகைப்படக்கலை மற்றும் மேற்கத்திய கலாச்சாரங்களை இஸ்லாத்துக்கு எதிரானது என்று பார்த்ததையும் பின்னர் நான் தெரிந்துகொண்டேன். கீலானியேகூட தனது நம்பிக்கைகளில் முழுமையாக இருக்கவில்லை.

சம்பத் அந்த ஒலிநாடாவைக் கேட்டார். அந்த உரையாடல்கள், பாராளுமன்றத் தாக்குதல் சதியோடு கீலானியை தொடர்புபடுத்தவில்லை என்பதில் தன்னை திருப்திப்படுத்திக்கொண்டார். அவர் நீதிமன்றத்தில் பிரதிவாதி தரப்பில் சாட்சியமளிக்க முடிவுசெய்தார் இருந்தபோதிலும், தான் அவ்வாறுசெய்ய தொழிற்சங்கத்தில் தனது நம்பிக்கைக்குரிய தோழர்களின் கருத்துக்களை கேட்பது மிகவும் நல்லது என்று நினைத்தார். அவர்கள், குறிப்பாக, மத்தியில் பி.ஜே.பி. ஆட்சியில் இருந்ததால், அதற்கு எதிராக அவருக்கு அறிவுரை கூறினார்கள். அவர் தனது வாழ்க்கையை ஆபத்துக்குள்ளாக்கிக்கொள்வார், என்றும் கூறினார்கள். மேலும் பாராளுமன்றம் ஜெய்ஷ்—இ—மொஹம்மதுவைச் சார்ந்த காஜிபாபா, மௌலானா மசூத் அஸார் ஆகியோரால் தாக்கப்பட்டிருக்கிறது. எனவே, அத்தகையவர்களை எப்படி ஆதரிக்க முடியும்?

சம்பத், ஜெய்ஷ்—இ—மொஹம்மதுவை ஆதரிக்கவில்லை. ஆனால், இந்தியப் பாராளுமன்றத்தைத் தாக்குவதற்கான சதிக்குற்றத்தில் கீலானி குற்றமற்றவர் என்று என்னைப்போலவே சம்பத் நம்பிக்கை கொண்டிருந்தார்.

பிரதிவாதி தரப்பு சாட்சியமளிப்பதில் உள்ள எதிர்கால வாய்ப்புக்கள் பற்றி சம்பத் உணர்ச்சிவசப்பட்டார். அவரும், நானும் இன்னொரு கஷ்மீரி பண்டிதரும் முஸ்லீம்களிடம் சகோதர ஆதரவு காட்டுவதன் மூலம் அது இன்னொரு வகையான அரசியலுக்கு பாதை அமைக்கும் என அவர் உணர்ந்தார்.

முதல்நாள் சம்பத் என்னுடைய அறைக்கட்டுமானத்துக்குள் நுழைந்ததை அல்லது நடந்து வந்ததை இன்னும் நான் நினைத்துப் பார்க்கிறேன். அவரது முகத்தில் அமைந்திருந்த ஆழமான துளைக்கும் கண்கள் எதையும் விட்டு வைக்கவில்லை. ஆனால், எதைப்பார்த்தாரோ, அது அவருக்கு ஏமாற்றம் அளித்தது. அதை அவ்வாறே என்னிடம் கூறினார். அவர் எனது பெயரை, எனது சமையலை, திருமணமான கஷ்மீரி பண்டிதனி போல காதுகளிலிருந்து கீழ் நோக்கித்தொங்கும் ஜிமிக்கிகளை நான் அணியாததை அவர் விரும்பவில்லை. எனது தந்தை எனக்கு ஏன் ஒரு கஷ்மீரி பெயரை வைக்கவில்லை என்றும், ஏன் எனக்கு கஷ்மீரிமுறையில் சமைக்கக் கற்றுத்தரவில்லை என்றும், எல்லாவற்றையும்விட மோசமாக எனது காதில் ஏன் துளையிடவில்லை என்பது தனக்குப் புரியவில்லை என்றும், நான் எனது பெண்மையின் பெருமையை வெளிப்படுத்தவில்லை என்ற அவரது உற்றுநோக்கலைக்கண்டு நான் திகைத்தேன். அவர் கூறியதற்கு பதிலாக, எனது பெற்றோர் என்னை ஒரு கஷ்மீரியாக அல்ல; இந்தியராகவே வளர்த்தார்கள் என்று அவரிடம் கூறினேன். எனக்கு தாகூரின் பேத்தியின் பெயர் இடப்பட்டது. நாங்கள் எங்கள் வீட்டில் வங்காளி உணவை, சில சமயங்களில் ருசியான தோசைகளை உண்ணுவதில் பெருமைப் பட்டோம். எல்லாவற்றிலும் நான் ஒரு கஷ்மீரியாக அல்ல, இந்தியராகவே அடையாளம் காணப்படவேண்டும் என்று கற்பிக்கப்பட்டேன்.

பின்னர் நான் சம்பத்திடம், எனது தந்தை கஷ்மீர் பல்கலைக்கழகத்தில் உரையாற்ற அழைக்கப்பட்டபோது, அவர் 1972இல் பேசிய பேச்சைக் காட்டினேன்: 'மதம் ஒருவருக்கு தன்னைவிட பெரிதான ஒன்றை அடைய வழிகாட்டுகிறது. சரணடையச் செய்கிறது, அல்லது அத்துடன் கலந்துவிடச்செய்கிறது. ஆனால், ஒருவரின் கடவுள் 'பாரத்' அல்லது 'இந்தியா' அல்லது 'ஹிந்த்' அல்லது 'ஹிந்துஸ்தான்' என்று அழைக்கப்படுகிறது. அதன்பிறகு என்ன நடக்கும்? 'எனது தந்தை இந்தியாவைக் கொண்டாடி இக்பால் எழுதிய புகழ்பெற்ற பாடலை பேரார்வத்துடன் பாடுவார். 'ஸாரே ஜஹாங் ஸே அச்சா' இந்துஸ்தான் மிகச்சிறந்த எடுத்துக்காட்டாக,

அனைவரும் விரும்புகிற பூமியாக, இந்திய பூமியோடு தன்னை இணைத்துக்கொள்கிற பாட்டு அது. 1905இல் 27 வயதேயான இக்பால் இந்த துணைக்கண்டத்தில் எதிர்கால சமுதாயம், இந்து—முஸ்லீம் கலாச்சாரத்தின் பன்முகத்தன்மையும், அதன் கூறுகளையும் உள்ளடக்கியதாகவும் இருக்கும் என்று பார்த்தார்.

எனது தந்தை அந்த புகழ்பெற்ற வரிகளிலிருந்து அடிக்கடி மேற்கோள் காட்டுவார்:

'மஸ்ஹப் நஹுன் சிக்ஹட்தா ஆபஸ் மெய்ன் பர் ரக்ஹனா
ஹிந்தி ஹெய்ன் ஹம் வடன் ஹை ஹிந்துஸ்தான் ஹமாரா

'மதம் நமக்கு தீயஎண்ணங்களை தாங்க கற்பிக்கவில்லை
நாம் இந்தியர் நமது தேசம் ஹிந்துஸ்தான்'

— ஆனால், எனது தந்தை தனது வார்த்தைகளை தனது புதிய சிந்தனைகளுக்கு ஏற்ப மாற்றிக்கொண்டதை ஒருபோதும் கூறவில்லை. 1910இல் அவர் எழுதினார்:

சின் ஓ அராப் ஹமாரா, ஹிந்துஸ்தான் ஹமாரா
முஸ்லீம் ஹேங் ஹம் வடன் ஹை சாரா ஜஹான் ஹமாரா

மத்திய ஆசியா நமதே. அரேபியாவும் நமதே
இந்தியாவும் நமதே நாம் முஸ்லீம்கள் மொத்த உலகும் நமதே

(நவீன உருதுவில் சின் என்பது சீனா. இக்பாலின் காலத்தில் மத்திய ஆசியா சின் என்று அழைக்கப்பட்டது)

நான் கீலானியின் விடுதலைக்காக பயணம் செய்தபோதுதான் இக்பாலின் இதய மாற்றத்தையும், புதிய பாடலையும் கண்டு பிடித்தேன்.

எங்கள் வீட்டில் நாங்கள் வழிபட்ட ஒரேகடவுள் 'இந்தியா'. இந்த வளர்ப்பின் காரணமாகத்தான் நான் கீலானியின் வழக்கை தாமதமின்றி ஏற்றேன். நான்கு ஆண்டுகள் உழைத்தேன், அவர் விடுதலையாகும்வரை. இது கஷ்மீரிக்கான ஒரு இந்தியனின் சகோதர ஆதரவான சமிக்ஞை. அவர் பயங்கரவாதத்தின் மீதான போரால் பாதிக்கப்பட்டவர். அந்தப் போரில் ஒரு கஷ்மீரி முஸ்லீம் எளிதாக சிக்கவைக்கப்பட முடியும்.

சம்பத் பிரகாஷால் நமது தரப்பு மதச்சார்பற்ற தன்மை பற்றியோ

அல்லது தேசியவாதம் பற்றியோ புரிந்துகொள்ளமுடியாது. ஏனெனில் அதன்பொருள் நமது கலாச்சாரத்தை, மொழியை, கவிதையை, எல்லாவற்றுக்கும் மேலாக நமது இனத்தை விட்டுவிடுவது ஆகும். சம்பத் முதலில் தன்னை கஷ்மீரி என்று விளக்குகிறார். மேலும் பிற அடையாளங்கள் அந்த விளக்கத்தை புதுப்பிக்கின் றன. பின்னோக்கிப் பார்க்கும்போது அவருடைய ஏமாற்றங்கள் கலாச்சாரத்தில் உள்ளதைவிட, அரசியலிலேயே உள்ளன. நான் ஒரு முறையான கஷ்மீரி பண்டிதராக இருந்திருந்தால், ஒரு கஷ்மீரி இந்து பெண் வழக்கறிஞர், பயங்கரவாதியாக சிக்கவைக்கப்பட்ட ஒரு கஷ்மீரி முஸ்லீம் மனிதனுக்காக வாதாடும் கஷ்மீரியத்துக்கான ஒரு முன்மாதிரியான எடுத்துக்காட்டாக இருந்திருப்பேன்.

என்னிடம் உடல்பூர்வமாகவோ அல்லது உணர்வுபூர்வமாகவோ கஷ்மீரிய வேர்கள் இல்லாதபோது, என்னை கஷ்மீரி என்று கூறிக்கொள்வது தவறு என நான் உணர்ந்தேன். எனது மூதாதையர்கள் அந்த பள்ளத்தாக்கைவிட்டு 1804லேயே வெளிவந்துவிட்டனர். 1820இல் அவர்கள் ஜாஷஹானா பாத்தில் தங்களை நன்கு நிலைநிறுத்திக் கொண்டார்கள். அவர்கள் கஷ்மீருடன், அதன் மக்களுடன், கலாச்சாரத்துடன், மிகமுக்கியமாக அதன் மொழியுடன் எல்லாத் தொடர்புகளையும் இழந்துவிட்டார்கள்.

ஆனால், அதன்பிறகு இந்தியாவின் எந்தவொரு பகுதியிலும் எனது வேர்களை நான் பெற்றிருக்கவில்லை. எனது வேர்கள் இந்தியா என்ற எண்ணத்தில் இருந்தன. அதுவும் எனது கற்பனையில், சிந்தனையில் மட்டுமே இருந்தது.

நான் கஷ்மீரிலிருந்து வந்தவர் என்று கூறிக்கொள்ளாவிட்டாலும், கஷ்மீரி தேசியம் என்ற இலட்சியத்தை ஆதரித்தேன். அது சற்று வித்தியாசமாக ஒலிக்கக்கூடும். நான் வடகிழக்கில், குறிப்பாக நாகா தேசியவாதிகளுடன் எனது பணியை செய்த பிறகே கஷ்மீரை நான் புரிந்துகொண்டேன். எனது நாகா கணவரிடம் நான் சம்பத்தை அறிமுகம் செய்தபோது, அவர் அரசியல் ஒத்துணர்வு டன், எழுத்து வடிவம் இல்லாத கலாச்சாரத்திலிருந்து வந்த ஒரு மனிதனை எப்போதும் புரிந்துகொள்ளமுடியாது என்ற போதிலும், அவருடன் உணர்வுடன் கைகுலுக்கினார்.

எப்போதும் விட்டுக்கொடுக்காத ஒரு மனிதராக, கஷ்மீரியத்துக்கான ஒரு போராட்டத்தோடு இணைந்த ஒன்றாக, கீலானியின் விடுதலைக்கான பிரசாரப் பயணத்தை மேற்கொள்ள தனது

முயற்சிகளைத் தொடர்ந்தார். பேராசிரியர் அப்துல் கனியை சந்திக்க லஜ்பத் நகரிலுள்ள ஹுரியத் அலுவலகத்துக்கு நான் வரவேண்டும் என்று வலியுறுத்தினார். அரசியல் நோக்கில் அது முற்றிலும் அவசியம் என்றார்.

கூட்டமும், சத்தமும் நிறைந்த சாலையின் வழியே அந்த அலுவலகத்தின் நுழைவாயிலுக்கு செல்லவேண்டியிருந்தது. அந்த அறைக்கு, தரையில் பச்சை கம்பளம் விரிக்கப்பட்டிருந்தது ஒரு கஷ்மீர் உணர்வைத்தந்தது. சம்பத் அந்த பேராசிரியரிடம், கிட்டத்தட்ட போற்றிப் பாராட்டுவதைப்போல மிகுந்த மரியாதை கொண்டிருந்ததை நான் கவனித்தேன். இது அந்த மனிதருக்கான உண்மையான மரியாதையின் பிரதிபலிப்பா அல்லது இன்றைய கஷ்மீரில் அந்த முஸ்லீம் தலைவருக்கும், கஷ்மீரி பண்டிதருக்கும் இடையேயான அரசியல் சமநிலையின் பிரதிபலிப்பா என்று நான் ஆச்சரியப்பட்டேன்.

அந்தப் பேராசிரியர் நயமாக என்னை வரவேற்றார். அவரது கண்ணியத்திலும், செயல் நடத்தையிலும் நான் ஆச்சரியப்படவில்லை. ஆனால் முற்றிலும் எதிர்பாராததாக அவரது வரவேற்பின் தன்மையும், அன்பும் இருந்தது. தான் சிறையில் இருந்தபோது, தனக்கு அன்பான நடவடிக்கையாக தேநீர் கொடுத்த ஒரு சிறுவனின் கதையை என்னிடம் கூறினார். அது அந்த சூழ்நிலையில் அழுத்தமான உட்பொருள் கொண்டதாக இருந்தது. கீலானிக்கு ஆதரவாக அந்தவழக்கை நானாக முன்வந்து ஏற்றுக்கொண்டதை அவர் பாராட்டி தனது கருத்தை வெளியிடும் முறையாக அது இருந்தது. எந்தவிதமான குற்ற உணர்வுமின்றி மட்டுமீறிப் புகழ்வதை நான் கஷ்மீரில் கூச்சத்தோடு அனுபவித்த தன்மைக்குமாறாக, நுட்பமாக கருத்தை வெளியிடும் அவரது தன்மைகண்டு நான் வியந்தேன்.

இந்தியப் பாதுகாப்புப் படைக்கு எதிராக நாகாக்களின் சார்பான வழக்குகளை நான் நடத்துகிறேன் என்பதையும், 1990இல் நான் உண்மை அறியும் குழுவில் கஷ்மீருக்கு வந்திருந்தேன் என்பதையும் அவர் அறிந்திருந்தது என்னை ஆச்சரியப்படுத்தியது. எங்களது உரையாடல்கள் விரிவாக இருந்தன. நாங்கள் எங்கள் பிரச்சாரப் பயணத்துக்காகவோ அல்லது நீதிமன்ற நடவடிக்கைகளுக்காகவோ கஷ்மீரிலுள்ள அமைப்புக்களிடம் எந்த நிதியையும் ஏற்றுக் கொள்ளமாட்டோம் என்று தெளிவுபடுத்தினேன். என்னால் இந்தியாவிலிருந்து நிதி திரட்டமுடியும் என்று நான் அவரிடம் கூறினேன்.

இந்திய அரசுக்கு எதிராக இந்த எல்லா ஆண்டுகளிலும் போராடி யதற்குப் பிறகும், ஆண்டுக்கணக்கில் சிறைவைக்கப்பட்டிருந்ததற்குப் பிறகும் இந்தியாவுக்கும், இந்தியர்களுக்கும் எதிரான ஒருங்கிணைந்த கோபத்துக்குப் பிறகும் அவர் எனது நல்லெண்ணத்தைப் பாராட்டியது என்னை நெகிழவைத்தது.

பத்து ஆண்டுகளுக்குப் பிறகு அவரை நான் சந்தித்தேன். 'லோனே சாஹிப், மிர்வாய்ஸ் (மொஹம்மது), ஃபரூக், மற்றும் பேராசிரியர் வானி ஆகியோர் இராணுவத்தாலோ அல்லது போலீஸாலோ கொல்லப்படவில்லை' என்று ஒப்புக்கொண்ட முதல் ஹுரியத் தலைவர் அப்துல் கனி பட் தான் என்று நான் படித்திருந்தேன். 'அவர்கள் நமது சொந்தமக்களால் குறிவைக்கப்பட்டார்கள். அந்தக்கதை மிகவும் நீளமானது. ஆனால், நாம் உண்மைகளைக் கூறியாக வேண்டும்' என்றார் அவர். அவர் *JKLF*ஆல் ஸ்ரீநகரில் நடத்தப்பட்ட கருத்தரங்கு ஒன்றில் பேசிக்கொண்டிருந்தார். ஐ.நா.வின் தீர்மானங்கள் கஷ்மீருக்கான பொருத்தப்பாட்டை இழந்துவிட்டன என்பதையும் அவர் ஒப்புக்கொண்டார். புதிய உண்மை நிகழ்வுகளை கணக்கில் எடுத்துக்கொள்ள வேண்டிய தேவை ஏற்பட்டுள்ளது. அவர் மேலும், தலிபான்களால் கஷ்மீரை விடுவிக்க முடியாது. கஷ்மீரிகள்தான் தங்களைத் தாங்களே விடுவித்துக்கொள்ள வேண்டும்.[26] என்றார்.

பேராசிரியர் பட் உடனான எங்கள் சந்திப்பு நடந்தவிதம் பற்றி சம்பத் திருப்தி அடைந்தார். நான் மற்றொரு கஷ்மீரி பண்டிதரான சஞ்சய் கக் என்பவரை நீதி மன்றத்தில் சாட்சியமளிக்க ஒப்புக் கொள்ளச்செய்தேன் என்பதில் சம்பத் மகிழ்ச்சியடைந்தார். சஞ்சய் கக் எஸ்.பி.கல்லூரியில் தனக்கு முதல்வராக இருந்த ஜியாலால் கௌலின் மருமகன் என்று எனக்கு தெரிவித்தார்.

கீலானி, இறுதியாக இந்தியப் பாராளுமன்றத் தாக்குதலை நடத்த நடைபெற்ற சதியில் ஈடுபட்டார் என்ற குற்றச்சாட்டிலிருந்து விடுதலைபெற பெரிதும் காரணமாக இருந்தது சம்பத் பிரகாஷ் மற்றும் சஞ்சய் கக்கின் சாட்சியங்கள்தான். இரண்டுசாட்சிகளும் அந்த உரையாடல்களை தனித்தனியாக மொழிபெயர்த்து, அந்த உரையாடல்கள் கீலானியை இந்தியப் பாராளுமன்றத் தாக்குதல் களோடு தொடர்புபடுத்தவில்லை என்று சாட்சியம் அளித்தார்கள். அமர்வு நீதிமன்றம் 2002இல் அவருக்கு மரணதண்டனை விதித்திருந்தது. ஆனால், உயர் நீதிமன்றம் 2003 அக்டோபர் 29 அன்று அவரை விடுதலை செய்தது. உச்ச நீதிமன்றமும் 2005 ஆகஸ்ட்டில் அதை உறுதி செய்தது.[27]

கீலானியின் விடுதலை பற்றிய செய்தி தெரியவந்ததும், இந்தியாவின் பலபகுதிகளில் கொண்டாட்டங்கள் நடைபெற்றன. என்னைப் பாராட்டுவதற்காக எனது தொலைபேசி எண்ணை பல சிரமங்களுக்கிடையே கண்டறிந்து மக்கள் பலரிடமிருந்தும் நான் தொலைபேசி அழைப்புக்களை பெற்றேன். அந்த அழைப்புக்கள் எனது சாதனையைப் பாராட்டி எனது நண்பர்கள் விடுத்த அழைப்புக்கள் அல்ல என்பதை அறிந்தபோது இந்த பிரதிபலிப்புக்களால் நான் குழப்பமடைந்தேன். இவர்கள் அனைவரும் இந்தியா பாசிசத்தை நோக்கி சரிந்துகொண்டிருப்பதை வேறுவழியின்றிக் கவனித்து, அச்சத்தில் வாழ்ந்து மூச்சுத் திணறிக்கொண்டிருந்ததிலிருந்து திடீரென நிம்மதியை உணர்ந்தவர்களாக இருந்தார்கள். இந்த விடுதலை இந்திய ஜனநாயகத்தின்மீது நம்பிக்கை கொண்டவர்களின் வெற்றியாக இருந்தது. கஷ்மீரில் இந்த விடுதலை செய்தி, கஷ்மீரிகள் இந்தியாவிலும் நீதியைப் பெறமுடியும் என்ற தற்காலிக நம்பிக்கையை ஏற்படுத்தியது.

இந்த செய்தியைக் கேட்டபோது சம்பத் பிரகாஷும், அவரது தொழிற்சங்கத் தோழர்களும் அதேபோல மகிழ்ச்சி அடைந்தார்கள். அவர்கள் அந்த இளம் பேராசிரியரை வரவேற்று, விமான நிலையத்திலிருந்து பாரமுல்லாவிலிருந்த அவரது வீட்டுக்கு வெற்றி ஊர்வலமாகச் செல்லத் திரண்டிருந்தார்கள். சம்பத் பிரகாஷ் நீண்டகாலமாக இல்லாத உணர்வை இப்போது பெற்றார். அவரைப் பொருத்தவரை கஷ்மீரியத்துக்கு ஒரு புதிய வாழ்க்கை குத்தகை கிடைத்திருந்தது.

ஆனால், சம்பத்தின் மகிழ்ச்சியும், உற்சாகமும் சிறிதுநேரமே நீடித்தது. அந்த ஊர்வலம் பாரமுல்லாவை அடைந்தபோது அவர் நம்பியிருந்த வரவேற்பு அவருக்குக் கிடைக்கவில்லை. கீலானியின் குடும்பத்தினர் கஷ்மீரியத் சிந்தனைகளுக்கு உறுதியேற்றுக்கொள்ளவோ, கீலானியின் விடுதலையில் அந்த தொழிற்சங்கத் தலைவர் ஆற்றிய பணியையோ ஒப்புக்கொள்ளவோ இல்லை. மரணத்தின் வாயிலிருந்து தங்கள் மகனை ஒரு கஷ்மீரி பண்டிதர் அல்ல; இறையின் தலையீடுதான் காப்பாற்றியது என அவர்கள் கருதினார்கள். சம்பத் அந்த இரவில் கீலானியின் வீட்டில் தங்க அழைக்கப்படவுமில்லை. தனது தொழிற்சங்க மையத்தின் மாவட்ட தலைவரும், ஓய்வுபெற்ற பள்ளி ஆசிரியருமான குலாம்காதர் ராதரின் வீட்டில் தங்க அவர் விடுத்த அழைப்பை ஏற்றுக்கொண்டார். குலாம்காதரின் இளைய சகோதரர் ஒரு வழக்கறிஞராகவும் ஜிகாதி குழுவின் தலைவராகவும் இருந்தவர்.

குலாம்காதர் ராதரும் மற்ற தொழிற்சங்க தலைவர்களும் ஒன்றாகக்கூடி, ஜமாத்தின் சார்பில் அவர் ஏன் நீதி மன்றத்துக்கு சென்றார் எனக்கேட்டார்கள்.

கீலானியின் குடும்பத்தினர் ஜமாத்—இ—இஸ்லாமியின் மிக உறுதியான ஆதரவாளர்கள் என்பதை அறிந்தபோது சம்பத் பிரகாஷ் அதிர்ச்சியடைந்தார். உண்மையில் அவர்கள்தான் அந்த அமைப்பை கஷ்மீருக்குள் கொண்டுவருவதற்கு பொறுப்பேற்றுக்கொண்டவர்கள். அந்த தொழிற்சங்கத் தலைவர்கள் எதிர்காலத்தில் மதச்சார்பற்ற அல்லது ஜனநாயக முறையிலான அரசியலுக்கான இடத்தை உருவாக்குவதில், கீலானி தனது பங்கை ஆற்றும் சாத்தியக்கூறுகள் பற்றிய தனது தயக்கங்களை வெளிப்படுத்தினார்.

தனது விடுதலைக்குப்பிறகு இரண்டாம் முறையாக அவர் கஷ்மீருக்கு வந்தபோது, தொழிற்சங்கத்தலைவர் வாஞ்ச்சுவின் கொலையில் சம்பந்தப்பட்ட டாக்டர் மொஹம்மது காசிம் ஃபக்டூவுடனான தனது சந்திப்பில் கலந்துகொள்ளுமாறு அப்துல் ரெஹ்மன் கீலானி சம்பத்தை அழைத்தார். அப்போது சம்பத்தும் அவரது தோழர்களும் சிறிது கவலைக்குள்ளானார்கள். சம்பத்தை அந்த யோசனை அதிர்ச்சிக்குள்ளாக்கியது.

மொஹம்மது காசிம் ஃபக்டூ 1991இல் தோற்றுவிக்கப்பட்ட ஜமாத்—உல்—முஜாஹிதீனின் உளவுத்துறை தலைவர். அந்த அமைப்பின் வெளியீட்டுத்துறை தலைவர் அப்துல் மனன், அந்த அமைப்பின் கொள்கைகளை தெளிவுபடுத்தி ஓர் அறிக்கையை வெளியிட்டிருந்தார். ‘இப்போது நடைபெற்றுக் கொண்டிருக்கும் இயக்க நடவடிக்கைகளின் தோற்றத்தை, சுயநிர்ணய உரிமை என்ற கோரிக்கை சிதைக்கிறது. அந்தப்போராட்டம் இஸ்லாமியப் பேரரசை நிலை நாட்டுவதற்காக’.[28]

ஃபக்டுவின் மனைவி ஆசியா அந்த்ராபி, துக்தாரன்—இ—மிலாட் (பெண்மகளின் தேசம்) என்ற அமைப்பைத் தோற்றுவித்தவர். ஜமாத்தின் விளக்கத்துக்கேற்ப பெண்கள் எதை அணியவேண்டுமென்ற ஆடைவிதியை புகுத்தியதற்கு அவர்தான் பொறுப்பானவர். அந்தப்பெண் தானும் ஒரு அறிவியல்பட்டதாரி என்றபோதும் தனது சகோதரனின் எதிர்ப்பால் படிப்பைத் தொடரமுடியாமல் போனவர்.

ஃபக்டூ டெல்லியிலிருந்து திரும்பிவந்தபோது ஸ்ரீநகர் விமான நிலையத்தில் 1993 பிப்ரவரி 5 அன்று கைது செய்யப்பட்டார். அன்றுமுதல் அவர் சிறையில் இருந்துவருகிறார்.

கீலானி, ஃபக்டூ சந்திப்புக்கு உதவ சம்பத் முதலில் மறுத்தார். ஆனால், தொழிற்சங்கத்தின் மற்ற தலைவர்களோ, மரணத்தின் வாயிலிருந்து காப்பாற்ற தாங்கள் உதவிய அந்த இளைஞருக்கு சம்பத்தை உதவவைத்தார்கள்.

ஃபக்டூ தான் சிறையில் இருந்தபோது இஸ்லாமிய ஆய்வுகளில் டாக்டர் பட்டம் பெற்றவர். தனது மத நம்பிக்கைகளை 'ஜமியத் அஹ்லே ஹாதித்' என்ற புதிய அடிப்படைவாதிகளுக்கு — கீலானியின் ஜமாத்—இ—இஸ்லாமிக்கு அல்ல— கற்பித்து வந்தார். அவர் மொஹம்மது அப்துல்லா பங்ரூ என்பவரால் இயக்க நடவடிக்கைகளுக்கு கொண்டுவரப்பட்டார். இதே பங்ரூ தான் பல ஆண்டுகளுக்குப்பிறகு அனைத்துக்கட்சி ஹுரியத் மாநாடு *(APKC)*வின் தற்போதையத் தலைவர் மிர்வாய்ஸ் உமர் ஃபரூக்கின்[29] தந்தை மிர்வாய்ஸ் அப்துல்லா ஃபரூக் கொலை செய்யப்படுவதற்கு தலைமை தாங்கியவர்.

சையத் அலி ஷா கீலானி போன்ற ஜமாத்—இ—இஸ்லாமியின் பழைய தலைவர்களையும் ஃபக்டூ போன்ற புதிய தலைமுறை இஸ்லாமியவாதிகளையும் சம்பத் வேறுபடுத்திப்பார்க்கவில்லை. கீலானி தேர்தல்களில் நின்று 1972, 1977 மற்றும் 1987இல் சட்டமன்றத்தில் கஷ்மீரின் எந்த முதலமைச்சரையும் விட அதிகமுறை பணியாற்றியவர். 1997இல் அப்போதைய ஜமாத் தலைவர் 'துப்பாக்கி கலாசாரத்துக்கு' முடிவுகட்ட அழைப்பு விடுத்தார். மூன்று ஆண்டுகளுக்குப்பின் அதிருப்தியாளரான ஹிஸ்புல் முஜாஹிதீன் தளபதி அப்துல் மஜீத் தர் ஒருதரப்பாக போர் ஓய்வை அறிவித்தார். ஆனாலும் அந்தப் போர் ஓய்வு நீண்டகாலம் நீடிக்கவில்லை. 2004 ஜனவரியில் ஜமாத்தின் கஜ்லிஸ்—இ—ஷுரா அல்லது 'மத்திய ஆலோசனைக்குழு' 'ஜனநாயகபூர்வமான, அரசியல் சட்டரீதியான போராட்டம்' என்ற உறுதிப்பாட்டோடு வெளியே வந்தது.[30]

இந்த மாற்றங்கள் அப்துல் ரெஹ்மான் கீலானியின் தலைமுறை யினரான கஷ்மீரி முஸ்லீம்களால் வரவேற்கப்படவில்லை. அவர்கள் ஜமாத்—இ—இஸ்லாமி தனது புரட்சிகர சிந்தனைகளை இழந்துவிட்டதாக விமர்சித்தனர். இந்தியாவின் ஜமாத்—இ—இஸ்லாமி ஹிந்து இளைஞர்களால் விமர்சிக்கப்பட்டது. அவர்கள் அந்த அமைப்பை உடைத்து 'இந்திய மாணவர்களின் இஸ்லாமிய இயக்கம்' *(Students' Islamic Movement of India-SIMI)* என்று அமைத்தார்கள். சிமி புனிதப்போருக்கு அழைப்பு விடுத்தது. இஸ்லாமிய பேரரசை நிறுவ வேலைசெய்தது.[31]

2003 மே—யில் பட்—க்குப் பின்வந்தவர்களான சையத் நசீர் அஹமத் கஷானி, ஓய்வுபெற்ற சையத் அலி ஷா கீலானி ஆகியோர் ஜமாத்தின் மிதவாதிகளின் பிரதிநிதிகளாக வழி நடத்தினார்கள். இப்போது இந்த ஜமாத்தின் இளைய தலைவர்கள் கஷ்மீரில் தலைதூக்கிய புதிய இஸ்லாமிய போக்கை முன்னணிப் படையாக இருந்து தாக்கினார்கள். இந்த இளைய உறுப்பினர்கள் பரந்த உலகில் நடந்துவந்த நிகழ்வுகளால் ஈர்க்கபட்டார்கள். 2006இல் வர்ணனையாளர் ஷேக் ஷெளகத் ஷூகோ எழுதினார்: 'இஸ்லாமிய இயக்கங்களின் தலைவிதியை முஸ்லீம் உம்மா மற்றும் அதன் பல்வேறு பிரிவுகளிலிருந்தும் —அவை பாலஸ்தீனம், லெபனான், ஷெசன்யா அல்லது கஷ்மீர் என எங்கிருந்தாலும், அவற்றின் தலைவிதியிலிருந்து பிரிக்கமுடியாது.[32] இந்தப் பிரச்சனைகளி லிருந்து ஜமாத் தனித்து நிற்க முடியாது' என அவர் வாதிட்டார்.

இந்த தீவிரவாத இஸ்லாமியவாதிகளுக்கான மக்கள் ஆதரவு பெரும்பகுதிகளில் — பர்போராவின் ஏழ்மையான அண்டைப் பகுதிகளில். பள்ளிகளிலிருந்து இடைநின்ற, தினக்கூலி தொழிலாளர்களான கலகக்காரர்கள், வேலை அல்லது திருமணத்துக்கான எந்த நம்பிக்கையுமின்றி சிறைகளிலிருந்து விடுதலை செய்யப்பட்டவர்கள் ஆகியோரிடமிருந்து வந்தது.

புதிய இஸ்லாமியவாதிகள் இப்போது தெருச்சண்டைகள், விபச்சாரத்துக்கு எதிரான போராட்டங்கள், போதை ஊட்டும் மது எதிர்ப்பு, மேற்கத்திய கலாசார நடைமுறைகளை குறிவைத்து சமூக ஒழுக்கங்களை கட்டாயப்படுத்துவதற்கான பிரச்சார பயணங்கள் மற்றும் இந்தியப் பாதுகாப்புப் படையினரால் நடத்தப்படும் மனித உரிமை மீறல்கள் ஆகியவற்றுக்கு எதிரான போராட்டங்களைப் பின்னிருந்து நடத்தினார்கள்.

காவல்துறை கூறுவதுபோல ஃபக்டூ சிறையில் இருந்தவாறே, புதியதலைமுறை ஜிகாதிகளை வழிநடத்தினார். அப்போது அப்துல் ரெஹ்மான் கீலானிக்கு ஃபக்டூ ஒரு கதாநாயகனாகவும், சம்பத்துக்கு அவர் 'கொள்கையோ அல்லது எதிர்காலத்துக்கான பார்வையோ இல்லாத பயங்கரவாதியாகவும் இருந்ததில் ஆச்சரியம் எதுவுமில்லை.'

கிட்டத்தட்ட இரண்டு தலைமுறை கஷ்மீரி தீவிரவாதிகள், கஷ்மீரி பண்டிதர்களின் வெளியேற்றத்துக்கு பிறகு வளர்ந்தவர்கள். அவர்களுக்கு மகிழ்ச்சியான மத நல்லிணக்கம் நிலவிய, கடந்தகாலம்

பற்றிய நினைவுகள் ஏதுமில்லை. பன்மைத்தன்மைகொண்ட சமூகத்துக்கான எந்த கடமைப்பொறுப்பும் இருக்கவில்லை. அவர்களுக்கு மதச்சார்பின்மை, சோசலிசம், பன்மைத்தன்மை ஆகிய வார்த்தைகள் கஷ்மீர் உள்ளிட்ட இஸ்லாமிய உலகை ஆதிக்கம் செய்யும் இந்திய அரசு மற்றும் மேற்கு உலகின் போர்க்கவசத்தின் பகுதிகளாகத் தோன்றின.

கீலானியின் இளைய சகோதரர் பிஸ்மில்லா இந்தப்போக்கினால் உருவாக்கப்பட்டவராக இருந்தார். அவருடனான நீண்டபேச்சில், இந்துக்களோடு அல்லது பல்வேறு அரசியல் பின்னணிகளில் இருந்த மக்களோடு அல்லது கஷ்மீரி பண்டிதர்களோடுகூட கலந்து பேசுவதற்கான சந்தர்ப்பங்கள் எதுவுமே இருந்ததில்லை என்று பிஸ்மில்லா கூறினார். இரண்டு பண்டிதர் குடும்பங்கள் பாரமுல்லாவுக்குத் திரும்பி வந்ததை அவர் பார்த்தார். அவர்களது வீடாக இருந்த அந்த நகரத்துக்கு அவர்கள் வந்தபோது, அங்கு பதட்டம் நிலவியது. அவர்கள் திரும்பி வந்ததை தீவிரவாத விருந்தினர்கள் எதிர்த்தார்கள். ஆனால், ஹிஸ்புல் முஜாஹிதீன்கள் அவர்கள் திரும்பி வந்ததை வரவேற்கவேண்டும் என்று கூறினார்கள், என்றார் பிஸ்மில்லா. கஷ்மிரிகளுக்கும், தீவிரவாத விருந்தினர்களுக்கும் இடையே நடைபெற்ற கோபம் நிறைந்த வார்த்தை பரிமாற்றங்களை பிஸ்மில்லா கேட்டுக்கொண்டிருந்தார்.

கஷ்மீர் தங்கள் தாயகம் என்று கஷ்மீரிகள் குறிப்பிட்டார்கள். அந்நிய தீவிரவாதிகளோ, அவர்களது போராட்டங்களுக்கான தங்கள் பங்களிப்பை நினைவூட்டினார்கள். பிஸ்மில்லா கஷ்மீரி பண்டிதர்களுக்காக வருந்தினார். அவர்களோடு பேசவும் சென்றார். ஆனால் கடைசியில் அவர்கள் அங்கிருந்து செல்லவேண்டியதாகிவிட்டது. தீவிரவாதத்தின் துவக்க நாட்களில் கஷ்மீரி பண்டிதர்களுக்கு எதிராக நிகழ்த்தப்பட்ட கொடுமைகளுக்கு எதிராகப்போராட வெளியே வந்தார்கள், எடுத்துக்காட்டாக, 1992 ஏப்ரலில் ஒரு பண்டிதர் குடும்பம் வெட்டிக்குவிக்கப்பட்டதை எதிர்த்து ஸ்ரீநகரின் வீதிகளில் 5,000 பெண்கள் வெளிவந்தார்கள்.[33]

முஸ்லீம்கள் இந்துக்களைவிட்டு விலகிவாழ விரும்புவது, அதன்மூலம் முடியும் என்றால் அது மதவாதமா? என்று பிஸ்மில்லா அடிக்கடி என்னிடம் கேட்டார். என்னுடன் நடத்திய உரையாடல்களின் காரணமாக அவர் மதத்துக்கும் மதச்சார்பின்மைக்கும் இடையிலான பிளவு பொருத்தமற்றது என உணரத்தொடங்கினார்.[34]

பிஸ்மில்லா தனக்குத் தொந்தரவளிக்கும் பல கேள்விகளை கேட்டுக்கொண்டே இருந்தார். அவர் சம்பத் பிரகாஷுடன் கலந்துபேச விரும்பினார். ஆனால், அவ்வாறுகேட்க அவருக்கு போதுமான மனஉறுதி இல்லை. அவர் ஒரு கஷ்மீரி பண்டிதருடன் எப்போதுமே வெளிப்படையாக மனம்திறந்து பேசியதே இல்லை. இறுதியில், சம்பத் பிரகாஷ் நீண்ட உரையாடல்களை அவருடன் நிகழ்த்தினார். பிஸ்மில்லா அவற்றைக் குறிப்பெடுத்துக்கொண்டார். அவை பலவாரங்கள் நீடித்தன. அந்த தட்டச்சு குறிப்புக்கள் 80 பக்கங்களுக்குமேல் சென்றன. துரதிர்ஷ்டவசமாக அந்தக்குறிப்புக்கள் முழுவதும் என்னிடம் இல்லை. ஆனால், அந்த உரையாடலின் ஒருபகுதி வெளியிடப்பட்டது. அது சுருக்கப்பட்ட வடிவத்தில் இருந்தாலும்கூட, படிப்பதற்கு மிகவும் சுவையாக இருந்தது.[35] அது ஒரு கஷ்மீரி பண்டிதருக்கும், கஷ்மீரி முஸ்லீமுக்கும் இடையே நடைபெற்ற முக்கியமான உரையாடலாக இருந்தது.

சம்பத் பிரகாஷும், 1967 முதல் அவரோடு இணைந்து பணியாற்றிய தொழிற்சங்கத் தலைவர்களும் ஓய்வுபெற்றுவிட்டார்கள். அந்த சங்கத்தின் பணிகள் இப்போது இளைய தலைமுறைப் போராளி களால் மேற்கொள்ளப்பட்டு வந்தன. அவர்கள் அனுபவம்மிக்க மூத்த தலைமுறையின் ஆலோசனைகளை அவ்வப்போது எதிர்பார்த்தார்கள். ஆனால், சம்பத் கஷ்மீரின் அரசியல் அரங்கில் ஈடுபட விரும்பினார். இஸ்லாமிய அரசை உருவாக்குவதற்கான உறுதியுடன் இருந்த பாகிஸ்தான் ஆதரவு ஹுரியத்துடன் பணியாற்றுவது அவருக்கு வசதியற்றதாக இருந்தது. அவர் JKLF-உடன் முறையாக சேர்வதுபற்றி சிந்தித்துக்கொண்டிருந்தார். அது கஷ்மீர் மக்களிடம் இன்றும் பெரிய அடித்தளத்தைக் கொண்டிருந்தது. மேலும் JKLF 1994இல் யாசின் மாலிக் சிறையிலிருந்து வெளிவந்த பிறகு அளித்த உறுதிமொழியான 'சுதந்திர கஷ்மீருக்கான போராட்டத்தில் இனி ஆயுதங்களை பயன்படுத்தமாட்டோம்' என்பதற்கு இன்னும் கட்டுப்பட்டிருந்தது. அது பாகிஸ்தான் ஆதரவு ஹுரியத்தின் ஒரு பகுதியாக இருக்கவில்லை.

சங்கத்தின் தலைவர்கள் பலர் சம்பத்தின் முடிவை எதிர்த்தார்கள். ஒருபகுதி எதிர்ப்பு, தொழிற்சங்கம் எல்லா அரசியல் கட்சிகளிடமிருந்தும் விலகி சுதந்திரமாக செயல்படவேண்டும் என அவர்கள் நினைப்பதாகவும், இன்னொரு பகுதி எதிர்ப்பு, அவர்களில் பலர், ஹுரியத்தின் பாகிஸ்தான் ஆதரவுநிலை மிகவும் சாத்தியமானது என்று ஆதரித்ததாலும் எழுந்தது.

JKLF அமைப்பு, பலர் கொல்லப்படுவதற்குக் காரணமாக இருந்ததால், தான் JKLF-இல் சேர்வதை தனது குடும்பத்துக்கும், கஷ்மீரி பண்டிதர் சமுதாயத்துக்கும் நியாயப்படுத்துவது சம்பத்துக்கு எளிதாக இருக்கவில்லை. இந்தியப் பாராளுமன்றத் தாக்குதலை நடத்தியதாக குற்றம் சாட்டப்பட்ட ஒரு கஷ்மீரி முஸ்லீம் சார்பில் சாட்சியம் அளித்ததன் மூலமாக சம்பத் அவர்களுக்கு துரோகம் இழைத்துவிட்டதாக அந்த சமுதாயம் கருதியது. ஆனால், யாசின் எப்போதும் இந்தக்கொலைகளிலிருந்து விலகி நின்றார் என்பதையும், அவர் கஷ்மீரி பண்டிதர்களை பள்ளத்தாக்குக்குத் திரும்பிவருமாறு தொடர்ந்து அழைத்துக் கொண்டிருந்தார் என்பதையும் சம்பத் கவனித்தார்.

2003 ஜூனில் யாசின் மாலிக், சுதந்திர கஷ்மீர் பிரச்சனைக்காக ஒரு மாபெரும் கையெழுத்து இயக்கத்தை கஷ்மீரின் கிராமங்களில் முன்னெடுத்துச் சென்றார். முதல் மாதத்திலேயே 8,00,000 கையெழுத்துக்களைச் சேகரித்தார். அவர், ஆயுதப்போராட்டங்களை விட்டுவிட்டதோடு மட்டுமல்லாமல், தனது ஜனநாயகத் தகுதிகளை மிகவும் அதிகமாக நிரூபித்தும் வந்தார். சில மாதங்களுக்குப்பிறகு ஒரு நேர்காணலில் மதச்சார்பற்ற மதிப்பியல்புகளுக்கான தனது உறுதிப்பாட்டை அழுத்தமாக எடுத்துரைத்தார். அவர் கூறினார்: 'நாம் ஒரு வெற்றிகரமான மாநிலமாக இருக்கமுடியாது என்று மக்கள் கூறுகிறார்கள். நாம் கலாச்சாரத்திலும், இயற்கை அழகிலும், மிகவும் வளமான பகுதியாக இருக்கிறோம். நமக்கு எதற்கு இராணுவத்தின் தேவை? நமது அண்டையில் உள்ளவர்களுடன் சச்சரவு செய்யவிரும்பவில்லை. நமது போராட்டத்தின் நோக்கம் ஒரு சுதந்திரமான, மதச்சார்பற்ற, ஜனநாயக நாடுதான். அதுதான் வெற்றிகரமான, கௌரவமான ஒரே தீர்வு. நாம் உணர்வு பூர்வமாகவும், நேசத்துடனும் கஷ்மீர் பிரச்சனையில் தங்களை ஈடுபடுத்திக்கொண்டிருக்கும் இந்திய, பாகிஸ்தான் மக்களுக்கு, ஒரு சுதந்திர கஷ்மீரை அவர்களது சொந்த வீடாக அவர்களால் பார்க்கமுடியும் என்று உறுதி கூறவிரும்புகிறோம்.'[36]

இந்த எல்லா வளர்ச்சிப்போக்குகளையும் கவனித்த சம்பத் பிரகாஷ், தொழிற்சங்க மையத்தில் மூத்ததலைவர்கள் பலரை JKLF-ல் சேர்வதுபற்றி தீவிரமாகச் சிந்திக்குமாறு செய்தார். அவர் தனது தோழர் யாசின் மாலிக்கைச் சந்திப்பதற்காக ஒரு கூட்டத்தை ஏற்பாடுசெய்தார். அந்த சந்திப்புக்குப்பிறகு, 2007 ஏப்ரலில் அவரும், அவரது சகாக்களில் சிலரும் முறைப்படி JKLF-இல் சேர்ந்தார்கள். தனது வண்ணமிகு மொழியில், யாசின் மாலிக்குடனான தனது

கூட்டணியை ஒரு நிக்காஹ், ஒரு திருமணபந்தம் என்றும், நிலைத்திருக்கக்கூடியது என்றும் சம்பத் அழைத்தார்.

யாசின் அந்த தொழிற்சங்கத்தின் நடவடிக்கைகளை ஆழ்ந்து கவனித்துக் கொண்டிருந்தார். எனவே, பாராளுமன்றத் தாக்குதல் வழக்கில் பிரதிவாதி தரப்பில் சம்பத் சாட்சியம் அளித்ததை அறிந்திருக்கக்கூடும். இந்த நிகழ்ச்சிதான் 'விடுதலைக்கான பயணம்' (சஃபர்—இ—ஆஸாதி) தன்னோடு இணைந்துகொள்ளுமாறு சம்பத்தை அழைக்க யாசின் மாலிக்கைத் தூண்டியது. ஒரு கஷ்மீரி பண்டிதரும், ஒரு கஷ்மீரி முஸ்லீமும் 8,600 கிராமங்களினூடாக பயணம் செய்து, அதன்பின் ஜம்முவுக்குச் செல்லும் இந்தப் பயணம் 'கஷ்மீரியத்' என்ற தனது சிந்தனைக்கு ஒரு எடுத்துக்காட்டாக இருக்கும் என்று சம்பத் பிரகாஷ் உணர்ந்தார்.

பள்ளத்தாக்கு நெடுகிலும் ஒரு லாரியில் பயணம் செய்வதும், கூட்டங்களில் பேசுவதும், கூடாரங்களில் தூங்குவதுமான இந்தப் பயண அனுபவம், கால நீட்சியோடு, களைப்பூட்டுவதாகவும் இருக்கும் என்று சம்பத் அறிந்திருந்தார். அவர் தனது குடும்பத்தினருடன் கலந்துபேசினார். அவரது மனைவி, 'இது அவரைக் கொன்றுவிடும்' என்று கூறினார். ஆனால் ஒரு கஷ்மிரி பண்டிதரான சம்பத்தும், ஒரு கஷ்மீரி முஸ்லீமான யாசினும் கஷ்மீர் சுதந்திரத்துக்காக ஒன்று சேர்ந்து போராடுவது அவருக்கு, மிகுந்த எதிர்பார்ப்புடன் கூடிய மட்டற்ற மகிழ்ச்சியை ஏற்படுத்தும் என்றும் அவர் சிந்தித்தார். இது கஷ்மீரியத் என்ற உணர்வை மீண்டும் புதுப்பிப்பதற்கான ஒரு வாய்ப்பு; தங்கள் வாழ்வில் ஒரேயொரு கஷ்மீரி பண்டிதரைக்கூட சந்தித்திராத இளையதலைமுறையினர் மீது இது ஒரு தாக்கத்தை ஏற்படுத்தும் என்று அவர் நம்பினார்.

2007 மே 4 அன்று யாசின் ஏற்கனவே கொகெர்நாக் வட்டத்திலுள்ள ஜலங்காம் கிராமத்தில் முகாமிட்டிருந்த அந்தநேரத்தில் சம்பத் டெல்லியில் இருந்தார். அடுத்த இரண்டு நாட்களில் அவரது விடுதலைப் பயணம் துவங்கவிருந்தது. அந்த கிராமம், யாசினின் தந்தை குலாம் காதிர் யாசின் மாலிக் பிறந்த கிராமம். அந்த பயணம் துவங்குவதற்கு முன்பே, யாசினும், அவரது தோழர்களும் கைது செய்யப்பட்டு, சில நாட்கள் 'லாக் அப்'பில் வைக்கப் பட்டார்கள். அதன்விளைவாக, சஹர்—இ—ஆஸாதி தற்காலிகமாக இடையூறுக்குள்ளானது.

யாசின் தனது திட்டமிடலை சரியாகச் செய்யவில்லை என்று சம்பத் நினைத்தார். இத்தகைய சந்தர்ப்பங்களில் திட்டமிடுதலில் உள்ள குறைபாடு சிக்கலை ஏற்படுத்திவிடும். எல்லாவற்றுக்கும் மேலாக கிராமங்களுக்கு செல்லும் அந்த ஊர்வலம், 209 இராணுவ முகாம்களையும், 800 பதுங்குகுழிகளையும் கடந்துசெல்ல வேண்டியிருந்தது. வெளிப்படையான அனுமதி இல்லாமல் விடுதலைப் பயணம் இந்த கிராமங்களுக்குள் செல்ல வழியில்லை.

யாசின் சிறையைவிட்டு வெளியில் வந்தார். காலவரையற்ற உண்ணாவிரதப் போராட்டத்தில் இறங்கினார். டெல்லியில், காந்தியவாதியான நிர்மலா தேஷ் பாண்டே போன்ற பாராளுமன்ற உறுப்பினர்களும், முன்னாள் பிரதமர் அடல் பிஹாரி வாஜ்பேயியும் தலையிட்டார்கள். யாசினின் ஆதரவாளர்கள் ஐரோப்பிய யூனியன் அலுவலகத்துக்கு தங்கள் மனுக்களை அனுப்பினார்கள். கஷ்மீரிகள் ஏன் அமைதியான ஊர்வலத்தை நடத்தக்கூடாது? என்று கேட்ட இந்த எல்லாத் தலையீடுகளும், ஸ்ரீநகரில் இருந்த அரசை அசைத்தன. அந்த மாதத்திலேயே ‘சஃபர்—இ—ஆஸாதி’ துவங்கியது. இப்போது இஸ்லாமாபாத் என்று மறுபெயரிடப்பட்டுள்ள அனந்த்நாக் மாவட்டத்தில், கோகெர்நாக் வட்டத்தில் தஸ்கும்க்கு அருகிலுள்ள மடிகாவரன் கிராமத்தில் இருந்து 2007 மே 20 அன்று அந்த பயணம் துவங்கியது. யாசின் தனது முதல் பேச்சில் மதரீதியாக அந்த மாநிலத்தை மூன்று பிரிவுகளாக்குவதை JKLF எதிர்க்கிறது என்று தெரிவித்தார். மத அல்லது இன ரீதியாக ஜம்மு, கஷ்மீர் மற்றும் லடாக் என்று பிரிவினை செய்வதை அவர்கள் அனுமதிக்கப் போவதில்லை என்று கூறினார். மக்கள் ஒன்றாக அமர்ந்து தங்கள் எதிர்காலத்தையும், தங்களது விதியையும் தீர்மானிக்கவேண்டும் என்றார்.

சம்பத் இன்னும் கஷ்மீரியத் என்று அழைக்கும் இந்து—முஸ்லீம் ஒற்றுமையின் எல்லா சின்னங்களையும், அத்துடன் இந்திய அரசால் அரங்கேற்றப்பட்ட சித்ரவதை மற்றும் வன்முறைக்காட்சிகளையும் கொண்டு அலங்கரிக்கப்பட்ட அந்த வாகனத்தில் ஒருமரப்பலகையில், யாசினுக்கு அடுத்து, சம்பத் பிரகாஷ் பெருமிதத்துடன் அமர்ந்திருந்தார். அந்த கஷ்மீரி தலைவரை வரவேற்கத் திரண்டிருந்த ஆயிரக்கணக்கான மக்களிடம், கஷ்மீர் பிரச்சனைக்கு தீர்வுகாண கஷ்மீரிகளையும் இணைத்துக் கொள்ள வேண்டும் என்ற விழிப்புணர்வை இந்தியாவுக்கும், பாகிஸ்தானுக்கும் ஏற்படுத்துவதுதான் இந்தப் பயணத்தின் நோக்கம் என்று யாசின் விளக்கினார்.

அந்த வண்டிகளின் ஊர்வலம் அடித்தள முகாமுக்குவந்த அடுத்த கணத்தில் JKLF செயல்வீரர்கள் 15 கூடாரங்களை அமைக்கும் முயற்சியில் ஈடுபட்டனர். சில கூடாரங்கள் தனித்தனி தலைவர்களுக்காகவும், மற்றவை செயல்வீரர்கள் தங்குவதற்காகவும் பயன்பட்டன. அவற்றில் ஒன்றில் ஊடகக்கருவிகள் வைக்கப்பட்டு, அந்தநாளின் பயணம் குறுவட்டுகளாக பதிவுசெய்யப்பட்டு. நாள்தோறும் ஊடகங்களுக்கு அனுப்பப்பட்டன. ஒரு பெரிய கூடாரம் சமையலறையாகப் பயன்பட்டது. அந்த சமையலறையின் பொறுப்பாளராக இருந்தவர் வேறு யாருமல்ல; ஒருகாலத்தில் புகழ்பெற்ற தீவிரவாதியாக இருந்த முஹம்மது ஜமான் மிர் தான். காய்கறிகள் அல்லது அரிசிசாதம் அல்லது ரொட்டி என உணவுவகைகள் எளிமையாக இருந்தன. ஆனாலும், 2000 பேருக்கு மேற்பட்டவர்களுக்கு உணவளிக்க வேண்டியிருந்தது.

அந்திசாயும் வேளையில் JKLF தலைவர்கள் தீப்பந்தங்களை (மஷால்கள்) பற்ற வைப்பார்கள். இந்த தீப்பந்தங்களை தயாரிக்கும் வேலை கௌகதலில் அப்பாவி கஷ்மீரிகள் படுகொலை செய்யப்பட்டதை பார்த்ததிலிருந்து JKLF செயல்வீரராக ஆன மெஹர் ஜித்தின் வசம் ஒப்படைக்கப்பட்டிருந்தது. அந்த மூன்று மாதகால 'சஃபர்—இ—ஆஸாதி'—விடுதலை பயணத்தின்போது மெஹர் ஜித்தின் ஒவ்வொரு நாளும் 150க்கும் மேற்பட்ட தீப்பந்தங்களை தயாரித்தார். அடித்தள முகாமிலிருந்து செயல்வீரர்கள் பற்றவைக்கப்பட்ட தீப்பந்தங்களுடன் இருண்டுகிடக்கும் கிராமங்களுக்குள் நடந்துசெல்வார்கள். பொதுக்கூட்டங்களை நடத்தி மக்களுடன் பேசுவார்கள். யாசின் மக்களிடம் கூறினார்: "பனிப்படலத்துக்காக பற்றவைக்கப்பட்ட இந்த தீப்பந்தங்கள் மிக உயர்வான உணர்வுமிக்க எதிர்ப்பின் குறியீடுகளாக விளங்குகின்றன. ஒரு புதிய இயக்கம் கஷ்மீரில் பிறந்துவிட்டது என்ற செய்தியை இந்தியா, பாகிஸ்தான் என்ற இரண்டுக்கும் அனுப்புகிறது. இந்த இயக்கம் கஷ்மீர் பிரச்சனைக்கு உடனடியாக தீர்வுகாண அந்த இரண்டு நாடுகளையும் வற்புறுத்துகிறது."

அந்த கிராமத்து மக்கள் விடுதலைக்கு ஆதரவான முழக்கங்களை எதிரொலித்தார்கள். பெண்களும், குழந்தைகளும் JKLF செயல்வீரர்களையும், இளைஞர்களையும் போன்றே தன்னம்பிக்கையுடன் மிக உக்கிரமாக உரத்துமுழங்கினார்கள். பெண்களும்கூட மடைதிறந்தாற்போல பாடியும், கஷ்மீரின் மரபு ரீதியான நடனங்களை ஆடியும் அந்த பயணத்தை வரவேற்றார்கள். குழந்தைகள் மகிழ்ச்சியுடன் நடனமாடியபோது, இளைஞர்கள்

*JKLF*தலைவர் யாசின் மாலிக்குடன் கைகுலுக்கும் வாய்ப்பு கிடைத்ததில் மனக்கிளர்ச்சி அடைந்தார்கள்.

சம்பத் நீண்டகாலமாக தான் அனுபவிக்காத ஒரு உற்சாக உணர்வை உணர்ந்தார். மக்கள் அளித்த அந்த வரவேற்பு உண்மையிலேயே மகத்தானதாக இருந்தது. எந்த ஒரு அரசியல்கட்சியும் வாக்குசேகரிக்க வந்தபோது இத்தகைய வரவேற்பை ஒரு காலத்திலும் பெற்றதில்லை. *APHC* தலைவர்கள் மிகவும் கடுமையான பாதுகாப்புமிக்க தலைமையிடங்களிலும், மசூதிகளிலுமே மக்களைச் சந்திக்க விரும்பினார்கள். இங்கோ யாசின் மாலிக் எந்தவொரு மெய்க்காவலரும் இன்றி மக்கள் மத்தியில் சுற்றிவந்தார். என்ன ஒரு வரவேற்பை அவர் பெற்றார்!

காலை நேரங்களில், தங்களுடைய பகலுணவு சமைக்கப்படுவதற்காக காத்திருக்கும்போது, யாசினும், சம்பத்தும் கிராம மக்களுடன் பேசினார்கள். பாதுகாப்புப் படையினரால் யாருடைய மகன்கள் படுகொலை செய்யப்பட்டார்களோ அவர்களின் வீடுகளுக்கு சென்று பார்த்தார்கள். பயங்கரம் நிறைந்த அந்த இருண்ட நாட்களில் வாழ்ந்த அனுபவங்களை அந்த மக்கள் பகிர்ந்துகொள்ள விரும்பினார்கள். கற்பழிப்பின் கோரங்களும், சித்ரவதைகளும், கொலைகளும் இன்னும் அவர்களின் நினைவுகளில் புத்தம் புதியதாக இருந்தன. அவர்களின் இதயங்களிலிருந்த காயங்களிலிருந்து வழிந்த இரத்தம் இன்னும் நிற்கவில்லை.

தங்கள் வாகனங்களுக்குள்ஏறி, பெண்கள் உரத்து முழக்கங்களை எழுப்பி, பாடல்களை பாடியபோது சம்பத் அவற்றைப் பார்த்து பரவசம் அடைந்தார். அவருக்கு அந்த உணர்வு மீண்டும் கஷ்மீரியத்தை புதுப்பிப்பதாக இருந்தது. ஏராளமான பெண்கள் வெளியில்வந்து யாசினை வரவேற்பதும், தங்கள் இதயத்திலிருந்து பாடல்களை பாடுவதும் இஸ்லாமிய அமைப்புக்களால் ஊக்கப்படுத்தப்படக் கூடியவை அல்ல. அவர்கள் தங்கள் மதத்துக்கு அளித்த விளக்கங் களின்படி, அவை இஸ்லாமியமுறை அல்ல.

எப்படியிருந்தபோதிலும், மற்ற தீவிரவாத அமைப்புக்களைப்போலவே *JKLF*-க்கும் தனக்கு சொந்தமான பெண்கள் பிரிவு இல்லை. இந்த விஷயத்தில் சம்பத்கூட தொழிற்சங்க இயக்கத்தில் பெண் தலைவர்களை உருவாக்கவில்லை. அப்படி உருவாக்கியிருந்தால், அவர்களின் அனுபவங்களை என்னால் இந்த நூலில் சேர்க்கமுடிந்திருக்கும். மற்ற கஷ்மீரி ஆண்களைப்போலவே அவரும் ஆணாதிக்கம்

கொண்டவராகவும், நிலப்பிரபுபோல இருப்பதாகவும் நான் குற்றம் சாட்டியபோது, அவர் கோபப்பட்டார். பின்னர் அவர் நான்தான் அவருக்கு சவால்விட்ட முதல்பெண் என்று கூறினார்.

செயல்வீரர்கள் நாள்முழுவதும் கடுமையாக வேலைசெய்ய வேண்டியிருந்தது. அவர்கள் தங்கள் தட்டுக்களை கழுவுவது, கூடாரங்களை சுத்தம்செய்வது, காய்கறிகளை கழுவி நறுக்குவது, தங்கள் சொந்த துணிகளை துவைப்பது என எல்லா சிறுசிறு கடமைகளையும் செய்தார்கள். யாசின் பல ஆண்டுகள் சிறையிலிருந்ததால், தளர்ச்சியுற்று இருந்தார். அவரது உடல் நலமும் நன்றாக இல்லை. சம்பத் கிட்டத்தட்ட 70 வயது ஆனவர். ஆனால் அந்த இருதலைவர்களும் மக்களின் உணர்வுபூர்வ பங்கேற்பில் புதிய சக்தி பெற்றதாக உணர்ந்தார்கள்.

செயல்வீரர்கள் அந்த பயணத்தின் துவக்கம் முதல் இறுதிவரை தாங்கள் உடனிருக்கவேண்டும் என்று, (சில நேரங்களில் தங்கள் குடும்பங்களிலிருந்து அவசர அழைப்புக்கள் வந்தபோதும்கூட), இத்தகைய கடப்பாட்டின் மின்னும் உதாரணங்களாக இருந்தார்கள். யாசினும் சம்பத்தும் பயணம்செய்த வாகனத்தை ஓட்டிச்சென்ற *JKLF*-ன் செயல்வீரர் சாண்டி என்று அழைக்கப்பட்ட சுக்வந்த்சிங், பல ஆண்டுகளாக டெல்லியில் வாழ்ந்தபிறகு அவரது சகோதரி வாழ்ந்த காஜிகுண்டுவுக்கு திரும்பிவந்தபோது, அவரால் வீட்டுக்குச்செல்ல முடியவில்லையே என்பதை அந்த சீக்கியர் இரண்டாம்முறைகூட சிந்திக்கவில்லை. சில நாட்களில் அவர் உற்சாகமாக மக்களுடன் நடனமாடிக் கொண்டிருந்ததைக்கூட பார்க்கமுடிந்தது.

ஆனால், அங்கு மக்கள் மீண்டும் நினைத்துப்பார்க்க விரும்பாத நினைவுகளும்கூட இருந்தன. அவை, வலிமிகுந்ததாக இருந்ததால் மட்டுமல்ல; அந்த நினைவுகள் அவர்களது அமைதியை மிகவும் இழக்கச் செய்ததால். அந்த ஒடுக்கப்பட்ட நினைவுகளை மறந்துபோக சம்பத் அனுமதிக்கவில்லை. அத்தகைய ஒரு நினைவு ஷோப்சாலி கிராமத்தில் இருந்தது. உற்சாக குரல்கொடுக்க சம்பத் ஒருபோதும் தைரியத்தை இழக்கவில்லை.

1990 ஏப்ரல் *29*இல் அந்த கிராமத்தில் ஆயுதம் தாங்கிய மூன்றுபேர் சர்வானந்த் கௌல் பிரேமியின் வீட்டுக்குள் நுழைந்தார்கள். சர்வானந்த் தனது அரசியல் வாழ்க்கையை அகில இந்திய நூற்போர் சங்கத்தில் வேலைசெய்து துவக்கியவர்.

அவரொரு உறுதியான காந்தியவாதி. பகவத் கீதையையும், தாகூரின் கீதாஞ்சலியையும் கஷ்மீரி மொழியில் மொழிபெயர்த்த அறிஞர். அந்த கிராமத்தில் பாதுகாப்பாக இருப்பதை உணர்ந்து, தன் வாழ்நாள் முழுதும் அங்கேயே வாழ்ந்தவர். அவரும், அவரது குடும்பமும் அந்த கிராமத்திலிருந்த ஒரேயொரு பண்டிதர் குடும்பமாக இருந்தபோதிலும், தொடர்ந்து அங்கேயே வாழ்ந்தார்கள். தீவிரவாதிகள் தனது வீட்டுக்குள் புகுந்து அங்குள்ளவற்றை கலைத்துப்போட்டுவிட்டு, விலை உயர்ந்த பொருட்களை எடுத்துக்கொண்டு, தன்னை வீட்டுக்கு வெளியே இழுத்துவந்த அந்த நாளில், அவர் துரோகமிழைக்கப்பட்டுவிட்டதை ஆழமாக உணர்ந்திருப்பார். தனது 63வயது தந்தை வெளியே இழுத்துச் செல்லப்படுவதை தாங்கிகொள்ளமுடியாத அவரது 27 வயது மகன், தானும் அவருடன் வருவதாக வலியுறுத்தினான். அந்த இருவரும் கொலைசெய்யப்படுவதற்குமுன் சித்ரவதை செய்யப்பட்டார்கள்.

சர்வானந்த்தின் மகள் ஜோதி, சம்பத் பிரகாஷின் ஒன்றுவிட்ட சகோதரரின் மகன் சாப்லியைத்[37] திருமணம் செய்துகொண்டவர். சர்வானந்தத்தை தனிப்பட்ட முறையில் சம்பத் அறிந்தவர். அந்தக் கொலைக்காக JKLF ஒருபோதும் மன்னிக்கப்படக்கூடாது என சம்பத் கோபமடைந்தார். அவர்கள் கிராமத்துக்கு வந்தபோது, யாசின் அந்த அறிஞரின் பெயரைக்கூட குறிப்பிடவில்லை.

யாசினின் பயணவண்டி பல கிராமங்களைக் கடந்துசென்றது. அந்த கிராமங்களில் கலவரங்கள் நடந்த ஆண்டுகள் முழுவதிலும்கூட, கஷ்மீரி பண்டிதர்கள் அங்கேயே தங்கியிருந்தார்கள். அவர்கள் வெளியேவந்து பேச்சுக்களைக்கூட கேட்டார்கள். ஆனால், ஊர்வலங்களில் கலந்துகொள்ள மாட்டார்கள். கஷ்மீரி பண்டிதர் களும், சீக்கியர்களும் அவர்களுடைய கிராமங்களில் ஊர்வலங்களில் கலந்துகொள்ளாததை JKLF செயல்வீரர்கள் கவனித்து வந்ததை சம்பத் அறிந்திருந்தார். அவர்கள் கூட்டத்தின் ஓரங்களிலிருந்து பேச்சைக் கேட்டார்கள். அதன்பிறகு பாதுகாப்பாக தங்கள் வீடுகளுக்குள் மறைந்துபோனார்கள். சம்பத் அவர்கள் வீடுகளுக்குச் சென்றார்; அமர்ந்தார்; அவர்களுடன் பேசினார்; அனுபவங்களைக் கேட்டார்.

ஜூன் மாதத்தின் கடைசிவாரத்தில் சஃபர்—இ—ஆஸாதி பாஹல்காமில் இருந்து 20கி.மீ.யில் இருந்த அய்ஸ்முகம் கிராமத்தை அடைந்தது. கி.பி.15ஆம் நூற்றாண்டில் வாழ்ந்த ஷேக் ஜைன்—உத்—தீனின் வரலாற்றுப் புகழ்பெற்ற புண்ணியதலத்தின் காரணமாக

அந்த கிராமம் கஷ்மீரின் மூலைமுடுக்கிலும் அறியப்பட்டிருந்தது. அவர் ஷேக் ஜைன்—உத்—தீனின் முதன்மைச்சீடர்களில் ஒருவ ராக, கஷ்மீரின் தலைமை ரிஷியாக இருந்தவர். பாபா ஜைன்—உத்—தீன் ரிஷியின் புண்ணியத்தலம், தரையிலிருந்து 100 மீட்டர் உயரத்தில் மலைஉச்சி மீது அமைந்திருந்தது. அனந்த்நாக் — பாஹல்காம் சாலையிலிருந்து அதன் கம்பீரத்தை தெளிவாகப் பார்க்கமுடிந்தது.

இஸ்லாமியத் தீவிரவாதிகளுக்கும், அந்த கிராம மக்களுக்கும் இடையே நடைபெற்ற ஒரு மோதலின் காட்சி இது. அந்த தீவிரவாதி கள் பாபா ஜைன்—உத்—தீன் ரிஷியின் உர்ஸ்— நினைவு நாளைக் கொண்டாடுவதைத் தடுத்து நிறுத்த முயன்றார்கள். கிராம மக்கள் அதை எதிர்த்தார்கள்.

அந்த பயண வாகனம் மேலும் தொடர்ந்தது. ஜூலை 27இல் அவர்கள் மத்திய கஷ்மீரை அடைந்தார்கள். ரெப்பான் ஷோபியாவிலும், கணேஷ்வான் பிஜ் பெஹாராவிலும் 300க்கும் மேற்பட்ட பெண்கள் அரிசி மூட்டைகள், புதிய காய்கறிகளுடன் அவர்களுக்காக காத்திருப்பதைப் பார்த்து யாசினும், சம்பத்தும் மெய்சிலிர்த்தார்கள். வயதான பெண்கள் கூட்டத்தை விலக்கிக் கொண்டு முன்னுக்கு வந்தார்கள். அதன்மூலம் அவர்கள் யாசினின் முகத்தை தங்கள் கைகளில் தடவி, அவரது நெற்றியில் முத்தமிட்டார்கள். அந்த பெண்கள் யாசினை சுற்றி அமர்ந்துகொண்டு நாட்டுப்புறப் பாடல்களை பாடியபோது, ஜமான், அவர்களது விருந்தினர்களுக்காக கூடுதல் உணவை சமைத்துக்கொண் டிருந்தார். விடுதலைக்காக ஏங்கும் அவர்களது உயிரோட்டமான பாடல்களை கேட்டபோது, மிகவும் கடுமையான தீவிரவாதியாக இருந்த யாசினின் கண்கள் எவ்வாறு ஈரமாயின என்பதை சம்பத் கவனித்தார்.

புனித ஞானி ஷேக் நூர் — உத்— தீனின் புனிதத்தலத்திலிருந்து JKLF செயல்வீரர்கள் இரவில் நடத்திய தீப்பந்த ஊர்வலத்தில் கிராம மக்கள் கலந்துகொண்டார்கள் 1990இல் ஆயுதக்கலவரங்கள் தொடங்கியதிலிருந்து இரவு நேரங்களில் அவர்களால் வெளியேவர முடிந்தது அதுதான் முதல்முறை என்பதால் கிராம மக்கள் தங்கள் மகிழ்ச்சியை வெளிப்படுத்தினார்கள்.

அந்த பயணம் முழுவதும், ‘ஜியோ, ஜியோ பாகிஸ்தான்’ என்ற முழக்கத்தை எவரொருவரும எழுப்பவே இல்லை — அவர்கள்

ஜமாத்—இ—இஸ்லாமி அடித்தளங்களில் சென்றபோது தவிர. அங்கு ஹிஸ்புல் முஜாஹிதீனின் முழக்கமான 'கஷ்மீர் பனேகா பாகிஸ்தான்' 'கஷ்மீர் பாகிஸ்தானாக ஆகும்' என்ற முழக்கம் JKLF-ன் இலக்கான 'கஷ்மீர் பனேகா குத்முக்தார்' 'கஷ்மீர் இருக்கும் சுதந்திரமாக' என்ற முழக்கத்தை எதிர் கொண்டது. ஆனால் அந்த பயணம் ஜமாத்—இ—இஸ்லாமியின் வலுவான இடமாக இருந்த, ஹிஸ்புல் முஜாஹிதீனின் தலைமைத் தளபதியாக இருந்த முஹம்மது யூசுஃப் ஷா வீடு உள்ள கிராமத்தை கடந்துசென்றபோது, அவர்கள் அந்த பயணத்தை கவிழ்க்க முயலவில்லை. ஹிஸ்புல் முஜாஹிதீனின் திறமைமிகுந்த அமைப்பு, பாகிஸ்தானின் ஆயுதங்கள், பயிற்சிகள், மற்றும் கொள்கைகளால் ஆதரிக்கப்பட்டபோதும், மக்களின் ஆதரவை எப்போதும் பெறவேயில்லை. மக்கள் இந்தியாவுக்கு எதிரான அவர்கள் சண்டையை ஆதரித்தார்கள்; ஆனால், சுஃபி புனிதத் தலங்களில் மக்கள் தொழுகைகளை நடத்தக்கூடாது என்று தடுத்தபோது அவர்களை நிராகரித்தார்கள்.

சோய்பக் கிராமத்தில் தனது பேச்சின்போது, பாகிஸ்தானிலிருந்தும், உலகின் மற்ற பகுதிகளிலிருந்தும் வந்த முஜாஹிதீன்களை கஷ்மீரிகள் எவ்வாறு வரவேற்றார்கள் என்பதை சம்பத் பிரகாஷ் மீண்டும் எடுத்துக்கூறினார். கஷ்மீரிகள் தங்கள் கம்பளங்களை விரித்தார்கள்; அவர்களை தங்கள் வீடுகளுக்குள் அழைத்தார்கள்: அவர்களோடு உணவை பகிர்ந்துகொண்டார்கள்; பாதுகாப்புப்படை வந்தபோது, தங்கள் மகள்களின் படுக்கைகளில்கூட அவர்களை மறைத்துவைத்தார்கள். ஆனால், வெகுவிரைவில் அந்த தீவிரவாத விருந்தாளிகள் துரோகிகளாக மாறினார்கள். உள்ளூர் கலாச்சாரத்தை மதிக்கத் தவறினார்கள். கஷ்மீரிகளின் விருந்தோம்பலைக்கூட சீர்குலைத்தார்கள்.

நான் சம்பத்திடம், உள்ளூர் கஷ்மீரிகளோடு ஒப்பிடும்போது, வெளிநாட்டுத் தீவிரவாதிகள் எத்தனை சதவீதம்பேர் இருந்தார்கள்? என்று கேட்டேன். எந்த ஒரு மதிப்பீடும் சாத்தியமில்லை என்றார் அவர். ஆனால், அதே நேரத்தில் 80% என்று இந்தியா கூறியது. லோனே அதற்குமாறாக, கலவரங்களில் காயமடைந்தவர்களின் எண்ணிக்கைகளில் இறந்தவர்களில் கஷ்மீரிகள் 80% என்றார்.[38] காவல்துறை அண்மையில் 45% பேர் அந்நிய நாட்டவர்கள் என்று கூறியது.[39]

இந்திய இராணுவம், தீவிரவாதிகள் இருந்ததால், ஆண்டுக்கணக்கில் நுழையத் துணியாத கிராமங்களுக்குள்கூட, விடுதலை பயணம்

சென்றது. பாகிஸ்தான் ஆதரவு அடித்தளங்களில்கூட மக்கள் அந்தப் பயணத்தை உற்சாகமாக வரவேற்றார்கள். ஒரு கட்டத்தில் பாதுகாப்புப்படைகள், சம்பத் பிரகாஷ் அடிக்கடி செய்வதுபோல, ஊழியர்களின் வீடுகளுக்கு தூங்கச்செல்லவேண்டாம் என்று எச்சரித்தன. *JKLF* ஆயுதங்களை வைத்திருக்காவிட்டாலும்கூட, கூடாரங்களில் தூங்குவது பாதுகாப்பானது என்று அவர்கள் கூறினார்கள். ஆனால், வட கஷ்மீர் நெடுகிலும் அந்தப் பயணம் தொடர்ந்தபோது, இந்த எச்சரிக்கைகள், முன்னறிவிப்புக்கள் ஒன்றுகூட கணக்கில் எடுத்துக்கொள்ளப்படவில்லை.

இதுவரை அந்தப் பயணம் எந்தவொரு இடையூறுமின்றி நடந்தது. ஆனால், அவர்கள் சௌகிதாலை அடைந்தபோது, அவர்கள் வாகனத்தின் பிரேக் செயலிழந்துவிட்டது. யாசினும், சம்பத்தும் மலைகளின்கீழே விழுந்தார்கள். ஆனால், அந்த சீக்கிய டிரைவர் அவர்களை காப்பாற்றிவிட்டார். அந்தப் பயணம் எல்லைக் கட்டுப்பாட்டுக் கோடான உரி வரை தொடர்ந்தது. இறுதியாக *2007* செப்டம்பர் *6* அன்று மூன்றுமாத பயணத்துக்குப்பின் ஸ்ரீநகருக்குள் அவர்கள் வெற்றிகரமாக நுழைந்தார்கள்.

இரவு கவிழ்ந்தபோது *JKLF* செயல்வீரர்கள் தீப்பந்தங்களைக் கொளுத்தி தங்கள் ஊர்வலத்தை தண்டாகாஹ், மகர்மால் பாஜ், மஹாராஜா பஜார், லால்சௌக், மைசுமா, ஹப்பகதல், நவாப் பஜார் மற்றும் அந்த பழைய நகரின் குறுகிய சந்துகளில் முன்னெடுத்துச்சென்றார்கள். பட்மலூ சாஹிப் புனித இடத்தில் அந்த ஊர்வலம் நின்றது. அங்கிருந்து மூன்று நாட்கள் செப்டம்பர் *11*வரை அந்த நகரத்தின் ஒவ்வொரு பகுதியிலும் அவர்கள் பயணித்தார்கள். மக்கள் தங்கள் சன்னல்களைத் திறந்து பூவிதழ்களை அந்த செயல்வீரர்கள் மீது தூவினார்கள். வாதுமைகளையும், இனிப்புக்களையும்கூட வீசினார்கள். தலைவர்கள் மலர்மாலை அணிவிக்கப்பட்டார்கள்.

இந்த நேரத்தில், கஷ்மீர் பள்ளத்தாக்கின் குறுக்கிலும், நெடுகிலுமாக யாசின் மாலிக்கும், சம்பத் பிரகாஷும் *600*க்கும் மேற்பட்ட கூட்டங்களில் பேசியிருக்கிறார்கள். அவர்கள் இருவரும் களைத்ததுபோல் காணப்பட்ட போதும் அடுத்த கட்ட பயணமாக ஜம்மு நெடுகிலும் செல்வதை எதிர் நோக்கியிருந்தார்கள்., ஆனால், அடுத்த மாதம் ரம்ஜானாக இருந்ததால், யாசின் மாலிக் ஒருமாத காலம் தியானமும், வழிபாடும் செய்ய முடிவெடுத்தார்,

ஒரு நல்ல ஓய்வுக்காகவும், வீட்டு சமையல் உணவுக்காகவும், சம்பத் ஜம்முவுக்கு திரும்பிச்சென்றார். அவர் தனது பயண அனுபவங்களை நினைத்து நினைத்துப் பார்த்து தொகுத்தார். அதன்மூலம் *JKLF*-க்கு உறுதிமிக்க உறுப்பினர்கள் இருக்கிறார்கள்; மக்களும் கஷ்மீர் பிரச்சனைக்காக எல்லாவற்றையும் தியாகம் செய்யத் தயாராகவும், பெருந்தன்மையோடும் இருக்கிறார்கள் என்பதையும் அறிந்துகொண்டார். ஆனால் அங்கு எந்த அமைப்பும் இல்லை. இவை எல்லாம் ஒரேயொரு மனிதர் யாசின் மாலிக்கின் கட்டுப்பாட்டில் உள்ளன.

தொழிற்சங்க இயக்கத்தில் உள்ளூர் தலைவர்களுக்கு முக்கியத்துவம் அளிக்கப்படுகிறது. அதனால், அந்த இயக்கம் ஆழமாக வேரூன்றி இருக்கிறது. ஆனால் யாசின் மாலிக் உள்ளூர் தலைவர்களை கூட்டங்களில் பேச அழைப்பதற்கு எந்தஒரு முக்கியத்துவமும் தருவதில்லை. அர்ப்பணிப்பு உணர்வுகொண்ட தலைவர்கள் ஓரங்களில் நின்று யாசின் மாலிக் பேசுவதை கவனிக்குமாறு விடப்படுகிறார்கள். கஷ்மீருக்கு வெளியில் உள்ள ஊடகங்கள் கூட சஃபர்—இ—ஆஸாதியை புறக்கணித்தன என்பதை வித்தியாசமாக சம்பத் பிரகாஷ் கண்டார். அந்த பயணம் தீவிரவாதிகள் பலமான இடங்களில்கூட முகாமிட்ட அல்லது முக்கியமான அரசியல் தலைவர்களின் தொகுதிகளின் வழியாகச் சென்ற ஒருநேரத்தில் மட்டுமே ஊடகங்கள் ஆர்வம் காட்டின. ஹுரியத்தின் சில தலைவர்களும்கூட உணவு அளித்து ஆதரவு தெரிவித்தார்கள். ஆனால், அவர்கள் தங்களை பெயர் தெரியாதவர்களாக இருக்க விரும்பினார்கள். *JKLF*-ன் முன்முயற்சியை வெளிப்படையாக ஆதரிக்க விரும்பாதவர்களாக இருந்தார்கள்.

சிலர் அரசுசாரா நிறுவனங்களைச் சார்ந்தவர்களாக ‘சஃபர்—இ—ஆஸாதியில் சேர்ந்திருந்தார்கள் என்பதையும் சம்பத் கவனித்தார். அவர்கள் யாசினுக்கு நெருக்கமாக இருந்தார்கள். சம்பத் தனது பேச்சில் குரலை தாழ்த்திப்பேச வேண்டும் என்று கூறவும் முயற்சித்தார்கள்.[40] இந்த *NGO*-க்கள் யாருடைய சார்பாக பணியாற்றினார்கள் என்பதை அறிவது கடினமாக இருந்தது. அவற்றுள் சில பாபா பாதர் போன்ற முன்னாள் தீவிரவாதிகளால் துவக்கப்பட்டவை. மற்றவை பள்ளத்தாக்கில் இருந்த பல்வேறு அரசியல் கட்சிகளால் ஆரம்பிக்கப்பட்டவை. அங்கு மேலும் வேறுபல அமைப்புக்கள் இந்திய, பாகிஸ்தானி மற்றும் *CIA* அமைப்புக்களால் துவக்கப்பட்டவைகளாக இருந்தன.[41]

கஷ்மீர் போராட்டங்களின் போக்கில் *NGO*-க்கள் செல்வாக்கு இருந்ததை சம்பத் ஏற்கவில்லை. நான் அதை மறுத்தேன். மேற்கத்திய அரசுகளும், அவர்களது நலன்களும் இத்தகைய *NGO* அமைப்புக்கள் மூலம் வேலை செய்கின்றன. அவற்றின் திட்டங்கள் மறைவாகவும், உள்நோக்கம் கொண்டவைகளாகவும் இருந்தன என்று எனது மனதில் தோன்றியது.

2007 நவம்பரில் ஜம்முவில் முஸ்லீம் ஆதிக்கம் நிறைந்த தோடா, பூஞ்ச், ரஜௌரி வழியாக செல்லும் சஃபர்—இ—ஆஸாதியின் இரண்டாம்கட்ட நடவடிக்கைகளுக்காக, சம்பத் தன்னை ஆயத்தப்படுத்திக் கொண்டிருந்தார். அந்த பகுதிகளில் சம்பத் அரசு ஊழியர்களைத் திரட்டினார். அவர்கள் சம்பத் கொடுத்த சுவரொட்டிகளை ஒட்டியதோடு, தோடாவில் உள்ள இட்கா மைதானத்தில் கூடாரத்தையும், முகாம்களையும் அமைக்க நிர்வாகத்தின் அனுமதியையும் பெற்றார்கள்.

சம்பத் யாசினின் வருகைக்காக காத்திருந்தார். *JKLF*-ன் எல்லாத் தலைவர்களும், மீண்டும் ஒருமுறை சமையலறையைக் கையாளப்போகும் ஜமான் உட்பட, வந்திருந்தார்கள். அந்த பயணம் துவங்குவதற்கு ஒருநாள் முன்பு தேவையான அனுமதியை அவர்கள் பெற்றுள்ளார்கள் என்று கூறி, எதிர்த்தபோதும்கூட, அவர்கள் அனைவரும் கைது செய்யப்பட்டார்கள்.

சஃபர்—இ—ஆஸாதியால் ஜம்முவை அடையமுடியவில்லை. அரசும், உளவுத்துறை அமைப்புக்களும் ஒரு விடுதலை பயணத்தை யாசின் மாலிக் நடத்த அனுமதித்தது மக்களின் மனநிலையை கண்டறிவதற்காகத்தான் என்பதை சம்பத் உணர்ந்தார். அவர்கள் இரண்டு முக்கியமான அம்சங்களை அறிந்து கொண்டார்கள். முதலாவதாக, தீவிரவாதிகள் அங்கு இருந்தபோதிலும், அவர்கள் சிறிதளவு சக்தியையோ, அல்லது செல்வாக்கையோ பெற்றிருந்ததால் ‘அச்சுறுத்தல்’ என்ற பார்வை தவறானது. இத்தகைய அச்சுறுத்தல்கள் அங்கு உள்ளன என்று கட்டமைக்க விரும்பியவர்களுக்கு, அந்தப் பகுதியில் இராணுவமயமாக்கலை கைவிட்டுவிடக்கூடாது என்பது போன்ற சொந்த விருப்பங்கள் இருந்தன.

இரண்டாவதாக, அவர்களது பயணம் பாகிஸ்தான் தீவிரவாத அமைப்புக்களுக்கு எதிரானது அல்லது தேர்தல்களில் நிற்கும் அரசியல் கட்சிகளுக்கு எதிரான பேராதரவை *JKLF* பெற்றிருந்தது என்பதை அம்பலமாக்கிவிட்டது. இதைக்கண்டறிய புலனாய்வு அமைப்புக்கள் யாசின் மாலிக்கைப் பயன்படுத்திக் கொண்டன.

இப்போது அவர் தனது அடித்தளத்தை கட்டமைப்பதற்கு அனுமதி அளிக்க எந்தவொரு காரணமும் இல்லை.

சஃப்பர்—இ—ஆஸாதி பற்றிய ஒரு கண்காட்சியை டெல்லியில் அமைப்பதற்கு சம்பத் டெல்லி வந்தபோது, நான் அவரைச் சந்தித்தேன். அவர் உற்சாகம் அடைந்து அந்தப் பயணத்தின் குறுவட்டு *(CD)* ஒன்றை என்னிடம் தந்தார். இந்த நூலில் அந்த பயணம் பற்றிய ஒரு முழு அத்தியாயத்தை நான் எழுத வேண்டும் என்று அவர் கூறினார். நான் அந்த குறுவட்டை பார்த்தேன். அதில் சம்பத் கிட்டத்தட்ட காணாமல் போயிருந்தார். சுதந்திர கஷ்மீருக்கான தனது கண்ணோட்டத்தில் ஜம்மு, கஷ்மீர், லடாக்கில் உள்ள எல்லா சமூகங்களையும் உள்ளடக்க விரும்பிய ஒரு மதச்சார்பற்ற தலைவராக யாசின் தன்னைமட்டுமே முன்நிறுத்திக்கொள்ள விரும்பியது, மிகவும் வழக்கத்தைமீறிய விசித்திரமாக இருந்தது.

அந்த *JKLF* குறுவட்டு *(CD)* தானும் யாசின் மாலிக்கும் ஒன்றாக கூட்டங்களில் பேசியதைக் காட்டவில்லை என்பதில் மிகுந்த ஏமாற்றம் அடைந்ததாக சம்பத் ஒத்துக்கொண்டார். அத்தகைய ஒரு படம் கஷ்மீரியத்தின் ஆற்றல்மிகு அடையாளமாக வந்திருக்கும். செய்தித்தாள்கள்கூட, எப்போதாவது ஒருமுறை சம்பத்தின் இருப்பை குறிப்பிட்டு, அல்லது அவரது பேச்சிலிருந்து ஒருசில வரிகளை எடுத்துக்காட்டியபோதிலும், அந்த இருதலைவர்கள் ஒன்றாக இருக்கும் படம் எதையும் வெளியிடவே இல்லை.

JKLF ஏன் அவரை இருட்டடிப்பு செய்தது? என்று நான் சம்பத்தைக் கேட்டேன். இது வேண்டுமென்றே செய்யப்பட்டதா? அதற்கு வேறு ஏதேனும் விளக்கங்கள் உள்ளனவா? கஷ்மீரி பண்டிதர்களை சம்பத் பிரதிநிதித்துவப்படுத்தவில்லை என்பதாலா? அல்லது கஷ்மீரி பண்டிதர்களின் ஒன்றுதிரட்டப்பட்ட ஆதரவை அவர் பெற்றிருந்தால், *JKLF* அவரது இருப்பை ஒத்துக்கொள்ள கட்டாயப்படுத்தப்பட்டிருக்கும். எப்படியோ அந்த நேரத்துக்கான கஷ்மீரி பண்டிதரின் வெறும் ஒரு குறியீடாக சம்பத் இருந்தார். — குறியீடு என்பதும் சின்னம் என்பதும் வேறுவேறானவை.

யாசின், கஷ்மீரி பண்டிதர்களால் ஏற்றுக்கொள்ளப்பட முடியாதவராக இருந்தார். அவர்களை மீண்டும் பள்ளத்தாக்குக்கு திரும்பிவருமாறு யாசின் அழைத்தபோதும், அவர்களை *JKLF*-இல் சேருமாறு கேட்கவில்லை. அவரது அமைப்பால் கஷ்மீரி பண்டிதர்கள் கொல்லப்பட்டதற்கு யாசின் ஒருபோதும் மன்னிப்பு கேட்டதே

இல்லை. அதுதவிர, கஷ்மீர் பள்ளத்தாக்கில் இருந்த சூழ்நிலை காரணமாக, அரசியல் அழுத்தத்தால் அவர் தன்னை ஒரு கஷ்மீர் முஸ்லீம் என்று அடையாளப்படுத்த வேண்டியிருந்தது.

சஃபர்—இ—ஆஸாதிக்கு சில ஆண்டுகளுக்குப்பிறகு, ஜமாத்—இ—இஸ்லாமியை உறுதி தளராது பின்பற்றுபவரான சையத் அலி ஷா கீலானி *'வுலார் கே கினாரே'* என்ற தனது வாழ்க்கை வரலாற்றின் இரண்டாம் பாகத்தை வெளியிட்டார். கீலானி *JKLF*-ஐ மதம்சாராத ஒரு கட்சி என்று விவரித்தார். தங்கள் அமைப்பைப்பற்றி கீலானி செய்த விமர்சனங்களை *JKLF* வன்மையாகக் கண்டனம் செய்தது. கீலானியின் அழுத்தம் திருத்தமான அறிவிப்பை எதிர்த்து *JKLF* வெளியிட்ட ஒரு பிரசுரத்தில் அவர்கள் கூறினார்கள்: 'அல்லாஹ்வில் உறுதியான நம்பிக்கைகொண்ட, இறைத்தூதர் முஹம்மதுவை நேசிப்பவர்களைக்கொண்ட ஒரு அமைப்பாகத்தான் *JKLF* விளங்குகிறது. *(SAW)* [42] எனவே பலரும், பல நேரங்களில் *JKLF*-ஐயும், அதன் தலைவர்களையும் தவறான பிரச்சாரங்கள், புளுகுமூட்டைகள் மூலம் அவதூறு செய்ய முயற்சித்து வருகிறார்கள்."

'*JKLF*-ம், அதன் உறுப்பினர்களும் நமது அன்புக்குரிய இறைத்தூதரின் ஒவ்வொரு செயலையும் நேசித்து மதிக்கிறார்கள். ஆனால், எங்களை நாங்களே 'நல்ல முஸ்லீம்கள்' என்றும், எஞ்சியுள்ள மற்றவர்களை மோசமானவர்கள் என்றும் கூறிக்கொள்வதை நாங்கள் விரும்புவதில்லை. அந்த உரிமை எல்லாம் வல்ல அல்லாஹ் வினால் முடிவுசெய்யப்பட வேண்டிய ஒன்றாகும்.'

அதன்பிறகு *JKLF* கஷ்மீர் பிரச்சனையை ஒரு அரசியல் பிரச்சனை என்று கருதுகிறது என்று உறுதிப்படுத்திக்கொண்டே, 'மேலும் நமது போராட்டம் இந்த மாநிலத்தில் உள்ள ஒவ்வொரு குடிமகனுக்குமானது. மக்களை நாம் அவர்களது ஜாதி, மதம், கோட்பாடுகள் அல்லது நிறத்தின் அடிப்படையில் வேறுபடுத்திப் பார்ப்பதில் நமக்கு நம்பிக்கை இல்லை.'[43]

இத்தகைய உறுதிமிக்க நம்பிக்கையாளர்களிடையேயான கூட்டில் இணக்கம் காணும் ஒரு கஷ்மீரி பண்டிதரான சம்பத் பிரகாஷ் எவ்வாறு தன்னை இன்னும், மார்க்சிஸம், லெனினிஸத்தின் பணிவுமிக்க மாணவனாக கருதிக்கொள்ள முடியும் என்று நான் வியப்படைந்தேன்.

கஷ்மீரும், பயங்கரவாதத்தின் மீதான போரும்

2009 ஜனவரியில் ஸ்ரீநகரில் இளம் தொழில்துறையினர், பத்திரிக்கையாளர்கள், வழக்கறிஞர்களின் குழுவோடு நான் அமர்ந்திருந்தேன். லஸ்கர்—இ—தொய்பா, தான் பேச்சுவார்த்தைக்குத் தயாராக இருப்பதாக வெளியிட்டிருந்த ஓர் அறிக்கையை அவர்கள் அப்போதுதான் அறிந்திருந்தார்கள். அது ஒரு நல்லசெய்தி என்று நான் கூறவிருந்தபோது, இளைஞர்களில் ஒருவர், 'அவர்களும்கூட நம்மை ஏமாற்றியவர்கள் தான்' என்றார்.

அவர்கள் காலையில் சற்றுதாமதமாக வந்து, மாலைவரை என்னோடு பேச அமர்ந்திருந்தார்கள். அவர்கள் பேசினார்கள்: நான் கேட்டுக்கொண்டிருந்தேன். ஆனால் அங்கு கஷ்மீரின் எதிர்காலம் பற்றிய பகுப்பாய்வோ, விவாதமோ இல்லை. அது, இந்தியாவின் கைகளால், குறிப்பாகப் பாதுகாப்புப் படைகளால் கஷ்மீரிகள் தொல்லைகளுக்குள்ளான அநீதிகள் பற்றிய கோபங்களை, அதிருப்திகளை கொட்டித்தீர்ப்பதாகவே முழுவதும் இருந்தது.

அதேசமயம், அமெரிக்காவுக்கு எதிராகவும், பயங்கரவாதத்துக்கு எதிரான அதன் போருக்கு எதிராகவும் அவர்களின் கோபம் இருந்தது. எனக்கு எதிரில் அமர்ந்திருந்த இளைஞர்கள் தங்களை பரந்த முஸ்லீம் சமுதாயத்தின் ஓர் அங்கமாகப் பார்த்தார்கள். அவர்களது மனக்குறைகள் தேசம், அரசியல், வரலாற்றுச் சூழல்களைக் கருதாமல், அனைத்து முஸ்லீம்களின் மனக்குறைகளோடு இணைக்கப்பட்டிருந்தன. ஐம்பது நாடுகளில் பரந்துகிடக்கும் 150 கோடிக்கும் மேற்பட்ட மக்கள்தொகையின் ஒருபகுதியாக தாங்கள் என்ற விழிப்புணர்வும் அவர்களிடம் இருந்தது. இந்தியப் பாதுகாப்பு படைகள் மனித உரிமைகளை மீறியதால் ஏற்பட்ட அவர்களது கோபம், அபுகாரிப், குவாண்டனாமோ, பக்ராம் சிறைக்கைதிகளை விசாரிக்கும்போது, CIA நடத்திய கொடூரங்களுக்கு எதிரான கோபங்களுடன் இணைந்தது.. ஆஃப்கானிஸ்தானில் தலையிட்டது முதல் பாகிஸ்தானில் தாழ்வாக பறந்து தாக்கியதுவரையான செயல்கள் அவர்களை முஸ்லீம் உலகத்தின் ஒன்றுபட்ட ஆத்திரத்தின் ஒரு பகுதியாக ஆக்கியிருந்தது.

2006 நவம்பரில் லஸ்கர்—இ—தொய்பாவின் தாக்குதலில் கொல்லப்பட்ட 166 இந்தியர்கள்மீது அந்த இளைஞர்கள் அனுதாபம் தெரிவிப்பதை எதிர்பார்க்க முடியாது. அதற்கும்மேல் இந்தியப் பாதுகாப்புப் படையினரால் அந்த மாநிலத்தில் செயல்பட்டுவந்த தீவிரவாதிகள் கொல்லப்பட்டதற்கு இந்தியர்கள் வருந்துவார்கள் என்று எதிர்பார்க்கவில்லை.

அதுதவிர, மும்பை தாக்குதலில் திட்டமிடுவதில் ஈடுபட்ட முக்கியமானவர்களில் ஒருவரான டேவிட் ஹெட்லி ஒரு மின்னஞ்சலில் கூறினார்: ‘எங்களது கருத்து என்னவென்றால், மும்பை தாக்குதலில் ஏற்பட்ட கொலைகளும், படுகாயங்களும் குண்டுவெடிப்புக்களால் ஏற்பட்ட ஒட்டுமொத்த பேரழிவு என எடுத்துக்கொள்ளப்பட வேண்டும். அந்த குண்டுகள் பயங்கரவாத இந்திய இராணுவத்தின் கைகளால் கடந்த 20 ஆண்டுகளில் கஷ்மீரில் கொல்லப்பட்ட 70,000 பேர்கள்மீதும், ஆஃப்கானிஸ்தானிலும் விழுந்தவை. 500க்கும் மேற்பட்ட அதிரடிப்படை கமாண்டோக்கள் 10 பெட்டிகளோடு இருக்கும் கடினமான நேரங்களை நீங்கள்கூட பார்க்கலாம். இந்த இழிபிறவிகளுக்கு சண்டையிட நெஞ்சுரம் இல்லை. அவர்களுடைய எல்லா வீரப்பிரதாபங்களும். கஷ்மீர் பெண்களிடம் காட்ட ஒதுக்கிவைக்கப்பட்டுள்ளன.’[1] கஷ்மீர் பற்றிய ஹெட்லியின் அறிக்கையை கஷ்மீர் நாளேடுகள் தாங்கிவந்தன. பல

வல்லுனர்கள் இதைப்பற்றி, 'ஹெட்லி பாகிஸ்தான் உளவுத்துறைக்கும், CIAவுக்கும் வேலைசெய்துவந்த இரட்டை உளவாளி' என்று தெரிவித்த கருத்துக்கள் குறைவாகவே இடம்பெற்றன.

என்னுடன் அமர்ந்திருந்த கஷ்மீரிகளால் வெளியிடப்பட்ட கோபத்தையும், அவர்களது வலிகளையும்கூட நான் புரிந்துகொண்டேன். ஆனால், அமெரிக்காவுக்குச் செல்வதற்கான ஒருவழியை கண்டுபிடிக்க உதவுமாறு அவர்கள் விடுத்த வேண்டுகோளை என்னால் புரிந்துகொள்ள முடியவில்லை. பயங்கரவாதத்துக்கு எதிரான போரால் அவர்கள் அமெரிக்காமீது கோபம் கொண்டிருந்தார்கள். அதில் முஸ்லீம்கள் குறிவைக்கப்பட்டார்கள். ஆனால், அவர்களே வேலை வாய்ப்புக்கள் நிறைந்த நாடான அமெரிக்காவுக்கு தப்பிச்செல்ல ஏங்கினார்கள்! மேலும், அமெரிக்கர்கள்கூட கல்வி உதவித்தொகைகளையும், கொழுத்த வேலைகளையும் கொடுத்து அவர்களை வரவேற்றார்கள். ஆனால், மிகமிகக் குறைந்த எண்ணிக்கையிலான கஷ்மீரி முஸ்லீம் இளைஞர்கள் மட்டுமே அமெரிக்காவுக்கு செல்லமுடியும் என்று அவர்கள் நம்பினார்கள். இங்கேயே தங்கிவிட்டவர்கள் உயர் ஒழுக்க இஸ்லாத்தினால் ஈர்க்கப்பட்டுவந்தார்கள்

அஹ்ல்—இ—ஹாதித்தைப் பின்பற்றியவர்களின் அடித்தளம் அதிகரித்து வந்தது. அதன் வளர்ந்துவரும் ஈர்ப்பின் சிறுகுறிப்பாக சுஃபி புனிதத்தலங்களின் மீதான தாக்குதல்கள் இருந்தன. இந்த வளர்ச்சிகூட, பாகிஸ்தானின் உளவுத்துறையும், சவூதி நன்கொடையாளர்களும் மிகப்பெருமளவுக்கு அளித்த நிதிகளின் காரணமாக இருந்தது.

ஜம்மு மற்றும் கஷ்மீர் காவல்துறையும், மத்திய புலனாய்வு அதிகாரிகளும் அஹ்ல்—இ—ஹாதித்துக்கான நிதி முதன்மையாக சவூதி அரேபியாவிலிருந்தே வந்தது என்று கூறுகிறார்கள். சவூதி நாடாளுமன்றமும், சவூதி அரேபியா ஆட்சியாளர்களும் 2005இல்[2] தெற்கு ஆசியாவில் மசூதிகளையும், மதரஸாக்களையும் கட்ட 350 கோடி டாலர் திட்டத்துக்கு ஒப்புதல் அளித்தனர்.

ஜம்மு மற்றும் கஷ்மீரின் முஸ்லீம்களில் 16%க்கும் மேலாக, 15,00,000 உறுப்பினர்கள் இப்போது சலாஃபி பள்ளியை[3] பின்பற்றுகிறார்கள் என மதிப்பிடப்பட்டது. அதுதவிர, 700 மசூதிகளையும், மதரஸாக்களையும் அது கட்டியது. அஹ்ல்—இ—ஹாதித் 150 பள்ளிகள், பல கல்லூரிகள், அனாதை இல்லங்கள்,

மருத்துவமனைகள், நோய்கண்டறியும் மையங்களுக்கு நிதி அளித்ததாக நம்பப்படுகிறது. அது 20கோடியில் ட்ரான்ஸ் வேர்ல்ட் முஸ்லீம் யுனிவர்சிடி (*TWMU*) என்ற முன்னணி சவூதி நிறுவனங்களுடன் இணைக்கப்பட்ட இஸ்லாமிய பல்கலைக்கழகத்தை ஹைதர்போரா, ஸ்ரீநகரில் கட்டும் திட்டத்தையும் கொண்டிருந்தது.[4]

தன்னை 'அல்லாகாரர்கள்' என்று அழைக்கும் அஹ்ல்—இ—ஹாதித் கஷ்மீர் முழுவதும் மும்முரமாகக் கூட்டங்களை நடத்திவந்ததையும் சம்பத் கவனித்தார். அவரும்கூட, அவர்களின் சிலகூட்டங்களில் கலந்துகொண்டபோது, உயர் அதிகாரிகளும், அரசு ஊழியர்களும் வெளிப்படையாக அவற்றில் கலந்துகொண்டதை கண்டார். பேச்சாளர்கள் இஸ்லாத்தின் பல்வேறு அம்சங்களைப்பற்றி விவாதித்தார்கள். ஆனால், கஷ்மீர் அல்லது சுயநிர்ணய உரிமைக்கான இயக்கம்பற்றி குறிப்பிடவே இல்லை. ஒவ்வொரு கூட்டத்தின் முடிவிலும், மசூதிகளைக்கட்ட நிதி திரட்டப்பட்டது. இந்த மசூதிகள் சவூதி கட்டுமானங்களின் பாணியில் கட்டப்பட்டு வந்தன. காணாமல்போனவை கோபுரங்களை ஒத்த வண்ணமய மசூதிகள்.

தேசியத்துக்கும், மதத்துக்கும் இடையிலான பதட்டம் கவலை அளிப்பதாக இருந்தது. ஆனால், இது உலகின் மற்ற பகுதிகளில் இருந்ததுபோலவே, கஷ்மீர் பகுதியிலும் நிலவிவந்தது. கஷ்மீரிகள் வெளியுலகத்தோடு பேசும்போது இந்தியா அல்லது பாகிஸ்தான் இழைத்த அநீதிகள் பற்றி கஷ்மீர் தேசியத்தின் மொழியிலேயே பேசினார்கள்.

இந்தக் காரணத்தினால்தான் அந்த தொழிற்சங்கம் பாகிஸ்தான் ஆதரவு, இந்திய ஆதரவு, அதேபோல சுதந்திர கஷ்மீரை விரும்பிய உறுப்பினர்கள் அனைவரையும் ஒன்றாக தனது அமைப்புக்குள் கொண்டுவந்தது.

2015 ஏப்ரலில், ஒருநாளில், *14* உறுப்பினர்களை டெல்லியில் உள்ள எனது வீட்டுக்கு அழைத்து வந்ததை நான் இன்னும் நினைவில் வைத்திருக்கிறேன். அந்த தொழிற்சங்கத்தலைவர்கள் ஹிந்த் மஸ்தூர் கிஸான் பஞ்சாயத் (*HMPK*)தால் அஹமதாபாத்தில் ஏற்பாடு செய்யப்பட்டு, மத்திய விவசாய அமைச்சர் சரத்பவார் துவக்கிவைத்த கூட்டத்துக்குப்பின் திரும்பி வந்தபோது, உண்மை யிலேயே சிறப்பானதாக உணர்ந்தார்கள்.

‘கஷ்மீரை ஒரு பிரச்சனைக்குரிய எல்லைப்பகுதி என அறிவிக்க வேண்டும்; கஷ்மீர் சச்சரவுகள் பற்றி இந்தியாவுக்கும், பாகிஸ்தானுக்கும் இடையே நடைபெறும் எந்த ஒரு பேச்சுவார்த்தையிலும், கஷ்மீர் மக்களும் ஒருதரப்பாக பங்கேற்கும் உரிமையை ஒப்புக்கொள்ளவேண்டும்’என்ற தீர்மானம் கொண்டு வரப்பட்டால்தான் தொழிற்சங்க மையம் அந்த கூட்டத்தில் கலந்துகொள்ளும் என *HMPK* தலைவர்களிடம் கூறியதாகப் பெருமையுடன் சம்பத் என்னிடம் தெரிவித்தார். அந்த தீர்மானம் நிறைவேற்றப்பட்டது.

மொஹம்மது ராஜா அமின் அந்த அரங்கத்துக்குள் எவ்வாறு அவர்கள் அனைவரின் கவனத்தையும் ஈர்க்கும்வகையில் உரத்த முழக்கங்களோடு அந்த நுழைவு அமைந்திருந்தது என்பதை விவரித்தார். அவர்களுடைய தொண்டைகள் ஒலிபெருக்கிபோல இருந்தன என்று சம்பத் கூறினார். அந்த கூட்ட அரங்கமே அதை எதிரொலித்தது:

‘ஜிஸ் கஷ்மீர்கோ கூன் சே சீச்சா வோ கஷ்மீர் ஹமாரா ஹை ஸலிமோன், கடிலோன், க்ர்ல்–இ–ஆம் பந்த் கரோ மஸ்ல்–இ–கஷ்மீர் ஹல் கரோ.’

‘கஷ்மீரில் எங்கள் இரத்தத்தில், இங்கே நாங்கள் பயிரிட்டோம், இந்த கஷ்மீர் எங்களதே! ஒடுக்குவோரே, கொலைகாரர்களே, உடனே கொல்வதை நிறுத்துங்கள். கஷ்மீர் பிரச்சனையைத் தீருங்கள்.’

தங்கள் நாற்காலிகளில் அமர்ந்திருந்த 3,000 பிரதிநிதிகளும் அதிசயித்துப் போனார்கள். அந்த கஷ்மீரிகள் அரங்குக்குள் சுற்றிவந்தார்கள். அவர்கள் தங்கள் இருக்கைகளில் அமர்ந்தபோது இடிமுழக்கம்போல சகோதர ஆதரவு கைதட்டல்கள் எழுந்தன.

நான் தேநீர் கோப்பைகளையும், நொறுக்குத்தீனி தின்பண்டங்களையும் தயாரித்திருந்தேன். கஷ்மீரின் விருந்தோம்பலோடு என்னால் போட்டியிட முடியாது என்பதை நான் உணர்ந்திருந்தேன். எனவே பகலுணவுக்கு நான் வெளியில் அழைத்துச்சென்றேன். அங்கு ஒரு தயக்கம் இருந்தது. பின்னர் ராஜா அமின் பிரகாசமான புன்னகையோடு என்னைப்பார்த்துக் கூறினார்: “அப்படியானால் நாம் சைவ உணவை உண்போம்.” அவ்வாறுசொல்ல அவரை எது தூண்டியது? என்று ஒருகணம் நான் அதிசயித்தேன். அதன்பிறகு உணவகத்தில் பரிமாறப்படும் கறி ஹலால் செய்யப்பட்டிருக்காது என அவர்கள் கவலைப்படுவதை நான் உணர்ந்துகொண்டேன். நான் சிரித்துக்கொண்டே அவர்களிடம், ‘ஜாமா மஜ்த்தில் உள்ள கரீமிடம் அவர்களை அழைத்துச்செல்கிறேன்’ என்று கூறினேன்.

மொஹம்மது ராஜா அமின் சம்பத் பிரகாஷைவிட இளையவர். அவர் அரசு ஊழியர் சங்கத்தில் முதல் வேலை நிறுத்தத்துக்குப்பிறகு 1967இல் சேர்ந்தவர். அவர் 1969இல் தனது சகாக்கள் 200பேர் அரசு அச்சகத்திலிருந்து வெளியேவந்து முழக்கங்கள் எழுப்பியதை நினைவுகூர்ந்தார். அவர்களோடு, அவரும் சேர்ந்தபோது சக்தி பெற்றதாக உணர்ந்தார். அந்த நேரத்தில் அவர் கூட்டத்தில் பேசிய புகைப்படத்தை இன்னும் பாதுகாத்து வைத்திருப்பதாகக் கூறினார். அந்த நிகழ்ச்சி தாகூர் அரங்கில் நடைபெற்றபோது அந்த அரங்கமே முழக்கங்களால் அதிர்ந்தது.

ராஜா அமின் தான் போராட்டங்களுக்கு ஏற்பாடு செய்ததில் பெருமிதம் கொண்டார். குறிப்பாக அவசரநிலை காலத்தில் அவர் சிறையிலிருந்தபோது நடைபெற்ற வேலை நிறுத்தத்தை. அவர் சிறையிலிருந்து வெளியே வந்தபோது வேலையிலிருந்து நீக்கப்பட்டார். அவரிடம் பணம் ஏதுமில்லை. அவர் தனது குடும்பத்துக்கு ஒரு பாரமாக இருக்க விரும்பாததால், அவரது இன்னொரு சகாவான சையத் ஹுசேன் சேதுடன் நேபாளம் சென்றார். அங்கு துணி வியாபாரத்தை துவக்கினார். அவர்கள் பல காட்சிக்கூடங்களை திறந்தார்கள். ஆனால், பாகிஸ்தான் வியாபாரிகளால் ஏமாற்றப்பட்டார்கள். சேத் நேபாளி மனைவியைத் தவிர எல்லாவற்றையும் இழந்து வெறும்கையோடு இந்தியாவுக்கு திரும்பினார். கரீம் உணவகத்துக்கு செல்லும் வழியில், நான் கஷ்மீருக்கு அவர் வீட்டுக்கு செல்லும்போது எனக்கு மாவீடு *(Noodles)* உணவு அளிப்பதாக கூறினார்.

கரீம் உணவகத்தில் மனநிலை மிகவும் உற்சாகமாக இருந்தது. நான் அவர்களோடு இருப்பதை அனுபவித்து அவர்களின் வேலை நிறுத்தங்கள், ஆர்ப்பாட்டங்கள், போராட்டங்கள், எதிர்ப் புக்கள் ஆகிய கடந்தகால கதைகளைக் கேட்டேன். அவர்கள் நக்சல்பாரிகளிலிருந்து *CPI(M)* வரை பலகட்சிகளில் இருந்திருக் கிறார்கள்.

சுதந்திர கஷ்மீருக்காக நின்ற *JKLF*-ஐ ராஜா அமின் எதிர்த்தார். அது சாத்தியமில்லாத கனவு என்று அவர் கருதினார். இந்தியாவோ அல்லது பாகிஸ்தானோ அல்லது மேற்கத்திய அரசுகளோ கஷ்மீர் சுதந்திரமாக இருப்பதை அனுமதிக்க மாட்டார்கள் என்றார்.

ஆனால், இந்தக் காரணங்களால்தான் அது சாத்தியமில்லை என்று கருதினாரா? அல்லது, கஷ்மீர் நியாயமாக பாகிஸ்தானின்

ஒரு பகுதி என்று உணர்ந்ததால் அவ்வாறு கூறினாரா? ராஜா தான் ஒரு இஸ்லாமிய தத்துவத்தோடு இணைந்திருப்பதை அசிங்கம் என்று உணர்ந்தார். இது ஒருவேளை அரசியல் நேர்மையிலிருந்தோ அல்லது அது என்னுடைய உணர்வுகளை பாதிக்கும் என்பதாலோ அவ்வாறு அவர் நினைத்திருக்கக்கூடும்.

பின்னர், முறையான ஒரு நேர்காணலில், அவரது பின்னணியால் அவர் எனக்குள் நிறைந்தார். அவரது தந்தைக்கு தேயிலை, நறுமணப்பொடிகள் மற்றும் அவை போன்றவற்றை வைத்துக்கொள்ள ஒரு குடோன் சொந்தமாக இருந்தது. அவரது தாயார் பஷ்மினா சால்வைத்தொழிலில் ஈடுபட்டிருந்த ஒரு குடும்பத்திலிருந்து வந்தபோதிலும், அவர் ஒரு குடும்பத் தலைவியாகவே இருந்தார். ராஜாவுக்கு அண்டைவீட்டாராக கஷ்மீரி பண்டிதர்கள் இருந்தார் கள். அவரது நண்பர்களில் ஒருவரது தாத்தா சிறையில் பிறந்தவர். அவரது வகுப்பில் கஷ்மீரி பண்டிதர் பையன்கள் இருந்தார்கள். ஆனால் தனது நெருங்கிய நண்பர்கள் முஸ்லீம்கள்தான் என்று ஒத்துக்கொண்டார். என்னை மகிழ்விப்பதற்காகத்தான், அவரது அண்டைவீட்டார் கஷ்மீரி பண்டிதர்கள் என்று குறிப்பிட்டிருக்கிறார் என்று நான் ஆச்சரியப்பட்டேன்.

ஷேக் அப்துல்லா கைது செய்யப்பட்டபோது ராஜாவுக்கு வயது ஏழு. ஷேக்கை விடுதலை செய்யக்கோரியதற்காக பக்ஷியின் ஆட்சியில் ஜமாத்—இ—இஸ்லாமியின் ஆதரவாளர்கள் அடிக்கப்பட்டதை அவர் பார்த்ததை அவர் நினைத்துப்பார்க்கிறார். ராஜா அமினின் தந்தை முஸ்லீம் மாநாடு என்பதை தேசிய மாநாடு என்று மாற்றியதை எதிர்த்தார். அவரும்கூட பலமுறை பக்ஷியின் ஆட்களால் அடிக்கப்பட்டார். ஒரு குழந்தையாக தான் ‘பாகிஸ்தான் ஜிந்தாபாத்’ என கரும்பலகையில் எழுதியதையும், பொதுவாக்கெடுப்பு முன்னணியின் முழக்கங்களை முழங்கியதையும் நினைவுகூர்ந்தார்.

கேப்பை, ரொட்டி, குருமா போன்ற மனம்கவர்ந்த உணவுக்குப்பிறகு, மரண தண்டனையிலிருந்து மொஹம்மது அஃப்சல் குருவை பாதுகாக்கும் பிரச்சாரப் பயணத்தை நாம் எப்படி முன்னெடுத்துச்செல்வது என்பது பற்றி அந்த தொழிற்சங்கத் தலைவர்களுடன் கலந்துரையாடினேன். அவரை தூக்கிலிருந்து பாதுகாக்கமுடியும் என்ற நம்பிக்கையை நாங்கள் அனைவரும் பகிர்ந்து கொண்டோம். கீலானிக்காக செய்த பிரச்சாரப்பயணம், அஃப்சலுக்காக பிரச்சாரம் செய்வதற்கும், கஷ்மீர் பற்றி பேசுவதற்குமான ஒரு ஜனநாயக வெளியை உருவாக்கியிருந்தது.

திஹார் சிறையில் அச்ச உணர்வைத் தோற்றுவிக்கும் மூடப்பட்ட அறைகளில் அஃப்சல் வாழ்ந்தாலும்கூட, அவரது சிந்தனை மனம் திறந்திருந்தது. அவர் விரிவாகப் படிப்பதை தொடர்ந்து கொண்டிருந்தார். காலிப் பிறந்தபிறகு தபஸூம், "ஓ பியாரி, நான் படிப்பதற்கு ஒரு குகையை கண்டுபிடிக்க வேண்டும்' என்று அஃப்சல் புகார் செய்ததைக் கூறினார். அவர் சிறைவைக்கப்பட்டபிறகு தபஸூம் அவரைக் கிண்டல் செய்தார்: 'இப்போது ஒரு குகையை கண்டுபிடித்துவிட்டீர்களா?' அதற்கு அஃப்சல் புன்னகையோடு பதிலளித்தார்: 'அற்புதமான குகை!'.

அஃப்சல் தனது நண்பர்களுக்கு நீண்ட கடிதங்களை எழுதினார். சில நேரங்களில் அவற்றை பிரதி எடுத்து எனக்கு ஒன்றை தருவார். அல்லது அவருக்குள்ள வழிகளில் எனக்கு அனுப்புவார். பெரும் பாலான அவரது கடிதங்கள் ஆங்கிலத்தில் இருந்தன. இந்த கடிதங்களில் அவர், மதம், தேசியம் பற்றிய தனது சிந்தனைகளை விவாதித்தார். சிறைக்குள் இருந்துகொண்டு உயிர்த்துடிப்புள்ள உரையாடல்களாக அவர் எதை எழுதினாரோ, அவற்றை அடிக்கடி நாங்கள் பின்தொடர்ந்தோம்.

மற்ற கஷ்மீரி முஸ்லீம்களைப்போலவே அஃப்சலும்கூட தேசியம் என்ற சிந்தனையில் நம்பிக்கை இழந்தவரானார். இஸ்லாமிய கருத்தாக்கங்களில் சரணடைந்தார். அஃப்சலைப் பொருத்தவரை, இந்தியா, பாகிஸ்தான் இரண்டுமே கஷ்மீரிகளை வஞ்சித்துவிட்டன. அவர் புதியதலைமுறையின் தீவிரத்தைப்பற்றி வருந்தினார். அதை அவர் 'வலிந்து திணித்த கொள்கை' என்று அழைத்தார். திஹார் சிறை எண் 2இல் இருந்து தனது கஷ்மீரி சகாவுக்கு எழுதிய கடிதத்தில் தனது கவலையை வெளியிட்டிருந்தார்:

'நமது தாயகம் ஒழுக்கமுறையில், சமூகவியலில், அரசியலில் இரண்டு எதிர்எதிர் சக்திகளுக்கு நடுவில் கூறுபோடப்பட்டு, சட்ட ஒழுங்குகளுக்கு கட்டுப்படாத நிலையில் உள்ளது. ஒருநாடு, கல்வியறிவில்லாத, தங்கள் சொந்த இருப்பையும், உயிர்வாழ்தலையும்பற்றி அறிந்திராத இளைஞர்களின் உன்னத உணர்வுகளை ஒன்றுதிரட்டி, மிகவும் சக்திவாய்ந்த ஆயுதப்பெட்டிகளை வலிந்து திணித்து, அவர்களைத் தயார்படுத்துகிறது. மறுபக்கத்தில் மிகப்பெரிய நிதி ஒதுக்கீட்டை உருவாக்கிய அவர்களது சொந்த இராணுவம் ஓய்வெடுப்பதிலும், ஆடம்பர வாழ்விலும் திளைக்கிறது. மிகப்பெரிய இராணுவத்தை, மிகவும் உணர்வூட்டப்பட்ட

ஒருகையளவு மனிதர்களைக்கொண்டு எதிர்கொள்ள வைக்கிறார்கள். இந்த போலிப்பாசாங்கு தான், மக்களில் சிலரைக்கொன்று, அமைதி நிறைந்த மாநிலத்தை கொதிநிலைக்கு மாற்றிவருகிறது. நானும் கொதிநிலைக்கு உள்ளாக்கப்பட்டேன். ஆனால், இந்த இரண்டு நாடுகளும் மக்களை அமைதியாக வாழக் கற்றுக்கொடுக்கவில்லை. என்பதைவிட, விரும்பவில்லை எனலாம். அவர்களும் அதே கொதிநிலையில்தான் வாழ்ந்து கொண்டிருக்கிறார்கள். நான் இப்போதுபோல, அப்போது தனியாக இல்லை. நான் எந்த அமைப்பிலும் சேரவில்லை. நான் உலக அளவில் உணரப்பட்ட உணர்வுகளையும், சிந்தனைகளையும் சார்ந்திருக்கிறேன். அதற்காக, அவமானப்படுத்தப்பட்டு, சித்ரவதை செய்யப்பட்டு, விருப்பமின்றி அமைதிப்படுத்தப்பட்டுள்ளேன்.'

அஃப்சல், மதம் மற்றும் தேசியம் என்ற சிந்தனைகளோடு போராடிக் கொண்டிருந்தார். 2008 ஜனவரி 8 அன்று எழுதப்பட்ட நீண்டகடிதத்தில் அவர் என்னைக்கேட்டார்:

மதிப்புக்குரிய நந்திதா, நாகா சச்சரவு, கிறிஸ்தவ சச்சரவு எனப்படாதபோது, கஷ்மீர் சச்சரவு மட்டும் ஏன் இஸ்லாமிய சச்சரவு என்று முத்திரை குத்தப்படுகிறது?[25] அடிப்படையில் இது அரசியல், சமூக வரலாற்றுத்தன்மை கொண்டது. ராபர்ட். ஏ.பேப் பின் புத்தகம் 'வெல்வதற்காக சாவது' (Dying to Win) 300 தற்கொலைத் தாக்குதல்கள் (1980முதல் 2003வரை) பற்றிய நுட்பமான பகுப்பாய்வுகளை அளிக்கிறது. அவற்றில் 76 LTTEக்களால் நடத்தப்பட்டவை. இதற்கான பொதுவான காரணம் அரசியல், சமூக அநீதிகள், ஒடுக்குமுறைகள் மற்றும் ஆளும்வர்க்கத்தின் காட்டுமிரண்டித்தனமான கொள்கைகளும், அரசியல் நிறுவனங்களும்தான்.'

இதே கருத்து அமெரிக்க உளவுத்துறையின் மூத்த உறுப்பினர் கிரஹாம் ஈஃபுல்லாவாலும் அவர் எழுதியபோது இடம்பெற்றது.

பிரச்சனைகளின் தெளிவான பார்வையைக் குழப்பி முட்டாள்களாக்குகிறது இஸ்லாம் என்று ஒரு விளக்கத்தில் பார்க்கப்படுகிறது. குறிப்பாக இஸ்லாம், அதன் மிகவும் தீவிரமான தத்துவார்த்த வடிவத்தில் ஒன்றை சிக்கலாக்கும்; கோபமூட்டக்கூடச் செய்யும்; ஆனால் சித்தாந்த தீர்வு

காணவேண்டிய சிக்கலை உருவாக்காது. அதற்குப்பதிலாக, பிரச்சனைகளும், சிக்கல்களும் குறிப்பிட்ட உறுதியான, போதுமான கல்வியறிவின்மை உள்ளிட்ட வட்டார, அரசியல் மற்றும் சமூக சவால்களிலிருந்து எழுகிறது. அது இஸ்லாமிய (கலாசார) ஆற்றல்மிகு எழுத்து, பேச்சு ஆகியவற்றால் எவ்வாறு மூடப்பட்டாலும், மதத்தை உட்கிரகிக்க முடியாததாக ஆக்குகிறது.[7]

அஃப்சலின் கடிதம், இந்திய அரசின் அறிவற்ற அதன்கொள்கைகளுக்கு எதிரான அவரது கோபத்தை பிரதிபலித்தது. அந்த கொள்கைகள்தான் இளைஞர்களை தீவிரப்படுத்தியதற்கு காரணம். ஒதுக்கமான தனிமைச்சிறையில் அமர்ந்திருந்தபோதும், அவரது சிந்தனைகள், இந்திய அரசின் அறிவற்ற கொள்கைகளை எதிர்கொள்ளும் கஷ்மீரி இளைஞர்கள் மீதே இருந்தன. அவர் எழுதினார்:

தொடர்ச்சியான அவமானங்களும், பேரதிர்ச்சிகளும் மோதல்களின் வெப்பத்தை அதிகப்படுத்தி கொளுத்திப்போடும். இந்தக்கொள்கைகளில் ஒன்றை அடைய தீவிரத் தாக்குதல்களில் ஈடுபட்டு, தீவிரவாத கலாசாரத்தை திரும்பிவர முடியாத எல்லைக்குத் துரத்தும். காவல் நிலையங்கள் கொடூரமானவைகளாகவும், கசாப்புக் கடைகளாகவும் மாறிவிட்டன. கொல்லப்பட்டவரின் குடும்பங்கள் காவல் நிலையத்துக்குச் செல்வதில்லை. ஏனென்றால், அந்த காவல் நிலையங்கள்தான் பயங்கர உணர்வுகளை மக்களின் இதயங்களிலும், சிந்தனைகளிலும் பரப்பி வருகின்றன. நீங்கள் இதை அரச பயங்கரவாதத்தை மிகைப்படுத்தி கூறுவதாக நினைக்கலாம். ஆனால், அரசியல், சமூகரீதியாக வேறு ஒரு நாட்டால் ஆளப்படும் ஒரு நாட்டின் கசப்பான உண்மை; அதுதான் கஷ்மீர்.

கஷ்மீர் மிகவும் திவிர இஸ்லாத்தை நோக்கி மாறிச்சென்று கொண்டிருக்கிறது என்பதை அஃப்சலால் பார்க்க முடிந்தது. இந்த வளர்ச்சிப்போக்கில் பாகிஸ்தானுக்கும், அதன் உளவுத்துறை அமைப்புக்கும் இருந்த பங்கை அவர் அறிந்திருந்தார். ஆனால், பொருளாதார வளர்ச்சி மட்டும் அளிப்பதால் இந்தியாவில் இந்த அமைப்பை தடுத்து நிறுத்த முடியாது என அவர் நினைத்தார். அவர் எனக்கு எழுதினார்:

மேரியின் (மரியம்) மகன் ஏசு (அவர்கள் மீது சமாதானம்

ஏற்படுவதாக) கூறுகிறார்: மனிதன் ரொட்டி ஒன்றால் மட்டுமே வாழமுடியாது. பொருளாதார திட்டங்களால் மட்டும் கஷ்மீரில் அமைதியை கொண்டுவர முடியாது. இடைவிடாத, தொடர்ச்சியான அவமானத்திலும், அச்சத்திலும் வாழும் மக்களுக்கு ரொட்டி தேவையில்லை. அதற்கு அல்லா ஒவ்வொருவருக்கும் ஒரு வாயைத்தான் கொடுத்துள்ளார். மக்களுக்குத் தேவையானது என்னவென்றால், அது ஒரு அரசியல் கட்டமைப்பு. அதில் அவர்கள் தாங்கள் கொடுமைப்படுத்தப்பட்டவர்களாக, அவமானப்படுத்தப் பட்டவர்களாக, பயங்கரவாதத்துக்கு உள்ளானவர்களாக உணராத நிலை வேண்டும். கஷ்மீர் மக்கள் தாங்கள் வாழ்வதற்கு ஒரு கௌரவமான இடத்தைத்தான் கேட்கிறார்கள். இந்த கிரகத்தில் அவர்கள் நட்சத்திரங்களைக் கேட்கவில்லை.

அஃப்சல் மேலும் கூறுகிறார்:

'இந்த பயங்கரத்தின் உயிருள்ள எடுத்துக்காட்டாக நானே இருக்கிறேன்.'

அஃப்சலைப் பொருத்தவரை இதற்கானத் தீர்வு மாபெரும் ஜனநாயகத்தில்தான் உள்ளது:

ஜனநாயகத்துக்கான எல்லா வழிகளையும் , திறப்புக்களையும் மூடிவிடுவது படித்த இளைஞர்களைத் தீவிரவாத சுவற்றின் பக்கம் தள்ளிவிடும். நோம்சோம்ஸ்கி கூறுகிறார்: நாம் மக்களுக்கான கருத்துவெளியீட்டு சுதந்திரத்தில் நம்பிக்கை கொண்டிருக்கவில்லை என்றால், அதைக்கூட நாம் விரும்பவில்லை என்று அருவருக்கப்படுவோம். ஆர்எஸ்எஸ்ஸின் தத்துவமும், அதன் அரசியல் சமூக மற்றும் தீவிரவாத கிளை அமைப்புக்களும், அதன் வழிமரபுகளும், மதவெறியூட்டி, ஒட்டுமொத்த அரசியல், சமூக கட்டமைப்புக்களையும் ஒன்றுக்கொன்று எதிரான குழுக்களாக பிளவுபடுத்துகின்றன. இந்த வெறுப்பு கலாசாரம் எல்லா உள்ளூர் நிறுவனங்களிலும் மிக நன்றாக ஊடுருவுகிறது. அது திஹார் சிறையையும் விட்டுவைக்கவில்லை. ISI-யும் இந்த வளர்ச்சிப்போக்கில் தனது சொந்த வெறுப்புக்கருவிகள் மூலம் தனது பங்கைச்செய்துவருகிறது என்பதில் சந்தேகமே இல்லை. உண்மையில் இந்தியாவுக்கு எதிரான பேச்சுக்களையும், எழுத்துகளையும் பாகிஸ்தான் போற்றி வளர்க்கிறது.

பாராளுமன்றத் தாக்குதல் வழக்கு பற்றிய எனது புத்தகத்தின்மீதான அவரது கருத்துக்களை அஃப்சல் தொடர்ந்து பகிர்ந்துகொண்டிருந்தார். நான் அந்த புத்தகத்தில் மதம், தேசியம், மதச்சார்பின்மை பற்றிய எனது கருத்துக்களை பதிந்திருந்தேன். எனது, *'கீலானியை குற்றப்படுத்துதல், அஃப்சலை தூக்கிலிடுதல்: பயங்கரவாதத்தின் தேசப்பற்று'* ('Framing Geelani, Hanging Afsal: Patriotism of in the Time of Terror) என்ற புத்தகத்தின் பிரதி ஒன்றை நான் முதலில் அளித்தபோது அஃப்சல் உற்சாகமடைந்தார். அது 2007 மார்ச்சில் வெளியிடப் பட்டது. அவர் சிறையில் என்னைச் சந்தித்தபோது, அவர் தனது மகிழ்ச்சியைத் தெரிவித்தார். நான் கஷ்மீரிகளைப் புரிந்து கொண்டுள்ளதாக தெரிவித்தார். 'என்ன இருந்தாலும் நீங்கள் ஒரு கஷ்மீரி தானே?' என்று என்னைக் கிண்டல்செய்தார்.

மதம் பற்றிய எனது பார்வைகளை அஃப்சல் ஏற்றுக்கொள்ளவில்லை: 'உங்கள் புத்தகத்தை படித்த பெரும்பான்மையான சிறைவாசிகள் SARG[8] விடுதலைக்கான உங்களது சோர்வில்லா முயற்சிகளாலும். மனித உரிமைகள் மீறல்கள் பற்றிய உங்களது கவலைகளாலும் நெகிழ்ந்தார்கள் என்பதில் எந்த சந்தேகமும் இல்லை. ஆனால் மதங்களையும், அவற்றின் நிறுவனங்களையும் பற்றிய உங்கள் பகுப்பாய்வுகள் மற்றும் புரிதல்கள் பற்றி நீங்கள் அமினா வாதூத் அல்லது துருக்கி கவிஞர்கள் மூலம் பேசினாலும்கூட, எனக்கு உள்ளார்ந்த தயக்கம் உள்ளது'.[9]

நான் எழுதியுள்ள பல்வேறு விவரங்கள் பற்றிய பின்னணிகள் தனக்குத் தெரியாது என்று அஃப்சல் ஒத்துக்கொண்டார். ஆனால், அறிவுஜீவித்தனமான நடவடிக்கை ஒன்றின்மூலம் மட்டுமே மதத்தை புரிந்துகொள்ளமுடியாது என்றும் கூறினார். அவர் இக்பாலை மேற்கோள் காட்டினார்: "தனது அறிவார்ந்த நடவடிக்கையால் ஒன்றின் பெருமை அல்லது சிறப்பின்மீது முழுவதும் நிழல்பரப்பு செய்யப்பட்ட நவீனமனிதன் உயிரோட்டமான வாழ்வை இழந்து விட்டான்; அதாவது தனக்குள்ளிருந்து."

அஃப்சல் தூக்கிலிடப்பட்ட பிறகு, அவரது கடிதத்தை கோவாவில் ஒரு நண்பர்கள் குழுவுக்கு படித்துக்காட்டினேன், அவர்கள் அந்த 10 பக்க கடிதத்தை ஆழ்ந்த அமைதியுடன் கவனித்தார்கள். பிறகு அவர்களில் ஒருவரான ஜான் பெர்னான்டஸ் கூறினார்: 'நான் அஃப்சல் கூறும் ஒவ்வொன்றையும் ஏற்றுக்கொள்கிறேன்; பெண்கள் பற்றிய அவரது பார்வையைத்தவிர.'

அஃப்சல் குரு எழுதியிருந்தார்:

'பெண்களின் சுதந்திரம் என்ற பதாகை பெண் குலத்தின் பெண்மைத் தன்மையை குறைக்கிறது. இயல்பாகவும், மதரீதியாகவும் அவள் ஒரு தாயாக, சகோதரியாக, மனைவியாக அறியப்படுபவள். இப்போது அவள் பெண்தோழியாக, விபச்சாரியாக, வரவேற்பாளினியாக அறியப்படுகிறாள். தனது அந்தரங்கத் தன்மையை விருப்பமின்றி இழந்து, தனக்கு தேவையற்ற, தனக்குத் தெரியாத ஆண்களிடம் புன்னகைக்கிறாள். காலணிகள் முதல் டயர்கள் வரை. தண்ணீரி லிருந்து துவைக்கும் எந்திரங்கள்வரை விற்பனையை மேம்படுத்த வேண்டியவளாக அவள் இருக்கிறாள். இந்தப்பெண் (தாயாக, சகோதரியாக, மனைவியாக அழைக்கப்படுபவள்) அந்த பொருட்களை விற்பதற்காக மட்டும் மின்னணு, கணினி, ஊடகங்கள் வழியாக ஆடை அவிழ்க்கப்படுகிறாள். மேற்கின் கலாசாரத்தால் முற்றிலும் கெட்ட பேயாக ஆக்கப்படுகிறாள்.'

மிகுதியாக பாலுணர்வூட்டப்படும் பிம்பங்களாக பெண்களை மறுதலிக்கும் குறிப்புக்களோடு நான் முழுமையாக உடன்படவில்லையா? என்பதை என்னால் உறுதியாகக் கூறமுடியவில்லை.

ஜானைப் போலவே, பெண்கள்மீதான அஃப்சலின் பெரும்பாலான பார்வைகளை நான் ஏற்றுக்கொள்ளவில்லை. ஆனால், சம்பத் பிரகாஷையோ, அவரது தோழர்களையோகூட என்னால் ஏற்றுக்கொள்ள முடியவில்லை. சம்பத் பிரகாஷும், அவரது தோழர்களும் ஆணாதிக்க மனோபாவம் கொண்டவர்கள். அவரது குடும்பத்தாருடன் கொண்டிருந்த நிலப்பிரபுத்துவ, அதிகாரத்துவ மனப்பான்மைகளாலும், அவரது சங்கத்தில் பெண் தலைவர்கள் இல்லாததாலும் நான் அதிர்ச்சியடைந்தேன். நான் பெண்களை பேட்டி காணவேண்டும் என்று திரும்பத்திரும்ப அவர்களிடம் கேட்டுக் கொண்டேன். அவர்களை எனக்கு அறிமுகப்படுத்துவதாக உறுதியளித்துக் கொண்டே இருந்தார்கள். ஆனால் அது ஒருபோதும் நடக்கவே இல்லை. அனைவரையும் உள்ளடக்கிய ஒரு தேசியம் அல்லது தேசப்பற்றுக்கான எங்களது பொது ஈடுபாடுதான் ஒருவேளை எங்களை ஒன்றுசேர வைத்திருக்கக்கூடும்.

அஃப்சல் எழுதினார்:

'உங்கள் புத்தகம் ஒன்றை மிகத்தெளிவாக பிரதிபலிக்கிறது. மோடியைப்போன்ற எவரொருவரையும்விட, நீங்கள் தேசப்பற்று கொண்டவர். மோடியின் தேசியம் அழிவுக்கான ஒன்றாக இருக்கும்போது, உங்கள் தேசப்பற்று நேர்மையானது. நான் உங்கள் தேசப்பற்று உணர்வுகளுக்கு எதிரானவன் அல்ல.'[10]

Framing Geelani,Hanging Afsal: Patriotism of in the Time of Terror என்ற எனது புத்தகம் 'அஃப்சல் குருவைக் காப்போம்' பிரச்சார பயணத்தின் போது இந்தியாவில் மட்டுமல்ல; பிரிட்டனிலும்கூட உதவியது. இடதுசாரி சிந்தனைகொண்ட தெற்கு ஆசியர்களின் அமைப்பான 'தெற்கு ஆசிய சகோதர உதவிக்குழு', *'South Asia Solitarity Group'* லண்டனில் 2007 ஏப்ரலில் நடைபெற்ற நிகழ்ச்சியில் மோஸ்ஸம் பெக்கை எனது புத்தகத்தை வெளியிடுமாறு அழைக்க முடிவு செய்ததை அறிந்து நான் உற்சாகமடைந்தேன்.

அந்த நேரத்தில், எனக்கு தெரிந்ததெல்லாம் இதுதான்: மோஸ்ஸம் பெக் ஒரு பிரிட்டிஷ் குடிமகன். அவர் 2002இல் பாகிஸ்தான் காவல்துறையால் கைதுசெய்யப்பட்டு, அமெரிக்கர்களிடம் ஒப்படைக்கப்பட்டார். அவர்கள், ஆஃப்கானிஸ்தானில் தடுப்புக்காவல் வசதியுள்ள இடத்துக்கு முதலில் அவரைக் கொண்டுசென்று, பின்னர் இழிவான குவாண்டினாமோ வளைகுடாவுக்கு மாற்றினார்கள். அவரை விடுவிக்கக்கோரி நடந்த இயக்கத்துக்குப்பின், இங்கிலாந்து அரசின் தலையீட்டால் அவர் 2005இல் முறையாக எந்த குற்றமும் சாட்டப்படாமல் விடுதலையானார். அவர் விடுதலை செய்யப்பட்டதிலிருந்து 'கூண்டுக்கைதிகள்' *(Cage Prisoners)* என்ற அமைப்பை (அது இப்போது எளிமையாக CAGE என்று அழைக்கப் படுகிறது) துவக்கினார். அரசு கொள்கைகளுக்கு எதிரான பிரச்சாரத்தை உயர்த்திப்பிடிக்கும் அமைப்பாக அது வளர்ந்து, இப்போது பயங்கரவாததுக்கு எதிரான போரின் ஒரு அங்கமாக விளங்குகிறது.

CAGE தன்னை பயங்கரவாதத்துக்கு எதிரான போரில் பாதிக்கப்பட்ட சமுதாயங்களுக்கு வலுவூட்டும் ஒரு சுதந்திரமான ஆலோசனைக்குழு என்று விளக்குகிறது. அந்த அமைப்பு ஒடுக்குமுறைகளிலிருந்தும், சமூக அநீதிகளில் இருந்தும் விடுபட்ட ஓர் உலகத்தை உருவாக்கவேண்டும் என, அரசின் கொள்கைகளுக்கு

எதிரான விமர்சனங்களை உயர்த்திப்பிடிக்கிறது. உலகெங்கிலும் உள்ள தப்பிப்பிழைத்தவர்களுடன் பணியாற்றி வருகிறது. முன்னாள் சிறைவாசியும், பயங்கரவாதத்தின் மீதான போரால் பாதிக்கப்பட்டவருமான ஒருவரால், 'பயங்கரவாதத்தின் மீதான போராலும், கஷ்மீரில் பாதிக்கப்பட்ட சிறைவாசிகள் பற்றிய எனது புத்தகம் வெளியிடப்படுவது முற்றிலும் பொருத்தமானது' என்று நான் எண்ணினேன்.

சில ஆண்டுகளுக்குப்பிறகு, 2010இல் தெற்கு ஆசிய சகோதர ஆதரவுக்குழுவின் அமிர்த் வில்சன்[11] , எனது புத்தகம் மோஸ்ஸம் பெக்கால் ஒளிபரப்பு செய்யப்பட்ட முடிவை ஆதரிக்குமாறுகேட்டு ஒரு மின்னஞ்சலை எனக்கு அனுப்பினார். ஜெண்டர் யூனிட் ஆஃப் ஆம்னஸ்டி இண்டர்நேஷனலின் தலைவரும், நயன்தாரா சேகலின் மகளுமான (நேருவின் சகோதரியின் மகள்) கீதா சேகல் எழுப்பிய ஒரு கருத்து மாறுபாட்டில் நான் தலையிடவேண்டும் என்று விரும்பினார். கீதாசேகல், மனித உரிமை அமைப்பு தனது நேர்மையை 'பிரிட்டனின் மிகவும் புகழ்பெற்ற தலிபானின் ஆதரவாளரோடு சேர்ந்து பணியாற்றி சமரசம் செய்துகொண்டது' எனக்கூறி ஆம்னஸ்டி இண்டர்நேஷனலிலிருந்து விலகிவிட்டார். அவர் தலிபான் ஆதரவாளர் என மோஸ்ஸம் பெக்கை குறிப்பிட்டார்.

ஆம்னஸ்டி இண்டர்நேஷனல் தனது ஒழுக்க நெறிமுறையை இழந்து விட்டது என்றும், CAGEயுடன் பணியாற்றியதன்மூலம் பெருந்தன்மையான அனுதாபிகளிடமிருந்து தனிமைப்பட்டுவிட்டது என்றும் கீதாசேகல் எழுதினார். சிறைவாசிகளின் உரிமைகளுக்காக பணியாற்றுவதையும், தலிபான்களின் தத்துவத்தோடு உடன் பட்டவர்கள் சமகூட்டாளிகளாக ஏற்றுப்பணியாற்றுவதையும் கீதா வேறுபடுத்திப் பார்த்தார்.

இந்த விவாதத்தில் பல்வேறு முக்கியமான பரிமாணங்கள், பெண்களின் உரிமைகளுக்கும், மனித உரிமைகளுக்கும் இடையேயுள்ள மோதல் உட்பட இருந்தன. இந்த மோதலை என்னுடைய சொந்தவேலையில், தனிப்பட்ட முறையில் நான் அனுபவித்தேன். அதைப்பற்றி எழுதியுள்ளேன்,[12] மோஸ்ஸம் பெக்கின் கதையை[13] எழுத உதவிய பிரிட்டிஷ் பத்திரிக்கையாளர் விக்டோரியா பிரிட்டன், கீதா, பெண்கள் மீதான அவரது மனப்பான்மை, தலிபான்களுக்கான அவரது ஆதரவு, கொடூர ஜிகாதிகளுக்கு ஆதரவு என்ற மூன்று தலைப்பில் மோஸ்ஸம் பெக்கை அவர் தாக்கினார் என்று சுட்டிக்காட்டினார். கீதாவை ஆதரிக்கும் ஒரு

விண்ணப்பம் தெரிவிக்கிறது: 'கீதா சேகல் பொதுவிதியின்கீழ் அடிப்படையான பிரச்சனையை எழுப்பியுள்ளார் என்று நாங்கள் நம்புகிறோம். அந்தப் பொதுவிதி, மனித உரிமை இயக்கங்கள், அமைப்பு ரீதியாக பாகுபாடுகளை ஏற்படுத்த உறுதியேற்றுள்ள குழுக்களோடும், சிந்தனைகளோடும் தொடர்புகொள்வதிலிருந்து விலகி நிற்க வேண்டுகிறது.

அந்த விண்ணப்பம் அமெரிக்க உச்ச நீதிமன்றத்தின் புதிய சட்டம், அமெரிக்காவால் பயங்கரவாதிகள் என்று கருதப்படும் குழுக்களோடு, சட்ட ஆலோசனை அல்லது அமைதியை ஏற்படுத்துவதற்காகக்கூட, மனிதாபிமான அமைப்புக்கள் பேசுவதை தடுக்கிறது என்பதற்கேற்ப அமைந்துள்ளது என விக்டோரியா பிரிட்டன் சுட்டிக்காட்டினார்.[14]

சில பெண்ணியவாதிகள் கீதாவை, அவரது மொழிநடைக்காகவும், எண்ணப் போக்குக்காகவும் விமர்சித்தார்கள். கீதாவும் அவரது ஆதரவாளர்களும், தங்களை விமர்சிப்பவர்கள்மீது பயன்படுத்தும் மொழிநடையும், எண்ணப்போக்கும் அமெரிக்கர்களும், அவர்களது கூட்டாளிகளும் என்ன பயன்படுத்தினார்களோ, அதையே மிகவும் ஒத்திருக்கிறது. அதேநேரத்தில் முஸ்லீம் அடையாளங்களும், கொள்கைகளும் குற்றப்படுத்தப்பட்டன. தலிபான் கொள்கைகளை விமர்சிப்பவர், முஸ்லீம் ஆண்களையும் பெண்களையும் துன்புறுத்தும் அரசால் நடத்தப்படும் வன்முறைகளை காணாமல் மறைத்து விடக்கூடாது.

பெண்ணியவாதிகளில் ஒரு பிரிவினர், தாங்கள் மேற்கின் பயங்கரவாதத்துக்கு ஒத்துழைத்ததாக ஏற்றுக்கொண்டார்கள். முஸ்லீம் சமுதாயங்கள் உலகம் முழுவதிலும் குறிவைக்கப்பட்ட, மதம் என்பது அச்சுறுத்தலை ஒத்ததாக கருதப்பட்ட அந்தநேரத்தில், மோஸ்ஸம் பெக்குக்கு ஆதரவாக பேசுவதும், எழுதுவதும் மேற்கு மற்றும் பயங்கரவாதத்தின் மீதான போர் ஆகியவற்றின் போலியான பாசாங்குகளை அம்பலப்படுத்தும் போராட்டத்தின் ஒரு பகுதியாக இருந்தது.

அமெரிக்கா, பிரிட்டன், பிரான்ஸ் ஆகிய நாடுகள் மேற்கொண்ட எதிர் பயங்கரவாத நடவடிக்கைகள், சுதந்திரமான சமூகத்தின் தூண்கள் என்று கருதப்படும் ஜனநாயக ஒழுக்கநெறிமுறைகளையே அரிக்கக்கூடிய ஆபத்தாக அமைந்தன. இந்த ஆபத்தை இந்தியாவில் நாம் சந்தித்துக்கொண்டிருக்கிறோம். பயங்கரவாதத்தின் மீதான

போர் என்பது, வீட்டில் அஞ்சி நடுநடுங்கும் கலாச்சாரத்துக் குள்ளாகத் திரும்புகிறது. என்னைப்பொருத்தவரை, மோஸ்ஸம் பெக்குக்கு ஆதரவாக நிற்பது பெரும்பாலும் அஃப்சல் குருவுக்கு ஆதரவாக நிற்பது போன்றதுதான்.

மோஸ்ஸம் பெக் 2014 பிப்ரவரியில் மீண்டும் கைது செய்யப்பட்டு, லண்டனில் உள்ள பெல்மார்ஷ் சிறையில் தடுப்புக்காவலில் வைக்கப் பட்டார். அவரது வாழ்வில் இரண்டாம் முறையாக விசாரணை ஏதுமின்றி மாதக்கணக்கில் சிறைவைக்கப்பட்டார். அக்டோபர் 1இல், அவரது நீதிமன்ற விசாரணைக்கு ஒருவாரம் முன்னதாகவே, அவர் சிரியாவிலுள்ள பயங்கரவாதிகளின் பயிற்சிமுகாமில் கலந்துகொண்டார்; பயங்கரவாதத்துக்கு நிதியளித்தார் என்பன உள்ளிட்ட அவருக்கு எதிரான குற்றச்சாட்டுக்கள் கைவிடப்பட்டன. இப்போது ஒரு கேள்வி எழுகிறது: ‘மேற்கால் நிதியளிக்கப்பட்டு, ஆதரிக்கப்பட்ட புரட்சியாளர் முகாமாக அது இருந்ததா?’

பெக் ஏன் சிரியாவுக்கு சென்றார் என்பதை அவர் BBC-க்கு கூறினார்: ‘நான் ISIS-க்கு முன்பே, அல்— நுர்ஸா முன்னணி (அல்கொய்தாவின்) தடைசெய்யப்படுவதற்கு முன்பே சிரியாவுக்கு சென்றேன். அவர்கள் மக்களை பிணைக்கைதிகளாகப் பிடித்துச்சென்றதால், அதைத்தடுக்கும் முயற்சிகளில் ஈடுபட்டேன். மற்ற குழுக்களுக்கும் அழுத்தம் கொடுக்கச்செய்தேன். மக்கள் விடுவிக்கப்பட்டார்கள்.’[15]

பெக்கின் கைதும், அதைத்தொடர்ந்த விடுதலையும் அமெரிக்காவும், பிரிட்டனும் அல்— நுர்ஸா ஃப்ரண்ட் போன்ற இஸ்லாமிய தீவிரவாதிகளுடன் கொண்டிருந்த தொடர்புகளை அம்பலப்படுத்தியது. இந்த அமைப்பு முதலில் மேற்கினால் நிதியளிக்கப்பட்டது; பின்னர் தடை செய்யப்பட்டது.

பெக், அஃப்சலைப் போலவே, பயங்கரவாதத்தின் மீதான போருக்கு எதிர்ப்பு நடவடிக்கைகளில் ஈடுபடாதவரல்ல. முதலில் அவர் பிரிட்டிஷ் உளவுத்துறையின் சந்தேகத்துக்குள்ளானார். 1990களின் பிற்பகுதியில் பிர்மிங்ஹாமில் ‘மக்பதா—அல்—அன்சார்’ என்ற புத்தகக் கடையைத் திறந்தார். அது ஜிகாதிய நூல்களை இருப்பு வைத்திருந்தது என்ற பொதுக்கருத்தை உருவாக்கியது. அவர் விற்பனை செய்த புத்தகங்களில் ஒன்றாக, திரேன் பாரட்[16] எழுதிய, *‘The Army of Madinah in Kashmir’* இருந்தது. 1995இல் பாரட் பாகிஸ்தானில் பயணம்செய்து, இந்தியாவுக்கு

எதிரான தீவிரவாதிகளின் பிரச்சாரத்தில், ஈஸா அலி ஹிந்தி என்ற புனைபெயரில் பங்கேற்ற அனுபவங்களை அந்த நூல் பதிவு செய்திருந்தது.

பெக், பிரிட்டிஷ் பாதுகாப்பு அமைப்புக்களாலும், உளவுத்துறை அமைப்புக்களாலும் கவனிக்கப்பட வேண்டியவரானார். பெக், அஃப்சல் இருவரும், தீவிரவாதிகளின் பயிற்சி முகாம்களுக்கு சென்றதாகவும், பயங்கரவாதத்தின் மீதான போரை, அது முஸ்லீம்களுக்கு எதிரான போர் என்று கருதி அதை எதிர்ப்பதில் அனுதாபம் கொண்டிருந்ததாகவும், நீதிமன்றத்தில் ஒப்புதல் வாக்குமூலம் அளித்தவர்கள்.

மோஸ்ஸம் பெக்கை நான் சந்தித்ததில்லை. ஆனால் அவர் எனது புத்தகத்தை வெளியிட்ட சில மாதங்களுக்குப்பிறகு, அவர் பிறந்து வளர்ந்த பிர்மிங்ஹாம் சென்றேன். அம்ரித் வில்சன், மேற்கு ஆசியர்களை எதிர்ப்பின் 150ஆம் ஆண்டை (1857—2007) கொண்டாட சகோதர உதவிக்குழுவால் ஏற்பாடு செய்யப்பட்ட ஒரு நிகழ்ச்சியில் எங்களது 'அஃப்சல் குருவைப் பாதுகாப்போம்' பிரச்சாரப்பயணம் பற்றிப் பேச அழைத்தார். அந்தக் கூட்டம் 'லண்டன் ஸ்கூல் ஆஃப் எகனாமிக்ஸ், ஓரியண்டல் மற்றும் ஆஃப்ரிக்கன் ஆய்வுகள் பள்ளியில்' நடைபெற்றது.

அம்ரித் என்னிடம், அவர்கள் *'Early Day Motion'* என்ற கவனஈர்ப்பு தீர்மானம் கொண்டுவர முயற்சிகளை துவக்கியுள்ளதாகவும், அதில் 22 பிரிட்டிஷ் பாராளுமன்ற உறுப்பினர்கள் ஏற்கனவே கையெழுத் திட்டுள்ளதாகவும் கூறினார். EDM என்ற கவனஈர்ப்புத் தீர்மானம் ஒரு பிரச்சனையின் மீது பாராளுமன்ற உறுப்பினர்கள் தங்கள் ஆதரவை வெளிப்படுத்துவதற்கான ஒருவழியாகவும், அது பிரச்சாரத்துக்கு உதவுவதாகவும் இருந்தது. ஆனால், அது பாராளுமன்றத்தில் விவாதத்துக்குள்ளாவது அரிதாகவே இருந்தது. அந்த கவன ஈர்ப்புத் தீர்மானத்தை இடதுசாரி பிரிவு நாடாளுமன்ற உறுப்பினர் ஜான் மெக்டொனால்ட் முன்னெடுத்தார்.

இங்கிலாந்திலிருந்து, ஐரோப்பிய பாராளுமன்ற உறுப்பினராக இருந்த சஜ்ஜத் ஹைதர் கரீம், அஃப்சலின் வழக்கை, ஐரோப்பிய பாராளுமன்றத்தின் துணைக் குழுவுக்கு எடுத்துச்சென்றார் என்றும், இவர் பாகிஸ்தான் ஆக்கிரமிப்பு கஷ்மீரிலிருந்து வந்தவர் என்றும் அம்ரித் என்னிடம் கூறினார்.

அஃப்சலின் பிரச்சனைக்கு அதிக ஆதரவு கிடைத்ததில் நான்

மகிழ்ச்சி அடைந்தபோது, ஏராளமான பிரிட்டிஷ் பாராளுமன்ற உறுப்பினர்கள், இந்தியப் பாராளுமன்றத்தைத் தாக்கச் சதிசெய்ததாக மரணதண்டனை விதிக்கப்பட்ட ஒரு கஷ்மீரி சிறைவாசிக்காக ஆர்வம் கொண்டிருந்ததில் நான் உற்சாகம் அடைந்தேன்.

பிரிட்டஷ் மிர்புரி கஷ்மீரிகளின் அழைப்பின்பேரில் நான் பிர்மிங்ஹாம் சென்றபோது, நான் சில பதில்களைக்கண்டேன். நயீம் மாலிக் என்னை பர்மிங்ஹாமுக்கு காரில் அழைத்துச்சென்றார். தெற்கு ஆசிய சகோதர ஆதரவுக் குழுவின் உறுப்பினரான நயீம் பாகிஸ்தானிலிருந்து வந்தவர். அவர் குவண்டனாமோ சிறையிலிருந்து கைதிகளை விடுவிக்க பிரச்சார இயக்கத்தில் செயல்பட்டார். எனது புத்தகத்தின் மீதான அவரது கருத்தை எழுதினார்: “மேற்கில் வாழும் யாரோ சிலருக்காக, முற்றிலும் வேறுபட்ட பகுதியான இந்தியத் துணைக்கண்டதிலிருந்து தொடங்கும் நந்திதா ஹக்சரின் புத்தகத்தை ஒரு அகத்தூண்டுதலாகவும், வேறுவகையில் இருளடைந்த, அடக்கியாளும் உலகத்திலிருந்து நம்பிக்கையின் ஒளிக்கீற்றாகவும் நாங்கள் பார்க்கிறோம்.’

நாங்கள் சந்திக்கவிருந்த சமூகத்தின் ஒரு சிறிய பின்னணியை நயீம் எனக்கு கூறினார். அந்த சமூகம் மிர்புரி/ போதாஹிரி மொழியைப் பேசுகிறது. இடம்பெயர்ந்துவந்த முதல்தலைமுறை மிர்புரிகள் கல்விகற்றவர்கள் அல்ல; அவர்களுக்கு பாகிஸ்தானின் நகர்ப்புறங்களில் வாழ்ந்த அனுபவம் இல்லை, அல்லது மிகவும் குறைவு. மிர்புர் மற்றும் அதையொட்டிய பகுதிகளிலிருந்து இடம்பெயர்தல் இரண்டாம் உலகப்போருக்குப்பிறகு துவங்கியது. இந்தப் பகுதிகள் மற்றும் போதாஹர் பகுதிகளிலிருந்த மக்களில் பெரும்பாலான ஆண்கள் பிரிட்டிஷ் ஆயுதப்படைகளில் வேலைசெய்தார்கள். ஆனால் பெரும்திரளான மக்களின் இடப்பெயர்வு 1960களில் கட்டப்பட்ட மங்களா அணைத்திட்டத்துக்குப்பிறகு, சுற்றியிருந்த விவசாயப்பகுதிகள் நீரில் மூழ்கியதால் நடைபெற்றது. பிரிட்டனில் உள்ள மிர்புரிகள், பாகிஸ்தான் ஆக்கிரமிப்பு கஷ்மீரில் உள்ள தங்கள் குடும்பங்களுடன் இன்றும் தொடர்புகளை வைத்துக் கொண்டிருக்கிறார்கள். அவர்களுக்கு விவசாயத் தொழில்களுக்கும், குடும்பத் தொழில்களுக்கும் உதவ பணம் அனுப்பிவருகிறார்கள். மக்பூல்பட் தனது அரசியல்வாழ்வை 1960இல் அந்த அணைத்திட்டத்தை எதிர்த்த போராட்டத்தில் பங்கேற்றதன்மூலம் துவக்கினார்.

மிர்புரிகள் இங்கிலாந்துக்கு வந்தபிறகு, தொழிற்சங்க அரசியலில் பங்கேற்றார்கள். ஏனெனில் பலர் அந்தநேரத்தில் தொழிற்சாலைகளில்

வேலை செய்தார்கள். அவர்கள் வளம்பெற்றவர்களாக ஆனபோது, கஷ்மீரின் சுயநிர்ணய இயக்கங்களில் அதிகமாக ஈடுபட்டார்கள். அது மக்பூல் பட் திஹார் சிறையில் தூக்கிலிடப்பட்ட நேரத்தோடு ஒத்துப்போனது.

இங்கிலாந்தில் உள்ள பிரிட்டிஷ் — பாகிஸ்தானியர் சமூகத்தில் 90% என்ற அளவுக்கு அமையுமாறு 7,47,000 மிர்புரிகள் அங்கு இருந்தார்கள். கஷ்மீரிகள் என்ற அடையாளத்தைப்பெற, 'கஷ்மீர் தேசிய அடையாள இயக்கம்' *(Kashmir National Identity Campaign)* என்ற அமைப்பை உருவாக்கினார்கள். இப்போது அவர்கள் ஒரு முக்கியமான தொகுதியாக அமைந்தார்கள். 1990இல் இருந்து பிரிட்டன் நெடுகிலும் உள்ளாட்சி மன்றங்களில், கஷ்மீரி உறுப்பினர்களின் எண்ணிக்கை குறிப்பிடத்தக்க வகையில் உயர்ந்து வந்துள்ளது என்பதை நான் அறிந்தேன். அதுபோலவே, அரசியல் கட்சிகளிலும் அவர்களது முக்கியத்துவம் அமைந்தது. மூலகஷ்மீரிகளிலிருந்து இரண்டு பிரபுக்கள் நியமிக்கப்பட்டதும், பிரிட்டிஷ் கஷ்மீரிகள் கட்சிகளின் பாதுகாப்பான தொகுதிகளில் வேட்பாளர்களாக நியமிக்கப்பட்டதும் அவர்களது முக்கியத்துவம் வளர்ந்து வருவதைக் காட்டுகிறது.

அஃப்சல் குரு தூக்கிலிடப்பட்டபிறகு, முஹம்மது மக்பூல் பட், மொஹம்மது அஃப்சல் குரு ஆகிய இருவரின் உடல்களையும், ஒரு முறையான புதைக்கப்படும் சடங்குகளுக்காக அவர்களது உறவினர்களிடம் ஒப்படைக்க வேண்டும் என்று, இந்திய ஜனாதிபதி பிரணாப் முகர்ஜியை கேட்டுக்கொள்ளும் ஒரு மனுவில் கையெழுத்திட 60 பிரிட்டிஷ் மற்றும் ஐரோப்பிய யூனியன் பாராளுமன்ற உறுப்பினர்களை, பிரிட்டிஷ் கஷ்மீரிகளால் சம்மதிக்கவைக்க முடிந்தது. அந்த மனு தூதரக உயர்அதிகாரிகளிடம் பேரா, அஸாமத், பேரா. ஜாஃபர்கான், ஷௌகத் மக்பூல்பட் (தியாகி மக்பூல்பட்டின் மகன்) சித்திக் சுபானி, நஜீப் அஃப்சர் ஆகியோரால் அளிக்கப்பட்டது.

கஷ்மீருக்கான அனைத்துக்கட்சி பாராளுமன்றக்குழுவின் தலைவர் ஆண்ட்ரூ கிரிப்பித் M.P., துணைத்தலைவர் டெப்பி ஆப்ரஹாம்ஸ் M.P., ஜம்மு—கஷ்மீர் சுயநிர்ணய இயக்க (ஐரோப்பிய)தலைவர் ராஜா நஜ்பத்ஹுசேன், பிரிட்டனில் உள்ள JKLF தலைவர் பேரா. அஸ்மத்கான் ஆகியோர் அந்தமனுவின் நகலை பிரிட்டிஷ் பிரதமர் டேவிட் காமரோனிடம் அளித்து, அந்த இரு கஷ்மீரிகளின் உடல்களை திரும்பத்தருவதில் தலையிட கேட்டுக்கொண்டார்கள்.

ஹுசேன் குறைந்தபட்சம் 100 கஷ்மீரின் நண்பர்களை தேர்ந்தெடுக்க உதவுவதாக உறுதியளித்தார் என்று கேள்விப்பட்டேன். எனவே, அஃப்சலுக்கான ஆதரவில் நான் மகிழ்ச்சியடைந்தபோது, அந்த பிரிட்டிஷ் பாராளுமன்ற உறுப்பினர்கள் தங்கள் ப்ராட்போர்டு அல்லது பிர்மிங்ஹாம் தொகுதி மக்களிடம் பேசவில்லை. அவர்களது தொகுதிகள் பாகிஸ்தான் நிர்வகிக்கும் கஷ்மீரிலிருந்து 5383 மைல்கள் தொலைவில் அமைந்திருந்தன.

கஷ்மீர் பிரச்சனைக்கு எப்பொழுதும் அனைத்துலக பரிமாணம் இருந்து கொண்டிருந்தது. வேறுபாடு என்னவென்றால், இந்தமுறை கஷ்மீரிகளே அரசியல் சிக்கல்களுக்கு பொறுப்பானவர்களாக இருந்தார்கள்.

பிரிட்டனில் பிறந்த முஸ்லீம்களால் லண்டனில் குண்டுவெடிப்புக்கள் நடத்தப்பட்ட பிறகு, அதில் 52பேர் கொல்லப்பட்டார்கள். 700பேர் காயமடைந்தார்கள். பிரிட்டிஷ் அரசு தனது உள்நாட்டு மற்றும் வெளிநாட்டுக் கொள்கைகளை மறுசிந்தனைக்குள்ளாக்கியது. 2004இல் உள்துறை மற்றும் அயலுறவுத்துறை அலுவலகங்கள் வெளியிட்ட கூட்டறிக்கையில் 'முஸ்லீம்களும், தீவிரவாதமும்' என்று அவைகள் ஒப்புக்கொண்டன.

> *'முஸ்லீம்களிடையே நம்பிக்கைத் தகர்வுகள் ஒருகுறிப்பிட்ட அளவுக்கு வலுவாகக் காரணம் ....மேற்கத்திய அரசுகளின் (முஸ்லீம் அரசுகளிலும்கூட அடிக்கடி) அயலுறவுக் கொள்கைகளிலுள்ள இரட்டை நிலையால், குறிப்பாக, பிரிட்டன் மற்றும் அமெரிக்காவில்... இந்தப்பார்வை, 9/11க்குப்பின் மிகவும் கூர்மையடைந்துள்ளதாகத் தோன்றுகிறது. பிரிட்டிஷ் கொள்கைகளால் நடத்தப்பட்ட உணர்ச்சியை வெளிப்படுத்தாத 'ஒடுக்குமுறை' உதாரணமாக, கஷ்மீர், ஷெசன்யாவில் செயலின்மை, பயங்கரவாதத்தின் மீதான போரில் தீவிரமான ஒடுக்குதலுக்கு வழியமைத்துவிட்டதாகத் தோன்றுகிறது. இராக்கிலும், ஆஃப்கானிஸ்தானிலும் நடைபெற்றவையெல்லாம், பிரிட்டிஷ் முஸ்லீம்களின் ஒருபகுதியினரால் இஸ்லாத்துக்கு எதிரான நடவடிக்கைகளாகப் பார்க்கப்பட்டன.'[17]*

பர்மிங்ஹாமில் இருந்தபோதும் என்னை பல்வேறு தலைமைகளை சந்திக்க அழைத்துச்சென்றார். பெயர்ப்பலகைகள் உருதுவில் இருந்தன. அந்த வங்கி இஸ்லாமியக் கொள்கைகளின்படி

நடைபெறுகிறது என அறிவித்தது. வீடுகளின் உட்பகுதிகள் நான் 1960களுக்குப் பின்கொண்டு செல்லப்பட்டுவிட்டோமோ? என்று உணரும் அளவுக்கு அங்குள்ள மரச்சாமான்கள் பெரியனவாகவும், கனமானவைகளாகவும் இருந்தன. பட்டர்ஃப்ளை கேக்குகள் தோற்றத்திலும், சுவையிலும் அவை ஏதாவது ஸ்ரீநகர் அடுமனையில் புதிதாகத் தயாரிக்கப்பட்டவை போல இருந்தன.

ஒரு பத்திரிகையாளர், எனது புத்தகத்தின் மீதான, அவரது இரண்டு பகுதிகள் கொண்ட நீண்டவிமர்சனம் வெளியான உள்ளூர் உருது பத்திரிக்கையின் பிரதிகளை என்னிடம் கொடுத்தார். மூன்றாம் பகுதி ISIயிடமிருந்துவந்த ஆட்சேபணையால் வெளிவரவில்லை என்றும் கூறினார். ISI எனது புத்தகத்தை ஏன் ஆட்சேபிக்கிறது? என்று கேட்டபோது, அவர் பதிலளித்தார்: 'அந்த விமர்சனத்தை படியுங்கள் நீங்கள் புரிந்துகொள்வீர்கள்.' நான் அந்தப்பத்திரிகைகளை இடம் மாற்றி வைத்துவிட்டதால் அதைப்படிக்கவில்லை.

பாகிஸ்தான் நிர்வாக கஷ்மீரில் அரசியல் இயக்கங்களின்மீது கடுமையான கட்டுப்பாட்டை ISI கொண்டிருந்தது. மனித உரிமைகள் கண்காணிப்பு அமைப்பு[18] பாக். நிர்வகித்த கஷ்மீரில் கருத்து சுதந்திரத்தின் நிலை பற்றிய ஓர் அறிக்கையை ஆவணப்படுத்தியிருந்தது: 'பாகிஸ்தான் அரசு, ஆஸாத் கஷ்மீரிலிருந்து செய்திகளைப் பெறுவதற்கு, குறைவான ஏற்பாடுகளையே கொண்டிருந்தது. அங்கு உள்ளூரில் அமைந்த செய்தி அமைப்பு ஏதுமில்லை. ஆஸாத் கஷ்மீரில் ஓரேஒரு நாளிதழ் மட்டுமே இருந்தது. எனவே, மக்கள் செய்திகளுக்கும், தகவல்களுக்கும் பாகிஸ்தான் நாளேடுகளின் உள்ளூர் பதிப்புக்களையே சார்ந்திருந்தார்கள்.'

பாகிஸ்தானில் தடைசெய்யப்பட்ட புத்தகங்களில், தன்னை கஷ்மீரி தேசியவாதி என அறிவித்துக்கொண்டவரும், ஆஸாத் கஷ்மீரின் சமூகநலம் மற்றும் பெண்கள் வளர்ச்சித்துறை அமைச்சகத்தின் அலுவலருமான முஹம்மது சயீத் ஆஸாத்தின் புத்தகங்களும் இருந்தன. 2002இல் அவர் மங்களா அணை பற்றி எழுதிய ஒரு புத்தகத்துக்காக தற்காலிக பணிநீக்கம் செய்யப்பட்டார். 'அது கஷ்மீரில் துவங்கும் நீர் ஆதாரங்களின் மீதான பாகிஸ்தானின் உரிமையை கேள்விக்குள்ளாக்கியது. பாகிஸ்தான் அவரது மூன்று புத்தகங்களை அரசுக்கு எதிரானது என்றும், கஷ்மீரிகளிடம் தேசிய உணர்வை ஊட்டுகிறது என்றும் கூறி தடைசெய்தது.'

தடைசெய்யப்பட்ட அவரது புத்தகங்களில் ஒன்றான *'Shaur-e-Farda'*, மக்பூல் பட் இருபது ஆண்டுகளாக தனது நண்பர்களுக்கும், உறவினர்களுக்கும் எழுதிய கடிதங்களைக் கொண்டது.

பாகிஸ்தான் நிர்வகித்த கஷ்மீரிலிருந்து அரசுப்பணியில், நீதித்துறை உட்பட, 'கஷ்மீரை பாகிஸ்தானுடன் இணைப்பது என்ற கருத்துக்கு விசுவாசம் தெரிவிக்காதவரையிலும்', ஒருவரைக்கூட நியமிக்கவில்லை என்பதை மனித உரிமைகள் கண்காணிப்பு உற்று நோக்கியது. சட்டமன்றம் அல்லது 'ஆஸாத் கஷ்மீர் குழுவுக்கான ஜனாதிபதி, பிரதமர், சபாநாயகர், சட்டமன்ற உறுப்பினர் களின் பதவியேற்பு உறுதிமொழியில், 'நான் இந்த நாட்டுக்கும், ஜம்மு—கஷ்மீர் மாநிலத்தை பாகிஸ்தானுடன் இணைக்கும் இலட்சியத்துக்கும் விசுவாசமுள்ளவனாக இருப்பேன்' என்பதை உள்ளடக்கியிருந்தது.

இந்தப் பிரச்சனைகளை விவாதிக்க விரும்பினேன். ஆனால், நான் இந்தியராக இருப்பதால் சந்தேகிக்கப்படுவேன் என்பதையும் அறிந்திருந்தேன். எனவே, கவனிப்பதும், கற்றுக்கொள்வதும் புத்திசாலித்தனமானது என்று நினைத்தேன்.

அது ரம்ஜான் மாதம். பெரும்பாலான தலைவர்கள் அண்மைக் காலத்தில் விரதம் கடைபிடித்து வருகிறார்கள் என்று நயீம் கூறினார். அவர்கள் தொழிற்சங்க இயக்கத்தில் இருந்தபோது இந்த விதியை எப்போதும் கடைபிடித்ததில்லை. அவரது வீட்டில் அவரது ஆங்கிலேய மனைவி எனக்கு பிரியாணி பரிமாறினார்.

அடுத்தநாள், புதிதாக திறக்கப்பட்ட உணவகத்துக்கு நான் முழுக்க முழுக்க சுவையான இப்தாருக்கு அழைக்கப்பட்டேன். அதுதான் நான் பேசவிருந்த கூட்டத்தின் அரங்கமாகவும் இருந்தது. பார்வையாளர்களாக அமர்ந்திருந்த பெரும்பாலானோர், கஷ்மீரிகளுக்கான சகோதர ஆதரவாக, இந்தியர்கள் இயக்கம் நடத்துவதாக கேட்பதில் மகிழ்ச்சி அடைந்தார்கள். அதைத்தான் ஒருவேளை ISI துல்லியமாக விரும்பவில்லையோ, என்னவோ?

அந்த இயக்கம் அஃப்சலை தூக்குமேடையிலிருந்து காப்பாற்ற உதவும் என்ற நம்பிக்கையோடு நான் இந்தியாவுக்குத் திரும்பிவந்தேன்.

தீவிர இஸ்லாத்தின் வளர்ச்சியும், அதன் சில பிரிவுகள் மேற்குடன் கொண்டிருந்த கூட்டணியும், அரசியல் சூழ்நிலைகளை சிக்கலாக்கின. மேலும், சம்பத் இன்னும் CPI(M) பற்றியும், கஷ்மீரியத் பற்றியும் பேசிக்கொண்டிருந்தார். ஒரு கஷ்மீர் பத்திரிக்கையாளராக

தாரிக்மீர் கேட்டார்: 'அணிதிரட்டப்படாத சிஃபி இஸ்லாம் நம்பிக்கையாளர்கள், அந்நிய கலாச்சார நடவடிக்கைகளை செயற்கைக்கோள் தொலைக்காட்சி, சுதந்திர ஊடகம் மற்றும் பயணங்கள் நிறைந்த உலகத்தில், எவ்வாறு எதிர்த்துப் போராட முடியும்?'[19]

நான் இந்தக் கேள்வியை சம்பத் பிரகாஷ் முன் வைத்தேன். இந்த மக்களை அவர் எவ்வாறு அணிதிரட்டப்போகிறார்? அவர்கள் எவ்வாறு வளர்ந்துவரும் இஸ்லாமிய அமைப்புக்களோடு போராடப்போகிறார்கள்? 'கஷ்மீரி தேசியத்தன்மைக்கு தன்னை ஒப்புக்கொடுத்துவிட்ட ஒரு அமைப்பினால்தான் அது முடியும்' என்று அவர் அழுத்தமாகக் கூறினார்.

தொழிற்சங்க இயக்கத்தில் ஆண்களை ஒருங்கிணைத்தது கஷ்மீரி தேசியம்தான் என்று சம்பத் உணர்ந்தார். எனது கலந்துரையாடல்களின்போது, அவர் நீண்டகாலமாக எனக்குள் இருந்த ஒரு கேள்வியை அவர்களிடம் கேட்டார்: 'எந்தவொரு தீவிரவாத இயக்கமாவது தொழிற்சங்க கூட்டமைப்பு இந்திய அரசியல் கட்சிகளோடும், இந்திய தொழிற்சங்க அமைப்புக்களோடும் சேர்வதையோ, இணைவதையோ ஆட்சேபித்திருக்கிறதா?' எல்லாவற்றுக்கும் மேலாக, அவர்கள் ஹிந்த் மஸ்தூர் கிஸான் சபாவுடன் இணைந்து கொள்வதற்கு முன்னதாக CPI(M) உடன் இணைந்திருந்தார்கள்.

இந்தக்கேள்வி எப்போதும் எழவில்லை என்றார் சம்பத் பிரகாஷ். தீவிரவாத அமைப்புக்கள் அப்போது ஆட்சேபித்திருந்தால், அவர்கள் தங்கள் போராட்டங்களை தொடர்வது சாத்தியமில்லை என்று சம்பத் ஒப்புக்கொண்டார். எந்தவொரு கஷ்மீர் தீவிரவாத அமைப்பும் தொழிற்சங்கம் மத்திய அரசு ஊழியர்களுக்கு இணையான ஊதியம் கேட்டதையோ, அகில இந்திய தொழிற்சங்கங்களோடு இணைந்ததையோ எதிர்த்து எந்தவொரு ஆட்சேபணையையும் எழுப்பவில்லை.

இதன்காரணமாகத்தான் அடுத்தமுறைவந்த ஊதியக்குழுவின் பயன்களை நடைமுறைப்படுத்துவதற்கும், தொடர்ந்து ஊழியர்களின் வாழ்நிலையை உயர்த்துவதற்கும் போராட முடிந்தது.

இந்தக்கேள்வியை எப்போதும் எழுப்பிய ஒருவர் அப்துல் ரெஹ்மான் கீலானி என்றார் சம்பத். அவர் 2006இல் புதிய தொழிற்சங்கத்தில், தொழிற்சங்கத் தலைவர்கள் சேரவேண்டாம்

என சம்மதிக்கவைக்க முயன்றார். ஏனெனில் அது அவர்கள் தொழிற்சங்க இயக்கத்தை இந்திய தொழிற்சங்க இயக்கத்தோடு இணைத்துவிடும் என்றார்.[20] இதை அவர் என்னிடம் கூறிய போது, நான் எனது வியப்பை சிறிதாக தெரிவித்தேன். ஏனென்றால், கீலானியின் சகோதரர்களில் ஒருவர் ஒரு முப்தி. அகில இந்திய முஸ்லீம் தனிச் சட்டக்கழகத்தில் உறுப்பினராக இருந்தார். ‘அது ஒரு இந்திய நிறுவனம் இல்லையா?’

நானும்கூட கீலானியோடு சில வேறுபாடுகளைக் கொண்டிருந்தேன். ஏனென்றால், ‘அஃப்சல் குருவைப் பாதுகாப்போம்’ இயக்கத்தை ஒரு இந்திய எதிர்ப்பு இயக்கமாக நடத்தவேண்டும் என அவர் விரும்பினார் இருந்த போதிலும் அவரது விடுதலைக்கான இயக்கத்தை இந்தியதேசியம் என்ற மொழியில் உறுதிப்படுத்தியதால்தான் அவர் விடுதலை செய்யப்பட்டார் என்று நான் வாதிட்டேன். நான் அப்போது முன்னெடுத்த முழக்கம், ‘பாதுகாப்போம் கீலானியை; பாதுகாப்போம் இந்திய ஜனநாயகத்தை’ என்பது தான். அது உண்மைதான் என்று நான் நம்பினேன்.

ஏனென்றால், ஊழல் பேர்வழிகளான சிறப்புப்பிரிவு காவல்துறை அதிகாரிகளைப் பாதுகாக்க, அவர்கள் கஷ்மீரி முஸ்லீம்களை, இந்திய ஜனநாயக நிறுவனங்களை, ஊடகங்களை, நீதிமன்றங்களை, ஒட்டுமொத்த நீதிஅமைப்பை சீர்குலைப்பவர்கள் என்று சுட்டிக் காட்ட முயன்றார்கள்.

எனது பயணத்தில் உதவிய மையக்குழுவினரான மாணவர்கள், இளம் செயல்வீரர்களிடையே, நான் கீலானிக்காக உருவாக்கிய இளம் உறுப்பினர்களின் பாதுகாப்புக் குழுவிலும்கூட, இந்திய தேசியத்துக்கான உணர்வு இருக்கவில்லை. அவர்கள் இதை மனித உரிமைகள், நியாயமான விசாரணை, வாழ்வதற்கான உரிமை, தன்னுரிமைப் பிரச்சனையாகவே பார்த்தார்கள். ஆனால் நானோ, ‘இந்தியன்’ என்ற அழுத்தத்தோடு, இந்திய ஜனநாயகத்தை பாதுகாக் கும் ஒரு போராட்டமாக கருதினேன். எனக்கு அது ஒரு செயல்உத்தி சார்ந்த பிரச்சனை மட்டுமல்ல; ஏனென்றால் நாங்கள் பா.ஜ.க.வின் இந்து தேசியத்துடன் போராடிக்கொண்டிருந்தோம்.அதுமட்டுமல்ல, எனது நாட்டின்மீது ஒரு பெருமைமிக்க உணர்வையும் நான் உணர்ந்தேன். அதுதவிர, மனித உரிமைகள் கருத்தாடலும் அமெரிக்க வெளியுறவுக்கொள்கையின் உருவமாக பயன்படுத்தப்பட்டது. அது பயங்கரவாதத்தின் மீதான போரில் நிகழ்த்திய அநீதிகளை அம்பலப்படுத்துவதில்,

வரம்புக்குட்பட்ட அளவிலேயே பயன்படுத்தப்பட்டது. ஆனால், சம்பத் பிரகாஷின்முன் இருந்த சவால், தீவிரவாத இஸ்லாம் அல்ல; தீவிரவாத இந்துயிஸத்தின் எழுச்சிதான்.

2008இல், சம்பத் பிரகாஷ் தனது வாழ்நாளிலேயே மிகவும் கடினமான சவாலைச் சந்திக்கவேண்டியிருந்தது. அப்போது அவர் இந்துத்வா மற்றும் இஸ்லாமிய அடிப்படைவாத சக்திகளுக்கிடையே அகப்பட்டுக்கொண்டார்.

அந்த ஆண்டில்தான், ஜம்முவும், கஷ்மீரும் மிகக்கடுமையான மதவாத, தேசியவாத மோதல்களைச் சந்தித்தன. ஆனால், இந்தமுறை கஷ்மீர் பள்ளத்தாக்கிலுள்ள இந்து புனிதத்தலத்தை நிர்வகிப்பதைப்பற்றி அந்த மோதல் நடந்தது. அமர்நாத் குகைக்கு ஆண்டுதோறும் நடைபெறும் புனிதயாத்திரை மீதான கருத்துவேறுபாடு என்ற வடிவத்தில் அந்த சவால் வந்தது. அமர்நாத் குகை ஸ்ரீநகரிலிருந்து 141 கி.மீ.தொலைவில், 3,888மீட்டர் உயரத்தில் (12,756 அடி) அமைந்துள்ளது. அந்த குகை பனிமூடிய மலைகளால் சூழப்பட்டது. அது ஆண்டு முழுவதும், கோடைக்காலம் என்ற குறுகியகாலம்தவிர, பனியால் மூடப்பட்டிருக்கும். கோடைக்காலத்தில் மட்டும் அது புனிதயாத்திரைக்காகத் திறக்கப்படும். அந்த கருத்துவேறுபாடு எழுவதற்குமுன், அது ஒரு மாதத்துக்கு ஜூலையில் திறந்துவிடப்படும். ஆனால் பின்வந்த ஆண்டுகளில், அது ஜூன் முடிவிலிருந்து ஆகஸ்ட் முடிய இரண்டு மாதங்களாக நீட்டிக்கப்பட்டது.

அந்தப் புனிதயாத்திரை சாதுக்களையும், எப்போதாவது புதுமையான அனுபவங்களைப்பெற வரும் துணிச்சல்மிக்க சுற்றுலாப்பயணிகளையும் கொண்டதாக தனது குழந்தைப்பருவத்தில் இருந்ததை சம்பத் நினைவுகூர்ந்தார். அந்த நாட்களில் அது அமர்நாத் யாத்திரை என்று அழைக்கப்படாமல், ‘சபரி முபாரஹ்’ என்றுதான் அழைக்கப்பட்டது. மிக அண்மைக்காலத்தில்தான் அந்தப்பெயர் சமஸ்கிருத மயமாக்கப்பட்டது. சபரி என்பது சிவபெருமானின் காவிக்கயிற்றால் கட்டப்பட்ட வெள்ளிமுத்திரைக்கோலின் பெயராகும். அந்த முத்திரைக்கோல் ஸ்ரீநகரில் உள்ள தஷ்ணமி அக்ரஹாரத்திலிருந்து பாஹல்காமுக்கும், பின் அங்கிருந்து அமர்நாத் குகைக்கும் மகந்த் ஏந்திச்செல்வார். மாநில அரசு புனித யாத்திரைக்கான ஏற்பாடுகளை செய்துவந்தது. அந்த யாத்திரை கஷ்மீர் பள்ளத்தாக்கின் கலாசார வாழ்வில் வழக்கமான ஒரு பகுதியாக விளங்கியது.

130 அடி உயரகுகைக்குள் ஆண்டுதோறும் குகைத்தரையின் குத்தூசிப்பாறை வடிவங்கள் ஒவ்வொரு ஆண்டும் உருவாகும்போது, குகையின் கூரையிலிருந்து தண்ணீர்த்துளிகள் விழும்; மீண்டும் உறைந்துவிடும்; பனிக்கட்டியாகும் தண்ணீர் துளிகள் செங்குத்தான கோணத்தில் மேல்நோக்கி வளரும். இந்துக்கள் இதை 'சிவலிங்கம்' என்று கருதுகிறார்கள். ஆண்டுதோறும் நடைபெறும் புனித யாத்திரையின் முக்கிய நோக்கமே இந்த பனிவடிவப்பாறை அல்லது சிவலிங்கத்தை வழிபடுவதுதான்.

சம்பத்துக்கு 'சபரி முபாரஹ்' கஷ்மீரியத்தின் முழுநிறைவான எடுத்துக்காட்டாக இருந்தது. அந்த குகை புடா மாலிக்கால் எவ்வாறு கண்டுபிடிக்கப்பட்டது என்ற கதையைக்கேட்டு வளர்ந்தவர் சம்பத். அந்த பழங்கதையின்படி, அந்த ஆடுமேய்ப்பவர் மலைகளைச் சுற்றித் திரிந்துகொண்டிருந்தபோது, அவர் ஒரு சாதுவை எதிர்கொண்டார். அந்த சாது ஒரு கரிமூட்டையை அவரிடம் கொடுத்தார். அவர் வீட்டுக்கு வந்தபோது, அந்தக்கரி விலைமதிக்க முடியாத உலோகமாக மாறியிருந்தது. உற்சாகமும், நன்றியுணர்வும்கொண்ட மாலிக், அந்த சாதுவுக்கு நன்றி தெரிவிக்க அந்த இடத்துக்கு விரைந்துசென்றார். அவரால் அந்த முனிவரை கண்டுபிடிக்க முடியவில்லை. ஆனால், அதற்குப்பதிலாக, இந்தக் குகையைக் கண்டுபிடித்தார். இது தோக்ரா ஆட்சியில் நடைபெற்றது.

தோக்ரா அரசர் இந்த கண்டுபிடிப்பில் மிகவும் மகிழ்ச்சி அடைந்தார். அதனால், மாலிக்கை அவர் கௌரவித்தார். புனித யாத்திரைகளின்போது மஹந்த்துகள், பூசாரிகளோடு, மாலிக்கின் வம்சாவழியின் பிரதிநிதி ஒருவரும் எப்போதும் அந்த குகையில் இருக்கவேண்டும் என்று உத்தரவிட்டார். அந்த குடும்பத்துக்கு சில பண்ணைநிலங்களை பாஹல்காமில் அளித்ததோடு, அதற்கு நிலவரியிலிருந்து விலக்கும் அளித்தார். அதன் ஒருபகுதி அந்த இனக்குழுவுக்கு எப்போதும் சென்றது. சம்பத் பிரகாஷ் இதை 1970லிருந்து போனிவாலா ஒன்றியத்தில் தலைவராக இருந்துவரும் பர்கூட் கிராமத்தின் ரம்ஜான் மாலிக்கிடம் இருந்து கேட்டறிந்தார். அவர் மாலிக் குடும்பத்தை சேர்ந்தவர்.

பலநேரங்களில், அங்கு மழைபெய்யும் அல்லது பனிகொட்டும். அதனால் பக்தர்கள் நனைந்துவிடுவார்கள். அப்போது அங்குள்ள உள்ளூர் முஸ்லீம்கள் அந்த பக்தர்களை தங்கள் வீடுகளுக்கு அழைத்துச்சென்று அவர்களை வெம்மையாகத் தங்கவைப்பார்கள். அவர்களுக்குச் சூடான தேநீரை அளிப்பார்கள் என்று சம்பத் கூறினார்.

அமர்நாத் குகை பழங்காலத்திலிருந்தே இருந்துவருவதாகவும், அது ஆழமான கஷ்மீரி நாட்டுப்புறக்கதைகளில் வளமாக பதிவு செய்யப்பட்டுள்ளது என்றும் பனூன் கஷ்மீர்காரர்கள் கூறுவதை நான் சம்பத்துக்கு சுட்டிக்காட்டினேன். பல நூற்றாண்டுகளாக பக்தர்கள் நாடுமுழுவதிலுமிருந்து வந்துகொண்டிருக்கிறார்கள் என்றும், அது எந்தவகையிலும் அண்மையில் தோன்றியதல்ல என்றும், சம்பத்துக்கு கஷ்மீரியத்தின் சாட்சியம் என்று தோன்றுவதுமல்ல என்றும் அவர்கள் கூறுகிறார்கள்.[21]

எது எப்படியோ, அந்த குகையோடு ஆடுமேய்ப்பவருக்கு இருந்த தொடர்பு, 2000த்தில் அரசு ஒரு சட்டத்தை பிறப்பித்ததுடன் முடிவுக்கு வந்தது. அரசு அந்தச் சட்டத்தின் மூலம் அமர்நாத் யத்திரையை மேற்பார்வையிட ஒரு துறையை ஏற்படுத்தியது. அதன்விளைவாக, மாலிக்குகளுக்கு தோக்ராக்கள் அளித்த உரிமைகள் திரும்பப்பெறப்பட்டன. இந்த முடிவு 1996இல் ஏற்பட்ட துயர சம்பவத்தின் காரணமாக எடுக்கப்பட்டது. அந்த ஆண்டில், மிகக்கடுமையான பனிச்சரிவில் 200க்கும் மேற்பட்ட யாத்திரிகர்கள் வழியில், கடும்குளிராலும், தங்குவதற்கு போதுமான ஏற்பாடுகள் இல்லாததாலும் இறந்தார்கள். 1996இல் மாநில அரசு ஒருகுறிப்பில். '...அந்த புனிதத் தலத்துக்கு செல்லும்வழியில், தட்ப வெப்பநிலை மிகமோசமாக மாறும்நிலையை எதிர்கொள்ள போதுமான, வலுவான கட்டுமானங்களை கட்டவேண்டியது தேவையாக உள்ளது' என்று தெரிவித்தது. அந்த புனிதத் தலத்துக்குச் செல்லும் புனிதப் பயணத்தை எளிமைப்படுத்துவதற்கான ஏற்பாடுகளை நிறுவனமயப்படுத்த, 'மாநில சட்டமன்றத்தில். 'ஜம்மு மற்றும் கஷ்மீர் ஸ்ரீஅமர்நாத் புனிததலச் சட்டம் 2000'ஐ நிறைவேற்றியது.

2004 அக்டோபரில் ஸ்ரீஅமர்நாத்ஜி புனிதத்தல வாரியத்தின் *(Sri Amarnaathji Shrine Board -(SASB)* தலைமை செயல் அலுவலர், அந்த புனிதத்தலத்துக்கு செல்லும் வழியில் தங்குமிடங்களைக்கட்ட 3,642 கனால் நிலங்களை மாற்றித்தருமாறு கேட்டுக்கொண்டார். 2005 மார்ச்சில் வனத்துறை, வன நிலங்களை புனிதத்தல வாரியம் பயன்படுத்திக்கொள்ள அனுமதி அளித்தது. 2008 ஜூன் 3 அன்று ராஜ்பவனின் பேச்சாளர் ஒருவர், அந்த நிலங்கள் SASBக்கு மாற்றப்பட்டது என்ற ஒரு பொது அறிவிப்பை வெளியிட்டார். சில நாட்களுக்குப்பிறகு புனித யாத்திரை தொடங்கியது. ஆளுநரின் செயலாளர் அருண்குமார் ஒரு செய்தியாளர் கூட்டத்தில் அந்த நிலமாற்றம் நிரந்தரமானது என்று அறிவித்தார்.

சையத் அலி ஷா கீலானி, மிர்வாய்ஸ் உமர்ஃபாரூக் தலைமையிலான ஹுரியத் பிரிவுகள் அந்த ஒப்பந்தத்தைத் திரும்பப் பெறுமாறு கூட்டறிக்கை வெளியிட்டன. இதற்கிடையே. 50,000க்கும் மேற்பட்ட யாத்திரீகர்கள் அந்தக் குகைக்குச் சென்றார்கள் என்ற சாதனையோடு பயணம் தொடர்ந்தது. 2008 ஜூனில் பா.ஜ.க. தலைவர் L.K. அத்வானி அமர்நாத் குகைக்குச் சென்றார். அதேமாதத்தில் செய்தியாளர் கூட்டத்தில், பா.ஜ.க.வின் மாநிலத்தலைவர் அசோக் கஜூரியா அந்த நில ஒதுக்கீடு திரும்பப்பெறப்பட்டால், கஷ்மீர் பள்ளத்தாக்குக்கு பொருளாதார தடைகள் விதிப்போம் என்று மிரட்டினார். 2008 ஜூன் 23 அன்று பள்ளத்தாக்கில் நில ஒதுக்கீட்டை எதிர்த்து போராட்டங்கள் வெடித்தன. மத்திய ரிசர்வ் போலீஸ் படை ஸ்ரீநகரில் உள்ள நௌகட்டாவில் காயமடைந்தார்கள். 2008 ஜூன் 25 அன்று N.S.வோரா ஆளுநராக பொறுப்பேற்றார். முதலாமைச்சர் குலாம் நபி ஆஸாத் ஒரு செய்தியாளர் கூட்டத்தில், PDP அமைப்பின் முஸாஃபர் ஹுஸேன்பெய்க் மற்றும் காஜி அப்பாஸ் ஆகியோர்தான் நிலப்பரிமாற்றத்துக்கு காரணம் என்று குற்றம் சாட்டினார்.[22] போராட்டம் தொடர்ந்தது. பள்ளத்தாக்கெங்கிலும் நடந்த போராட்டங்களில் மேலும் இருவர் கொல்லப்பட்டார்கள். 200பேர் காயமடைந்தார்கள்.

இந்த பதட்டம் மற்றும் திடீர் சூழலில், இந்து ஆன்மீககுரு ஸ்ரீஸ்ரீ ரவிசங்கர் அந்த புனிதத்தல வாரியத்துக்கு மாற்றப்பட்ட 800 கனால் நிலங்கள் போதுமானவை அல்ல என்று குறிப்பிட்டார். சிவசேனா தலைவர் ஷாம்லால் லாங்க் நிலமாற்ற உத்தரவு திரும்பப்பெறப்பட்டால், தாங்கள் ஸ்ரீநகருக்கான தேசிய நெடுஞ் சாலையையும், அத்தியாவசியப் பொருள்களையும் தடுக்கப் போவதாக ஒரு செய்தியாளர் கூட்டத்தில் அறிவித்தார்.

2008 ஜூன் 29 அன்று, அந்த புனிதத்தல வாரியம் அந்த நிலத்தின் மீதான கோரிக்கையை சரண்செய்தது. மாநில அரசும் யாத்திரை ஏற்பாடுகளை எடுத்துக்கொள்ள ஒப்புக்கொண்டது. உடனடியாக, ஜம்மு வெடித்தது. பா.ஜ.க., சிவசேனா, வி.ஹெச்.பி., பஜ்ரங்தள் தொண்டர்கள் ஜம்மு—கான்பூர் நெடுஞ்சாலையை அடைத்தார்கள். பா.ஜ.க.வும், வி.ஹெச்.பி.யும் ஜூலை 3 அன்று பாரத் பந்த்க்கு அழைப்புவிடுத்தன. 'அமர்நாத் யாத்திரை இல்லையென்றால், ஹஜ் யாத்திரையும் இனி இல்லை' என்று வி.ஹெச்.பி.யின் பொதுச்செயலாளர் பிரவின் தொகாடியா புதுடெல்லியில் அறிவித்தார்.[23] மேலும் வி.ஹெச்.பி. இந்தியா

முழுவதும் கஷ்மீர் பொருள்களைப் புறக்கணிக்க வேண்டும் என்றும் அழைப்பு விடுத்தது. 'கஷ்மீரி கைவினைப்பொருள்கள், தரைவிரிப்புக்கள், குர்தாக்கள், துண்டுகள், சால்வைகள், கஷ்மீரி குங்குமம், கஷ்மீரி பழவகைகள் போன்றவைகளை மக்கள் வாங்கக்கூடாது' என்று தொகாடியா அறிவித்தார்.[24] பெட்ரோல் டேங்கர்கள் சங்கத்தலைவர் ஆனந்த் சர்மா பெட்ரோலியப் பொருள்கள் கஷ்மீருக்கு அனுப்பப்படுவது நிறுத்தப்படும் என்று அறிவித்தார்.

லீலா கரணை அமைப்பாளராகக் கொண்ட ஸ்ரீ அமர்நாத் சங்கர்ஷ் சமிதி (*SASS*) அமைக்கப்பட்டது. ஜம்முவின் தெருக்கள் 'ஜம்ஜம் போலோ' என்ற கூச்சலை எதிரொலித்தன.

இந்த வாரங்களிலெல்லாம், சம்பத் பிரகாஷ் ஜம்முவில் நடந்து வரும் நிகழ்ச்சிகளை வளர்ந்துவரும் விரக்தியோடும், எதுவும் செய்யமுடியாமலும் கவனித்துக்கொண்டிருந்தார். கஷ்மீரி பண்டிதர்கள்—குறிப்பாக, பனூன் கஷ்மீரி ஆதரவாளர்கள் இந்தப் போராட்டங்களில் மும்முரமாக ஈடுபட்டார்கள். அதற்கான நியாயத்தையும் அவர்கள் கூறினார்கள். ஒவ்வொரு கஷ்மீரி பண்டிதரும் இந்தப் போராட்டத்தில் பங்கேற்க வேண்டும் என்று வேண்டுகோள் விடுத்தார்கள். அவர்கள் சம்பத் பிரகாஷுக்கும், அவரது தோழர்களுக்கும் சிறப்பு அழைப்புவிடுத்து ஒத்துழைக்குமாறு கேட்டுக்கொண்டார்கள். *JKLF*-உடன் சேர்ந்துகொண்டு ஜம்மு தேசியவாதிகளின் உணர்வுகளை புண்படுத்தியதற்காக சம்பத் பிரகாஷ் வெளிப்படையாக மன்னிப்பு கேட்கவேண்டும் என்றும் அவர்கள் கோரினார்கள்.[25] அவர் வீட்டின்மீது கல்லெறிவதாகவும்கூட அவர்கள் மிரட்டினார்கள்.

பனூன் கஷ்மீரி ஆதரவாளர்கள் இந்த மிரட்டலை விடுத்தபோது, அரசு ஊழியர்கள் பாதுகாப்பாக நின்று அவர்களை சந்திக்கத் துயாரானார்கள். இந்துப்போராட்டத்தில் எந்தவொரு சார்புநிலையையும் எடுக்க தொழிற்சங்கம் மறுத்துவிட்டது. அது, ஜம்மு மற்றும் கஷ்மீர் இளைஞர்களிடையே ஒரு பிளவைத் தவிர்க்க, சம்பத் டெங்குக்கு தொலைபேசியில், அவரது குண்டர்கள் வீட்டைத்தாக்க முயற்சித்தால், அது, அவரது மகளையும், மருமகனையும்தான் என்று எச்சரித்தார். அந்தவீடு, சம்பத்தின் மகன் ரவீந்தருக்கு உரியது. இது அந்த பனூன் கஷ்மீரிகள் மீது ஓரளவு தாக்கத்தை ஏற்படுத்தியிருக்கக்கூடும்.

தேசிய மாநாடு, PDP, காங்கிரஸ் போன்ற இந்தியாவுக்கு ஆதரவான கட்சிகளில் இணைந்திருந்த கஷ்மீரி பண்டிதர்களும்கூட மதவெறிப் பேச்சுக்களைப் பேசும் கட்சித்தலைவர்களைக் கண்டித்து அந்தந்தக் கட்சிகளிலிருந்து விலகிக்கொள்ளுமாறு தொழிற்சங்க அமைப்பு எச்சரித்தது.

அமர்நாத் புண்ணியத்தல கருத்துவேறுபாடு வெடித்தபோது, யாசின் மாலிக் பாகிஸ்தானில் இருந்தார். அவர் திரும்பிவந்து, புனிதத்தலவாரியம் அந்த நிலத்தை திருப்பியளிக்கும்வரை, உண்ணாவிரதப் போராட்டத்தில் அமரப்போவதாக உடனடியாக அறிவித்தார். சம்பத் பிரகாஷ் தனக்கு ஆதரவளிப்பார் என்று யாசின் எதிர்பார்த்தார். சம்பத் இன்னும் JKLF-ன் உறுப்பினராகத்தான் இருந்தார். ஆனாலும், 'ஷ்ரைன் போர்டு தார் தோ,' — 'புனிதத் தல வாரியத்தைக் கலை' என்ற முழக்கத்தை சம்பத் எதிரொலிக்கவில்லை. இதனால், யாசின் அதிர்ச்சியடைந்தார். அவர் சம்பத்தை தொலைபேசியில் தொடர்புகொண்டபோது, அந்த பள்ளத்தாக்குக்கு மிக அப்பாலும் அந்தப்பிரச்சனை எத்தகைய பரிமாணத்தைக் கொண்டிருக்கிறது என்பதை அவர் புரிந்துகொள்ளவில்லை. ஜம்முவின் இந்து—முஸ்லீம்களின் நியாயமான கவலைகளை, அந்தப்போராட்டம் எந்த அளவுக்கு பிரதிபலிக்கிறது என்பதை அவர் உணரவில்லை. அதாவது கஷ்மீர் தனது காலனியாக ஜம்முவை நடத்துகிறது என்பதை.

இந்தியா, பாகிஸ்தான் ஆகிய இரண்டின் உளவுத்துறைகளும், கொந்தளிப்பான இந்தச் சூழ்நிலையைத் தங்களுக்கு ஆதரவாகப் பயன்படுத்திக் கொள்ள முயற்சிப்பதை சம்பத் கண்டார். ISI தன்னை முஸ்லீம்களுக்கு எதிரானதாகக் காட்டிக்கொள்ள விரும்பியது. அப்போது இந்திய உளவுத்துறை அமைப்புக்கள் ஜம்முவின் முஸ்லீம்கள், கஷ்மீரின் முஸ்லீம்களை ஆதரிக்கவில்லை என்றுகாட்டி, பிரிவினைவாதத் தலைவர்களை தனிமைப்படுத்த விரும்பியது. சம்பத் வட்டார அல்லது மதவாத அரசியலில் தானும் ஒரு பகுதியாக இருக்க விரும்பவில்லை. தனது வாழ்நாள் முழுவதும் சமுதாயங்களுக்கு இடையே, வட்டாரங்களுக்கு இடையே ஒரு நல்லுறவுப் பாலம் கட்ட முயன்றவர். அழிவுவேலைகளைத் தடுக்கும் ஆற்றல் அவருக்கு இல்லாவிட்டாலும்கூட, அதற்கு சிறிதளவும்கூட அவர் உதவ மாட்டார்.

அதுதவிர, அந்தப்பகுதி மக்களின் மிகவும் உண்மையான, நியாயமான கவலைகளையும்கூட ஜம்மு போராட்டம் பிரதிபலித்தது.

ஜம்மு மிகவும் பெரியபகுதி; ஆனால், சட்டமன்றத்தில் அதற்கு குறைவான இடங்களே இருந்தன. கஷ்மீரில் உள்ள சுற்றுலாத்துறையை வளர்க்க மிக அதிக அளவில் செலவிடப்படும்போது தோடா, ரஜெளரி, பூஞ்ச் பகுதிகளில் கிட்டத்தட்ட சாலைகளேகூட இல்லை. ஜம்முவுக்கு எதுவுமே செய்யப்படவில்லை.

பள்ளத்தாக்கின் ஆதிக்கம் நிறைந்த, அடுத்தடுத்து வந்த மாநில அரசுகள் மாநில அரசுப் பணிகளில் ஜம்முவின் மிகக்குறைந்த பங்களிப்பை குறைகூறின. தலைமைச்செயலக மக்கள் பணியில் ஜம்முவின் பிரதிநிதித்துவம் 10%ஐவிட குறைவாக இருந்தது. ஜம்மு மற்றும் கஷ்மீர் அரசின் அனைத்து 12 நகராட்சிகளின் தலைமையிடங்கள் ஸ்ரீநகரிலேயே இருந்தன. இந்திய அரசியல் சாசனத்தின் எட்டாவது பிரிவில், தங்களுடைய தோக்ரி மொழி விலக்கிவைக்கப்பட்டதில் தோக்ராக்களும்கூட அதிருப்தி கொண்டிருந்தார்கள்.

இந்த கலவரங்களுக்கு நடுவில், ஜம்முவுக்கு எதிரான பாரபட்சப் போக்கு பற்றிய ஒரு கருத்தரங்கை நடத்த பால்ராஜ் பூரிக்கு சம்பத் உதவினார். ஜம்முவின் அந்தஸ்துபற்றி அங்கு பரவலாக இரண்டு பார்வைகள் இருந்தன. இந்து வலதுசாரிகள், ஜம்மு மற்றும் கஷ்மீருக்கு சிறப்பு அந்தஸ்து வழங்கப்பட்டதை எதிர்த் தார்கள். அந்த மாநிலம் முழுவதுமாக இணைக்கப்படவேண்டும் என்று விரும்பினார்கள். ஜம்முவுக்கு முழுமாநில அந்தஸ்து வேண்டும் என்றார்கள். மறுபக்கம், பால்ராஜ் பூரியும் மற்ற சோசலிஸ்ட்களும் 370ஆவது சட்டப் பிரிவின்படி சிறப்பு அந்தஸ்து வழங்கப்பட்டதை ஏற்றுக்கொண்டார்கள். ஆனால், ஜம்மு, கஷ்மீர், லடாக் ஆகிய மூன்று பகுதிகளுக்கும் அதிகாரப்பகிர்வு அளிக்கப்படவேண்டும் என்று விரும்பினார்கள். பால்ராஜ் பூரி ஒருஅறிக்கையை வெளியிட்டு ஸ்ரீஅமர்நாத் சங்கர்ஷ் சமிதிக்கு ஆதரவளித்தார்; ஆனால், சம்பத் மெளனமாகவே இருந்தார்.

இறுதியாக, 61 நாட்கள் போராட்டத்துக்குப் பிறகு 2008 ஆகஸ்ட் 31 அன்று உடன்படிக்கை ஏற்பட்டபோதுதான் அவர் நிம்மதிப் பெருமூச்சு விட்டார். இந்த ஒப்பந்தத்தின்கீழ், புனிதத்தல வாரியம் தற்காலிகமாக 40ஏக்கர் நிலத்தைப் பயன்படுத்திக்கொள்ளலாம். ஆனால், பிரச்சனை தீர்ந்தபாடில்லை. இந்துத்துவா சக்திகள், தங்கள் சொந்தப் போராட்டத்தை நிறைவேற்றிக்கொள்ள, அந்த மாநிலத்தில் மேற்கொண்ட தவறான வழிகளை அந்தப் போராட்டம் அம்பலப்படுத்தியது.

2011இல், 6,50,000பேர் அமர்நாத் குகைக்கு சென்றுவந்தார்கள். வசதிமிக்க யாத்திரீகர்களைத் திரும்பக்கொண்டுவர 200 டாலர் கட்டணத்தில் 30 ஹெலிஹாப்டர்கள் பறந்தன. புனிதத்தல வாரியம் பல இலட்சக்கணக்கான யாத்திரிகர்களை அமர்நாத்துக்கு ஈர்க்க பல லட்சக்கணக்கான சுவரொட்டிகளை இந்தியா முழுவதும் விநியோகித்தது.

யாத்திரீகர்களின் பாதப்பதிவுகள் அதிகரித்துக்கொண்டே இருந்த தாலும், குகை நீண்டகால அளவுக்கு திறந்தே வைக்கப்பட்டிருந்ததாலும், பனிச்சிகரம் அல்லது சிவலிங்கம் அதன் அளவில் குறைந்துகொண்டே வந்தது. உண்மையில் அது மிகமிக சிறியதாக ஆனபோது, செயற்கையாக, பனிக்கட்டிகளை அடுக்கி அதை உயர்த்தினார்கள். தாங்கள் வழிபடும் சிவலிங்கம் மனிதனால் உருவாக்கப்பட்டது என்பதை அறிந்தபோது, யாத்திரீகர்கள் மற்றும் பொதுமக்களின் அழுகுரல் அங்கு மிகப்பெரிய அளவுக்கு எழுந்தது.[26]

அமர்நாத் யாத்திரையில் யாத்திரீகர்கள் குவிந்ததற்கு எதிரான சுற்றுச்சூழலியல் வாதங்களில் அர்த்தம் இருந்தபோதிலும்கூட, தொழிற்சங்க மையத்தின் உறுப்பினர்கள், உள்ளூர் கஷ்மீரிகளின் வருவாய் ஆதாரங்கள் இழந்து போனதில் கோபம் கொண்டார்கள். புனிதத்தல வாரியம், மாநிலத்துக்கு வெளியே இருந்து தொழிலாளர்களை இறக்குமதி செய்ததால் உள்ளூர் கஷ்மீரிகள் நடத்திவந்த தங்கள் வாழ்வாதாரங்களை இழந்தார்கள். ஆண்டுதோறும் புனித யாத்திரை மூலம் பெற்ற வருமானத்தை இழந்தார்கள். உள்ளூர் மக்கள் கடைகளை அமைத்து, சூடான தேநீர், நொறுக்குத்தீனிகளையும் பக்தர்களுக்கு விற்பனை செய்துவந்தார்கள். மட்டக்குதிரைக்காரர்கள் அவர்களை குகைக்கு அழைத்துச்சென்றார்கள். யாத்திரீகர்கள் வேறு சுற்றுலாத் தலங்களுக்கு உள்ளூர் போக்குவரத்தை பயன்படுத்தினார்கள். ஆனால், உள்ளூர் மக்களைப் பயன்படுத்தி, தீவிரவாதிகள் புனித யாத்திரையை சீர்குலைப்பார்கள் என்று கெஞ்சிக் கேட்டுக்கொண்டதால், அந்த வேலைகள் வெளியாட்களிடம் ஒப்படைக்கப்பட்டன.

அமர்நாத் பிரச்சனை முடிந்தபிறகு, நான் சம்பத்தைச் சந்தித்தேன். அவர் 2010 மார்ச்சில் தனக்கு நெஞ்சுவலி ஏற்பட்டதாகக் கூறினார். ஆனால் அறுவைசிகிச்சையை தவிர்க்க முடிந்தது. தனக்கே உரிய பாணியில் உலக யோகா குரு ராம்தேவை அழைத்தார். அவரது யோகா நிபுணர் ஒருவர் ஜம்முவுக்கு வந்து அவருக்கு

யோகாவையும், மூச்சுப்பயிற்சியையும் கற்றுத்தந்தார். 25 நாட்கள் அந்தப் பயிற்சியில் இருந்தபிறகு, தனது நடவடிக்கைகளை மீண்டும் மேற்கொள்ள அவர் தயாராகிவிட்டதாகக் கூறினார்.

அவர் எதில் ஈடுபட்டிருக்கிறார் என்று கேட்டபோது, ஓய்வூதியர்களை அணிதிரட்டியதாக அவர் கூறினார். அவரது சங்க ஈடுபாடு பற்றிய பத்திரிகைச் செய்திகள் நறுக்குகளை அவர் கொண்டு வந்த இருந்தார். அவற்றில் ஒன்று, 2009 ஜூலை 9இல் *'க்ரேட்டர் கஷ்மீர்'*—ல் வெளிவந்ததில், சம்பத் கூறியது மேற்கோள் காட்டப்பட்டிருந்தது: "வளர்ந்துவரும் சமூக அநீதிகள், அரசியலில் நிச்சயமற்ற தன்மை, மனித இனத்துக்கு எதிரான குற்றங்கள், இந்தச் சங்கத்தில் இணைந்துள்ள 96,000 அரசிதழ் பதிவுபெற்ற, பெறாத ஓய்வூதியர்களிடம் காட்டும் மாற்றந்தாய் மனப்பான்மை ஆகியவற்றுக்கு எதிராக அரசை எச்சரிக்கிறோம்." அவர் தொடர்ந்து கூறினார்: "ஓய்வூதியர்கள் குடிமக்கள் சமுதாயத்தின் மனசாட்சியின் பகுதியாக உள்ளவர்கள். எங்கள் கோரிக்கைகளுக்கு எதிராக அரசு தனது செவிட்டுக்காதுகளைத் திருப்பிக்கொள்ளக்கூடாது... இந்த மாநிலத்தின் மூத்த குடிமக்களின் சக்தியாக உருவாக, ஓய்வூதியர்கள் இயக்கத்தில் இணையுமாறு நாங்கள் வேண்டுகோள் விடுக்கிறோம்."

அந்த அமைப்பின் மாவட்ட அளவிலான குழுக்களை அமைக்க சம்பத் மாநிலம் முழுவதும் சென்றுவந்தார். வழக்கம்போல், ஓய்வூதியர்களின் பொருளாதாரக் கோரிக்கைகளோடு, அவர் இன்னும் அழைத்துக்கொண்டிருக்கும் 'கஷ்மீரியத்' —வேறு எந்த வார்த்தையையும் நினைத்துப்பார்க்க முடியவில்லை என்று அவர் கூறினார்—உணர்வை உயிரோடு பாதுகாக்கும் விரிவான அரசியல் திட்டத்தையும் முன்வைத்தார்.

2012 நவம்பரில் சம்பத் இரண்டாவது இதயத்தாக்குதலில் பாதிக்கப்பட்டார் என்று கேள்விப்பட்டேன். சில மாதங்களுக்குப்பிறகு டெல்லியில் நாங்கள் சந்தித்தோம். அவர் களைப்பாக காணப்பட்டார். ஆனால் அவர், தனது அழுத்தமான எந்தவொரு உணர்வையும் இழந்துவிடவில்லை. அவர் இன்னும் தான் தன்னைப்பற்றி விளக்குவதுபோல், ஒரு புலியின் குணத்தைக்கொண்டிருந்தார். நான் அவரை இரவு உணவுக்கு வெளியே அழைத்துச்செல்லலாமா? அவருக்கு ஏதேனும் உணவுக்கட்டுப்பாடு உள்ளதா? என்று கேட்டேன். அவர், 'எனக்கு தலையில்தான் வலி ஏற்பட்டது; வயிறு இன்னும் நன்றாகவே உள்ளது' என்றார். அளவுக்கட்டுப்பாடு

இன்றி, கபாப்களையும் கொஞ்சம் மதுவும் அருந்திய பிறகு, அஹ்ல்—இ—ஹாதித்தின் வடிவம் எழுச்சிபெற்றுவருவதில் தனது கவலைகளைப் பகிர்ந்துகொண்டார்.

'நம்பிக்கை எங்கே இருக்கிறது?' சம்பத் என்னைக்கேட்டார். நான் பதிலளித்தேன்: 'ஒருவேளை பயங்கரவாதத்துக்கு எதிரான ஒரு புனிதப்போரில்.'[27]

அல் கொய்தாவின் முன்னாள் தீவிரவாதிகள் பலரும், மதபோதகர்களும் இதை முன்நிறுத்தினார்கள். எல்லாவகையான இறை நம்பிக்கை சிந்தனைகொண்ட இஸ்லாமிய அறிஞர்களும், தியோபந்தி அல்லது சூஃபி அல்லது இறைக் கொள்கைகளாலும் நியாயப்படுத்த முடியாத, சிந்தனையற்ற வன்முறையைக் கண்டனம் செய்தார்கள்.

இந்த அத்தியாயத்தை, *'பயங்கரவாதத்துக்கு எதிரான புனிதப்போர்' (Jihad Against Terrorism)* என அழைக்கலாமா? என்று கேட்டேன், ஏனென்றால், பலவகைகளில் தொழிற்சங்கம் இதைத்தான் உண்மையில் செய்துவந்தது. அவர்கள் அரசு—அரசுசாராத பயங்கரவாதத்துடன் போராடினார்கள். அவர் சிரித்தார். பிறகு அழுத்தமான குரலில் சொன்னார்: 'இல்லை. அது தவறாக புரிந்துகொள்ளப்படும்.'

கம்யூனிஸ்ட்களால் தேசியம் மற்றும் மதப்பிரச்சனைகளை ஒருபோதும் கையாள முடியாதது ஏன்? என்று சம்பத் ஆச்சரியப் பட்டார். சீனாவின் மிகப்பெரிய சவாலாக இருப்பது துருக்கிய உயர்குல சமுதாயத்தைக் கையாள்வதுதான். சோவியத் யூனியன் தோன்றிய காலத்திலிருந்து, கம்யூனிஸ்ட்கள் முஸ்லீம்களோடு தீர்வுகாண முயற்சித்து வருகிறார்கள். ஸ்டாலினின் ஆண்டுகளில், முஸ்லீம் கம்யூனிஸ்ட் கட்சி பற்றிய பேச்சுக்கள்கூட இருந்தன. மேலும் அங்கு மால்கம் எக்ஸ் —ஐ பின்பற்றிய முஸ்லீம் பாட்டாளி வர்க்கக் கட்சியாக, இண்டர்நேஷனல் பான் இஸ்லாமிக் கட்சி இருந்தது.

அப்படியானால், அதன் அடையாளமாக, நாம் ஒரு 'இந்து கம்யூனிஸ்ட் கட்சி'யை வைத்திருக்க முடியுமா? இப்போது சம்பத் மகிழ்ச்சி அடையவில்லை. மௌனமாக இருந்தார்.

நம்மிடம் பதில்கள் இல்லை. கேள்விகள் மட்டும்தான் உள்ளன.

சொர்க்கத்துக்கான நெறியியல்

அஃப்சல் தூக்கிலிடப்பட்ட ஏழுமாதங்களுக்குப்பிறகு ஒரு வித்தியாசமான அறிக்கை செய்தித்தாள்களில் காணப்பட்டது. ஒரு தீவிரவாதக்குழு உருதுவில் 'தியாகி அஃப்சல் குருவின் கடைசி செய்தி' (Shaheed Mohammed Afsal Guru ka Aakhri Paigam) என்ற புத்தகத்தை வெளியிட்டது. நாளேடுகளின் தகவல்படி இந்தப் புத்தகத்தின் 5,000 பிரதிகள் இலவசமாக விநியோகிக்கப்பட்டன. அந்த அறிக்கை அஃப்சல் குரு ஒரு நாட்குறிப்பை எழுதியுள்ளதாகவும், அதில் 2001 பாராளுமன்ற தாக்குதலின் மூளையாக இருந்த ஜெய்ஷ்—இ— மொஹம்மதுவின் கமாண்டர் காஜி பாபாவை, 'தியாகி' என்று விவரித்துள்ளதாகவும் கூறியது. மேலும் இந்தியாவுக்கு எதிரான புனிதப்போர் புதுப்பிக்கப்படவேண்டும் என்று குரு அழைப்பு விடுத்துள்ளதாகவும், ஆஃப்கன் தலிபான் தலைவர் முல்லா மொஹம்மது உமரை ' நம்பிக்கைக்குரிய தலைவர்' 'அமீர்—உல்—மோமினீன்' என்று புகழாரம் சூட்டியதாகவும் கூறியது.

அந்தப் புத்தகம் ஜம்மு மற்றும் கஷ்மீர் தேசிய

முன்னணியின் நயீம் அஹமத் கான் —ஆல் வெளியிடப்பட்டது. நான் அந்தக்கட்சியின் வலைத்தளத்தைப் பார்த்து, அதன் நிறுவனர் நயீம்கான், தான் யாசின் மாலிக்குடனும் HAJY குழுவுடனும் இருந்ததாகவும், அவர் கூறிக்கொண்டதை படித்தேன். அது தீவிரவாதத்தை கட்சி ஒருபோதும் சார்ந்திருக்கவில்லை என்றும்கூட கூறியது.[1]

அஃப்சலின் சிறை நாட்குறிப்புக்களை வெளியிடும் கூட்டத்தில் அஃப்சலின் மூத்த சகோதரர் கலந்துகொண்டது எனக்கு விநோதமாகப்பட்டது. 2006இல் அஃப்சல் தூக்கிலிடப்படும் தேதி அறிவிக்கப்படும்வரை, அய்ஜாஸ் சிறைக்குச்சென்று தனது சகோதரன் அஃப்சலை சந்திப்பதுபற்றி கவலைப்படவே இல்லை. மேலும், அந்த நாளேடு, தபஸுமும், காலிப்பும் ஊடகக்கூச்சம் உள்ளவர்களாக இருப்பதால், அவர்கள் வரவில்லை என்று அய்ஜாஸ் தெரிவித்ததைக் குறிப்பிட்டிருந்தது. ஆனால், தபஸும் பத்திரிக்கைகளுக்கு பேட்டி அளித்த, டெல்லி பேரணிகளிலும்கூட கலந்துகொண்ட பல புகைப்படங்களை நான் பார்த்திருக்கிறேன்.

உண்மையில், நம்பிக்கையிழந்த தேசியவாதியாக இருந்த அஃப்சலை, உளவுத்துறை அமைப்புக்கள் ஒரு தீவிர சலாஃபியாக முன்நிறுத்த விரும்பினவா?

அஃப்சலின் மனதைப்பற்றிய கணநேரக்காட்சிகள் பலவற்றை, அவரோடு நடத்திய உரையாடல்களிலும், அவர் எனக்கும், அவரது நண்பர்களுக்கும் எழுதிய கடிதங்களிலும் நான் பார்த்திருக்கிறேன்.

அஃப்சல் அறிவற்ற வன்முறைகளை அங்கீகரிக்கவில்லை. 2011 செப்டம்பர் 7 அன்று டெல்லியில் உயர்நீதிமன்ற வளாகத்தில் ஒரு குண்டு வெடித்தது. அதில் 13 பேர் கொல்லப்பட்டார்கள். அஃப்சலின் மரணதண்டனையை, ஆயுள் தண்டனையாக மாற்ற வலியுறுத்தி அந்த குண்டுவெடிப்பை நடத்தியதாக ஒரு தீவிரவாத அமைப்பு கூறியது.

அஃப்சல் கீழ்க்கண்ட அறிக்கையை பத்திரிகைகளுக்கு அளித்தார்:

'சில போக்கிரித்தனமான நபர்கள்/குழுக்கள் இத்தகையக் கொடூரமானக் குற்றங்களைச் செய்யும்போது, அதில் எனது பெயரை இழுப்பது இது முதல்முறை அல்ல. அத்தகைய குண்டுவெடிப்புக்கள் நடக்கும்போதெல்லாம், எனது

தனிப்பண்புகளை குலைத்து, என்னை அவதூறுசெய்து, எனக்கு எதிரான பொதுக்கருத்தை உருவாக்க, எனது பெயரை இழுப்பது வாடிக்கையாகிவிட்டது.

சில குற்றப்பேர்வழிகளும், சமூக விரோதிகளும் இத்தகைய கொடூரமான, காட்டுமிராண்டித்தனமான குற்றமாக டெல்லி உயர்நீதிமன்றத்தில் குண்டு வெடிப்பை நிகழ்த்தியுள்ளார்கள். இத்தகைய கோழைத்தனமான நடவடிக்கை அனைவராலும் கண்டிக்கப்படவேண்டும். அப்பாவி மக்களை கொல்வதை எந்த ஒரு மதமும் அனுமதிக்கவில்லை.'

அஃப்சல் தனது வழக்கறிஞர் *N.D.* பஞ்சோலியிடமும்கூட இந்த அறிக்கையைத் தந்தார்.

ஒருமுறை அவர் என்னிடமும், பஞ்சோலியிடமும் அவரது பாதுகாப்புமிக்க அறையில் ஒரு தொலைக்காட்சிப்பெட்டியை வைக்க முயற்சிக்குமாறு கேட்டார். இம்முறை நான் அவரிடம், இந்தக் கடும்பாதுகாப்பு சிறையிலுள்ள பலரால், தொலைக்காட்சிப்பெட்டி இஸ்லாமியமல்லாதது என்று கருதப்படுகிறதே என்று கிண்டல் செய்தேன். அவர் மிகவும் கடுமையாக, 'அது குறைந்தபட்சம் ஏதாவது செய்துவிடும்; இல்லாவிட்டால், அவர்கள் இன்னும் தீவிரத்தன்மை கொண்டவர்களாகி விடுவார்கள்' என்றார். இளைஞர்கள் தீவிரப்படுத்துதலால் கவலை அடைந்த அஃப்சல், மதச்சார்பற்ற தேசியத்திலும் ஏமாற்றமடைந்தார். அனைத்துலக இஸ்லாம் கண்ணோட்டத்தில் புகலிடம் தேடிக்கொண்டார்.

மதச்சார்பற்ற தேசியம் என்ற அந்த சிந்தனை அரசியல் உரையாடல்களில் மதிப்பு குறைந்தும், ஆதாரமிழந்தும்போனது என்னை மிகவும் பாதித்தது. மதச்சார்பற்ற தேசியம் மூன்றாம் உலக நாடுகளில் அரசியல் மேல்மட்டத்தினரால் அவ்வப்போது அறிவுறுத்தப்பட்டதையும், மதச்சார்பின்மை ஆதிக்கப்போக்கு கொண்ட கட்சிகளில் உடன்சென்றதையும் என்னால் பார்க்கமுடிந்தது. ஆனால், அந்த சிந்தனை அல்லது நோக்கத்தை பொருத்தமற்றது என்று ஒதுக்கிவிட முடியவில்லை. இந்தப் புத்தகத்துக்கான ஆய்வை நான் மேற்கொண்டபோது பிரிட்டனும், அமெரிக்காவும் திட்டமிட்டவகையில் மதச்சார்பற்ற தேசியவாதிகளை எவ்வாறு தாக்கினார்கள்; உலக இஸ்லாத்தை எவ்வாறு உயர்த்திப் பிடித்தார்கள் என்ற நீண்ட வரலாற்றை நான் கண்டுபிடித்தேன்.

மிகமிக முன்பு, 1962இல் சவூதி அரேபியாவின் முடிசூடும் இளவரசர் ஃபைசல் உலக முஸ்லீம் கழகத்தை *(Muslim World League)* ஏற்படுத்தி, உலகெங்கிலும் மதபோதனைகளை அச்சிட்ட பிரச்சாரச் சாதனங்களை அனுப்பி, மசூதிகளைக் கட்ட நிதியளித்தார்.[2] அதன் முதல் ஊழியர்களாக இருந்தவர்கள் முஸ்லீம் சகோதரத்துவத்தின் *(Muslim Brotherhood)* உறுப்பினர்களும், ஜமாத்—இ—இஸ்லாமியின் நிறுவனர் அப்துல் ஆலா மௌதுதியும் ஆவார்கள். அந்தக் கழகத்தின் முதல் பிரகடனம், 'இஸ்லாத்தின் அழைப்பை தேசியம் என்ற போர்வையில் சிதைப்பவர்கள், தங்கள் கீர்த்திகளை இஸ்லாத்தின் கீர்த்திகளுக்கு ஒப்புக்கொடுத்துள்ள அரசுகளின் மிகக்கடுமையான எதிரிகளாவார்கள்"[3] என்று தெரிவித்தது.

பனிப்போர் முடிந்தபிறகு, பயங்கரவாத நடவடிக்கைகளுக்கு ஏற்பாடு செய்து கொண்டிருந்த முக்கியமான இஸ்லாமியக்குழுக்கள், லண்டனில் செயல்பட அனுமதிக்கப்பட்டன. இவற்றின் நடவடிக்கைகளுக்காகவும், உலகெங்கிலும் தீவிரவாதிகளை நியமித்துக்கொள்ளவும் பல இலட்சக்கணக்கான பவுண்டுகள் நிதியாகத் திரட்டப்பட்டன. 2005 வாக்கில், பிரிட்டனில் உள்ள 3,000 தனிநபர்கள் அல்கொய்தா முகாம்களில் பயிற்சி பெற்றார்கள் என மதிப்பிடப்பட்டது.[4]

பிரிட்டிஷ் ஆட்சியாளர்கள் இந்த நடவடிக்கைகள் அனைத்தையும் அறிந்துகொண்டது மட்டுமல்ல; அந்த அமைப்புக்களை மும்முரமாக ஊட்டி வளர்த்தார்கள். 'பாதுகாப்புக்காக ஒன்றுபடுதல்' *(Convenant of Security)* என்ற அடிப்படையில் தீவிரவாத இஸ்லாமியர்களுக்கும், அரசின் பாதுகாப்பு சேவைத்துறைகளுக்குமிடையே இந்தக்கூட்டணி ஏற்பட்டது. தீவிரவாதிகள் பாதுகாப்புத்துறைக்கு தகவல்களை அளித்து, தாங்கள் பிரிட்டனுக்குள் எந்தப் பிரச்சனையையும் ஏற்படுத்த மாட்டோம் என்று கூறினார்கள். சிறப்புப்பிரிவு அதிகாரிகளில் ஒருவர், பத்திரிக்கையாளர்களிடம், 'இந்த இளைஞர்களோடு ஒரு ஒப்பந்தம் இருக்கிறது. நீங்கள் எங்களுக்கு எந்தப்பிரச்சனையும் செய்யாவிட்டால், நாங்கள் உங்களைப்பற்றிக் கவலைப்பட மாட்டோம் என்று நாங்கள் அவர்களுக்குக் கூறினோம்' என்றார்.[5]

பாகிஸ்தான் வம்சாவழியைச் சார்ந்த ஆயிரக்கணக்கான பிரிட்டன் பாகிஸ்தானியர்கள் கஷ்மீரில் புனிதப்போரில் 1990களிலிருந்து சேர்ந்தார்கள். 2001வாக்கில், ஒவ்வொரு ஆண்டிலும் 900பேர் அந்தப்பள்ளத்தாக்குக்குப் பயிற்சிக்காக வந்தார்கள்.[6]

கஷ்மீரை இணைப்பதற்காக, அறிவற்ற வன்முறையை ஆதரிப்பது, மேற்கின் ஆதரவுபெற்ற பாகிஸ்தானின் தந்திரமாக இருந்தது. அது சீனாவுக்குச் செல்லும் மத்திய ஆசிய சில்க்ரூட்டை தனது கட்டுப்பாட்டில் கொண்டுவருவதற்கானது. அவ்வாறு தனது கட்டுப்பாட்டில் சில்க்ரூட்டை கொண்டுவருவது ஈரானுக்கும் சீனாவுக்கும் இடையே, பாகிஸ்தான் ஒரு தந்திரம்மிக்க சக்தியாக இருக்க அனுமதிக்கும்

FBI-யின் குறியீட்டுப்பெயராக *1997*ல் வைத்துக்கொண்ட, 'ஆபரேஷன் கிளாடியோ', பெண்டகனில் உள்ள அமெரிக்க உளவுத்துறைக்கும், அல்கொய்தாவுக்கும் இடையே உள்ள தொடர்புகளை முன்னாள் *FBI*யின் பெண் உளவாளி சிபல் டெனிஸ் எட்மண்ட்ஸ் அம்பலப்படுத்தினார்.[7] 'ஆபரேஷன் கிளாடியோ B' என்ற இந்தப்பெயர், அமெரிக்க உளவுத்துறை, ஐரோப்பாவிலுள்ள கம்யூனிஸ எதிர்ப்புக்குழுக்களோடு கொண்டிருந்த அசலான ஆபரேஷன் கிளாடியோவைக் குறிக்கிறது. அந்தப் பெண், சீனாவின், ஜிங்ஜியான் மாகாணத்திலுள்ள டர்கிக் முஸ்லீம் சமுதாயத்தின் உய்குரிகளின் மனக்குறைகளின்மீது எவ்வாறு அமெரிக்கா விளையாடியது, பிரிவினை உணர்வுகளையும் தீவிரவாதத்தையும் தூண்டிவிட்டது என்பதையும் அம்பலப்படுத்தினார். இது கஷ்மீரின் மீதான நேரடித்தாக்கத்தை ஏற்படுத்தியது. ஏனென்றால், ஜிங்ஜியான் மாகாணம் 2800கி.மீ. எல்லையை மத்திய ஆசியாவுடன் பகிர்ந்துகொண்டிருந்தது. 2,000இல் நான்கு உய்குரிகள் கஷ்மீருக்காகப் போராடவந்தபோது, கஷ்மீரில் கைது செய்யப்பட்டார்கள்.

இந்த உண்மைகள் எல்லாம் முன்பே எனக்குத் தெரிந்திருந்தால், அஃப்சலிடம், 'இந்தக் கூட்டணியைப் பற்றிய அவரது பார்வை என்ன?' என்று கேட்டிருப்பேன். இஸ்லாமியர்கள் 'ஓடுகாலி மக்களின் பேரரசை' நிர்மாணிக்க, மேற்கு உதவுமென்று அவர் நினைக்கிறாரா? இத்தகைய சூழ்நிலைக்கு அமெரிக்காதான் காரணமென்று அவர் கருதியதை நான் நன்கு அறிவேன். 'அமெரிக்காவின் திமிர், இந்த ஒட்டுமொத்த உலகின் மதிப்பியல்களையும், சமூகங்களையும் அநாகரிகப்படுத்தி, மனிதாபிமானமற்றதாக ஆக்கி வருகிறது' என்று அவர் எழுதியுள்ளார். பாலஸ்தீன மோதலில், ஆஃப்கானிஸ்தான் படையெடுப்பில், ஈரான் ஆக்கிரமிப்பில் அமெரிக்காவின் பங்கை குறிப்பிட்டிருந்தார்

அந்தக்கூட்டணி இன்னும் நீடித்திருந்தால், அமெரிக்கர்கள் முஸ்லீம்களை உளவாளிகளாகப் பயன்படுத்தியிருந்தால்,

முஸ்லீம்கள்கூட, மேற்கில், சீனாவில், இந்தியாவில், கஷ்மிரில் அவமானகரமாகவும், பாரபட்சமாகவும் நடத்தப்பட்டு, வேதனை அடைந்திருப்பார்கள். மேலும், பயங்கரவாதத்தின் மீதான போர், அவர்களது நிலையை இன்னும் பாதுகாப்பற்றதாகவும், ஆபத்தானதாகவும் ஆக்கியிருக்கும்.

அஃப்சல் எனக்கு ஒரு கடிதத்தில் எழுதியிருந்தார்:

"மோடியும், இந்திய மக்களும் நிராயுதபாணிகளான பொதுமக்களை பயங்கரவாதத்துள்ளாக்கும்போது, அவர்கள் என்னை ஒரு பயங்கரவாதி என்று அழைப்பதைப்பற்றி நான் கவலைப்படப்போவதில்லை. அரச பயங்கரவாதத்துக்குமுன், ஒரு வெறும்பார்வையாளனாகவோ அல்லது அமைதியாகவோ இருக்க எனக்கு பொறுமை இல்லை.'

அஃப்சல் குருவின் பார்வை, இஸ்லாமிய தீவிரவாதிகள் பலரின் பார்வையை பிரதிபலித்ததாக நான் நினைக்கிறேன். அவர்கள் அநீதி என்று எதை அறிந்தார்களோ, அதை எதிர்த்து, அவர்கள் பிறந்த நாட்டிலும், அவர்களது முஸ்லீம் சகோதரர்களுக்காக இந்த பூமி உருண்டை முழுவதிலும் போராடுகிறார்கள்.

இது, சம்பத்தும், அஃப்சல் குருவும் ஏகாதிபத்தியத்தின் மீதான வெறுப்பை அவர்கள் பகிர்ந்துகொண்டிருப்பதை எனக்கு உணர்த்தியது. அவர்கள் இருவரும், உலகத்தின் அநீதிகள் அனைத்தும் ஏழைநாடுகளுக்கும், பணக்கார நாடுகளுக்குமிடையே சமமற்ற உறவுகள் காரணமாக ஏற்படுகின்றன, என உணர்ந்தார்கள். இருந்தபோதிலும், எதிர்காலம் பற்றிய உறுதியான கண்ணோட்டம் அஃப்சலுக்கு இருக்கவில்லை. இருவருக்குமிடையேயான உண்மையான வேறுபாடு எதுவென்றால், சம்பத் முதலாளித்துவம், ஏகாதிபத்தியம் இரண்டையும் ஒருசேர எதிர்த்தார். அஃப்சலோ, ஏகாதிபத்தியத்தை மட்டுமே எதிர்த்தார். முதலாளித்துவ சமூகத்தைப்பற்றிய விமர்சனம் எதுவும் அவரிடம் இல்லை. சம்பத், தனது மகன் கம்யூனிஸ்ட் ஆகவில்லையே என்று வருந்தினார். அஃப்சலோ, தான் தூக்கிலிடப்பட்டால் அவரது மகன் தீவிரவாதியாகி விடுவானோ என்று பயந்தார். அவரது மகன் வளர்ந்து ஒரு டாக்டராக வேண்டும் என்று அவர் விரும்பினார்.

அஃப்சல், அனைத்துலக மற்றும் தேசிய உளவாளிகளாலும், இரட்டை உளவாளிகளாக தீவிரவாதிகளுடனும், நாடுகளுடனும் வேலை செய்தவர்களாலும் பின்னப்பட்ட சதிவலைகளில் சிக்கிக்கொண்டார். மேலும் அரசுகள் தங்கள் உளவுத்துறை

உளவாளிகளை ஆதரித்தன. அதேவேளையில், பொது மேடைகளில், போரிலும், மோதல்களிலும், சதிகளிலும் தங்களுக்குள்ள ஈடுபாட்டை மறுத்து, சத்தியப்பிரமாண அறிக்கைகளை வெளியிட்டன.

இந்த சிக்கலானதும், சாத்தியமற்றதுமான நிலைக்கு நடுவே, அஃப்சல் குருவைத் தூக்கிலிடப்படுவதிலிருந்து பாதுகாக்க நாங்கள் எங்கள் இயக்கத்தைத் தொடர்ந்து நடத்தினோம். அஃப்சல் குரு உயிருடன் சிறையில் தங்கியிருக்க முடியும் என்று நம்பத்தொடங்கினார். தான் அந்த தனிச்சிறையில் இருக்க பழகிக்கொண்டதாகவும், தனக்குள் சமாதானத்தை கண்டுகொண்டதாகவும் கூறினார். அவர் தொடர்ந்து படித்தார்; எழுதினார்; சிந்தித்தார்.

பின்னர் 2006 அக்டோபரில் ஒருநாள் தேசிய தொலைக்காட்சிகளில் திஹார் சிறை தூக்கிலிடுவதற்கான தேதியைக் குறித்துவிட்டது என்ற செய்தியை நான் கேட்டேன். அக்டோபர் 20இல், சிறை அதிகாரிகள் தூக்கிலிடும் நபரைக் கண்டுவிட்டதாகவும், அவர் தூக்கில் போடுவதற்கான சிறப்புக் கயிறுகளை வாங்கிவிட்டதாகவும் ஊடகங்கள் ஏற்கனவே அறிவித்திருந்தன.

அஃப்சல் கருணைமனுவை தாக்கல்செய்யவில்லை. ஏனென்றால், அவர் இன்னும் உச்சநீதிமன்றத்தில் பதிவுசெய்திருந்த தண்டனையை தள்ளுபடி செய்யும் மனுவின் முடிவுக்காக காத்திருந்தார். ஆனால், தனது மனைவி தபஸும் ஆலோசனையை ஏற்றுக்கொண்டு, அவர் சார்பில் தபஸும் ஒரு மனுவை தாக்கல்செய்ய ஒப்புக்கொண்டார்.[8]

தபஸும், அவர்களது மகன் காலிப், அஃப்சலின் தாயார் ஆயிஷா பேகம், அவரது இரண்டு சகோதரர்கள் ஹிலால், அய்ஜாஸ் ஆகியோரோடு டெல்லிக்கு வந்தார். அந்தமனுவை வடிவமைக்க எனக்கு வெறும் ஒருநாள் மட்டுமே இருந்தது. அதன்பிறகு, இந்திய குடியரசுத் தலைவருக்கு அந்த மனு சென்று சேர்வதற்கானவழியை கண்டுபிடிக்கும் முயற்சியை மேற்கொண்டோம். இத்தகைய நோக்கங்களுக்காக குடியரசுத் தலைவர் மாளிகையில் ஒருசேவை மையம் இருப்பதை கண்டுபிடித்தோம். குடியரசுத் தலைவரை சந்திக்கும் அனுமதியை N.D. பஞ்சோலி பெற்றார். இவ்வாறுதான், காலிப் குடியரசுத் தலைவர் மாளிகையின் நடைபாதையில் தான் நடந்துசெல்வதைக் கண்டான். ஏழு வயதான காலிப் 2006 அக்டோபர் 5 அன்று குடியரசுத் தலைவர் மாளிகைக்குள் நுழைந்தான். அவன் அந்தக்கட்டுமானத்தின் மகத்துவத்தைப் பார்த்து அதிசயித்தான். 'இது, திஹார் சிறையைவிடவும்கூட பெரியது!' அவன் தனது தாயார் தபஸும், பாட்டி ஆயிஷா பேகம்,

அவனது தந்தையின் இரண்டு வழக்கறிஞர்கள் N.D. பஞ்சோலி மற்றும் என்னுடன் இருந்தான்.

நாங்கள் ஒரு பெரிய அறைக்கு வழி நடத்தப்பட்டோம். அங்கு தேநீரும், இனிப்பும் அளிக்கப்பட்டன. அந்தக்குடும்பம் அந்த விருந்தோம்பலை — அது ரம்ஜான் மாதம் என்பதால் — மறுத்து விடுமோ என்று ஒருகணம் நான் நினைத்தேன். ஆனால், அதை நன்றியுடன் ஏற்றுக்கொண்டார்கள்.

மதிப்புமிக்க தேநீர், இனிப்புக்களுக்குப்பிறகு அஃப்சலின் குடும்பம் ஓர் அறைக்கு அழைத்துச்செல்லப்பட்டது. அங்கு இந்திய குடியரசுத் தலைவர் A.P.J. அப்துல் கலாம் அவர்கள் அன்புடன் வரவேற்றார். அவர்கள், அவரை அமைதியாக வணங்கினார்கள். ஆனால், தபஸுமோ அல்லது ஆயிஷா பேகமோ ஒருமுறைகூட, கருணைக்காகக் கெஞ்சவில்லை. அவர்கள் அழவில்லை. கண்ணீராலும், உணர்ச்சிகளாலும் தங்களது வழக்கை வெல்ல முயற்சிக்கவில்லை. அவர்கள் அனைவரும் கேட்டது நீதியையே.

குடியரசுத் தலைவர் அஃப்சலின் மகனிடம் திரும்பி, அவன் ஏதாவது சொல்ல விரும்புகிறானா? என்று கேட்டார். அப்போது தான், தபஸும் அவரிடம், தனது மகன் தனது துப்பட்டாவை அவனது கழுத்தைச்சுற்றிச் செய்யப்பட்ட சுறுக்குத்துணியோடு காணப்பட்டதைக் கூறினார். தபஸும் அவனிடம், 'என்ன செய்துகொண்டிருக்கிறாய்?' என்று கேட்டபோது அவன், 'அப்பா தூக்கிலிடப்படும்போது, அவருக்கு எவ்வளவு வலி இருக்கும் என்று அறிய முயற்சிக்கிறேன்' என்று பதில் கூறினான். தபஸும் அந்தக்கதையை எந்தவிதமான மிகையும் இன்றி, சிலவார்த்தைகளில் கூறினார். நான் குடியரசுத் தலைவரிடம், அஃப்சலின் சார்பில் தபஸும் தாக்கல்செய்த கருணைமனுவை அவர் பெற்றுக்கொண்டாரா? என்று கேட்டேன். குடியரசுத் தலைவர் அந்தமனு வரப்பெற்றதாகவும், அதைக் கவனமாக படிப்பதாகவும் கூறினார்.

அதன்பின் அந்தக்குடும்பம், இந்திய குடியரசுத் தலைவருக்கு வணக்கம்கூறி அமைதியாக வெளிவந்தது.

முன்னெப்போதும் இல்லாத நடவடிக்கையாக அஃப்சலின் குடும்பத்தை குடியரசுத் தலைவர் மாளிகைக்கு அழைத்தது பெரும்பாலும் நாங்கள் நடத்திய இயக்கம்தான் காரணம் என்று நான் நினைத்தேன்.

பின்பு, இந்துத்துவா சக்திகள், அஃப்சலின் குடும்பத்தை அழைத்த இந்திய குடியரசுத் தலைவரின் நடவடிக்கைக்கு எதிராக போராட, பலத்த சத்தமான, அசிங்கமான காட்சிகளை உருவாக்கின. குடியரசுத் தலைவர் மாளிகையில் பயங்கரவாதிகளை அழைத்ததாக குடியரசுத் தலைவரை குற்றம் சாட்டினார்கள். அவர் ஒரு முஸ்லீம் என்பதால்தான் அதை அவர் செய்தார் என்று காரணம் கற்பித்தார்கள். அவர்கள் அஃப்சல் குரு பொதுஇடத்தில் தூக்கிலிடப்பட வேண்டும்; அதை தேசிய தொலைக்காட்சிகளில் ஒளிபரப்ப வேண்டும் என்றும் கோரினார்கள்.

பாட்டியாலா ஹவுஸ் நீதிமன்றங்கள், பாராளுமன்றத் தாக்குதல் சதியில் பங்கேற்றதாக குற்றம்சாட்டப்பட்ட மூன்று கஷ்மீரிகளுக்கு மரணதண்டனை விதித்தபோது,[9] சிவசேனா தொண்டர்கள் நீதிமன்ற வளாகத்துக்குள்ளேயே பட்டாசுகளை வெடித்து ஆனந்த நடனமாடினார்கள். இப்போது அவர்கள் வெகுதூரம் சென்று இந்திய குடியரசுத் தலைவரின் அலுவலகத்தையே மதிப்பிழக்கச் செய்தார்கள். இந்த அவமானத்தைப்பற்றி எவரொருவரும் பேசவில்லை.

பா.ஜ.க.வும், அதன் கூட்டாளிகளும் அஃப்சல் குருவின் மரணதண்டனையை உடனடியாக நிறைவேற்ற வேண்டும் என்று கருத்துக்களை திரட்டினார்கள். அவர்கள் தங்கள் பிரச்சாரத்தை 7 ஆண்டுகளிலும், அவர்கள் வெற்றிபெறும் வரை தொடர்ந்தார்கள். 'அஃப்சல் குருவைப் பாதுகாப்போம்' இயக்கம் பிசுபிசுத்துப்போனது.

'**அ**ஃப்சல் குருவைப் பாதுகாப்போம்' இயக்கம் தொடக்கம் முதலே பல்வேறு உப்புச்சப்பற்ற கருத்து வேறுபாடுகளில் சிக்கி சிரமப்பட்டது. அதை வழிநடத்துவதற்கு ஒருவருமில்லை என்பதுதான் அதன் பெரும்பகுதி காரணம். கீலானியின் விடுதலைக்கான இயக்கத்தை நடத்த எனக்கு உதவியவர்கள் விலகி விட்டார்கள். இப்போது தனிநபர்கள் தங்களுக்கு எது சிறந்தது என்று கருதினார்களோ, அந்ததிசைவழியில் அஃப்சலின் பிரச்சனையை முடுக்கிவிட்டார்கள். இத்தனை பிரச்சனைகள் இருந்தபோதிலும், எங்கள் இயக்கம் தெளிவாக நிலைநாட்டியது எதுவென்றால், 'அவருக்கு நியாயமான விசாரணை கிடைக்கவில்லை; அதற்கு முக்கிய காரணம், அவர் விரும்பிய வழக்கறிஞர்கள் அவருக்கு கிடைக்கவில்லை' என்பதுதான்.

கஷ்மீரி தலைவர்கள் ஒன்றுபட்டிருந்தால், அந்த இயக்கம் ஒருவேளை நல்லமுடிவை அளிக்கக்கூடியதாக ஆகியிருக்கலாம். ஆனால், துவக்கம் முதலே அந்தப்பிரச்சனையில் ஹுரியத் பிளவுபட்டிருந்தது. அதில் ஒருபிரிவினர், இந்தியா அஃப்சலுக்கு மன்னிப்பு வழங்கவேண்டும் என்ற யோசனையையே எதிர்த்தார்கள்.[10]

பெயர்சொல்ல விரும்பாத ஒரு கஷ்மீரி தலைவர் ஓர் அமெரிக்க அரசியல் அதிகாரியிடம், கூறினார்: 'எவராவது ஒருவர் பயங்கரவாதி என்றால் கொடூர முடிவை சந்திக்கத்தான் வேண்டும்.'[11]

ஹுரியத்தின் உறுதியான முடிவை பின்பற்றுபவர்கள் என்று சொல்லப்பட்டவர்கள்கூட, அஃப்சலின் வழக்கை எடுத்துக்கொள்ளத் தயங்கினார்கள். ஏனெனில் அவர் ஒரு சரணடைந்த தீவிரவாதி. அவர் நீதிமன்றத்தில் தான் ஒரு ஆறுமாதங்களுக்கு சிறப்பு போலீஸ் அதிகாரி(SPO)யாக நியமிக்கப்பட்டதாகக் கூறியிருந்தார். அதுதவிர, அஃப்சல் பாராளுமன்றத் தாக்குதலில் ஈடுபட்டிருந்ததாக ஒப்புதல் வாக்குமூலம் அளித்திருந்தார். அந்த ஒப்புதல், பொறியில் சிக்கவைக்கப்பட்டு விருப்பமின்றி அளித்திருந்தபோதும்கூட. எனவே, அஃப்சலை ஆதரிப்பது அந்த பாராளுமன்றத் தாக்குதலை நியாயப்படுத்துவது என அறிந்துகொண்டேன்.

சையத் அப்துல் ரெஹ்மான் கீலானி, அஃப்சல் குருவை பாதுகாக்கும் இயக்கத்துக்கு தலைமைப்பொறுப்பை ஏற்க ஆர்வமாக இருந்தார். திரைமறைவில் வேலைசெய்து, ஒருநாள் எல்லாப் பிரிவு கஷ்மீரி இயக்கங்களின் தலைவர்கள் அனைவரையும் ஒன்றாக கொண்டுவர அவரால் முடிந்தது. அப்துல் ரெஹ்மான் கீலானி, 2005 செப்டம்பர் 24 அன்று ஸ்ரீநகர் புத்ஷா சௌக் தாஜ் ஓட்டலில் ஒரு கூட்டத்தைக் கூட்டினார். அதற்கு முக்கியமான கஷ்மீரி தலைவர்கள் அனைவரும் வந்திருந்தார்கள். அதில் சையத் அலி ஷா கீலானி, சபீர் அஹமதுஷா, மொஹமது யாசின் மாலிக், அப்துல் கய்யூம், நிசார் அலி மீர் ஆகியோர் இருந்தார்கள். நிசார் அரசு ஊழியர் கூட்டமைப்பின் சார்பில் வந்திருந்தார். நானும்கூட பேச அழைக்கப்பட்டிருந்தேன். அந்தக்கூட்டத்தின் பொருள் 'அரசியல் கைதிகள்' என்பதாகும்.

சையத் அலி ஷா கீலானியை மிக நெருக்கமாக நான் பார்த்தது அதுதான் முதல்முறை. அவரது கம்பீரமான நடை உடை பாவனைகளைப் பார்க்கும் போது, அவர் ஏன் 'பாப்—இ—குலாம் (மக்களின் தந்தை) என அழைக்கப்படுகிறார் என்பதை நான்

கண்டேன். அவர் தொடர்ந்து 'கஷ்மீர் பாகிஸ்தானுக்கு உரியது' என்று கூறுவதாலும், ஜமாத்—இ—இஸ்லாமி அமைப்புடன் தீவிரமான கருத்து வேறுபாடு கொண்டிருந்தாலும் அதன் கொள்கைகளுக்கு ஊசலாட்டமற்ற விசுவாசம் கொண்டிருந்ததாலும் அவர் போற்றப்பட்டார்.

ஹுரியத் செயற்குழு தேர்ந்தெடுத்த தலைவர் மௌலானா அப்பாஸ் அன்சாரி[12]யுடன் கீலானிக்கு கடுமையான வேறுபாடுகள் இருந்ததை நான் அறிந்துகொண்டேன். அன்சாரி ஒரு ஜியா. அந்த தேர்தலில் *ISI*க்கு எந்தப்பங்கும் இல்லாமலிருந்தது அதுதான் முதல்முறை. அவர் அமெரிக்கா மத்தியஸ்தம் செய்வதைக் கடுமையாக எதிர்த்தார். அவர்: 'கஷ்மீர் பிரச்சனையின் தீர்வுக்கு, இந்தியா—பாகிஸ்தானுக்கு இடையே அமெரிக்கா மத்தியஸ்தம் செய்வதை நான் கடுமையாக எதிர்க்கிறேன். கஷ்மீர் பிரச்சனையின் தீர்வுக்கு அமெரிக்கா ஒரு வரைபடத்தை தருமானால், அது இந்தியாவுக்கும், பாகிஸ்தானுக்கும், கஷ்மீர் மக்களுக்கும் நல்லதல்ல...'[13]

அமெரிக்கவின் சாத்தியமான பங்குபற்றிய கீலானியின் பார்வையையும், மௌலானா அப்பாஸுடனான வேறுபாடுகளையும் அறிந்துகொள்ள விரும்பினேன். கஷ்மீரின் கலாசார பாரம்பரியத்தை, கஷ்மீரின் வரலாறு பற்றிய ஆயிரக்கணக்கான நூல்களை தீயிட்டு அழிப்பதற்கான தேவை என்ன? என்று அவரைக் கேட்க விரும்பினேன். இந்த அழித்தொழிப்புக்கள் பற்றிய அவரது பார்வை என்ன?

ஆனால், நான் பேசஎழுந்து மேடையிலிருந்து கீழே பார்த்த போது, திடீரென என்னிடம் நான் அடிக்கடி காணாத ஒரு தன்னடக்கத்தை உணர்ந்தேன். நான் பேசுவதைக்கேட்க அமைதியாகவும், பொறுமையாகவும் காத்திருந்த அவர்களை எதிரிகளாகவோ, எதிராளிகளாகவோ நான் பார்க்கவில்லை. அவர்களை சிறைவைக்கப்பட்ட அரசியல் கைதிகளாக, சித்ரவதை செய்யப்பட்டவர்களாக, நிர்வாணப்படுத்தப்பட்டவர்களாக, அவமானப்படுத்தப்பட்டவர்களாக நான் பார்த்தேன். ஒரு இந்தியராக நான் வெட்கப்பட்டேன்.

அஃப்சல் குருவின் விசாரணை ஏன் நியாயமாக நடைபெறவில்லை? சட்டத்தின்படி, அவருக்கு ஏன் மரணதண்டனை கொடுக்கப்பட்டிருக்கக் கூடாது? என்பதற்கான உண்மைகளை விரிவாக நான் எடுத் துரைத்தேன். ஒருவேளை என்னுடைய தன்னடக்கத்தினாலோ,

அல்லது போலித்தனமாக இல்லாததாலோ யாசின் மாலிக் எழுந்து நின்று, அஃப்சல் குருவின் மரணதண்டனைக்கு எதிரான பிரச்சார இயக்கத்தை நானும், கஷ்மீர் வழக்கறிஞர் சங்கத்தலைவர் அப்துல் கய்யூமும் ஒருங்கிணைக்கவேண்டும் என்று முன்மொழிந்தார்.

நாங்கள் இருவரும் ஒன்றாக இருந்து அந்தப்பணியைச் செய்திருந்தால், அது மனித உரிமைகள் வரலாற்றில் ஒரு முன்னுதாரணமாக இருந்திருக்கும். ஆனால், அப்துல் கய்யூம், பலமுறை அப்துல் ரெஹ்மான் கீலானியை சந்திக்க டெல்லி வந்தபோதிலும், அவர் என்னை ஒருபோதும் தொடர்புகொள்ள வேயில்லை. கீலானி, எங்கள் சந்திப்பு ஒருபோதும் நடக்காது என்று உறுதிப்படுத்தினார்.

சையத் அலி ஷா கீலானியிடம் விசுவாசம் கொண்டிருந்த கய்யூம், ஜமாத்—இ—இஸ்லாமியைச் சேர்ந்தவர். சையத் அலி ஷா கீலானிக்கும், யாசின் மாலிக்குக்கும் இடையே கடுமையான கருத்து வேறுபாடுகள் இருந்தன. மேலும் அந்த அமைப்பின் கொள்கை, (இறை) நம்பிக்கையில்லாதவர்களுடன் குறிப்பாக கஷ்மீரிலிருந்து வராத எவருடனும் இணைந்து வேலைசெய்ய அவரை அனுமதிக்கவில்லை.

ஆனால், 2005 செப்டம்பரில் சையத் அலி ஷா கீலானி, சபீர் அஹமதுஷா, மொஹம்மது யாசின் மாலிக், அப்துல் கய்யூம், நிசார் அலி மீர் உள்ளிட்ட எல்லா தலைவர்களும் கையெழுத்திட்ட ஒரு கூட்டறிக்கையை வெளியிட்டார்கள்:

'உச்ச நீதிமன்றத்தின் தீர்ப்பு, இந்திய பாராளுமன்றத்தின் மீதான தாக்குதல் பலத்த சேதங்களை ஏற்படுத்தி ஒட்டுமொத்த தேசத்தையே குலுக்கிவிட்டது. சமுதாயத்தின் ஒட்டுமொத்த உணர்வுகளையும் பிரதிபலிக்க அதிகபட்ச தண்டனை அளிக்கப்பட்டால்தான் திருப்தி அடையும்' என்று குறிப்பிட்டுள்ளது.

கஷ்மீர் மக்களாகிய நாங்கள், ஒரு கஷ்மீரி, ஒரு நியாயமான விசாரணையின்றி, தன்னைப் பிரதிநிதித்துவப்படுத்த எந்த ஒரு வாய்ப்புமின்றி, மரணதண்டனை விதிக்கப்பட்ட போது, இந்தியர்களுடைய ஒட்டுமொத்த உணர்வும் ஏன் குலுங்கவில்லை? என்று கேட்கிறோம். செஷன்ஸ் நீதிமன்றத்தில் அந்த விசாரணை நடைபெற்றபோதெல்லாம், மொஹம்மது அஃப்சல் குரு, தனக்கு ஒரு வழக்கறிஞரை நியமிக்குமாறு, நீதிபதியைக்

கேட்டுக்கொண்டார். அவர் பல வழக்கறிஞர்களின் பெயர்களையும்கூட கூறினார். ஆனால், அவருக்காக வாதாட அவர்கள் மறுத்துவிட்டார்கள். ஒரு கஷ்மீரிக்கு நியாயமான விசாரணை கிடைக்கும் என்று உறுதிப்படுத்துவதைவிட, அவரை சாக அனுமதிப்பதுதான் மிகச்சிறந்த தேசபக்தி என்று இந்திய வழக்கறிஞர்கள் சிந்தித்தது, அஃப்சல் குருவின் தவறா?

உயர்நீதிமன்றத்தில் தாமாகவே முன்வந்து அஃப்சல் குருவுக்காக வாதடிய இந்திய மனித உரிமைகள் வழக்கறிஞர், 'அஃப்சல் குரு, தூக்கிலிடப்படுவதற்குப் பதிலாக ஒரு விஷ ஊசியின்மூலம் கொல்லப்படுவதையே விரும்புகிறார்' என்று அஃப்சல் குரு உண்மையில் கேட்டதாக வாதாடினார். இத்தகைய ஒரு மனுவை தன்னுடைய சார்பாக அந்த வழக்கறிஞர் தாக்கல்செய்தது, அந்த வழக்கு முடியும்வரை அஃப்சலுக்குத் தெரியாது. அவருக்கு அங்கு மூன்று மரணதண்டனைகள் விதிக்கப்பட்டன.

உச்சநீதிமன்றத்தில் உடன்குற்றம் சாட்டப்பட்ட இன்னொருவருக்காக வாதாடிய மூத்த வழக்கறிஞரும், முன்னாள் சட்டத்துறை அமைச்சருமான சாந்திபூஷண்ஜி, அஃப்சல் குரு குற்றவாளி என்றும், அவர் சாகவேண்டியவர் தான் என்றும் நீதிமன்றத்தில் கூறினார். அவர் இத்தகைய அறிவிப்புக்களை நீதிமன்றத்துக்குள்ளும், அச்சு ஊடகங்களிடமும் கூறினார்.

சரப்ஜித் சிங் வழக்கில், இந்தியப் பிரதமரும்,[14] இந்திய ஊடகங்களும், அவரது உயிரைக்காப்பாற்ற பாகிஸ்தான் அதிகாரத்திடம் கேட்டுக்கொண்டார்கள். இந்தியா—பாகிஸ்தான் நட்புறவுக்காக, சரப்ஜித் சிங்கின் உயிர் பாதுகாக்கப்பட வேண்டும்; ஆனால், அதே தலைவர் தேசியப் பாதுகாப்பு என்ற தவறான மேடையில் அஃப்சலின் வாழ்வு தியாகத்துக்குள்ளாக்கப்பட வேண்டும் என்று சிந்திப்பது முரண்பாடானதில்லையா?

அஃப்சலின் மீதான மரணதண்டனை விலக்கிக்கொள்ளப்பட வேண்டும் என்ற எங்கள் கோரிக்கைக்கு ஆதரவாக கஷ்மீர் முழுவதும் கையெழுத்து இயக்கம் துவக்க நாங்கள் முடிவு செய்தோம்.[15]

அஃப்சலோ அல்லது மற்ற கஷ்மீரி தலைவர்களோ அஃப்சல்

குற்றமற்றவர் என்று கூறவில்லை என்பது தெளிவானது. அஃப்சல் ஒருபோதும் தான் குற்றமற்றவர் என்று பாசாங்கு செய்யவில்லை. அதுதான் இந்தக்கதை இவ்வளவு அனுதாபத்தைப் பெற்றது என்பதற்கான காரணம். சிறை எண் 2இல் இருந்து 2004 ஜனவரி 26 அன்று, அனுப்பிய கடிதத்தில் அவர் எழுதியிருந்தார்:

> *'எனக்குத் தெரியாமல், எனது விருப்பமின்றி, எவ்வித நோக்கமும் இல்லாத நான், பாராளுமன்றத் தாக்குதலில் ஈடுபட்டிருந்ததாக சுமத்தப்பட்ட வழக்கின் முக்கியத்துவமும், அதன் ஆபத்தான அளவும், காவல்துறையின் எல்லாவிதமான வழிமுறைகளிலும் ஆரம்பத்திலிருந்தே உணர்ச்சிமயமாக்கப்பட்டது. எனது அறியாமையும், பொருத்தமான சட்ட உதவி பெறமுடியாத என் இயலாமையும், காவல்துறையின் கையாலாகாத்தனத்தையும், தோல்வியை மூடி மறைக்கவும், மக்களை முட்டாள்களாக்கவும் காவல்துறை என்னை பலியாடாக்கிவிட்டது.'*

விசாரணை நீதிமன்றத்தில், பாராளுமன்றத்தைத் தாக்கிய ஐந்து தீவிரவாதிகளில் ஒருவருக்கு, ஒரு வெள்ளை அம்பாஸிடர் காரை வாங்க உதவியதாக ஒப்புக்கொண்டார். ஆனால், அங்கு நிகழ்ந்த தாக்குதலில் அவர் பங்கேற்கவில்லை. யாருடைய இறப்புக்கும் அவர் காரணமாக இருக்கவில்லை.

வழக்கு விசாரணைகளின்போதோ அல்லது மேல்முறையீட்டின் போதோ, தனக்காக வாதாட அஃப்சலுக்கு எந்த வழக்கறிஞரும் இல்லை. அவருக்கு எதிரான சாட்சியங்கள் குறுக்கு விசாரணை செய்யப்படவில்லை என்பதை நீதிமன்றப்பதிவுகள் காட்டுகின்றன. அவரும், அவரது குடும்பமும் ஒரு வழக்கறிஞரை வைத்துக்கொள்ளமுடியாத அளவுக்கு மிகவும் ஏழ்மை நிலையில் இருந்தும், அந்த நிலையில் கஷ்மீர் அமைப்புக்கள் அவருக்கு உதவுவதுபற்றி கவலைப்படவில்லை என்பதுமே இதற்கான காரணம்.

தூக்குமேடையிலிருந்து அஃப்சல் காப்பாற்றப்படுவாரா? அவர் காப்பாற்றப்படுவார் என்று நம்பினேன். இந்தியாவில், அனுபவமுதிர்ச்சியுள்ள விவேகமான பலகுரல்கள் அஃப்சலை தூக்கிலிடக்கூடாது என அறிவார்ந்த முறையில் பேசின. இந்தியப்புலனாய்வு மற்றும் பகுப்பாய்வுத்துறையின் *(Research and Analysis Wing-RAW)* முன்னாள் கூடுதல் செயலாளர் *B.* இராமன் கூட அஃப்சலைத் தூக்கிலிடுவதற்கு எதிராக அறிவுரை கூறினார்.[16] இந்திய குடியரசுத் தலைவர், இந்தியாவில் தூக்குத்தண்டனை தடைசெய்யப்பட வேண்டும்

என்ற தனது பார்வையைத் தெரிவித்தார். காங்கிரஸ் கட்சியின் தலைவர் சோனியா காந்தி, தனது கணவரின் கொலையில் சம்பந்தப்பட்டதாகத் தண்டிக்கப்பட்ட ஒரு பெண்ணைக் காப்பாற்ற தலையிட்டார். சோனியா மரணதண்டனையை மிகவும் உறுதியாக எதிர்த்தார்.

அஃப்சல் குரு தியாகத்தன்மையை எதிர்பார்க்கவில்லை. அது தைரியம் இல்லாததால் அல்ல; இறப்புக்குப்பின் உள்ள வாழ்வின் மதிப்பு என்ற தத்துவத்தால் அவர் இறக்கவிரும்பவில்லை. அப்துல் ரெஹ்மானுக்கு எழுதிய ஒரு கடிதத்தில் அவர் எழுதினார்: ‘சிறையிலாவது குறைந்தபட்சமாக நான் உயிரோடு வாழ்வது எனது குடும்பத்துக்குத் தேவை என்பதை நீங்கள்கூட அறிவீர்கள். என் சகோதரர் மறைவுக்குப் பிறகு எனது தாயார் உறைந்துபோனார். அடுத்த நிகழ்வும் அவ்வாறே நடந்தால், அவர் உடைந்து போவார்” (டெல்லியில் கைவினைப்பொருள்கள் கடையை நடத்திவந்த தனது இளம் சகோதரர் ரியாஸின் இறப்பை அஃப்சல் இங்கே குறிப்பிட்டார்.)

எவ்வளவு நீண்டகாலம் அவர் உயிரோடு இருந்தாலும்—அது சிறையிலாக இருந்தாலும்கூட, அவரது மனைவிக்கும், மகனுக்கும் சிறிது ஆறுதலாக இருப்பார் என்பதை அஃப்சல் அறிந்திருந்தார். தனது எஞ்சிய வாழ்வை சிறைக்கம்பிகளுக்குப்பின் வாழத் தயாராக இருந்தார். ஆனால், அவர் ஸ்ரீநகர் சிறைக்கு மாற்றப்படவேண்டும் என கனவுகண்டார். அதன்மூலம் அவர்களை அடிக்கடி பார்க்கமுடியும்.

அவரோடு கூட்டாக குற்றம் சாட்டப்பட்டிருந்தவர் விடுவிக்கப்பட்டதும், ஷௌகத்தின் ஆயுள்தண்டனை 10 ஆண்டுகளாக குறைக்கப்பட்டதும், அவரது மரணதண்டனை ஆயுள்தண்டனையாகக் குறைக்கப்படும் என்ற நம்பிக்கையை அவருக்கு ஏற்படுத்தியது. அவர் ஒரு கருணைமனுவைத் தாக்கல் செய்வதுதான் அவருக்கிருந்த ஒரே சட்ட நிவாரணமாக இருந்தது. என்னிடமும், பஞ்சோலியிடமும் அந்த மனுவை தயாரிக்க கேட்டுக்கொண்டார். அது 2006 அக்டோபர் மூன்றாம் வாரத்தில் நடந்தது.

நான் அந்த மனுவைத்தயாரித்து பஞ்சோலியிடம் காட்டினேன். அவர் கூறிய சில மாற்றங்கள் அதில் சேர்க்கப்பட்டன. அதன்பின் பஞ்சோலி, அந்த மனுவின் வரைவை இறுதிப்படுத்துவதற்குமுன், அஃப்சலின் ஒப்புதலைப் பெற, சிறையில் அஃப்சலிடம் தந்தார்.

அந்தக்கட்டத்தில் அஃப்சலுக்கான இயக்கத்தை சீர்குலைக்கும் சில வினோதங்கள் நடந்தன.

அந்த மனுவை தாக்கல்செய்வதில் தனக்குள்ள ஆட்சேபணைகளை அப்துல் ரெஹ்மான் கீலானி என்னிடம் தெரிவித்தார். அது ஹுரியத் தலைவர்களால் ஏற்கப்படாது என என்னிடம் தெரிவித்தார். அந்த மனு கருணைக்காக அஃப்சல் கெஞ்சுவதுபோல் அவர்களுக்கு தோன்றியது. பா.ஜ.க. ஏற்கனவே அஃப்சலுக்கு எதிரான பிரச்சாரத்தை முடுக்கிவிட்டிருந்தது. அஃப்சலின் உயிரைப்பறிக்க அவர்கள் காத்திருந்தார்கள். அஃப்சல் தானாக எப்போதும் கருணைமனுவைத் தாக்கல் செய்யவில்லை என்பது அவர்களின் வாதங்களில் ஒன்றாக இருந்தது. இப்போது மரணதண்டனையை, ஆயுள் தண்டனையாக மாற்ற அஃப்சலுக்கு இருந்த கடைசி வாய்ப்பையும் அப்துல் ரெஹ்மான் கீலானி பறித்துவிட்டார்.

அந்த மனு ஒரு அரசியல் கைதியின் மொழியில் எழுதப்பட்டிருந்தது. அது கஷ்மீர் விடுதலைக்கான இயக்கத்தின் பின்னணியில் இருந்த அம்சங்களால் அமைக்கப்பட்டிருந்தது. அஃப்சல் குரு எவ்வாறு பொறியில் சிக்கவைக்கப்பட்டார் என அவரது கதையைக் கூறியது. மேலும் அது, நீதிமன்ற பதிவுகளின்படியான சட்டவாதங்களை முன்வைத்திருந்தது. அதில் கருணைக்காக கெஞ்சும் பிரச்சனை ஏதும் இல்லை. அது, இந்திய அரசியல் சாசனத்தின் 72ஆம் பிரிவின்படி நீதிக்கான ஒரு மேல்முறையீடாக இருந்தது.

அஃப்சல் அந்த மனு முழுவதையும் அதிலுள்ள ஒவ்வொரு வார்த்தையையும் படித்தார். சில மாற்றங்களைக் கூறினார். அதை பஞ்சோலி இணைத்து மனுவை இறுதிப்படுத்தி மீண்டும் அஃப்சலிடம் கொடுத்தார். நடைமுறைகளின்படி தண்டிக்கப்பட்ட சிறைவாசி தனது மனுவை தானாகவே சிறையின் வழியாக தாக்கல் செய்யவேண்டும்.

2006 நவம்பர் 11இல், தனது மனுவின் ஒவ்வொரு பக்கத்திலும் அஃப்சல் கவனமாக கையெழுத்திட்டார். அதை திஹார் சிறை எண் 3இல் உள்ள அதிகாரிகளிடம் ஒப்படைத்தார்.

அந்த நேரத்தில், அஃப்சல் குருவின் விருப்பத்துக்குமாறாக, பஞ்சோலியும், நானும் அந்தமனுவை எழுதுமாறு கட்டாயப்படுத்தியதாக ஒரு விஷமப்பிரச்சாரத்தை அப்துல் ரெஹ்மான் கீலானி துவக்கினார். பஞ்சோலி தன்னை பொய்யாக அஃப்சல் குருவின் வழக்கறிஞர் என்று கூறிக்கொள்கிறார் என்று கூறுமளவுக்கு 2010

மே—யில் ஊடகங்களுக்கு ஒரு அறிக்கை தரும் எல்லைக்கு அவர் சென்றார்.[17] அஃப்சலுக்காக வாதாடும் அதிகாரம் பெற்றவர் தான் ஒருவர்தான் என்றும் கூறிக்கொண்டார்.

பஞ்சோலி இந்த அம்சங்களை விளக்குவதற்காக, அஃப்சலைச் சந்தித்தார். கீலானியால் உருவாக்கப்பட்ட தேவையற்ற சர்ச்சைகளால் அஃப்சல் குரு ஆழ்ந்த கவலை அடைந்ததை அவர் பார்த்தார். பஞ்சோலி தனது வழக்கறிஞராகத் தொடர்வதை தான் விரும்பவில்லை என்பதற்கான காரணம் ஏதுமில்லை என்று அஃப்சல் அவரிடம் உறுதிப்படுத்தினார்.

கீலானியை, அத்தகைய அப்பட்டமான, கீழ்த்தரமான அறிக்கையை தரவைத்தது எது என எங்களால் புரிந்துகொள்ள முடியவில்லை. அஃப்சலுக்கு சட்ட உதவியை அளிக்கும் ஒரே ஒருவரையும்கூட அஃப்சல் இழந்துவிட வேண்டும் என கீலானி விரும்பினாரா? தனது சொந்த விடுதலைக்காக இயக்கம் நடத்திய வழக்கறிஞர்களுக்கு எதிராக, அவரை திரும்பவைத்தது எது?

பின்னர் ஊடகங்களில், கருணை மனு தாக்கல் செய்ததற்காக சையத் அலி ஷாவிடம் மன்னிப்புக்கோரி அஃப்சல் எழுதியதாக ஒரு கடிதம் வெளிவந்தது. அந்தக்கடிதத்தில் சில பகுதிகள்கூட மேற்கோள் காட்டப்பட்டிருந்தன. ஆனால், அப்படி ஒரு கடிதத்தை எழுதவே இல்லை என அஃப்சல் குரு, பஞ்சோலியிடம் கூறினார்.

2013இல் அஃப்சல் குரு தூக்கிலிடப்பட்டார். பத்திரிக்கையாளர்கள், தபஸூம்மிடம், கருணைமனுவைத் தாக்கல் செய்ததற்காக சையத் அலி ஷா கீலானிக்கு அஃப்சல் குரு உண்மையிலேயே மன்னிப்பு கேட்டு கடிதம் எழுதினாரா? என்று கேட்டார்கள். தபஸூம் கோபத்தோடு பதிலளித்தார்: ‘அவர்களுக்கு, அவர் ஒருபோதும் எழுதவே இல்லை. அவரது பெயரில் உலவவிட்டவை எல்லாம் அரசியல் இலாபத்துக்காக, பிரிவினைவாதத் தலைவர்கள் உருவாக்கிய மோசடியைத்தவிர வேறொன்றும் இல்லை. அவர் கருணை மனுவுக்காக ஒருபோதும் மன்னிப்பு கேட்கவே இல்லை.’[18]

கஷ்மீரில் கட்டுமானத் தொழிலாளியாக வேலைசெய்துவந்த அஃப்சலின் இளைய சகோதரர் ஹிலால், பத்திரிகையாளர்களிடம், ‘எவரொருவரும் உண்மையில் நடந்ததை சொல்வதில்லை. தனது கணவருக்காக போராடி வருபவர், தபஸூம் ஒருவர் மட்டும் தான். நான்கூட அவருக்கு உதவும் நிலையில் இல்லை. இங்கே உயிர்வாழ்வதற்கே சிரமப்படும் ஏழை நான்’ என்று கூறினார்.[19]

அஃப்சலைத் தூக்குமேடையிலிருந்து காப்பாற்றும் எங்களது இயக்கத்தில் எழுந்த இன்னொரு கருத்துவேறுபாடு அஃப்சலுக்கு ஆழமான வலியை ஏற்படுத்தியது. அந்த இயக்கம், நம்பிக்கையின்மையையும், வெறுப்பையும் அவருக்கும், அவரது மூத்த சகோதரர் அய்ஜாஸுக்குமிடையே ஏற்படுத்தி விட்டது என உணர்ந்தார். அய்ஜாஸ், அஃப்சல் தீவிரவாதத்துடன் சேர்ந்து கொண்டதில் மிகவும் ஏமாற்றமடைந்திருந்தார். ஆனால், அஃப்சல் சரணடைந்த பிறகு, சகோதரர்கள் இருவரும் தங்கள் உறவை மீண்டும் வைத்துக்கொண்டார்கள். இருந்தபோதிலும், பாராளுமன்றத் தாக்குதல் தொடர்பாக அஃப்சல் கைது செய்யப்பட்டபோது அய்ஜாஸ் கடும்கோபமடைந்தார். அவர் தனது சகோதரரை சந்திக்க 2006 அக்டோபர் வரை சிறைக்கு வரவேயில்லை. அஃப்சலின் தூக்கு தேதி அறிவிக்கப்பட்டபின், அஃப்சலுக்கு இறுதி வணக்கம் கூற சிறைக்கு வந்தார்.

அவர் டெல்லிக்கு வந்தவுடன், STF முகாம் பற்றிய விளக்கங்களோடு அஃப்சல் எழுதிய கடிதத்தைக்கொண்ட ஒரு பிரசுரத்தை அய்ஜாஸ் படித்தார். அய்ஜாஸ் டெல்லியில் இருந்தபோது, அந்தப் பிரசுரம் அப்துல் ரெஹ்மான் கீலானியால், அய்ஜாஸ் தனது சகோதரர் அஃப்சலை கடைசிமுறையாகக் காண சிறைக்குச் செல்வதற்குமுன், வெளியிடப்பட்டது.

அய்ஜாஸ், அஃப்சலைச் சந்தித்தபோது, அவரால் கோபத்தை அடக்கமுடியவில்லை. அவர், அஃப்சலிடம் சீறியவாறே, 'அஃப்சல் தூக்கில் தொங்குவதே நல்லது; அதன்மூலம் இனிமேலும் எந்த தொந்தரவும் கொடுக்க முடியாது' என்று கூறினார்.

அஃப்சலைச் சந்தித்தபிறகு, அய்ஜாஸ் சிறையைவிட்டு வெளியே வந்தார். ஒரு காட்சியை உருவாக்கினார். அவருக்காக வெளிப்படையாக காத்திருந்த வெள்ளை அம்பாஸிடர் காரின் உச்சிமீது ஏறினார். அங்கிருந்த 30முதல் 40 பத்திரிக்கையாளர்கள் முன்பு தனது சட்டையை கிழித்துக்கொண்டு பேசத்துவங்கினார். அடையாளம் தெரியாத ஒருவர் அவருக்குப்பின் இருந்து கொண்டு, அவர் பேசுவதற்கு எடுத்துக்கூறிக்கொண்டிருந்தார். அய்ஜாஸ் தொடர்ந்து பொதுமக்களிடம், "அஃப்சலைக் காப்பாற்றும் இயக்கத்தில் இருந்தவர்கள் அதன்மூலம் உண்மையில் பணம் சம்பாதித்துக் கொண்டார்கள். அந்தப்பட்டியலில், முதலில் இருந்தவர்கள் அப்துல் ரெஹ்மான் கீலானியும், நந்திதாவும் (நான்)தான்" என்றார்.

பின்னர், அந்த இரண்டு சகோதரர்களுக்கிடையே நடந்த சந்திப்பைப்பற்றி தபஸும் என்னிடம் கூறினார். அய்ஜாஸ், அஃப்சல் தனது வழக்கறிஞருக்கு எழுதிய கடிதத்தை மறுத்துவிடுமாறு கூறினார். அவர், அஃப்சலிடம், எப்படியும் அவர் சாகப்போகிறார்; ஆனால், கடிதத்தில் சிறப்பு அதிரடிப்படை பற்றிக் குறிப்பிட்டுள்ளதால், அவரது மனைவி மற்றும் மகனின் வாழ்வை ஆபத்துக்குள்ளாக்குகிறார் என்று கூறினார். அவர்கள் காலிப்பையும், தபஸும்மையும் விட்டு வைக்கமாட்டார்கள் என்று அய்ஜாஸ் கூறியதாக தபஸும் தெரிவித்தார்.

இதில் ஆதாயம்தேடும் பல்வேறு தனிப்பட்ட விருப்பங்கள், அஃப்சல் தூக்குக் கயிற்றிலிருந்து தப்பிவிடக்கூடாது என்பதை உறுதிப்படுத்திக் கொண்டிருக்கின்றன என்பதை நான் அறிந்துகொண்டேன். இந்தியப் பாராளுமன்றத்தின் மீதான தாக்குதலுக்கு ஒருவர்கூட தூக்கில் தொங்கவிடப்படாவிட்டால் அது தங்களுக்கு ஒரு கறையாகிவிடும் என்று அவர்கள் கருதினார்கள். காவல்துறையுடனோ அல்லது நீதித்துறையுடனோ போராடுவது ஒரு விஷயம். ஆனால் இந்த நிழல்சக்திகளுடன் போராடுவதும், அம்பலப்படுத்துவதும் கிட்டத்தட்ட சாத்தியமில்லாத ஒரு விஷயமாகும்.

அஃப்சல் குருவின் குடும்பம் டெல்லியில் மேலும் சில நாட்கள் தங்கியிருந்தது. அவர் சிறைக்குமுன் உருவாக்கிய ஒரு காட்சிக்குப் பிறகும் அய்ஜாஸ், அந்த நாட்களில் என்னை தொடர்ந்து சந்தித்து வந்தார். நான் அவரை தடுக்கவில்லை. ஏனென்றால், அந்தக் குடும்பத்துக்கு கவலையை ஏற்படுத்த நான் விரும்பவில்லை. ஆனால், அய்ஜாஸின் இங்கிதமற்றதன்மையும், முரட்டுத்தனமான நடத்தையும் தாங்கிகொள்ள முடியாததாக இருந்தன. ஒரு சமயம், எனது கணவரும், நானும் பகலுணவு சாப்பிட்டுக்கொண்டிருந்தபோது, அவர் சத்தம் போட்டார்: 'எனக்கு?' நாங்கள் அவரை எங்களோடு உணவுண்ண வருமாறு அழைக்கவில்லை. ஏனென்றால், அது ரம்ஜான் மாதம். ஒருவேளை விரதத்தில் இருப்பாரோ என்று நாங்கள் கருதியதால். அய்ஜாஸ் திமிராக அறிவித்தார்: 'நான் விரதம் இருப்பதில்லை; நானொரு இந்தியன்.' நான் கேட்டதிலேயே இந்தியன் என்பதற்கான வினோதமான விளக்கமாக அது இருந்தது.

அந்தக்குடும்பம் மெல்லமெல்ல எனது வீட்டிலேயே தங்கிவிட நேர்ந்தது. ஏனென்றால், ஒவ்வொரு முறையும் அவர்கள் ஓட்டலில் சோதனையிடப்பட்டபோது, அதன் மேலாளர்

(காவல்துறையாலோ, அல்லது உளவுத்துறை மூலமோ) அவர்கள் அஃப்சலின் குடும்பத்தினர் என்று கண்டுகொண்டபோது, வெளியே துரத்தப்பட்டார்கள். கடைசியாக அவர்களுக்கு, ஒரு விருந்தினர் இல்லத்தில் பாதுகாப்பளித்த ஒரு நண்பரை தொலைபேசியில் அழைத்தேன். ஆனால், ஜாமா மஜ்ஜித்தில் ஒரு ஓட்டலில் தங்க அய்ஜாஸுக்கு எந்தவித பிரச்சனையும் இல்லை என்பது வினோதமாக இருந்தது.

எனக்குள் ஒரு அமைதியின்மை உணர்வு வளர்ந்தது.

2006 நவம்பர் 27 அன்று CNN/IBN துல்லிய தாக்குதல் (Sting Operation) என்றும், அஃப்சலின் பூர்வீகத்தைக் கண்டறிதல் (Decoding Afsal) என்றும் அவர்கள் கூறிக்கொண்ட நிகழ்ச்சியை நடத்தியது. அந்த நிகழ்ச்சி பெரிய, காலியான ஓர் அறையில், அய்ஜாஸ் அமர்ந்துகொண்டு, அஃப்சலுக்கான இயக்கத்தின் மூலம் நந்திதா ஹக்ஸர் உள்ளிட்ட பலர் பணம் சம்பாதித்தனர் என்றும் கூறுவதைக் காட்டியது. இது நிச்சயமாக ஒரு அவதூறு. தபஸும் உச்ச நிதிமன்றத்தில் தனது வழக்கறிஞருக்கு பணம்தர முடியாதபோது, நான் தபஸும்முக்கு ரூ.100,000/ தனிப்பட்டமுறையில் கொடுத்ததை என்னால் நிரூபிக்க முடியும். ஒரு இந்தியக்குடிமகன் ஒரு வழக்கறிஞரால் எதிர்வாதம் செய்யப்படாமல், மரண தண்டனை விதிக்கப்பட்டதில் நான் வெட்கப்பட்டேன். நான் ஊடகங்கள் மீது வழக்கு தொடுப்பது, அஃப்சலுக்குப் பதிலாக என்மீது கவனம் குவிக்கப்பட்டு, அந்த இயக்கத்தை குறைத்துமதிப்பிடச் செய்துவிடும். என்னைப் பொருத்தவரை, அரசியல் புரிந்துணர்வு இல்லாததால் எவ்வாறு ஜனநாயகத்துக்கான வெளியை மூடிவிடுகின்றன, என்பதற்கான இன்னொரு எடுத்துக்காட்டாக அது இருந்தது.

பிறகு, டெ ஹெல்கா[20] அய்ஜாஸும், ஷௌகத்தின் சகோதரர் யாசினும் கஷ்மீர் தலைவர்களிடமிருந்து எவ்வாறு பணம் திரட்டினார்கள் என்பதையும் ஆனால், சட்ட செலவுகளைச் செய்ய அவர்கள் தபஸும்முக்கு எந்தப்பணமும் தரவில்லை என்பதையும் அம்பலப்படுத்தியது. அந்தப்பணம் அய்ஜாஸுக்கு சொத்துவாங்க பயன்படுத்திக்கொள்ளப்பட்டது. டெஹெல்கா செய்தியாளர்களிடம், அஃப்சலின் மனைவி: ‘அய்ஜாஸும், யாசினும் ரூ. ஐந்து முதல் ஏழு இலட்சம்வரை பணம் திரட்டினார்கள்; அந்தப் பணத்தை சொத்து வாங்குவதில் முதலீடு செய்தார்கள்; ஒரு பைசாகூட அவர்கள் எனக்கு கொடுக்கவில்லை’ என்று கூறியதன்மூலம் அந்த மோசடியை உடைத்துவிட்டார் என்று

தெரிவித்தார்கள். கருணை என்ற பெயரால் திரட்டப்பட்ட எந்தப் பணமும் தபஸுமிடம் பகிர்ந்துகொள்ளப்படவில்லை. கீழ் நீதிமன்றத்தில் அந்த வழக்கு விசாரிக்கப்பட்ட அந்தத் துவக்கம் முதல், குடியரசுத் தலைவர் கலாமிடம் தபஸுமால் கருணைமனு ஒப்படைக்கப்படும் வரை தபஸும்தான் இந்தப் போராட்டத்தை நடத்தி வந்ததாக தபஸும் டெஹெல்காவிடம் கூறினார். இப்போது கருணைகாட்டுமாறு முறையீடு செய்யும் தலைவர்கள் அனைவரும், எனக்கு உதவி தேவைப்பட்டபோது, அதைச்செய்ய முன்வரவில்லை' என்று கஷ்மீரில் தபஸும் ஒரு அறிவிப்பை செய்தபோது, அய்ஜாஸும், யாசினும் பணம் திரட்டிய முழுவேலையையும் கண்டுபிடித்ததாகக் கூறினார். அஃப்சலின் மனைவியின் இந்த அறிவிப்பு அந்தப்பள்ளத்தாக்கின் நாளேடுகளில் தலைப்புச்செய்திகளாக வந்தது. அப்போதுதான் ஹுரியத் தலைவர்கள் என்னை அழைத்து உண்மையிலேயே அவர்கள் உதவியதாகவும், அதாவது, அய்ஜாஸிடமும், யாசினிடமும் கொடுத்ததாகக் கூறினார்கள்.

தபஸும் செய்தியாளர்களிடம், 'என்னுடைய அறிவிப்பிற்குப் பிறகு பல தலைவர்கள் என்னைத் தொடர்புகொண்டு தாங்கள் யாசினிடம் பணம் கொடுத்ததாகக் கூறினார்கள். 'வொ பிர் நங்கே ஹோ கயே' (அதன்பிறகு அவர்கள் அம்பலப்பட்டு நின்றார்கள்.) அவர்கள் இலட்சக்கணக்கில் பணம் திரட்டினார்கள். அந்தப்பணத்தை சொத்துவாங்கப் பயன்படுத்திக் கொண்டார்கள்' என்று கூறினார்.

அப்போது 'அஃப்சல் குருவைப் பாதுகாப்போம்' இயக்கத்தைச்சுற்றி பல கருத்துவேறுபாடுகள் சூழ்ந்து, அவரது மரணதண்டனையை தடுத்து நிறுத்தும் வாய்ப்புக்களுக்கு தீங்கு செய்துவிட்டன. ஒருமுறை நான் அஃப்சலிடம், இந்தக் கருத்து வேறுபாடுகளின் தாக்குதல் இலக்காக இருப்பதில் நான் நிலைகுலைந்து போய்விட்டேன்; அது நியாயமற்றதல்ல' என்று கூறியபோது, அவர் சிரித்தார். அவர் சொன்னார்: 'நீங்கள் எனது பிரச்சனையை எடுத்துக்கொண்டால், நீங்கள் தாக்குதலுக்கான இலக்காக்கப்படுவீர்கள் என்பதை எதிர்பார்க்க வேண்டும்.' அவரது குரல் எப்போதும்போல் கனிவுடனும், அமைதியுடனும் இருந்தது. சாவின் சிறையில் அடைக்கப்பட்டுள்ள ஒருவரிடமிருந்து நான் ஆறுதல்தேடியதற்கு சிறிது வெட்கப்பட்டேன்.

எனக்கும், கீலானிக்கும் இடையே வெளிப்பட்ட கருத்து முரண்பாடுகள் அஃப்சலுக்கு ஆழ்ந்தவேதனையை ஏற்படுத்தியது. அவர் தனது கடுமையான மனத்துயரை 2008 ஜனவரியில் எழுதிய ஒரு நீண்டகடிதத்தில் தெரிவித்தார்:

'நீங்கள் எனக்காக என்னவெல்லாமோ செய்தீர்கள் என்பதில் எந்தவித சந்தேகமும் இல்லை. அதற்காக நான் நன்றியுடையவன். ஆனால் SARG-யுடனான வேறுபாடுகள் என்னை மனத்துயரில் ஆழ்த்துகின்றன. ஏனென்றால் உங்கள் அனைவரையும் எனக்கான பிரச்சார இயக்கத்தின் உறுப்பினர்களாக நான் ஒருபோதும் கருதவில்லை. பிரிக்கமுடியாத ஒரு குழுவின் வேலை என்றே கருதினேன்.

பிறகு டெஹெல்கா தனிக்கதைகள், CNN/IBN, பல்வேறு தகவல்கள், மாநில நாளேடுகள் இவையெல்லாம் எனது குடும்பப் பிரச்சனைகளில் 13 கிளைக்கதைகளாகிவிட்டன. கஷ்மீரின் அரசியல் மோதல்கள் தொடர்பாக எனது சகோதரரின் அலட்சியம் மற்றும் தனிமைப்படல் தவிர, எங்கள் குடும்பத்தில் எப்போதும் எந்த வேறுபாடும் இருந்ததில்லை. எனது எண்ணங்களை, சிந்தனைகளை அல்லது செயல்பாடுகளை அவர் ஒருபோதும் பகிர்ந்துகொண்டதில்லை. ஆனாலும் நாங்கள் எப்போதும் சகோதரர்களாகவே இருந்து வந்தோம். ஆனால் இந்த எல்லா விஷயங்களும், அரசின் பயங்கர அமைப்புக்களும் எனது சகோதரருடன் ஏராளமான வேறுபாடுகளை உருவாக்கிவிட்டன. அவர் இப்போது எனக்கு மிகவும் பகையுணர்வு கொண்டவராக காணப்படுகிறார்...

எனது மனுவின் மீதான கருத்து வேறுபாடு தொடர்பாக, எனது மனு, விவாதத்துக்கோ அல்லது கருத்து வேறுபாடுகளுக்கோ உரிய ஒன்றாக இருக்கக் கூடாது என்று நான் விரும்புகிறேன். இந்தப்பிரச்சனை பற்றி திரு. N.D. பஞ்சோலியிடம் நான் பேசிவிட்டேன். அந்தமனு தொடர்பான அரசியல் சாசன நடைமுறைகளை நான் செய்திருந்தாலும் அது பயனற்றது. அதன் பயணத்தைத் தொடர்வது வீணானது....'

அஃப்சல் குரு நீதிக்காகப் போராடுவதை நிறுத்திக்கொள்ள முடிவு செய்துவிட்டார். அது ஒன்றுதான் அவரது குடும்பத்தைப்

பாதுகாக்கும் ஒரேவழி. இந்தக் கடிதம் எனக்கு கிடைத்தபிறகு பஞ்சோலி, நான் ஆகிய இருவரும், அஃப்சலின் விருப்பத்துக்கு ஏற்ற வகையில் அந்த இயக்கத்தில் எங்கள் ஈடுபாட்டை முடித்துக் கொண்டோம். ஆனால், அவரது மனுவை பதிவுக்காக நாங்கள் வெளியிட்டோம்.[21]

ஏராளமான கருத்துவேறுபாடுகள் இருந்தபோதிலும், அப்துல் ரெஹ்மான் கீலானியின் விடுதலைக்காகவும், அஃப்சலைப் பாதுகாக்கவும் நடைபெற்ற பிரச்சார இயக்கம் கஷ்மீர் மோதல்கள் உள்ளிட்ட பல பிரச்சனைகள்மீது தேசிய அளவிலான விவாதங்கள் நடைபெற ஒரு ஜனநாயகவெளியை திறந்து விட்டது, முதல்முறையாக ஊடகங்கள் ஒரு கஷ்மீரி தீவிரவாதியின் குடும்பத்தை அனுதாபத்துடன் படம்பிடித்துக் காட்டின. தபஸூம்மும், காலிப்பும் அந்த இயக்கத்திலும், ஊடகங்களிலும் காணப்பட்டார்கள். ஆனால், ஊடகங்கள் இன்னும் மனிதஉரிமை செயல்பாட்டாளர்களை தேசியவாதிகள் அல்லது தேசப்பற்றுமிக்க குடிமக்கள் என்று சித்தரிப்பதில் சிரமம் கொள்கின்றன.

ஆனால் நான் அப்துல் ரெஹ்மான் கீலானியின் பிரச்சனைகளையும், பின்னர் அஃப்சல் குருவின் பிரச்சனைகளையும் எடுத்துக்கொண்டது ஏனென்றால், நான் மிகவும் துல்லியமாக இந்திய ஜனநாயகத்தைப் பாதுகாப்பதற்காக என்று நினைத்தேன். சிறப்புபிரிவுகளை நம்பக்கூறும் புலனாய்வுகளை அம்பலப்படுத்தி, பயங்கரவாதத்தோடு போராடுகிறோம் என்ற பெயரில் அஃப்சலைத் தூக்கில்போடும் முடிவின்மூலம் குற்றவியல் நீதித்துறையையே ஒழித்துக்கட்டும் வகையில் சூழ்ந்துள்ள அநீதியை அம்பலப்படுத்தி, ஜனநாயகத்தை உயர்த்திப்பிடிப்பதே எனது வழியாகும். ஆனால் ஒருமுறைகூட, கஷ்மீரிகளுடைய நியாயத்துக்காக நான்கு ஆண்டுகாலம் முன்னெடுத்துச்சென்ற இயக்கத்தை விளக்கிக்கூறுமாறு ஊடகங்கள் என்னிடம் கேட்டதில்லை.

2006லிருந்து பா.ஜ.க. அஃப்சலின் மரணத்தைத் தனது முக்கியமான அரசியல் திட்டமாக ஆக்கிக்கொண்டது. இந்துத்வா ஆதரவாளர்கள் அஃப்சலைத் தூக்குமேடைக்கு அனுப்புவதன்மூலம் இந்தியா கடினமான முடிவுகளை எடுக்கக்கூடிய வலிமைமிக்க நாடாக இருக்கும் என்றும், பயங்கரவாதத்தின்மீது சகிப்புத்தன்மை இல்லை என்று காட்டுவது உள்நாட்டுப் பாதுகாப்பைப் பாதுகாக்க உதவும் என்றும் நினைத்தார்கள். ஒசாமா பின்லேடனுக்கு எதிராக பாகிஸ்தானில் அமெரிக்கா நடத்திய தாக்குதலால் அவர்கள்

உற்சாகம் பெற்றிருந்தார்கள். தேசியக்கொடியை உயர்த்திப்பிடிக்கும் ஏகபோக உரிமையை பா.ஜ.க.வுக்கு அளிப்பது எனது நோக்கமல்ல. எங்கள் பணி எனது நாட்டுக்கு ஒருபங்களிப்பு என நான் நம்பினேன். எங்கள் பயணம் இந்தியாவுக்கான நண்பர்களைப் பெற்றுத்தந்தது. ஆனால், பா.ஜ.க.வோ, கஷ்மீரிகளுடனான ஜனநாயகப் பேச்சு வார்த்தைகளுக்கான எல்லா வெளிகளையும் மூடிவிட்டது.

காங்கிரஸ் கட்சி தேர்தல்களின்மீது ஒரு கண் வைத்திருந்தது. அது பா.ஜ.க.வின் படகோட்டத்திலிருந்து காற்றைத் தங்கள் பக்கம் திருப்ப முயன்றது. அவர்கள் தங்களது ஒரு மனிதக்கப்பல், தேர்தல்களைத் தங்களுக்கு வென்றுதரும் என நம்பினார்கள். அவர்கள் பா.ஜ.க.வின் கோரிக்கைகளுக்கு தங்களை உட்படுத்தி மொஹம்மது அஃப்சல் குருவைத் தூக்கிலிட முடிவு செய்தார்கள்.

இந்த எல்லா அசிங்கங்களுக்கும் மத்தியில், என்னை உற்சாகப்படுத்திய ஒன்று, அஃப்சலுக்கான தப்ஸும்மின் காதல்தான். ஒருநாள் அஃப்சலின் மரணதண்டனையை எதிர்த்து நடைபெற்ற ஆர்ப்பாட்டத்திலிருந்து நானும் தபஸுமும் திரும்பிவரும்போது, தபஸும் வெட்கத்துடன், ‘பகத்சிங் தூக்கிலிடப்படும்போது அவருக்கு வயது என்ன?’ என்று கேட்டார். ‘அவருக்கு வயது வெறும் 23தான்’ என்று அவரிடம் கூறினேன். அதற்குப்பின் தனது கண்களில் வழக்கத்துக்கு மாறான பிரகாசத்துடன், ‘பகத்சிங்கை தூக்கிலிட்டபிறகு எத்தனை ஆண்டுகளில் இந்தியா சுதந்திரம் பெற்றது?’ என்று கேட்டார். அவர் தனது கணவர் தூக்கிலிடப்பட்ட பிறகு கஷ்மீர் சுதந்திரம்பெற எத்தனை ஆண்டுகள் ஆகும் என்று கணக்கிட முயற்சித்தார். தனது கணவரைப்பற்றி ஆழ்ந்த பெருமைகொண்டிருந்த அவர், தனது கணவர் தூக்கிலிடப்படுவார் என்பதை அறிந்திருந்தார்.

ஆனால், தபஸும்மோ அல்லது அஃப்சலோ தியாகத்தன்மையைக் கொண்டாடவில்லை. அவர்கள், நம்பிக்கைக்கு எதிரான நம்பிக்கையாக அவர்கள் இருவரும், உடல்ரீதியாக தொலைவாலும், இரும்புக்கம்பிகளாலும் பிரிக்கப்பட்டாலும்கூட, தங்கள் மகன் வளர்வதைக்காண உயிரோடு வாழ்வார்கள் என்று நம்பினார்கள். சிறைச் சந்திப்புக்களின்போது, அவர் தனது கணவரிடம், ‘நீங்கள் ஒருநாள் வெளியே வருவீர்கள். ஆனால், நீங்கள் அப்போது கிழவனாக இருப்பீர்கள். அப்போது காலிப்புக்குத் திருமணம் ஆகிவிட்டிருக்கும். ஆனால், நீங்கள் வருவீர்கள்’ என்று கூறினார்.[22]

இரவில், அஃப்சல் சிறிய இன்பசுற்றுலாக்களுக்காகத் தன்னை அழைத்துச் சென்ற எல்லா இடங்களையும், அஃப்சலின் காதலை வெளிப்படுத்தும் குறு ஒலிகளையும், அவர்கள் இருவரும் ஒன்றாகக் கழித்த நேரங்களையும் நினைத்துப் பார்ப்பார்.

அந்த சிறிய குடும்பம், ஒவ்வொரு ஆண்டும், ஒரேயொருமுறை சந்தித்து, ஒருவரையொருவர்தொட்டும், ஒருவரையொருவர் அணைத்தும், தங்கள் ஆழ்ந்த அன்பை ஒருவருக்கொருவர் உடல்ரீதியாக வெளிப்படுத்திக்கொள்வார்கள். அந்த நிகழ்ச்சிதான் 'ராக்கி'. சிறை அதிகாரிகள், சிறைக்கைதிகள் தங்கள் சொந்த சகோதரிகளை வரவேற்க அனுமதித்தபோது, அவர்கள் கைகளில் ராக்கி கட்டப்படும். ஒவ்வொரு ஆண்டும் சிறைப்பாதுகாப்புப் படைகள், தபஸும் அஃப்சலின் சகோதரியாக வருவதுபற்றிச் செய்த கீழ்த்தரமான விமர்சனங்களை அவர் பொறுத்துக்கொள்ள வேண்டியிருந்தது. இந்த விமர்சனங்களைக் கேட்கும் ஒவ்வொருமுறையும் கூச்சத்துடனும், சங்கடத்துடனும் சந்திப்பார். ஆனால், அவரும் அஃப்சலும், காலிப்பும் ஒன்றாக இருப்பதில் எவ்வளவு மகிழ்ச்சி அடைந்தாரோ, அது, அந்த அவமதிப்புக்களை, துன்ப நிலையிலிருந்தும் தன்னடக்கத்தோடு ஏற்றுக்கொள்ள தபஸும்முக்கு உதவியது.

அத்தகைய ஒரு சந்திப்புக்குப்பிறகு, அஃப்சல் எவ்வாறு தன் கன்னங்களில் கண்ணீர்வடிய அழுதார் என்பதை தபஸும் என்னிடம் கூறினார். இந்த நேரத்தில் கீலானி விடுவிக்கப்பட்டிருந்தார். அவர் தபஸும்மிடம், அஃப்சலின் கண்ணீரைப்பற்றி எவரிடமும் கூறவேண்டாம் என்றார். தனது கட்டுப்பாட்டை இழந்துவிட்ட பலவீனத்தின் அறிகுறிதான் அந்தக்கண்ணீர் என்றார். தபஸும் பதிலளிக்கவில்லை. அவர் தனது கணவர் பலவீனமானவர் என்று நினைக்கவில்லை. அந்தக்கண்ணீர் அவரை மிக உயர்ந்த மனிதப்பிறவி ஆக்கியது.

தபஸும் அஃப்சலைக் காதலித்தார். தபஸும் விடுதலைப்போராட்ட வீரராக விளங்கிய ஒரு மனிதனின் மனைவியாக இருந்ததற்கான விலையைத்தர அவர் தயாராக இருந்தார். அவ்வாறே அவர் வாழ்வதற்கு வேலைசெய்தார். தனது மகனையும், மாமியாரையும் கவனித்துக்கொண்டார். தனது கணவர் எந்த நாளிலும் தூக்கிலேற்றப் படுவார் என்ற நினைப்பை அவரால் அடக்கிக்கொள்ள முடிந்தது. எவ்வளவு நாள் அஃப்சல் உயிரோடிருந்தாரோ, அவ்வளவு நாட்களிலும் அவர் நம்பிக்கையுடன் இருந்தார்.

ஷௌகத் திஹார் சிறையிலிருந்து விடுவிக்கப்பட்டு 2011 ஜனவரியில் சோபூருக்கு வந்தபோது, தபஸும்மால் அஃப்சலும்கூட ஒருநாள் திரும்பி வருவார் என்று நம்பாமல் இருக்கமுடியவில்லை. 2003இல் ஷௌகத்தின் மனைவி நவ்ஜோத் சிறையிலிருந்து விடுவிக்கப்பட்டார். ஆனால் இருவரும் பிரிந்து விட்டார்கள். நவ்ஜோத் சிறையிலிருந்து வெளியே நடந்துவந்தபோது, அவர் இருந்த நரகத்திலிருந்து மீண்டுவந்ததை வரவேற்க அங்கு யாருமில்லை. நவ்ஜோத்துக்காக கவலைகொண்ட ஒரே மனிதர் அவருடைய தந்தைதான். ஆனால், அவர் இறந்துவிட்டார். சிறையில் பிறந்த அவரது மகனை ஷௌகத் குரு வீட்டார் எடுத்துச்சென்றுவிட்டார்கள். அவனது பெயர் அர்சலான். அவன் கஷ்மீரி மொழியைப் பேசினான். அதை நவ்ஜோத்தால் புரிந்துகொள்ள முடியவில்லை. தபஸும் அவரது வலியில் சிலவற்றைப் புரிந்துகொண்டார். ஆனால், அந்த பஞ்சாபி பெண்ணுக்கு ஆறுதல் அளிக்கும் நிலையில் அவர் இல்லை. நவ்ஜோத்தைப்பற்றி கடைசியாக நான் கேட்டது, அவர் மன நலக்கூடத்தில் சேர்க்கப்பட்டுள்ளார் என்பதுதான். ஒருமுறை சமூகத்துக்கு பணிய மறுத்தபெண் அவர். அதற்கான விலையை வாழ்நாள் முழுதும் செலுத்துகிறார்.

பத்தாண்டுகளுக்கும் மேலாக சாவின் வரிசையில் இருந்தபோதும், அஃப்சல் இன்னும் உயிர்வாழ்வார் என்ற நம்பிக்கையும் இருந்தது. அதனால்தான் 2013 பிப்ரவரி 9 காலையில் அவர் பெற்றுக்கொண்ட செய்திக்கு அவர் ஆயத்தமாக இருக்கவில்லை.

மொஹம்மது அஃப்சல் குரு திஹார் சிறையில் தூக்கிலிடப் பட்டிருந்தார். அவருக்கு, அவரது மனைவியையும், பதின்வயது மகனையும் கடைசியாக சந்திக்கும் வாய்ப்பு மறுக்கப்பட்டிருந்தது.

நான் டெல்லிக்கு, அஃப்சல் தூக்கிலிடப்படுவதற்கு ஒருநாள் முன்னதாகவே வந்திருந்தேன். ஊடகங்களிலிருந்து வந்த அழைப்புக்களால் நான் விழித்தெழுந்தேன். ஊடகங்கள், அந்த தூக்கிலிடப்பட்டதுபற்றிய எனது கருத்துக்களை பலத்த குரலில் கேட்டுக்கொண்டிருந்தன. நான் எனது வயிற்று வலியை உணர்ந்தேன். பஞ்சோலியும்கூட அளவற்ற வருத்தம் அடைந்திருந்தார். என் வீட்டுக்கு வந்திருந்தார். நாங்கள் மிகஆழமான சொந்த இழப்பாக உணர்ந்து ஒன்றாக அமர்ந்திருந்தோம். இனியும் நாங்கள் என்ன செய்யமுடியும் என்று வியந்தோம்.

பஞ்சோலி, அஃப்சலின் ஒன்றுவிட்ட சகோதரரிடமிருந்து, 'இனி என்ன செய்யவேண்டும்?' என்ற ஒரு தொலைபேசி அழைப்பைப் பெற்றார். தபஸும் அந்தக்கல்லறைக்குச் செல்ல அனுமதிகேட்டு விண்ணப்பிப்பது நல்லது என நாங்கள் இருவரும் முடிவு செய்தோம். இது காலிப்புக்கு தனது தந்தை எங்கே புதைக்கப்பட்டார் என்பதைப் பார்க்க உதவும். அஃப்சல் இறந்துவிட்டார் என்ற யதார்த்தத்தை அவன் உணர்ந்துகொள்ள வைக்கும். அஃப்சல், குறிப்புக்களை, கடிதங்களை எழுதி வந்ததையும். புத்தகங்களை வைத்திருந்ததையும் நாங்கள் அறிவோம். எனவே, அஃப்சலின் எழுத்துக்களை எங்கள் பொறுப்பில் ஏற்க விரும்பினோம். இது காலிப்பின் பாரம்பரியத்தைக் கட்டமைக்கும். அஃப்சலின் ஒன்றுவிட்ட சகோதரர், இது ஒரு நல்ல யோசனை என்று ஏற்றுக்கொண்டார்.

பஞ்சோலியும், நானும் திஹார் சிறைக்குச்சென்று, ஊடகங்கள் எங்களைப் பார்க்காதவாறு, அமைதியாக உள்ளே நழுவினோம். அங்கே இயல்புக்கு மாறான திகிலூட்டும் அமைதி நிலவியது. அப்போது, அஃப்சல் தூக்கிலிடப்பட்டு சிலமணி நேரம்தான் ஆகியிருந்தது. ஒரு சிறை அதிகாரியை நாங்கள் சந்தித்தபோது, 'ஒரு மாபெரும் தவறு நடந்துவிட்டது' என்று கூறினார் அவர். தானும் வருந்துவதாக அவர் கூறினார். 'ஏனென்றால், அஃப்சல் ஒரு பெருந்தன்மையான மனிதர்.' நாங்கள் அஃப்சலின் காகிதங்களுக்கான வேண்டுகோளைத் தந்து திரும்பினோம்.

மாலையில் அந்தக் குடும்பத்தினர் தொலைபேசியில் எங்களிடம், அந்தக் குடும்பம் டெல்லிக்குவர ஏற்பாடுகள் செய்யுமாறு கேட்டுக் கொண்டார்கள். அவர்களுக்கான தங்குமிடம் கண்டுபிடிப்பது எங்களுக்கு உடனடிப் பிரச்சனை ஆனது. கடைசியாக அவர்கள் வந்தபோது அவர்களால் ஒரு அறையைக் கொடுக்கும் ஓட்டலைக் கண்டுபிடிக்க முடியவில்லை. நாங்கள் சம்பந்தப்பட்ட பாராளுமன்ற உறுப்பினரைத் தொடர்புகொண்டு, கஷ்மீர் இல்லத்தில் ஏற்பாடுகள் செய்யக்கோரினோம்.

கஷ்மீர் இல்லத்தின் தொடர்பு அலுவலர் எங்களைப் பார்க்க விரும்பவில்லை. ஆனால், பாராளுமன்ற உறுப்பினரின் கடிதத்தைப் பெற்றிருந்தார். கஷ்மீர் இல்லம் அறை ஒதுக்க ஒப்புக்கொண்டது. அந்தக்குடும்பம் பாதுகாப்பாகவும், கொஞ்சம் தனிமையில் இருக்கவுமான ஒரே இடம் அதுதான். நாங்கள் அதை அஃப்சலின் குடும்பத்தாரிடம் தெரிவித்தோம். ஒவ்வொருமுறையும் நான்

தபஸூம்முடன் பேசமுடியுமா என்று கேட்டபோது, அவர் வெளியே சென்றுவிட்டார் என்று என்னிடம் கூறப்பட்டது.

பிப்ரவர்12 அன்று, பஞ்சோலியும், நானும் மீண்டும் திடீரென சிறைக்குச் சென்று சிறைக்கண்காணிப்பாளரிடம் அஃப்சலின் உடமைகளின் பட்டியல், தனது கணவரின் கல்லறையில் அஃப்சலின் மனைவி வழிபட அனுமதி அஃப்சலின் உடலைப் புதைப்பதற்காக கஷ்மீருக்குக் கொண்டுசெல்ல அனுமதி ஆகியவற்றைக் கேட்கும் கடிதங்களைக் கொடுத்தோம். ஒவ்வொருமுறையும் அந்தக் கடிதங்கள் ஸ்கேன் செய்யப்பட்டு மின்னஞ்சல்மூலம் அஃப்சலின் குடும்ப உறுப்பினர்களுக்கு அனுப்பப்பட்டது.

ஆனால், இரண்டு அல்லது மூன்று நாட்களுக்குப்பிறகு மீண்டும் கருத்து வேறுபாடுகள் துவங்கின. குடும்ப உறுப்பினர்கள், தாங்கள் கல்லறைக்குச் செல்ல அனுமதி கேட்கவில்லை என்று மறுத்து அறிக்கைகளை வெளியிடத் துவங்கினர். கஷ்மீர் பத்திரிக்கைகள் அவற்றை வெளியிட்டு, இறந்தவரின் உடலை வழிபடக் கல்லறைக்குச் செல்லவேண்டியதேவை இஸ்லாத்தில் இல்லை என்று கூறின. இது, கல்லறைகளில் வழிபடும் சூஃபி அல்லது சலாஃபிகளின் வழக்கத்துக்கு எதிராக தங்களது மேலாண்மையை நிலைநாட்டும் சலாஃபிகளின் போராட்டம் என்பதை நான் அறிந்துகொண்டேன். காணவேண்டாத அரசியல் —இறையியலில் சம்பந்தப்பட வேண்டாம் என்று நானும், பஞ்சோலியும் விலகிவிட்டோம். தபஸூம் ஒரு செய்தியாளரிடம் கூறியதைப் படித்து எனது இதயம் வெடித்தது. ‘எங்களில் இறந்தவர்களின் முகங்களைப் பார்ப்பது, அவர்களை முறைப்படி புதைப்பது, அவர்களுக்கு விடையளிப்பது ஆகியவை எங்களது மதக்கடமை. ஆனால், எனது கணவருக்கு இந்த எல்லா நாகரிக நடைமுறைகளும் இந்திய அரசு எங்களை விரும்பாததால், மறுக்கப்பட்டன. இது வலிக்கிறது.’[23]

அஃப்சல் மெல்லமெல்ல ஒரு கஷ்மீரி தேசியவாதி என்பதிலிருந்து ஒரு இஸ்லாமியராக மாறிக்கொண்டே வந்தார். இதை அவரது உடல்தோற்றத்திலும்கூட நான் பார்த்தேன்.

அவர் கைதுசெய்யப்பட்டபோது, அவரது முகம் முழுவதும் மழிக்கப்பட்டிருந்தது. நான் பார்த்த எல்லா புகைப்படங்களிலும் அவர் ஒரு இளைஞராகவே காணப்பட்டார். அவர் தாடி வைத்திருக்கவில்லை. விசாரணை நடைபெற்றுக் கொண்டிருந்தபோது, அவர் தாடி வளர்த்திருந்தார். தலையில் குல்லா வைத்திருந்தார்.

பின்னர் எப்போதும் தலைத்துண்டு (Scarf) கட்டிக்கொண்டிருந்தார். சம்பத்தின் தலைமுறையினருக்கு, 'கஷ்மீர் தேசியம்' என்பதுபோலவே, தலைத்துண்டு என்பது மாநில அந்தஸ்துக்காகப் போராடிய பாலஸ்தீனப் போராட்டத்தை பிரதிநிதித்துவப்படுத்தியது. ஆனால், இப்போது தலைத்துண்டு முஸ்லீம்களின் ஒற்றுமையைக்குறிக்கும் அடையாளமாக யாசர் அராஃபத்தால் மிகவும் புகழ்பெற்றுவிட்டது.

இஸ்லாமிய மதிப்பியல்புகளால் ஒன்றுபட்ட உலகத்தைக் கனவுகண்ட அஃப்சல் இன்னும் குருட்டுத்தனமாக கேடுவிளைவிக்கும் தப்பெண்ணங்களாலோ அல்லது வெறுப்பாலோ பாதிக்கப்படாமல் இருந்தார். அவர் எனக்கு எழுதினார்:

'ஒடுக்கப்பட்ட, ஆதரவற்ற எனது மக்களை நான் நேசிக்கிறேன்; அவர்களைக் கவனித்துக்கொள்கிறேன். ஆனால், எனது முதல்நேசம் இந்திய மக்களுக்காக மட்டுமல்ல: ஒரு அரசியல் அல்லது சமூக தத்துவமாக தேசியத்தை நான் நம்பவில்லை. இந்தப்புவிக்கோளம் தொழில்நுட்பங்களால் சுருங்கி, குறுகிவிட்டது. இந்தப்புவிக்கோளத்தின் குடிமகனாக இருப்பதால், நான் இந்த பிரபஞ்சத்தின் நிரந்தர மதிப்பியல்களான கருத்துசுதந்திரம், நம்பிக்கை சுதந்திரம், எல்லா வகையான கட்டாயப்படுத்துதல்களிலிருந்தும், அச்சுறுத்தல்களிலிருந்தும் சுதந்திரம் ஆகியவற்றில் நம்பிக்கை கொண்டுள்ளேன். அடிமைகளை அந்தத்தளையிலிருந்து விடுவிப்பதைவிடச் சிறந்ததாக எதையும் கடவுள் (தூதர் முகம்மது) படைக்கவில்லை. அமெரிக்காவின் முரட்டுத்தனம் உலகளாவிய மதிப்பியல் அமைப்புக்களையும், சமூகங்களையும் அநாகரிகப்படுத்துகிறது; மனிதத்தன்மையற்றவர்களாக ஆக்குகிறது.'

இந்த நாட்கள் கடந்து செல்லச்செல்ல, செய்திப்பத்திரிக்கைகள் இந்த பூமியில் அஃப்சல் கழித்த கடைசிமணி நேரங்கள் பற்றிய அறிக்கைகளை வெளியிட்டன.

பிப்ரவரி 8 அன்று, இரவு 8 மணியளவில் சிறையின் கண்காணிப்பாளரும், அவரது உதவியாளரும் வருவதைக்கண்டு ஆச்சரியமடைந்தார். அடுத்தநாள் காலையில் அவர் தூக்கிலிடப்படுவார் என்பதைத் தெரிவிக்கவே அவர்கள் வந்தார்கள். அஃப்சல் மௌனமாக இருந்தார். அவர்கள் சென்றபிறகு, அஃப்சல் பாதுகாப்பு காவலரிடம், அந்தச்செய்தி சரியானதுதானா? என்று கேட்டார். ஆனால் காவலர் தனக்குத் தெரியாது என்றார்.

அந்த இரவில் அஃப்சல் வேறு ஒரு அறைக்கு மாற்றப்பட்டார். அங்கு வேறு எந்த சிறைவாசியிடமும் தகவல் பரிமாறமுடியாது. ஒருமுறை, கருத்து வேறுபாடுகளுக்கு மத்தியில் அவர் என்னிடம் அந்த தனிமைச்சிறையில் இருக்க பழகிக்கொண்டதாகக் கூறினார். வெளியுலகத்தில் நடைபெற்றுவரும் தொல்லைதரும் நிகழ்ச்சிகளிலிருந்து பாதுகாக்கப்பட்டிருப்பதாக அவர் உணர்ந்தார். தனக்கு ஒரு சரணாலயம்போல அமைந்த அந்த அறைக்கு இறுதி வணக்கம் செலுத்தினார்.

பிப்ரவரி 9 அன்று அதிகாலையில், துவைக்கப்பட்ட ஒரு வெள்ளை குர்தா, பைஜாமாவை அணிந்துகொண்டார். நமாஸ் கூறினார். அது, இந்த பூமியில் அவரது கடைசி ஒன்றாக இருந்தது. அதன்பிறகு, தனது கடைசிவார்த்தைகளை எழுத அமர்ந்தார். அந்தக்கடிதம், அவரது மனைவியின் முகவரிக்கு எழுதப் பட்டிருந்தாலும், அந்த வார்த்தைகளில் உணர்ச்சிவசப்பட்ட தன்மை ஏதும் இல்லை. அவர் தனிப்பட்ட முறையில் எதையும் எழுத முடியாது. ஏனென்றால், அந்தக்கடிதம் மிக உறுதியாக வெளியில் வந்துவிடும் என்பதை அவர் அறிந்திருக்கக்கூடும்.

அஃப்சல் தனது கடைசி வார்த்தைகளை எழுதும்போது நேரத்தைப் பதிவு செய்தார். அந்த வார்த்தைகள் உருதுவில் இருந்தன; கஷ்மீரியில் அல்ல. அவை வழக்கமானதாகவும், ஒத்திகை பார்க்கப்பட்டனவாகவும் இருந்தன.

6.25 காலை

பிஸ்மில்லா இர் ரெஹ்மான் இர் ரஹீம்
9.2.2013

அவரது கடிதத்தின் மொழிபெயர்ப்பு இங்கே:

'பரிசுத்தமான அல்லாஹ்வுக்கு, எனக்கு இந்தவிதியைத் தேர்வு செய்ததற்காக நூற்றுக்கணக்கான, ஆயிரக்கணக்கான முறை நன்றி கூறுகிறேன். இனி, நாம் அனைவரும் இளைப்பாறுவதற்காக எல்லா நம்பிக்கையாளர்களையும் நான் பாராட்ட விரும்புகிறேன்.நமது வாழ்க்கைக்குப்பின்னும் உண்மையும், நேர்மையும் நமது விதியாக அமையட்டும். இது எனது குடும்பத்துக்கான வேண்டுகோள். எனது முடிவுக்காக வருந்தாமல், நான் அடைந்துள்ள மேன்மை நிலையை மதியுங்கள். கடவுள் உங்களுக்கு உதவி, உங்களைப் பாதுகாப்பாராக.

அவர் முறையான உருதுவில் எழுதினார்; கஷ்மீரியில் அல்ல. அந்தக்கடிதம் ஒரு வெளிப்படையான அரசியல் செய்தியை கஷ்மீருக்கோ அல்லது கஷ்மீரிகளுக்கோ தாங்கியிருக்கவில்லை என்பதை குறைந்தபட்சமாக ஒரு பத்திரிக்கையாளர் கவனித்தார்.[24]

இந்தியா, பாகிஸ்தான் இரண்டிலிருந்தும் கஷ்மீர் விடுதலைபெற வேண்டும் என்று விரும்பிய அந்த இளைஞனுக்கு அது ஒரு நீண்ட பயணமாக அமைந்தது. டாக்டராக விரும்பிய அந்த இளைஞன், பாகிஸ்தானில் ஒருநாள் பயிற்சிக்குப் பிறகு, இஸ்மத் சுக்தாய்யைப் படிக்க நேரத்தைக் கண்டுபிடித்தான். மேலும் சிறையில் நோம் சோம்ஸ்கியையும், M.N. ராயையும் படித்தான். சாவின் விளிம்பில் நின்றபோதும்கூட, இந்த உலகத்தைப்பற்றிய ஆர்வத்தைக் காட்டினான். அவனால் ஒரு சிறு வானொலிப்பெட்டியைப் பெறமுடிந்தது. தனிமைச்சிறையில் அதை மின்விசிறியின் தகடுகளில் மறைத்துவைத்திருந்தான்.

திஹார் சிறை எண் 3ன் கண்காணிப்பாளர் மனோஜ் துவிவேதி, அஃப்சலால் ஈர்க்கப்பட்டார். அவர், தனது சிறைவாசியுடன் நடத்திய உரையாடல்களை 180 பக்கங்களில் எழுதினார். அஃப்சல் தனக்கு மாலைத்தேநீர் கிடைப்பதில்லை என்று புகார் கூறியபோது அவர்கள் சந்தித்தார்கள். சிறையில்தான் அஃப்சல் குரானை ஆழ்ந்துபடித்தார் என்பதைக் கண்டுபிடித்தபோது, துவிவேதி ஆச்சரியப்பட்டார்.

நான் அவரிடம் 'குரு' என்பதை துணைப்பெயராக ஏன் பயன்படுத்துகிறீர்கள்? என்று கேட்டேன். தனது குடும்பம் இஸ்லாத்துக்கு மதம் மாறிய ஒன்று எனவும், ஆனால், பிராமண துணைப்பெயரை தக்கவைத்துக்கொண்டது என்றும் அவர் விளக்கினார். அது அவரது சில தலைமுறைகளுக்கு முன் என்று துவிவேதி கூறினார். அந்த ஜெயிலில் மேலும், அஃப்சல் உலக மதங்களைப்பற்றி விரிவாகப் படித்தார்; இந்துயிஸத்தில் இளம்குழந்தைகளை ஏன் புதைக்கிறார்கள்? வயது வந்தவர்களை ஏன் எரிக்கிறார்கள் என்று அறிந்துகொள்ள விரும்பினார் எனவும் தெரிவித்தார்.[25]

மனோஜ் துவிவேதி, அஃப்சலுடனான உரையாடல்களை வெளியிட இந்திய அரசு தடை செய்துவிட்டது. ஹுரியத் தலைவர்கள், 'அஃப்சல், தனது குடும்பம் இஸ்லாத்துக்கு மதம் மாறியது, மற்றும் அவர் சிறைப்படுவதற்குமுன் குரானைப்

படித்ததில்லை' என்று அஃப்சல் குரு ஒருபோதும் கூறவில்லை என்று மறுத்தார்கள்.

அங்கு, பா.ஜ.க., காங்கிரஸ், ஹுரியத் ஆகியவற்றுக்கிடையே ஒரு விசித்திரமான விருப்பங்கள் ஒரேயிடத்தில் சந்தித்தன. அவர்கள் மொஹம்மது அஃப்சல் குருவை ஒரு கடுமையான போக்குடைய சலாஃபி தீவிரவாதி என சித்தரிக்க விரும்பினார்கள்.

அஃப்சல் குரு தூக்குமேடைக்கு, அமைதியாகவும், கம்பீரமாகவும் நடந்து சென்றிருப்பார் என்று நான் நம்புகிறேன். மக்பூல் பட்டின் நினைவுநாள் அடுத்த இரண்டு நாட்களில் வரவிருந்ததை அவர் அறிந்திருப்பார்.

அஃப்சல் எனக்கு எழுதிய கடிதத்தின் கடைசிவரி:

'முடிவில் மானுடத்துக்கான முற்றிலும் பொறுப்பான ஒருமனிதனின் கவலை என்பதைத்தவிர, எனது வார்த்தைகளுக்கு வண்ணம் பூசாமலிருக்க உங்களைக் கேட்டுக்கொள்கிறேன்' என்றிருந்தது.

அவர் இரண்டு வரிகளை உருதுவிலிருந்து மேற்கோள் காட்டினார். பின்னர் அவற்றை எனக்காக மொழிபெயர்த்தார்:

'இந்தப் பிரபஞ்சத்தில் இருக்கிறேன். அந்த வகையில் நானே பிரபஞ்சம். நான் ஒரு 'வெளி'யில் இருக்கிறேன்; ஆனால் நான் 'வெளி'யற்றவன்.'

காலிப் தனது தந்தை திஹார் சிறையில் தனது தனி அறையில் இன்னும் இருக்கிறார் என்ற நம்பிக்கையில் (அவர் உயிரோடு இல்லை என்பதை) மறுத்துக்கொண்டே இருந்தான். தபஸும் குரு நர்ஸிங் ஹோமில் நோயாளிகளுக்கு தனது மகிழ்ச்சியான சேவையை அளித்து வேலைசெய்து வருகிறார். அவரது இதயத்தில் உள்ள வலி இறுகப் பூட்டப்பட்டிருக்கிறது.

தனது கணவரைத் தூக்கிலிட்டபிறகு, உடனயாக உச்ச நீதிமன்றம் 15 மரணதண்டனைகளை ஆயுள் தண்டனைகளாகக் குறைத்த செய்திகளை தபஸும் படித்தார். முன்னாள் பிரதமர் ராஜீவ் காந்தியின் கொலையில் தண்டிக்கப்பட்ட எழுவரும், 1993இல் டெல்லி குண்டுவெடிப்பில் 9 பேரைக் கொன்றதற்காகவும்,

17 பேரை காயமடையச் செய்ததற்காகவும் தண்டிக்கப்பட்ட தேவிந்தர்பால் சிங் ஆகியோரும் இதில் அடங்குவார்கள். அவரால், முஸ்லீம்களுக்கு எதிரான, கஷ்மீரிகளுக்கு எதிரான அப்பட்டமான பாரபட்சத்தைப் பார்க்க முடிந்தது. 'அவர்கள் என் கணவரின் மரணத்தை விரும்பினார்கள். அவர்கள் அவரைக் கொன்றுவிட்டார்கள்: அதனால், அவர்கள் தங்கள் சொந்தங்களை மன்னிக்கமுடியும்'[26] என்று தபஸும் ஒரு பத்திரிக்கையாளரிடம் கூறினார்.

ஒவ்வொரு ஆண்டும் ஆயிரக்கணக்கான கஷ்மீரிகள் வீதிகளில் குவிந்து 'தியாகி மொஹம்மது அஃப்சல் குரு'வின் இறப்பின் ஆண்டு நினைவை அனுசரித்து வருகிறார்கள். அரசு ஊரடங்கைத் திணித்து அவர்களைத் தடுக்க முயற்சிக்கிறது. எதுவும் மாறவில்லை!.

அதன்பிறகு

அது 2015 ஜூன். சம்பத் பிரகாஷ் இந்த நூலின் கையெழுத்துப்பிரதியை கடைசிமுறையாக அச்சுக்குப் போவதற்குமுன், பார்ப்பதற்காக டெல்லி வந்தார். அவரிடம் ஒரு பெரிய ஆட்சேபணை இருந்தது. இந்தப் புத்தகத்துக்கு *'Many faces of Kashmiri Nationalism: From The Coldwar on Terror'* என்று பெயரிடலாம் என்று நினைத்தேன். கஷ்மீரிகள் தங்கள் எதிர்ப்பை *Terror* (பயங்கர வாதம்) என்று குறிப்பிடுவதாக உணரக்கூடும் என்று சம்பத் பிரகாஷ் கூறினார்.

ஆனால், நான் சொல்வது அதையல்ல; நான் 'பயங்கரவாதத்தின் மீதான போர்' என்று அமெரிக்கா கூறிக்கொள்வதைத்தான் குறிப்பிடு கிறேன், என்று அவரிடம் கூறினேன்.

இந்தப் பிரச்சனையில் நாங்கள் முடிவு காண்பதற்குமுன், எங்களைவிடவும் மிக இளைய கஷ்மீரியான அஸ்வினி குறுக்கிட்டார். 'கஷ்மீர் மோதலுடன் பனிப்போருக்கு என்ன தொடர்பு இருக்கிறது?' அஸ்வினி சம்பத்தின் நண்பர்

ஜவஹர்லால் தர்—இன் மகன். தர் 1992இல் இறந்துவிட்டார். பல பண்டிதர்கள்போல அவரும், அவரது குடும்பமும் 1990களில் பள்ளத்தாக்கை விட்டு வெளியேற வேண்டியதாயிற்று. அவர்கள் இப்போது டெல்லியில் தங்கிவிட்டார்கள்.

'பனிப்போர் இல்லை என்றால், கஷ்மீர் மோதல் இவ்வளவு சிக்கலாகியிருக்காது' என்று நான் பதிலளித்தேன். சம்பத் அஸ்வினியிடம் திரும்பி, 20ஆம் நூற்றாண்டு வரலாற்றை ஒரு குறுகிய பாடமாக அளித்தார். பின் மீண்டும் என்னிடம், அந்தப்புத்தகத்தின் துணைத்தலைப்பை மாற்றியமைப்பதுபற்றி தீவிரமாக பரிசீலிக்கக் கூறினார். (நான் இறுதியாக அதை மாற்றி விட்டேன்) நான் கஷ்மீர் மோதலுக்கு சாத்தியமான ஒருதீர்வை எழுதவேண்டும் என்று ஆலோசனை கூறினார்.

அங்கு மூன்று தீர்வுகள் மரபுரீதியாக முன்வைக்கப்பட்டுள்ளன. ஒன்று: கஷ்மீரை பாகிஸ்தானோடு இணைப்பது. பிரேம்நாத் பஜாஜ், தனது சிறப்பான புத்தகமான, *'The History of The Struggles for Freedom in Kashmir'*ல் 1954[1] முதலே அதற்கான வாதத்தை முன்வைத்துள்ளார். பல ஹுரியத் தலைவர்கள் இன்னும் கனவு கண்டுகொண்டிருக்கும் தீர்வுகூட இதுதான். ஆனால், அவர்கள் கூறிக்கொள்ளும் 'ஆஸாத் கஷ்மீர்' அல்லது கில்கிட் மற்றும் பலிஸ்டான் மக்களுக்கு பாகிஸ்தான் அடிப்படை உரிமைகளைக்கூடக் கொடுக்காதபோது இந்தப் பள்ளத்தாக்கின் மக்கள் அத்தகைய இணைப்பை இன்னும் ஆர்வமாக விரும்புவார்களா? அஃப்சல் குருவைப்போல, பல கஷ்மீரி தேசியவாதிகள் பாகிஸ்தான் தங்கள் இலட்சியத்துக்கு துரோகம் இழைத்துவிட்டதாக உணர்கிறார்கள்.

ஆனால், இதற்குப்பதிலாக, இந்தியாவுடன் முழு இணைப்பை விரும்புகிறார்கள் என்று அர்த்தமல்ல. — இதுதான் இரண்டாவது தீர்வாக அடிக்கடி விவாதிக்கப்படுகிறது.

'இந்தப் பிரச்சனைக்குத் தீர்வுகாண, அவரது பார்வையில் சாத்தியமான தீர்வு எது?' என நான் அஸ்வினியிடம் கேட்டபோது, இதை உன்னிப்பாக கவனித்துக் கொண்டிருந்த அவரது சகோதரர் கூறுகிறார்: '370ஆவது பிரிவை நீக்கிவிடுங்கள் பிரச்சனை தீர்ந்துவிடும்.'

சம்பத் அவரை பொறுமையின்றிப் பார்க்கிறார்; தனது கோபத்தை அடக்கிக் கொள்கிறார்.

'370ஆவது பிரிவை நீக்குவது எவ்வாறு ஒரு தீர்வாகும்?' என்று அஸ்வினியின் சகோதரரை நான் கேட்கிறேன். அவர் கூறுகிறார்: 'இதனால் இந்தியர்கள்—அவர் குறிப்பாக 'இந்துக்கள்' என்ற பொருளில்—அந்தப்பள்ளத்தாக்கில் குடியேற முடியும். கஷ்மீரி முஸ்லீம்களை சிறுபான்மையினராக குறைக்க முடியும்.'

சம்பத் இதை ஒப்புக்கொள்ளக் கடுமையாக மறுக்கிறார். அவருக்கு 370ஆவது பிரிவு அவசியமானது. ஏனென்றால், அது கஷ்மீரின் கலப்பு கலாசாரத்தைப் பாதுகாக்கிறது. இத்தகைய ஒரு யோசனையில் இன்னும் எவ்வாறு அவர் நம்பிக்கை கொண்டிருக்கிறார் என்று அவரை நான் கேட்கிறேன். இந்தப்புத்தகத்தை எழுதுவதன்மூலம் நான் ஏற்றுக்கொண்ட பல விஷயங்களில் கஷ்மீரியத் என்பது ஒரு பழங்கதை என்பதாகும். குறைந்தபட்சமாக அதிகாரப்பூர்வ இந்தியா கஷ்மீரியத் என்பதற்கு அளித்த விளக்கத்தின்படி. கஷ்மீரி பண்டிதர்கள் பழமைவாய்ந்த 'உண்மையான' கஷ்மீர் கலாசாரத்தின் பாதுகாவலர்கள் தாங்கள்தான் என்று உரிமை கொண்டாடுகிறார்கள். அதேசமயத்தில் முஸ்லீம்கள் தங்கள் வரலாறு இஸ்லாமின் வருகையோடு துவங்குகிறது என்று எண்ணுகிறார்கள். இதுதவிர, காஷ்மீரி பண்டிதர்களுக்கும், கஷ்மீரி முஸ்லீம்களுக்கும் இடையே, ஜம்முவுக்கும் கஷ்மீருக்கும் இடையே, இந்தியாவுக்கும் பாகிஸ்தானுக்கும் இடையே ஏராளமான வெறுப்புக்களும், அவநம்பிக்கைகளும் சூழ்ந்துள்ளன. இதற்கு ஒரே தீர்வாக நான் நினைப்பது கவிஞர் சாஹிர் லுத்யான்வியின் அன்பின் முடிவில் வரும் ஆலோசனையைப் பின்பற்றுவதுதான்: 'சலோ ஏக் பார் பிர் சே அஜ்னபி பன் ஜாயேன்'. 'வாருங்கள் நாம் இன்னும் ஒருமுறை புதியவர்கள் ஆவோம்.'

அஸ்வினி கூறுகிறார்: 'அங்கே கோபமும், வெறுப்பும் இருப்பது உண்மைதான். ஆனால், அவர்கூட கடந்த சில ஆண்டுகளாக கஷ்மீரில்தான் வேலைசெய்துவருகிறார். அவர் அங்கு மனப் பான்மைகள் மாறிவருவதைக் காண்கிறார். அவர் தனது முஸ்லீம் நண்பர்களின் வீடுகளில் வாழ்ந்துவருகிறார். இப்போது அவர் இந்தப்பள்ளத்தாக்கில் ஒரு வீட்டை வாங்குவது என தீவிரமாக எண்ணுகிறார்.

அஸ்வினியின் சகோதரர் அதற்குமாறாக, ஒரு பன்னாட்டுக் குழுமத்தில் வேலை செய்துவருகிறார். அவர் கஷ்மீருக்குத் திரும்பிச்செல்ல உறுதியாக விரும்பவில்லை. இருந்தாலும் கஷ்மீருக் கான சிறப்பு அந்தஸ்து நீக்கப்பட வேண்டும் என்கிறார். இது விசித்திரமாகத் தோன்றுகிறது.

சம்பத் என்னிடம் கேட்கிறார்: 'அப்படியானால், நீங்கள் என்ன கருதுகிறீர்கள்?'

சட்டப்பிரிவு 370ஐ நீக்குவது என்பது கஷ்மீரி முஸ்லீம்களை சிறுபான்மையினராக்குவது என்பது எனக்குத் தெரியும். அதன்பிறகு அவர், இந்தியாவில் முஸ்லீம்கள் என்ன நிலையில் இருக்கிறார்களோ. அந்த நிலைக்கு கஷ்மீரி முஸ்லீமும் வந்துவிடுவார். அவர்களது சிறுபான்மையினர் அந்தஸ்தும், குடிமக்களுக்கான பல உரிமைகளும் இழக்கப்படும். சச்சார்குழு அறிக்கை, சுதந்திரத்துக்குப்பிந்தைய இந்தியாவில், முஸ்லீம்கள் திட்டமிட்டவகையில் பாரபட்சமாக நடத்தப்படுகிறார்கள் என்பதைக் காட்டுகிறது. அவர்கள் அச்சத்தோடும், பாதுகாப்பின்றியும் வாழ்ந்து கொண்டிருக்கிறார்கள். மேலும் இப்போது, இந்தியாவின் ஆளும்கட்சி இந்துத்துவாவின் வெளியேற்றும் கொள்கைக்கு உறுதி ஏற்றுக்கொண்டுள்ளது. முஸ்லீம்கள் மேலும் சுற்றி வளைக்கப்பட்டதாக உணர்கிறார்கள்.

பிரதமர் அலுவலகத்துக்கு நேரடிப்பொறுப்பேற்றுள்ள மத்திய அமைச்சர் ஜித்தேந்திர சிங், கஷ்மீருக்கு வெளியே இருந்து பல்லாயிரக்கணக்கான இந்து யாத்திரீகர்கள் அந்தப் பள்ளத்தாக்குக்குள் நுழையும் அமர்நாத் யாத்திரை 45 நாட்கள் என பாரம்பரியமாக இருந்துவரும் காலஅளவுக்குப் பதிலாக, ஆண்டு முழுவதும் நடைபெறும் என அனுமதிப்பது சரிதான் என்றும், அதனால் சுற்றுச்சூழலில் எந்த மாற்றமும் ஏற்படாது என்றும் தெளிவில்லாத ஒரு புவியியல் ஆய்வை ஆதாரமாக நம்பிக் கூறுகிறார். இதுதான் 370ஆம் பிரிவின்கீழ் கஷ்மீருக்குக் கொடுத்துள்ள பாதுகாப்பைச் சீரழிக்கும் இந்திய அரசின் வழிமுறையாக, சம்பத் கூறுவதுபோல் அமைந்துள்ளது.[2]

பின்னர் நாங்கள் மூன்றாவது சாத்தியமான தீர்வை விவாதிக்கிறோம். பா.ஜ.க.வும். PDP-யும் அந்த மாநிலத்தை மூன்றாகப் பிரிப்பதை நோக்கி வேலைசெய்கிறார்கள். ஆண்டுக்கணக்கில் பல கட்சிகள் இந்தப் பிரச்சனையைத் தீர்க்க ஜம்மு, கஷ்மீர், லடாக் என மூன்று பகுதிகளாகப் பிரிக்கலாம் என்று ஆலோசனை அளித்துள்ளன. பால்ராஜ் பூரி இந்த மூன்று பகுதிகளுக்கும் சுயாட்சி அளிக்கப்படவேண்டும்; ஆனால் இந்த மாநிலத்துக்குள்ளேயே இருக்கவேண்டும் என்று தெரிவித்துள்ளார். மற்றவர்களோ, ஜம்முவும், கஷ்மீரும் தனித்தனி மாநிலங்களாகவும் லடாக்குக்கு யூனியன் பிரதேச அந்தஸ்து அளிக்கப்பட்டு, இந்திய ஒன்றியத்துக்குள்ளேயே இருக்கவேண்டும் என்கிறார்கள். ஆனால், இது பிரச்சனையைத் தீர்க்காது. ஏனென்றால்,

கஷ்மீர் பள்ளத்தாக்கிலுள்ள முஸ்லீம்களிடமிருந்தும்,[3] ஜம்மு விலுள்ள இந்துக்களிடமிருந்தும் பாரபட்சங்களை சந்தித்துவரும் ஜம்முவில் உள்ள முஸ்லீம்களையும்; பெரும்பான்மையினராக உள்ள சன்னிகளையும் லடாக்கிலுள்ள புத்த மதத்தினரைவிட சிறுபான்மையினராக உள்ள கார்கில் ஷியா முஸ்லீம்களையும் பாதுகாக்க, அவர்களது தேவைகளை நிறைவேற்ற, இயலாது.

இங்கே மூன்று சாத்தியமான தீர்வுகள் மட்டுமே அடிக்கடி மிகவும் தீவிரமாக விவாதிக்கப்படுகின்றன. வேறுபல தீர்வுகளும் உள்ளன. ஆனால் அவற்றைப் பரிசீலித்து முடிவெடுக்க, நடைமுறைப்படுத்த அரசியல் உறுதியும், கஷ்மீர் மக்களின் ஒப்புதலும் தேவை. உலகிலுள்ள இந்த எல்லா உறுதிகளும் இருந்தாலும்கூட, அனைத்துலக நிகழ்வுகளால் எதிர்கொள்ளப்படும் தடைகள் உண்மையாக உள்ளன. வளர்ந்துவரும் கஷ்மீரி இளைஞர்களின் எண்ணிக்கை, மேற்கு ஆசியாவிலும், பிற இடங்களிலும், இஸ்லாமிய அமைப்புக்களின் 'உண்மைபோல' தோற்றமளிக்கும் வெற்றிகளால் ஈர்க்கப்பட்டுவருகிறது. மேலும் ஒருகாலத்தில் 'புதிய கஷ்மீர் திட்டத்தால்' கவர்ந்திழுக்கப்பட்டது போல, 'கல்பா பேரரசு' கனவுகளாலும் கவரப்பட்டு வருகிறார்கள்.

சீனாவும்கூட முக்கியப்பங்கு வகிக்கப்போகிறது. மிகமிக முன்பே 1967இல் இந்திய இராணுவத்தின் ஒரு தளபதி எச்சரித்தார். சீனாவின் திட்டங்கள் இந்தியாவின் எதிர்காலத்தை வடிவமைக்கும். சீனா ஒரு பெரியபோரை இன்றைக்கு நடத்தும் நிலையில் இல்லாமல் இருக்கலாம். ஆனால், அதன் சச்சரவு அதனுடைய எல்லாவகைகளிலும் —மறைமுகத் தாக்குதல், பதட்டங்கள், எல்லை மோதல்கள், இந்தியா—பாகிஸ்தான் கருத்துவேறுபாடுகளைக் கவலைக்குரியதாக ஆக்குதல்—என எதிர்பார்க்கப்பட வேண்டும்.[4]

நாங்கள் நீண்டநேரம் பேசிக்கொண்டிருக்கிறோம். சம்பத் கேட்டார்: 'ஆகவே என்ன நடக்கும் என்று நீங்கள் நினைக்கிறீர்கள்?'

நான் கூறுகிறேன், எனக்குத் தெரியாது. இந்துக்கள் இந்து ராஷ்ட்ராவையும், முஸ்லீம்கள் கல்பா பேரரசுகளையும் கனவுகண்டு கொண்டிருக்கிறார்கள். — இந்த நாடு, கஷ்மீரில் மட்டுமல்ல இந்தியா நெடுகிலுமுள்ள சவால்களைச் சந்திக்க எவ்வாறு ஒன்றுபடப்போகிறது?

சம்பத் கூறுகிறார்: 'எல்லா இந்துக்களும், எல்லா முஸ்லீம்களும் அத்தகைய ஆபத்தான கனவுகளைக் கண்டுகொண்டிருக்கிறார்கள்

என்பது உண்மை அல்ல. அவர்களில் பரந்துபட்ட பெரும்பான்மையினர் சமாதானத்தையே, அமைதியையே கனவு கண்டுகொண்டிருக்கிறார்கள்.

நான் அவரைக் கேட்கிறேன்: 'அதிகாரத்தில் உள்ள இந்தியா போரைக் கொண்டாடிக்[5] கொண்டிருக்கும்போது, இதில் பிடிபடாமல் நழுவி, சமாதானத்துக்கும், அமைதிக்கும் செல்லும் பாதை எது?'

சம்பத் கூறுகிறார்: 'அது 'கஷ்மீரியத்' ஒன்றுமட்டும் தான்.'

நான் கூறுகிறேன்: 'அது மனிதத்தன்மை மட்டும்தான்.'

இன்சானியத் அல்லது மனிதத்தன்மையை விளக்குவதற்கு இன்னும் நாம் நீண்ட தொலைவில் இருக்கிறோம் என்று நான் அறிகிறேன். ஆனால், சம்பத்தைப் போலவே நம்பிக்கைகொள்வதை நிறுத்திக்கொள்ள நான் மறுக்கிறேன்.

நன்றிகள்

உங்கள் அனைவருக்கும் நன்றி.

எல்லாரையும்விட குறைந்த ஊதியம் பெறும் அரசு ஊழியர்கள் கூட்டமைப்பின் தலைவர்களுக்கு — அவர்களது அன்புணர்வு, விருந்தோம்பல், நம்பிக்கைகளுக்கு (உங்களின் பலரின் கதைகளை சேர்க்க இயலாமைக்கு வருந்துகிறேன். ஆனால், ஒருவேளை மற்றவர்கள் மிகவும் விரிவாக கூட்டமைப்பின் வரலாற்றை எழுத உற்சாகம் பெறுவார்கள்).

சம்பத் பிரகாஷுக்கு— அவரது நேரத்தையும், சக்தியையும் தந்து, அவரது எல்லா அனுபவங்களையும் பகிர்ந்துகொண்டதற்காகவும், பல ஆண்டுகளாக நடத்திய விவாதங்களுக்காகவும்.

மொஹம்மது அஃப்சல் குரு, தபஸுமுக்கு — அவர்களது நம்பிக்கைக்காக — காலிப் இந்தப் புத்தகத்தை ஒருநாள் படிப்பான் என்ற நம்பிக்கையோடு.

பஸ்கிலா கீலானிக்கு — சலாஃபிகளின் உலகத்தை என்னோடு பகிர்ந்து கொண்டமைக்காக.

ஜவஹலால் கௌளுக்கு — கஷ்மீரின் வரலாறு, கலாசாரம், அரசியல்பற்றிய அவரது ஒட்டுமொத்த நூலகத்தையும் எனக்கு இரவல் தந்தமைக்காக.

அஸ்வினி தர்க்கு — அவர் இல்லாமல் இந்தப் புத்தகத்தை ஒருபோதும் முழுமையாக்கிவிட முடியாது என்பதற்காக (நான் எதைப்பற்றிப் பேசுகிறேன் என்பது அவருக்குத் தெரியும்).

எனது பெற்றோர் பரமேஷ்வர் நாராயண் ஹக்சர், ஊர்மிளா ஹக்சருக்கு — அவர்களது மிக நெருக்கமான சிந்தனைகள், மதிப்பியல்களை கேள்விகேட்க அனுமதித்தமைக்காக.

அருணா கோஷ்க்கு — இந்த ஆசிரியரை மதித்ததற்காக— எனக்கு கதகதப்பு மிகவும் தேவைப்பட்டபோது அளித்ததற்காக— உங்களால்தான் இந்தப்புத்தகம் இன்னும் சிறப்பானது.

உல்காவுக்கு — அவருக்குத் தெரியும் ஏனென்று.

செபாஸ்டியனுக்கு — எப்போதும்போல்.

இணைப்பு 1:

புதிய கஷ்மீர் திட்டம்

'**பு**திய கஷ்மீர் திட்டம்' ஷேக் அப்துல்லாவால் கஷ்மீரின் ஆட்சியாளரான மன்னர் ஹரிசிங்கிடம் 1944ல் சமர்ப்பிக்கப்பட்டது. ஏழைகளுக்கும் பணக்காரர்களுக்குமான இடைவெளி வளர்ந்துகொண்டிருக்கும் —குறிப்பாக மக்கள் நல அரசு செயல்படாத இன்றைக்கும் பொருத்தமானதாக அதன் நோக்கம் இருந்தது.

உருதுவில் உள்ள 'புதிய கஷ்மீர் திட்டத்தின்' முழுமையான வாசகங்களும் 'டெஹ்ரீக்—இ—ஹுரியத்—இ—கஷ்மீர்' என்ற புத்தகத்தில் மீண்டும் அச்சிடப்பட்டுள்ளது. 'விக்கி' இணையதளத்தில் இதன் ஆங்கில மொழிபெயர்ப்பைக் காணலாம். இந்த இணைப்பு 1ல் நான் இந்த ஆவணத்தின் மிகவும் தெளிவாகப் புரிந்துகொள்ளக்கூடிய பகுதிகள் சிலவற்றை இணைத்துள்ளேன். 'பிரிவு 1' ஜம்மு மற்றும் கஷ்மீரின் பன்முகத் தன்மையை உள்ளடக்கி, விவசாயிகள், தொழிலாளர்கள் மற்றும் பெண்களுடைய உரிமைகள் பற்றிய சாசனத்தை மனக்காட்சிப் படிமமாகத் தருகிறது. — **ந. ஹ.**

புதிய கஷ்மீர் (1944)

எதிர்கால ஜம்மு மற்றும் கஷ்மீரின் அரசியல் சாசனம் இந்த மாநிலத்தின் குடியுரிமை மற்றும் குடிமக்களின் உரிமைகளோடு, ஒரு விரிவான மாநிலத்தின் தேசியப் பொருளாதாரத் திட்டத்தையும் விவரிக்கிறது.

பிரிவு 1

ஜம்மு கஷ்மீர் எல்லைப்பகுதிகள் மற்றும் பூஞ்ச், சென்னி பகுதிகளில் வசிக்கும் அனைவரும் இந்த மாநிலத்தின் குடிமக்கள் ஆவார்கள். தேசிய நடவடிக்கைகளில் (எல்லாத் தளங்களிலும்) பொருளாதாரம், அரசியல், கலாசாரம் அல்லது சமூகத்தில்

மக்கள் அவர்களது நிறம், இனம், மதம் அல்லது மரபுரிமை கருதாமல் இந்த மாநிலத்தில் அடிப்படையான, நீக்கமுடியாத உரிமைகளுடன் சமஉரிமை பெற்றவர்கள் ஆவார்கள். நேரடியாகவோ அல்லது மறைமுகமாகவோ இந்த உரிமைகளின்மீது தடைகளை விதிப்பதோ அல்லது எந்த ஒருகுடிமகனுக்கும் அல்லது குடிமக்கள் அமைப்புக்கும் அவர்களது நடத்தை, குடும்ப உறவுகள், இனம் அல்லது மத அடிப்படையில் சிறப்புரிமை வழங்குவதோ அல்லது அவர்களது மரபுரிமை, இனம் அல்லது மதத்தின் அடிப்படையில் சிறப்பு அந்தஸ்தை வேண்டுவதோ அதுபோலவே குடிமக்களிடம் (மேற்குறிப்பிட்ட அடிப்படையில்) ஒதுக்கிவைப்பதோ, வெறுப்பைப் பரப்புவதோ தண்டனைக்குரிய குற்றங்களாகும்.

விவசாயிகள் உரிமை சாசனம்

1. ஒவ்வொரு விவசாயிக்கும் நடைமுறையில் மாற்றுவேலைவாய்ப்பு அளிக்கப்படும்வரை உழுவதற்கேற்ற நிலம் வைத்துக்கொள்ள உரிமை உண்டு.

2. தற்போது நிலத்தில் விவசாயம் செய்யாத ஜாகிர்தார்கள், சக்தார்களின் எல்லா நிலங்களும், இந்த சமூக ஒட்டுண்ணித்தனம் ஒழிக்கப்பட்டு விவசாயிகளுக்கு மாற்றித்தரப்படும்.

3. திட்டம் முழுமையாக நிறைவேற்றப்படுவதற்கு முன்புள்ள இடைக்காலத்தில் எல்லா தொடர்நிலங்களுக்கும் முற்போக்கான முறையில் வரி விதிக்கப்படும். எந்த நிலத்துக்கும், சிலகாரணங்களுக்காக பயிரிட இயலாத நிலையில் இருந்தாலும்கூட, வரிவிதிப்பிலிருந்து விதிவிலக்கு அளிக்கப்பட மாட்டாது. சக்தாரிமுறை ஒழிக்கப்படுவதற்கு முன்பேகூட, விவசாயம் செய்யாத அதிகப்பட்ச வருமானத்தின்மீது கடுமையான அளவுக்கு நிலப்பிரபுக்களுக்கு வரிவிதிக்கப்படும். விவசாயம் செய்யாமல் வைத்திருக்கும் நிலங்களின்மீதும் வரிவிதிக்கப்படும்.

4. ஒரு கிராமத்தின் உற்பத்தியில் விவசாயிகளின் தேவைகளுக்கு முன்னுரிமை அளிப்பது அங்கீகரிக்கப்படும்.

5. நிலப்பிரபுத்துவத் திணிப்புக்களான, நிலப்பிரபுக்களுக்குக் கட்டாயப்படுத்திப் பரிசுகளும், கொடைகளும் பெறுவதும், கட்டாய உழைப்புக்கு இரவலர்கள் உட்படுத்தப்படுவதும் தடைசெய்யப்படும்.

6. நிலுவையிலுள்ள கடன்கள் என்ற இழிவிலிருந்து கிராமங்களை விடுவிப்பதே அரசின் நோக்கமாகும். இந்தச்சுமையிலிருந்து ஒவ்வொரு விவசாயியையும் விடுவித்தாகவேண்டியது அவசியமாகும். எனவே, கடன்பெற்றவரிடம், பெற்றகடனின் அசல்தொகையைச் செலுத்தியிருந்தால் மேற்கொண்டு கூடுதலாக எந்தத்தொகையையும் கடன் கொடுத்தவருக்குக் கொடுக்கவேண்டியதில்லை.

7. மற்ற தொழிலாளர்களைப் போலவே விவசாயிகளுக்கும் சமூகக்காப்பீடு கிடைக்கச்செய்யப்படும்.

8. வெள்ளம், புயல், தானியநோய்கள், கால்நடைகளுக்கான நோய்கள் முதலான இயற்கைப் பேரிடர்களிலிருந்து விவசாயிகளைப் பாதுகாக்கத் தேவையான அனைத்து நடவடிக்கைகளும் எடுப்பது அரசின் கடமைப் பொறுப்பாகும்.

9. நவீன அறிவியல் முன்னேற்றத்தின் அடிப்படையில் கீழ்க்கண்ட அம்சங்களில் அரசின் உதவியைக்கோர விவசாயிகளுக்கு உரிமை உண்டு.

   அ) நிலப்பயன்பாடு

   ஆ) உணவுப்பொருள்களைத் தரம் பிரித்தல்.

   இ) விவசாயக்கழிவுகள், எலும்புகள் முதலானவற்றிலிருந்து உரங்கள் தயாரித்தல்.

   ஈ) நீர்ப்பாசனத்தை மேம்படுத்தல், தண்ணீரைத் தேக்கிவைத்தல், மலேரியாவைக் கட்டுப்படுத்துதல். கிராமத்தை அடிப்படையாகக் கொண்ட திட்டமிடல். (தண்ணீர்ப்பயன்பாட்டை ஆழப்படுத்துவதுடன் இணைத்து)

   உ) ஈர நிலப்பதனப்படுத்துதல்.

   ஊ) உழைப்பைச் சேமிக்கும் விவசாய இயந்திரங்கள் கிடைக்கச்செய்தல்.

   எ) நவீன விவசாயமுறைகளை அதிகரித்துக்கொள்ளும் வலைப்பின்னல் மையங்கள் கிராமங்களில் அமைக்கப்படும். இந்தத்தளத்தில் உள்ள நிபுணர்களைக்கொண்டு பயிர்களின் வகைகள், உற்பத்தியைத் தரமிடுதல் தகவல்கள் சிறப்பாக அளிக்கப்படும்.

ஏ) விவசாய உற்பத்தி பாழாகாமல் இருக்க தானியசேமிப்புக் களஞ்சியங்களும் வசதிகளும் கூட்டுறவு அமைப்புக்கள் மூலம் நிறுவப்படும்.

ஐ) வீட்டு விலங்குகளுக்கு நோய்களிலிருந்து பாதுகாப்பும், அவற்றின் கன்றுகளுக்கு உதவிகளும் அளிக்கப்படும்.

ஒ) கோழிப்பண்ணைகள் நிறுவப்படும்.

ஓ) தரம்உயர்ந்த புல் மற்றும் வைக்கோல் கிடைக்க வழிவகை செய்யப்படும்.

ஔ) கிராமங்களில் சுகாதாரவசதிகள் மேம்படுத்தப்படும்.

10. விவசாயிகளுக்கு அவர்களது பெண்களுக்குக் கொண்டுசெல்ல நவீன விறகுப்போக்குவரத்துவசதி அளிக்கப்படும்.

11. விவசாயிகளுக்குக் கூட்டுறவு சந்தைகள் ஏற்படுத்தித்தரப்படும். அதன்மூலம் அவர்களது உற்பத்திக்கு உரிய மதிப்பையும், அவர்களது உழைப்புக்கு ஏற்ற பயன்களையும் பெறமுடியும்.

12. விவசாயிகள் தங்களுக்கு அடுத்துள்ளவனப்பகுதிகளில் உள்ளவற்றைத் தங்கள் உற்பத்திக்குப் பயன்படுத்திக்கொள்ளும் உரிமை அளிக்கப்படும். வனத்துறை அலுவலர்களின் துன்புறுத்தல்கள் தடுக்கப்படும்.

13. ஒவ்வொரு விவசாயிக்கும் இலவச மருத்துவத்திட்டத்தின்படி இலவச மருத்துவ ஆலோசனைகளையும், மருந்துகளையும்பெற உரிமை உண்டு.

14. ஒவ்வொரு விவசாயியும் கிராமங்களில் சுத்தமான, எல்லாப்பருவ நிலைகளுக்கும் ஏற்றவீடுகளையும், பானைகளில் நிரப்பும் தண்ணீர் வசதியையும்பெற உரிமை உள்ளவர்கள்.

15. விவசாயிகள் முறையான சமூகவாழ்க்கையை நடத்த, வானொலி மற்றும் உள்ளரங்க மற்றும் வெளியரங்க விளையாட்டுத்திடல்கள் கொண்ட சமுதாயக்கூடங்களைப்பெற உரிமை உள்ளவர்கள்.

16. தேசியக்கல்வித்திட்டத்தின்கீழ் ஒவ்வொரு விவசாயிக்கும் கல்வி பெறும் உரிமை உண்டு. அத்துடன் அடிப்படையான வாசித்தல் எழுதுதல் மற்றும் கணக்கீட்டுத் திறன்களும்கூட விவசாயப் பாடப்பகுதிகளில் கற்பிக்கப்படுவார்கள். இந்தக்கல்வி

அவர்களது அனைத்துத்திறன்களுக்கும் ஏற்றவகையில் மேம்பட்ட தரங்களில் அமையும்.

— மேலேகுறிப்பிட்ட உரிமைகளுக்கான சாசனம் கஷ்மீரின் ஏழைகள் மற்றும் இதுவரை இந்த உரிமைகள் இல்லாமல் இருந்த விவசாயிகளும் அவர்களுக்கு உரிமையுள்ள தகுதியைப்பெறவும், வளம்பெறவும் இந்த அழகிய நாட்டின் மகிழ்ச்சி நிறைந்த குடிமக்களாக வாழவும் வழிவகுக்கும்.

தொழிலாளர்களின் உரிமை சாசனம்

1. ஜம்மு மற்றும் கஷ்மீர் மாநிலத்தின் ஒவ்வொரு குடிமகனுக்கும் அவரது உடல்தகுதி மற்றும் அறிவுத்திறன்களுக்கேற்ற வேலை வாய்ப்பை அரசிடமிருந்துபெற உரிமை உண்டு.

2. ஒவ்வொரு குடிமகனுக்கும் சுதந்திரமான ஜனநாயக அரசிலும், ஒருமனிதனை மற்றவர்களால் சுரண்டப்படுவதிலிருந்து விடுதலை செய்யும் கொள்கையை அடிப்படையாகக்கொண்ட அரசிலும் தனக்குப் பொருத்தமான அந்தஸ்தை அடையவும், சுயமரியாதையுள்ள குடிமகனாகத் திகழவும் உரிமை உண்டு.

3. ஒவ்வொரு குடிமகனுக்கும் வெறுமனே உயிரோடு இருப்பதை விடவும் மிகவும் மேலான வாழ்க்கைத்தரத்தில் வாழ்வதற்கு உரிமை உண்டு. அந்த வாழ்க்கைத்தரம் அரசால் அதனுடைய பொருளாதாரத் திட்டத்தில் வகுக்கப்பட்ட வழிகாட்டுதல்களின்படி அளிக்கப்பட வேண்டும்.

4. ஒவ்வொரு குடிமகனுக்கும் சங்கம் அமைத்துக்கொள்ளவும், அதன் வழியே தன்னுடைய கண்ணோட்டத்தைச் சுதந்திரமாக வெளியிடவும் உரிமை உண்டு.

5. ஒவ்வொரு குடிமகனுக்கும் எந்த ஒரு வர்த்தகத்தை அல்லது தொழிலை விட்டு நீங்கவும் அல்லது எந்த ஒருவர்த்தகம் அல்லது தொழிலில் சேரவும் உரிமை உண்டு.

6. கைவினைஞர்கள், உழைப்பாளர்கள் மற்றும் பிற தொழிலாளர்கள் தொடர்பான எல்லா அவசியமான பிரச்சனைகளிலும் அவர்களது சங்கங்கள் மற்றும் பிரதிநிதிகளுடன் அரசு கட்டாயம் பேச்சுவார்த்தை நடத்தும்.

7. தீர்வுகாணப்படாத எல்லாப் பிரச்சனைகளுக்கும் தீர்வுகாண சமரசக் குழு அமைக்கப்படும்.

8. ஒவ்வொரு குடிமகனுக்கும் 8மணிநேர வேலைநாள்பெற உரிமை உண்டு.

9. குடிமகனாக உள்ள ஒவ்வொரு தொழிலாளியும் வாராந்திரமுறையில் ஊதியத்தைப் பெறுவார்.

10. ஒவ்வொரு தொழிலாளிக்கும் அதே தரநிலையில் உள்ள மற்றவர்களுக்கு அளிக்கப்படும் சமஊதியம் சாதி, நிறம், பால்வேறுபாடு என்ற பாரபட்சம் இன்றிப்பெறும் உரிமை உண்டு.

11. ஒவ்வொரு தொழிலாளிக்கும் வாரத்துக்கு ஒருநாள் முழுச்சம்பளத்துடன்கூடிய ஒருநாள் விடுப்பும், ஓராண்டு பணிக்காலத்துக்குப்பின் 15 நாட்கள் விடுப்பும் பெற உரிமை உண்டு.

12. ஒரு தொழிலாளி அகாலமரணமடைந்துவிட்டால் அவரைச் சார்ந்துள்ளவர்களுக்கு மாநில ஓய்வூதியத் திட்டத்தின்படி ஓய்வூதியம் அளிக்கும் பொறுப்பு அரசுக்கு உண்டு.

13. ஒவ்வொரு தொழிலாளிக்கும் வளமான சூழலில் முறையான வெளிச்சமும் சுத்தமான குடிநீரும் கொண்ட தூய்மையான சொந்தக் குடியிருப்பைப்பெற உரிமை உண்டு.

14. குழந்தை உழைப்புமுறை தடுக்கப்படும். 15 வயதுக்குக்கீழே உள்ள குழந்தைகள் தொழிலாளர்களாக நியமிக்கப்படுவது அனுமதிக்கப்படாது

15. பெண்கள் உரிமை சாசனத்தில் இடம்பெற்றுள்ள எல்லா உரிமைகளையும்பெற பெண்தொழிலாளர்கள் உரிமைபடைத்தவர்கள் ஆவர்.

16. தொழிலாளர்கள் அவர்களது சங்கத்தின்மூலம் மட்டுமே நியமிக்கப்படுவார்கள்.

17. ஒவ்வொரு தொழிலாளியும் மலிவான மற்றும் வேகக்கட்டணத்தில் சுமைகளை ஏற்றிச்செல்லும் வாகனங்களைப் பயன்படுத்திக் கொள்ள உரிமை படைத்தவர்கள் ஆவர்.

18. ஒவ்வொரு தொழிலாளிக்கும் நோயின்போது இலவச மருத்துவமும், கவனிப்பும்பெற உரிமை உண்டு.

19. ஒவ்வொரு தொழிலாளிக்கும் சமூக மற்றும் கலாசாரமேம்பாடு பெற உரிமை உண்டு.

20. ஒவ்வொரு தொழிலாளிக்கும் கல்விபெற உரிமை உண்டு. இந்தக்கல்வி மூன்றாம்கட்டம்வரை மட்டும் என்று வரையறுக்கப் படாமல் தேசியக்கல்வித்திட்டத்தில் இடம்பெற்றுள்ளவாறு தனது ஆற்றலுக்கேற்ப தனக்கு விருப்பமானமுறையில் தொழிற்கல்வி பெறவும் உரிமை உண்டு. ஜம்மு மற்றும் கஷ்மீர் மாநிலத்தில் சுரண்டப்பட்ட மற்றும் துயரநிலையில் உள்ள உழைக்கும்வர்க்கம் இந்த உரிமையின்மூலம் சரியான முழுமனிதனாக உருவாகி புதிய ஜம்மு மற்றும் கஷ்மீரின் ஜனநாயக அரசின் வளர்ச்சிக்கு தனது முறையான, சாத்தியமான தனது முழுமையான பங்கைச் செலுத்துவார்.

பெண்களின் உரிமைச் சாசனம்

அனைத்து ஜம்மு மற்றும் கஷ்மீர் தேசிய மாநாடு சமுதாயத்தில் பெண்களுக்கு உரிமையுள்ள இடத்தையும் அந்தஸ்தையும் பெற்றுத் தரப் போராட உறுதியேற்றுள்ளது. தேசத்தைக் கட்டமைக்கும் அழுத்தமான கடமைப்பொறுப்பைத் தங்கள் தோள்களில் ஏற்பதில் ஆண்களும், பெண்களும் ஒருவரோடொருவர் இணைந்து நிற்க வேண்டும் என்று இந்த தேசிய மாநாடு கருதுகிறது. இந்தப்பார்வை யுடன் இந்த மாநிலத்தில் உள்ள பெண்களுக்குக் கீழ்க்கண்ட உரிமைகள் அளிக்கப்படவேண்டுமென்று தேசிய மாநாடு தானாகவே முன்னெடுக்கிறது.

1. 18வயதுக்கு மேற்பட்ட பெண்கள் அனைவருக்கும் வாக்குரிமை.

2. தாங்கள் உறுப்பினராக உள்ள எல்லா நிறுவனங்களிலும் தேர்தல்மூலம் ஒரு உறுப்பினராகத் தேர்ந்தெடுக்கப்படும் உரிமை.

3. தேர்ந்தெடுக்கப்பட்ட அரசு அமைப்புக்களால் முடிவுசெய்யப் படும் பெண்கள் தொடர்பான எல்லாப் பிரச்சனைகளிலும் பெண் பிரதிநிதிகளுடன் உரிய கலந்தாலோசனை செய்தபிறகே அரசால் ஏற்றுக்கொள்ளப்படவேண்டும்.

4. அரசின் எல்லாத்துறைகளிலும் வேலை நியமனம்பெற உரிமை உண்டு

தேசிய மாநாடு பெண்கள் சம்பந்தப்பட்ட பிரச்சனைகளுக்காக ஒரு தனிச்சிறப்புவாய்ந்த துறையை உருவாக்க விரும்புகிறது. இந்தத்துறை பொதுவான பெண்களின் பிரச்சனைகளுக்குத் தீர்வுகாண்பதோடு பிற்பட்ட வகுப்பினர் மற்றும் முற்றிலும் புறக்கணிக்கப்பட்ட பெண்களின் பிரச்சனைகளுக்கும் தீர்வுகாணவேண்டும். இவை நாடோடிப்பழங்குடியினர், எல்லைப்பகுதிகளில் வாழ்பவர், படகு செலுத்தும் பெண்கள் போன்ற மற்றவர்களையும் உள்ளடக்கியதாக இருக்கும். இந்தத்துறை அவர்களது மேம்பாட்டுக்காக சிறப்பு நடவடிக்கைகளை மேற்கொள்ளும்.

பெண்களின் பொருளாதார உரிமைகள்

தேசியமாநாடு ஆண்களைவிட பெண்களே மிக அதிகமாக சுரண்டலில் இருந்து பாதுகாக்கப்படவேண்டியவர்கள் என்று கருதுகிறது. இப்போது பெண்கள், ஆண்களுக்கான பணிகளில் மலிவான குறைந்த கூலித் தொழிலாளர்களாகப் பயன்படுத்தப்பட்டு வருகிறார்கள். பெண்கள் கடுமையான உழைப்புத் தொழிலிலிருந்து விடுவிக்கப்படவேண்டும் என்று தேசிய மாநாடு கருதுகிறது. மரியாதையும் கவனிப்பும்கொண்ட தாய்மைப்பாத்திரத்தை வகிக்க அரசின் உதவியைப்பெற்றுக்கொள்வது பெண்களின் உரிமையாகும். ஒரு பொறுப்புமிக்க அரசு கீழ்க்கண்ட உரிமைகளைப் பெண்கள் பெறுவதை உறுதிப்படுத்திடவேண்டும்.

1. ஒரேவிதமான வேலைக்கு ஆண்களைப்போலவே பெண்களுக்கும் அதேஊதியம் அளிக்கப்படவேண்டும். சம்பளத்தை நிர்ணயிப்பதில் பணியின்வகை, அதன் தன்மை மற்றும் வேலைத்திறன் ஆகியவை மட்டுமே ஒரே அளவீடாகவேண்டும்

2. பெண்களுக்கு அவர்களது விருப்பத்துக்கும், ஆர்வத்துக்கும் சாத்தியமான எந்த வர்த்தகத்தையோ அல்லது தொழிலையோ பின்பற்ற உரிமை உண்டு.

3. தொழில்துறைகளில் பணியாற்றும் பெண்களுக்கு ஆண்களுக்குரிய சமூகப்பாதுகாப்புத்திட்டங்கள் பெற உரிமை உண்டு

ஆண்களைப்போலவே சாதாரண விடுமுறை நாட்களைப்

பெறுவதற்கும் அப்பால் அவர்களுக்குக் கீழ்க்கண்ட சிறப்பு உரிமைகளும் உண்டு.

1. தொழில்துறைகளில் எந்த ஒருபெண்ணும் இரவு நேரப்பணியில் நியமிக்கப்படக்கூடாது.

2. கிராமத்திலோ அல்லது நகரத்திலோ உள்ள நாடோடி இனம் அல்லது படகுசெலுத்தும்பெண்கள் தாய் என்ற தனது பாத்திரத்தை வகிக்க உதவியையும், பாதுகாப்பையும் பெறுவார்கள். அவை:

    1. கருவுற்ற மகளிர் நலக்கவனிப்பு.

    2. குழந்தைப்பேறு காலத்தில் வீட்டிலோ அல்லது மருத்துவமனையிலோ மருத்துவ வசதி மற்றும் சிக்கலான நிகழ்வுகளில் சிறப்பு கவனிப்பு.

    3. குழந்தைப்பிறப்புக்கு முந்தைய ஒருங்கிணைந்த நோயாளிக்குரிய கவனிப்பு.

    4. மாவட்டம் விட்டு மாவட்டம் அடிப்படையில் செவிலியர் அமைப்பை விரிவாக்குதல்.

    5. குழந்தைப்பேறுக்குமுன் ஆறுமாதங்களுக்கும், குழந்தை பிறந்த பிறகு ஆறுமாதங்களுக்கும் ஊதியத்துடன்கூடிய மகப்பேறு விடுப்பு.

    6. ஏழுபெண்களுக்குமேல் நியமிக்கப்பட்டுள்ள ஒவ்வொரு இடத்திலும் குழந்தைகவனிப்பு மற்றும் கிண்டர் கார்டன் வசதி.

    7. ஒவ்வொரு செவிலியர் பெண்ணுக்கும் ஒவ்வொரு 4மணி நேரவேலைக்குப்பின் அரைமணி நேர இடைவேளை.

    8. அதிக எண்ணிக்கையிலான குழந்தைகள் உள்ள பெண்களுக்கு 'குழந்தை கவனிப்பு படி'.

பெண்களுக்கான சமூக உரிமைகள்

ஜம்மு மற்றும் கஷ்மீர் தேசிய மாநாடு, வீடும் குடும்பமும் அடிப்படையான சமூக அலகு என்று கருதுகிறது. ஒவ்வொரு

குடிமகனுக்கும், ஒவ்வொரு குழந்தைக்கும் அதன்பயன்களை அனுபவிக்கும் உரிமை உண்டு என்பதை ஏற்கிறது. இந்தக்கொள்கை கீழ்க்கண்ட தேவைகளைக் கோருகிறது:

1. பெண்களின் அந்தஸ்து சட்டபூர்வப் பாதுகாப்பைப் பெறுகிறது. பெண்களிடம் தவறாக நடந்துகொள்ளும் எவரும் அந்தத்தவறைச் செய்யாமலிருக்க தண்டனைக்குள்ளாக்கப்படுவார்கள்.

2. மாநிலத்தின் பெண்களும், குழந்தைகளும் அவர்களைச் சட்டத்துக்கு விரோதமாகக் கட்டாயப்படுத்தும் நபர்களிடமிருந்து பாதுகாக்கப்படுவார்கள்.

3. பொருளாதார மற்றும் பௌதீகக்காரணங்களால் விபச்சாரத்துக்குள் தள்ளப்படுவதால், அந்தக்காரணங்களுக்குத் தீர்வு காணப்படும். அத்தகைய பெண்கள் கல்வி மற்றும் ஏற்கத்தக்க இணக்கமான முறையில் சமூகத்தின் மைய நீரோட்டத்துக்குள் மீட்டுவரப் படுவார்கள்.

4. மாநிலத்தின் பிற்பட்ட பழங்குடியினர் மற்றும் பிற்பட்ட பகுதிகளைச் சார்ந்த பெண்களின் பிரச்சனைகளுக்குத் தீர்வுகாண சிறப்பு நடவடிக்கைகள் எடுக்கப்படும்.

பெண்களின் சட்டபூர்வ உரிமைகள்

ஜம்மு மற்றும் கஷ்மீர் தேசிய மாநாடு சட்டப்பிரச்சனைகளில் ஆண்களுக்கும், பெண்களுக்கும் சமத்துவம் என்றகொள்கையை ஏற்றுக்கொண்டுள்ளது. தேசிய மாநாடு, ஆணோ அல்லது பெண்ணோ— இந்துவாகவோ, முஸ்லீமாகவோ, பௌத்தராகவோ, சீக்கியராகவோ அல்லது வேறு எந்தமதத்தைச் சார்ந்தவராகவோ இருந்தாலும் ஒவ்வொரு குடிமகனும் அவர்களது வழக்கப்படி திருமணம் செய்துகொள்வதை அங்கீகரிக்கிறது. அத்தகைய திருமணம் இந்த மாநில அரசின் திருமணங்கள் பதிவாளரிடம் பதிவு செய்யப்படவேண்டும் என்ற ஒருதேவையைக் கோருகிறது. பெண்களின் நலன்களுக்காக தேசிய மாநாடு கீழ்க்கண்டவற்றை விரும்புகிறது.

1. ஒவ்வொரு பெண்ணுக்கும் தனது விருப்பத்தின்படியும், விவேகத்தின்படியும் தனது கணவனைத் தேர்ந்தெடுத்துக் கொள்ளும் உரிமை வேண்டும்.

2. வரதட்சணைமுறையும், பெண்களை விற்பனை செய்வதும் ஒழிக்கப்படவேண்டும்.

3. பெண்களுக்கு விவாகரத்து அல்லது பிரிந்துவாழும் உரிமை வேண்டும்.

4. கணவனும், மனைவியும் விவாகரத்து பெற்றுவிட்டால், ஆண்களுக்கு இணையான பொறுப்புக்களும், உரிமைகளும் அளிக்கப்படவேண்டும். வயதுவராத குழந்தைகளைத் தனது பாதுகாப்பில் வைத்துக்கொள்ளும் உரிமை பெண்களுக்கு வேண்டும்.

5. பெண்கள் தங்கள் மரபுரிமைச் சொத்துக்களைச் சொந்தப்படுத்திக்கொள்ளும் உரிமை வேண்டும். திருமணத்தின் காரணமாக இந்த உரிமை பாதிக்கப்படக்கூடாது.

6. ஒவ்வொரு வழக்கிலும் அதன்முடிவால் சம்பந்தப்பட்டவர் பெண்களும், குழந்தைகளும் என்றால் நீதிபதி ஒருபெண்ணாக இருக்கவேண்டும்.

7. பெண்சிறைக்கைதிகள், அவர்களது உடலமைப்பு மற்றும் பாலினத்தைக் கருத்தில்கொண்டு நியாயமாகவும், மனிதாபிமானத்துடனும் நடத்தப்படவேண்டும்.

பெண்களின் கல்வி உரிமை

பெண்களைப் பெருமளவில் உயர்த்திட பரவலான கல்விவசதிகள் தேவை என்று உணர்ந்துள்ள ஜம்மு மற்றும் கஷ்மீர் தேசிய மாநாடு பெண்களின் கல்விக்கான சிறப்புத்திட்டங்களைக் கீழ்க்கண்ட கொள்கைகளின்படி நடைமுறைப்படுத்தும் பொறுப்பை ஏற்கிறது:

1. அனைத்துப்பெண்களுக்கும் கட்டாயக்கல்வி. நாடோடி இனப் பெண்களுக்கு நடமாடும் பள்ளிகளும், படகுசெலுத்தும் பெண்களுக்குப் படகுப்பள்ளிகளும் அளிக்கப்படும். சாதாரணப் பள்ளிகளுக்குச் செல்லமுடியாத பெண்களுக்கு எல்லா நிலைகளிலும் சிறப்புப்பள்ளிகள் அளிக்கப்படும்.

2. பள்ளிக்கல்வி மற்றும் தொழிற்கல்வி என்ற கல்வி உரிமைகளும், வசதிகளும் ஆண்களுக்கு அளிக்கபடுவதற்கு இணையாக அளிக்கப்படும்.

3. எல்லா நிலைகளிலும் பெண்களுக்கு உற்சாகமூட்டும் கல்வி உதவித்தொகைகள் அளிக்கப்படும்.

4. பெண்களுக்கு கல்வியியல், தொழிலியல், மனையியல் பயிற்சி அளிக்க சிறப்புக் கல்லூரிகள் திறக்கப்படும். சாதாரண கல்லூரிகளில் ஆண்களுடன் சேர்ந்து கல்விகற்கவும் பெண்களுக்கு உரிமை உண்டு.

5. பல்வேறு படிப்புக்களுக்கான பாடத்திட்டங்கள் வகுப்பதில் பெண்கள் சிறப்பாக ஈடுபடுத்தப்படுவார்கள்.

6. பெண்களிடையே வயதுவந்தோர் கல்வித்திட்டம் நடைமுறைப் படுத்தப்படும். அது மூன்று உரிமைகளை மட்டுமின்றி, ஆரம்பக் கொள்கைகளான சுத்தம், சுகாதாரம், குழந்தை வளர்ப்பு ஆகியவற்றையும் கொண்டிருக்கும்.

பெண்களின் கலாச்சார உரிமைகள்

தேசிய மாநாடு எதிர்கால சுதந்திர ஜம்மு கஷ்மீர் ஜனநாயக அரசில், அறிவியல் மற்றும் சமூகவாழ்வுத்தளங்களில் பெண்கள் வகிக்க உள்ள முக்கியமான, மரியாதைக்குரிய பங்களிப்பை எதிர்நோக்கி நிற்கிறது. இந்த நோக்கங்களோடு தேசிய மாநாடு கீழ்க்கண்ட பொறுப்புக்களை ஏற்றுக்கொள்கிறது:

1. அனைத்து பெண் தொழில்துறையினரையும், கல்வியாளர்களையும் உற்சாகப்படுத்துதல்.

2. அரசின் கலாசார நிகழ்வுகளில் பெண்களை ஈடுபடவைத்தல்.

3. மாநிலத்தில் பேசப்படும் வெவ்வேறுமொழிகளுக்கும் உற்சாக மூட்டுதல்.

4. மாநிலத்தின் தொலைதூரப்பகுதிகளின் கலாசார வளர்ச்சியை ஏற்படுத்த சிறப்பு முயற்சிகளை ஏற்படுத்துதல்.

இணைப்பு 2

நந்திதா ஹக்ஸருக்கு அஃப்ஸல் குரு கடிதம்

மரியாதைக்குரிய நந்திதா - வாழ்த்துக்கள். நீங்கள் நன்றாக இருப்பீர்கள் என்று நம்புகிறேன். இந்தியக் குடியரசுத்தலைவருக்கான விண்ணப்பம், ஒரு சட்டபூர்வ நடைமுறையும், சாதாரண சம்பிரதாயமும் (எனக்கு) ஒருபோதும் வெளியிடப்படுவதற்கோ அல்லது பிரச்சாரத்துக்கோ அல்ல. வழக்கறிஞர் அல்லது மற்றவர்களுக்கான எனது கடிதங்களும் இதைப்போன்றே ஆகிவிட்டன. இதை உங்களது மொழியில் கூறுவதானால், ஒரு நம்பிக்கை சிதைப்பு. கடிதங்களும் விண்ணப்பமும் சிறுபிரசுரங்களாக மாறி எல்லா பிரச்சாரங்களுக்குமான மூலப்பொருள்களாகி விட்டன. இதன் காரணமாக எனது குடும்பம் மாநிலப்பாதுகாப்பு முகமைகளாலும், மத்திய முகமைகளாலும் பல்வேறுவகைகளில் அச்சுறுத்தப்பட்டும், அதிர்ச்சியால் நிலைகுலையவும் வைக்கப்பட்டுள்ளது.

நீங்கள் எனக்காக என்னவெல்லாமோ செய்தீர்கள் என்பதில் எந்தவித சந்தேகமும் இல்லை. அதற்காக நான் நன்றியுடையவன். ஆனால் SARGயுடனான வேறுபாடுகள் என்னை மனத்துயரில் ஆழ்த்துகின்றன. ஏனென்றால் நான் உங்கள் அனைவரையும் எனக்கான பிரச்சார இயக்கத்தின் உறுப்பினர்களாக நான் ஒருபோதும் கருதவில்லை. பிரிக்கமுடியாத ஒருகுழுவின் வேலை என்றே கருதினேன்.

பிறகு டெஹெல்கா தனிக்கதைகள், CNN/IBN, பல்வேறு தகவல்கள், மாநில நாளேடுகள் இவையெல்லாம் எனது குடும்பப்பிரச்சனைகளில் 13 கிளைக்கதைகளாகிவிட்டன. கஷ்மீரின் அரசியல் மோதல்கள் தொடர்பாக எனது சகோதரரின் அவசியம் மற்றும் தனிமைப்படல் தவிர, எங்கள் குடும்பத்தில் எப்போதும் எந்த வேறுபாடும் இருந்ததில்லை. எனது எண்ணங்களை, சிந்தனைகளை அல்லது செயல்பாடுகளை அவர் ஒருபோதும் பகிர்ந்துகொண்டதில்லை. ஆனாலும் நாங்கள் எப்போதும் சகோதரர்களாகவே இருந்துவந்தோம். ஆனால் இந்த எல்லா விஷயங்களும், அரசின் பயங்கர அமைப்புக்களும் எனது சகோதரருடன் ஏராளமான வேறுபாடுகளை உருவாக்கிவிட்டன. அவர் இப்போது எனக்கு மிகவும் பகையுணர்வு கொண்டவராக காணப்படுகிறார்.....

எனது பாதுகாப்பற்ற, எளிதில் ஊறுவிளைவிக்கப்படக்கூடிய எனது குடும்ப உறுப்பினர்களுக்கு நேரக்கூடிய இறுதி விளைவுகள்பற்றி நான் முழுவதும் உணர்ந்திருக்கிறேன். ஆனால், வாழ்க்கைபற்றிய ஆழ்ந்த அம்சம் என்பது நாங்கள் அனைவரும் உணர்வுபூர்வமான பகுதியினராக இருக்கும்போது, நாங்கள் அனைவரும் பாதுகாப்பற்றவர்களாக உள்ளோம்.

இந்த எல்லா அம்சங்களையும் கருத்தில்கொண்டே நான் உங்களுக்கும், மற்றவர்களுக்கும் எழுதுவதை நிறுத்திக்கொண்டேன். கடிதங்கள் சிறை அதிகாரிகளின் தணிக்கைக்குப்பின்னும்கூட, பாரமுல்லா பாதுகாப்புப் பிரிவினரால் தடுக்கப்படுவதால் நான் எனது தாயாருக்கும்கூட எழுதவில்லை.

அம்ரித்துக்கு, அவளது கடிதங்களுக்காகவும், சிறைவளாகத்துக்கு அவள் வருகை தந்ததற்காகவும் எனது நன்றியை தெரிவியுங்கள். இங்கு எந்தப் பாதுகாப்பு பிரச்சனைகளோ அல்லது பரிவோ இல்லாதபோதிலும், இது உண்மையில் ஒரு மதம்சார்ந்த சூழலாக, என்னைச் சந்திக்க விரும்புபவர்களுக்கு பிரச்சனைகளை உருவாக்குகிறது. சிறை அதிகாரிகள் 'முலாகத் நேரத்தில்' (சந்திக்கும் நேரத்தில்) எனது குடும்பத்துக்கு வெறும் 20 முதல் 30 நிமிடங்களே அனுமதிக்கிறார்கள்; எனது குடும்பத்தினர் ஆண்டுக்கு 2 அல்லது 3 முறைகளே வருகிறார்கள் என்ற போதிலும். சிறைவாசிகள் பெரும்பாலும் கிரிமினல்கள் அல்லது ஏமாற்றுப்பேர்வழிகள்; 50 நிமிடங்கள்வரை அனுமதிக்கப்படுகிறார்கள். இதற்கான காரணம் அவர்கள் டெல்லியிலிருந்து வருகிறார்கள். மேலும், அவர்கள் ரூ.500 அல்லது அதற்கு சற்று ஏறத்தாழ அவர்களுக்குத் தருகிறார்கள்.

எனது மனுவின்மீதான கருத்துவேறுபாடு தொடர்பாக, எனது மனு, விவாதத்துக்கோ அல்லது கருத்துவேறுபாடுகளுக்கோ உரிய ஒன்றாக இருக்கக்கூடாது என்று நான் விரும்புகிறேன். இந்தப்பிரச்சனைபற்றி திரு.N.D.பஞ்சோலியிடம் நான் பேசிவிட்டேன். அந்தமனு தொடர்பான அரசியல் சாசன நடைமுறைகளை நான் செய்திருந்தாலும் அது பயனற்றது. அதன்பிரச்சாரப் பயணத்தை தொடர்வது வீணானது....பயனற்ற செயல். எனது விண்ணப்பத்தின்மீதான முடிவு சட்டபூர்வமான தளத்திலேயே எடுக்கப்படும். அதற்காக சம்பந்தப்பட்ட செயலாளர் ஒரு வாக்குமூலத்தை உச்ச நீதிமன்றத்தில் 2007 நவம்பரில் சமர்ப்பித்துள்ளார்.

மோடியும், இந்திய மக்களும் நிராயுதபாணிகளான பொதுமக்களை பயங்கரவாதத்துள்ளாக்கும்போது, அவர்கள் என்னை ஒருபயங்கரவாதி என்று அழைப்பதைப்பற்றி நான் கவலைப்படப்போவதில்லை. அரச பயங்கரவாதத்துக்குமுன், ஒரு வெறும்பார்வையாளனாகவோ அல்லது அமைதியாகவோ இருக்க எனக்கு பொறுமை இல்லை.

நவம்பர் 27ல் மால்ராஜ்கஞ்ச்சில் 136 கடைகளும், 50 பண்டகசாலைகளும், டிசம்பர் 2இல் லோலப் குப்வராவில் 150 வீடுகளும், டிசம்பர் 1இல் டாங்கிவாச்சாவில் 13 கடைகளும், டிசம்பர் 14இல் 14 கடைகளும் பாதுகாப்புப்படைகளாலும் STF ஆலும் எரிக்கப்பட்டன. இரண்டு மாதங்களுக்கு முன் கந்தர்பாலில் ஒரு கிராமத்தில் 200 வீடுகளும், மூன்று மாதங்களுக்கு முன் தோதாவில் ஒரு கிராமம் முழுவதும் திட்டமிட்டுத் தீயிட்டு எரிக்கப்பட்டன. பென்ஸ்காமில் நான்கு STFஆட்கள் கிராமத்தினரால் பிடிக்கப்பட்டார்கள். 2007 நவம்பர் 7ல் சக்ரார் ராஜஸ்தானில் வாழ்ந்துவந்த ISRRஐச் சார்ந்த பூப்சிங் வீடுகளுக்கு தீ வைத்தபோது குப்வாரா கிராமத்தினரால் பிடிக்கப்பட்டான். அவன் உள்ளூர் சட்டமன்ற உறுப்பினர் ஜம்ஷீத் லோனேவிடம் ஒப்படைக்கப்பட்டான்.

தோடாவிலும், குப்வாராவிலும் உள்ள காடுகள் 10 நாட்கள் பற்றி எரிந்துகொண்டே இருந்தன. எந்த ஒரு வனத்துறை அல்லது அரசு அதிகாரிகள் அந்த பசுமை வனச்செல்வத்தின் பேரழிவைத் தடுத்து நிறுத்த வரவே இல்லை. பத்திரிக்கைகளில் வெளியிடப்பட்ட செய்திகளில் உயர்மட்ட அரசியல்வாதிகளும், பாதுகாப்பு அதிகாரிகளும் (DIG-BSF) டஜன் கணக்கானவர்கள் பாலுறவு ஊழல்களில் ஈடுபட்டிருந்ததாக பெயர் குறிப்பிடப்பட்டார்கள். அவர்கள் நீதிமன்றத்தின் முன் வெட்கமின்றி, பருவப்பெண்கள் ஊடுருவல்களைத் தடுக்க தேசியப்பாதுகாப்பு நோக்கங்களுக்காகப் பயன்படுத்தப்பட்டார்கள் என்று கூறினார்கள். குளிர்காலத்தில் 7 டிகிரி சீதோஷ்ண நிலையில் வீடுகளை எரிப்பதும் அல்லது ASFPA நிழலில் ஒழுக்கமற்ற, சமூகக்குற்றங்களை நிறுவனமயமாக்குவதும் பாதிப்புக்குள்ளான பகுதி சட்டங்களும், அரசின் தீவிரவாதக்கொள்கைகளும் தற்போதைய இளம் தலைமுறையினரை வேறு போக்கிடமின்றி தீவிர மாற்றங்களை நோக்கித் தள்ளுகின்றன. பாதுகாப்புப்படைகளும், அரசின் பாதுகாப்பு சாதனங்களும் நீதிமன்றங்களையும், மற்ற நிறுவனங்களையும் அதிகாரமற்றதாகவும், ஏளனப் பொருள்களாகவும் ஆக்கிவிட்டன. தேசியப் பத்திரிக்கைகளோ இந்த எரிப்புகளைப் பற்றி ஒரு சிறுதகவல்கூட வெளியிடவில்லை.

மதிப்புக்குரிய நந்திதா, மற்ற கஷ்மீர் சிறைவாசிகளிடமிருந்து தனிமைப்படுத்தப்பட்டு, தனிமைச்சிறையில் இருந்துகொண்டு, இந்த மௌனத்தைப்பற்றி நான் அறிந்து உணரும்போது, மத்திய மற்றும் மாநில அரசு முகமைகளால் யாருடைய வீடுகள் எரிக்கப்பட்டனவோ, யாருடைய சகோதரிகள் கற்பழிக்கப்பட்டார்களோ அவர்களைப்பற்றி நீங்கள் என்ன நினைக்கிறீர்கள்?

மிருகத்தன்மைகொண்ட படைகளின் அறிவற்ற கொள்கைகள், அவர்களது சொந்தப் பாவமூட்டைகளின்கீழ் வீழும். தொடர்ச்சியான அவமதிப்பும், பேரதிர்ச்சியும் முரண்பாடுகளின், வேற்றுமைகளின் சூட்டைக் கொளுந்துவிட்டு எரியச்செய்யும். இந்தக்கொள்கைகள் திரும்பிவரமுடியாத எல்லைக்கு தீவிரவாதத்தையும், தீவிரவாத கலாசாரத்தையும் விளையச் செய்துவிடும். காவல் நிலையங்கள் கொடூரமானவைகளாகவும், கசாப்புக்கடைகளாகவும் மாறிவிட்டன. கொல்லப்பட்ட குடும்பத்தினர் காவல் நிலையங்களுக்குச் செல்லமாட்டார்கள். ஏனென்றால், அவை மக்களின் இதயங்களிலும், சிந்தனைகளிலும் ஒரு கொடூர உணர்வைப் பரப்பி வருகின்றன. அரச பயங்கரவாதத்தை மிகைப்படுத்திக் கூறுவதாக நீங்கள் கருதக்கூடும். ஆனால், இதுதான் கஷ்மீர் என்று அழைக்கப்படும் அரசியல் சாசன காலனியின் கசப்பான உண்மை. இதில் மிகவும் மோசமான பகுதியாக இந்தக் குற்றங்களைப் பற்றி தேசிய நாளேடுகள் ஒருபோதும் தெரிவிப்பதில்லை என்பது உள்ளது. நான் என்னளவில் இந்தக்கொடூரத்தின் உச்சியில் வாழ்ந்து கொண்டிருக்கிறேன்.

அரசும், அரங்கேற்றப்படும் தேர்தல் நாடகங்களும் இந்த அம்சங்கள் காணாமல் போவதற்கான தளங்களாகவே உள்ளன. இந்தத்தேர்தல்கள் நேரத்தையும், சக்தியையும், மூல ஆதாரங்களையும் வீணடிப்பதைத்தவிர வேறொன்றும் இல்லை. இது கண்ணுக்குத்தெரியாத, அடக்கிவைக்கப்பட்ட மக்களின் கோபங்களை அதிகப்படுத்தவும், மக்களை தனிமைப்படுத்தவும் செய்கின்றன. இந்தக்கொள்கைகள் தன்னைத்தானே ஏமாற்றிக்கொண்டு, ஒவ்வொருவருக்கும் தெரிந்திராத, இன்னும்சொல்லப்போனால் அவர்கள் சார்ந்துள்ள குடும்பங்களுக்கே தெரியாதவாறு தீவிரவாதிகளைப் பயிரிட்டு வருகின்றன.

அனைத்து ஜனநாயக வழிமுறைகளும், நிகழ்வுகளும் மறுக்கப்படுவது இளைஞர்களை இயல்பாகவே தீவிரவாத நடவடிக்கைகளை நோக்கித் தள்ளிவிடுகின்றன. ஜனநாயகத்துக்கான எல்லா வழிகளையும், திறப்புக்களையும் முடிவிடுவது படித்த இளைஞர்களை தீவிரவாத சுவற்றின் பக்கம் தள்ளிவிடும். நோம்சோம்ஸ்கி கூறுகிறார்: நாம் மக்களுக்கான கருத்துவெளியீட்டு சுதந்திரத்தில் நம்பிக்கை கொண்டிருக்கவில்லை என்றால், அதைக்கூட நாம் விரும்பவில்லை என்று அறுவருக்கப்படுவோம். ஆர்.எஸ். எஸ்.ஸின் தத்துவமும், அதன் அரசியல் சமூக மற்றும் தீவிரவாத கிளை அமைப்புக்களும், அதன்வழிமரபுகளும், மதவெறியூட்டி, ஒட்டுமொத்த அரசியல், சமூக கட்டமைப்புக்களையும் ஒன்றுக்கொன்று எதிரான குழுக்களாக பிளவுபடுத்துகின்றன. இந்தவெறுப்புக் கலாசாரம் எல்லா உள்ளூர் நிறுவனங்களிலும் மிக நன்றாக ஊடுருவுகிறது. அது திஹார் சிறையையும் விட்டுவைக்கவில்லை. ISIயும் இந்த வளர்ச்சிப்போக்கில்

தனது சொந்த வெறுப்புக்கருவிகள் மூலம் தனது பங்கைசெய்துவருகிறது என்பதில் சந்தேகமே இல்லை. உண்மையில் இந்தியாவுக்கு எதிரான பேச்சுக்களையும், எழுத்துக்களையும் ISI (பாகிஸ்தான்) போற்றிவளர்க்கிறது .

நந்திதா, நீங்கள் ஒரு கஷ்மீரி பண்டிதர் என்பதால், கஷ்மீரி பண்டிதர்கள் சமுதாயம் இவற்றைக் கண்டுகொள்ளாமல், தங்கள் வீட்டு நினைவுகளிலேயே மூழ்கியிருப்பது உங்கள் இதயத்திலும், சிந்தனையிலும் ஆழ்ந்த கோபத்தை இயல்பாகவே ஏற்படுத்தியிருக்கும். கஷ்மீரி பண்டிதர்கள் சமுதாயம் ஒட்டுமொத்தமாக வெளியேற்றப்பட்டதற்கு ஜக்மோகனின் மதவெறிச்செயல்திட்டமும், கொள்கைகளும்தான் பொறுப்பாகும். நீங்கள் அரசியல் சாராத எந்தவொரு கஷ்மீரி பண்டிதரைக் கேட்டாலும், அவர் என்னுடைய இந்த வார்த்தைகளைத்தான் உங்களுக்கு பதிலாகக் கூறுவார் என்பதில் நான் 100% நம்பிக்கை கொண்டுள்ளேன். மதவெறிச் சிந்தனைகள் கொண்டுள்ள சில SOG/STF ஆட்கள் தங்களுடைய மனிதாபிமானமற்ற இரட்டைத்தன்மைகொண்ட செயல்திட்டத்தின் அசிங்கமான நடவடிக்கைகளை நிறைவேற்றினார்கள் என்பதை நான் மறுக்கவில்லை. கடைசியில் இந்த கஷ்மீரி பண்டிதர்கள் எங்களை இந்தியப்பாதுகாப்புப் படைகளின் கருணையின் கீழ் தனித்து விட்டுவிட்டு வெளியேறிவிட்டார்கள். கடந்த 18 ஆண்டுகளில் ஒருபோதும் பாதுகாப்புப் படையினரால் நடத்தப்பட்ட மனிதாபிமானமற்ற அட்டூழியங்களை அவர்கள் கண்டிக்கவோ அல்லது அதற்கு எதிராக பெருந்திரள் ஆர்ப்பாட்டங்களை நடத்தவோ அல்லது சகோதர ஆதரவு உணர்வைக் காட்டவோ இல்லை.

மதிப்புக்குரிய நந்திதா, நாகா சச்சரவு, கிறிஸ்தவ சச்சரவு எனப்படாதபோது, கஷ்மீர் சச்சரவு மட்டும் ஏன் இஸ்லாமிய சச்சரவு என்று முத்திரை குத்தப்படுகிறது? அடிப்படையில் இது அரசியல், சமூக வரலாற்றுத்தன்மை கொண்டது. ராபர்ட்.ஏ.பேப் பின் புத்தகம் 'வெல்வதற்காக சாவது' (Dying to Win) 300 தற்கொலைத்தாக்குதல்கள்(1980முதல் 2003வரை) பற்றிய நுட்பமான பகுப்பாய்வுகளை அளிக்கிறது. அவற்றில் 70 LTTEக்களால் நடத்தப்பட்டவை. இதற்கான பொதுவான காரணம் அரசியல், சமூக அநீதிகள், ஒடுக்குமுறைகள் மற்றும் ஆளும்வர்க்கத்தின் காட்டுமிராண்டித் தனமான கொள்கைகளும், அரசியல் நிறுவனங்களும் தான்.

மதம் ஒழுக்கம் சார்ந்த வலிமையைத் தருகிறது. ஆனால், அரசியல் அநீதி, ஒடுக்குமுறை, ஆதரவற்றநிலை மற்றும் குற்றப்படுத்துதல்கள் ஆகியவை அவமானப்பட்டிருப்பதைவிட, அடிபணிந்திருப்பதைவிட சாவதே மிகவும் நல்லது என ஈர்க்கவைக்கின்றன. மதம் இதற்கு அடிப்படைக் காரணம் அல்ல. ஒரு நம்பிக்கையுடன் வாழ்வதும், அதை நம்புவதும் அவ்வாறு

நம்புபவர்களுக்கு, அநீதியை எதிர்க்கவும், போராடவுமான ஒரு தார்மீக மற்றும் நேர்மையான சக்தியையும் தருவது இயல்புதான். மதநம்பிக்கை தன்னைப் பின்பற்றுபவர்களை மற்றவர்களிடம் கெஞ்சி நிற்கவோ, பலவீனப்படவோ அல்லது தண்டிக்கப்படவோ போதிப்பதில்லை. இயற்கையின் இந்த பிரபஞ்ச சட்டம் தனது மக்களுக்கு பொருத்தமான உடல், உள்ள வளர்ச்சியை ஏற்படுத்துகிறது. மதம் ஒரு கௌரவமான வாழ்க்கையை வாழ்வதற்கான வலிமையை, பிரபஞ்சத்தின் நிரந்தர மதிப்பியல்களை அளிக்கிறது.

மேரியின் (மரியம்) மகன் ஏசு (அவர்கள் மீது சமாதானம் ஏற்படுவதாக) கூறுகிறார். மனிதன் ரொட்டி ஒன்றால் மட்டுமே வாழமுடியாது. பொருளாதார திட்டங்களால் மட்டும் கஷ்மீரில் அமைதியைக் கொண்டுவர முடியாது. இடைவிடாத, தொடர்ச்சியான அவமானத்திலும், அச்சத்திலும் வாழும் மக்களுக்கு ரொட்டி தேவையில்லை. அதற்கு அல்லா ஒவ்வொருவருக்கும் ஒரு வாயைத்தான் கொடுத்துள்ளார். மக்களுக்கு தேவையானது என்னவென்றால், அது ஒரு அரசியல் கட்டமைப்பு. அதில் அவர்கள் தாங்கள் கொடுமைப்படுத்தப்பட்டவர்களாக, அவமானப்படுத்தப்பட்டவர்களாக, பயங்கரவாதத்துக்கு உள்ளானவர்களாக உணராதநிலை வேண்டும். கஷ்மீர் மக்கள் தாங்கள் வாழ்வதற்கு ஒரு கௌரவமான இடத்தைத்தான் கேட்கிறார்கள். இந்த கிரகத்தில் அவர்கள் நட்சத்திரங்களை கேட்கவில்லை.

ஆனால், இந்திய அரசு வன்முறையைப் பயன்படுத்தி அச்சுறுத்தவும், அவமானப்படுத்தவும், தோல்வியடையச்செய்து தனது கட்டுப்பாட்டின்கீழ் கொண்டு வரவும் கருதினால், அவர்கள் ஒரு தேசம் என்ற வகையில் ஒடுக்கப்பட்ட கஷ்மீரிகளின் மனவுறுதியை மௌனிக்கவைக்கலாம். அதன்பிறகு அவர்கள், தங்களை மட்டுமல்ல, தேசத்தையே முழுமையாக ஏமாற்றுகிறார்கள் என்பதை அறிந்துகொள்வார்கள். கோபமும், அந்நியமாகலும் சிறிதுகாலம் செயலற்று இருக்கும்; கொல்லப்படமாட்டாது. மௌனம் என்பதன் பொருள் முடிவு அல்ல. நிலைகுலைந்து அதிர்ச்சியடைந்த அந்தக்குழந்தையை வெளியே வரவிடாதீர்கள். அது பேரழிவாகிவிடும். அரசியல் நிறுவனங்களின்மூலம், ஊடகங்களால் உருவாக்கப்பட்ட அச்சுறுத்தல்களும், கொடூரங்களும் சமூக, அரசியல் காரணங்களுக்குத் தீர்வு காணப்படாவிட்டால் உண்மையாகிவிடும். எனது வார்த்தைகளை இதுவரை நிகழாத சம்பவங்களை அடிப்படையாகக் கொண்ட அச்சுறுத்தல் என்று தயவுசெய்து எடுத்துக்கொள்ளாதீர்கள். அது, நிறம், இனம், நம்பிக்கைகளுக்கு அப்பாற்பட்ட மானுடக் கவலை. நாம் எதார்த்தங்களோடு வாழ்ந்தாக வேண்டும். இல்லாவிட்டால், நாம் இந்தக் குழந்தைகளோடு வாழ நிர்ப்பந்திக்கப்படுவோம். இதற்கு அரசுதான் பொறுப்பு. கஷ்மீர் சச்சரவு

என்பது அதன் இயல்பில் ஒரு நாட்டின் பகுதி சார்ந்தது. நியோ-கான்களும், ஜியானிஸ்ட்களும் அமெரிக்காவை ஏற்கனவே பாலைவனத்துக்குள்ளும் (இராக்) மலைகளுக்குள்ளும் (குரோசான்) தள்ளிவிட்டுவிட்டார்கள். இந்திய அரசுக்கு அமெரிக்கா தங்கள் மனிதத்தன்மையற்ற நிபுணத்துவங்களையும், பேரழிவு ஆயுதங்களையும் அளிப்பதன் மூலம் எந்த ஒரு நல்லதையோ, உதவியையோ செய்துவிட முடியாது. பாதுகாப்புப் பார்வையில் பார்த்தால், அவை, இந்த உலகின் மாபெரும் ஜனநாயகத்தை மேலும் வலுவற்றதாகவும், மொன்னையானதாகவுமே ஆக்கும். ஜியானிஸ்ட்கள் இஸ்ரேலில் வலுவான 1,000 மைல் நீளமுள்ள 15X6 மீட்டர் கொண்ட, பல்வேறு இனமக்களைத் தனித்தனியாகப் பிரிக்கும் சுவர்களைக்கட்டி ஒட்டுமொத்த காஸாவையும், பாலஸ்தீனியர்களிடமிருந்து தங்களைப் பாதுகாத்துக்கொள்ள, கிட்டத்தட்ட ஒரு சிறையாகவே ஆக்கிவிட்டார்கள். கஷ்மீர் பள்ளத்தாக்குக்கும் அதுபோன்ற ஒரு நிபுணத்துவத்தை இந்தியா விரும்புகிறதா?

ஒடுக்கப்பட்ட, ஆதரவற்ற எனது மக்களை நான் நேசிக்கிறேன்; அவர்களைக் கவனித்துக்கொள்கிறேன். ஆனால், எனது நேசம் இந்திய மக்களை இழந்துவிட்டு அல்ல. ஒரு அரசியல் அல்லது சமூக தத்துவமாக தேசியத்தை நான் நம்பவில்லை. இந்தப்புவிக்கோளம் தொழில் நுட்பங்களால் சுருங்கி, குறுகிவிட்டது. இந்தப் புவிக்கோளத்தின் குடிமகனாக இருப்பதால், நான் இந்த பிரபஞ்சத்தின் நிரந்தர மதிப்பியல்களான கருத்துசுதந்திரம், நம்பிக்கைசுதந்திரம், எல்லா வகையான கட்டாயபடுத்துதல்களிலிருந்தும், அச்சுறுத்தல்களிலிருந்தும் சுதந்திரம் ஆகியவற்றில் நம்பிக்கை கொண்டுள்ளேன். அடிமைகளை அந்தத்தளையிலிருந்து விடுவிப்பதை விடச் சிறந்ததாக எதையும் கடவுள் (தூதர் முகம்மது) படைக்கவில்லை. அமெரிக்காவின் முரட்டுத்தனம் உலகளாவிய மதிப்பியல் அமைப்புக்களையும், சமூகங்களையும் அநாகரிகப்படுத்துகிறது; மனிதத்தன்மையற்றவர்களாக ஆக்குகிறது.

உங்களுடைய புத்தகம் பற்றி எனது பார்வைகளை எழுத என்னால் இயலவில்லை. ஓரளவுக்கு திறமையும் இல்லை. உங்களது புத்தகம் கிட்டதட்ட எல்லா விஷயங்களையும் கொண்டிருக்கிறது. நான் மகிழ்ச்சியின்மை மற்றும் கொடூர நிலைகளால் வளர்க்கப்பட்டவன். எனது நம்பிக்கைதான் என்னை அதிலிருந்து காப்பாற்றிவந்தது. வாழவும், சிந்திக்கவும், உணரவும், எழுதவும், நான்பெற்ற, சந்தித்த எல்லாவற்றையும் தாங்கிக்கொள்ளவும், தற்காத்துக்கொள்ளவும் ஆதரவாக அமைந்தது. வார்த்தைப் பறவைகளுக்கு வாழ்க்கைச் சிறகுகளை அளிப்பதில் அறிவார்ந்த எழுச்சியுணர்வும், உள்ளார்ந்த நேர்மையும் அவசியமானதும், ஆற்றல் நிறைந்ததும் ஆகும். வார்த்தைகள்

இவற்றோடு இணைந்திராவிட்டால், அவற்றின் உட்கூறு வறட்சியானதாக, உயிரற்றதாக, ஆற்றலற்றதாக மாறிவிடும். உங்கள் புத்தகத்தைப் படித்த பெரும்பான்மையான சிறைவாசிகள் SARGயின் விடுதலைக்கான உங்களது சலியாத முயற்சிகளாலும், மனித உரிமைமீறல்கள் பற்றிய உங்களது கவலைகளாலும் நெகிழ்ந்து போனார்கள் என்பதில் சந்தேகம் இல்லை. ஆனால், உங்களது பகுப்பாய்வு மற்றும் மதங்களையும், அவற்றின் நிறுவனங்களையும் பற்றிய புரிதல்கள்மீது நீங்கள் அமினா வாதூத் அல்லது துருக்கிய கவிஞர் வழியாகப் பேசினாலும்கூட, எனக்கு ஒரு தயக்கம் உண்டு. மதம் என்பது வெறும் சிந்தனையோ, உணர்வோ, உடலோ அல்லது செயலோ அல்ல. ஆனால், இவற்றின் முழுமை. இயல்பான மதம் உடல் மற்றும் ஆன்மாவின் அனைத்து வேண்டல்களையும், தேவைகளையும் நிறைவு செய்கிறது. நமது இதயம் மற்றும் மூளையின் இருள், அறிவுத்திமிர் வாழ்வின் அற்புதமான ஆழங்களைக் காணத்தவறுகிறது. இக்பாலின் சில வார்த்தைகளை சுட்டிக்காட்ட அனுமதியுங்கள்.

'தனது அறிவார்ந்த செயல்பாடுகளால் முற்றிலும் நிழல் கவிழ்ந்த நவீன மனிதன் உயிரோட்டமான வாழ்வை, அதாவது தனக்குள்ளிருந்த வாழ்வை இழந்துவிட்டான். சிந்தனையின் தளத்தில் அவன் தனக்குள் தானே வெளிப்படையான சச்சரவுடன் வாழ்ந்துகொண்டிருக்கிறான். மேலும் பொருளாதார, சமூக மற்றும் அரசியல் வாழ்வு என்ற தளத்தில் அவன் மற்றவர்களோடு வெளிப்படையான சச்சரவில் வாழ்ந்து கொண்டிருக்கிறான். தனது இரக்கமற்ற தன்னகங்காரத்தையும், தனது முடிவற்ற தங்கப்பசியையும் தனக்குள் கட்டுப்படுத்த இயலாததால், அவை அவனுக்குள் இருக்கும் எல்லாவிதமான உயர்ந்த முயற்சிகளையும் மெல்ல மெல்லக் கொல்கிறது. அவ்வாறே அவனை வளர்ப்பதையும் காண்கிறான். ஆனால் வாழ்வு அர்த்தமற்றதாகிறது. இவ்வாறு உண்மையில் ஈர்க்கப்பட்டுவிட்டதால் கண்ணுக்கு நேராக உள்ள உணர்வின் ஆதாரங்களிலிருந்து, அவன் தனது சொந்த இருப்பின் அள்ளக்குறையாத ஆழத்திலிருந்து அவன் முற்றிலும் துண்டிக்கப்பட்டுவிட்டான் என்று கூறலாம்.'

திமிர், பொருளாதார அல்லது இராணுவ அல்லது அறிவாண்மையின் இருட்டு தனிப்பட்டவர்களின் கண்ணோட்டத்தைப்போலவே தேசங்களினுடையதையும் குருடாக்குகிறது. கற்றல் என்பது இறக்கும்வரையான ஒரு செயல்முறை. புத்தகங்களில் திரட்டிவைக்கப்பட்ட செயல்முறை அல்ல. இயற்கையையும், வாழ்க்கையையும், உலகத்தையும், அவற்றைப் படைத்தவரோடு உள்ள உறவையும் கற்றுக்கொள்வதற்கும், புரிந்துகொள்வதற்குமான இரண்டு மிகப்பெரும் ஆதார வளங்களாகும்.

பெண்களின் சுதந்திரம் என்ற பதாகையின்கீழ் மேற்கு, பெண்மையின் பெண்மைத்தன்மையை இழக்கச்செய்கிறது. இயல்பாகவும், மத அடிப்படையிலும் அவள் ஒரு தாயாக, சகோதரியாக மற்றும் மனைவியாக அறியப்படுபவள். இப்போது மேற்கில் அவள் ஒரு பெண்தோழியாக, விபச்சாரியாக அல்லது வரவேற்பாளினியாக தனது விருப்பமின்றியே, தனது அந்தரங்கத்தை விட்டுவிட்டு, தேவையற்ற, யாரென்றே தெரியாத ஆண்கள்முன் சிரிக்கிறாள். அவள் காலணியிலிருந்து டயர் வரை - தண்ணீர் முதல் துவைக்கும் யந்திரம் வரை விற்பனையை மேம்படுத்து பவளாக இருக்கிறாள். (தாய் என்றும் சகோதரி என்றும் அழைக்கப்பட்ட) இந்தப்பெண், மின்னணு மற்றும் ஊடகங்கள் வழியே இந்தப்பொருட்களை விற்பதற்காக, ஆடை அவிழ்க்கப்படுகிறாள். கேடுகெட்ட மேற்கத்தியரால் பெண்மை பெண்தன்மை இழக்கவைக்கப்படுகிறது.

அமீனா வாதூத் அறிவாற்றல் திவாலாகிப்போன, கல்விச்செழிப்பில்லாத மற்றும் மதரீதியாக ஒன்றும் அறியாத நபர். மாதவிடாய் காலங்களில் உள்ளபோது, பிரசவ வலி உள்ளபோது, தனது குழந்தைக்குப் பாலூட்டும்போது, பெண்ணுக்கு கட்டாயம் செய்தேதீர வேண்டிய தனிப்பட்ட தொழுகையிலிருந்தும், விரதங்களிலிருந்தும் முறையாக விலக்கு அளிக்கப்படுகிறது. பேரவையில் தொழுகையை வழிநடத்த எவ்வாறு அவளால் முடியும்? அவளது ஹார்மோன்களை உற்பத்தி செய்யும் எண்டோகிரைன் சுரப்பிகளாலும், சுரப்பிகளின் மாறுதல்களாலும் இஸ்லாத்தில் பெண்களுக்கு ஒரு சிறப்புத்தகுதி அளிக்கப்பட்டுள்ளது. சொர்க்கம் பெண்களின் (தாயின்) காலடியின்கீழ் உள்ளது என்று இஸ்லாத்தின் இறைத்தூதர் கூறியுள்ளார். இறைத்தூதர் (புஹ்) 'எவரொருவர் தனது மனைவியுடன் சிறந்து விளங்குகிறாரோ, அவர்தான் நம்மில் சிறந்தவர்' என்றார். 'ஒரு துண்டு ரொட்டியை அல்லது உணவை மனைவியின் வாய்க்குள் ஊட்டுவதும் ஒரு தொழுகை செயல்பாடு ஆகும்.' ஒருவரிடம் இல்லாத ஒன்றைச் சேர்த்துக் குறையை முழுமையாக்குவதற்கும் ஒத்த தன்மைக்கு இடையேயுள்ள வேறுபாட்டைப் புரிந்துகொள்ளவும், வேறுபடுத்திப் பார்க்கவும் ஒருவர் புரிந்துகொள்ளவேண்டும். இஸ்லாத்தில் பெண்களின் பாத்திரம் ஆண்களிடையே உள்ள குறையை நிரப்பி முழுமையாக்குவதாகும். இறைத்தூதர் புஹ்வின் மனைவி ஆயிஷா தான் முதல் அறிவுஜீவி அறிஞர். இறைத்தூதரின் உடனிருந்தோர் சமுதாயம் மற்றும் மதம்சார்ந்த போதனைகளுக்காக அவரைச் சார்ந்திருந்தார்கள்.

நாம் கலாசாரத்தையும், சமுதாயத்தின் நடத்தைக்கோலங்களையும் மதத்துடன் கலந்துவிடக்கூடாது. ஆஃப்கானிஸ்தான் என்பது இஸ்லாம் அல்ல. ஆனால், ஒரு நாடு. வரலாற்றுபூர்வமான இஸ்லாத்தை மதம் சார்ந்த இஸ்லாத்திலிருந்து பிரித்துப்பார்க்க வேண்டிய தேவை

நமக்கு உள்ளது. ஒருவிஷயத்தை நாம் கையாளும்போது நாம் அறிவுபூர்வமாகவும், உணர்வுபூர்வமாகவும், அறிவியல்பூர்வமாகவும், நேர்மையாகவும் இயங்கவேண்டும். அதீத அறிவாண்மை நம்பிக்கையை சிதைத்துவிடுகிறது. இந்த உலகுக்கு ஒரு அர்த்தத்தையும், உணர்வையும் தந்தது நம்பிக்கையே. நமது உணர்வு நிலையைப் பொருத்தவரை நாம் உண்மையில் தொடக்க உணர்ச்சி நிலையிலேயே உள்ளோம். இந்த உணர்வு நிலையின் இறையாற்றலால், நாம் ஒவ்வொருவரும் தனித்தனியாக நமது சிந்தனைகளுக்கும், செயல்பாடுகளுக்கும் நாமே பொறுப்பானவர்கள். இறையுணர்வாளர் ரூமி கூறுகிறார்: ‘உங்களது செயல்களுக்கான (குற்றங்களுக்கான)தண்டனை பற்றி சிந்தனையற்றவர்களாக இருக்காதீர்கள். கோதுமையிலிருந்து கோதுமையும்- பார்லியிலிருந்து பார்லியும் தான் மலர்கின்றன.’

உங்களது புத்தகம் ஒருவிஷயத்தை நன்றாக பிரதிபலிக்கிறது. நீங்கள் மோடி போன்ற எவரொருவரையும்விட மிகமிக தேசப்பற்று மிக்கவர். மோடியின் தேசப்பற்று அழிவை ஏற்படுத்துகிறது. ஆனால் உங்கள் தேசப்பற்று தர்க்கரீதியானது. நான் உங்களது தேசப்பற்று உணர்வுகளுக்கு எதிரானவன் அல்ல. ஆனால், டிசம்பர் 13ன் 9 விதவைகள் மற்றும் அவர்களின் குழந்தைகளைப்பற்றி பேசும்போது, 40,000 விதவைகள் மற்றும் அவர்களது 80,000 அனாதைகள் பற்றி அக்கறையற்றவனாகவோ, உணர்வற்றவனாகவோ என்னால் இருக்க முடியாது. நாம் நமது உணர்வுகளைக் கட்டுப்படுத்தி சமநிலைப்படுத்த வேண்டும். உண்மைத்தன்மையற்ற ஆரவாரங்களுக்கோ, உணர்வுகளுக்கோ ஆட்பட்டுவிடக்கூடாது.யாருக்கு மன்னிப்பும், பரிவிரக்கமும் தேவை என்பது விவாதத்துக்குரிய ஒருவிஷயம். தனிப்பட்ட முறையிலும், ஒழுக்க நெறிமுறை சார்ந்தும் நான் உங்களுக்குக் கடமைப்பட்டவன். ஆனால், எனது ஆளுமை என்பது எனக்கு மட்டுமே சொந்தமானது அல்ல. உண்மையில் தனிப்பட்ட துன்பங்களோ, வலிகளோ அல்லது கிள்ளல்களோ எனக்கு இல்லை. எனது தனிப்பட்ட ஆளுமை எனது துன்பங்களை கஷ்மீர் மக்களின் துன்பங்களுக்குள் கரைத்துவிட்டது. எனவே நான் துன்பத்தை உணரவில்லை. மற்றவர்கள்மீதான பரிவுணர்வு என்பது வீட்டிலிருந்து துவங்குகிறது என்பதைத்தவிர கோட்பாடு ரீதியாக நான் இந்த பிரபஞ்சத்தின் குடிமகன். சீற்றத்தை உருவாக்கி, பேரழிவை ஏற்படுத்தும் தேர்ந்தெடுக்கப்பட்ட புவிப்பரப்பு, தேர்ந்தெடுக்கப்பட்ட இனம், கருத்தாக்கங்கள், கொள்கைகள் என்பதில் எனக்கு நம்பிக்கை இல்லை. பேரழிவை ஏற்படுத்தும் இந்த தேசியத்தின் கருத்தாக்கங்கள், கொள்கைகளிலிருந்து வெளியேவர ஒரேஒரு வழி இருக்கிறது. அது, இந்த பிரபஞ்சத்தின் நிரந்தரமான உண்மை மதிப்பியல்களில் நம்பிக்கை

கொள்வதுதான். பேரா.அமார்த்தியா சென் கூறுகிறார்: ‘பெருந்தன்மைதான் முதல் மதிப்பியல்பு. பின்னர் அது பொருளாதாரத்தில் மிகச்சிறந்த கொள்கை ஆகிறது. அமெரிக்காவும், அதை மௌனமாகப் பின்பற்றுபவர்களும் ஒட்டுமொத்த உலக அரசுகளுக்கான கொள்கைகளையும், திட்டங்களையும் வகுத்து, ஒட்டுமொத்த மதிப்பியல்புகளின்மீதும் குண்டுகளை வெடிக்கச்செய்து தூள் தூளாக்கிவிட்டார்கள். இந்த காட்ஜில்லா என்ற கொடூர மிருகம், இந்த உலகைச்சுற்றிலுமிருந்த அழகிய, உன்னதங்களைத் தின்றுவிட்டது. இந்த பிரபஞ்சத்தின் பொறுப்புமிக்க ஒவ்வொரு குடிமகனும் மனிதநேயம், கலாசாரம் மற்றும் உலகுதழுவிய மதிப்பியல்புகளுக்கு எதிரான இந்த நவீன காலனியத்தை எதிர்த்து நின்றாகவேண்டும். இது மனித நாகரிகத்துக்கு எதிரான கொடிய அச்சுறுத்தலாகும்.

அனைத்துலக சமுதாயம் என்று கூறிக்கொள்ளும் அமெரிக்க ஐக்கிய நாடுகள் தனது சொந்த நலன்களை, நுகர்வு கலாசாரம் மற்றும் பொருளியல் ஆகியவற்றோடு இணைத்து, நேரடியாகவோ அல்லது மறைமுகமாகவோ உலகமயமாக்கல் என்ற பதாகையின்கீழ் ஆயுதம் தாங்கிய ஆக்கிரமிப்புக்களை நடத்தி, இந்தப்பேரழிவின் காரணியாகியுள்ளது. ஃப்ரான்சிஸ் ஃபகுமோயாவின் தாராள ஜனநாயகம் வரலாற்றின் முடிவு அல்ல. அதற்குமாறாக, அது எல்லா மானுட மதிப்பியல்புகளுக்கும் முடிவு கட்டுகிற அரசியல் தத்துவமாக உள்ளது. இந்த நவீன காலனியத்தில், நாம் எங்கு பிடித்துவைக்கப்பட்டிருக்கிறோமோ அந்த சிறையின் அறையைப்பற்றிய விழிப்புணர்வற்ற கைதிகளாக நாம் இருக்கிறோம். நமது ருசிகள், விருப்பங்கள் மற்றும் கற்பனைகள் அனைத்தும் சிறைப்படுத்தப்பட்டுள்ளன. இங்குதான் மாபெரும் ஆபத்து இருக்கிறது.

எனது கருத்துக்கள் வாழ்க்கையைவிட மிகவும் பெரிதான கற்பனாவாதங்களாகத் தோன்றலாம். ஆனால், எவரொருவரும் தனிப்பட்ட பொறுப்பிலிருந்து ஒருபோதும் தப்பித்துக்கொள்ள முடியாது. ஒவ்வொருவரும் இந்த உலகத்துக்கு ஆற்றவேண்டிய சிறப்புமிக்க பெரும்பங்கு உள்ளது. ஒவ்வொருவரும் தங்களது சொந்தமான தனித்தனி செயல்பாடுகளுக்காக பதில் கூறியாக வேண்டும். இன்னொரு ஆன்மாவின் சுமையை வேறு எவரும் பங்கிட்டுக்கொள்ள முடியாது. நமது மனமார்ந்த செயல்கள்தான் நம்மோடு வரும். ஒவ்வொருவரும் தனியாகவே வந்தோம்; தனியாகவே போவோம். நாம் சார்ந்துள்ள சமூகத்தையும், மானுடத்தையும் ஒட்டுமொத்தமாக வளர்த்தெடுக்கும்போதுதான், நாம் நம்மை வளர்த்துக்கொள்ள முடியும். இந்தப் பிரபஞ்சத்தின் நிரந்தர மதிப்பியல்புகளின் அடித்தளத்திலிருந்துதான் மானுடம் வளர்ச்சி பெறும். ஒவ்வொரு பக்கத்திலிருந்தும் இத்தகைய உன்னதமான சிந்தனைகள் வரட்டும்.

இறுதியாக, மானுடத்துக்கான, முற்றிலும் பொறுப்பான ஒரு மனிதனின் கவலை என்பதைத்தவிர எனது வார்த்தைகளுக்கு வேறுவண்ணம் பூசாமலிருக்க உங்களைக் கேட்டுக்கொள்கிறேன்.

'இந்த பிரபஞ்சத்தில் நான் இருக்கிறேன். அந்தவகையில் நானே பிரபஞ்சம். நான் ஒரு 'வெளி'யில் இருக்கிறேன். ஆனால், நான் 'வெளி'யற்றவன்.'

அக்கறையோடும், மரியாதைகளோடும்,

மொஹம்மது அஃப்சல் குரு
உயர்பாதுகாப்பு தனிப்பிரிவு
சி. சிறை எண் - 1 -திஹார்
புதுடெல்லி.

குறிப்புகள்

அறிமுகம்

1. சித்ரலேகா ஸுட்சி: இஸ்லாம்: உரிமையுள்ள மொழிகள் வட்டார அடையாளமும் கஷ்மீரை ஆக்குதலும் (Permanent Black, 2003), 310.
2. ஜம்மு கஷ்மீர் மக்கள் ஜனநாயகக்கட்சி(PDP) யும் பாரதிய ஜனதா கட்சி(BJP)யும் குறைந்தபட்ச பொதுத்திட்டத்தின் அடிப்படையில் ஒரு உடன்பாட்டை ஏற்படுத்திக் கொண்டன. பள்ளத்தாக்கை அடித்தளமாகக்கொண்ட PDP 28 இடங்களுடன் ஒற்றைப் பெரும் தனிக்கட்சியாக உருவானது. பாஜக இந்துக்கள் ஆதிக்கம் நிறைந்த ஜம்முவில் இருந்து 25 இடங்களைப் பெற்றது.
3. ஜம்மு மாகாணத்தில் இந்துக்கள் பெரும்பான்மையாக உள்ளனர். ஜம்மு–கஷ்மீரின் மொத்த மக்கள்தொகையில் 46% கொண்ட ஜம்மு, தோடா, பூஞ்ச், ரஜௌரி, உதம்பூர், ஜம்மு மற்றும் கலுவா மாவட்டங்களைக்கொண்டது. முதல் மூன்று மாவட்டங்களில் முஸ்லீம்கள் பெரும்பான்மையினராக உள்ளார்கள்.
4. கே.எம்.பணிக்கர்: *குலாப் சிங்* 1792–1858: The Founder of Kashmir. (London: Martin Hopkinson,1930), http://archive.org/stream/gulabsingh.
5. டோரதி வுட்மேன், *Himalayan Frontiers.* (London: Barrie and Rockliff, The Cresser Press, 1969), 351.
6. K.Warikoo, 'Geo-Stragic Importance of Gilgit-Baltistan', in *The Other Kashmir*, K.Warikoo, ed., (NewDelhi: IDSA, 2014).
7. இந்திய மாநிலமான ஜம்மு, கஷ்மீர், லடாக்கில் வாழும் சமுதாயங்கள் பற்றிய விளக்கத்துக்கு பார்க்க: கே.என்.சிங் எழுதிய 'People of India Jammu and Kashmir' , *Anthropological Survey of India & Manohar*, 2003, Vol.XXXV, New Delhi.
8. P.N.K. Bamzai, 'கஷ்மீரின் கலாசார மற்றும் அரசியல் வரலாறு' *'Culture and Political History of Kashmir,* Vol 3, (New Delhi: MD House, 1994) 723.
9. பர்வீன்சாமி . 'பட்டு, கம்பளி இழை மற்றும் தொழிலாளர்களின் இரத்தம்' 'Silk, Wool and Workers' Blood', *ஃப்ரண்ட் லைன்* 6–19 மே இதழ் 2006.
10. பால்ராஜ்பூரி (1928–2014) ஜம்முவில் உள்ள ஜம்மு மற்றும் கஷ்மீர் விவகார நிறுவன இயக்குநர்: ஷேக் அப்துல்லாவால் வழிநடத்தப்பட்ட தோக்ரா ஒடுக்குமுறைக்கு எதிரான இயக்கத்தில் பங்கேற்றவர். 35க்கும் மேற்பட்ட நூல்களின் ஆசிரியர்.
11. அக்சாய்சின் மற்றும் டிரான்ஸ்–காரகோரம் பாகிஸ்தானால் சீனாவுக்கு 1963ல் தரப்பட்டது.
12. ஆஸாத் ஜம்மு–கஷ்மீர் மற்றும் கில்கிட்–பல்டிஸ்டான்: கில்கிட்–பல்டிஸ்டான் கில்கிட் முகமையின் பல்டிஸ்டான் மற்றும் ஹன்ஸா & நாகர் மன்னராட்சி மாநிலத்தின் ஒருங்கிணைத்தபகுதி. இது வடக்குப்பகுதி என்று 2009 ஆகஸ்ட் வரை அறியப்பட்டது. ஆஸாத் கஷ்மீரின் வரலாற்றை அறிய பார்க்க: Christopher Snedden, *Kashmir: The Unwritten History,* (Noida: Harper Collins, 2013): 'Pakistan Occupied Kashmir: Changing the Discourse', ISDA PoK Project Report, May 2011.
13. ஜம்மு, கஷ்மீர் மற்றும் லடாக்.

கஷ்மீரியத் காலத்தில் பிறந்தார்

1. கஷ்மீரியத் என்ற அரசியல் சிந்தனை நினைவுக்கெட்டாத காலத்திலிருந்து இந்துக்களும்,

முஸ்லீம்களும் நல்லிணக்கத்தோடு கஷ்மீரை ஒரு நட்புறவுபூமியாக எண்ணி வாழ்ந்ததைக்குறிக்கும் ஒரு கருத்தாக்கம். 1947களுக்குப்பின் உருவான இந்த சொல் கஷ்மீரி வார்த்தை அல்ல. சில அறிஞர்கள் இந்தச்சொல் 1980களுக்குப்பின்பே செல்வாக்கு பெற்றது என்கிறார்கள். பார்க்க: டோரு டாக் , 'கஷ்மீரியத் என்ற வார்த்தை: 1970களின் கஷ்மீரி தேசியம்' *'Economics and Political Weekly'* 2013 ஏப்ரல் 20 இதழ். மேலும் பார்க்க: சித்ரலேகா ஸுட்சி(2003) மற்றும் ம்ரிது ராய் (2004). இந்த அத்தியாயத்தின் தலைப்பு சம்பத் பிரகாஷின் புரிதலை பிரதிபலிக்கிறது.

2. C.E. டிண்டேல் பிஸ்கோ, *'நீரோட்டத்துக்கு எதிராக 50 ஆண்டுகள்'*, *Fifty Years against the Stream*(Srinagar: Gulshan Books, 2013 (Original 1930), 21.
3. மேலே உள்ளவாறு.
4. கஷ்மீரிலிருந்து உத்தரப்பிரதேச சமவெளிக்கு 19ஆம் நூற்றாண்டின் துவக்கத்தில் எனது குடும்பத்தைப்போல வந்த கஷ்மீரி குடும்பங்களை இங்கு குறிப்பிடுகிறேன், நீண்டகாலமாக கஷ்மீரி மொழியை இவர்கள் பேசுவதில்லை.
5. ஆர்.எஸ்.எஸ் 1925ல் துவக்கப்பட்ட இந்து தேசியவலதுசாரி அமைப்பு. இந்து பெரும்பான்மைப் பகுதி ஜம்மு. எனவே ஜம்மு ஒரு தனி மாநிலமாக வேண்டும் என்பது அவர்களது உறுதியான நிலைப்பாடு. ஆனால், ஜம்முவில் உள்ள பூஞ்ச், ரஜௌரி மற்றும் தோடா மாவட்டங்கள் முஸ்லீம் பெரும்பான்மை கொண்டவை என்பதை அவர்கள் கணக்கில் கொள்வதில்லை.
6. தோட்டத்தை யார் அமைத்தார்கள் என்று வரலாற்றாளர்களால் கூறமுடியாது. ஆனால், அவர்கள் 14ஆம் நூற்றாண்டிலிருந்த சுல்தான் ஜெயினுல்லாபுதீன் ஆட்சிக்கு முன்பே இருந்தது என்று கூறுகிறார்கள். வாதுமை மரங்களின்மீது மலர்கள் பூப்பது வசந்தகாலத்தையும், கஷ்மீரிகளின் புத்தாண்டு பிறப்பதையும் முன்னறிவிக்கின்றன.
7. ஆர்ய சமாஜத்தைத் தோற்றுவித்த சுவாமி தயானந்த் சரஸ்வதி என்ற சமூகசீர்திருத்த வாதியின் மதம்சார்ந்த போதனைகளின் அடிப்படையில் அமைந்தவை தயானந்த் ஆங்கிலோ–வேதிக் அல்லது DAV பொதுப்பள்ளிகள். ஆர்ய சமாஜ் 1892ல் நிறுவப்பட்டு இந்துக்களுக்கும், முஸ்லீம்களுக்குமிடையே மதப்பதட்டங்கள் ஏற்படுவதற்கு காரணமானது. DAV பொதுப்பள்ளிகள் பஞ்சாபி இந்து சமுதாயத்தினரை ஈர்த்தன. இது கஷ்மீரி பண்டிதர்கள் ஆர்யசமாஜத்தின்மீது சிறிதும் அனுதாபம் கொள்ளவில்லை என்பதை உறுதிப்படுத்தியது.
8. சம்பத்தின் தாத்தாவின் முதல்மனைவியின் மருமகள்தான் தேத்.
9. யூசுஃப் ஷா சாக் (1579–1586) பீஹாருக்கு வெளியேற்றப்பட்டு அங்கேயே இறந்து நாளந்தா மாவட்டத்தில் பிஸ்வாக் கிராமத்தில் அடக்கம் செய்யப்பட்டார். அவரது மனைவி ஹப்பா காதுன்(1554–1609) புகழ்பெற்ற கஷ்மீரி கவிஞர். அவர் ஸூன் என்று பரவலாக அறியப்பட்டார்.
10. ஃபிடா ஹுஸ்னெய்ன், 'The Genesis of the Reading Room Party' in *Greater Kashmir*, 11 August, 2009, http://www.greaterkashmir.com/news/2009/Aug/11/the-genasis-of-the-reading-room-party-29
11. சௌத்திரி குலாம் அப்பாஸ் (1904–1967) 1909ல் அமைக்கப்பட்ட எங் மென்ஸ் முஸ்லீம் அசோஸியேஷன் என்ற சமூக–அரசியல் அமைப்பை அங்கீகரித்தவர். ஜம்முவிலிருந்துவந்த அப்பாஸ் ஒரு குஜ்ஜார். இவர் பின்னர் கஷ்மீரை பாகிஸ்தானோடு இணைப்பதை ஆதரித்து, ஆஸாத் கஷ்மீர் அரசின் தலைவரானவர்.
12. 14ஆம் நூற்றாண்டில் கஷ்மீருக்கு இஸ்லாத்தைக்கொண்டுவந்த பெருமைபெற்ற சூஃபி ஞானி மீர் சையித் அலி ஹம்தானியின் புண்ணியத்தலம் கங்க்வா–இ–மௌளா.

கங்க்வா–இ–மௌலா – ஜாமா மஸ்ஜித் மிர்வாய்ஸ்களுக்கிடையே பதட்டங்கள் வளர்ந்துகொண்டிருந்தன. ஜாமா மஸ்ஜித்தின் பக்தர்கள் வஹாபி கொள்கைகளின்பால் சென்றுகொண்டிருந்த மிகவும் பழமைவாதிகளான மேல்தட்டு சன்னி முஸ்லீம்களை உள்ளடக்கியிருந்தார்கள். ஜாமா மஸ்ஜித் மிர்வாய்ஸ்களுக்கு தோக்ரா ஆட்சியாளர்கள் தங்கள் சார்பில் விண்ணப்பங்களை எழுதிவந்த கஷ்மீரி பண்டிதர்களைப் போல ஆதரவளித்தார்கள். பார்க்க: Mridu Rai. Op. cit, 268.

13. சைமா பட், '1931 ஜூலை 13ன் கதாநாயகன்' 7 July 2011. www.thekashmirwala.com.
14. ஃபிடா ஹுஸ்னெய்ன், அப்துல் காதிர் கான். 'Ghazi Hero of 1931 Uprising' *Greater Kashmir*, 13 July 2007, www.greaterkashmir.com
15. மேலே உள்ளவாறு.
16. அப்துல் காதிர் கான் உண்மையில் யார் என்பது பற்றிய கருத்து வேறுபாடுகள் இன்னும் உள்ளன. சில எழுத்தாளர்கள் இவரை பேசுவதற்கு தூண்டிய தரைப்படை தளபதி அல்ஃபிரெட் பட்டின் பணியாளர் என்கிறார்கள். மிகவும் புகழ்வாய்ந்த முஸ்லீம் தத்துவவாதிகளில் ஒருவரான மௌலானா ஜமால்–உத்– தீன் –ஆஃப்கானியின் உண்மையான சீடர் என்று மற்றவர்கள் நம்பினார்கள். இன்னும் சிலர் ராம்பூரின் பதான் குடும்பத்திலிருந்து வந்தவர் என்றும், ஜமால்–உத்–தீன்–அஸ்ட்ராபதியால் துவக்கப்பட்ட வெளிநாட்டு இஸ்லாமிய இயக்கங்களில் சம்பந்தப்பட்டவர் என்றும், பிரிட்டிஷ் சுற்றுப்பயணியின் பணியாளர் வேடத்தில் வந்தவர் என்றும் நம்புகிறார்கள். பதானுக்கு தண்டனை அளிக்கப்பட்ட பிறகு அவருக்கு என்ன நேர்ந்தது என்று ஒருவருக்கும் தெரியவில்லை; அவர் மஹாராஜாவால் சிறைக்குள் கொலைசெய்யப்பட்டார் என்று நம்பப்படுகிறது.
17. ஃபிடா ஹுஸ்னெய்ன், 'The Genesis of the Reading Room Party', Op. cit
18. P.N.K. Bamzai, கஷ்மீரின் கலாச்சார மற்றும் அரசியல் வரலாறு' *'Culture and Political History of Kashmir*, Vol 3, (New Delhi: MD House, 1994) 732.
19. மஹாராஜா ஹரிசிங் 1895ல் பிறந்தவர். 1925ல் அரியணை ஏறி 1951ல் மன்னராட்சி ஒழிக்கப்படும்வரை மஹாராஜாவாக இருந்தவர்.
20. பிரேம் நாத் பஜாஜ். (1905–84)கஷ்மீரி பண்டிதர்களின் நலன்களை தோக்ரா ஆட்சியாளர் களிடம் பிரதிநிதித்துவப்படுத்திய சனாதன தர்ம யுவக் சேவக் அமைப்பின் தலைவர். பின்னர் இவர் ஷேக் அப்துல்லாவின் நெருங்கிய சகாவாக, ஜம்மு கஷ்மீர் முஸ்லீம் மாநாடு என்ற பெயரை ஜம்மு கஷ்மீர் தேசிய மாநாடு என பெயர் மாற்றம் செய்ய ஒப்புக்கொள்ளவைத்தவர். பஜாஜ் இந்திய தேசிய காங்கிரஸின் தீவிர விமர்சகர். 1942ல் இவர் எம்.என்.ராயைப் பின்பற்றுபவரானார். கஷ்மீர் சோசலிஸ்ட் கட்சியைத் துவக்கியவர். கஷ்மீரின் சுதந்திரப் போராட்ட வரலாறு பற்றிய பல நூல்களின் ஆசிரியர்.
21. பிரேம் நாத் பஜாஜ்: *'History of Struggle for Freedom in Kashmir'* (New Delhi: Kashmir Publishing Company, 1954),162.
22. ம்ரிது ராய்: 'இந்து ஆட்சியாளர்கள்: முஸ்லீம் குடிமக்கள்': *Hindu Rulers, Muslim Subjects.* (Ranikhet: Permanent Black, 2004) 12-13.
23. ஷேக் அப்துல்லா *Flames of the Chinar,* trans. குஷ்வந்த் சிங் (Delhi Vikas, 1993)- 12-13.
24. ம்ரிது ராய்: 'இந்து ஆட்சியாளர்கள்: முஸ்லீம் குடிமக்கள்': *Hindu Rulers, Muslim Subjects.* (Ranikhet: Permanent Black, 2004) 271-72.
25. அஜீத் பட்டாச்சார்ஜீயால் *Sheikh Mohammed Abdullah: Tragic Hero of Kashmir,* (New Delhi:Roli Books, 2008), 20ல் மேற்கோள் காட்டப்பட்டது.
26. அப் கய்யூம் கான் 'ஷேக் அப்துல்லா: ஒரு அரசியல்வேதனையாளர்' '*Kashmir Observer,* 10 September, 2012.

27. பிரேம் நாத் பஜாஜின் மேற்கோள் *'The History of Struggles for Freedom in Kashmir Cultural and Political.* (New Delhi: Kashmir Publishing Company, 1954).

28. ஆலிஸ் ஃபைஸ்: 2009 ஏப்ரல் 5 ல் யூ டியூபில் ரேடியன்ஸ் உருதுவால் பதிவேற்றம் செய்யப்பட்ட நேர்காணலில் ஃபய்ஸ் அஹமது ஃபய்ஸ்க்கு திருமணம் செய்துவைக்கப் பட்டதை கூறுகிறார்.

29. என்.என்.ரெய்னா, 'கஷ்மீர் அரசியலும், ஏகாதிபத்திய சூழ்ச்சிகளும் 1846– 1980. *Kashmir Politics and Imperialist Maneuvers 1846-1980* (NewDelhi: Patriot Publishers, 1988), 124-25.

30. மேலே உள்ளவாறு.

31. ஃப்ரெடா பேடி (1911–77) பின்னர் திபெத்திய அகதிகளோடு பணியாற்றி, திபெத்திய புத்தமதத்தின் குருவான முதல் மேற்கத்திய பெண்ணாக 'கெலோங்மா கர்மா கெசோக் பால்மோ' என்ற புதியபெயரை வைத்துக்கொண்டார். பாபா பியாரே லால் பேடி (1909–93) குருநானக்– ன் நேரடி வழித்தோன்றல் எனக்கூறி சீக்கிய மதத்தில் புகலிடம் பெற்றவர்.

32. ஆண்ட்ரூ ஒயிட்ஹெட்டின் வலைத்தளம் www.andrewwhitehead.net/ கஷ்மீர் கம்யூனிஸ்ட்கள் பற்றிய ஏராளமான தகவல்களோடு, 'புதிய கஷ்மீர் அறிக்கை'யின் அட்டைப் படத்தையும் கொண்டது.

33. பண்டிட் காஷ்யப் பந்து (1899–1985) தாரா சந்த் என அழைக்கப்பட்ட கஷ்மீரி பண்டிதர். இவர் லாகூரிலுள்ள ஆர்யசமாஜத்தில் சேர்ந்து காஷ்யப் பந்து என பெயரிடப்பட்டார். இவர் கஷ்மீர் தொழிலாளர் கழகத்தை அமைத்து, பகத்சிங்கின் கட்சியோடு உடன்பட்டவர். கஷ்மீரில் இவர் பிரேம்நாத் பஜாஜுடன் சேர்ந்து யுவக் சபா என்றறியப்பட்ட சனாதன் தர்ம எங் மென்ஸ் அசோஸியேஷனை துவக்கியவர். கஷ்மீரிபண்டிதர் சமூதாயத்தில் சமூகசீர்திருத்தங்களை முன்னெடுத்தவர்–குறிப்பாக பெண்களின் கல்வியில்.

34. சித்ரலேகா ஸுட்சி: இஸ்லாம்: *உரிமைஉள்ள மொழிகள்* (Permanaent Black, 2003) 297.

35. ரஜினி பாமி தத் (1896–1974) கிரேட்பிரிட்டன் கம்யூனிஸ்ட் கட்சியின் பத்திரிக்கையாளர் மற்றும் கோட்பாட்டாளர். *'மந்த்லி ரெவ்யூ'* வை துவக்கியவர்: கிரேட்பிரிட்டன் கம்யூனிஸ்ட் கட்சியின் *'த ஒர்க்கர்ஸ் வீக்லி'* ஆசிரியர்.

36. ஆண்ட்ரூ ஒயிட்ஹெட் 'மக்களின் இராணுவம்' 1940களில் 'கம்யூனிஸ்ட்களும் கஷ்மீரி தேசியவாதிகளும்' *Twentieth Century Communism : A Journal of International History,* 2, 2010, 141-168 www.andrewwhitehead.net/kashmir http://www.andrewwhitehead.net/kashmir.

37. கிரிஸ்டொபர் ஸ்னெட்டென், *Kashmir,* (Noida: HarperCollins, 2013) அத்தியாயங்கள் 2 மற்றும் 3.

38. மேலும் பார்க்க: யோகிந்தர் சிக்கந்த், *The Muslims of Jammu.* ஜம்மு நகரின் முஸ்லீம்கள் ஒருவகையான சிறுபான்மைக்குழுவாக வாழ்ந்தார்கள். பெரும்பாலானவர்கள் நகரத்தின் முற்றிலும் முஸ்லீம்கள் வாழ்ந்த இரண்டு பகுதிகளில். ஜம்மு–கஷ்மீரின் மொத்த மக்கள்தொகையில் 46% கொண்ட ஜம்மு, தோடா, பூஞ்ச், ரஜௌரி, உதம்பூர், ஜம்மு மற்றும் கலுவா மாவட்டங்களைக்கொண்டது. முதல்மூன்று மாவட்டங்களில் முஸ்லீம்கள் பெரும்பான்மையினராக உள்ளார்கள். மீதமுள்ள மூன்றில் இந்துக்கள் பெரும்பான்மையினர். ஒட்டுமொத்தமாக முஸ்லீம்கள் மக்கள்தொகையில் மூன்றில் ஒருபங்கினர்.. இந்த மாகாணத்தில் வாழும் பிற சமுதாயத்தினரில் கிறிஸ்தவர்கள், பௌத்தர்களும் அடங்குவர். இந்து மக்கள்தொகையில் மூன்றில் ஒருபகுதி தாழ்த்தப்பட்டவர்கள் http://jammuregionalmuslims.wordpress.com/

39. விநாயக் ரஸ்தான் 'பிராவின் சிறுகதை','*Short Story of Bira*' in www.searchkashmir.org.

40. பண்டிதர்களின் கற்பனையின் இழைதான் கஷ்மீரியத் என ஒரு கஷ்மீர் எழுத்தாளர் கூறுகிறார். ஆஷிக் ஹுஸேன் பட், *Jammu and Kashmir Conflict or Great Game,* 2004(2007)490-499.

41. ஏ.ஜி.நூராணியின் மேற்கோள் *The Kashmir Dispute 1947-2012* Vol.29(NewDelhi:Tulika Books,2013), 5.

42. என்.என்.ரெய்னா, 'கஷ்மீர் அரசியலும், ஏகாதிபத்திய சூழ்ச்சிகளும் 1846- 1980'. *Kashmir Politics and Imperialist Manoeuvres 1846-1980* (NewDelhi: Patriot Publishers, 1988), 152.

43. ஆண்ட்ரூ ஒயிட்ஹெட் Op. cit.

44. ஜே.கே. என்ற வார்த்தை இந்தியக்கட்டுப்பாட்டில் உள்ள ஜம்மு, கஷ்மீர் & லடாக்கை குறிக்கிறது. பாகிஸ்தான் கட்டுப்பாட்டில் உள்ள பகுதி ஆஸாத் கஷ்மீர் (முழுப்பெயர்:: ஆஸாத் ஜம்மு&கஷ்மீர்) மற்றும் வடக்குப் பகுதி. (இது பாகிஸ்தானால் 2009ல் கில்கிட்–பல்டிஸ்டான் என மறுபெயரிடப்பட்டது) இந்த முழுப்பகுதிக்கும் இந்தியா உரிமை கோருகிறது.

45. நரேந்திர மோடி அரசு 2014 ஜூலையில் UNMOGIPயிடம் டெல்லியில் உள்ள அதன் அலுவலகத்தை, அவர்களுக்கு அனுமதிக்கப்பட்ட காலத்தைவிட அதிக காலம் இருந்துவிட்டதன் அடிப்படையில் காலி செய்யுமாறு கூறியது.

46. இந்திய அரசியல் சாசனத்தின் 370ஆம் பிரிவு, 1927 இன் மரபுவழி அரசு குடியுரிமை ஆணை என்ற அடிப்படியிலானது; 1932ல் திருத்தப்பட்டது; அதன்படி மாநில குடிமக்கள் அரசு அலுவலகங்களில் பணியாற்ற, நிலத்தைப் பயன்படுத்த, சொந்தமாக்கிக்கொள்ள உரிமை படைத்தவர்கள். மாநில குடிமக்கள் அல்லாதவர்களுக்கு இந்த உரிமைகள் இல்லை.

47. பிரஜா பரிஷத் 1947 நவம்பரில் பால்ராஜ் மாதோக்கால், ஜம்முவில் ஏற்கனவே இருந்த ஆர்.எஸ்.எஸ். அமைப்பின் அடித்தளத்தில் தோற்றுவிக்கப்பட்டது. அது ஷேக் அப்துல்லாவை நிர்வாகத்தை இஸ்லாமிய மயமாக்குவதாக குற்றம் சாட்டியது. ஷேக் அப்துல்லா இந்து பெரும்பான்மையுள்ள உதம்பூர் மாவட்டத்தை உடைத்தார்; சமஸ்கிருத ஆய்வுத்துறையை மூடினார். உருது கற்பது அனைவருக்கும் கட்டாயமானது. பார்க்க: Navnita Chadha Behera, 'A Signal from Jammu', *Frontline*, Vol. 19. Issue 22, 26 October -08 November 2002. http://www.frontline.in/static/html/fl1922/stories/20021108006002000.htm

48. ஷியாமா பிரசாத் முகர்ஜி (1901–53) சட்டத்துறைக்கு அழைக்கப்பட்ட பிறகு லண்டனிலிருந்து திரும்பிவந்தார். கல்கத்தா பல்கலைக்கழகத்தின் துணைவேந்தரானார். காங்கிரஸ் கட்சியை விட்டுவிலகி பாரதிய ஜனதா கட்சியின் முன்னோடியான 'பாரதியசங்'ஐ 1951ல் துவக்கினார்.

49. மிகஅண்மையில் நரேந்திர மோடி அப்போதைய பா.ஜ.க.வின் பிரதமர் வேட்பாளராக 2013ல் ஜம்முவில் நடந்த லால்கர் பேரணியில், அரசியல் சாசனப்பிரிவு 370ஐப் பற்றிய ஒரு விவாதத்துக்கு அழைப்பு விடுத்தார். இருந்தபோதிலும், பள்ளத்தாக்கை அடித்தளமாகக்கொண்ட மக்கள் ஜனநாயகக் கட்சியுடன் (PDP) சேர்ந்து ஆட்சி அமைத்தபிறகு பிரிவு 370இன் தற்போதைய நிலை தொடர பா.ஜ.க. ஒப்புக்கொண்டது.

50. பார்க்க: உதாரணத்துக்கு: ஜோசப் கோர்பெல், 'கஷ்மீரில் ஆபத்து' *'Danger in Kashmir'*, Princeton University Press, 1954. மேற்கத்திய கண்ணோட்டத்துக்கு: என்.என்.ரெய்னா, 'கஷ்மீர் அரசியலும், ஏகாதிபத்திய சூழ்ச்சிகளும் 1846- 1980. *Kashmir Politics and Imperialist Manoeuvres* 1846-1980 (NewDelhi: Patriot Publishers, 1988) கம்யூனிஸ்ட்களின் கண்ணோட்டத்துக்கு.

துரோகங்களின் காலம்

1. ஷேக் அப்துல்லாவின் மனைவி– அக்பர் ஜெஹன். கனிவுமிக்க அன்னை அல்லது மதர்–இ–மெஹெர்பான் என அனைவராலும் அழைக்கப்பட்ட இவர், ஸ்ரீநகர் ஓட்டல் உரிமையாளர் மைக்கேல் ஹாரி நெடியோவின் மகள். கல்கத்தா நாளேட்டில் வெளியான செய்தியின் அடிப்படையில் அக்பர் ஜெஹென் முரீ கான்வெண்ட்டில் படித்தபோது முதலில் 1928ல் கரீம் ஷாவை திருமணம் செய்துகொண்டார். கரீம் ஷா வேறு யாருமல்ல: பிரிட்டிஷ் உளவாளி என அறியப்பட்ட 'லாரன்ஸ் ஆஃப் அரேபியா' புகழ் T.E.லாரன்ஸ் தான்.
2. பர்வேஸ் மஜித், 'The Moment of History', *Greater Kashmir* 15 August 2011, www.greaterkashmir.com.
3. அவரது திடீர் கைதுக்குப்பின்னால் உள்ள உண்மைக்காரணங்கள் இன்னும் நமக்கு தெரியாது. ஏனெனில், இந்தக் காலகட்டத்தின் அறிக்கைகள் பொதுமக்களுக்கு தெரியப்படுத்தப்படவில்லை. ராமச்சந்திர குஹா, 'A Fateful Arrest", *The Hindu,* 3 August 2008, www.thehindu.com/thehindu/mag/2008/08/stories.
4. கண்ணால் பார்த்த ஒரு சாட்சியின் கூற்றைக் காண: *Chicago Tribune* of 26 September 1949, httpl//archives,chicagotribune.com/1949: and photos of the procession are available on www.searchkashmir.org
5. மொஹம்மது அஸ்ரஃப்: 'செஞ்சதுக்கம் விடுவிக்கப்பட்டது' 31 ஜனவரி 2010 www.lkashmirfirst.com/articles
6. ஏ.ஜி. நூராணி; ' நேருவும், பனிப்போர்களும்' 'Nehru and Cold Wars', *Frontline,* Vol.21, Issue 04, 14-24 February 2004. www.frontline.in
7. எம்.ஜே.அக்பர், *Kashmir: Behind Vale,* (NewDelhi: Viking, 1991), 141
8. எம்.ஜே.அக்பர், Op. cit. 142
9. மேலே உள்ளவாறு.
10. ஷேக் அப்துல்லா : *Flames of the Chinar:An Autobiography,* உருதுவிலிருந்து மொழிபெயர்க்கப்பட்டு, சுருக்கப்பட்ட, குஷ்வந்த் சிங் அறிமுகம் செய்த ஒரு வாழ்க்கை வரலாறு. (Delhi: Penguin Books, 1995), 12-13.
11. சையத் ஜுனாய்ட் ஹாஷ்மி , 'ஜம்மு மற்றும் கஷ்மீரின் தேசிய கீதம்' *கஷ்மீர் டைம்ஸ்* –இல் வெளியிடப்பட்டது. மீண்டும் www.countercurrents.org யில் வெளியீடு.
12. புரூஸ் ரீடெல் , *'Deadly Embrace Pakistan:America and the Future of the Global Jihad,* (NewDelhi:HarperCollins, 2011) 13.
13. மேலே உள்ளவாறு.
14. மேலே உள்ளவாறு. இரண்டாம் உலகப்போருக்குப்பின் பனிப்போர் துவங்கி 1991ல் சோவியத் சோசலிச குடியரசு ஒன்றியம்(USSR) கலைக்கப்படும்வரை நீடித்தது.
15. சரோஜா சுந்தரராஜன் *Kashmir Crisis; Unholy Anglo-Pak Nexus,* (NewDelhi:Kalpaz Publications, 2010) பிரவீன் சாமியால் *தி ஹிந்து*வில் வெளிவந்த 'Kashmir and Great Power Geopolitics' விமர்சனத்தில் எடுத்தாளப்பட்டது:29 June 2010 www.thehindu.com
16. மார்க் கர்டிஸ் *Secret Affairs: Briton's Collusion witrhRadical Islam* (London: Serpents Tail, 2012) மற்றும் அண்மைக்காலத்தவர் பலர், அமெரிக்காவும், பிரிட்டனும் தீவிர இஸ்லாமுடன் தங்கள் நேர்மையற்ற இரகசிய உடன்பாடுகளைத் தொடர்ந்து உலகளாவிய தீவிரவாதத்தை வளர்த்தார்கள் என்பது பற்றி தெரிவித்தவை.
17. சர் ஃப்ரான்சிஸ் இவான்ஸ் சிம்ஸ் டக்கர் (1894–1967)
18. சரோஜா சுந்தரராஜன் மேற்கோள்கள் Op.cit.

19. மிஹிர் போஸ், 'Legacy of the Raj', *New Statesman,* 23 April 2009. http://www.newstatesman.com/asia/2009/04/india-british-raj-pakistan
20. மேலே உள்ளவாறு. மேலதிக ஆவனங்களுக்கும், விவாதங்களுக்கும் http://dilipsimeon,blogspot,in?2013/09/hirtiry-arc
21. எஸ்காட் ரீட், *Envoy to Nehru* (OxfordUniversity Press, 1981) டி.என்.பாணிகிரஹியின் *Jammu and Kashmir: The Cold War and the West,* (NewDelhi: Routledge, 2009)இல் எடுத்தாளப்பட்டது.
22. மோதிலால் கெம்மு, 'பம்ப்ரோ, பம்ப்ரூ: எனது மறுதொகுப்பு' *Kashmir Herald,* Vol. 1 No 4 September2001. www.kashmirherald.com/artandculture/
23. மொஹம்மது இஷாக் கான், *Evolution of My Identity vis a vis Islam and kashmir* in Nyla Ali Khan, ed., *The Parchment of Kashmiri History. Society and Polity,* (NewYork: Macmillon, 2012).
24. மேலே உள்ளவாறு. 201
25. அஷுடோஷ் வர்ஷ்னி, 'Three Compromised Nationalisms :Why Kashmir Has Been a Problem', ராஜு ஜி.சி.தாமஸின் *Perspectives on Kashmir. The Roots of Conflict in South Asia,* (Colorarado: WestView Press, 1993).
26. பொதுவாக்கெடுப்பு முன்னணி ஷேக் அப்துல்லா ஜம்மு மற்றும் கஷ்மீரின் முதலமைச்சராக 1975ல் ஆன பிறகு தேசிய மாநாடு கட்சியில் இணைந்தது.
27. கீஸிங்கின் உலக நிகழ்வுகளின் பதிவேடு 1931–2006 தொகுப்பு. 7, 18, 290 www.stanford.ed/group/ http://www.stanford.ed/group/ pmwiki
28. தன்வந்திரி (1902–53) இவர் ஒரு சுதந்திரப்போராட்ட வீரர். லஜ்பதி ராயைக் கொன்ற பிரிட்டிஷ் அலுவலரை பகத் சிங் சுட்டபோது அவரோடு இணைந்திருந்தவர். அந்தமான் தீவுகளிலுள்ள சிறைக்கு தன்வந்திரி அனுப்பப்பட்டார். 10 ஆண்டுகள் சிறையில் கழித்த பிறகு அவர் விடுதலை செய்யப்பட்டார். ஷேக் அப்துல்லா அவரை திரும்ப வரவேற்றார். அவர் ஜம்முவுக்கு திரும்பி விவசாயிகள், இளைஞர்கள், மாணவர்கள் இயக்கங்களுக்கு வழிகாட்டினார். ஜம்மு இந்த புரட்சிகர தோழர் தன்வந்திரியை பல்கலைக்கழக நூலகத்துக்கு அவரது பெயரைச்சூட்டிக் கொண்டாடியது. திரிகூட நகரிலுள்ள ஜம்மு வளர்ச்சி பூங்காவில் அவரது சிலை நிறுவப்பட்டுள்ளது.
29. நீதிபதி ஜியா லால் கிலாம். 'கஷ்மீரி பண்டிதர்களின் வரலாறு' *A History of Kashmiri Pandits.* (Delhi: Utpal Publications, 2003), 227.
30. ஹஸரத்பால். கஷ்மீரிலுள்ள இரண்டு மிகமுக்கியமான மசூதிகளில் ஒன்று. முதலாவது ஜாமி மஜ்ஜித், மற்றது ஹஸரத்பால். இங்கு பேரரசர் ஔரங்க சீப் 1699ல் இறைத்தூதர் மொஹம்மதுவின் முடியை வைத்தார்,
31. ஏ.பி.கய்யூம் கான். 'ஷேக் அப்துல்லா: ஒரு அரசியல்பாதிப்புக்குள்ளானவர்–II', Sheikh Abdullah:Political SuffererII, *Kashmir Observer,* 10 September 2012. www.kashmirobservar,net/opinion
32. கீஸிங்ஸ்ன் வலைத்தளம் Op. cit.
33. சாதிக் அலி ஒரு கவிஞர். பின்னர் அவர் MLA ஆனார். 'சுய ஆட்சி' அறிக்கையை எழுதியவர். இது இந்தியா மற்றும் பாகிஸ்தானால் ஏற்றுக்கொள்ளப்பட்டது. இதுவரைக்கும் அவருடையதுதான் மிகவும் நடைமுறைக்குள்ளாக வேண்டிய தீர்வு எனக்கூறப்படுகிறது. தால் ஏரியை பாதுகாப்பதற்கான வழிகளையும் அவர் கூறினார். அவர் 2011 ஏப்ரலில் இறந்தார். பார்க்க: http://syadalisafvi.blogspot.in/2011
34. பக்ஷியின் சாதனைகளுக்கு:பார்க்க www.kashmirnetwork.combgm/acheivementfull.htm
35. பக்ஷி குலாம் மொஹம்மது 1964இல் கம்ராஜ் திட்டத்திபடி பதவியிலிருந்து விலக்கப்பட்டார்.

ஊழல் குற்றங்களை விசாரிக்க நீதிபதி ஐயங்கார் தலைமையில் ஒரு விசாரணைக்குழு நியமிக்கப்பட்டது.

36. எம்.அஸ்ரப். 'Outsourcing Kashmir' *Greater Kashmir*, 27 July 2013 www.greaterkashmir.com/news

37. எம்.ஜே.அக்பர். 'பள்ளத்தாக்கின் பின்னால் கஷ்மீர்', *Kashmir Behind the Vale* (NewDelhi:Viking.1991),159

38. ஏ.ஜி.நூராணி, 'தேர்தல் மோசடி' 'Electoral Fraud' *Frontline* Vol.28, Issue 24,2011.

39. பால்ராஜ் பூரி, 'கலகக்காரர்களை நோக்கி கஷ்மீர்', *Kashmir Towards Insurgency* (Hyderabad: Oriental Longman 1993) (Reprint 1995),48.

40. 1975 இல் ஷேக் அப்துல்லா முதல்வராக ஆனபோது பணியாற்றிய கட்சியான 'தேசிய மாநாடு' பெயரை பொதுவாக்கெடுப்பு முன்னணியின் ஒரு பிரிவு கைப்பற்றிக் கொண்டது.

41. பால்ராஜ் பூரி – பூதாசிங் தான் மாநிலத்தின் அனைத்து பகுதிகளையும், அனைத்து மதங்களையும் ஒன்றுபடுத்தக்கூடிய அடையாளம் '*Greater Kashmir*' 6 June 2010 www.greaterkashmir.com

42. ஜி.என்.கௌர்– *ஹஸரத்பால்*: கஷ்மீர் அரசியலின் மையமேடை *'The Centre Stage of Kashmir Politics'* (Srinagar: Gulshan Books, 1998), 98.

43. மௌலானா மசூதி ஜம்முவிலுள்ள பிரின்ஸ் ஆஃப் வேல்ஸ் காலேஜ் அரபி ஆசிரியர் பணியிலிருந்து விலகி 'கஷ்மீரைவிட்டு வெளியேறு' இயக்கத்தில் சேர்ந்தார். முஸ்லீம் மாநாடு, தேசிய மாநாடு கட்சிகளின் இணைஅமைப்பாளர்; பின்னர் இவர் ஸ்ரீநகரிலிருந்து பாராளுமன்றத்துக்கான முதல் எம்.பி. எளிய வாழ்க்கைமுறைக்கும், தனிமனித ஒழுக்கத்துக்கும் பெயர்பெற்றவர். இஸ்லாமிய தீவிரவாதிகளால் 1990 டிசம்பர் 13ல் 87ஆம் வயதில் மௌலானா சுட்டுக்கொல்லப்பட்டார்.

44. இவருக்கு எதிராக சுமத்தப்பட்ட குற்றச்சாட்டுக்கள்: முஸ்லீம் மாநாட்டை 'தேசிய மாநாடு' என மாற்ற மூளையாக செயல்பட்டவர். பாகிஸ்தானி முஜாஹிதீன்களுக்கு எதிராக போராடி, 1947ல் அவர்கள் கைதுசெய்யப்பட உதவியவர்; 1965ல் பாகிஸ்தானி ஊடுருவல்களை இந்திய உளவுத்துறைக்கு தகவல் தந்தவர்; 'Kashmir Under Seige' *Human Rights Watch,* May 1991, 195

45. மொய்–இ–முக்வாத்ஸ் இயக்கத்தை வழிநடத்த அவாமி நடவடிக்கைக்குழு அமைக்கப்பட்டது. சைய்யித் மீர் காசிம் தனது வாழ்க்கை வரலாறான *My Life and Times* இல் இந்தக்குழு பாகிஸ்தானின் தூண்டுதலின் பேரிலேயே அமைக்கப்பட்டது; இஸ்லாத்துக்கு கொந்தளிப்பை ஏற்படுத்திய 'இந்தியாவின் இந்து ஆட்சியாளர்'களுக்கு எதிராக ஒரு ஜிகாத்துக்கு அழைப்புவிடப்பட்டது (பக்கம் 95) என்கிறார். ஆனால், சம்பத் இந்தக்குழுவை ஒரு தீவிரம் குறைவானது என விளக்கினார்.

46. கஷ்மீரி பண்டிதர்களின் கண்ணோட்டத்தில், இந்த நிகழ்வுபற்றிய விரிவான தகவலுக்கு எம்.எல்.கௌலின், 'கஷ்மீரில் கஷ்மீரி பண்டிதர் பெண்ணைக் கலவரப்படுத்தியது', Loot of Kashmiri Pandit Girl in Kashmir, *Kashmir Information Network,* www.kashmir-information.com ஐ பார்க்கவும்.

47. சாதிக் 1964–65க்கிடையே ஜம்மு மற்றும் கஷ்மீரின் பிரதமராக இருந்தார். பிரதமர் பதவி ஒழிக்கப்பட்டபோது 1971வரை முதலமைச்சராக ஆனார்.

48. பிரவீன் சுவாமி: இந்தியா, பாகிஸ்தான் மற்றும் இரகசிய ஜிகாத், *India, Pakistan and Secret Jihad' The Covert War in Kashmir* (1947-2004) , (London Routledge, 2007: Indian Reprint 2011)90.

49. நவ்நீத சதா பெஹாரா– 'ஜே&கே யில் சுயாட்சி: மறக்கப்பட்ட டாக்கின் அடையாளங்கள்' 'Autonomy in J&K: Forgotten Identrities of Ladakh',2001. www.satp.org

50. இந்துக்களுக்கு, கஷ்மீரி பண்டிதர்கள் எவ்வாறு துரோகமிழைத்தார்கள் என்பதை ஜனசங்கம் பார்க்கிறது: பால்ராஜ் மதோக் *Kashmir: The Storm Centre of the World,* www.kashmir-information.com/storm

51. எம்.எல்.கௌல்– 'கஷ்மீர்: அன்றும், இன்றும்': *Kashmir Past and Present: Unravelling the Mistique,* http://www-kashmir-information.com/storm

52. ம்ரிது ராய், இந்து ஆட்சியாளர்கள்: முஸ்லீம் குடிமக்கள். *Hindu Rulers, Muslim Subjects,* (Ranikhet: Permanent Black) 285

53. ஆஷிக் ஹுஸ்ஸேய்ன் பட், ஜம்மு கஷ்மீர் சச்சரவு, அல்லது மாபெரும் விளையாட்டு, பகுதி1, *Jammu Kashmir Conflict or The Greater Game Part 1,* 1707-1990, (Srinagar: Media Book Service, 2004, 2007).

54. மேலே உள்ளவாறு: 496–497

ஒளியின் மரணத்துக்கு எதிரான ஆத்திரம்

1. நிலச்சீர்திருத்தத் திட்டத்தின்போது 9,000 நிலவுடைமையாளர்களிடமிருந்து 2,20,000 ஏக்கர் நிலங்கள் அரசால் எடுக்கப்பட்டு குத்தகைதாரர்களுக்கு மாற்றப்பட்டது. 30 மிகப்பெரிய நிலவுடைமையாளர்களில் 6 பேர் பள்ளத்தாக்கைச் சார்ந்தவர்கள். பள்ளத்தாக்கில் 2 முஸ்லீம் புனிதத்தலங்களும், லடாக்கில் கோம்பஸில் 3 ம் இருந்தன. மற்ற அனைவரும், முஸ்லீம்கள் உட்பட, கஷ்மீரிகள் அல்லாதவர்கள். என்.என்.ரெய்னா, 'கஷ்மீர் அரசியலும், ஏகாதிபத்தியத்தின் சூழ்ச்சிகளும்', *KashmIr Politics and imperialist Manoeuvers 1846-1980,* (NewDelhi: Patriot Publishers,1988) 208,9

2. அப்துல் ஆலா மௌதுதி (1903–77) லாகூரில் 1941ல் 'ஜமாத்–இ–இஸ்லாமி'யை துவக்கினார். பாகிஸ்தானும், இந்தியாவும் பிரிக்கப்பட்டதைத் தொடர்ந்து 1953ல் இந்தியாவிலும் இந்த அமைப்பு அங்கீகரிக்கப்பட்டது.1 970களின் பிற்பகுதிவரை இந்த அமைப்புக்கு கஷ்மீரில் சிறிதும் செல்வாக்கு இருந்ததில்லை. ஆரிய சமாஜத்தால் தொடர்ந்து நீடித்துவந்த முஸ்லீம்களுக்கு எதிரான வன்முறைகள்தான் தனக்கே உரிய இந்த அமைப்பை மௌதுதி துவக்குவதற்கு ஒருபகுதி காரணமாக இருந்தது. அந்த நேரத்தில் பாகிஸ்தானில் இத்தகைய தீவிரவாதப் பார்வைகளுக்கு இடமில்லை. மௌதுதி மீது ஆட்சிக்கு எதிரானவர் என்று குற்றம்சாட்டப்பட்டது. ஆனால், இந்தக்குற்றச்சாட்டு கஷ்மீரில் அவரது ஜிஹாத் கண்ணோட்டத்துக்காக அல்ல; ஒரு முஸ்லீம் சமுதாயத்தை விலக்கி வைத்ததற்காக. எவ்வாறாயினும் அவர் 1953ல் விடுதலை செய்யப்பட்டார். Ayesha Jalal, *Partisans of Allah: Jihad in South Asia,* (Ranikhet: Permanent Black,2009), 260.

3. அந்தக்காலத்தில் பெரும்பாலான இஸ்லாமிய உலகம் கம்யூனிஸத்தின் செல்வாக்கின் கீழ் இருந்தன, இந்தோனேஷியா உட்பட என சம்பத் சுட்டிக்காட்டினார். 1965இல் இந்தோனேஷியாவில் 5,00,000 கட்சி உறுப்பினர்களும், ஆதரவாளர்களும் கொல்லப்பட்டு கட்சி கடுமையாக சேதப்படுத்தப்படும்வரை இந்த உலகிலேயே ஆட்சியில் இல்லாத மிகப்பெரும் கம்யூனிஸ்ட் கட்சியாக இருந்தது.

4. பிரேம் நாத் பஜாஜ் கிஸான் மஸ்தூர் சபாவை சலாம் யாடூ தலைமையில் உருவாக்கினார். ஆனால், இது பொதுவாக்கெடுப்பு முன்னணிக்கு ஒரு சவால் எனக்கருதிய அஃப்ஸல் பெக் அதை தாக்கினார். அது நீடிக்கவில்லை. பட் குறிப்பிடும் கிஸான் சபா ஜனநாயக தேசிய மாநாடுவின் விவசாயிகள் முன்னணியாகும். (இந்தப் பெயரில்தான் கம்யூனிஸ்ட் கட்சி செயல்பட்டது).

5. நவ்நீத ச்சாதா பெஹாரா, 'மாநில அடையாளமும், வன்முறையும்' *State Identity and Violence: Jammu Kashmir and Ladakh,* (NewDelhi: Centre for Policy Research, 2000), 49.

6. குலாம் மொஹம்மது சாதிக்– 'ஜனநாயக தேசிய மாநாடு'வில் இருந்த இவர், 'தேசிய மாநாடு'வில் மீண்டும் சேர்ந்து பின்னர் இந்திய தேசிய காங்கிரஸில் அதை இணைத்தார். 1964 – 65இல் கஷ்மீரின் பிரதமராக இருந்தார். பிரதமர் பதவி ஒழிக்கப்பட்டபின், முதன்முதலாக முதலமைச்சர் ஆகி 1971ல் அவர் இறக்கும்வரை அப்பதவியில் நீடித்தார்.

7. தொழிற்சங்கங்களை அமைக்க அரசு ஊழியர்கள் அனுமதிக்கபடாததால், இந்த அமைப்பு ஒரு சங்கம் என அழைக்கப்பட்டது. அதேநேரத்தில் தொழிற்சாலைகளில் இது தொழிற்சங்கம் என அழைக்கப்பட்டது.

8. அப்துல் மஜீத்தும், சம்பத் பிரகாஷும் பின்னர் பிரிந்தனர். அப்துல் மஜீத் தொழிற்சங்க இயக்கங்களில் தொடர்ந்து தீவிரமாக செயல்பட்டார்; ஆனால், கஷ்மீரில் சுயநிர்ணய உரிமைக்கான இயக்கத்தில் பங்கேற்கவில்லை. இந்த நூலின் ஆய்வுப்பொருளே இதுதான்.

9. இந்திய கம்யூனிஸ்ட் கட்சி மார்க்சிஸ்ட்டுடன் இணைக்கப்பட்ட தொழிற்சங்கமான CITU அப்போது அமைக்கப்பட்டிருக்கவில்லை.

10. இந்த ஆடுமேய்ப்பவர்கள் மரபார்ந்த ஆடுமேய்க்கும் நமோத்கள் அல்ல. ஆனால், அரசுப் பண்ணைகளில் ஆடுகளைக் கவனித்துக்கொள்ளும் அரசு ஊழியர்கள்.

11. பாதெர்வாஹி– 1920ல் பிறந்து 2010ல் இறந்தவர். ஷேக் நஸீர் எழுதிய 'Ghulam Mohammad Bhaderwahi Is No More' '*Greater Kashmir*, 3 September 2010 www.greaterkashmir.com

12. ஹைதர் நாக்வி, 'நட்வர் லால் விலகுகிறார்' 'Natwarlal Leaves' 'EM Guessing Even in Death' *Hindustan Times*, 29 July 2009, www.hindustantimes.com . ஃபைஸான் அஹமது 'Nuts about Natwarlal', *Times of India*,23 April 2011 விக்கிபீடியாவில் மேற்கோளிடப்பட்டது.

13. சம்பத் பிரகாஷ் எதிர் ஜம்மு மற்றும் கஷ்மீர் அரசு 1969 SCC (1) 562.

14. சம்பத் பிரகாஷ் CPI(M) ஐ விட்டுவிலகி நக்ஸலைட்டுகளுடன் சேர்ந்தார். ஆனால் அங்கும்கூட அந்தக்கட்சி பிளவுபட்டது. எந்த அரசியல் கட்சியின் பின்னணியும் இன்றி தொழிற்சங்கம் விலகியது.

15. அரசின் குடிமைச் செயலகம் கோடைகால தலைநகரான ஸ்ரீநகரில் ஆறுமாதங்கள் செயல்பட்டு குளிர்காலத்தில் ஜம்முவுக்கு மாறும். இரண்டு ஆண்டுகளுக்கு ஒருமுறை என்ற இந்த நடவடிக்கையை 1882ல் அப்போதைய மஹாராஜா பிரதாப் சிங் அறிமுகப்படுத்தினார்.

16. குலாம் அஹமது மஹ்ஜுர் (1885 – 1952).

17. ஜமாத் – இ – இஸ்லாமி இஸ்லாத்தைப் பரப்புவதையும், ஒரு தனி இஸ்லாமிய மாகாணத்தை அமைப்பதையும் குறிக்கோளாகக்கொண்டு செயல்படும் அமைப்பாகும்.

18. தோடா தான் லே மற்றும் கார்கிலுக்குப்பிறகு மூன்றாவது மிகப்பெரிய மாவட்டம். 2006ல் மேலும் இரண்டு மாவட்டங்கள் –ரம்பன், கிஷ்த்வர் என தோடாவிலிருந்து உருவாக்கப்பட்டன.

19. அரசுக்கு ஆதரவான பேர்வழிகளால் அவர் கொல்லப்பட்டிருக்கலாம் என சிலர் கூறுகின்றனர்.

20. சாதிக்கின் காலத்தில் ஜம்முவிலும், லடாக்கிலும் சுயாட்சி தேவை என்ற கோரிக்கைகள் எழுந்தன. ஆனால், சமுதாயங்களை மதவழியில் துருவங்களின் சேர்க்கையாக்குவதை அவர் மறுத்தார். அந்த நேரத்தில் தான் லடாக்கில் புத்த அடையாளங்கள் உருவாகின. (லே வை அதன் மையமாகக்கொண்டு) அதேபோல் லடாக்கிய முஸ்லீம் அடையாளமும் (ஷியா ஆதிக்கம் நிறைந்த கார்கிலை அதன் மையமாகக்கொண்டு). 1969இல் அங்கு இந்த இரு சமுதாயங்களுக்குமிடையே பதட்டங்கள் இருந்தன.

நிலவின் இருண்ட பக்கம்

1. இந்திய அவசரநிலை (25 ஜூன் 1975 – 21 மார்ச் 1977) இருபத்தொரு மாதங்கள் நீடித்தது. இந்திய ஜனாதிபதி ஃபக்ருதீன் அஹமது பிரதமர் இந்திரா காந்தியின் ஆலோசனைப்படி இந்திய அரசியல் சாசனத்தின் 352ஆம் பிரிவுபடி அவசர நிலையைப் பிரகடனம் செய்தார். தேர்தல்களையும் மக்களின் அடிப்படை உரிமைகளையும், தற்காலிகமாக விலக்கிவைத்து எல்லா அதிகாரங்களையும் தனது கைகளில் குவித்துக்கொண்டு சட்டத்தின் மூலம் ஆட்சியை நடத்த இந்திரா காந்தி இதைக்கொண்டுவந்தார். அலகாபாத் நீதிமன்றம் தேர்தல்களில் நடைபெற்ற மோசடி காரணமாக பிரதமர் இந்திரா காந்தியின் தேர்தலை செல்லாது என்று அறிவித்தபோது, இந்திரா காந்தியை பதவி விலகுமாறு ஜெயப்பிரகாஷ் நாராயணன் நடத்திய இயக்கத்துக்குப் பதிலளிக்கும் வகையில் அவசர நிலை அறிவிக்கப்பட்டது.
2. சிம்லா ஒப்பந்தம் பாகிஸ்தான் ஜனாதிபதி, ஜுல்ஃபிகர் அலி புட்டோ, இந்தியப் பிரதமர் இந்திரா காந்தி ஆகியோருக்கிடையே 1972 ஜூலை 2 அன்று கையெழுத்திடப்பட்டது. அந்த இருவரும் தங்களுக்கிடையே ஏற்படும் வேறுபாடுகளுக்கு இருதரப்பு பேச்சுவார்த்தைகள் மூலம் தீர்வுகாண ஒப்புக்கொண்டனர்.
3. விக்டோரியா ஸ்கோஃபீல்ட் *Kashmir in a Conflict India, Pakistan and the Unending War*, (London: I.B.Tauris, 2000 (2003), 123
4. இந்த விதிகளின்படி வாழ்வதற்கான உரிமை அல்லது தனிப்பட்ட சுதந்திரம் பற்றி நீதிமன்றங்களில் கேள்வி எழுப்பமுடியாது. வேறு வார்த்தைகளில் சொல்வதானால், இந்திய அரசியல் சாசனத்தின்கீழ் உறுதியளிக்கப்பட்ட அடிப்படை உரிமைகள் தற்காலிகமாக விலக்கிவைக்கப்பட்டன. PDP கட்சி ஆயுதப்படைகள் (சிறப்பு அதிகாரங்கள்) திரும்பப்பெறப்படவேண்டும் என்று கேட்டது விசித்திரமாக இருந்தது. ஆனால், ஜம்மு கஷ்மீரில் செயல்படுத்தப்படும் தடுப்புக்காவல் சட்டங்கள் மக்கள் பாதுகாப்பு சட்டம் போன்றவை திரும்பப்பெறப்படவில்லை.
5. 1996 ஜூலையில் மெட்ராஸ் சென்னை ஆனது.
6. மொஹம்மது யூசுஃப் சாப்ரி பின்னர் 1992இல் ஜம்மு மற்றும் கஷ்மீர் விடுதலை குழுவின் சுற்றுச்சூழல் தனிச்சிறையின் தலைவர் ஆனார்.
7. P.N.K. பாம்சாய் (1994) எழுதுகிறார்: படகுவீடுகள் ஒரு கஷ்மீரி இந்துவால் கண்டுபிடிக்கப்பட்டது. அது கஷ்மீரில் தங்கி வசிப்பதற்கு மஹாராஜாவால் தடைவிதிக்கப்பட்ட ஐரோப்பியர்களால் பயன்படுத்தப்பட்டது. P.N.K.Bamzai, *Cultural and Political History of Kashmir*, Vol, 3, 710
8. மூத்த தாயார் அவரது தந்தையின் மூத்த மனைவி ஆவார். அவரது சொந்த தாயார், தாயாகவும், இளைய மனைவியும் ஆவார். சின்னம்மா என்று குறிக்கப்படுவார்.
9. ஒரு கஷ்மீரி விருந்து என்பது எவ்வளவு அதிகமோ அவ்வளவு 36 வகையானது. அதில் 30 வெவ்வேறு வகையான ஆட்டுக்கறி வகைகள், ஒவ்வொன்றும் விதம்விதமான ருசிகளில் சமைக்கப்படும்.
10. நான் அந்தக்கதையை ஆரிஃப் ஷஃபி வாணியிடம் உறுதிப்படுத்திக்கொண்டேன். 'Neil Armstrong's Dal Connection', *Greater Kashmir*, 11 September 2012 www.greaterkashmir.com
11. சர் ஓவன் டிக்ஷன், ஒரு ஆஸ்திரேலிய நீதிபதி– கஷ்மீர் பற்றிய ஐ.நா பாதுகாப்பு கவுன்சில் தீர்மானம் தொடர்பாக ஐ. நாவில் 1950 பிரதிநிதித்துவம்செய்தார். அவரது

திட்டம் 'லடாக்கை இந்தியாவுக்கும், வடக்குப்பகுதியையும், ஆஸாத் கஷ்மீரையும் பாகிஸ்தானுக்கும், அளிக்கும் வகையில் இருந்தது. ஜம்முவை பாகிஸ்தானுக்கும், இந்தியாவுக்கும் இடையே பிரித்து கஷ்மீரில் பொதுவாக்கெடுப்பு நடத்துவதாக இருந்தது.

12. இந்த நடவடிக்கை இன்றும் தொடர்கிறது. 5000 அரசு ஊழியர்களைக்கொண்ட தலைமைச்செயலகம் (தர்பார்) 300 கி.மீ பயணம் செய்து ஜம்முவிலிருந்து ஸ்ரீநகருக்கும், பின்னர் ஸ்ரீநகரிலிருந்து ஜம்முவுக்கும் ஆண்டுக்கு இருமுறை அரசு பதிவேடுகளை பெட்டிகளிலும், கோணிப்பைகளிலும் எடுத்துச்செல்வார்கள். ஆண்டுக்கு இருமுறை இப்பயணத்தால் ஏற்படும் செலவுகள் பற்றிய விமர்சனங்களும் எழுவதுண்டு.

13. வாடாலி, அரசியல் செயல்பாட்டாளர்களுக்கும், தலைவர்களுக்கும் நன்கு தெரிந்தவர். 1989 செப்டம்பர் 18ல் தீவிரவாதிகளால் இவரது உயிருக்கு ஆபத்து ஏற்பட்டது. சிலர் இதுதான் ஜே.கே.எல்.எஃப். நடத்திய முதல் ஆயுதம் ஏந்திய நடவடிக்கை என்கிறார்கள்.

14. மக்பூல் பட் வலைத்தளம்: http://maqboolbutt.com

15. www.maqboolbuttt.com

16. மக்பூல் பட்டிற்கு தூக்குதண்டனை கொடுத்ததற்காக நீல்காந்த் கஞ்ஜு 1989 அக்டோபர் 4இல் கஷ்மீரி தீவிரவாதிகளால் கொல்லப்பட்டார்.

17. பிரவீன் சுவாமி 'இந்தியா பாகிஸ்தான் மற்றும் இரகசிய புனிதப்போர்' *India Pakistan and the Jihad,* (NEWDELHI: Routledge, 2011) 117

18. அமானுல்லா கான் கில்கிட் அஸ்டோர் பகுதியில் 1934ல் பிறந்தவர். மக்பூல் பட்டுடன் இணைந்து ஜம்மு மற்றும் கஷ்மீர் தேசிய விடுதலை முன்னணியை (JKNLF) அமைத்தவர். இந்திய உளவாளி என 1970-72 இல் கில்கிட் சிறையில் இருந்தவர். இவர் பாகிஸ்தான் உளவாளி என நேரில் வராமலேயே விசாரனைக்குள்ளானவர். இவரது ஒரேமகள் அஸ்மா ஹுரியத் உறுப்பினரான சஜ்ஜத் லோனேவை திருமணம் செய்துகொண்டார். இவர்கள் இருவரும் 2014 தேர்தல்களில் நரேந்திர மோடியை ஆதரித்தார்கள்.

19. ஷாம்ஸ் ரெஹ்மாந் 'மக்பூல் பட்: சிறைபிடிக்கப்பட்ட கஷ்மீர் தியாகியின் வாழ்வும், போராட்டமும்', *Maqbool buttt: The Life and Struggle of an Imprisoned Kashmiri Martyr,* 1 February 2012, www.dayal.com.pk ,அமானுல்லா 1992இல் வெளியிடப்பட்ட, உருதுவில் உள்ள தனது வாழ்க்கை வரலாற்றிலிருந்து மேற்கோள் காட்டினார். 112.

20. அவசர நிலையை எதிர்த்த கட்சிகளின் ஒருங்கிணைப்புதான் ஜனதா கட்சி. இடதுசாரிகள் இதில் சேரவில்லை.

21. ஜார்ஜ் ஃபெர்ணாண்டஸ் (1930ல் பிறந்தவர்) பாதிரியாராக பயிற்சி பெற்றவர். சோசலிச தொழிற்சங்க இயக்கத்தில் தீவிரமாக ஈடுபட்டார். 1974 ரயில்வே வேலை நிறுத்தத்தை வழி நடத்தினார். பரோடா வெடிகுண்டு வழக்கில் குற்றம் சாட்டப்பட்டார். தொழிற்சாலைகள், ரயில்வே மற்றும் கடைசியாக நிதித்துறை அமைச்சகங்களில் பொறுப்பு வகித்தார். அவசர நிலையின்போது CIAவின் நிதியை எதிர்பார்த்ததாக கிஸ்ஸிங்கர் கேபிள்கள் தெரிவித்தன. *The Hindu,* 8 April, 2013. www.thehindu.com.

22. ஜோதிபாசு(1914-2010) 1977 முதல் 2,000 வரை மேற்குவங்க முதல்வர். இந்திய கம்யூனிஸ்ட் கட்சி (மார்க்சிஸ்ட்) துவங்கிய 1964 முதல் 2008 வரை அரசியல் தலைமைக்குழு உறுப்பினர்.

23. யூசுஃப் தாரிகாமி- 1947ல் பிறந்தவர். இளமைக்காலத்திலிருந்து அரசியலில் ஈடுபாடு கொண்டவர். விவசாய இயக்கத்தில் ஈடுபட்டதற்காக 1967ல் சிறை சென்றவர். 1971ல் இவர் சிறையில் இருந்தபோது இவருக்கு மகள் பிறந்தாள்; மனைவி இறந்து விட்டார். இறுதிச்சடங்கில் கலந்துகொள்ள அனுமதி மறுக்கப்பட்டார். இவர் இன்னும் CPI(M)ன்

தீவிர உறுப்பினர். 2014 தேர்தலில் தாரிகாமி வெற்றி பெற்றார். PDPக்கு அமோக ஆதரவு உள்ளபோது இது எவ்வாறு நடந்தது என நான் சம்பத்தைக் கேட்டேன். PDP வேட்பாளரைவிட 262 வாக்குகள் அதிகம்பெற்று வெற்றிபெற்றார் என சம்பத் தெரிவித்தார். இவரும், இவரது கட்சியும் சாதுரியமாகவும், திட்டமிட்ட வகையிலும் கஷ்மீரிலுள்ள குல்காம் தொகுதியிலிருந்து இடம்பெயர்ந்த 5,000 பேரை திரட்டினார்கள். 70% தபால் வாக்குகளையும் பெற்றார்கள், தனது தொகுதியிலிருந்து இடம்பெயர்ந்து மாநிலத்துக்கு வெளியே ஜம்முவில் வசிப்பவர்களிடம் உயிரோட்டமான தொடர்புகளை வைத்திருக்கிறார். சம்பத் பிரகாஷ் 1979 முதல் 1987 வரை CPI(M) கட்சியில் இருந்தார்.

24. நவ்நீத ச்சாதா பெஹாரா, 'மாநில அடையாளமும், வன்முறையும்' *State Identity and Violence: Jammu Kashmir and Ladakh,* (NewDelhi: Centre for Policy Research, 2000), 142.
25. சையத் அலி ஷா கீலானி– தனது அரசியல்வாழ்வின் துவக்க நாட்களில் தெஹ்ரீக்–இ–ஹுரியத்–இ–இஸ்லாமி அமைப்பை துவக்கினார். பின்னர் இந்த மேடையைக் கைவிட்டு, நன்கு நிறுவப்பட்ட ஜமாத் –இ– இஸ்லாமி(ஜம்மு மற்றும் கஷ்மீர்)இல் சேர்ந்தார். இப்போது இவர் தனது 'அனைத்துக் கட்சி ஹுரியத் மாநாடு (APHC) பிரிவுக்கு, தனது மூலக்கட்சியின் பெயரைப் பயன்படுத்துகிறார். இதற்கு எதிரான மிர்வாய்ஸ் உமர் ஃபாரூக் தலைமையிலான APHC 'மென்மையானது' என அறியப்படுகிறது.
26. டி.என்.தர் – 'கஷ்மீரில் அரசியல் மாற்றங்களின் வீச்சு: பழங்காலம் முதல் நவீன காலம் வரை', *Dynamics of Political Change in Kashmir: From Ancient to Modern Times,* (NewDelhi:Kaniska publishers, 2001) 125.
27. பிரவீன் சுவாமி 'இந்தியா பாகிஸ்தான் மற்றும் இரகசிய புனிதப்போர்', *India, Pakistan and the Secret Jihad: The Covert war in Kashmir,* (NEWDELHI: Routledge, 2011) 125.
28. 2009 ஜுலை 13 அன்று *'கிரேட்டர் கஷ்மீர்'* இன் செய்தி அறிக்கை. www.thegreaterkashmir.com/news/2009
29. ம்ரிது ராய்: 'இந்து ஆட்சியாளர்கள்: முஸ்லீம் குடிமக்கள்', *Hindu Rulers, Muslim Subjects.* (Ranikhet: Permanent Black, 2004)
30. சித்ரலேகா ஸுட்சி: இஸ்லாம்: உரிமையுள்ள மொழிகள்; வட்டார அடையாளமும் கஷ்மீரை ஆக்குதலும், *Languages of Belonging,* (Permanaent Black, 2003) 310
31. ஆயெஷா ஜலால்– அல்லாஹ்வின் தீவிர ஆதரவாளர்கள், *Partisans of Allah* (Ranikhet: Permanent Black, 2009) Op.cit.,272.
32. ஜமாத்–இ–இஸ்லாமி, தெற்கு ஆசியாவில் 6 வேறுபட்ட பகுதிகளில் உள்ளது: பாகிஸ்தான், இந்தியா, இந்திய நிர்வாகத்திலுள்ள ஜம்மு மற்றும் கஷ்மீர், பாகிஸ்தான் நிர்வாகத்திலுள்ள ஆஸாத் கஷ்மீர், வங்கதேசத்தில், ஸ்ரீலங்காவில். ஃப்ரெட்ரிக் க்ராரே, 'இந்தியத் துணைக்கண்டத்தில் அரசியல் இஸ்லாம்' *Political Islam in the Indian Subcontinent: The Jamaat-e-Islami.* (NewDekdi:Manohar, 2001)
33. ஆயெஷா ஜலால்,Op.cit.,260..
34. பால் டோட், ஜோனதன் ப்ளோச் மற்றும் பேட்ரிக் ஃபிட்ஸ்ஜெரால்ட். 'உளவாளிகள், பொய்கள் மற்றும் பயங்கரவாதத்தின் மீதான போர்', *Spies, Lies and the War on Terror,* (London: Zed Books, 2009).
35. ஆயெஷா ஜலால்– அல்லாஹ்வின் தீவிர ஆதரவாளர்கள், *Partisans of Allah* (Ranikhet: Permanent Black, 2009) Op.cit.,274.
36. பால் டோட், Op.cit.,13.
37. யூசுஃப் தாரிகாமி. இறுதியாக 1996 தேர்தலில் வெற்றிபெற்று அப்போதுமுதல் சட்ட மன்றத்தில் நிரந்தர முகமாக உள்ளார். CPI(M) கஷ்மீருக்கு அதிகபட்ச சுயாட்சியை வலியுறுத்தி வருகிறது.

38. உண்மையில் 12 தேசிய மாநாடு MLAக்கள் 1984 ஜூலை 2இல் காங்கிரஸுக்கு தாவினர். அங்குள்ள 26 MLAக்களுடன் அரசை அமைக்கச் சேர்ந்தனர்.
39. ஃபரூக் அப்துல்லா. 'எனது பதவி நீக்கம்', *My Dismissal,* (NewDelhi:Vikas Publishing House1985).
40. பால்ராஜ் பூரி– 'கலகத்தை நோக்கி கஷ்மீர்', *Kashmir Towards Insurgency,* (Delhi: Orient Longman,1993 (1995), 36.

புயலின் திரட்சி

1. அதன்பின் நேஷனல் இன்ஸ்டிடியூட் ஆஃப் டெக்னாலஜி என மறுபெயரிடப்பட்டது.
2. அஃப்ஸலின் இளம்வயது வாழ்க்கை 2013 பிப்ரவரி 9ல் *'தி வீக்'* இதழில் வெளியான அட்டைப்படக் கதையை அடிப்படையாகக்கொண்டது.'Tariq Bhat, Afsal Guru:Gazals,Guns and Gallows' cover story by *The Week* 9 February 2013, http://manoramaonline.com; Sameer Yasir, 'The Grieving Gurus', *Kashmir Life,* 18 February 2013, www.kashmirlife.net http://www.kashmirlife.net; JavedIqbal Cross Currents: A Visit to Guru Abode: Tale Continues', *Kashmir Times,* online edition, www.kashmirtimes.in
3. முஸாமில் ஜலீல் 'அஃப்ஸல் கவிதைகளை நேசித்தார் புத்தகங்களை விவாதித்தார்', 'Afsal Loved Poetry and Discussed Books'. *The Indian Express,* 27 Seotember,2006http://expressindia.com/news/fullstory.php?newsid=74516
4. மம்மர் கடாஃபி– ஒரு லிபிய புரட்சியாளர். இவர் லிபியாவை 1969 முதல் 2011 வரை ஆண்டபோது கொல்லப்பட்டார். இஸ்லாமிய சோசலிசவாதியான இவர் அனைத்தையும் உள்ளடக்கிய ஆஃப்ரிக்கத்துவத்தில் நம்பிக்கை கொண்டிருந்தார். 2009–2010ல் ஆஃப்ரிக்க ஒன்றியத்தின் தலைவராக இருந்தார்.
5. டாக்டர் குருவைப்பற்றிய புகைப்படங்களையும். செய்திகளையும் குரு சாரிட்டபள் ஃபவுண்டேஷன் வலைத்தளத்தில் காணலாம்:http://gurufoundation.org
6. ஜாவேத் இக்பால், 'குறுக்கிடும் இயக்கம்: குருவின் இடத்துக்கு ஒரு பயணம்', 'Cross Currents: A Visit to the Guru Abode: Tale Continues', www.kashmirtimes.com
7. ருபையா சயீத் – 1989 டிசம்பர் 8இல் லால் தெத் மருத்துவமனையிலிருந்து கடத்தப்பட்டார். சிறையிலிருந்த ஐந்து தீவிரவாதிகளுக்கு மாற்றாக டிசம்பர் 13 இல் விடுவிக்கப்பட்டார்.
8. பார்க்க: http://www.maqboolbutt.com
9. நவ்நீத ச்சாதா பெஹாரா 'கஷ்மீர் புதிரை விடுவித்தல்', *Demystifying Kashmir,* (Washington: Brooklings Institutional Press, 2006),45
10. CIA, ISI சீக்கிய தீவிரவாதத்தை ஊக்குவித்தது. முன்னாள் R&AW Official', http://www.rediff.com/news/2007/jul/26raw.htm
11. ஃபரூக் அப்துல்லா. 'எனது பதவி நீக்கம்', *My Dismissal,* (NewDelhi:Vikas Publishing House1985)
12. மேலே உள்ளவாறு, 678
13. பால்ராஜ் பூரி– 'கலகத்தை நோக்கி கஷ்மீர்', *Kashmir: Towards Insurgency,* (Delhi: Orient Longman,1993 (1995), 41
14. ஜமாத்–இ–இஸ்லாமியில், உம்மத்–இ–இஸ்லாமி, அஞ்சுமன் இத்தஹாட்–இ–முஸல்மீன், மக்கள் மாநாடு மற்றும் பிற மதம்சார்ந்த அமைப்புக்கள் இணைக்கப்பட்டன.
15. நவ்நீத ச்சாதா பெஹாராவில் மேற்கோளிடப்பட்டது(2000).
16. ஆஷிக் ஹுசேன் 'ஜம்மு கஷ்மீர் முரண்பாடு', *Jammu KashmirConflict,* (SRINAGAR:Media

Book House. 2007 (2004) 676-680.

17. பிரவீன் சுவாமி 'இந்தியா பாகிஸ்தான் மற்றும் இரகசிய புனிதப்போர்', *India, Pakistan and the Jihad,* (NEWDELHI: Routledge, 2011) 159..

18. தேர்தல்களில் மோசடி நடைபெறாமலிருந்தாலும்கூட MUF 10 முதல் 29 இடங்கள் மட்டுமே பெற்றிருக்கும். ஃபரூக் அப்துல்லாவை பதவியிழக்கச் செய்திருக்க முடியாது என ஆய்வுகள் தெரிவிக்கின்றன. இருந்தபோதிலும் பலவந்தமான மோசடிகள் காரணமாக எழுந்த குற்றச்சாட்டுக்கள், MUF வென்றிருக்கலாமோ என தோன்றவைத்தன. பொது அனுதாபத்தை ஏற்படுத்தின நவ்நீத ச்சாதா பெஹாரா Op. cit., 159

19. மேலே உள்ளவாறு, 686-87

20. பார்க்க: நவ்நீத ச்சாதா பெஹாரா Op. cit., 159

21. 'சுதந்திரப் போராளி விழித்தெழுந்தார்'.

22. ஹிலால் அஹமது. 'நான் 1987 தேர்தல்களால் உருவானவன் அல்ல: சலாஹுதீன்', *Greater Kashmir.* 14 April 2008, http"//greaterkashmir.com/news/2008/April/14

23. அஹமது ரஷீத், 'தலிபான்கள் தீவிரவாதத்தை ஏற்றுமதி செய்கின்றன'', *Foreign Affairs,* நவம்பர்-டிசம்பர் 1999. பின்லேடன், ஜவாஹிரி மற்றும் டாக்டர். ஃபாதல் ஆகியோர் 1988இல் பாகிஸ்தானில் உள்ள பெஷாவரில் கலந்துகொண்ட கூட்டத்தில் அல்கொய்தா அமைக்கப்பட்டது என மைக்கேல் சொஸ்ஸுடோவ்ஸ்கி 'அல்கொய்தா மற்றும் 'தீவிரவாதத்தின் மீதான போர்'-இல் குறிப்பிட்டுள்ளார். http://globalresearch.ca

24. பிரவீன் சுவாமி 'இந்தியா பாகிஸ்தான் மற்றும் இரகசிய புனிதப்போர்' *India, Pakistan and the Jihad,* (NEWDELHI: Routledge, 2011) 164..

25. ஹமீத் ஷேய்க் 1992 நவம்பரில் பாதுகாப்புப்படையினரால் கொல்லப்பட்டார். சிலர், அவர் ஜீலம் நதியைக் கடக்கும்போது இந்திய ராணுவத்தால் சுடப்பட்டார் என்றும், மற்றவர்கள் அவர் இந்திய ராணுவத்தால் பிடிக்கப்பட்டு, சித்ரவதை செய்யப்பட்டு விஷ ஊசி செலுத்தப்பட்டார் என்றும் கூறுகிறார்கள். அவர், அபு ஜிஹாத் அல்லது புனிதப்போரின் தந்தை என அழைக்கப்பட்டார்.

26. சமீர் யாஸர், 'வருந்தும் குருவோடு' Op. cit.

27. மனோஜ் ஜோஷி, *The Last Rebellion : Kashmir in the Nineties,* (NewDelhi: Penguin, 1999),47.

28. ஆயெஷா ஜலால்- Op.cit.,280.

29. மேலே உள்ளவாறு: 288.

30. ஞான் வர்மா – 'ஆற்றல்மிகு தீயஆவிக்கும், ஆழமான நீலக்கடலுக்கும் நடுவே: அஃப்ஸல் குருவின் கதை 9 பிப்ரவரி 2013, www.business-standard/com.

31. கஷ்மீரில் மனித உரிமைகள் சிக்கல்கள்: தண்டனையற்ற ஒரு வகைமுறை. *Asia Watch* (A Division of the Human Rights Watch) and *Physicians for Human Rights,* 1993.

32. வஜாகத் ஹபிபுல்லாஹ்,*My Kashmir: The Dying of Light.* (NewDelhi:Penguin, 2011),96

33. 'டெல்லி ஒப்பந்தம்' என்பது நேருவுக்கும் ஷேக் அப்துல்லாவுக்கும் இடையேயான ஒப்பந்தம். இதன்மூலம் இந்திய அரசு பரந்த அளவிலான அதிகாரங்களை ஜம்மு மற்றும் கஷ்மீருக்கு- அதில் வசிப்போருக்கு சிறப்பு அந்தஸ்து உட்பட – அளிக்க ஒப்புக்கொண்டது.

34. மிர்வாய்ஸ் மௌல்வி ஃபரூக் – அவாமி நடவடிக்கைக்குழுவை ஏற்படுத்தியவர். 1990 மே 21 அன்று அவரது வீட்டில் கொல்லப்பட்டார். இந்தக்கொலைக்காக ஹிஸ்புல் முஜாஹிதீனின் மொஹம்மது அயூப் தர் ஆயுள்தண்டனை விதிக்கப்பட்டார். உச்ச நீதிமன்றம் 2010 ஜூலையில் இந்த ஆயுள்தண்டனையை உறுதிப்படுத்தியது.

35. இந்திய ஆயுதப்படைகளால் நிகழ்த்தப்பட்ட மனித உரிமை மீறல்கள் பற்றிய அற்புதமான

பலஅறிக்கைகள் இந்திய, கஷ்மீரி மற்றும் அனைத்துலக மனித உரிமை மீறல்கள் அமைப்புக்களால் அளிக்கப்பட்டுள்ளன. இந்த அத்துமீறல்கள், கஷ்மீர் மக்கள் தங்களது சுயநிர்ணய உரிமைக்கான போராட்டங்களின்போது நடத்தப்பட்டன. அனைத்துலக மனித உரிமைகள் சட்டத்தின்கீழ் உறுதியளிக்கப்பட்ட அடிப்படை உரிமை இது. இறையாண்மையுள்ள மாநிலங்களின் எல்லைகளில் சுயநிர்ணய உரிமையை ஒரு மனித உரிமையாக இந்திய அரசு அங்கீகரிக்கவில்லை.

36. நரசிம்ம ராவ் – 1991 முதல் 1996 வரை பிரதமராக இருந்தவர்.
37. ஹர்ஜிந்தர் பவேஜா, 'கணிக்கப்பட்ட ஒரு சூதாட்டம்' 15 ஜூன் 1994. http://indiatoday.in/story
38. ஜார்ஜ் ஃபெர்ணாண்டஸ் ஆர்.எஸ்.எஸ்.உடன் நெருக்கமான தொடர்புகளைக் கொண்டிருந்தார் என்பது பற்றி சம்பத் பிரகாஷ் அறியாமல் இருந்தார். அவர் பாதுகாப்பு அமைச்சராக இருந்தபோது ராணுவ அமைப்பின் உயர்நிலைகளில் ஆர்.எஸ்.எஸ். ஊடுருவியது. அரசியலிலிருந்து மதத்தை விலக்க நரசிம்ம ராவ் கொண்டுவந்த அரசியல் சாசன 80ஆவது திருத்தத்தை ஃபெர்ணாண்டஸ் எதிர்த்தார். பார்க்க: ஏ.ஜி. நூராணியின் 'The Meaning of George Fernandes' , *Frontline*, Vol. 16,Issue 22,Oct 23-Nov 5, 1999.
39. முஹுர் உல் இஸ்லாம் – ஜே.கே.எல்.எஃப் உடனான போர் நிறுத்த உடன்படிக்கை அமெரிக்கா, பிரிட்டன் ஆகியவற்றின் இடையீட்டால் நடைபெற்றது. யாஸின் மாலிக்: 16 ஜனவரி 2013.www.thekashmirwala.com/2013/01/jklf
40. பைசல் யாசீன், 'Giving Up Arms Proving Costly for Former Militants', *Rising Kashmir,* www.risingkashmir/giving-up-arms
41. HAJY ஹமீத், அஸ்ஃபக், ஜாவேத் மற்றும் யாஸின் ஆகியோர் பெயர்களின் முதல் எழுத்தைக்கொண்டு அமைக்கப்பட்டது.
42. துக்தாரன் – இ –மில்லத் அல்லது நம்பிக்கையின் புதல்விகள் என்பது 1987ல் கஷ்மீரில் இஸ்லாமிய சட்டத்தை நிறுவும் நோக்கில் அமைக்கப்பட்ட அனைத்து பெண்கள் அமைப்பு. இது கஷ்மீர் பாகிஸ்தானோடு இணையவேண்டும் என்பதையும், கஷ்மீரி சமுதாயம் இஸ்லாமியமாக்கப்படவேண்டும் என்பதையும் ஆதரித்தது. இந்த அமைப்பு கஷ்மீரி பெண்கள்மீது தலையையும், உடலையும் மூடிக்கொள்ளும் பர்தாவை திணிக்கமுயன்றது. இது ஆயிஷா அந்த்ராபியால் தலைமை தாங்கப்பட்டது.
43. இஸ்தியாக் காத்ரி – PDPயில் சேர முயன்றார். பின்னர் தீவிரவாதிகளால் அச்சுறுத்தப்பட்டு, இந்திய பாதுகாப்புப்படையின் பாதுகாப்புக்குள் இருக்கவேண்டியதாயிற்று.

புயலின் கண்ணுக்குள்

1. சிஷுபால் சர்மா ஜம்முவிலிருந்த கம்யூனிஸ்ட் தலைவர். அரசு அச்சகத்தில் 1958ல் சேர்ந்து சங்கத்தை அமைக்க துவக்கம் முதல் பாடுபட்டார். 1967 வேலைநிறுத்தத்துக்குப்பின் மற்ற தலைவர்களோடு சிறை வைக்கப்பட்டார். இவர் *'சந்தேஷ்'* என்ற வார இதழின் ஆசிரியர். 1990ல் இறந்தார். இவரது மூத்த சகோதரர் வைத்பால் தீப் மிக நன்கு அறியபட்ட தோக்ரி கவிஞர்.
2. இஷ்வாக் மஜித்: 'The Raw Clay of Resistance' ,30 March 2011, *Kashnir Dispatch,* www.kashmirdispatch.com
3. மேலே உள்ளவாறு.

4. மேலே உள்ளவாறு.
5. மெஹ்ர்ஸத் போரெளஜெர்தி – சிராகுஸில் அரசியல் அறிவியல் பேராசிரியர். இரானியப்புரட்சியுடன் கீழ்க்கண்ட ஐந்து மிகமுக்கியமான நிலம்சார்ந்த அரசியல் நிகழ்வுகள் தொடர்புடையன என்று கூறியவர். 1) லெபனானில் ஹெஜபுல்லாவின் வளர்ச்சி 2) இராக்கில் ஷியா படைகள் அளித்த தார்மீக ஆதரவு. 3)சவூதி அரேபியாவுக்கும், இஸ்ரேலுக்கும் எதிரான வட்டார பனிப்போர் 4) மத்திய கிழக்கில் ஏகாதிபத்தியத்துக்கும், அமெரிக்காவுக்கும் எதிரான உணர்வுகளுக்கு இஸ்லாமியக் கருத்துருவை அளித்தது 5) சன்னிஷியாவில் முறையான கவனமின்றி விரிவடைந்த பிளவு. 'இரான் 1979:உலகைக் குலுக்கிய ஒரு புரட்சி' http://aljazeera.com/indepth/features/2014/01/iran
6. சதி சாஹ்னி, *Kashmir Underground* (NewDelhi: Har Anand, 1999), 151
7. இந்த வழக்கு பற்றிய முழுவிவரங்களுக்கு நந்திதா ஹக்ஸர், செபாஸ்டியன் ஹாங்ரே எழுதிய *The Judgement That Never Came: Army Rule in North East India,* (NewDelhi: Chicken Neck Publications,2011) படிக்கவும்.
8. Kashmir Imprisoned (NewDelhi:Committee for Initiative on Kashmir), July 1990, 30ல் மேற்கோளிடப்பட்டது.
9. *Kashmir Imprisoned* (NewDelhi:Committee for Initiative on Kashmir), July 1990, 3இல் மேற்கோளிடப்பட்டது.
10. மேலே உள்ளவாறு.
11. வஜாகத் ஹபிபுல்லாஹ், *'எனது கஷ்மீர்'*, (NewDelhi:Penguin, 2011), 89
12. மேலே உள்ளவாறு.
13. USIP என்பது அமெரிக்க அயலுறவுக் கொள்கையின் கருவி. இது அமெரிக்க காங்கிரஸ் சட்டத்தின்படி உருவானது. அமெரிக்க ஜனாதிபதிக்கு பதிலளிக்க வேண்டிய அவசியமில்லாமல் இந்த நிறுவனத்துக்கு அமெரிக்க காங்கிரஸ் நிதியளித்து வருகிறது.
14. கஷ்மீரி பண்டிதர்களின் சொத்துக்களை ஷியாக்கள் வாங்காததற்கு இன்னொரு காரணம் அவர்கள் தங்கள் சொந்த அண்டையில் வாழ்ந்தார்கள். அவர்கள் சிறுபான்மையினர்.
15. பிரதமராக அதிகாரம் பெற்றவுடன் ஷேக் அப்துல்லா 'உழுபவர்க்கே நிலம்' 'ஜாகிர்தார் அமைப்புமுறை ஒழிப்பு' என்று தான் உறுதியளித்த கொள்கையை நிறைவேற்ற விரும்பினார்.அரசு Big Landlords Estates Abolition Act ஐ 1950ல் நிறைவேற்றியது. இது நிலப்பிரபுக்கள் 20 ஏக்கர் விவசாய நிலம் மற்றும் 1 ஏக்கர் குடியிருப்புஇடம் ஆகியவற்றுக்கு அதிகமாக வைத்திருக்க அனுமதிக்கவில்லை. நில உச்சவரம்புக்கு அதிகமாக இருந்த நிலங்கள் உழுபவர்களுக்கு மாற்றப்பட்டன. அதைத்தொடர்ந்து அரசியல் நிர்ணயசபை 1952 மார்ச் 26இல் 'உழுவோர் நிலப்பிரபுக்களுக்கு இழப்பீடு எதுவும் தரவேண்டியதில்லை' என்ற தீர்மானத்தை நிறைவேற்றியது. ஏ.பி.கய்யூம் கான். 'ஷேக் அப்துல்லா: ஒரு அரசியல்பாதிப்புக்குள்ளானவர்II ', 'Sheikh Abdullah: Political SuffererII' , *Kashmir Observer,* 10 September 2012. www.kashmirobservar.net/news
16. ஜீலம் நதியின் மீதுள்ள காவ்கடல்பாலத்தின் பெயரைத்தொடர்ந்து 1990 ஜனவரி 21ல் நடைபெற்ற கொன்றுகுவிப்புக்கள் காவ்கடல் படுகொலைகள் எனப்பட்டன. மிகப்பரந்த அளவிலான தேடிப்பிடித்தல் நடவடிக்கைகளுக்கு எதிராக, குறிப்பாக முந்தைய நாள் மாலையில் சோட்டாபஜாரில் பெண் கற்பழிப்புக்கு எதிராக மக்கள் திரண்டனர். ஜக்மோஹன் ஆளுநராக பதவியேற்ற ஜனவரி 20க்கு அடுத்தநாள் மத்திய ரிசர்வ் போலீஸ்படைகள் போராளிகள் மீது சுட்டது. குறைந்தபட்சமாக 35பேர் உடனடியாக இறந்தனர்; பின்னர் காயங்களால் எதிர்ப்பைக் கைவிட்ட மற்றவர்கள் ஆற்றுக்குள் அவர்கள்

தள்ளிவிடப்பட்டதால் மூழ்கிப்போயினர். மக்களின் எழுச்சி ஏற்பட இந்த ஒருநிகழ்வு தூண்டுதலாயிற்று. 50க்கும் மேற்பட்டவர்கள் இறந்தனர்.

17. மொஹம்மது அஸ்ரஃப், 'மத்திய ஆசிய தொடர்புகளை மீட்டமைத்தல், *Reviving the Central Asian Links*: in www.kashmirfirsr,com/articles

18. மனோஜ் ஜோஷி, *'கடைசி புரட்சியாளன்'*, (NewDelhi: Penguin, 1999),56.

19. 1990 ஜூலையில் 2 நாள் தேசியஅளவிலான மாநாட்டுக்குப்பின் கஷ்மீரி பண்டிதர்கள் இந்துமக்கள்தொகை நிறைந்த அனந்தநாக், பாரமுல்லா, ஸ்ரீநகர் மற்றும் புலவாமா மாவட்டங்கள் கொண்ட பாதுகாப்பான பகுதியைக் கேட்டார்கள்.

20. 'கஷ்மீரிலுள்ள கஷ்மீரி பண்டிதர்களுக்கு எதற்காக பனூன் கஷ்மீர் தாய்நாடு?' இதன் தேதியும் வெளியீட்டு இடமும் கொடுக்கப்படவில்லை. ஜம்முவிலுள்ள இந்துக்களோடும், லடாக்கிலுள்ள பௌத்தர்களோடும் கஷ்மீரி பண்டிதர்கள் எந்த ஆதரவும் ஏற்படுத்திக்கொள்ள முயலவில்லை என்பது கவனத்துக்குறியது.

21. உமர் மன்சூர் ஷா, 'காவ்கடல் படுகொலைகள் : ஒரு கஷ்மீரி பண்டிதரின் பார்வையில்' 20 ஜனவரி 2014, www.kashmirdispatch.com

22. ம்ரிது ராய் உற்றுநோக்குகிறார்: 'பெரும்பாலும் கஷ்மீரி பண்டிதர்களால் அந்த சமுதாயத்தின் வரலாறு மற்றும் அதன் நினைவுகள் ஒட்டுமொத்தமாக தொகுத்துப்பாதுகாக்கப்பட்ட நிலையில் இத்தகைய மனவோட்டம் உருவாகியுள்ளது. பள்ளத்தாக்கின் பல்வேறு ஆட்சியாளர்களின் நிர்வாக இயந்திரம் நடத்திய படுகொலைகள்தான் தாங்கள் ஒருசமுதாயமாக மீள்வதற்கு தங்களை ஒன்றுபடுத்தியதாக நினைவுகூர்கிறார்கள். ம்ரிது ராய், இந்து ஆட்சியாளர்கள்: முஸ்லீம் குடிமக்கள். *Hindu Rulers, Muslim Subjects,* (Ranikhet: Permanent Black) 245.

23. எம்.கே.டெங் மற்றும் சி.ஐ.கடூ: 'கஷ்மீரின் தீவிரப்போக்கும், மனித உரிமைகளும்', *Kashmir Militancy and Human Rights'* (NewDelhi: Anmol Publications, 1998), 103

24. *எகனாமிக்ஸ் டைம்ஸ்* அறிக்கை 19 ஜூன் 2011

25. 'கஷ்மீர் : பண்டிதர்களின் பிரச்சனை' *அல் சஸீராவு*க்காக ம்ரிதுராய் நேர்காணல் ஆஸாத் எஸ்ஸா 1 ஆகஸ்ட் 2011.

26. மேலே உள்ளவாறு.

27. ஒரு நெகிழ்வான மற்றும் இரக்க உணர்வைத்தூண்டும் விளக்கத்துக்கு, பார்க்க: ராஹூல் பண்டிதா: 'எங்கள் நிலவில் இரத்தக்கறைகள்', *'Our Moon Has Blood Clots: The Exodus of Kashmir Pandits,* (Noida: Random House, 2013)

28. கே.எஸ்.சிங்: இந்தியாவின் மக்கள், 'People of India, Vol xxv, Jammu and Kashnir (NewDelhi: Manohar, 2003), 394 மற்றும் C.E. டிண்டேல் பிஸ்கோ, ' நீரோட்டத்துக்கு எதிராக 50 ஆண்டுகள்', *Fifty Years against the Stream*(Srinagar: Gulshan Books, 2013 (Original 1930), 15

29. இந்தப்படம் 1965ல் வெளியானது. படத்தின் இயக்குநர், திரைக்கதை எழுத்தாளர் பிரிட்ஜ் கட்யாலிடம் ராஜா எந்தப் பகுதியைச் சார்ந்தவர்? என்று கேட்டார். கட்யால் அதைப்பற்றி தான் சிந்திக்கவில்லை என பதிலளித்தார். கஷ்மீரில் இந்து ஷிகாராவாலாக்கள் இல்லை.

இறந்த இலைகளின் காடு

1. கட்சிபற்றிய விவரிப்பு சதி சஹினியின் *Kashmir Underground* (NewDelhi: Har-Anand, 1999), 348–351இல் இருந்து எடுக்கப்பட்டது. 1996 தேர்தல்களில் அவர் வெற்றி பெற்றார். 2000ல் தோல்வியடைந்தார்; 2003 செப்டம்பரில் தீவிரவதிகளால் கொல்லப்பட்டார்.

2. இந்திய ஆதரவு தீவிரவாதிகளில் ஒருவர் 1995ல் வெளிநாட்டு சுற்றுலா பயணிகளை, பாகிஸ்தானுக்கு அவப்பெயரை ஏற்படுத்த, கடத்துவதில் ஈடுபட்டார்.

3. SOG 1994 ஜுனில் ஸ்ரீநகரில் ஜம்மு மற்றும் கஷ்மீர் காவல்துறையின்கீழ் ஏற்படுத்தப்பட்டது. ஆனால், இது அப்போதைய எல்லைப்பாதுகாப்புப் படையின் இன்ஸ்பெக்டர் ஜெனரல் அசோக் படேலால் அமைக்கப்பட்ட உளவுத்துறை அமைப்பின் G பிராஞ்ச்சுடன் இணைந்து செயல்பட்டது. G பிராஞ்ச்சின் இலக்கு பிடிபட்ட தீவிரவாதிகளை தகவல் தருபவர்களாகவோ அல்லது துரோகிகளாகவோ மாற்றுவதாகும் –பிரேம் மஹாதேவன்: *Politics of Counterterrorism*, (London: IB, Tauris, 2012) 138, 169.

4. ஜாவேத் ஹுஸ்ஸெய்ன் ஷா ஒரு போலீஸ் கான்ஸ்டபிள். ஆனால், கலவரங்களின் போது அவர் எல்லைக்கு அப்பால் சென்றார். பாகிஸ்தானில் ஆயுதப்பயிற்சி பெற்றார். தீவிரவாதிகளின் மிக உயர் அந்தஸ்து பெற்ற கமாண்டராக திரும்பி வந்தார். அவர் குகா பர்ரேயின் குழுவில் சேர்ந்தார்.

5. பல ஆண்டுகளுக்குப்பிறகு பம்போர் மக்கள் தேசிய மனித உரிமைகள் ஆணையத்தில் பாபா கிஸ்ட்வாரிக்கு எதிராக ஒரு வழக்கைத் தொடர்ந்தார்கள். ஆரிஃப் ஷபிவானி. 'பாபா கிஸ்ட்வாரி 150 காவல்துறை சாராதவர்களை பம்போரில் கொலை செய்தார்' *'Greater Kashmir'*, 10 May 2007.

6. ஃபரூக் வானி, 'Bhoots Appear in Chenab Valley', 12 August 2013, www.brighterkashmir.com /home

7. துர்கா பிரசாத் தர், (1918–75) 1946ல் 'வெள்ளையனே வெளியேறு' இயக்கத்தில் சம்பந்தப்பட்டிருந்தார். 1947ல் ஆதிவாசிகள் படையெடுப்பில் முக்கியப்பங்கு வகித்தார். அவர் மாநில அரசியல் நிர்ணயசபையில் உறுப்பினராக இருந்தார். பின்னர் வங்கதேச விடுதலைப்போரின்போது சோவியத் யூனியன் தூதரானார். இவரும் எனது (நந்திதா) தந்தை பி.என்.ஹக்ஸரும் சிம்லா ஒப்பந்தம் கையெழுத்தானபோது பேச்சுவார்த்தைகளில் பங்கேற்றார்கள்.

8. எல்லைப்பாதுகாப்புப் படையின் டைரக்டர் ஜெனரல் டி.கே.ஆர்யா 1994 பிப்ரவரியில் டெல்லியில், ஒரு செய்தியாளர் கூட்டத்தில், கஷ்மீர் பள்ளத்தாக்கில் தோராயமாக 3000 அந்நிய தீவிரவாதிகள் செயல்பட்டு வருகிறார்கள்; அவர்களில் பெரும்பாலானோர் ஆஃப்கனியர்கள், பாகிஸ்தானியர்கள், சூடானியர்கள், லெபனானியர்கள் மற்றும் எகிப்தியர்கள் என்று தெரிவித்தார். சதி சாஹ்னி, *Kashmir Underground*, Op.cit 401.

9. கே.எஸ்.சிங், 'இந்தியாவின் மக்கள்', 'People of India', *Jammu and Kashmir* Vol xxv , (NewDelhi: Manohar, 2003) XIVII.

10. டாக்டர்எஸ்.என்.தர்– *Eighty Three Days: The Story of a Frozen River,* (NewDelhi:Infuse. Inc.2000)

11. கொதிக்கவைக்கப்பட்ட சக்கரையில் செய்யப்பட்ட வெள்ளை உருண்டைகள்.

12. சதி சாஹினி– 'ஹிஸ்புல் முஜாஹிதீனின் தோற்றம்' http://www.rediff.com/news/2000/jul/31hizp,htm. பின்னர் 2010இல் சில ஹுரியத் தலைவர்கள், மிர்வாய்ஸும் மற்ற கஷ்மீர் பிரிவினைவாத தலைவர்களும் பாகிஸ்தான் ஆதரவு தீவிரவாத குழுக்களால் கொல்லப்பட்டார்கள் என ஒத்துக்கொண்டார்கள்.

13. சராஃப், ஜெனரல் முஷாரஃபுக்கு அனுப்பிய இந்த முன்மொழிவை அவர் ஆக்ரா உச்சி மாநாட்டில் முன்வைத்தார், என்று எனக்கு (நந்திதா)சொல்லப்பட்டது.

14. ஜனவரி 1990 முதல் பிப்ரவரி 2011 வரை 21 ஆண்டுகள் *டைம்ஸ் ஆஃப் இந்தியா* நடத்திய ஆய்வுகள் கீழ்க்கண்டவற்றை தெரிவிக்கின்றன: 'கஷ்மீர் கிளர்ச்சிகளின் போது 43,460 பேர் கொல்லப்பட்டார்கள்: இவர்களில், 21,323 பேர் தீவிரவாதிகள்'; 13,226

படையினரல்லாதவர்கள் தீவிரவாதிகளால் கொல்லப்பட்டார்கள்; பாதுகாப்புப் படையினரால் 2,642 படையினரல்லாதவர்கள் கொல்லப்பட்டார்கள். 5,369 போலீஸ்காரர்கள் தீவிரவாதிகளால் கொல்லப்பட்டார்கள்; கஷ்மீரில் ஒருஇலட்சம்பேர் கொல்லப்பட்டார்கள் என்பதை அரசு புள்ளிவிவரங்கள் மறுக்கின்றன' – ரந்தீப் சிங், *'டைம்ஸ் ஆஃப் இந்தியா'* 20 ஜூன் 2011. http://timesofindia,indiatimes.com. இந்த ஆய்வில் தெரிவித்துள்ளதைவிட அதிகப்படியானவர்கள் கொல்லப்பட்டார்கள்; காணாமல் போனார்கள் என பல கஷ்மீரிகள் கூறுகிறார்கள்.

15. 1996 தேர்தல்களில் வெற்றிபெற்ற பிறகு, ஃபரூக் அப்துல்லா அரசு, வட்டார சுயாட்சிக் குழுக்களை அமைத்தது. அந்தநேரத்தில், ஸன்ஸ்கார், தோடா, ஜம்மு, ரஜௌரி ஆகியவற்றுக்கும் சுயாட்சி தேவை என்ற கோரிக்கைகள் எழுந்தன. இந்தக் கோரிக்கைகளின் மீதான விவாதங்கள் இந்தநூலின் வரம்புக்கு அப்பாற்பட்டவை. ஆனால், எல்லா விவாதங்களுக்கும் மையமாக கஷ்மீர் தேசியத்தைக் கட்டமைப்பதே இருந்தது.
16. இர்ஃபான் மெஹ்ராஜ் – 'தபஸ்ஸூம் குருவின் கதை' 8 பிப்ரவரி 2014. http://authintmail.com/article/reportage/story-tabussum-guru
17. மேலே உள்ளவாறு.
18. ஸ்பெஷல் போலீஸ் ஆஃபீஸர் (SPO) வழக்கமாக போலீஸூடன் இணைக்கப்பட்ட ஓடுகாலி ஆவார். பொதுமக்களை உளவுபார்த்து அவர்களுக்கு தீவிரவாதிகளுடன் உள்ள தொடர்புகளை போலீஸூக்கு தெரிவிப்பதாகும்.
19. காங்கிரஸ் சட்டமன்ற உறுப்பினர் பஷீர் அஹமது மாக்ரே கேள்விக்கு, இங்குள்ள சட்டமேலவையில் எழுத்துமூலமான பதிலில் முதலமைச்சர் ஓமர் அப்துல்லா, ஜம்மு கஷ்மீர் போலீஸில் பல்வேறு பகுதிகளில் 25,474 ஸ்பெஷல் போலீஸ் ஆஃபீஸர் (SPO) வேலைசெய்து வருவதாக குறிப்பிட்டார். மேலும், இதுவரை 1,852 பேர் போலீஸ்காரர்களாக பணிவரன்முறை செய்யப்பட்டுள்ளார்கள் எனவும் தெரிவித்தார். http://zeenews.india.com/news
20. அஃப்ஸல் குரு, உச்சநீதிமன்றத்திலுள்ள தனது வழக்கறிஞருக்கு சித்ரவதைகளின் விவரங்கள் பற்றி எழுதினார். இந்தக்கடிதம் பின்னர் ஒரு பிரசுரமாக வெளியிடப்பட்டது. http://sacw.net/hrights/AfsalBooklet.pdf. தவிந்தர்சிங் பின்னர் CNN/IBNக்கு அளித்த நேர்காணலில் அஃப்ஸல் குருவை சித்ரவதை செய்ததை ஒத்துக்கொண்டார்: http://ibnlive.in.com/news/totured-but-kept-alive-for-a-deal/27164-3.html
21. இந்த சான்றிதழ் ஒருபோதும் நீதிமன்றதில் வைக்கப்படவில்லை. அதுபோலவே சரணடைந்த தீவிரவாதி சான்றிதழும்.
22. இந்த சூழ்நிலைகளின்கீழ், அஃப்ஸல் தீவிரவாதிகளுடன் சம்பந்தப்பட்டிருந்தார் என அவர் எண்ணியிருந்தால், தனது மகன்களுக்கு பாடம் சொல்லித்தருமாறு அஃப்ஸலைக் கேட்டிருக்கமாட்டார்.
23. இந்தியப்பாதுகாப்புப் படையினரால் அவர்கள் பாராளுமன்றத்துக்குள் நுழைந்தவுடனேயே ஐந்துபேர் கொல்லப்பட்டனர். இந்த ஆட்களைப்பற்றி இந்திய அரசு எந்த ஒரு தகவலையும் அளிக்கவில்லை. அஃப்ஸல் குரு அவர்களை, மொஹம்மது, ராஜா, ராணா, ஹன்ஸா மற்றும் ஹைதர் என அடையாளம் காட்டியதைத் தவிர. அந்தக்கொலைகாரர்களை தனக்குத் தெரியும் என்பதை அஃப்ஸல் மறுத்தார்.
24. அரசு தரப்பு சாட்சிகள் நீதிமன்றத்திற்கு கைதுகள் பற்றிய மாறுபட்ட, முரண்பாடான கதைகளைக் கூறினார்கள். நீதிமன்றமும் தனது தீர்ப்பில் கைதுகள் பற்றிய அரசுதரப்பு சாட்சிகளின் கதைகள் உண்மையானவை என்று தோன்றவில்லை என தனது கூர்ந்துநோக்கலைத் தெரிவித்தது.

25. சட்டக்குறைபாடுகள் மற்றும் ஒன்றுக்கொன்று ஒவ்வாத மேலும் பல விவரங்கள் படிக்க: 'அஃப்ஸலின் விண்ணப்பம்: நீதிக்கான ஒரு தேடல்'. *The Afsal Petition: A Quest for Justice,* (NewDelhi: Bibliophile South Asia, 2007).

நம்பிக்கைப் பயணிகளோடு

1. நைலா அலி கான் வலைத்தளத்தைப் பார்க்க: அதில் அவர், அப்துல்கனி லோனே லஸ்கர்-இ-தொய்பாவால் கொலைசெய்யப்பட்டார் என எழுதியுள்ளார்.
2. யோகிந்தர் சிக்கந்த் – 'ஆஸாதி'யின் முகம் 'The Face of "Azadi" , *Outlook,* 26 September 2010, http://www.outlook.com/article
3. அஹ்ல்-இ-ஹாதித் சீர்திருத்த இஸ்லாமிய இயக்கத்தின் இந்த சிந்தனைப்போக்கு 19ஆம் நூற்றாண்டின் துவக்கத்தில் வட இந்தியாவில் தோன்றியது. அஹ்ல்-இ-ஹாதித்-ஐ நிறுவியவர்கள் மௌலானா நாஸிர் ஹுஸேன் (1805-1902) மற்றும் மௌலானா சனாவுல்லா அம்ரித்சாரி (1870-1943). தாங்கள் எதை இஸ்லாமியமல்லாத, பரவலான முஸ்லீம் செயல்முறை, அண்டையிலுள்ள இந்துக்களிடமிருந்த கடன் பெற்றவை என்று பார்க்கிறார்களோ, அதை அகற்றுவதற்காக தெய்வீகப் பொறுப்பால் ஆற்றல் பெற்றுள்ளதாக அவர்கள் நம்புகிறார்கள். முஸ்லீம்கள் தங்கள் நம்பிக்கைகளின் மூல வளங்களான குரான், ஹாதித் இறைத்தூதரின் மரபுகளுக்கு திரும்பச்செல்ல வேண்டும் என்று அவர்கள் வற்புறுத்துகிறார்கள். அஹ்ல்-இ-ஹாதித் தங்களை ஜிஹாத்தின் நீண்ட நெடிய மரபுகளை தொடர்ந்து கொண்டு செல்பவர்களாகக் காண்கிறார்கள். மற்ற முஸ்லீம்கள் இவற்றைக் கைவிட்டுவிட்டதாக குற்றம்சாட்டுகிறார்கள். ஹனாஃபி உலாமாவைத் தாக்குவதோடு, சூஃபியிஸத்தையும் கடுமையாக விமர்சிக்கிறார்கள். அதை அவர்கள் 'தவறான கண்டுபிடிப்பு' என்றும், அதற்கு இறைத்தூதரின் மற்றும் அவரது சீடர்களின் செயல்முறைகளில் அங்கீகாரம் இல்லை என்றும் குறிப்பிடுகிறார்கள். துறவிகளையும், அவர்களது புண்ணியத் தலங்களில் மையப்படுத்தப்படும் வழிபாட்டுணர்வையும் உறுதியாக எதிர்க்கிறார்கள். இந்தப்போக்கு பரவலான சூஃபி மரபின் ஒருங்கிணைந்த பகுதியாக, பொதுவாக தெற்கு ஆசியாவிலும், குறிப்பாக கஷ்மீரிலும் உள்ளன. யோகிந்தர் சிக்கந்த்: 'கஷ்மீரில் இஸ்லாமிய தீவிரவாதம்', 'Islamic Militancy in Kashmir', www.sacw.net/DC/CommunalCollections/Articles, http://www.sacw.net/DC/CommunalCollections/Articles அஹ்ல்-இ-ஹாதித் அறிஞர்கள் லஸ்கர்-இ-தொய்பா மற்ற சமூகங்களுக்கு எதிராக வெறுப்புணர்வைப் பரப்புவதன்மூலம் கோட்பாடுகளுக்கு கெட்டபெயர் ஏற்படுத்துகிறார்கள் என்று கண்டனம் செய்கிறார்கள் என்பதை நினைவில் கொள்வது முக்கியமானது.
4. ஹரிந்தர் பெவேஜா, 'தற்கொலைக் குண்டுவெடிப்பாளனின் படம்', Portrait of a Suicide Bomber', *Outlook,* 31 December 2001
5. மனிஷா சோப்ரஜனி. '1989 கிளர்ச்சிகளுக்கு முன் பெண்களின் பாத்திரம்', Women's Role in the Post-1989 Insurgency', *Faultlines,* Vol.19. April 2008
6. மொஹம்மது ஷெஹ்ஸத், 'ஜிஹாத்தின் மிகச்சிறந்த வடிவம் தற்கொலைக் குண்டுவெடிப்பு', 'Suicide Bombing Is the Best Form of Jihad' 17 April 2003, அஹமத் ரஷீத்தின் *'Descent into Chaos,* (London: Penguin, 2008) இல் மேற்கோளிடப்பட்டது.
7. ஆயிஷா ஜலால், 'தெற்கு ஆசியாவில் அல்லா ஜிஹாத்தின் தீவிர ஆதரவாளர்கள்' *Partisans of Allah Jihad in South Asia,* (Ranikhet: Permanent Black, 2008) 291 and 292.
8. 'வெறுப்பின் பேராசிரியர்: இந்தியாவில் ஹபீஸ் சயீத் ஏன் மனநலம் குன்றியவர்?'

Hindustan Times, 4 April 2012, www.hindustantimes.com

9. பிரவீன் சுவாமி, *'இந்தியா, பாகிஸ்தான் மற்றும் இரகசிய புனிதப்போர், India Pakistan and the Secret Jihad,* 1947-2004 (NEW DELHI: Routledge, 207) 181.

10. மேலே உள்ளவாறு, மற்றும் லஸ்கர்–இ–தொய்பா www.satp.org

11. லஸ்கர்–இ–தொய்பா www.satp.org

12. பிரவீன் சுவாமி 'இந்தியா பாகிஸ்தான் மற்றும் இரகசிய புனிதப்போர்' *India Pakistan and the Secret Jihad*,1947-2004 (NEW DELHI: Routledge, 2007) 181.

13. அமெரிக்க மாமன்ற கேட்பில் 2010 மார்ச் 11ல் ஆஷ்லி ஜெ.டெலிஸ் சாட்சியம்

14. தோடா, ரஜௌரி பகுதிகளில் இந்து கிராமவாசிகளின் சில கூட்டுக்கொலைகள் லஸ்கரின் கைவேலைகள் என அறிக்கைகள் கருதுகின்றன. இந்தப்பகுதிகளில் இந்து மக்கள்தொகையை வெளியேற்றினால், தங்கள் இலக்கு எளிதாகிவிடும் என்ற நோக்கத்தில் இதை நடத்தின. 2001ன் மத்தியில் 14,369இந்திய ராணுவவீரர்களை கொன்றதாக லஸ்கர் கூறிக்கொண்டது; இதில் தனது 1,016 சொந்த ஆட்களை இழந்தது. யோகிந்தர் சிக்கந்த்: 'கஷ்மீரில் இஸ்லாமிய தீவிரவாதம்', Islamic Militancy in Kashmir', www.sacw.net/DC/CommunalCollections/ArticlesArchive/

15. முன்னாள் ISI தலைமை பாராளுமன்றத் தாக்குதலில் ஜெய்ஸ்–ன் கை இருந்ததை ஒப்புக்கொண்டது. www.rediff.com/news

16. தியோபந்தி பள்ளி 'அருளப்பட்டது' அல்லது புனித ஞானம், மற்றும் 'மனிதம்' அல்லது மதசார்பற்ற ஞானம் ஆகியவற்றுக்கிடையே கூர்மையான வேறுபாட்டை செய்தது. இந்தப்பள்ளி, வெளிப்படையாக இஸ்லாமியமல்லாத எல்லா கற்றல்களையும், பிற மதங்களின் மரபுகளை நிராகரிப்பது, மேற்கத்தியபாணி கல்வி மற்றும் குரானின் ஆய்வோடு நேரடியாக தொடர்பில்லாத எந்தவொரு பொருள் பற்றிய ஆய்வையும் தடைசெய்வது ஆகியவற்றின்மூலம், நீக்கியது. ஹனாஃபி பள்ளியின் இஸ்லாமிய நீதிமுறைகளை அது உறுதியாக நடைமுறையாக்கியது. தீவிரவாதிகளை, ஜிஹாத்தை பயங்கரவாத நடவடிக்கைகளுக்குப் பயன்படுத்துவதை கண்டனம் செய்த பல அறிஞர்கள் அங்கு இருந்தார்கள்.

17. மதரஸாவின் அதிகாரபூர்வ பெயர் ஜமியா உலூம்–இ–இஸ்லாமியா. இது, அனைத்து நாடுகளின் சிக்கல்சீர்செய் குழுக்களால், பாகிஸ்தானின் தியோபந்தி தீவிரவாதத்தின் நீரூற்றுத்தலைமை என விவரிக்கப்பட்டது. ஹர்கட்–உல்–முஜாஹிதீன் (HUM), ஜெய்ஷ்–இ–மொஹம்மது(JeM) மற்றும் சிபாஹ்–இ–சஹாபா பாகிஸ்தான்(SSP) போன்ற எண்ணற்ற தீவிரவாத அமைப்புக்களை நிறுவவும், தொடர்ந்து நிலைபெறச்செய்யவும் மதரஸா முக்கியப்பங்கு வகித்தது.

18. ஹர்கட்–உல்–அன்ஸார் தன்னார்வலர்களை ஆஃப்கானிஸ்தானுக்கு அனுப்ப 1980ல் கராச்சியில் ஏற்படுத்தப்பட்டது.

19. அஹ்மெத் ரஷீத், *Descent into Chaos*,(London: Penguin, 2008), 113

20. மேலே உள்ளவாறு. 113–114.

21. மேலே உள்ளவாறு. 113, அடிக்குறிப்பு 10.

22. ரோஹித் ஹோனாவர், *Jaish-e-Mohammad*, (NewDelhi:Institute of Peace and Conflict. November 2005)

23. ஹேமேந்திர சர்மாவின் வலைத்தளம்: http://ibn.inlive/blogs; காஸி பஷா கொல்லப்பட்டபோது அவரை அடையாளம் கண்டவர் அஃப்சலின் மூத்த சகோதரர்தான் என்றும், ஏனென்றால் அவரை அஃப்சலின் இடத்தில் அவர் பார்த்துள்ளார் என்றும் CNN/IBN, சித்தார்த்த கவுதம் கூறுகிறார். http://ibnlive.in.com/news/totured-but-kept-alive-for-a-deal/27164-3.html

24. எனது (நந்திதா) புத்தகத்தில் கீலானி மற்றும் அஃப்சல் ஆகிய இருவரின் விசாரனை மற்றும் பிரச்சாரப் பயணம் பற்றி விரிவாக எழுதியுள்ளேன். *Framing Geelani, Hanging Afsal Patriotism in Time of Terror,* (NewDelhi: Bibliophile South Asia. 2007)

25. பரமேஷ்வர் நாராயன் ஹக்ஸர் (1913–98) ஒரு கம்யூனிஸ்ட்; கஷ்மீரில் கம்யூனிஸ்ட்களோடு நன்கு அறிமுகமானவர். அவரது நேர்மைக்காகவும், தேசிய உணர்வுக்காகவும் நன்கு மதிக்கப்பட்டவர். ஜவஹர்லால் நேருவுக்கு நெருக்கமானவர். நேரு இவரை அயல்துறைப் பணியில் கொண்டுவந்தார். வங்கதேச விடுதலை இயக்கத்தை ஆதரித்தவர்; 1972ல் சிம்லா ஒப்பந்தம் ஏற்பட்டபோது பேச்சுவார்த்தைக்குழுவில் இடம் பெற்றிருந்தார்.

26. இந்த அறிக்கைகள் 2011 ஜனவரி முதல் வாரத்தில் அனைத்து நாளேடுகளிலும், தொலைக்காட்சிகளிலும் விரிவாக இடம்பெற்றன.

27. இவரின் விசாரனை மற்றும் பிரச்சாரப் பயணம் பற்றி விரிவாக எழுதப்பட்டுள்ளது. *Framing Geelani, Hanging Afsal Patriotism in Time of Terror,* (NewDelhi: Bibliophile South Asia. 2007)

28. சதி சாஹ்னியின் *KashmirUnderground,*(NewDelhi:Har Anand,1999), 172–73இல் மேற்கோள்.

29. மேலே உள்ளவாறு.

30. பிரவீன் சுவாமி, 'கஷ்மீர் இஸ்லாமிய குலபதியின் இலையுதிர்காலம்?' The Autumn of Kashmir's Islamist Patriarch?' *The Hindu*, 10 August 2010, http:// www.thehindu.com/todays-paper/tp-opinion/the-autumn-of-kashmirs-islamist-patriarch/article582923.ece

31. இர்ஃபான் அஹ்மத், 'இந்தியாவில் இஸ்லாமியமும் ஜனநாயகமும்', *Islamism and Democracy in India' The Transformation of Jammat-e-Islam,* (Ranikhet:Permanent Black,2010)

32. மேலே உள்ளவாறு.

33. ஹரிந்தர் பவேஜா, 'கஷ்மீர்: மக்கள் தீவிரவாதிகளுக்கு எதிராக திரும்புகிறார்கள்', Kashmir:People Turning against Militants', *India Today*, 31 May 1992.

34. பிஸ்மில்லாவுக்கும் எனக்கும் (நந்திதா) இடையே நடைபெற்ற உரையாடல்களை எனது புத்தகத்தில் 'In Celebration of an Impossible Friendship' என்ற அத்தியாயத்தில் பகிர்ந்துள்ளேன். *Framing Geelani, Hanging Afsal Patriotism in Time of Terror,* (NewDelhi:Bibliophile South Asia. 2009)

35. சையத் பிஸ்மில்லா கீலானி, ' தீவிரவாதத்தை உற்பத்தி செய்தல்: கஷ்மீரில் ஊடகங்களுடனும், சட்டத்துடனும் எதிர்பாராத மோதல்கள்', *Manufacturing Terroism: Kashmiri Encounters with Media and Law* (NewDelhi: Bibliophile South Asia, 2006) பால்ராஜ் பூரியால் அவரது பதிப்பிலும் மறுவெளியீடு செய்யப்பட்டது.

36. 'ஒரு சுதந்திர கஷ்மீருக்காகப் போராடுதல்', *இண்டர்நேஷனல் சோசலிஸ்ட் ரிவ்யூ* இதழ் 37, செப்டம்பர்–அக்டோபர், 2004 ஆன்லைன் பதிப்பு.

37. சாப்ளினின் சகோதரர் சார்லி என அழைக்கப்பட்டார்.

38. ஆரிஃப் ஜமால், 'நிழல் யுத்தம்: கஷ்மீரில் ஜிஹாத்தின் சொல்லப்படாத கதை', *Shadow War: Untold Story of Jihad in Kashmir,* (NewDelhi: Vij Books,2005) 252.

39. பீர் ஜாதா ஆஷிக் , 'கஷ்மீரில் உள்ள 45% தீவிரவாதிகள் வெளிநாட்டவர்' '45% Militants in Kashmir Belong to Foreign Origin', *Hindustan Times,* http://www.hindustantimes.com/jandk/45-militants-in-kashmir-belong-to-foreign-let-tops-list/article-1307250.aspx

40. பர்வாய்ஸ் புகாரி, 'கஷ்மீரில் திகிலூட்டும் NGO மெய்மை நிகழ்வு', The Eerie NGO Phenomenon in Kashmir', *The Honour Magazine,* April 2010, http://pulsemedia.org

41. அமன் சர்மா, அமெரிக்க NGOக்களுக்கு ISI கஷ்மீர் பிரச்சனைக்காக 4 மில்லியன் டாலர் நிதியளித்தது. *India Today*, 20 July 2011. http://indiatoday,intoday.in/story/isi-

funded-$4-million-to-usbased-ngo-for-kashmir-cause/1/145524.html

42. சல்லா அல்லாஹு அலைஹே வா சலாம் (அல்லாவின் அமைதியும், ஆசியும் அவன்மீது அமைவதாக) அல்லது ஆங்கில வடிவம். PBUH (Peace Be Upon Him)

43. ஜே.கே.எல்.எஃப். கீலானியின்மீது அனைத்து தாக்குதல்களையும் தொடுக்கிறது. 16 அக்டோபர் 2012. http://kashmirwatch.com

கஷ்மீரும், பயங்கரவாதத்தின்மீதான போரும்

1. http://indiatoday.intoday.in/story/2008-mumbai-attacks-a-book-describes-how-david-headly-bragged-in-emails/1/320488.html

2. ஆஷித் ஜோல்லி, 'வஹாபி படையெடுப்பு' *India Today*,January 2012.http://indiatoday.in/story/Saudi-charities-pump-in-funds-through-hawala-channels-to-radicalise-kashmir-valley/1/165660.html

3. சன்னி இஸ்லாமை பின்பற்றுபவர்கள், நான்கு சன்னி பள்ளிகளை, அதாவது, ஹனாஃபி, மாலிகி, ஷஃபி மற்றும் ஹன்பாலி சிந்தனைகளைப் பின்தொடர்கிறார்கள். தெற்கு ஆசியாவில் 19ஆம் நூற்றாண்டில் உருவான ஒரு இஸ்லாமிய இயக்கமான அஹ்ல்–இ–ஹாதித் குழு இந்த நான்கு பள்ளிகளின் சட்டத்தை கண்மூடித்தனமாக முஸ்லீம்கள் பின்பற்றுவதை நிராகரிக்கிறது. இஸ்லாத்தின் மூலக்கொள்கைகளுக்கு நெருக்கமாக உள்ள மதக்கோட்பாடுகளை முஸ்லீம்கள் கட்டாயம் பின்பற்றவேண்டும் என நம்புகிறார்கள். மரபுரீதியான சட்டசிந்தனைகளைக் கைவிட்டு, அதற்கு பதிலாக மறைநூல்களை நேரடியாகப் படித்து இஸ்லாத்தை நவீனப்படுத்த முயற்சிக்கும் சலாஃபிகள்தான் சன்னிகள். இந்த உணர்வில் அவர்கள் பழமை முஸ்லீம் எதிர்ப்பாளர்கள். சில எதிர்ப்பாளர்களைப்போலவே சலாஃபிகள் தீவிரவாதத்தையும், பயங்கரவாதத்தையும், மறைநூல்களை, மரபுசாரா தங்கள் படிப்புகளால் நியாயப்படுத்துகிறார்கள். 'வஹாபி' என்ற வார்த்தை இப்ன் அப்துல் வஹாப் என்னும் அரபிய சீர்திருத்தவாதியின் சலாஃபிய சீடர்களிடையே காணப்படும் தீவிரவாதத்தைக் குறிக்கிறது. சன்னி, அதுபோலவே அஹ்ல்–இ–ஹாதித் போன்ற பல இஸ்லாமிய அறிஞர்கள் ஜிஹாதி திவிரவாதத்தை கண்டனம் செய்கிறார்கள். சூஃபிகள் இறை உணர்வாளர்கள்.

4. ரியாஸ் வானி. 'கஷ்மீரின் ஆன்மாவுக்கான போராட்டம்', 'The Fight for Kashmir.s Soul', *Tehelka*, 31 March 2012, http://archive.tehelka.comstory_main52.asp?filename=Ne31031Fight.asp

5. அஃப்ஸல் நாகா சச்சரவைக் குறிப்பிட்டார். ஏனெனில், நான் இந்தோ–நாகா பேச்சுக்களில் ஈடுபட்டிருந்தேன் என்பது அவருக்குத் தெரியும். ஆனால், பாப்டிஸ்ட் தேவாலயத்தின் கிறிஸ்துவ அடிப்படைவாதம் எந்த அளவுக்கு நாகா தேசிய இயக்கத்தில் செல்வாக்கு செலுத்தியது என்பதும், நாகா கிராமங்களில் கத்தோலிக்கர்களுக்கும், பாப்டிஸ்ட்களுக்கும் இடையே நிலவிய கூர்மையான சச்சரவுகள் பற்றியும் அவருக்குத் தெரியாது.

6. விக்கிபீடியா கூறுவதுபோல், ராபர்ட் பேப், 'பாதுகாப்பும், பயங்கரவாதமும்' என்ற தனது சிக்காகோ பல்கலைக்கழக செயல்திட்டத்தின் ஒருபகுதியாக, தற்கொலைகள் பற்றி தரவுதொகுதியில் சேர்த்திருந்தார். உலகம் முழுவதும் நடைபெற்ற ஒவ்வொரு தற்கொலை குண்டுவெடிப்புகள் பற்றிய முதல் தரவு தொகுதி என பேப் கூறுகிறார்; 1980–லிருந்து 2003 வரை ஒட்டுமொத்தமாக 315 தாக்குதல்கள் நடைபெற்றுள்ளன. இந்த புள்ளிவிவரங்கள் 'தற்கொலை பயங்கரவாதத்துக்கும், இஸ்லாமிய அடிப்படைவாதத்துக்கும் அல்லது உலகின் எந்த ஒரு மதத்துக்கும் தொடர்புகள் இல்லை' என்று காட்டுகின்றன. அதற்குமாறாக,

'கிட்டத்தட்ட எல்லா தற்கொலை பயங்கரவாத தாக்குதல்களுக்கும் ஒரு குறிப்பிட்ட பொதுவான மதசார்பற்ற, தந்திர இலக்காக, பயங்கரவாதிகள் தங்களுடைய தாயகம் என்று கருதும் எல்லைகளிலிருந்து இராணுவப்படைகளை நவீன ஜனநாயகவாதிகள் திரும்பப்பெற்றுக் கொள்ளவேண்டும் என வற்புறுத்துகின்றன'..

7. கிரஹாம் ஈ.ஃபுல்லர், 'இஸ்லாம் இல்லாத ஒரு உலகம்', *A World Without Islam* (New York: Back Bay Books,2010), 343.

8. சையத் அப்துல் ரெஹ்மான் கீலானி.

9. அமினா வாதூ ஒரு ஆஃப்ரிக்க–அமெரிக்க இஸ்லாமிய அறிஞர்; பெண்ணிய இறையியலாளர்; 'இஸ்லாமில் சகோதரிகள்' அமைப்பை உடனிருந்து அமைத்தவர். தென் ஆஃப்ரிக்காவில் ஒரு மசூதியில் 1994 ஆகஸ்ட்டில் ஒரு வெள்ளிக்கிழமை சமயசொற்பொழிவில் 'இஸ்லாம் – சரணாகதியை ஏற்கிறது' என உரையாற்றினார்: ஒரு பத்தாண்டுகளுக்குப் பிறகு, 2005 மார்ச் 18 அன்று 60 பெண்களும், 40 ஆண்களும் பால்வேறுபாடு இல்லாமல் அமர்ந்திருந்த திருக்கூட்டத்தில் 'இமாம்' ஆக இருந்தார். *Inside the Gender Jihad: Women's Reform in Islam* என்ற அவரது புத்தகம், இஸ்லாத்தில் பெண்ணிய இயக்கத்தின் எழுத்துவடிவ அடித்தளங்கள் பற்றி விவாதிக்கிறது. துருக்கியராக, ஒரு கம்யூனிஸ்ட் ஆக இருந்த கவிஞர் நாஜிம் ஹிக்மெட் (1902–63) தனது இளமைக்காலவாழ்வை நாட்டைவிட்டு வெளியேறியவராகவோ அல்லது சிறையிலோ கழித்தவர். எனது புத்தகத்தில், கம்யூனிஸ்ட்களுக்கும், மதசார்பின்மை மற்றும் இஸ்லாம் பற்றிய அவர்களது பொருள்விளக்கத்துக்கும் இடையே உள்ள அசௌகரியமான உறவுகள் பற்றி விவாதித்திருக்கிறேன்.

10. நரேந்தர தாமோதரதாஸ் மோடி 2014 மே 26 அன்று இந்தியாவின் 15ஆவது பிரதமர் ஆனார். இவர் தனது எட்டாம் வயது முதல் ஆர்.எஸ்.எஸ். உறுப்பினர்.

11. அம்ரித் வில்சன் பாலினம் மற்றும் இனம் பற்றிய தெற்கு ஆசிய ஒத்துணர்வு உதவிக்குழுவை தோற்றுவித்தவர்களில் ஒருவர். இவர், '*விடுதலைக்கான அச்சுறுத்தல்: ஏகாதிபத்தியம், மற்றும் ஜான்ஸிபாரில் புரட்சி (2013)*', '*கனவுகள், கேள்விகள், போராட்டங்கள்: பிரிட்டனில் தெற்கு ஆசிய பெண்கள்(2006)*' முதலான பல நூல்களை எழுதியவர். அவரது பெற்றோர் அமியா, B.G.ராவ் ஆகியோரை எனக்கு நன்றாகத் தெரியும். டெல்லியில் கிழக்கு நிஜாமுதீனில் உள்ள இவர்களது குடியிருப்பு எல்லாப்பிரிவு செயல்பாட்டாளர்களுக்கும் புகலிடமாக உள்ளது.

12. நந்திதா ஹக்ஸர், *மனித உரிமைகள் வழக்குரைத்தல்: பெண்ணிய சிந்தனையில்,* Amita Dhanda Archana Parshar eds. *Engineering Law.* (Lucknow:EasternBook Company, 1999)

13. மோஸ்ஸம் பெக், 'எதிரியை எதிர்த்துப் போராடுபவர்: குவாண்டனாமோ, பேகாம், கந்தஹாரில் எனது சிறைவாசம்', *Enemy Combatant: My Imprisonment at Guantanamo, Bagam and Kandahar,* (New Press, 2007)

14. முழுவிவாதத்தையும் இணையதளத்தில் காணலாம். எனவே அதை இங்கு இடம்பெறச்செய்யவில்லை. ஆனால், பெண்ணியவாதிகள் அடிக்கடி மனித உரிமை கோட்பாடுகளுக்கு எதிரான நிலைகளை எடுக்கிறார்கள் என்பதை கவனிப்பது பொருத்தமானதாகும்.

15. ரிச்சர்ட் நார்டன் டெய்லர், 'மோஸ்ஸம் பெக்கின் புதுமையான வழக்கு' http://www.theguardian.com/world/defence-and-security-blog/2014/oct/07/mozzam-begg-mi5-syria#comments

16. திரேன் பேரட்–குஜராத் மாநிலம் பரோடாவில் இந்து குடும்பத்தில் பிறந்தவர். இவருக்கு ஒருவயது ஆனபோது இவரது பெற்றோர் வன்முறைக்கும், பாரபட்சத்துக்கும் பயந்து

கென்யாவிலிருந்து ஹிரிவுக்கு தப்பிச்சென்றனர். கென்யாவில் வங்கியாளராக இருந்த இவரது தந்தை ஹிரியில் ஒரு தொழிற்சாலையில் வேலைசெய்து குடும்பத்தைப் பாதுகாத்தார். பேரட் தனது 20ஆம் வயதுல் ஹிரியில் இஸ்லாத்துக்கு மாறினார். 2006ல் இவர் லண்டனில் மோசமான எறிகுண்டு தாக்குதலுக்கு திட்டமிடுவது குற்றம் என மன்றாடினார்.

17. மார்க் கர்டிஸ், 'இரகசிய நடவடிக்கைகள்: தீவிர இஸ்லாமுடன் பிரிட்டனின் கூட்டுச்சதி' *'Secret Affairs: Britton's Collusion with Radical Islam'* (London:Serpent's Tail,2012),284
18. '"நண்பர்களுடன் இவற்றை விரும்புகிறேன்..." ஆஸாத் கஷ்மீரில் மனித உரிமை மீறல்கள்'. செப்டம்பர், 2006. www.hrw.org/reports/2006/pakistan0906/
19. தாரிக் மிர், 'கஷ்மீர்: சூஃபியிலிருந்து சலாஃபிக்கு' 'Kashmir: From Sufi to Salafi', Pulitzer Centre, http://pulitzercentre.org/reporting/kashmir
20. இது, எந்தவொரு அரசியல் கட்சியோடும் இணைக்கப்படாத தொழிற்சங்கத்தின் முன்னெடுப்பு. மேலும் பலர் அரசுசாரா நிறுவனங்களின் இயல்பிலேயே இருந்தார்கள்.
21. இந்த வலைத்தளத்தில் பட்டியலிட்டவாறு: http//thekashmir.wordpress.com/2008/07/05/amaranth/
22. அமர்நாத் – நிலப்பிரச்சனை– நிகழ்வுகளின் காலக்கிரமம்', http://www.greaterkashmir.com/news/gk-magazine/amarnath-land-row-chronology=of-events/38658.html
23. உச்ச நீதிமன்றம் 2008 ஜூலை 4 அன்று தலையிட மறுத்துவிட்டது.
24. பிரதமர் அலுவலகத்தின் மத்திய ராஜாங்க அமைச்சர் ஜித்தேந்திர சிங், நிலவியல் ஆய்வுகள் அமர்நாத் யாத்திரையை ஆண்டுமுழுவதும் நடைபெறலாம் என்று குறிப்பிடுவதாக கூறினார். அவர் இதை 2015 ஜூனில் தெரிவித்தார்.
25. கஷ்மீரி பண்டிதர்களுக்கு பனூன் கஷ்மீர் அறிவுரை 'கிரேட்டர் கஷ்மீர்', 1ஆகஸ்ட் 2008.
26. 'அமர்நாத் சிவலிங்கம் மனிதனால் செய்யப்பட்டது?' அருண்ஜோஷியின் அறிக்கை என இந்த அறிக்கை செய்திஏடுகளில் வெளியிடப்பட்டது. Amarnath Shivaling Man made?, *Hindustan Times*, 17 June 2006
27. பாகிஸ்தானில் மதகுரு தாரிக் உல் காத்ரி 2010ல் வெளியிட்ட 600 பக்க பத்வாவில் பயங்கரவாதத்துக்கு எதிரான ஜிஹாத்தை பிரகடனம் செய்தார். ராபின் ரைட் இதை *'Rock the Casbah: Rage and Rebellion across the Islamic World,* (NewYork:Simon and Schuster,2011)இல் மேற்கோள் காட்டியுள்ளார்.

சொர்க்கத்துக்கான நெறியியல்

1. ஜம்மு கஷ்மீர் தேசிய முன்னணியின் வலைத்தளத்தில் பட்டியலிட்டபடி. http://www.jknf.org
2. மார்க் கர்டிஸ், 'இரகசிய நடவடிக்கைகள்: தீவிர இஸ்லாமுடன் பிரிட்டனின் கூட்டுச்சதி' *'Secret Affairs: Britain's Collusion with Radical Islam'* (London:Serpent's Tail,2012),85
3. மேலே உள்ளவாறு. பக்.86
4. மேலே உள்ளவாறு. பக்.256
5. மேலே உள்ளவாறு. பக்.257
6. மேலே உள்ளவாறு.பக்.191
7. சிபல் டெனிஸ் எட்மண்ட்ஸ்– ஃபெடரல் பீரோ ஆஃப் இன்வெஸ்டிகேஷனின் (FBI) மொழிபெயர்ப்பாளர். நேஷனல் செக்யூரிடி விசில்பௌலர்ஸ் கோயலேஷன் அமைப்பை உருவாக்கியவர். அமெரிக்க சிவில் லிபர்ட்டீஸ் யூனியனால் 'அமெரிக்க வரலாற்றில்

மிகவும் கணிக்கப்பட்ட பெண்' என்று விவரிக்கப்பட்டவர். எட்மண்ட்ஸ் 9/11 கமிஷன் முன் சாட்சியமளித்தார்: ஆனால், 9/11 கமிஷனின் 567 பக்க அறிக்கையில் இவரது சாட்சியம் இடம்பெறவில்லை. *'Boiling Frog Post'* என்ற இணைய ஊடகதளத்தை பக்கசார்பற்ற புலனாய்வு இதழ்மை என்ற இலக்குடன் உருவாக்கி வெளியிட்டவர்.

8. உச்ச நீதிமன்றம் தனது தீர்ப்பை வழங்கியபின், மனுதாரர் அந்தத் தீர்ப்பில் ஏதேனும் தவறுகள் இருப்பின் அவற்றைச் சுட்டிக்காட்ட மறுசீராய்வு மனுவை தாக்கல் செய்யலாம். குறை தீர்க்கும் மனுவும்கூட தாக்கல் செய்யப்படலாம். ஆனால் மூத்த நீதிபதிகள் கொண்ட குழு மட்டுமே சட்டம் அல்லது அரசியல் சாசனப் பிரிவுகள் ஏதேனும் கவனிக்கப்படாமல் உள்ளதா என பரிசீலிக்கும். இந்த வழக்கில் இந்திராஜெய்சிங், அஃப்ஸல் குரு தனது உரிமையான சட்ட உதவியை அவர் பெறவில்லை என்பதை சுட்டிக்காட்டி ஒரு குறைதீர்மனுவைத் தாக்கல் செய்தார். தண்டிக்கப்பட்ட மனுதாரர் கடைசியாக இந்திய குடியரசுத் தலைவருக்கு கருணை மனு சமர்ப்பிக்கலாம்.
9. சையத் அப்துல் ரெஹ்மான் கீலானி, ஷௌகத் குரு, மற்றும் அஃப்ஸல் குரு.
10. *'கிரேட்டர் கஷ்மீர்'* உள்ளிட்ட ஊடகங்களால் மேற்கோள் காட்டப்பட்டவை: 17 மார்ச் 2011. http://www.greaterkashmir.com
11. மேலே உள்ளவாறு. மிர்வாய்ஸ் உமர் ஃபாரூக் தலைமையிலான ஹுரியத் இவ்வாறு ஒருவரும் கூறவில்லை என மறுத்தது. மேலும் இந்த அறிக்கை ஹுரியத்தை கேவலப்படுத்துகிறது எனவும் கூறியது.
12. அப்பாஸ் 1936 ஆகஸ்ட் 18இல் ஸ்ரீநகரில் பிறந்தார். ஸ்ரீநகரில் பட்டப்படிப்பு முடித்த பின் மேற்படிப்புக்காக இந்தியாவில் இஸ்லாமிய இறையியல் ஆய்வின் மையமான லக்னோவுக்கும், உயர்கல்விக்காக இராக்கில் நஜப்- க்கும் சென்றார். அரபு இலக்கியம், தத்துவம், ஹாதித் மற்றும் தஃப்சீர், இஸ்லாமிய நீதியியல், அரசியல்விஞ்ஞானம் ஆகியவற்றில் தேர்ச்சி பெற்றார். இராக்கில் எட்டு ஆண்டுகால படிப்புக்குப்பின், கஷ்மீர் திரும்பி, மதம்சார் அரசியல் மாத இதழை *'சஃபீனா'* என்ற பெயரில் துவக்கினார். புனித முடி இயக்கத்தின்போது அவர் ஒரு தலைவராக உருவானார். பொதுவாக்கெடுப்பு முன்னணியிலும், பின்னர் முஸ்லீம் ஐக்கிய முன்னணியிலும் தீவிரமாக செயல்பட்டார்.
13. ஆரிஃப் ஜமால், 'நிழல் யுத்தம்: கஷ்மீரில் ஜிஹாத்தின் சொல்லப்படாத கதை', *Shadow War: Untold Story of Jihad in Kashmir*, (NewDelhi: Vij Books,2009) .
14. சரப்ஜித் சிங் (1964-2013) 1990 இல் லாகூரில் குண்டுவெடிப்புக்காக பாகிஸ்தானில் தண்டனை விதிக்கப்பட்ட இந்திய புலனாய்வுத்துறையின் ஏஜண்ட். அஃப்ஸலின் தண்டனையைத் தடுத்து நிறுத்த பிரச்சாரப்பயணம் நடைபெற்றபோது அதற்கு இணையாக சரப்ஜித் சிங்-ஐ விடுதலை செய்யக்கோரி இயக்கம் நடைபெற்றது. அப்போது பிரதமராக காங்கிரஸ் கட்சியின் மன்மோகன் சிங் இருந்தார்.
15. *அஃப்சலை தூக்கிலிடுவது இந்திய ஜனநாயத்தின் மீதான களங்கமாகிவிடும்*, (NewDelhi: SPDPR pamphlet, October 2006)
16. B.ராமன், 'அஃப்ஸல் குருவின் தண்டனை நிறைவேற்றம்: சாத்தியமுள்ள பாதுகாப்பு விளைவுகள்' தெற்கு ஆசிய ஆய்வுக்குழு, அறிக்கை 5385 (9 பிப்ரவரி 2013) www.southasiaanalysis.org/node/1154
17. தண்டிக்கப்பட்ட குற்றவாளி அஃப்ஸல் குருவின் மரணத்தின்மீது NGO வழக்கறிஞர்கள் சண்டை, *The Indian Express* 27 May 2010. http://archive.indianexpress.com/newsngp-lawer-fight-death-row-convict-afsal-guru/624540/: In Defence of N.D.Pancholi's Leagal Representation of Mohammed AfsalGuru' Mainstream,Vol.XLVIII No 24 (5 June 2010). http://www.mainstream.weekly.net/article2115.html

18. பாணினி ஆனந்த் 'ஒரு நகரம் துயரப்பட வருகிறது' 'A Town Comes to Mourn', *Outlook,* March 4 2013. http//www.outlookindia.com/article/a-town-comes-to-mourn/284014

19. மேலே உள்ளவாறு.

20. மிஹிர் ஸ்ரீவத்சவா மற்றும் ஹரிந்தர் பவேஜா 'இரத்த சகோதரர்கள். இரத்தப்பணம்' 'Blood Brothers, Blood Money', *Tehelka,* Vol.4 issue4, 3 February 2007

21. 'அஃப்சலின் விண்ணப்பம்: நீதிக்கான ஒரு தேடல்', *South Asia Bibliophile,* NewDelhi,2007

22. இர்ஃபான் மெஹ்ராஜ் – 'தபஸூம் குருவின் கதை' 8 பிப்ரவரி 2014. http://authintmail.com/article/reportage/story-tabussum-guru

23. மேலே உள்ளவாறு.

24. ரியாஸ் வானி, 'மனைவிக்கு அஃப்ஸல் குருவின் கடைசி கடிதம்', *Tehelka,* 18 February 2013. http://www.tehelha.com/afsal-guru-last-letter-to-wife

25. சின்கி சின்ஹா, 'நான் அஃப்ஸல் குருவிடம் கேட்டேன், அவர் இறந்தால் என்ன?. நான் எவ்வாறு வாழ்ந்தேன் என்பதை புத்தகம் சொல்லும் என்று அவர் கூறினார்', *The Indian Express,* 9 february 2013, http://archive.indianexpress.com/news/-i-asked-afsal-guru-what-if-he-dies-he-said-book-will-tell-how-i-lived-/832394/ also http://www.kashmirglobal.com

26. இர்ஃபான் மெஹ்ராஜ் – 'தபஸூம் குருவின் கதை' 8 பிப்ரவரி 2014. http://authintmail.com/article/reportage/story-tabussum-guru

அதன்பிறகு

1. பிரேம்நாத் பஜாஜ், *கஷ்மீரில் சுதந்திரத்துக்கான போராட்டத்தின் வரலாறு: துவக்க காலங்கள் முதல் இன்றைய நாள் வரை* (NewDelhi: Kashmir Publishing House, 1954)

2. அப்போதைய பிரதமர் மன்மோகன் சிங் 2005இல் நியமித்த ராஜிந்தர் சச்சார் குழு, இந்தியாவில் முஸ்லீம் சமுதாயத்தின் தற்போதைய சமூக, பொருளாதார, கல்வி நிலைகள் பற்றிய அறிக்கையை தயாரிக்கத் துவங்கியது. அந்த அறிக்கை இந்த வகையில் முதலாவதாகவும், இந்திய முஸ்லீம்களின் பிற்பட்ட நிலைமைகள் பற்றி எச்சரிப்பதாகவும் இருந்தது. இந்த அறிக்கையின்படி, மிகப்பெரும் கவலைகளில் சில: இந்திய முஸ்லீம்களின் சமூக, பொருளாதார நிலைகள் மற்ற ஒடுக்கப்பட்ட, நலிவுற்ற தாழ்த்தப்பட்ட, பழங்குடியினர் குழுக்களைவிட மிகவும் மோசமாக இருக்கிறது. இந்திய மக்கள்தொகையில் முஸ்லீம்கள் 14% க்கும் மேல் இருந்தாலும் அதிகாரத்தில் இருக்கும் முஸ்லீம்கள் வெறும் 2.5% தான்.

3. பார்க்க: ஜாஃபர் சௌத்திரி, 'கஷ்மீர் சச்சரவும் ஜம்முவின் முஸ்லீம்களும்', *The Hindu,* 20 june 2015

4. லெப்.ஜென்.P.S.பகத், *'கேடயமும் வாளும்: இந்தியா 1965ம் அதன்பின்னும்'*, *The Statesman,* 1967

5. 2015 வசந்த காலத்தில் இந்திய அரசு 1965 போரில் பாகிஸ்தான் மீதான இந்திய வெற்றியை கொண்டாடப்போவதாக அறிவித்தது.